**50 sắc thái XÁM**

FIFTY SHADES OF GREY

**E.L. James,** *nhà văn nữ người Anh, đã từng là Giám đốc chương trình truyền hình. Bà đang sống ở Tây London cùng chồng và hai con. Thời thơ ấu, James mơ ước viết được những câu chuyện khiến người đọc say mê. Song bà tạm gác những ước mơ đó để chú tâm cho gia đình và sự nghiệp. Cuối cùng, bà đã can đảm cầm bút viết bộ tiểu thuyết đầu tay -* **50 Sắc Thái (Fifty Shades).** *Và việc xuất bản bộ truyện này đã trở thành hiện tượng năm 2012.*

*- Tập 1: Xám (Fifty Shades of Grey)*
*- Tập 2: Đen (Fifty Shades Darker)*
*- Tập 3: Tự do (Fifty Shades Freed)*

Nội dung truyện có đề cập tới vấn đề nhạy cảm,
độc giả nên cân nhắc trước khi đọc!

**FIFTY SHADES OF GREY**
Copyright © Fifty Shades Ltd 2011
The author published an earlier serialised version of this story online with
different characters as "Master of the Universe" under pseudonym Showqueen's
Icedragon.

**NĂM MƯƠI SẮC THÁI**
*Tập 1: Xám*
Bản quyền tiếng Việt © Công ty Cổ phần Sách Alpha

Không phần nào trong xuất bản phẩm này được phép sao chép
hay phát hành dưới bất kỳ hình thức hoặc phương tiện nào
mà không có sự cho phép trước bằng văn bản của Công ty Cổ phần Sách Alpha.

Thiết kế bìa: KiMi Trần
Biên tập viên: Alpha Books

Chúng tôi luôn mong muốn nhận được những ý kiến đóng góp của quý vị độc giả
để sách ngày càng hoàn thiện hơn.

Góp ý về sách, liên hệ về bản thảo và bản dịch: publication@alphabooks.vn
Liên hệ hợp tác về nội dung số: ebook@alphabooks.vn
Liên hệ hợp tác xuất bản & truyền thông trên sách: project@alphabooks.vn
Liên hệ dịch vụ tư vấn, đại diện & giao dịch bản quyền: copyright@alphabooks.vn

50 sắc thái XÁM

FIFTY SHADES OF GREY

# E. L. JAMES

Tường Vy *dịch*

NHÀ XUẤT BẢN LAO ĐỘNG

# Lời giới thiệu

Trước khi đến tay các độc giả Việt Nam, hơn 50 triệu bản của bộ tiểu thuyết nóng bỏng này đã được phát hành và gây sốt toàn cầu. Chỉ trong một thời gian ngắn, bộ ba tiểu thuyết hướng tới độc giả người lớn đã tiêu thụ được một số lượng kỷ lục mà bất cứ nhà văn nào cũng khát khao. Rất nhiều người chưa bao giờ mua sách đã đến các cửa hàng sách để chọn mua. Đặc biệt hơn, cuốn tiểu thuyết còn được hàng triệu triệu phụ nữ dành mối quan tâm đặc biệt vì kiểu văn chương và nội dung mê hoặc quyến rũ của nó. Với sự bùng nổ về ấn bản cho một tiểu thuyết đầu tay trong thời gian ngắn, cùng sức hút khó cưỡng của nó đối với độc giả, bạn sẽ đặt ngay một câu hỏi: "Sự hấp dẫn của cuốn sách này là gì?" Tình dục - trung tâm của tác phẩm chứ không chỉ đóng vai trò gia vị thêm đậm đà cho một câu chuyện tình lãng mạn - chính là câu trả lời.

Tác phẩm kể về mối quan hệ tình ái rắc rối của cô sinh viên ngành văn xinh đẹp với một triệu phú trẻ thành đạt, người đứng đầu tập đoàn kinh doanh đa quốc gia khổng lồ nhưng có cuộc sống bí hiểm. Cô nữ sinh Anastasia Steele mới hai mươi hai tuổi, đầy trong sáng nhưng còn thiếu kinh nghiệm trường đời đã phải lòng Christian Grey bởi vẻ đẹp cuốn hút bí ẩn của anh ngay từ lần gặp đầu tiên. Với Grey, anh cũng không thể cưỡng lại sức hấp dẫn từ vẻ đẹp thầm kín, sự hóm hỉnh, tính độc lập của nàng Steele. Anh thừa nhận muốn có được cô, nhưng, theo cách… riêng.

Độc giả sẽ được tham gia vào một hành trình khám phá tâm hồn đầy đau khổ của Grey với nhiều phức cảm tình dục, sự đen tối và những cảnh "tra tấn" thể xác như nô lệ. Anh luôn luôn bị dằn vặt bởi con quỷ ẩn chứa trong con người mình và khát vọng kiểm soát mọi việc trong cuộc đời. Khi đôi tình nhân chìm trong mối quan hệ say đắm và đầy nhục cảm, Steele cũng dần phát hiện ra những khao khát bí mật của chính mình... Bị ám ảnh và đe dọa từ những bí mật đen tối và lối sống phóng đãng của Grey, với những hành động và tâm lý yêu đương khác lạ, Steele quyết chia tay. Song, thẳm sâu trong tâm khảm, ước muốn được ở bên anh vẫn hiện hữu và xâm chiếm tâm trí khi cô rời xa anh...

Sức hút của cuốn sách nằm ở những tình tiết mô tả sống động về sinh hoạt riêng tư của đôi tình nhân Grey và Steele. Những khát khao sâu thẳm nhất được bộc lộ; những đam mê bản năng nhất được thỏa mãn. Lối hành văn đó có thể sẽ khiến bạn sốc và nghĩ rằng có cần thiết phải mô tả thật chi tiết đến như vậy hay không trong một tiểu thuyết tình cảm, hoặc loạt tiểu thuyết này nằm ở phía nào của ranh giới giữa một tiểu thuyết tình cảm và một thiên truyện hoa tình. Câu trả lời tùy vào thái độ của chính bạn mà thôi.

Theo quan điểm cá nhân tôi, tác giả E. L. James đã thành công khi chạm ngòi bút đến những ngóc ngách sâu thẳm nhất, khát khao nhất mà chúng ta thường đau khổ che đậy. Chính bởi sự dũng cảm đó mà tiểu thuyết đã khẳng định thêm tính rõ ràng của chân lý: bạn chỉ được lựa chọn một trong hai thứ cho đời sống tình dục của mình, ĐÚNG hoặc THỎA MÃN.

Điều này có nghĩa thế nào? Hãy dõi theo một đoạn trao đổi qua email giữa Steele và Grey:

*"Ngài muốn biết vì sao em cảm thấy bối rối với ngài - ta nên dùng uyển ngữ nào để mô tả nhỉ - em đã bị đét đít, bị phạt, bị đánh... Ùm, trong suốt quá trình đó em cảm thấy bị hạ nhục, ê chề, mất hết phẩm cách và bị lạm dụng. Nhưng thật đáng xấu hổ, ngài đã đúng, em bị kích thích, chuyện này thì em không ngờ đến được. Như ngài đã thấy rõ, những gì liên quan đến tình dục đều còn mới lạ với em - em chỉ ước gì mình có nhiều kinh nghiệm hơn để chuẩn bị tốt hơn. Sự thực là em đã sốc khi thấy mình bị kích thích."*

*"Đừng tốn công lo lắng về cảm giác, về tội lỗi, hay vì lẽ đúng sai, Ana. Em và tôi là những người trưởng thành tình nguyện đến với nhau và chúng ta làm những việc chỉ có hai chúng ta*

*biết, đằng sau cánh cửa đóng kín. Em hãy giải phóng tâm trí để lắng nghe thể xác của mình hơn.*"

Các bạn độc giả thân mến, qua đoạn hội thoại trên các bạn có liên tưởng nào đến cuộc sống phòng the của chính mình hay không?

Trải qua nhiều năm nghiên cứu về tình dục học, tôi nhận thấy một trong những nguyên nhân lớn gây ra sự đổ vỡ hoặc làm giảm chất lượng đời sống tình dục của mọi người, đó là những kiến thức về giới tính và thái độ học hỏi của chúng ta còn hạn chế. Nhiều người cho rằng tình dục thì cần gì phải học, ai mà chẳng biết, ai mà chẳng làm được. Đấy là một thực tế buồn. Trong cuộc đời, có những việc bạn làm nhưng bạn chẳng hiểu gì về bản chất cả. Đơn cử như việc đi xe máy. Bạn có thể chạy xe thành thạo trên phố đông, lạng lách đánh võng từ nhà đến cơ quan, từ cơ quan về nhà và số kilomet đi được lên tới vài chục nghìn. Nhưng một ngày xe máy của bạn bị hỏng, bạn có chữa được không? Bạn vẫn cần đưa xe ra xưởng sửa xe máy để cho người có chuyên môn giúp bạn. Với đời sống tình dục cũng như vậy. Vẫn có nhiều người nghĩ rằng họ đã yêu, đã quan hệ, đã sinh con đẻ cái v.v… thì biết hết mọi thứ rồi - không cần phải học nữa. Nhưng một ngày kia, khi có chuyện đổ vỡ trong cuộc sống lứa đôi hoặc những bế tắc trong chuyện chăn gối, họ mới nhận ra mình chẳng biết gì về tình dục hết.

Thưa các bạn độc giả nữ, chúng ta rất cần một thái độ học hỏi để đón nhận cuốn tiểu thuyết này. Nếu bạn thích thú khi thấy Steele, mỗi ngày một khám phá ra những khả năng tiềm ẩn và đam mê nhục cảm của chính cô ấy, từ một cô gái trinh trắng ngây thơ biến chuyển thành một mỹ nhân giàu kinh nghiệm phòng the, thì các bạn hãy dũng cảm cởi bỏ những rào cản cho chính mình để tiến đến một cuộc sống thăng hoa và chất lượng.

Thưa các bạn độc giả nam, quan hệ tình dục không chỉ là việc tính giao, mà đó là cả một nghệ thuật. Hãy học cách lắng nghe, hãy học cách quan sát tinh tế và trao lời yêu đương. Nếu bạn là người đàn ông có trách nhiệm với người phụ nữ của mình, chắc chắn bạn sẽ làm được.

Điều cuối cùng tôi muốn nói, một khi tình dục được nhìn nhận đúng đắn thì đạo đức sẽ tự do vượt thoát khỏi sự tác động của dục vọng để thăng hoa.

Một lần nữa, thái độ của bạn quyết định tất cả.

– ĐINH THÁI SƠN

*Thạc sĩ Tình dục học và Phát triển con người.*

# Chương một

Tôi bực dọc càu nhàu với chính mình trong gương. Mớ tóc khốn kiếp – sao không thể vào nếp thế này, cả Katherine Cavanagh nữa, lăn ra ốm đúng hôm nay đẩy tôi vào thế kẹt cứng. Lúc này, đúng ra tôi đang phải ôn thi cuối kỳ, tuần sau thi rồi, thế mà tôi lại đang đứng đây, cố chải cho tóc vào nếp. *Mình sẽ làm được. Mình sẽ làm được.* Vừa lầm bầm như đọc mật chú, tôi vừa cố thêm một lần nữa chải lại mái tóc rối tung. Bực bội hướng mắt lên kính, tôi thấy một đứa con gái nhợt nhạt, tóc nâu, đôi mắt xanh, to quá khổ so với khuôn mặt, cũng đang trân trân nhìn lại mình. Thua. Đành chọn giải pháp khả dĩ nhất là buộc mái tóc ương bướng thành đuôi ngựa, hy vọng trông mình cũng tương đối tươm tất.

Kate và tôi là bạn cùng phòng. Kate chọn đúng hôm nay trong tất cả các ngày để bị cúm và nằm bẹp dúm. Cuộc phỏng vấn với tay trùm siêu công nghiệp nào đó mà cô ấy đã dày công sắp xếp cho tờ báo sinh viên, Kate không thể đi được. Vậy là tôi buộc phải tự nguyện đi thay. Tôi đang chạy nước rút kỳ thi cuối khóa, phải hoàn thành một tiểu luận và đúng ra chiều nay phải ở chỗ làm, thế mà rốt cuộc tôi sắp phải lái xe 165 dặm xuống Seattle để gặp tay CEO lạ hoắc hươ nào đó của Tập đoàn Kinh doanh Cổ phần Grey. Là một doanh nhân có cỡ và hơn nữa, lại là nhà tài trợ lớn cho trường tôi, thời gian của ông ta hẳn nhiên quý báu rồi – chắc chắn là quý hơn của tôi – thế mà ông ta vẫn thu xếp cho Kate một cuộc phỏng vấn. Trên cả tuyệt vời, như Kate từng reo lên. Khỉ gió mấy hoạt động ngoại khóa của nó!

Kate đang nằm ỉu xìu trên trường kỷ phòng khách.

"Ana, tớ xin lỗi. Mất chín tháng tớ mới sắp xếp được buổi phỏng vấn này. Nếu đổi lịch, lại mất thêm sáu tháng nữa, mà lúc đó tụi mình ra trường rồi còn đâu. Tớ là biên tập viên, tớ không thể bỏ qua cơ hội này được. Giúp tớ với nhé."

Kate năn nỉ bằng cái giọng viêm họng khào khào. Sao Kate có thể làm được vậy nhỉ? Ngay cả khi ốm, trông Kate vẫn cứ yếu điệu và rạng rỡ, mái tóc hung vẫn ngay nếp và cho dù đang sưng đỏ, giàn giụa nước mắt, đôi mắt xanh biếc của Kate vẫn sáng long lanh. Tôi cố nuốt cho trôi sự nhiệt tình đầy miễn cưỡng của mình.

"Biết rồi, tớ đi đây, Kate. Cậu vào giường đi. Cậu muốn uống NyQuil hay Tylenol?"

"Cho tớ NyQuil. Đây là danh sách câu hỏi và máy ghi âm. Chỉ cần nhấn ghi âm ở đây. Ghi chú nữa nhé, tớ sẽ cần cả ghi chú nữa."

"Tớ có biết gì về ông ta đâu." Tôi nhấm nhẳng, càng giấu càng lộ ra sự khổ sở đang dấy lên trong lòng.

"Có danh sách câu hỏi mà, không sao đâu. Đi nào. Đường xa đấy. Tớ không muốn cậu đến trễ đâu."

"Được rồi, tớ đi đây. Lại giường đi. Tớ nấu súp rồi đấy, khi nào ăn cậu hâm nóng lên nhé." Tôi nhìn Kate trìu mến. *Chỉ có cậu mới khiến tớ làm việc này đấy nhé, Kate.*

"Ừ, tớ biết rồi. Chúc may mắn. Và cảm ơn nữa Ana, vẫn như mọi lần, cậu là ân nhân cứu mạng tớ."

Xốc ba lô lên vai, tôi nặn ra một nụ cười với Kate rồi ra khỏi cửa, đi về phía chiếc xe. Không thể tin là cuối cùng Kate lại có thể thuyết phục tôi làm việc này. Thật ra, cô ấy có thể thuyết phục bất cứ ai làm việc gì. Kate sẽ là một phóng viên xuất sắc. Cô ấy nói năng lưu loát, mạnh mẽ, đầy thuyết phục, sẵn sàng tranh luận, xinh đẹp – và hơn hết, cô ấy là bạn thân, rất thân của tôi.

ĐƯỜNG THÔNG THOÁNG khi tôi bắt đầu đi từ Vancouver, Washington ra cao tốc Liên bang số 5. Vẫn còn sớm và đến hai giờ chiều nay, cái hẹn ở Seattle mới bắt đầu. May nhờ Kate cho mượn chiếc Mercedes CLK thể thao chứ nàng Wanda, chiếc VW Beetle cũ của tôi, đến kịp giờ là may. Đi với Merc quả là thú vị, đạp chân ga và lướt băng băng qua những dặm dài.

Điểm đến của tôi là trụ sở chính tập đoàn quốc tế của ngài Grey. Đó là một cao ốc đồ sộ, hai mươi tầng toàn kính và thép, quả là óc tưởng tượng siêu thực tế của kiến trúc sư, trước cửa chính cũng ốp kính là chữ "TÒA NHÀ GREY" khắc tinh tế trên thép. Tôi đến nơi lúc hai giờ thiếu mười lăm, nhẹ nhõm đã đúng giờ và lọt vào một đại sảnh đồ sộ, toàn sa thạch trắng, kính và thép.

Phía sau chiếc bàn, cũng thuần sa thạch, một phụ nữ trẻ tóc vàng, quyến rũ và khá đỏm dáng, mỉm cười niềm nở. Tôi chưa từng thấy chiếc áo khoác sẫm màu nào tinh tươm đến mực ấy phối với sơ mi trắng. Cô ta cực kỳ chỉn chu.

"Tôi đến gặp ngài Grey thay cho Katherine Kavanagh, tôi là Anastasia Steele."

"Chị vui lòng đợi giây lát."

Cô khẽ nhướng mày, còn tôi, ngượng ngập đứng trước mặt. Tôi bắt đầu ước gì mình đã mượn chiếc áo nỉ lịch sự của Kate thay vì chọn chiếc áo khoác xanh hải quân thế này! Phải cố lắm tôi mới mặc được chiếc váy duy nhất, đôi bốt cao cổ màu nâu rất bền và áo khoác len xanh. Tôi cho đó là một bộ khá lịch sự. Tôi đưa tay vuốt lại lọn tóc lòa xòa bên tai, gắng tỏ ra rằng cô gái kia không hề làm mình bối rối.

"Cuộc hẹn của cô Kavanagh đã được sắp xếp xong. Chị vui lòng ký tên vào đây. Thang máy cuối cùng phía tay phải, mời nhấn tầng hai mươi." Cô ấy mỉm cười nhẹ nhàng, rõ ràng rất hài lòng, trong khi tôi ký tên.

Cô trao cho tôi tấm thẻ đeo đóng chữ "Khách mời". Tôi không thể tắt nụ cười xã giao. Tôi chẳng hợp với những chỗ này chút nào. *Chẳng có gì thay đổi*. Tôi nén tiếng thở dài. Cảm ơn cô tiếp tân, tôi đi qua hai anh chàng bảo vệ đồng phục đen, ăn mặc trăm lần lịch sự hơn tôi, và bước vào thang máy.

Thang máy đưa tôi lên tầng hai mươi với tốc độ kinh ngạc. Cánh cửa trượt mở ra, tôi lại đối diện với một đại sảnh khác – cũng toàn kính, toàn thép và toàn sa thạch trắng. Lại một cô tiếp tân khác, tóc vàng, sau chiếc bàn sa thạch, trang phục hai màu đen trắng hoàn hảo, đứng lên chào.

"Cô Steele, xin mời ngồi đợi ở đây." Cô hướng tay sang khu vực ghế ngồi bọc da trắng.

Phía sau những chiếc ghế chờ trắng là một gian phòng họp rộng thênh thang, tường bằng kính, chiếc bàn họp bằng gỗ sẫm màu cũng to thênh thang, xung quanh xếp ít nhất hai mươi chiếc ghế họp đồng bộ. Cửa sổ suốt từ sàn đến trần, từ đây có thể nhìn ngút đến đường chân trời thành phố, lướt trên cả Seattle xuôi đến tận Sound. Ngoạn mục, tôi ngẩn ra mất một lúc. *Chao ôi*.

Tôi ngồi xuống ghế, rút danh sách câu hỏi ra khỏi ba lô, nhìn lướt qua một lượt, trong bụng rủa thầm Kate chẳng đưa cho mình tiểu sử tóm tắt. Tôi có biết gì về người đàn ông sắp phỏng vấn đâu. Ông ta có thể chín mươi tuổi mà cũng có thể ba mươi. Thiếu thông tin khiến tình trạng càng thêm phức tạp, tôi bồn chồn không thể kiềm chế nổi sự lo lắng. Những cuộc phỏng vẫn mặt đối mặt vẫn làm tôi lúng túng, tôi thích thảo luận nhóm hơn, để tôi có thể lẫn vào đâu đó ở cuối phòng. Thật lòng mà nói, tôi vẫn thích nhóm của mình, đọc tiểu thuyết cổ điển Anh và nằm xoài trên ghế thư viện chứ không phải ngồi, căng thẳng trong một tòa lâu đài khổng lồ toàn đá và kính thế này.

Tôi tự nhìn lại mình một lượt. *Cố lên, Steele.* Dựa vào tòa nhà này, tối giản và hiện đại, tôi đoán Grey khoảng bốn mươi tuổi: vừa người, rám nắng, tóc sáng màu như nhiều nhân viên khác ở đây.

Lại một phụ nữ thanh lịch, tóc vàng, trang phục hoàn hảo bước ra khỏi cánh cửa lớn bên phải. Có chuyện gì với những phụ nữ toàn bích tóc vàng thế này? Cứ như thể cả thị trấn Stepford đều tề tựu về đây. Hít sâu vào một hơi, tôi đứng dậy.

"Cô Steele?" Người phụ nữ tóc vàng hỏi.

"Vâng." Tôi hắng giọng. "Vâng." Đúng rồi, phải thế chứ, nghe tự tin hẳn.

"Ngài Grey sẽ gặp cô trong ít phút nữa. Tôi cất áo khoác giúp cô nhé?"

"Ồ, vâng." Tôi trút mình ra khỏi chiếc áo khoác.

"Cô đã yêu cầu nước giải khát chưa ạ?"

"À, không cần." Trời ạ, hình như Cô Nàng Tóc Vàng Thứ Nhất vừa gặp rắc rối rồi?

Cô Nàng Tóc Vàng Thứ Hai ngồi bên bàn cau mày với cô gái trẻ rồi hướng sự chú ý sang tôi.

"Cô dùng trà, cà phê hay nước?"

"Cho tôi cốc nước. Cảm ơn." Tôi nhỏ nhẹ.

"Olivia, một cốc nước mời chị Steele nhé." Giọng cô ta lạnh lùng. Olivia tức tốc bước đi và biến mất sau một cánh cửa ở mặt bên kia tòa nhà.

"Thành thật xin lỗi, cô Steele, Olivia là nhân viên thực tập mới. Xin mời ngồi. Ngài Grey sẽ xong việc trong năm phút nữa."

Olivia trở lại với một cốc nước đá.

"Xin mời chị."

"Cảm ơn."

Cô Nàng Tóc Vàng Thứ Hai gõ gót giày rảo bước dọc chiếc bàn rộng, những hồi âm vang vọng từ sàn mặt sa thạch. Tôi ngồi xuống, còn cả hai bọn họ tiếp tục công việc.

Có lẽ ngài Grey này chỉ thuê nhân viên tóc vàng. Trong khi tôi đang nghĩ lan man xem chuyện đó có hợp pháp không thì cửa văn phòng bật mở, một người đàn ông gốc Phi với mái tóc xoăn đặc trưng, cao lớn, ăn bận thanh lịch, khá hấp dẫn, vụt bước ra. Đến giờ thì tôi khẳng định là mình đã hoàn toàn chọn nhầm trang phục.

Ông ta quay lại nói hướng về phía cửa.

"Tuần này golf nhé, Grey?"

Tôi không nghe thấy câu trả lời. Ông ta quay nhìn tôi, mỉm cười, khóe mắt đen khẽ nheo lại. Olivia nhảy dựng lên, nhấn gọi thang máy. Cô này có vẻ lúc nào cũng sẵn sàng nhảy dựng lên khỏi chỗ ngồi. Trông cô ta còn căng thẳng hơn cả tôi.

"Tạm biệt các quý cô." Ông ta vừa nói vừa bước qua cửa thang máy.

"Cô Steele, ngài Grey sẽ gặp cô ngay. Mời đi theo tôi." Cô Nàng Tóc Vàng Thứ Hai nói. Tôi bấn loạn đứng dậy, cố sức trấn tĩnh thần kinh. Khoác ba lô lên, để ly nước lại, tôi cố bước đến cánh cửa đang hé mở.

"Không cần gõ cửa đâu, mời cô cứ vào." Cô ta mỉm cười tử tế.

Tôi đẩy cửa, loạng choạng vấp chân mình và ngã chúi vào phòng.

Trăm lần tồi tệ – tôi và cả cái tính hậu đậu này nữa. Trên lối vào văn phòng của Grey, tôi xuất hiện trong tư thế hai tay và đầu gối chống trên mặt sàn. Chợt một vòng tay nhẹ nhàng, đỡ lấy tôi, dìu đứng dậy. Ngượng chín người, quỷ tha ma bắt cái sự vụng về của tôi. Tôi đành trân mặt ngước nhìn lên. Trời ạ – anh ta trẻ quá.

Khi tôi đã đứng lên ngay ngắn, anh ta chìa tay về phía tôi, bàn tay với những ngón thanh thoát:

"Cô Kavanagh. Tôi là Christian Grey. Cô không sao chứ? Cô ngồi xuống đây nhé?"

Quá trẻ – quyến rũ nữa, cực quyến rũ. Anh ta dong dỏng, bộ quần áo màu xám may rất khéo, sơ mi trắng, cà vạt đen, mái tóc màu đồng sẫm và đôi mắt xám nhạt, thăm thẳm kín đáo nhìn tôi. Tôi lạc giọng mất một lúc.

"Ưm, vâng." Tôi lí nhí. Nếu người đàn ông này ngoài ba mươi, thì tôi không phải là Ana nữa. Vẫn còn trong cơn choáng váng, tôi đưa tay bắt tay anh ta. Khi các ngón chạm nhau, một cơn run bắn kỳ lạ chạy dọc người tôi. Như điện giật. Tôi chớp mắt liên tục, nhịp tim cũng dồn dập như chớp mắt.

"Cô Kavanagh bị ốm, cô ấy cử tôi đi thay. Hy vọng ngài không phiền, ngài Grey."

"Và cô là?"

Giọng anh rất ấm, dường như thân thiện nhưng rất khó đoán những gì phía sau cung cách điềm tĩnh ấy. Có thể anh ta quan tâm đến câu trả lời, cũng có thể trên hết, chỉ hỏi vì lịch sự.

"Anastasia Steele. Tôi học văn học Anh với Kate, ưm, Katherine, ưm, với cô Kavanagh ở WSU Vancouver."

"Ra thế." Anh ta đáp gọn.

Tôi tưởng mình vừa thoáng thấy bóng một nụ cười trên khuôn mặt Grey nhưng không chắc.

"Mời cô ngồi." Anh ta đưa tay mời tôi đến bộ ghế hình chữ L, bọc da trắng.

Văn phòng quá rộng nếu chỉ cho một người. Một chiếc bàn gỗ sẫm, kiểu dáng hiện đại, sáu người có thể ngồi ăn thoải mái kê trước một khung cửa sổ kịch trần. Một bộ bàn ghế thấp đồng bộ với bộ bàn họp. Mọi thứ còn lại đều trắng, từ trần, sàn đến tường, ngoại trừ một bức tranh lắp ghép bởi ba mươi sáu bức nhỏ, xếp vuông vắn treo trên bức tường phía cửa. Những bức họa tinh tế kỳ lạ – mỗi mảnh ghép chỉ là một bức tĩnh vật tầm thường, xoàng xĩnh nhưng khi đặt bên nhau, tất cả khớp lại với độ chính xác tuyệt đối như ảnh chụp. Khi phối lại, những bức tranh ấy làm người ta rung động.

"Của một nghệ sĩ địa phương ấy mà, Trouton." Grey nói khi bắt gặp ánh nhìn của tôi.

"Tuyệt vời quá. Những vật tầm thường trở nên phi thường." Tôi rụt rè, bị choáng ngợp bởi cả bức tranh lẫn chủ nhân của nó. Anh ta nghiêng đầu nhìn tôi chăm chú.

"Hoàn toàn đồng ý, cô Steele." Anh ta đáp, giọng rất mỏng và không hiểu vì sao tôi lại cảm thấy mình đỏ mặt.

Khác hẳn với những bức tranh, phần còn lại của gian phòng lạnh lẽo, tinh tươm và đơn giản. Tôi tự hỏi nếu gian phòng này phản ánh cá tính của thần Adonis, ai sẽ là người đang lún mình duyên dáng trên những chiếc ghế bọc da trắng đối diện tôi kia. Tôi lắc đầu, cố đẩy những ý nghĩ lung tung ra ngoài và tập trung vào những câu hỏi của Kate. Việc tiếp theo tôi làm là bật máy ghi âm nhưng chẳng hiểu sao cả hai lần đều lóng ngóng làm rơi máy xuống bàn. Grey chẳng nói gì, anh ta chỉ kiên nhẫn chờ, ít ra là tôi mong thế bởi càng lúc tôi càng ngượng nghịu và luống cuống. Khi tôi thu hết can đảm để nhìn lên, tôi thấy anh ta đang quan sát mình, một tay bỏ thõng theo người, một tay chống cằm, ngón trỏ dài gác nhẹ lên môi. Tôi đoán anh ta đang cố nén một nụ cười.

"Xin... xin lỗi." Tôi lắp bắp. "Tôi chưa sử dụng máy bao giờ."

"Cứ tự nhiên, cô Steele." Anh đáp.

"Ngài cho phép tôi ghi âm cuộc nói chuyện nhé?"

"Sau bao nhiêu phiền phức với cái máy nãy giờ, giờ cô lại xin phép tôi?"

Tôi đỏ mặt. Anh ta đang trêu mình? Lạy trời là thế. Tôi chớp mắt nhìn Grey, không biết phải nói gì nữa, có lẽ thấy tội nghiệp cho tôi, anh ta dịu giọng.

"Tôi không phiền đâu."

"Kate, ý tôi là cô Kavanagh, có cho ông biết mục đích sử dụng bài phỏng vấn này rồi chứ?"

"Vâng. Tôi sẽ trao bằng tốt nghiệp năm nay, bài viết này để đăng trên số báo tốt nghiệp của sinh viên ngành báo chí."

Ồ! Tin mới! Tôi tạm bị hút vào suy nghĩ rằng một người nào đó, không lớn hơn mình là mấy – ừm, chỉ hơn chừng sáu tuổi hoặc khoảng đó, ừm, nhưng cực kỳ thành công – sẽ trao bằng tốt nghiệp cho mình. Khẽ cau mày, tôi cố xoay xở để tập trung trở lại công việc.

"Vâng, tốt quá." Tôi chật vật nuốt nước bọt. "Tôi có vài câu hỏi, thưa ngài Grey." Tôi vuốt lại lọn tóc lòa xòa bên tai.

"Mời cô."

Anh ta đáp, không chút cảm xúc. Anh ta đang cười mình. Hai má tôi nóng bừng lên khi nhận ra điều đó, tôi ngồi thẳng lên, mở rộng vai để cố sao trông mình có vẻ cao lớn và vững chãi. Nhất nút "start" trên máy ghi âm, tôi đang cố tỏ ra thật chuyên nghiệp.

"Ngài còn khá trẻ để tích lũy được cả một đế chế như thế này. Nhờ đâu ngài có được thành công ấy?

Tôi liếc nhìn lên Grey. Nụ cười anh ta vẫn rộng mở nhưng khuôn mặt thoáng vẻ thất vọng.

"Kinh doanh là vấn đề con người thôi, cô Steele ạ, và tôi rất giỏi đánh giá con người. Tôi biết cách con người phản ứng, biết điều gì làm họ thăng hoa và điều gì không, cái gì gợi cảm hứng cho họ và làm sao để kích thích họ. Tôi thuê những người xuất chúng và chi trả hậu hĩnh." Anh ta ngừng một chút, dừng cái nhìn màu xám vào tôi. "Tôi tin rằng để thành công, dù với bất cứ dự án nào, người ta phải làm chủ được những dự án đó, biết nó tường tận từ trong ra ngoài, thấu hiểu từng chi tiết. Tôi làm việc cật lực, vô cùng cật lực vì điều đó. Tôi đưa ra quyết định dựa trên tính hợp lý và các dữ kiện. Tôi cũng được thiên bẩm bản năng có thể bắt được và nuôi dưỡng những ý tưởng tuyệt vời, những con người tuyệt vời. Điều cốt yếu luôn là những con người tuyệt vời."

"Biết đâu chỉ là may mắn."

Câu này không có trong giấy của Kate – nhưng anh ta ngạo mạn phát sợ. Đôi mắt Grey lóe lên ánh ngạc nhiên.

"Tôi không tán đồng chuyện may mắn hay cơ hội đâu, cô Steele. Càng chăm chỉ làm việc, tôi càng có nhiều may mắn. Đó kỳ thực là chuyện chọn đúng người cho đúng nhóm cũng như định hướng năng lượng của họ. Tôi nghĩ đó chính là điều Harvey Firestone nói: 'Sự trưởng thành và phát triển của con người đồng nghĩa với niềm ham muốn tột đỉnh được lãnh đạo'."

"Ngài nói nghe như một người bị chứng nghiện kiểm soát." Những từ ấy trôi tuột ra khỏi miệng trước khi tôi kịp tự chủ.

"Ồ, tôi đang tập kiểm soát mọi thứ, cô Steele."

Anh ta đáp, nụ cười không gợn chút hài hước, ánh mắt nhìn điềm tĩnh, không cảm xúc. Tim tôi đập mạnh, mặt lại đỏ lựng lên.

Tại sao người đàn ông này lại gây cho mình những tác động đáng sợ thế này? Vẻ ngoài trên mức ưa nhìn chăng? Cái cách đôi mắt anh ta lóe lên khi nhìn tôi? Cách anh ta chống ngón trỏ lên môi dưới? Làm ơn đừng làm thế với tôi nữa.

"Ngoài ra, quyền lực vĩ đại được khơi dậy bằng cách biết giữ lấy niềm mơ mộng thầm kín rằng mình được sinh ra để kiểm soát mọi thứ." Anh ta nói tiếp, giọng thật nhẹ.

"Ngài có cảm thấy mình sở hữu một quyền lực vĩ đại?" *Chứng nghiện kiểm soát.*

"Bốn mươi ngàn người đang làm thuê cho tôi, cô Steele. Điều đó mang đến cho tôi ý thức trách nhiệm nhất định – quyền lực, nếu cô muốn gọi thế. Nếu bỗng tôi quyết định không thích kinh doanh viễn thông nữa và bán công ty, hai mươi ngàn người sẽ lâm vào cảnh phải thế chấp các khoản nợ thanh toán chỉ sau một tháng hoặc khoảng đó."

Tôi hoàn toàn kinh ngạc bởi sự thiếu khiêm tốn của người đàn ông này.

"Phải có một hội đồng để trao đổi với ngài về các quyết định chứ?" Tôi hỏi một cách khó chịu.

"Tôi sở hữu công ty của mình. Tôi không phải trao đổi với hội đồng nào hết."

Anh ta nhướng mắt nhìn tôi. Hẳn nhiên, nếu đã đọc tư liệu về Grey, tôi ắt phải biết điều đó. Nhưng mà trời ơi, anh ta tự mãn phát sợ. Tôi đổi luôn đề tài.

"Vậy ngoài công việc, ngài có niềm đam mê nào không?"

"Tôi có rất nhiều niềm đam mê khác nhau, cô Steele." Bóng một nụ cười thoáng qua trên môi anh. "Cực khác nhau."

Chẳng hiểu sao tôi lại cảm thấy xốn xang và rạo rực với cái nhìn chăm chú của người đàn ông này. Đôi mắt như có lửa và những toan tính tinh quái.

"Nhưng nếu làm việc quá cật lực, ngài làm thế nào để tĩnh tâm?"

"Tĩnh tâm?" Anh ta phá lên cười, để lộ hàm răng trắng bóng hoàn hảo. Anh ta muốn ngừng thở. Anh ta điển trai quá đỗi. Không ai đẹp đến mức như thế.

"À, để 'tĩnh tâm', như cách cô nói, tôi chèo thuyền, lái máy bay cũng như tham gia rất nhiều hoạt động thể chất khác." Anh ta chuyển tư thế ngồi. "Tôi là người giàu có, cô Steele, tôi có nhiều thói quen đắt đỏ và tốn kém."

Tôi nhìn lướt danh sách câu hỏi của Kate, muốn lướt nhanh qua chủ đề này.

"Ngài đầu tư vào cả ngành công nghiệp sản xuất. Đặc biệt là gì và vì sao?" Tôi hỏi. *Sao anh ta làm mình thấy khó ở thế này?*

"Tôi thích xây dựng nhiều thứ. Tôi muốn biết mọi thứ vận hành ra sao, cái gì tạo nên sự phản ứng, xây dựng và phá hủy thế nào. Tôi có một niềm đam mê với tàu thuyền. Biết giải thích thế nào nhỉ?"

"Nghe như trái tim ngài đang lên tiếng chứ không phải tính hợp lý và các dữ kiện." Miệng nhếch lên, anh ta hướng về tôi một cái nhìn đầy ước lượng. "Có thể lắm chứ. Mặc dù rất nhiều người nói tôi không có trái tim."

"Sao người ta lại nói thế?"

"Bởi vì họ biết rõ tôi." Môi anh ta cong lên cười châm biếm.

"Vậy bạn bè có nghĩ ngài là người dễ hiểu không?"

Câu hỏi vừa buột ra, tôi lập tức hối hận ngay. Câu hỏi này không có trong danh sách của Kate.

"Tôi là người rất kín đáo, cô Steele. Tôi bảo vệ sự riêng tư của mình trong một chừng mực nhất định. Thường tôi không nhận lời phỏng vấn đâu…"

"Vậy vì sao ngài lại chấp thuận cuộc phỏng vấn này?"

"Bởi vì tôi là nhà tài trợ của trường và, với đúng nghĩa đen của điều này, vì tôi không thể bắt cô Kavanagh ngừng làm khổ tôi được. Cô ấy tấn công tôi và tấn công nhóm PR của tôi, tôi thích kiểu người kiên trì như thế."

Tôi biết Kate kiên trì đến mức nào. Đó là lý do tôi đang ngồi đây vặn vẹo cam chịu cái nhìn soi mói của anh ta thay vì ở nhà ôn thi.

"Ngài cũng đầu tư vào cả ngành công nghệ cây trồng. Sao ngài lại quan tâm đến lĩnh vực này?"

"Chúng ta không ăn tiền được, cô Steele ạ, rất nhiều người trên hành tinh này sống không đủ ăn."

"Nghe quả là bác ái. Ngài có nhiệt tình với việc ấy không? Chăm lo cho phần thế giới nghèo khó ấy?"

Anh ta nhún vai lấp lửng. "Đó là một cuộc kinh doanh khôn khéo." Anh ta nói khẽ nhưng tôi đoán không phải vô ý.

"Không lý nào – chăm lo cho phần thế giới nghèo khó ư? Tôi chẳng thấy việc đó có thể sinh ra chút lợi nhuận nào, đó chỉ là nghĩa cử của những người giàu lý tưởng."

Tôi liếc xuống câu hỏi tiếp theo, trong lòng vẫn còn bối rối vì thái độ của anh ta.

"Ngài có triết lý sống không? Triết lý ấy là gì?"

"Tôi không có dạng triết lý kiểu đó. Có thể chỉ là một phương châm mang tính định hướng thôi – của Carnegie: 'Người nào sở hữu năng lực làm chủ trọn vẹn tâm trí của mình, người ấy có thể làm chủ mọi thứ khác mà anh ta xứng đáng được sở hữu'. Tôi là người đặc biệt và nhiều ham muốn. Tôi thích làm chủ – bản thân và mọi thứ xung quanh."

"Có nghĩa là ngài muốn sở hữu nhiều thứ?" *Anh ta là một kẻ nghiện kiểm soát.*

"Tôi muốn cống hiến bản thân cho việc sở hữu những thứ ấy, nhưng đúng đấy, trên hết, tôi muốn sở hữu chúng."

"Nghe như lời một người tiêu dùng sản phẩm."

"Đúng vậy."

Anh ta mỉm cười nhưng đôi mắt thì không. Một lần nữa, kiểu cách ấy rất mâu thuẫn với con người muốn chăm lo cho thế giới, tôi không thể ngăn mình nghĩ rằng chúng tôi đang nói về một điều gì đó khác nhưng tôi hoàn toàn bối rối, đó là điều gì mới được. Tôi nuốt nước bọt. Nhiệt độ phòng đang tăng hay chỉ có tôi cảm thấy thế. Tôi mong cuộc phỏng vấn kết thúc. Chắc cũng đủ thông tin cho Kate rồi. Tôi liếc sang câu hỏi tiếp.

"Ngài từng được nhận làm con nuôi. Điều ấy ảnh hưởng đến mức nào cách sống của ngài hiện nay?"

Ôi, quá riêng tư rồi. Tôi nhìn sững, hy vọng anh ta không cảm thấy bị xúc phạm. Anh ta cau mày.

"Không thể nào biết được."

Tôi bắt đầu tò mò chuyện này rồi đây.

"Ngài được nhận nuôi năm bao nhiêu tuổi?"

"Điều đó có ghi trong các hồ sơ lưu trữ đấy, cô Steele."

Giọng anh ta lạnh lùng. *Dại dột chưa.* Đúng, tất nhiên – nếu tôi biết tôi phải thực hiện cuộc phỏng vấn này thì hẳn tôi đã phải điều tra các thông tin đấy. Căng thẳng, tôi tiếp tục thật nhanh.

"Chắc ngài đã hy sinh cuộc sống gia đình cho công việc."

"Đó đâu phải là câu hỏi." Anh ta nói chính xác.

"Xin lỗi."

Tôi vặn vẹo; anh ta làm tôi cảm thấy mình như đứa trẻ lầm lỗi. Tôi cố thêm lần nữa.

"Có phải công việc đã buộc ngài phải hy sinh cuộc sống gia đình?"

"Tôi có một gia đình. Một anh trai, một em gái và bố mẹ. Tôi không thích mở rộng quy mô gia đình hơn thế."

"Ngài có đồng tính không, ngài Grey?

Anh ta hít vào rõ sâu, còn tôi rúm người lại, sượng trân. *Dại dột chưa.* Sao mình không biết chọn lọc khi đọc câu hỏi? Làm sao giải thích là mình chỉ đọc câu hỏi thôi? Kate và sự tò mò chết tiệt của nó!

"Không, Anastasia, tôi không đồng tính."

Anh ta nhướng mày, một tia lạnh lẽo trong mắt, trông không mấy hài lòng.

"Tôi xin lỗi, ưm, tôi không cố tình hỏi."

Đó là lần đầu tiên anh ta gọi tên tôi. Tim tôi loạn nhịp, hai má lại nóng bừng lên. Tôi vén mở tóc lòa xòa bên tai một cách căng thẳng.

Anh ta khẽ nghiêng đầu.

"Đây không phải là những câu hỏi của cô?"

Máu tôi gần như dồn hết lên đầu.

"À... không. Kate – cô Kavanagh – cô ấy soạn những câu hỏi này."

"Các cô cùng làm trong tờ báo sinh viên à?"

*Ồ không.* Tôi chẳng làm gì với cái tờ báo sinh viên ấy hết. Đó là hoạt động ngoại khóa của Kate, không phải tôi. Mặt tôi nóng bừng bừng.

"Không ạ. Cô ấy là bạn cùng phòng với tôi."

Anh ta xoa cằm, lặng im suy nghĩ, đôi mắt xám đang ngầm đánh giá tôi.

"Vậy là cô tự nguyện đi phỏng vấn thay?" Anh ta hỏi bằng giọng điềm tĩnh chết người.

Đợi đã, ai đã mong đợi được phỏng vấn ai chứ? Đôi mắt anh ta như thiêu đốt, tôi buộc phải nói sự thật.

"Tôi chỉ làm hộ thôi. Cô ấy bị ốm." Giọng tôi run run và đầy hối lỗi.

"Việc đó giải thích được nhiều thứ."

Có tiếng gõ cửa, Cô Nàng Tóc Vàng Thứ Hai bước vào.

"Ngài Grey, xin lỗi đã cắt ngang nhưng cuộc hẹn tiếp theo sẽ bắt đầu trong hai phút nữa."

"Chúng tôi vẫn chưa kết thúc, Andrea. Hủy cuộc hẹn sau giúp tôi."

Andrea khựng lại, đờ người ra. Dường như cô ta không hiểu nổi. Anh ta nhẹ nhàng quay đầu lại, nhìn thẳng vào mặt Andrea và nhướng mày. Mặt cô ta đỏ ửng lên. *A ha, ra thế. Không phải mỗi mình tôi.*

"Vâng, thưa ngài." Cô lí nhí rồi bước ra. Anh ta khẽ cau mặt rồi quay sự chú ý trở lại chỗ tôi.

"Chúng ta đến đâu rồi, cô Steele?"

*À, giờ thì trở lại "cô Steele" rồi đấy.*

"Có lẽ tôi không nên làm cản trở công việc của ngài."

"Tôi muốn biết về cô. Tôi nghĩ thế cũng công bằng."

Đôi mắt anh ta lấp lánh sự tò mò. *Dại dột gấp đôi. Anh ta sẽ đẩy chuyện này đến đâu nữa đây?* Anh ta chống chỏ lên tay ghế và đặt nhẹ những ngón tay lên miệng. Miệng anh ta... quyến rũ đến đáng sợ. Tôi nuốt nước bọt.

"Không có nhiều điều để biết về tôi đâu."

"Cô có kế hoạch gì sau khi tốt nghiệp?"

Tôi nhún vai, lọt thỏm vào sự quan tâm của hắn. *Chuyển*

*đến Seattle với Kate rồi tìm việc.* Tôi vẫn chưa thật sự quyết định mình muốn gì.

"Tôi vẫn chưa có kế hoạch gì, thưa ngài Grey. Tôi cần phải vượt qua kỳ thi tốt nghiệp trước đã."

Chính là điều mà đúng ra tôi nên làm thay vì ngồi trong cái văn phòng như lâu đài, phô trương và lạnh ngắt, cảm thấy vô cùng bất an trước cái nhìn soi mói của hắn.

"Ở đây chúng tôi đang chạy một chương trình thực tập sinh rất lý tưởng đấy." Anh ta nhẹ nhàng bảo.

Tôi nhướng mày ngạc nhiên. Anh ta định tìm việc cho tôi?

"À, vâng. Tôi sẽ ghi nhớ điều đó." Tôi bối rối trả lời. "Mặc dù tôi không chắc chỗ này hợp với mình." Ôi đừng. Tôi lại nói điều không nên nói rồi.

"Sao lại thế?" Anh ta khẽ nghiêng đầu, khiêu khích, dấu vết một nụ cười thoáng trên môi.

"Rõ là thế mà!" *Tôi hợp tác kém, nhếch nhác và hơn nữa, tóc tôi không vàng.*

"Tôi lại không thấy thế!"

Cái nhìn của anh ta thăm thẳm, không chút giễu cợt, những cơ bắp lạ lùng nào đó sâu trong bụng tôi bất thần thắt lại. Tôi dứt mắt mình ra khỏi ánh nhìn thôi miên ấy, nhìn vô hồn xuống những ngón tay đan nhau. Chuyện gì đang diễn ra thế này? Tôi cần phải đi khỏi đây - ngay bây giờ. Tôi dừng lại và tắt ghi âm.

"Cô muốn tôi đưa đi tham quan công ty không?" Anh ta hỏi.

"Tôi biết ngài rất bận, ngài Grey, và tôi cũng còn phải lái xe một chặng dài nữa."

"Cô về Vancouver ngay à?" Anh ta có vẻ ngạc nhiên, thậm chí, có phần lo lắng nữa, khi nhìn qua cửa sổ. Bên ngoài trời bắt dầu mưa. "Vậy thì cần phải lái xe cẩn thận." Giọng anh ta điềm tĩnh, rất đúng mực. Sao anh ta phải quan tâm chứ?

Anh ta hỏi thêm. "Cô chắc đã lấy đủ thông tin rồi nhỉ?"

"Vâng." Tôi đáp, bỏ máy ghi âm trở vào ba lô.

Dường như anh ta khẽ nheo mắt.

"Cảm ơn vì cuộc phỏng vấn, ngài Grey."

"Tôi rất thoải mái về buổi hôm nay." Anh ta đáp, lịch sự hơn bao giờ hết.

Khi tôi đứng lên, anh ta vẫn ngồi, lồng tay vào nhau.

"Chúng ta sẽ gặp lại nhé, cô Steele."

Không hiểu là thách thức hay đe dọa nữa. Tôi cau mày. Khi nào gặp lại cơ? Tôi bắt tay anh ta lần nữa, kinh ngạc vì dòng điện kỳ lạ ấy lại xuất hiện. Ắt là do tôi quá căng thẳng.

"Ngài Grey." Tôi khẽ cúi chào. Bằng những chuyển động mạnh mẽ và duyên dáng, anh ta bước tới mở rộng cửa.

"Để đảm bảo rằng cô qua cửa bình yên, cô Steele." Anh ta mỉm cười. Chắc chắn anh ta đang muốn nhắc đến cái cách duyên-dáng-ngoại-cỡ khi tôi bước vào phòng. Mặt tôi lại đỏ lựng lên.

"Thật chu đáo, ngài Grey." Tôi đáp trả, nụ cười anh ta rộng mở.

*Rất hân hạnh đã giải trí cho ngài*, tôi quắc mắt thầm trong bụng khi bước qua phòng chờ. Thật ngạc nhiên, anh ta cũng cùng bước ra. Cả Andrea và Olivia cũng nhìn theo, cả hai đều kinh ngạc.

"Cô có áo khoác chứ?" Grey hỏi.

"Vâng, áo khoác ngắn."

Olivia nhảy dựng lên, lấy áo khoác, trước khi cô ta đưa áo cho tôi, Grey nhấc lấy. Anh ta đỡ áo lên và tôi cảm thấy ngượng nghịu một cách rất ngớ ngẩn, khẽ nghiêng vai khoác áo. Trong một khoảnh khắc, Grey giữ tay trên vai tôi. Tôi thở dồn vì cái chạm ấy. Nếu biết tôi có phản ứng đó, hẳn anh ta sẽ không bỏ lỡ cơ hội. Anh ta nhấn gọi thang máy bằng ngón trỏ dài và chúng tôi cùng đứng chờ – tôi vụng về, còn anh ta tự chủ một cách điềm tĩnh. Cửa mở, tôi hấp tấp, cố gắng một cách tuyệt vọng để thoát khỏi chốn này. *Mình thật sự cần phải ra khỏi đây.* Khi tôi quay lại nhìn, anh ta đang đứng quan sát tôi, lưng tựa nhẹ vào cánh cửa ra vào cạnh thang máy, một tay chống lên tường. Anh ta thật sự vô cùng, vô cùng điển trai. Thật đáng sợ.

"Anastasia." Anh ta chào tạm biệt.

"Christian." Tôi đáp.

Và ơn trời, cửa đóng.

# Chương hai

Tim tôi vẫn đập thình thịch. Thang máy vừa dừng lại, cánh cửa trượt mở, tôi lao ra luống cuống vấp phải chân, may mà không ngã xoài xuống sàn sa thạch. Tôi phóng thẳng ra cánh cửa kính rộng mở và đột ngột thấy mình như tan chảy trong bầu không khí mát lành, êm dịu, đẫm hơi nước của Seattle. Tôi ngước mặt đón lấy cơn mưa mát lành rồi nhắm mắt lại, hít thật sâu bầu không khí trong veo, cố lấy lại sự thăng bằng.

Chưa từng có ai tác động đến tôi mãnh liệt như vậy và tôi không hiểu tại sao. Có phải vì cái nhìn? Vẻ lịch lãm? Sự giàu có? Hay quyền lực? Tôi không thể hiểu nổi những phản ứng vô lý của mình. Tôi thở hắt ra. Tất cả những điều này có thể là gì chứ? Tôi tựa lưng vào trụ thép của tòa nhà mất một lúc, thu hết sức lực để trấn tĩnh bản thân và lấy lại sự tập trung. Tôi lắc đầu. Mình *vừa* trải qua chuyện gì đây? Tim tôi dần đập ổn định trở lại. Khi cảm thấy đã có thể thở đều, tôi tiến đến chỗ đậu xe.

TÔI CHẠY CHẦM CHẬM rời khỏi thành phố, cuộc phỏng vấn ban nãy cứ luẩn quẩn hiển hiện trong đầu, tôi thấy mình thật ngốc nghếch. Ắt là tôi đã phản ứng thái quá do tưởng tượng. Đồng ý là có thể anh ta thu hút, tự tin, đầy uy quyền và rất tự mãn, song mặt khác, anh ta kiêu ngạo, chưa kể cái kiểu cư xử hoàn hảo toát ra vẻ chuyên quyền và lạnh lùng làm sao.

Chính xác, cả nghĩa đen lẫn nghĩa bóng. Bất giác, một cơn ớn lạnh chạy dọc sống lưng. Có lẽ anh ta kiêu ngạo nhưng anh ta có quyền kiêu ngạo mà – ở tầm tuổi ấy, anh ta hoàn hảo quá đỗi. Đúng là anh ta rất thiếu kiên nhẫn với những người yếu thế hơn nhưng tại sao lại phải kiên nhẫn cơ chứ? Tôi càng thấy tức vì Kate đã không đưa cho mình lý lịch tóm tắt.

Trong khi đổ ra đường Liên bang số 5, tâm trí tôi vẫn tiếp tục lang thang, lòng đầy ắp những dấu hỏi, sao ai đó lại có thể thành công đến thế. Nhiều câu trả lời của anh ta đầy ngụ ý – như thể anh ta có cả một trời bí ẩn. Mấy câu hỏi của Kate nữa – hừ! Việc nhận con nuôi và vụ đồng tính. Tôi lạnh người, không thể tin là mình lại hỏi như thế. *Đất ơi, nứt ra giùm đi, tôi chui xuống trốn cho rồi.* Sau này, cứ mỗi lần nghĩ đến mấy câu hỏi đó, tôi lại rúm người vì xấu hổ. Katherine Kavanagh chết tiệt!

Tôi liếc sang đồng hồ tốc độ, chưa bao giờ tôi lái xe thận trọng đến thế. Tôi biết ấy là vì trong tâm tưởng tôi vẫn còn một đôi mắt xám nhìn chăm chú, giọng nói uy quyền bảo tôi phải lái xe cẩn thận. Tôi lắc đầu, dường như Grey phải gấp đôi tuổi thật của anh ta.

*Quên đi, Ana,* tôi cáu kỉnh với mình. Sau rốt, tôi tự kết luận rằng đây là một kinh nghiệm thú vị trong đời nhưng tôi không muốn nó tái diễn nữa. *Bỏ nó lại đây thôi.* Tôi không bao giờ muốn gặp anh ta lần nữa. Tôi tự tán thưởng mình đã nảy ra quyết định này. Tôi mở nhạc và vặn to âm lượng, ngồi sâu vào ghế, nhịp theo tiếng trống điệu rock indie và đạp thẳng chân ga. Khi lao ra đường Liên bang số 5, tôi nhận thấy chiếc xe đang lướt vun vút đúng như tôi muốn.

CHÚNG TÔI SỐNG trong một khu nhỏ gồm nhiều khối nhà đủ kiểu gần ký túc xá WSU Vancouver. Bố mẹ Kate mua cho cô ấy một chỗ trong khu này và tôi rất may, mỗi tháng chỉ phải trả một số tiền thuê nhà tượng trưng. Suốt bốn năm như thế. Khi xe dừng tại bãi đỗ, tôi đoán chắc Kate cứng đầu đang chờ đợi một bản mô tả tường tận từng chi tiết. Ờ, ít nhất có phần ghi âm cho Kate. Tôi hy vọng không phải kể tỉ mỉ với cô nàng những gì đã xảy ra.

"Ana, cậu về rồi!"

Kate ngồi trong phòng khách, giữa một đống sách, rõ ràng là đang ôn thi. Cô ấy đang bận bộ pyjama bằng dạ hồng in những con thỏ xinh xắn quen thuộc mỗi khi ốm các kiểu hoặc khi rơi vào khủng hoảng tâm lý. Kate lao đến và ôm chầm lấy tôi.

"Tớ lo quá. Tớ mong cậu về sớm hơn kia."

"À, tốn nhiều thời gian nhưng hiệu quả." Tôi vẫy vẫy chiếc máy ghi âm trước mặt Kate.

"Ana, cảm ơn cậu vô cùng nhiều. Tớ lại nợ cậu. Chuyện ra sao hả? Trông anh ta thế nào?" Ôi không, bắt đầu rồi, cơn tò mò mang tên Katherine Kavanagh.

Tôi chật vật trả lời câu hỏi của Kate. Tôi có thể nói gì đây?

"Dù sao mọi chuyện đã kết thúc, tớ chẳng muốn gặp lại anh ta. Anh ta, nói sao nhỉ, có vẻ nguy hiểm sao đó." Tôi khẽ rụt cổ. "Anh ta có vẻ tập trung, khá sâu sắc và trẻ nữa. Cực trẻ nhé."

Kate ngơ ngác nhìn tôi. Tôi khẽ cau mày.

"Bực cậu lắm. Sao không đưa tớ tiểu sử, hả? Anh ta quay tớ như con ngốc không chịu đọc thông tin cơ bản về đối tượng phỏng vấn ấy."

Kate bụm miệng. "Thôi chết, Ana, xin lỗi cậu, vậy mà tớ không nghĩ ra."

Tôi vùng vằng.

"Anh ta lịch lãm, hình thức, có vẻ câu nệ – cứ như người

sống ở thời trước ấy. Cách nói chuyện cũng chẳng giống người hai mươi mấy. Rốt cuộc anh ta bao nhiêu tuổi?"

"Hai mươi bảy, chết thật, Ana, tớ xin lỗi. Đúng ra phải nói cho cậu biết nhưng tớ đang ốm mà. Tớ nghe ghi âm rồi viết bài ngay đây."

"Trông cậu đỡ rồi đấy. Đã ăn súp chưa?" Tôi hỏi để đổi đề tài.

"Rồi, súp cậu nấu lúc nào cũng ngon. Tớ thấy khỏe hơn nhiều." Kate mỉm cười nhìn tôi cảm kích. Tôi liếc mắt xem đồng hồ.

"Tớ phải đi đây Kate. Tớ còn một ca ở Clayton nữa."

"Coi chừng kiệt sức đấy Ana."

"Không sao. Gặp cậu sau nhé."

TÔI ĐÃ LÀM Ở CLAYTON từ lúc bắt đầu đến học tại WSU. Clayton là siêu thị độc lập lớn nhất Portland, bán các trang thiết bị và dụng cụ gia dụng. Nhờ bốn năm làm ở đấy, tôi biết được chút ít về hầu hết những món được bày bán ở đây – mặc dù buồn cười là tôi cực tệ khâu khéo tay hay làm. Mấy việc đó ở nhà đã có bố tôi lo.

MAY LÀ CA TRỰC CỦA TÔI bắt đầu khi sự cố Christian Grey đã gần như nguôi ngoai. Bây giờ bắt đầu cao điểm bán hàng mùa hè, mọi người đều muốn trang trí lại nhà cửa nên cửa hàng rất bận. Bà Clayton chờ tôi có vẻ đã nóng ruột.

"Ana. Tôi đang lo hôm nay cô không đến."

"Cuộc hẹn kết thúc sớm hơn tôi nghĩ. Hôm nay tôi có thể làm được vài tiếng."

"May mà có cô."

Bà để gian hàng lại cho tôi xoay xở và chỉ một lúc sau, tôi ngập trong công việc.

KHI TÔI VỀ ĐẾN NHÀ, Katherine đang vừa đeo tai nghe vừa gõ máy tính. Mũi Kate vẫn còn ửng đỏ nhưng có vẻ như cô nàng đã hoàn toàn chìm đắm trong bài viết, vẻ mặt căng thẳng, Kate gõ bàn phím như điên. Tôi mệt và kiệt sức sau một chuyến đi dài, một cuộc phỏng vấn cam go và cơn choáng mang tên Clayton. Tôi gieo mình xuống ghế, lan man nghĩ về tiểu luận chưa hoàn thành, về những bài tập dở dang chỉ vì mắc kẹt với... *hắn.*

"Ana, cậu phỏng vấn tốt đấy chứ! Tuyệt vời! Không tin nổi là cậu từ chối lời mời đi tham quan công ty. Rõ ràng là anh chàng này thích nói chuyện với cậu." Kate liếc tôi trêu ghẹo.

Mặt tôi tự dưng đỏ bừng lên, nhịp tim nghe thình thịch. Lý do không phải như Kate nói, chắc chắn. Chẳng qua anh ta muốn tôi thấy anh ta thật sự là chúa trời của những thứ anh ta đang sở hữu. Bất giác tôi nhận ra mình đang cắn môi. Tôi lo Kate bắt gặp cử chỉ đó nhưng may quá, cô nàng đang chăm chú vào bài viết.

"Tớ hiểu ý cậu khi nói anh ta hình thức. Cậu có ghi chép gì nữa không?"

"Ưm... không."

"Thế này là tốt rồi. Từng này là đủ cho một bài phỏng vấn tuyệt vời. Thế mà lại không có thêm mấy bức ảnh. Nghe nói anh ta đẹp trai kinh khủng phải không, Ana?"

"Ưm." Tôi làm ra vẻ thờ ơ và có vẻ thành công.

"Thôi mà Ana," Kate tròn mắt nhìn tôi. "không lẽ cậu không để mắt đến anh ta thật à?"

*Dại dột chưa!* Tôi thấy mặt mình nóng bừng lên. Lúc này tâng bốc Kate lên một chút, may ra làm cô nàng xao nhãng đề tài này.

"Nếu ở đó, cậu sẽ thấy có nhiều thứ đáng chú ý hơn anh ta."

"Thật chứ? Xem nào, thực tế là anh ta đã đề nghị cậu một công việc kia mà. Bị tớ đẩy cho cuộc phỏng vấn vào phút cuối thế mà cậu làm ngon lành luôn." Kate ngước nhìn tôi ngụ ý. Tôi vờ liếc sang nhà bếp.

"Thế, cậu nghĩ sao về anh ta?" Khổ thân, Kate tò mò kinh khủng. Làm sao để cô nàng quên chuyện này bây giờ? Mình phải nghĩ *điều gì đó mới được – nhanh nào.*

"Anh ta là người tự chủ, biết kiểm soát, kiêu ngạo phát sợ nhưng cũng rất có sức hút. Tớ thấy được sự lôi cuốn ở anh ta." Tôi kể rất chân thành, hy vọng Kate sẽ thôi không nói đến chuyện này nữa, thôi ngay và mãi mãi.

"Cậu á? Bị một anh chàng lôi cuốn á? Mới nghe lần đầu đấy nhé!" Kate cười khục khịt.

Tôi quay sang làm bánh sandwich để Kate đừng để ý đến khuôn mặt tôi. Một câu hỏi chợt nảy lên trong đầu:

"Này, sao cậu lại hỏi về chuyện đồng tính? Tớ sợ hết hồn. Hỏi xong tớ muốn cắn lưỡi luôn, anh ta cũng bực đấy."

"Vì trên mấy trang xã hội, chẳng bao giờ nghe anh ta nói đến chuyện hẹn hò."

"Nhưng hỏi câu đấy khó chịu lắm. Khó chịu nhất trong cả buổi nói chuyện. Cũng may không còn phải gặp lại anh ta nữa."

"Trời ơi Ana, hỏi thế có sao đâu. Mà tớ xem ra anh ta có vẻ để ý cậu đấy."

*Để ý mình?* Đến giờ này mà Kate còn đùa được.

"Sandwich không Kate?"

"Có."

TỐI HÔM ĐÓ, chúng tôi không nói gì thêm về Christian Grey, không nói thêm đủ nhiều để tôi bình phục. Khi ăn, tôi đã có thể ngồi nghiêm chỉnh vào bàn, Kate viết bài còn tôi viết luận về *Tess of the d'Ubervilles*[1]. Khổ thân, người đàn bà ấy, ở nhầm chỗ, sinh nhầm thời và nhầm thế kỷ. Khi tôi hoàn tất bài luận cũng đã nửa đêm và Kate đi ngủ từ lâu. Tôi về phòng, mệt lả nhưng hài lòng vì đã hoàn tất được bao nhiêu việc cho một ngày đầu tuần.

Trên chiếc giường sắt sơn trắng, tôi nằm cuộn trong tấm chăn của mẹ, nhắm mắt lại và thả mình vào giấc ngủ. Đêm ấy, tôi mơ thấy những chốn tối đen, những mảng sàn trắng lạnh ngắt, u ám và một đôi mắt xám.

SUỐT NHỮNG NGÀY NGHỈ còn lại, tôi túi bụi với việc học và làm thêm ở Clayton. Kate cũng bận. Cô ấy vừa phải biên tập lại bản thảo cuối của tờ báo để trình tổng biên tập mới, vừa phải chạy đua với kỳ thi tốt nghiệp. Đến thứ Tư, Kate có vẻ khỏi ốm và đã chui ra khỏi bộ pyjama len-hồng-rất-nhiều-thỏ. Tôi gọi để hỏi thăm mẹ đang ở Georgia nhưng bà cũng chỉ chúc tôi thi may mắn rồi tiếp tục nói về việc sản xuất nến, vụ đầu tư mạo hiểm mới nhất của mẹ – những phi vụ làm ăn không ngừng là tất cả đối với bà. Thật ra, mẹ tôi chỉ muốn làm gì đó để tiêu cho hết thời gian thừa thãi nhưng mẹ chỉ có sự kiên nhẫn của chú

---

1. Một tiểu thuyết kinh điển của văn học Anh, tên đầy đủ là *Tess of the d'Urbervilles: A Pure Woman Faithfully Presented* (tạm dịch "Tess của dòng họ d'Urbervilles: Chuyện kể chân thật về một người đàn bà đức hạnh"). Tác phẩm của Thomas Hardy, xuất bản lần đầu năm 1891.

cá vàng. Cứ mỗi tuần bà lại thấy có gì đó mới, hấp dẫn hơn. Bà khiến tôi lo lắng. Tôi chỉ mong bà không thế chấp cả ngôi nhà đang ở cho phi vụ làm ăn này. Tôi cũng mong dượng Bob – ông chồng mới nhưng rất lớn tuổi của mẹ – nhận ra tôi đã không còn ở đó nên cần quan tâm đến bà nhiều hơn. Có vẻ như vị thế của dượng Bob vững chắc hơn Ông Chồng Thứ Ba của mẹ rất nhiều.

"Công việc của con thì sao, Ana?"

Tôi ngần ngừ một lúc khiến bà càng sốt sắng.

"Tốt ạ."

"Sao thế Ana? Con đang gặp gỡ ai à?" *Oái, sao mẹ lại hỏi thế?* Giọng bà đầy phấn khởi.

"Không đâu, mẹ. Nếu có, con đã kể mẹ nghe đầu tiên."

"Ana con yêu, con nên ra ngoài gặp gỡ người này người kia. Con làm mẹ lo đấy."

"Mẹ, con vẫn ổn mà. Dượng Bob thế nào ạ?" Vẫn như mọi lần, chiêu đánh trống lảng luôn hiệu quả.

Tối đó, tôi gọi điện cho dượng Ray, Ông Chồng Thứ Hai của mẹ, người tôi xem như cha và vẫn đang mang họ ông. Chúng tôi nói chuyện rất nhanh. Thật ra, cũng không giống một cuộc nói chuyện lắm, chỉ có tôi thăm hỏi, còn ông đáp lại bằng những tiếng ậm ừ trầm trầm. Dượng Ray không giỏi nói chuyện. Ông thường xem bóng đá trên ti-vi (nếu không, sẽ đi chơi bowling, câu cá hoặc đóng bàn ghế). Dượng Ray là một thợ mộc lành nghề và nhờ ông, tôi sống sâu sắc hơn. Mọi chuyện ở chỗ dượng vẫn ổn.

TỐI THỨ SÁU, khi Kate và tôi đang bàn nhau xem nên làm gì – cả hai đứa đều thèm thoát khỏi việc học, khỏi việc làm thêm, khỏi tờ báo sinh viên – thì chuông cửa reo. José đến, mang theo một chai sâm banh.

"José! Cậu đến đúng lúc quá!" Tôi ôm chầm lấy cậu. "Vào nhà đã."

José là cậu bạn đầu tiên tôi gặp khi đến WSU, lúc đó, tôi lạc lõng và cô đơn. Chúng tôi tâm đầu ý hợp và kết bạn cho đến tận bây giờ. Cả hai không chỉ hài hước mà dượng Ray của tôi và bố của José lại còn ở cùng đơn vị khi trong quân ngũ. Nhờ chúng tôi, hai ông bố lại tìm được bạn cũ.

José học về kỹ thuật và là người đầu tiên trong gia đình học đại học. Cậu ấy cực kỳ thông minh nhưng dành hết đam mê cho nhiếp ảnh. José có con mắt săn ảnh đại tài.

"Tớ có tin mới đây." Cậu cười toét miệng, đôi mắt đen sáng lấp lánh.

"Đừng nói với tớ là cậu sắp được đuổi học vào tuần sau đấy nhé." Tôi trêu. José vờ làm mặt giận.

"Tháng sau Portland Place Gallary sẽ triển lãm ảnh của tớ."

"Trời ơi! Chúc mừng cậu!" Tôi reo lên ôm choàng lấy José lần nữa. Kate cũng cười rạng rỡ.

"Đi thôi, José! Tin này phải cho lên báo mới được. Các người toàn khiến biên tập viên phải thay trang phút chót vào chiều thứ Sáu." Kate vờ làm mặt phiền hà.

"Ăn mừng nào! Cậu đi cùng tớ đến lễ khai trương nhé." José vừa nói vừa nhìn tôi, mặt tôi đỏ lên. "Cả hai cậu chứ, dĩ nhiên rồi." José tiếp lời, thoáng bối rối nhìn Kate.

José và tôi là bạn thân nhưng tự thâm tâm, tôi vẫn biết José còn mong đợi điều gì đó sâu sắc hơn. Cậu ấy đáng yêu và vui tính, chỉ là cậu ấy không dành cho tôi. Với tôi, José giống một người anh trai mà tôi luôn ao ước. Katherine cứ trêu rằng tôi bị khiếm khuyết gen-cần-có-bạn-trai nhưng chẳng qua là tôi chưa gặp người… phù hợp khiến tôi bị lôi cuốn, dù phần nào đó trong tôi vẫn luôn mong đợi một bạch mã hoàng tử, chờ khoảnh khắc sét đánh, khoảnh khắc đứng đống lửa ngồi đống than.

Thỉnh thoảng, tôi cũng tự hỏi mình có bình thường không. Hay việc dành quá nhiều thời gian để đọc về những nhân vật lãng mạn trong văn chương khiến người tình lý tưởng và sự trông đợi của tôi cách thực tế quá xa. Nhưng quả thật là chưa một ai khiến tôi có cảm giác ấy.

*Cho đến rất gần đây*, Tiềm Thức chợt thì thầm bằng giọng khe khẽ, lạnh tanh. Không! Tôi lập tức xua giọng nói ấy ra khỏi đầu. Tôi đang ở đây chứ không phải ở đó, nhất là sau cuộc phỏng vấn đáng nguyền rủa. *Ngài có đồng tính không, ngài Grey?* Tôi cau mặt. Tôi nhận ra sau lần gặp ấy, anh ta có mặt trong hầu hết các giấc mơ của mình nhưng chủ yếu chỉ vì anh ta đã góp phần tạo một kinh nghiệm thương đau trong đời mà tôi muốn tẩy xóa, chắc thế.

Tôi quan sát José khui sâm banh. Cậu ấy cao, trong chiếc quần jeans và áo thun, đôi vai cậu rộng mở, cơ bắp rắn chắc, làn da nâu bóng, tóc đen và đôi mắt nồng nàn. José quả rất hấp dẫn nhưng cậu ấy vẫn chỉ gợi cho tôi thông điệp rằng: Chúng mình là bạn. Cái nút bật mở, vang lên một tiếng, José ngẩng lên mỉm cười.

THỨ BẢY Ở SIÊU THỊ quả là cơn ác mộng. Chúng tôi bị bủa vây ở gian hàng ĐỒ TRANG TRÍ bởi nhu cầu làm đẹp nhà cửa đang tăng mạnh. Ông bà Clayton, John, Patrick – hai cậu phụ việc bán thời gian – và tôi không ngớt quay vòng vòng với khách hàng. Mãi đến giờ cơm trưa mới có một lúc vắng người, tôi ngồi sau đống sổ sách ở quầy thu ngân nhai bánh mì, bà Clayton đến, dặn tôi kiểm tra lại các đơn đặt hàng. Thế là lại công việc, tôi kiểm tra các mã hàng trong catalogue, đối chiếu xem những món nào chúng tôi cần và những món nào cửa hàng đã đặt mua, mắt tôi lia như thoi giữa sổ đặt hàng và màn hình máy tính để đảm bảo rằng số liệu cả hai phải khớp nhau. Thế rồi, không hiểu vì sao, tôi nhìn lên… và nhận ra mình đang bị đôi mắt xám sẫm của Christian Grey nuốt chửng. Anh ta đứng đó, trước quầy thu ngân, nhìn tôi chăm chú.

*Tim tôi rớt nhịp.*

"Cô Steele. Một bất ngờ thú vị." Ánh nhìn của anh ta vẫn quyết đoán và sâu thẳm.

*Trời ơi. Anh ta* đang làm cái quái quỷ gì ở đây, nhìn như người đang sẵn sàng để đi đâu đó, tóc ngay nếp, chiếc áo len chui đầu, quần jeans và giày đi bộ? Tôi đoán miệng mình đang há hốc, đầu trống rỗng và lạc cả giọng nói.

Tất cả những gì tôi làm được là nỗ lực thều thào.

"Ngài Grey."

Bóng một nụ cười thoáng qua trên môi, đôi mắt anh ta lấp lánh tia giễu cợt như thể sắp sửa được thưởng thức một trò tiêu khiển dành riêng cho mình.

"Tôi có chút việc ở quanh đây." Hình như anh ta đang giải thích. "Tôi cần mua dự trữ vài thứ. Cũng là một cách hay để gặp lại cô." Giọng nói rất ấm, như một miếng chocolate đen đang tan chảy trong kẹo mềm caramen hay… thứ gì đó tựa tựa thế.

Tôi lắc đầu tự trấn tĩnh lại. Nhịp tim tôi nhảy điên loạn và chẳng biết vì sao tôi cứ liên tục đỏ mặt dưới sự quan sát chăm chú của anh ta. Tôi hoàn toàn chìm nghỉm trong cái nhìn của người đứng trước mặt mình. Trí nhớ của tôi quả đã không công bằng với người này. Anh ta không hẳn ưa nhìn – anh ta là biểu tượng cho vẻ đẹp rất đàn ông, thật kinh ngạc, và anh ta đang hiện diện tại đây. Ngay tại Cửa hàng Gia dụng Clayton. Không thể tưởng tượng nổi. Cuối cùng, các chức năng nhận thức trong tôi bắt đầu tái hoạt động và kết nối được với phần còn lại của cơ thể.

"Ana. Tôi tên Ana. Tôi có thể giúp gì cho ngài được, ngài Grey?" Tôi nói nhỏ.

Anh ta mỉm cười và một lần nữa, vẻ mặt ấy như thể đang nắm giữ một bí mật nào đó. Quả thật bối rối. Tôi hít thật sâu, lấy lại tác phong chuyên nghiệp của một tôi-đã-làm-việc-ở-cửa-hàng-này-nhiều-năm rồi. *Mình có thể làm được.*

"Tôi cần một vài thứ. Bắt đầu với nút buộc nào." Anh ta đáp, vẻ mặt vừa bình thản vừa thích thú.

*Nút buộc?*

"Cửa hàng có nhiều loại, kích thước khác nhau. Tôi đưa ngài đi xem nhé?" Tôi trả lời, giọng mềm mỏng và không hề lo lắng. *Cố lên Steele.*

Một vết gợn thoáng qua đôi mày rất đẹp của Grey. Anh ta đáp.

"Vâng, mời cô dẫn đường, cô Steele."

Tôi làm ra vẻ thật thản nhiên khi bước ra khỏi quầy thu ngân nhưng kỳ thực, vô cùng thận trọng để tránh không vấp ngã lần nữa, nhất là khi cả hai chân tôi hiện giờ đều mềm nhũn như thạch Jell-O. Tôi mừng thầm là sáng nay mình đã mặc chiếc quần jeans ưng ý nhất.

"Nút buộc ở quầy dụng cụ điện, dãy số tám." Giọng tôi rõ ràng. Tôi liếc nhìn anh ta và lập tức hối hận ngay. Trời ạ, anh ta sáng ngời ngời.

"Mời cô đi trước." Anh ta đáp, bàn tay nhẹ phác một cử chỉ, bàn tay với những ngón dài, dường như được chăm sóc kỹ lưỡng lắm đây.

Có gì đó trong cổ họng tôi cứ muốn trào ngược trở lên, tim thắt lại, tôi chuyển hướng sang lối đi đến khu điện gia dụng.

*Tại sao anh ta đến Portland? Tại sao lại là ở đây, Clayton?* Dường như một mẩu não tí hon nào đó, lâu nay đã bị quên lãng – có lẽ là phần cuối của hành não, nơi Tiềm Thức trú ngụ – chợt lóe lên: *Anh ta đến đây để gặp đấy.* Không đời nào. Tôi dập tắt ý nghĩ đó lập tức. Tại sao người đàn ông điển trai, quyền lực và lịch thiệp này lại muốn gặp tôi kia chứ? Tôi vứt tia suy nghĩ điên rồ kia ra khỏi đầu mình.

"Ngài đến Portland có công việc?" Tôi hỏi, âm vực có vẻ quá cao, như thể vừa bị kẹt tay vào cửa hay gì đó tương tự. *Trời ơi, lạnh lùng lên, Ana.*

"Tôi đến thăm khoa nông nghiệp của WSU, ở Vancouver. Tôi đang tài trợ cho vài dự án nghiên cứu về việc luân canh và chất đất." Anh ta đáp rành rọt. *Thấy chưa? Tưởng đến đây để gặp cậu cơ đấy?* Tiềm Thức reo lên, đắc thắng và chua ngoa. Tôi đỏ mặt với mớ suy nghĩ lơ ngơ và ngốc nghếch của mình.

"Cho dự án lương thực thế giới của ngài?" Tôi đùa.

"Đại loại thế." Anh ta thừa nhận, môi khẽ nhếch lên cười khẩy.

Anh ta đưa mắt tìm các chốt nút buộc trên kệ hàng. Rồi anh ta sẽ làm gì với đống của nợ chốt buộc này? Không cách gì hình dung được người đàn ông này đụng móng tay vào việc gì. Ngón tay anh ta rà theo những sản phẩm đang chưng trên kệ và vì một lý do nào đó không thể giải thích được, tôi không dám nhìn theo ngón tay ấy. Anh ta dừng lại và cầm lấy một túi dây.

"Cái này được đấy." Anh ta nói với một nụ cười đầy bí hiểm trên môi.

"Ngài còn cần gì nữa không?"

"Cho tôi băng dán đa dụng."

*Băng dán?*

"Ngài đang trang trí nhà?" Những lời ấy cứ vọt ra khỏi miệng trước khi tôi kịp ngăn chúng lại. Tất nhiên là anh ta sẽ thuê người làm hoặc nếu không thì cũng có hẳn một đội trang trí nhà cho mình.

"Không phải để trang trí." Anh ta đáp nhanh, rồi nhếch môi, tôi cảm thấy khó chịu như thể đang bị cười nhạo.

*Mình buồn cười lắm à? Trông rất buồn cười à?*

"Lối này." Tôi bối rối. "Băng dính nằm ở dãy hàng trang trí."

Tôi liếc ra sau xem hắn có theo kịp không.

"Cô làm ở đây chắc lâu rồi nhỉ?"

Giọng anh ta trầm ấm, mắt nhìn tôi rất chăm chú. Tôi đỏ mặt. Người đàn ông này làm quái gì mà khiến tôi bối rối đến thế? Tôi thấy mình như thiếu nữ mười bốn tuổi, tay chân thừa thãi, lóng nga lóng ngóng. *Nhìn phía trước, Steele!*

"Được bốn năm rồi."

Tôi đáp khi chúng tôi đến đúng dãy hàng. Để tự làm mình xao nhãng, tôi cúi xuống chọn ra hai loại băng dính kích cỡ khác nhau.

"Tôi lấy loại này."

Grey nói khẽ, chỉ vào cuộn lớn hơn trong hai cuộn tôi đưa. Ngón tay chúng tôi phớt qua nhau trong một tích tắc và dòng điện, lại dòng điện ấy, khiến tôi giật bắn như vừa chạm phải dây điện hở. Tôi buộc phải thở mạnh khi dòng năng lượng cứ dồn thúc xuống một chỗ nào đó sâu thẳm, không thể xác định trong bụng mình. Quá bối rối, tôi quờ quạng níu lấy sự thăng bằng bằng giọng nói to và còn thở dồn:

"Ngài cần gì nữa không?"

Mắt anh ta khẽ nhướng lên.

"Tôi nghĩ là dây thừng." Giọng anh ta cũng như tôi, to và rõ.

"Lối này." Tôi cúi mặt xoay người để giấu khuôn mặt lại đỏ lựng và bước nhanh về dãy hàng.

"Ngài sẽ chọn loại dây nào? Chúng tôi có loại thừng sợi nhỏ chất liệu tự nhiên và nhân tạo… dây đôi… thừng kim loại." Thái độ của anh ta cùng đôi mắt sâu hút khiến tôi ngắc ngứ. *Trời ơi!*

"Tôi sẽ lấy khoảng năm mét loại thừng nhỏ tự nhiên."

Tôi với lấy dây bằng những ngón tay run run, đo lấy năm mét trong khi vẫn ý thức rằng ánh mắt xám như đang thiêu đốt mình. Tôi không dám nhìn anh ta. Trời ạ, tôi không còn thấy chút tự chủ nào nữa thì phải? Rút con dao Stanley giắt ở túi sau quần jeans, tôi cắt dây, cuộn chặt, rồi gút lại bằng một nút thắt. Chẳng hiểu nhờ phép màu nào mà tôi không tự cắt vào tay mình.

"Cô từng là hướng đạo sinh à?" Anh ta hỏi, đôi môi như tạc, quyến rũ, nhẹ cong lên một cách vui thích. *Đừng nhìn đôi môi đó!*

"Tôi không hợp với các hoạt động tập thể, thưa ngài Grey."

Anh ta nhướng mày.

"Vậy cô thích gì, Anastasia?"

Anh ta hỏi bằng giọng dịu dàng, nụ cười bí ẩn lại xuất hiện. Tôi nhìn vẻ thần thờ, không biết cách nào để bày tỏ mình. Tôi đang trôi dập dềnh trên một dải lục địa. *Cố lạnh lùng lên Ana*, Tiềm Thức bị tra tấn, đang van vỉ còn đôi chân tôi thì cứ nhũn ra.

"Sách ạ." Tôi đáp khẽ nhưng tiềm thức thì gào lên: "Ngài! Chính ngài đấy!" Tôi lập tức đóng sập nó lại, xấu hổ rằng trong đầu mình lại có những ý nghĩ quái gở.

"Cô thích loại sách nào?" Anh ta hơi nghiêng đầu chờ đợi. *Sao lại có thể quyến rũ đến thế?*

"À thì cũng chỉ sách phổ thông, sách cổ điển, chủ yếu là văn học Anh."

Anh ta vân vê cằm bằng ngón trỏ dài và ngón cái, như thể đang trầm tư về câu trả lời của tôi. Hoặc đơn giản, có thể chỉ vì anh ta thấy chán nản và đang tìm cách che giấu điều đó.

"Ngài còn cần gì nữa không?" Tôi phải dừng đề tài này lại thôi, những ngón tay trên khuôn mặt ấy càng lúc càng mê hoặc.

"Tôi cũng không biết nữa. Cô có đề nghị thêm gì không?"

Tôi sẽ đề nghị gì ư? Tôi thậm chí còn không biết là anh ta đang làm gì cơ mà.

"Để tự làm ấy ạ?"

Anh ta gật đầu, đôi mắt tinh quái lém lỉnh. Tôi đỏ mặt, ánh mắt bỗng dưng lạc xuống chiếc quần jeans bó của anh ta.

"Áo khoác lao động." Tôi đáp, thật ra, tôi còn không biết mình đang nói gì.

Anh ta nhướng mày, vẫn đầy thích thú.

"Có lẽ ngài không muốn làm hỏng quần áo." Tôi phác một cử chỉ vô tình về phía chiếc quần jeans.

"Có thể tôi cởi đồ ra khi làm." Anh ta nhếch miệng giễu cợt.

"Ừm." Tôi thấy hai má mình lại đổi màu lần nữa. Giờ thì chắc đã thành màu của *đỏ lựng. Ngưng nói chuyện. Ngưng nói chuyện NGAY.*

"Tôi sẽ mua vài chiếc áo khoác. Đúng là không nên làm hỏng quần áo." Anh ta thờ ơ đáp.

Tôi cố xua hình ảnh người đàn ông không mặc quần jeans ra khỏi tâm trí.

"Ngài còn cần thêm gì không?" Tôi lạc giọng khi trao cho anh ta mấy chiếc tạp dề xanh.

Anh ta tảng lờ câu hỏi.

"Bài báo đến đâu rồi?"

Cuối cùng, sau những câu nói đầy bóng gió, anh ta đã hỏi tôi câu dễ nhất trong cuộc nói chuyện đa nghĩa mập mờ này, một câu mà tôi biết trả lời thế nào. Tôi bám lấy nó, bằng cả hai tay, như bám lấy bè cứu hộ và trả lời thật lòng.

"Tôi không viết bài ấy, Katherine đang viết. Kavanagh ấy mà. Bạn cùng phòng với tôi, cô ấy mới là tác giả. Cô ấy rất hăm hở với bài phỏng vấn. Kavanagh là biên tập viên của báo và nếu không được làm bài phỏng vấn, cô ấy suy sụp mất." Tôi cảm thấy giống như ai đó đang trả oxy lại cho mình, cuối cùng, cuộc nói chuyện cũng tìm được một đề tài thông thường. "Điều duy nhất làm cô ấy lo là không có bức ảnh nào của ngài cả."

"Cô ta cần loại ảnh nào?"

Ồ, điều này thì tôi không thể quyết định. Tôi lắc đầu tỏ ý mình không biết.

"Được rồi, tôi vẫn ở quanh đây mà. Có thể, ngày mai…"

"Ngài sẵn lòng chụp ảnh nhé?" Giọng tôi lại tíu tít. Kate sẽ vọt thẳng lên tầng thiên đường thứ bảy nếu tôi làm được chuyện này. *Và ngày mai cậu sẽ được gặp lại anh ấy lần nữa,* cái phần đen tối trong góc não thì thầm chiêu dụ. Tôi gạt đi suy nghĩ đó, cái ý nghĩ ngốc nghếch và ngớ ngẩn…

"Kate sẽ rất mừng – nếu chúng tôi tìm được một người chụp ảnh."

Tôi vui đến nỗi cười toét miệng. Môi anh ta hé mở, như thể đang hít sâu một hơi dài và chớp mắt. Trong một phần trăm giây, có vẻ anh ta chới với hay thế nào đó, và rồi trái đất lại quay quanh trục của nó, những mảng lục địa trôi dạt lại vào vị trí mới.

*Trời ơi. Cái vẻ bối rối của Christian Grey.*

"Báo tôi biết kế hoạch ngày mai." Anh ta rút ví từ túi quần

sau ra. "Danh thiếp của tôi. Có số di động trên đó. Cô nên gọi cho tôi trước mười giờ sáng mai."

"Được ạ." Tôi cười toét miệng với anh ta. Kate sẽ phát điên lên mất.

*"Ana."*

Paul hiện ra ở đầu kia của quầy hàng. Cậu ấy là em út của ông Clayton. Tôi có nghe nói Paul đã từ Princeton về nhưng không ngờ sẽ được gặp cậu hôm nay.

"À, tôi xin phép một phút, ngài Grey." Grey nhíu mày khi tôi quay đi.

Paul và tôi vốn là bạn thân, nhất là trong thời điểm kỳ lạ này, khi tôi đang phải tiếp xúc với cỗ máy kiểm soát Grey giàu có, quyền lực và quyến rũ xuất chúng, thật vui sướng khi được nói chuyện với một người bình thường. Paul bất ngờ ôm chầm khiến tôi sửng sốt.

"Chào Ana, gặp cậu mừng quá!" Paul nồng nhiệt.

"Chào Paul. Vẫn khỏe chứ? Về dự sinh nhật của anh trai phải không?"

"Ừ. Trông cậu tốt đấy Ana, rất tuyệt." Paul vừa cười toe, vừa với tay giữ vai tôi như đang kiểm tra, rồi cậu ấy choàng một tay qua vai, lôi tôi lếch thếch và bối rối về phía cậu. Gặp Paul lúc nào cũng vui nhưng cậu ấy không bỏ được cái tật thân mật quá đáng như vậy.

Khi tôi liếc về phía Grey, thấy anh ta đang nhìn chúng tôi như diều hâu, đôi mắt tối sầm và đáng sợ, miệng mím lại thành một đường sắc lạnh. Từ một khách hàng kỹ lưỡng, anh ta thoắt biến thành người khác – một người lạnh lùng và xa cách.

"Paul, tớ đang có khách, người cậu cũng nên gặp đấy." Tôi nói, cố dập tắt sự khó chịu vừa chợt bắt gặp qua biểu hiện của

Grey. Tôi kéo Paul đến trước mặt hắn, cả hai nhìn nhau thăm dò. Không khí đột nhiên lạnh tanh.

"Ừm, Paul, đây là Christian Grey. Ngài Grey, đây là Paul Clayton. Anh trai cậu ấy là chủ ở đây." Không hiểu sao tôi cảm thấy cần phải giải thích thêm chút nữa.

"Tôi biết Paul từ khi làm việc ở Clayton, dù không thường gặp nhau lắm. Cậu ấy mới từ Princeton về, Paul học quản trị kinh doanh ở đó." Tôi lúng búng... *Dừng lại ngay!*

"Chào anh Clayton." Grey chìa tay ra, cái nhìn không đoán nổi.

"Chào ngài Grey." Paul bắt tay. "Khoan nào, không phải Christian Grey *đó* chứ? Của Grey Enterprise Holdings?" Chưa đến một phần ngàn giây, Paul hầu như bàng hoàng. Grey mỉm cười lịch sự nhưng đôi mắt thì không.

"Chà, tôi có thể giúp gì cho ngài không?"

"Đã có Anastasia rồi, anh Clayton. Cô ấy rất chu đáo." Cử chỉ của anh ta bình thản nhưng những lời anh ta nói... cứ như đang hướng về một điều gì đó hoàn toàn khác. Thật mờ ám.

"Tốt quá." Paul đáp. "Gặp cậu sau nhé, Ana."

"Chắc chắn, Paul." Tôi nhìn theo bóng cậu ấy đi khuất vào kho. "Ngài cần gì thêm không ngài Grey?"

"Thế này đủ rồi." Giọng anh ta sắc và lạnh. Khỉ gió... tôi đã làm gì mếch lòng anh ta ư? Tôi quay lại, hướng về phía quầy. *Có chuyện gì với anh ta thế?*

Tôi tính tiền dây, áo choàng, băng dính và các nút buộc.

"Tổng cộng là bốn mươi ba đô la." Tôi ngước nhìn Grey và ước gì mình đừng làm thế. Anh ta đang chăm chú quan sát tôi. Thật bủn rủn.

"Ngài cần túi xách không?" Tôi hỏi khi nhận thẻ tín dụng.

"Có, Anastasia." Lưỡi anh ta ve vuốt tên tôi và một lần nữa, tim tôi đập loạn xạ. Không thở nổi. Tôi hấp tấp cho tất cả món hàng vào túi nhựa.

"Cô sẽ gọi cho tôi nếu sắp xếp được buổi chụp hình chứ?" Công việc vẫn là trên hết. Tôi gật đầu, lại mất giọng lần nữa, tay trả thẻ tín dụng cho anh ta.

"Tốt, mai nhé, nếu được." Anh ta định bước rồi dừng lại. "À, Anastasia, tôi mừng vì cô Kavanagh đã không đi phỏng vấn." Anh ta mỉm cười, sải những bước mạnh mẽ ra khỏi cửa hàng, quẩy túi nhựa trên vai, bỏ lại tôi phía sau, run rẩy bởi những kích thích hỗn loạn. Tôi nhìn trân trối hết mấy phút vào cánh cửa đã đóng, cánh cửa mà anh ta đã bước qua trước khi tôi kịp hoàn hồn và rơi về trái đất.

*Được rồi – mình thích người đàn ông này.* Thế là, tôi tự thú với chính mình. Tôi không thể chạy trốn cảm xúc của mình thêm nữa. Tôi chưa bao giờ cảm thấy thế này. Anh ấy quyến rũ, cực kỳ quyến rũ. Nhưng lý do ấy thậm chí còn không phải là lý do nữa, tôi biết, một nỗi ân hận ngọt đắng dấy lên khi tôi thở dài. Chỉ là tình cờ nhưng anh ấy đã ở đây. Chắc chắn tôi vẫn có thể ngưỡng mộ anh ấy từ xa. Sẽ không ai bị tổn thương khi có một khoảng cách như thế. Và nếu tìm được một thợ chụp ảnh, tôi còn có thể nghiêm túc bày tỏ sự ngưỡng mộ vào ngày mai. Tôi cắn môi tưởng tượng và nhận ra mình đang cười như một cô học sinh trung học. Phải gọi cho Kate và sắp xếp một buổi chụp ảnh đã.

# Chương ba

**K**ate sướng lịm.

"Nhưng tại sao anh ta lại đến Clayton?" Nỗi tò mò của Kate tuôn qua điện thoại. Tôi đang nép trong góc nhà kho, cố giữ cho giọng mình thật tự nhiên.

"Anh ta đang ở vùng này."

"Không có lẽ trùng hợp đến thế, Ana. Cậu không nghĩ anh ta đến để gặp cậu à?" Tim tôi chợt nhảy dựng lên trước gợi ý ấy nhưng chỉ là nỗi sung sướng trong khoảnh khắc. Thực tế ảm đạm, thất vọng là anh ta chỉ đến đây vì công việc.

"Anh ta đến thăm khoa nông nghiệp của WSU. Anh ta đang tài trợ dự án ở đấy." Tôi đáp.

"Ừ, phải rồi. Khoa đó được 2,5 triệu đô la tài trợ."

Ồ.

"Sao cậu biết?"

"Ana, tớ là phóng viên mà. Tớ phải viết về anh chàng này. Công việc của tớ mà."

"Được rồi, Carla Bernstein[1], đừng la toáng lên. Cậu có muốn chụp ảnh không?"

---

1. Một cây bút phóng sự điều tra nổi tiếng của Mỹ, trực tiếp điều tra và nổi tiếng khi phanh phui vụ Watergate.

"Tất nhiên tớ muốn chứ. Vấn đề là ai sẽ chụp và chụp ở đâu?"

"Tụi mình sẽ báo cho anh ta biết chỗ nào. Anh ta bảo đang ở quanh khu này thôi."

"Cậu liên hệ với anh ta được á?"

"Tớ có số di động."

Kate truy hỏi. "Cái kẻ giàu có nhất, khó gặp nhất, bí ẩn nhất bang Washington đưa cậu số di động của anh ta hả?"

"À... ừ."

"Ana. Anh ta thích cậu. Nhất định là thế rồi." Kate nói thật chậm.

"Kate, anh ta chỉ cố tỏ ra tử tế thôi." Khi nói ra điều đó, tôi hoàn toàn biết mình nói dối, Christian Grey không *tử tế* chút nào. Có thể, anh ta chỉ lịch sự. Một giọng thì thầm khe khẽ, *biết đâu Kate đúng*. Đầu tôi nhói lên với ý nghĩ có thể, chỉ có thể thôi, anh ta thích mình. Chẳng phải anh ta cũng nói rằng vui vì Kate đã không đi phỏng vấn đó sao. Tôi ôm mình trong một niềm sung sướng thầm lặng, lắc lư qua lại, tận hưởng cảm giác có thể là anh ta cũng yêu mình. Giọng Kate mang tôi về thực tại.

"Tớ không biết ai sẽ chụp ảnh bây giờ. Levi, anh chàng hay chụp ảnh cho bọn mình ấy, thì không được rồi. Cậu ấy đang nghỉ cuối tuần ở thác Idaho. Nếu biết đã tuột mất cơ hội chụp ảnh cho một trong những ông chủ hàng đầu nước Mỹ, chắc cậu ấy sẽ vãi ra quần mất."

"Hmm... thế José được không?"

"Tốt! Cậu nói với José nhé, cậu bảo gì nó cũng làm. Sau đó gọi cho Grey và hỏi xem anh ta muốn chụp ở đâu." Kate có vẻ hấp tấp khi nói về José.

"Tớ nghĩ cậu nên gọi cho anh ta."

"Ai, José á?" Kate đớp lại.

"Không, Grey ấy."

"Ana, đây là mối quan hệ của cậu."

"Mối quan hệ?" Tôi lên giọng cao hơn bình thường cả một quãng. "Tớ có biết gì về anh ta đâu."

"Ít nhất cậu cũng gặp rồi." Giọng Kate sắc lẹm. "Mà có vẻ như anh ta còn muốn tìm hiểu cậu cơ. Ana, gọi đi." Kate gắt rồi cúp máy. Thỉnh thoảng nó ưa ra lệnh kiểu ấy. Tôi nhăn mặt, thè lưỡi với chiếc điện thoại.

Tôi vừa gửi tin nhắn cho José xong thì Paul vào, tìm giấy ráp.

"Ngoài kia đang bận lắm đấy Ana." Cậu ta nói nhẹ nhàng.

"À, ừ, xin lỗi." Tôi dợm quay đi.

"Vậy, làm thế nào cậu quen với Christian Grey?" Giọng cậu ta cố làm ra vẻ bình thản.

"Tớ phải phỏng vấn anh ta cho tờ báo sinh viên. Kate bị ốm." Tôi nhún vai, cố giữ cho giọng thật bình thường để cậu ta hiểu rằng tôi cũng chẳng giỏi gì hơn cậu ta cả.

"Christian Grey ở Clayton. Thật không tin nổi." Paul khịt mũi, ngạc nhiên. Cậu lắc đầu như cho qua việc ấy. "Nhân tiện, muốn làm một ly với tớ tối nay không?"

Bất cứ lúc nào về nhà, cậu ta cũng đòi hẹn hò với tôi và tôi đều trả lời không. Thành thông lệ rồi. Hơn nữa, tôi không nghĩ hẹn hò với em của sếp là điều hay. Paul có vẻ đáng yêu của mọi-anh-chàng-hàng-xóm-kiểu-Mỹ nhưng không thể là một nhân vật văn học, dẫu có cố tưởng tượng đến mấy. *Còn Grey?* Cô Nàng Tiềm Thức nhướng mày hỏi. Tôi đóng mắt ả lại.

"Chẳng phải cậu sẽ có bữa cơm sum họp hay gì đó với anh trai sao?"

"Đó là tối mai."

"Chắc lúc khác thôi Paul. Tối nay tớ phải học. Tuần sau thi tốt nghiệp rồi."

"Ana, rồi cũng đến lúc cậu phải đồng ý thôi." Cậu ta mỉm cười khi tôi lách qua cửa kho.

"NHƯNG TỚ CHỤP CẢNH, Ana, chứ không phải người." José rên rỉ.

"José, làm ơn đi mà." Tôi năn nỉ. Tôi đi tới đi lui trong phòng khách, tay nắm chặt điện thoại, mắt nhìn xa xăm qua cửa sổ, ánh chiều đang nhạt dần.

"Đưa tớ." Kate chộp lấy điện thoại trong tay tôi, mái tóc vàng đỏ mượt mà tung ra trên vai.

"Nghe này, José Rodriguez, nếu cậu muốn có báo biếu trong buổi khai mạc triển lãm thì ngày mai đi chụp hình cho bọn tớ, rõ chưa?" Kate có thể cứng rắn đến mức đó. "Được rồi. Ana sẽ báo cho cậu địa điểm và thời gian. Gặp cậu ngày mai." Kate dập điện thoại.

"Xong. Giờ phải xem chụp ở đâu và khi nào. Gọi anh ta đi." Kate chìa điện thoại cho tôi. Bao tử tôi quặn lên một cái. "Gọi Grey ấy, làm đi."

Tôi nhăn mặt với Kate rồi với tay lấy ví, tìm danh thiếp của Grey. Tôi thở thật chậm và sâu, ngón tay run run khi lần bấm số.

Anh ta trả lời khi điện thoại đổ đến tiếng thứ hai. Giọng nói sắc, điềm tĩnh và lạnh lùng.

"Grey."

"Ưm… ngài Grey? Ana Steele đây ạ." Tôi không nhận ra giọng mình nữa. Căng thẳng. Một khoảng dừng. Lòng tôi run lên bần bật.

"Cô Steele. Rất vui vì cô đã gọi." Anh ta đổi giọng. Có vẻ bất ngờ, tôi cảm thấy thế, và… thân mật – thậm chí, *âu yếm*. Tôi thở dồn, ngượng chín mặt. Bất chợt tôi nhận ra Katherine

Kavanagh đang nhìn tôi chăm chăm, miệng há hốc, tôi lánh sang nhà bếp để tránh ánh nhìn như dò xét của Kate.

"À, chúng tôi định chụp hình cho bài báo." *Thở, Ana, thở nào.* Không khí trong lồng ngực như tắc nghẽn. "Ngày mai được không ạ? Ở đâu thuận tiện cho ngài?"

Tôi dường như nghe được cả tiếng cười bí hiểm trong điện thoại.

"Tôi đang ở Heathman Portland. Sáng mai, chín rưỡi được không?"

"Vâng ạ. Chúng tôi sẽ đến đó." Tôi muốn nhảy cẫng và la lên thành tiếng như một đứa trẻ, chứ không phải một phụ nữ trưởng thành đã đủ tuổi đi bar và được phép uống rượu ở bang Washington.

"Tôi rất mong như thế, cô Steele." Tôi hình dung ra tia nhìn bí ẩn của anh ta. *Vì sao anh ta có thể làm cho bảy tiếng ngắn ngủi ấy trở thành một lời hứa chứa đựng từng đó vui sướng?* Tôi cúp máy. Kate đang đứng trong nhà bếp, nhìn tôi với vẻ mặt vô cùng kỳ lạ.

"Anastasia Rose Steele. Cậu thích anh ta rồi. Tớ chưa bao giờ thấy hay nghe được cái kiểu rất… rất… hấp dẫn người khác như thế ở cậu trước đây. Cậu đỏ hết mặt rồi kìa."

"Thôi đi Kate, lúc nào tớ chẳng đỏ mặt. Với tớ, anh ta là nguy cơ nghề nghiệp. Đừng đùa nữa." Tôi gắt. Kate chớp mắt ngạc nhiên vì tôi rất hiếm khi nổi cáu, vậy là tôi xẹp xuống. "Tớ chỉ thấy… sợ thôi."

"Heathman, hay đấy." Kate nói. "Tớ sẽ gọi cho người quản lý và sắp xếp một chỗ chụp hình."

"Tớ làm bữa điểm tâm đây. Rồi còn phải học nữa." Tôi vẫn chưa hết cáu với Kate khi mở tủ chuẩn bị làm bữa.

TÔI BỒN CHỒN cả đêm, lăn qua trở lại, mơ thấy đôi mắt màu xám, áo khoác lao động, đôi chân dài, những ngón tay thon dài và những nơi không rõ là nơi nào tối, tối đen. Tôi choàng tỉnh hai lần trong đêm, tim đập thình thịch. Tôi cáu kỉnh. *Ừ, cứ ngủ ít đi, ngày mai trông mình sẽ tuyệt vời lắm đấy.* Tôi đấm vào gối và cố nằm yên.

HEATHMAND NẰM Ở chính giữa khu trung tâm Portland. Tòa biệt thự bằng gạch nâu vô cùng ấn tượng này vừa kịp hoàn tất trước cuộc đại phá sản cuối thập niên 1920. José, Travis và tôi đi chung chiếc Beetle, Kate lái chiếc CLK bởi tất cả không thể nhét hết vào xe tôi được. Travis là bạn của José và hôm nay sẽ phụ trách ánh sáng. Kate đã được người quản lý sắp xếp cho một phòng miễn phí để chụp hình trong sáng nay, đổi lại một dòng cảm ơn trên báo. Sau khi nói với tiếp tân rằng chúng tôi đến để chụp ảnh Christian Grey, CEO, căn phòng đã sắp xếp cho chúng tôi ngay tức khắc được đổi thành phòng cao cấp. Chỉ là phòng cao cấp diện tích vừa phải nhưng rõ ràng là bởi Grey đã thuê mất căn phòng to nhất của tòa nhà rồi. Một nhân viên marketing nhiệt tình đưa chúng tôi đi xem gian phòng – anh ta rất trẻ và không hiểu sao, vô cùng căng thẳng. Tôi đoán nhan sắc và điệu bộ tự tin của Kate khiến anh chàng thuần phục như bột nhão trong tay Kate. Phòng ốc ở đây trang nhã, hợp lý và nội thất sang trọng.

Chín giờ. Chúng tôi còn nửa tiếng để chuẩn bị. Kate bắt đầu bắt tay vào làm.

"José, tớ nghĩ chúng mình nên chụp đối diện với bức tường này, đồng ý nhé?" Khỏi cần José đồng ý. "Travis, dọn ghế đi. Ana, cậu bảo phục vụ mang nước uống lên được không? À, báo Grey biết tụi mình đang ở đây."

*Vâng, thưa bà.* Kate rất độc đoán. Tôi liếc Kate nhưng rồi vẫn làm như nó nói.

Hơn nửa tiếng sau, Christian Grey bước vào phòng.

*Trời ạ!* Sơ mi trắng, mở cúc cổ, quần flannel xám ôm lấy hông. Mái tóc khó vào nếp vẫn còn đẫm nước. Miệng tôi khô đắng khi nhìn thấy anh ta... sao mà *nóng bỏng*. Một người đàn ông khoảng ngoài ba mươi, đầu đinh, mặc đồng phục và cà vạt sẫm màu, chỉn chu, đi theo sau Grey, yên lặng đứng nép vào một góc. Anh ta điềm tĩnh lướt đôi mắt nâu một lượt qua chúng tôi.

"Cô Steele, ta lại gặp nhau." Grey chìa tay ra, tôi bắt tay anh ta, chớp mắt liên hồi. Trời ơi... anh ta thật sự quá... Khi tay chúng tôi chạm nhau, tôi biết dòng điện tê tê sẽ xuất hiện, thiêu đốt tôi, làm mặt tôi đỏ bừng và hơi thở sẽ dồn dập như nổ vang.

"Ngài Grey, đây là cô Katherine Kavanagh." Tôi nói, đưa tay giới thiệu Kate, lúc đó đang đứng sau tôi và nhìn thẳng Grey.

"Ồ, cô Kavanagh ngoan cường đây rồi. Chào cô." Anh ta cười nhẹ, trông có vẻ vui vẻ thật. "Chắc cô đã khỏe hơn rồi phải không? Anastasia nói tuần trước cô ốm."

"Tôi khỏe, cảm ơn ngài Grey." Cô ấy bắt tay Grey thật chặt, không chút chớp mắt. Tôi tự nhắc mình rằng Kate được đào tạo trong một ngôi trường tư tốt nhất bang Washington. Gia đình cô ấy khá giả, Kate lớn lên tràn đầy vẻ tự tin và biết đích xác vị trí của mình trong thế giới này. Cô ấy không làm điều gì ngớ ngẩn. Tôi rất nể Kate.

"Cảm ơn ngài đã dành thời gian cho chuyện này." Kate mỉm cười lịch sự và chuyên nghiệp.

"Tôi rất vui." Anh ta trả lời, chuyển ánh nhìn sang tôi, thế là tôi đỏ mặt. Khỉ gió.

"Đây là José Rodriguez, phóng viên ảnh." Tôi vừa giới thiệu vừa tươi cười với José lúc này đang đứng sau mình. Cậu đáp lại bằng một nụ cười trìu mến. Mắt cậu thật tuyệt khi hướng cái nhìn từ tôi sang Grey.

"Ngài Grey." Cậu ta gật đầu.

"Anh Rodriguez." Biểu hiện của Grey thay đổi, cũng như vậy, khi được giới thiệu với José.

"Giờ thì anh cần tôi làm gì nào?" Grey hỏi José mà nghe như đang thốt ra lời đe dọa. Thế nhưng Katherine không để José nhúng tay vào khâu này.

"Ngài Grey, mời ông vui lòng ngồi vào chỗ này. Cẩn thận dây đèn. Sau đó chúng ta sẽ chụp thêm vài tấm đứng." Cô ấy đưa Grey đến chỗ chiếc ghế đối diện tường.

Travis bật đèn, ánh sáng làm Grey chói mắt, cậu lí nhí xin lỗi rồi lui lại phía sau cùng tôi xem José làm việc. José chụp mấy tấm không dùng chân máy, bảo Grey xoay hướng này, hướng kia, đổi tay rồi bỏ thõng tay xuống. Dựng chân máy lên, José kiên nhẫn và rất tự nhiên chụp thêm vài tấm hình Grey đang ngồi nữa, mất khoảng hai mươi phút. Mong ước của tôi đã thành hiện thực: Tôi có thể đứng đây và ngắm nhìn Grey, khoảng cách không xa. Hai lần ánh mắt chúng tôi chạm nhau và tôi phải cố bứt mình ra khỏi ánh mắt bí ẩn ấy.

"Kiểu ngồi vậy là đủ." Katherine nói dứt khoát. "Chúng ta chụp vài tấm đứng nhé, ngài Grey?"

Anh ta đứng lên và Travis vội vàng mang ghế đi chỗ khác. Lá chắn sáng trên chiếc Nikon của José lại tiếp tục bật lích kích.

Khoảng năm phút sau, José thông báo. "Đủ ảnh rồi."

"Tuyệt." Kate nói. "Cảm ơn một lần nữa, ngài Grey." Cô ấy và José bắt tay Grey.

"Tôi rất mong được đọc bài báo, cô Kavanagh." Grey nói rồi quay sang hỏi tôi, đang đứng cạnh cửa. "Đi với tôi một đoạn nhé, cô Steele?"

"Vâng." Tôi bấn loạn trả lời, lo lắng nhìn sang Kate, đang nhún vai với tôi. Phía sau Kate, José cau mặt.

"Chúc một ngày tốt lành." Grey nói trong khi giữ cửa cho tôi bước ra.

*Thiên đường địa ngục... chuyện gì nữa đây? Anh ta muốn gì?* Tôi đợi Grey giữa hành lang khách sạn, bồn chồn không yên trong khi Grey bước khỏi phòng, theo sau là quý ngài Đầu Đinh trong bộ quần áo vừa khít.

"Tôi sẽ gọi anh, Taylor." Anh ta nói với Đầu Đinh. Taylor bước lui lại cuối hành lang. Đôi mắt xám nồng nàn hướng sang tôi. *Trời ạ... mình đã làm gì sai?*

"Không biết cô có muốn dùng cà phê sáng với tôi không?"

Tim tôi muốn rớt ra ngoài. Hẹn hò ư? *Christian Grey đang muốn hẹn hò với mình.* Anh ấy đang hỏi tôi có uống cà phê không. *Có thể ý anh ta là cậu vẫn chưa tỉnh ngủ đấy*, Tiềm Thức ré lên cái giọng khinh khỉnh. Tôi nuốt nước bọt, cố giữ cho mình thật tỉnh táo.

"Tôi phải chở mọi người về nhà." Tôi vừa xoắn ngón tay, vừa nói như một lời xin lỗi.

"*Taylor.*" Anh ta gọi, tôi muốn nhảy dựng lên. Taylor từ cuối hành lang quay lại và tiến về phía chúng tôi.

"Mọi người đều ở khu đại học cả chứ?" Grey hỏi nhỏ nhẹ và đầy quan tâm. Tôi gật đầu, choáng váng đến nỗi không thể nói được.

"Taylor có thể đưa mọi người về. Anh ta là tài xế của tôi. Chúng tôi có một chiếc 4x4 khá rộng, có thể chở được cả thiết bị."

"Vâng, ngài Grey?" Taylor đến chỗ chúng tôi, vẻ mặt vô cảm.

"Anh có thể đưa nhiếp ảnh, trợ lý của anh ta và cô Kavanagh về được chứ?"

"Tất nhiên rồi, thưa ngài." Anh ta trả lời.

"Xong. Giờ cô có thể đi uống cà phê với tôi chứ?" Grey cười như thể vừa hoàn tất một vụ giao dịch.

Tôi nhíu mày bối rối.

"Ưm, ngài Grey, à, chuyện này thật là… để xem, Taylor không phải đưa mọi người về đâu." Tôi liếc nhanh sang Taylor, vẫn đứng như phỗng. "Tôi sẽ đổi xe với Kate, cho tôi một phút."

Grey cười tươi tắn, nụ cười phô cả hàm răng, không che giấu, tự nhiên và rạng rỡ. *Ôi...* Anh ta mở cửa để tôi vào phòng. Tôi bước vòng qua Grey đi vào, thấy Kate và José đang bàn tán.

"Ana, nhất định là anh ta thích cậu rồi." Kate kết luận không cần phải mào đầu lôi thôi. José liếc tôi bất bình. "Nhưng tớ không tin anh ta." Tôi đưa tay ra dấu cho Kate ngừng nói. Đúng là phép màu, cô nàng im.

"Kate, cậu lái Wanda được không? Cho tớ mượn xe cậu nhé."

"Tại sao?"

"Christian Grey mời tớ đi uống cà phê."

Miệng Kate há hốc. Không nói được một lời. Không phải lúc nào cũng được chứng kiến cảnh ấy. Kate chộp lấy tay tôi, kéo sang phòng ngủ, biệt lập với phòng khách.

"Ana, tay này có gì đó không ổn." Giọng Kate đe dọa. "Đồng ý là hắn rất hào hoa nhưng vô cùng nguy hiểm. Đặc biệt là với người như cậu."

"Ý cậu nói người như tớ là sao?" Tôi hỏi thẳng.

"Người ngây thơ như cậu, Ana. Cậu hiểu ý tớ mà." Kate có vẻ hơi bực. Tôi đỏ mặt.

"Kate, chỉ là cà phê thôi. Tuần này thi, tớ phải học bài nên không đi lâu đâu."

Kate mím môi như đang cân nhắc, rồi rút chìa khóa xe trong ví ra đưa tôi. Tôi đưa lại Kate chìa khóa xe mình.

"Gặp cậu sau nhé. Đừng đi lâu quá, không tớ lại phải đi tìm và giải cứu cậu mất."

"Cảm ơn cậu." Tôi ôm Kate.

Tôi trở lại chỗ Grey. Anh ta đang đứng tựa lưng vào tường, như một người mẫu nam trong buổi chụp hình cho một tạp chí hạng sang.

"Xong rồi. Đi được rồi ạ." Tôi nói, mặt đỏ lên như đường nâu.

Anh ta cười tươi, đứng thẳng lên rồi chìa tay. "Mời đi trước, cô Steele."

Tôi trở ra hành lang, đầu gối cứng ngắc, bụng sôi ùng ục, tim đập thình thình không dứt như muốn rớt ra ngoài. *Mình sắp uống cà phê với Christian Grey... và mình ghét cà phê.*

Chúng tôi cùng tiến ra phía hành lang rộng của khách sạn nhấn thang máy. *Mình nên nói gì với anh ta đây?* Đầu óc tôi bỗng dưng hoàn toàn tê liệt khi tôi nhận ra điều đó. Chúng tôi sẽ nói chuyện gì đây? Tôi có cùng chung thế giới với anh ta sao? Bỗng giọng nói dịu dàng và ấm áp của anh ta đánh thức tôi khỏi cơn hoang mang.

"Cô biết Katherine Kavanagh bao lâu rồi?"

Ồ, một câu hỏi dễ cho người ở trình độ sơ cấp.

"Từ năm thứ nhất. Cô ấy là một người bạn tốt."

"Hmm." Anh ta đáp ơ thờ. Anh ta đang nghĩ gì nhỉ?

Đến thang máy, anh nhấn nút, gần như ngay tức khắc, thang máy dừng. Cánh cửa trượt mở ra, một đôi thanh niên đang âu yếm nhau thắm thiết. Bất ngờ và lúng túng, họ tách ra mỗi người một góc, ngó nghiêng đầy ngượng ngập. Grey và tôi bước vào thang máy.

Tôi cố giữ vẻ mặt bình thản, cắm mắt xuống sàn nhưng vẫn thấy hai má mình cứ đỏ lựng lên. Khi tôi hé nhìn Grey, thấy phảng phất dấu một nụ cười trên môi nhưng rất khó diễn tả. Cặp đôi lúc nãy chẳng nói gì, thang máy cứ thế lướt xuống tầng trệt trong sự im lặng ngượng nghịu. Thậm chí, không có ai bấm gọi thang máy để giúp xua đi bầu không khí đó.

Cửa trượt mở và thật bất ngờ, Grey đưa tay ra nắm tay tôi. Tôi cảm thấy luồng điện tê tê trong người, nhịp tim tăng nhanh. Khi anh nắm tay tôi bước khỏi thang máy, tiếng cười khúc khích bị kìm nén nãy giờ của đôi thanh niên bật ra thoải mái. Grey nhoẻn cười.

"Chuyện gì trong thang máy vậy?" Anh ta thì thầm.

Chúng tôi băng qua gian sảnh bóng loáng và sang trọng, tiến ra cửa nhưng Grey không đi lối cửa quay, tôi tự hỏi có phải vì anh không muốn bỏ tay tôi ra hay không.

Bên ngoài, buổi sáng Chủ nhật tháng Năm. Mặt trời rạng rỡ, đường phố thưa xe. Grey đi về bên trái, hướng xuống phía góc đường và đứng đợi đến khi đèn đi bộ đổi màu. Anh ấy vẫn nắm tay tôi. *Mình đang ở ngoài đường và Christian đang nắm tay mình.* Chưa từng có ai nắm tay tôi. Tôi bàng hoàng, lơ lửng như đi trên mây, cố nén nụ cười ngớ ngẩn đang chực hiện lên mặt. *Bình tĩnh đi Ana,* Tiềm Thức nhắc nhở. Đèn xanh, chúng tôi lại bước tiếp.

Chúng tôi đi bộ khoảng bốn dãy nhà thì đến quán cà phê Porland, Grey giữ cửa cho tôi vào.

"Cô chọn bàn nhé, tôi sẽ đi gọi thức uống. Cô muốn dùng gì?" Anh ta nói, chưa bao giờ lịch sự thế.

"Tôi sẽ, à..., cho tôi trà túi lọc."

Anh ta nhướng mày. "Cô không uống cà phê?"

"Tôi không thích cà phê."

Anh cười. "Được rồi. Trà túi lọc. Với đường?"

Tôi quay cuồng, như thế này có phải là chăm sóc không nhỉ? May thay, Tiềm Thức kịp đấm tôi một cú. *Thôi đi, ngốc ạ, cậu có uống trà với đường không?*

"Không ạ." Tôi liếc xuống những ngón tay mình đang đan vào nhau.

"Ăn gì luôn nhé?"

"Không ạ, cảm ơn." Tôi vừa nói vừa lắc đầu, Grey tiến về quầy đặt món.

Trong khi Grey đang xếp hàng, tôi lén ngước nhìn anh. Tôi có thể nhìn anh cả ngày... cao, mảnh, vai rộng mở và cái cách mà chiếc quần ôm lấy phần hông... Trời ạ, một hai lần gì đó, anh đưa tay chải mái tóc đã khô nhưng không chịu vào nếp, những ngón tay dài, tuyệt đẹp. *Hmmm... mình cũng muốn làm thế*. Ý nghĩ ấy chợt lóe ra trong đầu và mặt tôi đỏ lựng lên. Tôi cắn môi, liếc nhìn tay mình, tôi không thích nơi mà những ý nghĩ đồng bóng này đang hướng đến.

"Cô đang nghĩ gì thế?" Grey vừa đến bàn, nhìn tôi.

Tôi đỏ mặt. *Mình đang nghĩ đến chuyện lùa những ngón tay mình vào tóc anh, không biết tóc mềm đến mức nào*. Tôi lắc đầu. Anh đặt khay xuống chiếc bàn tròn nhỏ, màu gỗ. Anh đưa tôi tách trà, đặt trên đĩa và một ấm nhỏ, nhúng gói trà túi lọc hiệu Twinings English Breakfast yêu thích của tôi. Anh ấy uống cà phê, kèm theo túi sữa, trên một góc túi in dạng chiếc lá rất xinh. *Sao họ làm được thế?* Tôi tự hỏi vu vơ. Anh ta cũng mua một chiếc bánh muffin việt quất. Để khay qua một bên, anh ngồi đối diện tôi, bắt chéo chân. Trông anh ta thật thong dong, thật thoải mái với cơ thể của mình, tôi thấy ganh tỵ. Trong khi tôi, hậu đậu và lóng ngóng, chẳng mấy khi có thể đi từ A sang B mà không làm đổ vỡ cái gì đó.

"Cô đang nghĩ gì?" Anh thôi thúc.

"Đây là loại trà yêu thích của tôi." Tôi nói khẽ, giọng lẫn hơi thở. Tôi vẫn không thể đơn giản tin rằng mình đang ngồi đối diện Christian Grey trong một quán cà phê ở Portland. Anh ta nhướng mày, biết rằng tôi đang che giấu điều gì đó. Tôi nhấc túi trà ra khỏi ấm rồi nhấc ra lần nữa cùng với chiếc muỗng. Khi tôi đặt túi trà đã dùng trên đĩa, Grey nghiêng đầu, nhìn tôi nghi hoặc.

"Tôi thích trà này, màu đen và vị nhẹ." Tôi giải thích.

"Tôi biết. Anh ta là bạn trai cô à?"

*Hả... Cái gì?*

"Ai ạ?"

"Anh chàng phóng viên ảnh. José Rodriguez."

Tôi bật cười, căng thẳng nhưng vẫn tò mò. Điều gì làm anh ta có ý nghĩ đó?

"Không. José là người bạn tốt, chỉ thế thôi. Sao ngài lại nghĩ anh ấy là bạn trai tôi?"

"Cái cách mà cô cười với anh ta, cả anh ta cũng thế." Grey hút tôi vào ánh mắt có vẻ bực dọc. Tôi muốn vùng ra khỏi cái nhìn ấy nhưng rồi bị bắt lại, lọt thỏm.

"Anh ấy giống như người trong nhà hơn." Tôi khẽ đáp.

Grey gật đầu, có vẻ hài lòng về câu trả lời, liếc nhìn xuống chiếc bánh muffin việt quất. Những ngón tay dài bóc lớp giấy lót bánh ra, tôi mê mải quan sát.

"Cô dùng nhé?" Anh ta hỏi, nụ cười bí ẩn và vui thích lại xuất hiện.

"Không ạ, cảm ơn." Tôi nhướng mày rồi lại nhìn xuống tay mình.

"Thế còn anh chàng tôi gặp hôm qua, ở cửa hàng. Cũng không phải bạn trai cô à?"

"Không, Paul chỉ là bạn. Hôm qua tôi nói rồi mà." Ồ, chuyện này có vẻ ngớ ngẩn thế nào đó. "Sao ngài lại hỏi thế?"

"Cô có vẻ căng thẳng với đàn ông nhỉ."

Gì cơ, đó là việc riêng của tôi. *Tôi chỉ căng thẳng bên ngài thôi, Grey.*

"Tôi thấy ngài rất khó gần." Tôi lại đỏ mặt, cúi nhìn tay mình nhưng trong thâm tâm rất hài lòng về sự thẳng thắn ấy. Tôi nghe anh ta hít vào một hơi rất sâu.

"Có thể cô thấy tôi khó gần." Anh ta gật đầu. "Rất thẳng thắn. Đừng nhìn xuống như thế. Tôi muốn ngắm khuôn mặt cô."

Ồ. Tôi ngước lên, anh ta có trao cho tôi một sự động viên nhưng nụ cười thì vẫn giễu cợt.

"Điều đó giúp tôi thêm vài gợi ý để đoán suy nghĩ của cô." Anh thở mạnh. "Cô là cả một bí ẩn, cô Steele."

Bí ẩn? Tôi?

"Tôi không có gì bí ẩn cả."

"Tôi nghĩ cô rất kín kẽ." Anh ta nói.

Tôi ư? *Hả... làm thế nào mình lại như thế được?* Chuyện kỳ lạ gì đây? *Mình, kín kẽ? Đời nào.*

"Ngoại trừ những lúc cô đỏ mặt, cô rất hay đỏ mặt. Tôi chỉ mong hiểu được vì sao cô cứ đỏ mặt như thế." Anh ta cắt một miếng muffin cho vào miệng và nhai chậm chậm, mắt không rời khỏi tôi và như đã lập trình sẵn, mặt tôi đỏ lên. *Khỉ thật!*

"Ngài vẫn thường có kiểu quan sát các biểu hiện cá nhân thế sao?"

"Tôi không biết mình như thế. Tôi làm cô thấy xúc phạm à?" Anh ta có vẻ ngạc nhiên.

"Không." Tôi thành thật đáp.

"Tốt."

"Nhưng ngài rất trịch thượng."

Anh ta nhướng mày và nếu tôi không lầm, thoáng đỏ mặt.

"Tôi luôn có cách của riêng mình, Anastasia," anh ta nói. "trong mọi việc."

"Tôi không nghi ngờ điều đó. Sao ngài không bảo tôi gọi ngài bằng tên riêng?" Tôi ngạc nhiên vì sự liều lĩnh của mình. Sao bỗng dưng cuộc nói chuyện lại trở nên căng thẳng thế này? Đây không phải là kiểu mà tôi hình dung mọi việc sẽ diễn ra. Không thể tin nổi tôi cảm thấy như mình đang đối đầu với anh ta. Cứ như thể anh ta đã cố cảnh báo tôi phải dừng lại.

"Chỉ có gia đình và vài người bạn thân gọi tôi bằng tên riêng. Vì tôi muốn thế."

À. Anh ta vẫn chưa nói: "Hãy gọi tôi là Christian", đơn giản vì anh ta là một cỗ máy kiểm soát, chẳng có lý giải nào khác, phần nào đó trong tôi nghĩ rằng có khi Kate đi phỏng vấn anh ta thì hay hơn. Hai cỗ máy kiểm soát đụng nhau. Hơn nữa, tất nhiên, cô ấy tóc vàng – à, vàng hung – như các cô khác trong văn phòng. *Và xinh đẹp nữa*, Tiềm Thức lại nhắc tôi. Tôi không thích nghĩ Christian và Kate. Tôi nhấp một ngụm trà, còn Grey ăn thêm một miếng muffin khác.

"Cô là con một à?" Anh hỏi.

*Chà…* anh ta đang chuyển hướng đây.

"Vâng."

"Kể về bố mẹ cô đi."

Tại sao anh ta lại muốn biết nhỉ. Rõ *ngốc*.

"Mẹ tôi đang sống ở Georgia với chồng mới, Bob. Cha dượng tôi sống ở Montesano."

"Còn bố cô?"

"Bố mất khi tôi còn bé."

"Xin lỗi." Thoáng gợn chút buồn trên khuôn mặt khi anh ta nói điều đó.

"Tôi không nhớ gì về ông."

"Rồi mẹ cô tái hôn?"

Tôi khịt mũi. "Có thể nói vậy."

Anh ta nhướng mắt với tôi.

"Cô không tình cờ tiết lộ quá nhiều với tôi đấy chứ?" Anh ta lơ đãng xoa cằm như thể đang nghĩ ngợi điều gì.

"Ngài cũng thế."

"Cô đã phỏng vấn tôi rồi, tôi vẫn còn nhớ vài câu hỏi rất tò mò đấy." Anh ta châm chọc.

Trời ạ. Anh ta đang nhắc đến câu hỏi đồng tính. Một lần nữa, tôi muốn chết đứng. Trong những năm sắp tới, chắc tôi phải đi trị liệu tâm lý sâu để không phải điêu đứng mỗi khi nhớ đến khoảnh khắc đó. Tôi bắt đầu nói lúng búng về mẹ - bất cứ điều gì để ngăn ký ức *đó* trở lại.

"Mẹ tôi rất tốt nhưng là người mơ mộng không thể cứu chữa nổi. Bà đang sống với Ông Chồng Thứ Tư."

Christian nhướng mắt ngạc nhiên.

"Tôi nhớ mẹ." Tôi nói tiếp. "Bà đã có Bob. Tôi chỉ mong ông ấy quan tâm đến bà và thu xếp được mọi chuyện mỗi khi những kế hoạch đụng đầu đổ đuôi của bà không diễn ra như dự kiến." Tôi cười khẽ. Lâu rồi tôi chưa gặp mẹ. Christian vừa hớp một ngụm cà phê, vừa chăm chú quan sát tôi. Tôi thật sự không nên nhìn đôi môi anh ta. Để không tự làm khó mình.

"Cô sống với cha dượng một thời gian dài?"

"Tất nhiên. Tôi lớn lên bên ông. Đó là người cha duy nhất tôi biết."

"Ông như thế nào?"

"Ray á? Ông... rất ít nói."

"Vậy à?" Grey ngạc nhiên hỏi.

Tôi so vai. Người đàn ông này muốn gì? Chuyện đời tư của tôi à?

"Hai cha con đều ít nói." Grey có vẻ nôn nóng.

Tôi cố kiềm chế không nhìn Grey.

"Ông thích bóng đá, nhất là bóng đá Châu Âu... cả bowling, câu cá và làm đồ gỗ. Ông ấy là thợ mộc. Cựu quân nhân." Tôi thở dài.

"Cô đã sống với ông ấy?"

"Vâng. Mẹ tôi gặp Ông Chồng Thứ Ba khi tôi mười lăm tuổi. Tôi sống với Ray."

Anh ta nhướng mắt như thể có gì đó khó hiểu.

"Cô không muốn sống với mẹ à?"

*Chuyện này thật sự không phải là việc của anh.*

"Ông Chồng Thứ Ba sống ở Texas. Mà nhà chúng tôi khi đó ở Montesano. Còn... anh biết đó, mẹ tôi lại mới cưới." Tôi dừng lại. Mẹ tôi chưa bao giờ kể về Ông Chồng Thứ Ba này. Grey biết để làm gì? Việc này không mảy may liên quan đến chuyện kinh doanh của anh ta. *Muốn chơi thì cùng chơi nào.*

"Kể tôi nghe về bố mẹ anh đi."

Anh ta nhún vai.

"Bố tôi là luật sư, mẹ là bác sĩ nhi. Cả hai đang sống ở Seattle."

Ôi chao, anh ta có một bệ phóng xán lạn quá còn gì. Tôi nghĩ về một cặp vợ chồng thành đạt, nhận nuôi ba đứa trẻ, một trong số chúng về sau trở thành một thanh niên điển trai, bước vào thế giới kinh doanh và một tay gây dựng cơ đồ. Điều gì đã xoay chuyển anh ta thành người như thế. Gia đình ắt hẳn phải tự hào lắm.

"Các anh chị em khác làm gì ạ?"

"Elliot làm xây dựng, cô em gái út của tôi đang ở Paris, theo học nấu ăn với một số đầu bếp Pháp nổi tiếng." Đôi mắt anh ta thoáng một gợn sắc đen. Anh ta không muốn nói về gia đình hay về mình.

"Tôi nghe nói Paris rất tuyệt vời." Tôi thì thầm. Tại sao anh ta không muốn nói về gia đình? Có phải vì anh ta là con nuôi?

"Rất đẹp. Cô đến đó chưa?" Anh ta hỏi, có vẻ đã quên cái thoáng khó chịu vừa rồi.

"Tôi chưa bao giờ rời khỏi lục địa Mỹ." Thế là sắp trở lại những đề tài chán òm rồi đây. Anh ta đang che giấu điều gì?

"Cô thích đi không?"

"Paris ấy ạ?" Tôi cao giọng. Câu hỏi làm tôi chới với, ai lại không muốn đến Paris chứ. Tôi khẳng định. "Tất nhiên, nhưng nước Anh mới thật sự là nơi tôi muốn đến nhất."

Anh ta nghiêng hẳn đầu sang một bên, lướt nhẹ ngón trỏ lên môi dưới... *trời ơi*.

"Bởi vì?"

Tôi chớp chớp mắt. *Tập trung, Steele.*

"Đó là quê hương của Shakespeare, Austen, chị em nhà Bronte, Thomas Hardy. Tôi muốn được đến nơi đã tạo nguồn cảm hứng để họ viết nên những tuyệt tác như vậy."

Những kiệt tác văn chương làm tôi sực nhớ rằng mình cần phải ôn thi. Tôi liếc nhìn đồng hồ. "Có lẽ tôi nên về. Tôi cần phải học."

"Ôn thi à?"

"Vâng. Thứ Ba tuần sau bắt đầu."

"Xe của cô Kavanagh để ở đâu?"

"Ở bãi đỗ xe của khách sạn."

"Tôi sẽ về đó với cô."

"Cảm ơn đã mời trà, ngài Grey."

Anh ta cười, nụ cười lạ lùng kiểu tôi-có-một-bí-mật-sống-để-bụng-chết-mang-theo.

"Không có gì, Anastasia. Tôi rất vui. Đi nào." Anh ta chìa tay cho tôi. Tôi bối rối nắm lấy và theo anh rời khỏi quán. Chúng tôi trở lại con đường về khách sạn, cả hai cùng đi trong thinh lặng. Ít nhất trông anh ta vẫn trầm tĩnh và tự chủ như mọi khi. Về phần mình, tôi gần như vô vọng cảm thấy buổi cà phê sáng đang dần dần trôi đi. Tôi thấy mình như vừa dự một buổi phỏng vấn xin việc nhưng không chắc sẽ làm gì.

Bỗng dưng anh hỏi. "Lúc nào cô cũng mặc quần jeans à?"

"Thường là vậy."

Anh gật đầu. Chúng tôi đến chỗ giao lộ cắt ngang đường về khách sạn. Tâm trí tôi nhiễu loạn. *Quả là một câu hỏi kỳ cục…* Và tôi biết rằng thời gian bên nhau đang cạn dần. Quả vậy. Quả đã như thế, tôi hoàn toàn lơ lửng trong khoảng thời gian ấy. Có thể anh ta đang có người nào đó.

"Ngài có bạn gái không?" Tôi buột miệng. Ôi trời ơi, *mình đã nói thành lời sao?*

Môi anh ta cong lên một nụ cười nửa miệng và từ từ nhìn xuống tôi. "Không, Anastasia. Tôi chưa có bạn gái." Anh ta đáp nhỏ.

Ồ… *thế nghĩa là sao?* Anh ta không đồng tính. Ơ, mà có thể lắm. Vậy là hôm phỏng vấn anh ta đã nói dối. Trong một tích tắc, tôi tưởng như anh ta còn định nói thêm gì, giải thích gì đó về câu trả lời khó hiểu kia, nhưng không. Tôi phải đi. Tôi phải chắp nối lại những suy nghĩ của mình. Tôi phải tránh xa anh ta. Tôi bước đến và vấp, ngã chúi xuống đường.

"Trời ơi, Ana." Anh hét lên và chộp lấy tay tôi giật lại. Cú giật quá mạnh khiến tôi ngã ngược trở lại, vừa kịp một chiếc xe đạp đi ngược chiều sượt qua.

Mọi chuyện diễn ra quá nhanh. Giây trước tôi ngã, giây sau, anh ta giữ chặt tôi trước ngực, lặng yên trong tay anh. Tôi chìm trong mùi hương thanh sạch và mạnh mẽ. Cơ thể anh mang mùi hương của vải sạch và sữa tắm sang trọng. Mê hoặc. Tôi chìm đắm rất sâu.

"Cô ổn không?" Anh khẽ hỏi. Một tay vẫn giữ tôi tựa vào anh. Những ngón tay còn lại lần trên mặt tôi, mơn trớn, chạm nhẹ. Ngón tay cái lướt trên môi dưới tôi, anh thở dồn dập. Ánh mắt lo lắng và nồng nàn, anh nhìn tôi, một lúc hay có thể là mãi mãi... rồi bỗng nhiên, tâm trí tôi hướng đến đôi môi. Và lần đầu tiên trong hai mươi mốt năm, tôi muốn được hôn. Tôi muốn cảm nhận môi anh bằng môi tôi.

# Chương bốn

*Hôn em đi, xin anh!* Tôi van nài dù vẫn bất động. Đờ đẫn trong sự thôi thúc lạ kỳ chưa từng có ấy, tôi hoàn toàn bị anh cuốn lấy. Tôi cứ nhìn đôi môi của Christian Grey như bị thôi miên, Grey nhìn tôi, ánh mắt không thể hiểu nổi, đôi mắt màu xám. Hơi thở của anh mạnh hơn bình thường và tôi phải cố nén hơi thở mình lại. *Em đang trong tay anh. Xin hãy hôn em.* Anh ấy nhắm mắt, thở rất sâu rồi khẽ lắc đầu như thể đang trả lời cho câu hỏi câm lặng của tôi. Khi Grey mở mắt, đôi mắt hoàn toàn khác, vấn đề đã được giải quyết xong. Anh thì thầm.

"Anastasia, tránh xa tôi ra. Người như tôi không dành cho cô." *Sao? Ai vừa nói gì cơ?* Tôi cần cân nhắc lại những điều mình vừa nghe. Tôi nhíu mày, đầu óc chập chờn trong sự chối từ.

"Bình tĩnh, Anastasia, thở nào. Tôi sẽ đỡ cô dậy và cô sẽ đi đi nhé." Anh khẽ khàng nói và dịu dàng nâng tôi lên.

Chất adrenaline đã phát tác từ lúc suýt va phải người đi xe đạp hay từ giây phút gần gũi mê man với Grey, khiến tôi bồn chồn và yếu đuối. Anh vẫn giữ hai tay trên vai tôi, giữ tôi cách xa một duỗi tay và cẩn trọng quan sát từng phản ứng của tôi. Điều duy nhất tôi có thể nghĩ được lúc đó là mình muốn được hôn, chuyện đó rõ quá rồi nhưng anh ta không làm thế. *Anh ta không hề muốn tôi.* Anh ta thật sự không muốn tôi một chút nào. Tôi đã làm nhặng lên chỉ vì một bữa cà phê sáng.

"Tôi hiểu." Tôi thở đều, lấy lại giọng nói, lòng tràn ngập xấu hổ. "Cảm ơn."

"Vì điều gì?" Anh ta nhíu mày, vẫn không nhấc tay ra khỏi vai tôi.

"Vì đã cứu tôi." Tôi trả lời.

"Tên ngốc khi nãy đi sai đường. Tôi mừng vì đã có mặt ở đây. Tôi lạnh người khi tưởng tượng chuyện gì sẽ xảy ra với cô. Cô có muốn vào ngồi trong khách sạn một lát không?" Anh ta bỏ tôi ra, tay buông thõng theo người, tôi đứng đó, đối diện, như một con ngốc.

Lắc đầu, tôi gột những ý nghĩ linh tinh khỏi tâm trí mình. Tôi chỉ muốn bỏ đi. Những hy vọng mơ hồ, vô căn cứ đều tan nát. Anh ta không hề muốn tôi. *Mình đang nghĩ gì thế này?* Tôi bực tức với chính mình. *Christian Grey muốn gì ở cậu mới được?* Tiềm Thức châm chọc. Tôi choàng tay trước ngực mình, quay mặt ra đường, tự nhủ rằng những điều tốt đẹp sẽ đến. Tôi rẽ sang lối đi của mình, biết rằng Grey vẫn còn đứng trông theo. Ra khỏi phạm vi khách sạn, tôi ngoái lại nhưng không nhìn.

"Cảm ơn đã mời trà và chụp hình."

"Anastasia… tôi…" Anh ta bỏ lửng câu. Âm sắc đau xót trong câu nói làm tôi chú ý, tôi miễn cưỡng quay lại nhìn. Grey đang chải tay vào tóc, đôi mắt xám âm u. Anh ta trông có vẻ dằn vặt và chật vật, như bị lột trần, cái kiểu kiểm soát được mọi việc cũng bốc hơi mất.

"Gì thế, Christian?" Tôi hét lên cáu kỉnh vì anh ta… chẳng nói gì. Tôi chỉ muốn bỏ đi. Tôi cần phải thu nhặt lại những mảnh kiêu hãnh mong manh và trọng thương của mình rồi chăm sóc nó cho đến khi lành lặn.

"Chúc kỳ thi may mắn."

*Sao kia?* Đó là lý do nhìn anh ta bất an đến thế? Đây là cuộc tiễn đưa vĩ đại? Chỉ để chúc tôi đi thi may mắn thôi sao?

"Cảm ơn." Tôi đáp lại đầy mỉa mai. "Tạm biệt, Grey."

Tôi quay đi, ngạc nhiên sao mình lại không vấp phải cái gì đó. Cho đến khi khuất sau lối xuống hầm để xe, tôi không ngoái nhìn lại lần nào.

Trong bóng tối, giữa những bức tường bê tông lạnh lẽo và ánh đèn tù mù của nhà xe, tôi tựa lưng vào tường, tay ôm lấy đầu. *Tôi đang nghĩ gì thế này?* Nước mắt bất thần, không báo trước tuôn ra. *Sao mình lại khóc?* Tôi ngồi thụp xuống đất, tức giận với chính mình vì những phản ứng vô lý. Tôi co gối lại, vòng tay ôm lấy mình. Tôi muốn mình càng bé đi càng tốt. Có thể nhờ đó mà nỗi đau khổ vô lý này cũng sẽ càng lúc càng bé đi như tôi. Tựa đầu lên gối, tôi để mặc những giọt nước mắt phi lý tuôn rơi. Tôi khóc vì đánh mất điều mình chưa hề có. *Buồn cười chưa.* Tôi thương tiếc những điều mình chưa từng có – hy vọng tan tành của tôi, giấc mơ vỡ nát của tôi, sự trông đợi quái lạ của tôi.

Tôi chưa từng kinh qua đoạn kết của sự từ chối. Được thôi… luôn là lựa chọn cuối cùng của huấn luyện viên khi chơi bóng rổ hay bóng chuyền nên tôi hiểu rằng vừa chạy và vừa làm các động tác khác tương tự như vừa tâng bóng, vừa ném bóng không phải là sở trường của tôi. Tôi là một gánh nặng nghiêm trọng cho bất cứ môn thể thao nào.

Mặc dù hơi mơ mộng nhưng tôi chưa bao giờ tự làm khó mình thế này. Một phút bất cẩn trong đời, tôi quá tầm thường, quá nông nổi, quá nhếch nhác, không biết hợp tác, danh sách những điểm trừ của tôi còn dài. Vì vậy tôi luôn lẩn tránh những người-có-lẽ-theo-đuổi mình. Một cậu bạn trong lớp hóa để ý tôi nhưng không ai thổi bùng sự đam mê ở tôi – không ai, ngoại trừ

Christian Grey chết tiệt. Có lẽ tôi nên tử tế hơn với Paul Clayton và José Rodriguez, mặc dù tôi biết cả hai không đến nỗi phải tức tưởi một mình trong bóng tối thế này. Mà có lẽ, tôi chỉ cần khóc một trận cho đã.

*Thôi! Thôi đi!* Tiềm Thức gào lên với tôi, tay chống hông, một chân đứng, chân còn lại nhịp nhịp cáu kỉnh. *Đi lấy xe, về nhà, học bài. Quên phứt anh ta đi… Ngay!* Và chấm dứt trò tự thương hại vô ích này.

Tôi hít một hơi sâu và đều rồi đứng dậy. *Làm thôi, Steele.* Tôi tiến đến xe của Kate, gạt nước mắt trên hai má. Tôi sẽ không nghĩ đến anh ta nữa. Tôi có thể cho chuyện này vào kho kinh nghiệm rồi tập trung cho kỳ thi của mình.

KATE ĐANG NGỒI Ở BÀN ĂN, làm việc với laptop khi tôi về đến. Thấy tôi, nụ cười chào đón của Kate tắt ngấm.

"Ana, chuyện gì thế?"

Ôi không, sự tò mò mang thương hiệu Katherine Kavanagh. Tôi lắc đầu kiểu thôi-ngay-đi-Kavanagh nhưng có lẽ tôi chỉ đang đối diện với một người câm điếc.

"Cậu mới khóc." Cô ấy có một năng lực ngoại hạng là thỉnh thoảng toàn nói những chuyện hiển nhiên. "Tên khốn ấy làm gì cậu?" Kate gào lên và vẻ mặt, đúng thế, vẻ mặt đầy đe dọa.

"Không có gì đâu Kate." Thật ra là có chứ. Suy nghĩ đó khiến tôi cười nhạt.

"Vậy sao cậu khóc? Cậu có khóc bao giờ đâu." Cô ấy đứng trước mặt tôi, giọng nhỏ nhẹ, đôi mắt xanh tràn ngập lo âu, rồi vòng tay ôm lấy tôi. Tôi cần nói điều gì đó để Kate yên lòng.

"Tớ suýt bị một chiếc xe đạp đụng phải." Tôi chỉ có thể nghĩ đến mức đó, cũng may, nó làm Kate bớt chú ý đến… anh ta.

"Rồi sao nữa, Ana, cậu có sao không? Có bị thương chỗ nào không?" Cô ấy giữ vai tôi trong tay rồi nhìn từ đầu đến chân để xem có chỗ nào không ổn.

"Không sao. Christian cứu tớ." Tôi nói khẽ. "Nhưng tớ bị sốc."

"Tớ hiểu rồi. Còn bữa cà phê thì sao? Tớ biết cậu ghét cà phê."

"Tớ uống trà. Cũng được, nhưng chẳng có mấy chuyện để nói. Tớ cũng không hiểu sao anh ta lại mời."

"Anh ta thích cậu, Ana." Cô ấy buông tay.

"Hết rồi. Tớ sẽ không gặp anh ta nữa." Vâng, tôi đang cố gắng nói sao cho Kate hiểu đây là chuyện đã rồi.

"Ơ?"

Khỉ thật. Kate tò mò quá. Tôi quay vào nhà bếp để giấu vẻ mặt mình.

"Sao nhỉ, anh ta không như bọn mình, Kate." Tôi cố nói bình thản hết mức có thể.

"Ý cậu là sao?"

"Rõ quá còn gì, Kate." Tôi quay lại, mặt đối mặt với Kate đang đứng ở lối vào nhà bếp.

"Tớ vẫn không thấy thế." Kate nói. "Được, cứ cho anh ta giàu có hơn cậu nhưng thực tế là anh ta cũng giàu có hơn hầu hết mọi người Mỹ."

"Kate, anh ta…" Tôi nhún vai.

Kate cắt ngang lời tôi. "Ana, trời đất ơi, tớ phải nói với cậu bao nhiêu lần nữa đây? Cậu hiền lành quá." Ôi không, Kate bắt đầu thuyết giảng rồi đấy.

"Kate, tớ phải học bài đã." Tôi cắt lời ngắn gọn. Kate nhăn nhó.

"Cậu muốn đọc bài báo không? Xong rồi đấy. Mấy kiểu ảnh José chụp rất đẹp."

Mình có cần phải lại thấy Christian-Grey-Tôi-Không-Muốn-Cô không?

"Tất nhiên rồi." Tôi phù phép ra một nụ cười rồi nhìn xuống laptop. Anh ta đây rồi, anh ta đang nhìn tôi rõ mồn một, nhìn tôi và nhận ra tôi đầy khiếm khuyết.

Tôi vờ đọc bài báo nhưng thật ra suốt thời gian nhìn ngắm đôi mắt xám ấy, tôi chỉ muốn tìm một manh mối nào đó lý giải vì sao anh ta không phải là người dành cho tôi – như những lời anh ta nói. Rồi bỗng dưng mọi thứ bừng lên. Anh ta quá rạng ngời. Chúng tôi ở hai thái cực khác nhau, hai thế giới khác nhau. Tôi bỗng nhận ra mình như Icarus nên tất yếu sẽ gãy cánh, sẽ bốc cháy. Anh ta có lý. Anh ta không phải người đàn ông của tôi. Đó chính là điều anh ta muốn nói và từ chối thì dễ dàng hơn chấp nhận… hầu như là vậy. Tôi có thể hiểu được điều đó. Tôi đã hiểu.

"Hay quá, Kate." Tôi cố nói. "Tớ học bài đây." Từ giờ, tôi sẽ không nghĩ về anh ta thêm lần nào nữa, tự thề với chính mình như thế, tôi mở sách ra và bắt đầu đọc.

CHỈ ĐẾN KHI ĐÃ nằm trên giường, cố thả mình vào giấc ngủ, tôi mới để những ý nghĩ lan man về buổi sáng kỳ lạ ấy. Tôi loay hoay với điều anh ta nói *Tôi không chơi trò bạn gái.* Tôi tự tức mình đã không phát hiện ra điều đó trước khi nằm gọn trong tay anh ta và rung động đến từng chân tơ kẽ tóc, van nài anh ta hôn mình. Lúc đó, anh ta đã nói như thế và còn lặp lại sau đó nữa. Anh ta không hề muốn tôi như bạn gái. Tôi cũng muốn nghĩ cho mình. Biết đâu anh ta có lời nguyện không kết hôn. Tôi nhắm mắt lại và bắt đầu lơ lửng. Có thể anh ta bảo vệ chính anh ta đấy. *Ừ, không phải cậu.* Tiềm thức đang chìm dần vào giấc ngủ cũng cố nói vớt vát một câu.

Đêm đó, tôi mơ thấy đôi mắt xám. Tôi chạy qua những vùng tối đen có những dải ánh sáng kỳ bí. Tôi không biết mình đang lao đến hay đang chạy khỏi nó… tôi không rõ nữa.

Tôi buông bút. Kết thúc. Chấm dứt kỳ thi. Ngoác miệng cười như mèo Cheshire[1], nụ cười, có lẽ là đầu tiên của tôi trong suốt tuần vừa qua. Hôm nay là thứ Sáu và chúng tôi sẽ ăn mừng. Thậm chí sẽ uống. Tôi chưa từng uống rượu. Tôi nhìn sang phòng thi của Kate, cô nàng đang cắm mặt viết như điên, năm phút nữa hết giờ. Vậy là xong, kết thúc sự nghiệp học hành. Sẽ không bao giờ còn phải ngồi ngay hàng lo lắng và đơn độc trong phòng thi nữa. Trong thâm tâm, tôi chỉ muốn nhảy lộn vòng mấy cái cho hả và biết rằng chỉ có ở đây tôi mới được lộn vòng. Kate ngừng viết, buông bút, ngó sang tôi, tôi cũng bắt gặp đúng cái cười toét miệng kiểu mèo Cheshire của Kate.

Chúng tôi cùng về nhà trên chiếc Mercedes, không nói gì về bài thi cuối khóa. Kate đang bận tâm chuyện sẽ mặc gì để đi bar tối nay. Tôi bận lục tìm chìa khóa trong ví.

"Ana, có bưu phẩm cho cậu." Kate đứng trên thềm cửa, cầm một gói giấy nâu. *Kỳ lạ.* Gần đây tôi có đặt hàng gì của Amazon đâu. Kate đưa tôi gói giấy và lấy chìa khóa cửa. Đúng là gửi đến Anastasia Steele. Không có tên và địa chỉ người gửi. Có thể là của mẹ hay dượng Ray.

"Chắc người nhà tớ gửi."

---

1. Tên nhân vật *chú mèo có nụ cười rất rộng* trong truyện *Alice ở xứ sở thần tiên*.

"Thì mở ra xem." Kate hứng chí ngó sang nhà bếp có chai sâm-banh-hu-ra-mừng-thi-xong.

Tôi mở bọc giấy, một hộp da chứa ba cuốn sách bìa vải đã cũ nhưng lành lặn, kiểu dáng rất đặc biệt lộ ra, kèm theo một lá thiếp trắng. Ở một góc tờ giấy có những dòng chữ viết tay nắn nót:

*Sao không nói với con rằng ở đó nguy hiểm?*
*Vì sao không cảnh báo con?*
*Phụ nữ biết cách tự vệ nhờ họ đọc tiểu thuyết,*
*những cuốn sách cho họ biết các mánh khóe…*

Tôi nhận ra đó là đoạn trích dẫn từ *Tess*. Tôi giật mình bởi sự trùng hợp này, tôi vừa trải qua ba tiếng đồng hồ viết về tiểu thuyết của Thomas Hardy cho bài thi cuối khóa. Có lẽ không phải là trùng hợp… có lẽ đây là sự sắp đặt. Tôi săm soi ba tập *Tess of the d'Ubervilles*. Ở bìa trước của một cuốn có dòng chữ, viết theo tuồng chữ cổ:

London: Jach R. Olgood, McIloaine và Co., 1891.

Trời ơi, bản đầu tiên. Ba cuốn sách này đáng giá một đống tiền, ngay lập tức, tôi hiểu ra ai là người gửi. Kate nhìn mấy cuốn sách qua vai tôi. Cô ấy nhặt tờ thiếp lên.

"Bản in đầu." Tôi thì thầm.

"Không." Kate trợn mắt không tin nổi những gì mình thấy. "Grey?"

Tôi gật đầu. "Tớ chẳng nghĩ ra có thể là ai khác."

"Ý tấm thiếp này là sao?"

"Tớ không biết. Tớ nghĩ đó là lời cảnh báo thẳng thắn, anh ta muốn khuyên tớ nên giữ khoảng cách. Mặc dù tớ chẳng hiểu tại sao. Đâu có vẻ gì là tớ đang gõ cửa nhà anh ta." Tôi nhăn mặt.

"Tớ biết cậu không muốn nói về anh ta, Ana, nhưng anh ta thật sự mê mệt cậu rồi. Dù cảnh báo hay không."

Tôi đã không để mình sa đà vào để tài Christian Grey cả tuần nay. Thôi được... đôi mắt xám vẫn ám ảnh những giấc mơ của tôi và tôi biết có thể mãi mãi cũng không bôi xóa được khỏi trí nhớ cảm giác của đôi tay anh ta riết quanh người mình và mùi cơ thể tuyệt diệu. Tại sao anh ta lại gửi tôi sách? Anh ta muốn nói với tôi rằng tôi không dành cho anh ta đây mà.

"Tớ thấy một bộ *Tess* bản đầu, bán giảm giá ở New York, mười bốn nghìn đô la. Bộ này tình trạng còn tốt, chắc chắn phải đắt hơn." Kate đang tư vấn quân sư Google.

"Trích dẫn này ở đoạn Tess nói với mẹ khi sau khi đã sập bẫy Alec d'Uberville."

"Tớ thấy rồi." Kate thì thầm. "Ý anh ta là sao?"

"Tớ không biết. Tớ không quan tâm. Tớ sẽ không nhận quà của anh ta. Tớ sẽ gửi trả lại, kèm một câu trích dẫn bí hiểm trong đoạn nào đó ít người biết."

"Lấy đoạn Angel Clare nói cút đi ấy." Kate vờ lạnh lùng.

"Chính thế." Tôi bật cười. Tôi yêu Kate, chỉ cô ấy hiểu tôi. Tôi gói mấy cuốn sách lại, vứt trên bàn ăn. Kate đưa tôi ly sâm banh.

"Mừng kết thúc kỳ thi và cuộc sống mới ở Seattle." Kate cười rạng rỡ.

"Mừng kết thúc kỳ thi, mừng cuộc sống mới ở Seattle và kết quả xuất sắc." Chúng tôi chạm cốc và uống.

QUÁN BAR ỒN ÀO và cuồng nhiệt, đầy những người sắp tốt nghiệp túa đến để bùng nổ. José nhập bọn với chúng tôi. Cậu ấy sẽ không tốt nghiệp nhưng tinh thần tiệc tùng thì vẫn có, cậu giúp chúng tôi khám phá sự tự do mới tìm thấy bằng cách mua cocktail margarita cho cả bọn. Hết ly thứ năm, tôi biết sâm banh không phải là ý hay.

"Từ giờ thế nào, Ana?" José cố hét vào tai tôi át tiếng ồn.

"Kate và tớ sẽ chuyển đến Seattle. Bố mẹ Kate đã mua cho cô ấy một căn hộ nhỏ ở đó."

"*Dios mio*, cuộc sống mới bắt đầu. Nhưng cậu sẽ trở lại vào buổi triển lãm của tớ chứ?"

"Tất nhiên rồi José. Làm sao tớ bỏ lỡ được." Tôi mỉm cười. José choàng tay qua eo tôi, kéo lại gần bên cậu.

"Điều đó rất có ý nghĩa với tớ, Ana." Cậu thì thầm. "Một ly nữa nhé?"

"José Luis Rodriguez, cậu đang phục rượu tớ đấy hả? Hình như có hiệu quả đấy." Tôi cười phá lên. "Hay tụi mình uống bia đi. Tớ sẽ lấy cho mỗi người một ly."

"Lấy thêm đi, Ana." Kate hét lên.

Kate oai vệ như một nữ hoàng, tay choàng qua Levi, cậu bạn lớp tiếng Anh cũng là người thường xuyên chụp ảnh cho tờ báo sinh viên. Cậu đã thôi chụp mấy vụ say xỉn xung quanh, trong mắt cậu giờ chỉ có Kate. Kate mặc chiếc áo hai dây bé xíu, quần jeans bó, giày cao gót, tóc buộc cao, những lọn xoăn ôm lấy gương mặt và vẻ ấn tượng thường nhật của cô ấy. Còn tôi, vẫn là kiểu các cô Converse với áo thun, chỉ khác là tôi mặc chiếc jean đẹp nhất. Tôi gỡ tay José ra và đứng lên.

Ối. Quay cuồng.

Tôi chộp lấy lưng ghế. Cocktail pha tequila rõ ràng không phải ý hay.

Tôi tìm đường đến được quầy bar và quyết định nên ghé qua nhà vệ sinh khi vẫn còn đứng được trên chân. *Ý hay, Ana*. Tôi lảo đảo len qua đám đông. Tất nhiên phải xếp hàng, nhưng ít nhất hành lang yên lặng và dễ chịu hơn bên trong. Tôi nghịch điện thoại cho qua thời gian chờ xếp hàng. *Hmmm… người cuối mình gọi là ai?* Chắc là José? Trước đó, một số lạ. A, rồi. Grey, tôi cười khan, chắc số anh ta rồi. Tôi không biết mấy giờ; có lẽ tôi sẽ dựng anh ta dậy. Có lẽ anh ta sẽ nói cho tôi biết tại sao lại gửi mấy cuốn sách và lời nhắn mập mờ kia. Nếu muốn tôi tránh xa, anh ta nên để tôi yên. Tôi cố nén một nụ cười trong trạng thái lơ mơ và nhấn nút gọi. Anh ta trả lời sau tiếng chuông thứ hai.

"Anastasia?"

Anh ta có vẻ ngạc nhiên vì tôi gọi. Tôi còn ngạc nhiên kinh khủng hơn. Đầu óc ngây ngất của tôi bỗng phát giác ra… làm sao anh ta biết là mình?

"Sao lại gửi sách cho tôi?" Tôi lầu bầu.

"Anastasia, cô ổn không? Giọng cô nghe rất lạ." Anh ta hỏi đầy quan tâm.

"Không phải tôi, anh mới lạ." Thế, phải nói với anh ta thế, rượu khiến tôi mạnh mẽ hơn rất nhiều.

"Anastasia, cô uống rượu à?"

"Việc gì đến anh."

"Tôi… tò mò. Cô đang ở đâu?"

"Ở bar."

"Bar nào?" Anh ta có vẻ bực.

"Một bar ở Portland."

"Cô về nhà bằng cách nào?"

"Tôi sẽ tìm ra cách." Cuộc nói chuyện không như tôi mong đợi.

"Cô đang ở bar nào?"

"Tại sao lại gửi sách cho tôi, Christian?"

"Anastasia, cô đang ở đâu? Nói ngay." Giọng anh ta nghe rất… rất độc đoán, vẫn cỗ máy kiểm soát như mọi khi. Tôi tưởng tượng anh ta như mấy tay đạo diễn phim thời xưa, chân mang bốt cưỡi ngựa, một tay cầm điện thoại kiểu cổ và một tay cầm roi ngựa. Hình ảnh đó khiến tôi phá ra cười.

"Anh đúng là… độc đoán." Tôi cười rú lên.

"Ana, làm ơn, cô đang ở cái chỗ quái nào thế?"

Christian Grey đang mắng tôi cơ đấy. Tôi cười lần nữa.

"Tôi ở Portland… nơi rất xa Seattle."

"Portland, chỗ nào?"

"Ngủ ngon, Christian."

"Ana."

Tôi cúp máy. Ha! Nhưng anh ta vẫn chưa nói gì về mấy cuốn sách. Tôi nhăn nhó. Nhiệm vụ chưa hoàn thành. Tôi thật sự khá say – đầu tôi bập bềnh khó chịu khi tiến vào hàng. Mục đích của lần tập dượt này là uống say. Tôi đã thành công. Điều này giống như – *có lẽ không phải là một kinh nghiệm lặp lại.* Hàng người lại tiến lên và giờ đến lượt tôi. Tôi nhìn vô hồn vào tấm poster khuyến khích tình dục an toàn sau cửa phòng vệ sinh. Trời ạ, mình vừa gọi cho Christian Grey? Khốn thật! Điện thoại đổ chuông làm tôi muốn nhảy dựng dậy và hắng lên ngạc nhiên.

"Chào." Tôi ngại ngần thốt ra lời chào trong điện thoại, không thể tin vào điều này.

"Tôi sắp đến chỗ cô." Anh ta nói rồi cúp máy. Chỉ có giọng Christian Grey mới có thể nghe vừa rất ấm áp vừa đầy đe dọa như thế.

*Trời ạ.* Tôi kéo quần jeans lên. Đầu óc ong ong. Đến gặp tôi á? *Ồ, không.* Mình sắp ngã bệnh, không, mình vẫn ổn. Cúp máy. Anh ta làm tôi rối tinh lên. Tôi có nói với anh ta tôi ở đâu đâu. Anh ta không thể tìm thấy tôi ở đây được. Hơn nữa, mất mấy giờ đồng hồ để đi từ Seattle đến đây, lúc đó thì tôi đã đi từ lâu rồi. Tôi rửa tay và soi mặt mình trong gương. Mặt tôi đỏ hồng và lờ đờ một chút. *Hmm… tequila.*

Tôi đợi ở quầy bar một lúc lâu bằng mười thế kỷ để lấy bia và lần lượt bưng về bàn. Kate cằn nhằn.

"Cậu đi lâu quá. Đi đâu thế?"

"Xếp hàng vào nhà vệ sinh."

José và Levi đang cãi nhau rất hăng về đội bóng rổ địa phương. José tạm ngừng tranh luận để rót bia cho mọi người. Tôi uống một hơi.

"Kate, tớ sẽ ra ngoài một chút cho thoáng."

"Ana, tửu lượng cậu quá kém."

"Chỉ năm phút thôi."

Tôi lại len qua đám đông lần nữa, bắt đầu thấy buồn nôn, đầu quay vòng vòng khó chịu và chân đứng không vững. Lảo đảo hơn tôi tưởng.

Không khí buổi tối mát mẻ ở bãi giữ xe khiến tôi nhận ra mình say đến mức nào. Thị giác lờ đờ, tôi bắt đầu nhìn một hóa hai như trò mèo đuổi chuột trong phim hoạt hình *Tom và Jerry*. Tôi thấy sắp ốm đến nơi. Sao tôi lại làm mình thê thảm thế này?

"Ana." José đang bước tới gần tôi. "Cậu ổn không?"

"Có lẽ tớ uống hơi nhiều." Tôi cười yếu ớt với José.

"Tớ cũng thế." Cậu thì thầm, đôi mắt đen nhìn tôi âu yếm. "Dựa vào tay tớ đi." Cậu bước đến gần, vòng tay quanh người tôi.

"José, tớ không sao. Tớ cũng có tay." Tôi yếu ớt cố đẩy cậu ra.

"Ana, xin cậu." José thì thầm, giữ chặt cả hai tay, kéo tôi lại gần.

"José, làm gì thế?"

"Cậu biết tớ thích cậu mà, làm ơn." Một tay José ôm lấy eo tôi, cố kéo tôi đang chống cự về phía cậu, tay kia trên cằm, ngả đầu tôi ra sau. *Khốn kiếp, cậu ta sắp hôn mình.*

"Không, José. Dừng lại, không." Tôi đẩy cậu ra nhưng José như một bức tường cơ bắp rắn rỏi, tôi không thể ngăn cậu được. Tay cậu luồn ra tóc tôi, giữ chặt đầu tôi lại.

"Xin em, Ana, *carino.*" Cậu thì thầm trên môi tôi. Hơi thở nhẹ và có mùi rất ngọt – mùi của margarita và bia. Cậu đưa những nụ hôn dịu dàng từ hàm lên miệng tôi. Tôi sợ, say và mất tự chủ. Cảm giác ngộp thở.

"José, không." Tôi nài nỉ. *Mình không muốn thế.* Cậu ấy là bạn tôi và tôi sắp đánh mất điều đó.

"Tôi nghĩ cô gái đã nói không." Một giọng nói bỗng vang lên trong bóng tối. Trời ơi! Christian Grey, anh ta ở đây. Làm thế nào? José buông tôi ra.

"Grey." Cậu thốt lên cộc lốc. Tôi căng thẳng nhìn sang Christian. Anh ta nhìn José rực lửa, anh ta nổi giận. Oái. Bao tử tôi nấc lên một tiếng. Tôi oặt người xuống, cơ thể bắt đầu phản ứng với cồn, tôi nôn ào ra đất.

"Á, *dios mio*, Ana!" José nhảy lui hoảng hốt. Grey vén lấy tóc tôi, giữ cho không quệt xuống đất rồi nhẹ nhàng đưa tôi sang rìa bãi xe, chỗ bệ trồng hoa. Tôi nhớ điều đó, với lòng biết ơn sâu sắc, tất cả xảy ra gần như trong bóng tối.

"Nếu cô muốn nôn nữa thì cứ nôn đi, tôi giữ đây rồi."

Anh ta choàng tay qua vai tôi, tay còn lại giữ lấy đuôi tóc ở lưng để tóc không xòa xuống mặt. Tôi vụng về đẩy anh ta ra nhưng rồi lại nôn lần nữa… lại lần nữa. *Khốn kiếp… bao giờ thì chuyện này kết thúc?* Đến tận khi bao tử rỗng rang, không còn gì để trào ra nữa, tôi vẫn oằn mình với những cơn nấc khan khủng khiếp. Tôi tự thề sẽ không bao giờ uống rượu nữa. Không lời nào có thể diễn tả được tình cảnh này. May sao cuối cùng, mọi chuyện cũng chấm dứt.

Tôi chống tay lên bệ hoa bằng gạch, cố giữ mình đứng vững. Những trận nôn khiến tôi kiệt sức. Grey đã buông tôi ra, anh ta đưa tôi một chiếc khăn tay. Có lẽ chỉ anh ta mới có loại khăn tay vải tinh tươm thêu ở góc. *CTG.* Tôi còn không biết là người ta vẫn có thể mua những loại khăn thế này. Khi lau miệng, tôi cứ thắc mắc *T* tượng trưng cho chữ gì. Tôi không thể trân mình nhìn anh ta được. Tôi dầm dề xấu hổ, tự mình làm nhục mình. Tôi muốn bụi hoa nuốt chửng mình đi hay ước gì mình ở đâu cũng được, miễn không phải ở đây.

José vẫn còn lần chần ở lối vào bar, nhìn chúng tôi. Tôi rên rỉ, ôm lấy đầu. Có lẽ đây là khoảnh khắc tệ hại có một không hai trong cuộc đời tôi. Đầu óc tôi bập bềnh khi nghĩ đến một chuyện còn tồi tệ hơn – tôi chỉ có thể nhờ vào sự giúp đỡ của Christian, người đã từng từ chối tôi – và như vậy, càng thêm lớp lớp ê chề phủ lên nỗi nhục nhã của tôi. Tôi liều ngước nhìn Grey. Anh ta đang nhìn xuống tôi, khuôn mặt lạnh tanh, chẳng thể hiện điều gì rõ ràng. Tôi quay sang José, mặt cậu ngượng nghịu cũng như tôi, xấu hổ với Grey. Tôi nhìn cậu. Tôi biết nói gì với người tạm gọi là bạn đây, càng không có lời nào có thể lặp lại với Christian Grey, CEO. *Ana, cậu muốn đùa với ai? Anh ta vừa thấy cậu lăn lộn dưới đất và trên bồn hoa. Những hành vi chẳng hay hớm gì của cậu chẳng còn gì mà giấu giếm nữa.*

"Tớ sẽ ưmm… gặp cậu trong kia." José nói nhưng cả hai chúng tôi đều lờ đi, cậu lẩn nhanh vào trong. Chỉ còn mình tôi và Grey. Khỉ thật. Nói gì với anh ta đây? Xin lỗi về cuộc điện thoại vậy.

"Tôi xin lỗi." Tôi lí nhí, mắt nhìn chiếc khăn tay và thấy ái ngại vô kể cho mấy ngón tay mình. *Nó mềm mại quá.*

"Cô xin lỗi gì, Anastasia?"

Rồi, anh ta đang muốn đòi lại món nợ khốn kiếp đầy mà.

"Chủ yếu vì cuộc gọi. Vì đã nôn. Ơ, cả một danh sách." Tôi lí nhí, cảm thấy mình đang đỏ ửng lên. *Làm ơn, làm ơn, mình chết luôn bây giờ được không?*

"Tất cả chúng ta đều đã ở đây rồi, có thể không đến mức như cô nói." Anh ta lạnh lùng. "Cần biết giới hạn của mình, Anastasia. Ý tôi là cứ trải nghiệm nhưng thế này rất khó chấp nhận. Đây có phải là thói quen của cô không?"

Đầu tôi muốn nổ tung bởi quá chén và nỗi khó chịu. Làm cái quái gì với anh ta đây? Tôi có mời anh ta đến đâu. Anh ta nói chuyện như một ông già trung niên mắng mỏ đứa con nít hư hỏng. Một phần trong tôi muốn phản ứng rằng nếu tôi có uống như thế này mỗi đêm thì đó là quyết định của tôi, không việc gì đến anh ta – nhưng tôi không dám. Đây có phải lần đầu tôi thấy buồn nôn trước mặt anh ta đâu. Sao anh ta vẫn đứng đó?

"Không." Tôi ân hận nói. "Tôi chưa uống bao giờ và bây giờ cũng không muốn lặp lại chuyện này."

Tôi chỉ không hiểu vì sao anh ta ở đây. Tôi cảm thấy mình đang lả đi. Anh ta nhận ra cơn choáng và kịp giữ lấy tôi trước khi tôi ngã xuống, đỡ lấy tôi và giữ chặt tôi trước ngực như đứa bé.

"Đi nào, tôi đưa cô về." Anh ta bảo.

"Tôi phải nói với Kate đã."

*Mình lại ở trong tay anh ấy.*

"Anh trai tôi sẽ nói với cô ấy."

"Sao cơ?"

"Anh trai tôi, Elliot, đã đi tìm cô Kavanagh rồi."

"Ô?" Tôi vẫn chưa hiểu.

"Anh ấy ở chỗ tôi khi cô gọi."

"Ở Seattle á?" Tôi bối rối.

"Không, tôi ở Heathman."

*Vẫn ở đó ư? Tại sao?*

"Sao anh tìm thấy tôi?"

"Tôi truy theo điện thoại di động của cô, Anastasia."

Ồ, vậy là anh làm thế. Làm sao nhỉ? Làm vậy có hợp pháp không? *Kẻ giấu mặt*, Tiềm Thức thì thào qua đám mây tequila bồng bềnh trong đầu tôi nhưng cũng có thể bồng bềnh bởi anh ta, tôi không bận tâm.

"Cô có mang áo khoác hay ví không?"

"Àaaa…, có, cả hai. Christian, làm ơn, tôi phải báo với Kate. Cô ấy sẽ lo." Miệng mím thành một đường thẳng, anh thở hắt ra. "Được thôi."

Anh để tôi đứng vững rồi nắm tay, dẫn tôi trở lại bar. Tôi rất mệt, say khướt, bấn loạn, kiệt sức, xấu hổ và trong trạng thái rung động kỳ lạ. Tay anh đang giữ tay tôi – những luồng cảm xúc tán loạn. Tôi sẽ mất cả tuần để hiểu được những cảm giác này.

Bar ầm ĩ và đông nghịt, ban nhạc đã bắt đầu chơi, đám đông tụ tập ngoài sàn nhảy. Kate không có ở bàn. José cũng biến mất. Còn mỗi Levi có vẻ lạc lõng và tuyệt vọng.

"Kate đâu?" Tôi hét hỏi Levi. Đầu tôi nặng trịch theo tiếng bass ầm ầm.

"Đang nhảy." Levi gào lên và tôi dám chắc anh ta đang điên tiết. Anh ta nhìn Christian dò xét. Tôi lấy chiếc áo khoác đen và tròng chiếc túi nhỏ qua đầu, khoác lên vai, chiếc túi vừa vặn ngay hông. Tôi đã có thể rời khỏi đây sau khi tìm Kate.

Tôi chạm vào tay Christian, tựa vào anh và hét vào tai: "Cô ấy ở sàn nhảy", tóc anh lướt qua mũi tôi, tôi ngửi thấy mùi sạch và mát. Mặc cho những cấm cản, cảm giác lạ lùng mà tôi đã tránh né bỗng lại xuất hiện và chạy lồng lên trong cơ thể kiệt quệ của tôi.

Tôi đỏ mặt, ở nơi nào đó, sâu, rất sâu bên dưới, những cơ bắp nghiến thắt lại ngon lành.

Anh quan sát tôi một lượt, nắm lấy tay tôi lần nữa rồi hướng về quầy bar. Anh được phục vụ gần như tức khắc mà không phải nhờ đến Ngài Cỗ Máy Kiểm Soát Grey. Có phải mọi chuyện xảy ra với anh ta đều dễ dàng? Tôi không nghe được anh yêu cầu gì. Anh ta đưa tôi một cốc nước đá to.

"Uống đi." Anh ta gào to lên ra lệnh.

Những quả cầu đèn bắt đầu xoay tròn, đang chuyển nhạc, ánh đèn màu kỳ quái và những bóng đen đổ xuống quầy bar và đám đông. Anh ta liên tục chuyển màu xanh, xanh lá, trắng rồi đỏ rực. Anh ta vẫn nhìn tôi chăm chăm. Tôi nhấp một ngụm.

"Uống hết." Anh lại gào lên.

Thật độc đoán. Anh ta đưa tay vuốt mái tóc rối, có vẻ không hài lòng và giận dữ. Có vấn đề gì với anh ta thế? Bị một đứa con gái ngớ ngẩn dựng dậy lúc nửa đêm nên anh ta nghĩ con bé cần phải được cứu giúp. Rồi phát hiện ra nó bên một tên bạn si tình. Sau đó chứng kiến nó quằn quại dưới chân anh ta. *Trời, Ana... mình có vượt qua nổi nỗi nhục nhã này không?* Tiềm Thức hứ lên một tiếng điệu đàng rồi nhìn tôi bực bội qua cặp kính nửa vầng trăng. Tôi hơi lảo đảo, anh ta đặt tay lên vai để giữ tôi vững. Tôi uống hết ly nước như anh bảo và thấy buồn nôn. Anh tước ly nước trên tay tôi, đặt trả lại quầy bar. Tôi khật khừ nhận ra anh ta mặc một chiếc sơ mi linen trắng, rộng rãi, quần jeans ôm, đôi giày Converse đen, áo khoác mỏng màu tối. Áo sơ mi không gài cúc cổ lòa xòa mấy sợi tóc. Theo quan sát nhập nhòe của tôi, trông anh ấy tuyệt ngon.

Anh lại nắm tay tôi lần nữa. *Ôi trời* – anh ta dẫn tôi ra sàn nhảy. Chết thật. Tôi không biết nhảy. Anh ta cảm nhận được sự miễn cưỡng ấy, trong ánh đèn màu tôi thấy anh ta mỉm cười thích thú, giễu cợt. Anh kéo tôi lại, ôm ghì vào lòng rồi bắt đầu lắc lư, cơ thể tôi cũng chuyển động theo. Oái, anh ta bắt đầu nhảy và tôi không thể tin nổi mình đang lắc lư theo, bước rồi bước. Có thể vì say nên tôi làm được thế. Anh vẫn giữ chắc tôi bên anh, cơ thể anh bên cơ thể tôi… nếu anh không ghì chặt tôi thế này, tôi chắc mình sẽ mềm nhũn ra dưới chân anh. Từ sâu thẳm, lời cảnh báo của mẹ tôi lên tiếng: *Đừng bao giờ tin tưởng đàn ông biết khiêu vũ.*

Anh ta đưa chúng tôi qua đám đông nhảy nhót, tiến dần sang bên kia sàn nhảy, rồi đến được chỗ Kate và Elliot, anh trai Christian. Nhạc vẫn ầm ầm, điên cuồng và mơ hồ, bên ngoài và bên trong đầu tôi. Ôi không. *Kate đang uốn éo.* Cô ấy đang nhảy và chỉ khi nào thích ai đó, thật sự thích, Kate mới làm thế. Thế có nghĩa là bữa sáng mai sẽ có ba người. *Kate.*

Christian chồm sang nói vào tai Elliot. Tôi không nghe được họ nói gì. Elliot cao, vai rộng, tóc vàng dợn sóng, ánh mắt sáng tinh quái. Elliot cười tươi, kéo Kate vào lòng và chắc cô ấy sẽ rất vui vẻ được… *Kate!* Ngay cả trong tình trạng say rượu, tôi vẫn bị sốc. Cô ấy chỉ mới gặp anh ta thôi mà. Cô ấy gật gù liên tục trước mỗi lời Elliot nói, cười với tôi và vẫy tay. Christian mất gấp đôi thời gian ban nãy mới đưa được chúng tôi ra khỏi sàn nhảy.

Nhưng tôi vẫn chưa nói gì với cô ấy cả. Thế có được không nhỉ? Tôi đoán chuyện gì sắp xảy ra giữa cô ấy và anh ta. *Mình cần phải nói về chuyện tình dục an toàn.* Trong thâm tâm, tôi mong Kate đọc được một trong những poster phía sau cánh cửa nhà vệ sinh. Những ý nghĩ xẹt qua trong đầu, xé toạc cơn say và cảm giác ngây ngất. Ở đây thật ấm áp, thật ầm ĩ, thật nhiều màu sắc – sáng quá. Đầu tôi bắt đầu dập dềnh, ôi không... tôi cảm thấy sàn nhà càng lúc càng gần mặt mình hơn, hay chỉ là cảm giác. Điều cuối cùng tôi nghe thấy trước khi đổ ập vào tay Christian Grey là thán ngữ.

"Khốn kiếp!"

# Chương năm

Không gian yên lặng tuyệt đối trong ánh đèn hắt chút ánh sáng dịu dàng. Hmm... Choàng mở mắt, trong một chốc tôi cảm thấy an lành và khoan khoái trên chiếc giường êm ấm, quan sát xung quanh căn phòng lạ. Tôi chẳng biết mình đang ở đâu. Đầu giường có hình bán nguyệt, ngờ ngợ như đã thấy ở đâu. Căn phòng rộng, thoáng, đồ gỗ sáng bóng nước gỗ nâu, vàng và xám. Chắc chắn tôi đã thấy căn phòng này đâu đó. Ở đâu? Đầu óc lơ mơ của tôi bỗng lóe lên một ký ức thị giác. Á. Tôi đang ở Khách sạn Heathman… phòng cao cấp. Tôi đang ở trong căn phòng tương tự căn phòng với Kate. Phòng này lớn hơn. Ối, không. Phòng của Christian Grey. Sao tôi ở đây?

Những mảnh ký ức chắp vá của đêm qua từ từ diễn lại. Cuộc rượu – *ôi không, rượu* – cú điện thoại – *á, điện thoại* – trận nôn – *húc, vụ nôn ọe*. José, rồi Christian. *Ôi không*. Tôi rên rỉ trong bụng. Tôi không nhớ mình đã đến đây. Tôi đang mặc áo thun, có áo ngực và quần lót. Nhưng không tất. Không quần jeans. *Trời đất ơi.*

Tôi nhìn sang chiếc bàn gần bên. Một ly nước cam và hai vỉ thuốc. Advil[1]. Đúng là một cỗ máy kiểm soát, anh ta không để

---

1. Tên một loại thuốc giảm co thắt, dùng sau say rượu.

lọt thứ gì. Tôi ngồi xuống, mở vỉ thuốc. Thật ra, tôi không thấy tệ lắm, có lẽ là ít tệ hơn nhiều so với những gì hôm qua đã trải qua. Nước cam ngon tuyệt. Giải cơn khát và mát rượi.

Có tiếng gõ cửa. Tim tôi muốn rớt ra ngoài, lạc cả giọng. Dù thế, cửa đã mở và anh ta đã bước vào.

Trời ạ, anh ta đang làm việc ở phòng ngoài. Grey hiện ra trong chiếc quần thun rộng, ôm lấy eo và áo thun không tay xám sẫm, tóc và áo đẫm mồ hôi. *Christian Grey ướt đẫm mồ hôi: một ý niệm kỳ quặc với tôi.* Tôi hít sâu, nhắm chặt mắt lại. Ước gì mình mới hai tuổi, khi nhắm mắt lại, mình sẽ biến mất khỏi đây.

"Chào buổi sáng, Anastasia. Cô thấy trong người thế nào?"

"Tốt hơn hôm qua." Tôi thều thào.

Tôi liếc lên nhìn anh ta. Grey đặt một cái túi siêu thị to xuống ghế rồi nắm hai tay vào hai đầu khăn lông đang choàng trên cổ. Anh ta nhìn lại tôi, đôi mắt đen vẫn u tối như mọi khi. Tôi không đoán nổi anh ta nghĩ gì. Anh ta giấu suy nghĩ và cảm xúc quá kín.

"Tại sao tôi lại ở đây?" Tôi lí nhí, đầy vẻ biết lỗi.

Anh ta ngồi xuống mép giường, đủ gần để tôi chạm vào và ngửi được mùi cơ thể. Ô... mồ hôi, sữa tắm và Christian. Một thứ cocktail say đắm – tuyệt vời hơn margarita nhiều, giờ tôi đã biết điều đó.

"Sau khi cô bất tỉnh, tôi không muốn những món nội thất bọc da trong xe khiếp vía trên đường đưa cô về nhà. Bởi vậy, tôi mang cô đến đây." Anh ta nói, không thể hiện cảm xúc gì đặc biệt.

"Anh mang tôi lên giường sao?"

"Ừ." Vẻ mặt điềm nhiên.

"Tôi có nôn nữa không?" Tôi xuống giọng.

"Không."

"Anh cởi quần áo của tôi?" Tôi thì thào.

"Ừ." Anh ta nhướng mày trong khi mặt tôi đỏ nhừ.

"Chúng ta không…?" Tôi lí nhí, cắm mắt xuống tay, miệng khô đắng, khiếp đảm không thể nói hết lời.

"Anastasia, cô bất tỉnh. Tôi không âu yếm xác chết. Người phụ nữ của tôi phải biết cảm nhận và hồi đáp." Giọng anh ta lạnh băng.

"Tôi xin lỗi."

Miệng anh ta nhếch nhẹ một nụ cười châm chọc.

"Đó là một buổi tối vô cùng thú vị. Sẽ mất khá lâu để quên đấy."

Tôi cũng thế – đồ độc ác, anh ta nhạo báng mình. Tôi có bảo anh mang tôi về đây đâu. Không hiểu tại sao tôi cảm thấy như mình là cái rốn của mọi rắc rối.

"Mấy bộ thiết bị James Bond cải tiến của anh sao không để bán đấu giá cho ai trả cao nhất mà lại truy tìm tôi." Tôi cáu kỉnh. Anh ta trừng mắt ngạc nhiên và nếu tôi không lầm, cả một chút tổn thương nữa.

"Thứ nhất, công nghệ truy tìm điện thoại đầy trên mạng. Thứ hai, công ty tôi không đầu tư hay sản xuất thiết bị theo dõi. Và thứ ba, nếu tối qua tôi không đến, sáng nay có lẽ cô đã thức dậy trên giường tay thợ chụp ảnh và như tôi còn nhớ, cô không mấy nhiệt tình trước sự nài ép của gã đó." Miệng lưỡi anh ta cay độc.

*Sự nài ép của gã đó!* Tôi liếc Christian. Anh ta vẫn nhìn tôi sắc lẻm. Tôi cố giữ miệng nhưng không kịp.

"Tối qua, anh như một hiệp sĩ từ niên đại trung cổ nào xuất hiện vậy."

Anh thay đổi thái độ rõ rệt. Đôi mắt dịu lại, vẻ mặt ấm áp, dường như trên môi còn có giấu một nụ cười.

"Anastasia, tôi không nghĩ thế đâu. Có lẽ một hắc đạo hiệp sĩ thì đúng hơn." Anh lắc đầu, cười mỉa mai. "Tối qua cô ăn gì?" Câu hỏi như lời buộc tội. Tôi lắc đầu. Tôi đã phạm phải tội lớn gì cơ? Mặt anh ta chẳng biểu hiện gì nhưng hàm đang nghiến lại.

"Cô phải ăn. Đó là lý do cô ra nông nỗi này. Đó cũng là nguyên tắc đầu tiên khi uống rượu." Anh lại lùa tay qua tóc, tôi hiểu ra anh làm thế khi thấy bực dọc.

"Anh lại cáu với tôi?"

"Tôi đang làm thế sao?"

"Tôi nghĩ vậy."

"Nếu tôi chỉ cáu thôi thì cô may đấy."

"Ý anh là sao?"

"Nghe này, nếu cô là người của tôi, cô sẽ chẳng thể ngồi dậy nổi trong một tuần, sau vụ mạo hiểm tối qua. Cô không ăn, nhậu nhẹt say xỉn và tự đẩy mình vào tình huống nguy hiểm." Anh nhắm mắt, rùng mình, mặt hằn lên nỗi sợ hãi. Mở mắt ra, anh chiếu thẳng ánh nhìn vào tôi. "Tôi không dám nghĩ chuyện gì có thể đã xảy ra cho cô."

Đến lượt tôi cáu ngược lại. Anh ta gặp phải chuyện gì thế? Thế này là thế nào với anh ta? Nếu tôi là… gì của anh ta. *À, có phải thế đâu.* Mặc dù, phần nào đó trong tôi có thầm muốn. Ý nghĩ đó cứ vút ra từ cảm giác kích ứng trước những lời ngạo mạn của anh ta. Tôi đỏ mặt không thể kiểm soát trong tiềm thức – cô ả trong chiếc váy hula đỏ chói đang đu đưa mãn nguyện theo nhạc với ý nghĩ được thuộc về anh ta.

"Tôi sẽ không sao hết. Đã có Kate."

"Và tay thợ chụp ảnh nữa." Anh ta lên giọng.

*Hmm… José dại dột.* Có vài điều tôi cần phải đối đầu với anh ta.

"José chỉ đi quá giới hạn một chút thôi." Tôi nhún vai.

"À, lần sau nếu còn đi quá giới hạn, sẽ có ai đó dạy cho cậu ta cách cư xử."

"Anh khắt khe quá đấy." Tôi hứ lên.

"Ồ, Anastasia, cô chưa biết đâu." Anh ta nheo mắt cười ranh mãnh. Không mặt nạ. Phút trước, tôi bối rối và tức tối, phút sau, tôi thấy nụ cười rạng rỡ của anh ta. *Ôi…* cửa đã mở cho tôi, với nụ cười hiếm hoi ấy. Tôi hầu như quên mất anh đang nói gì.

"Tôi phải tắm đã. Cô có muốn tắm trước không?" Anh ta nghiêng đầu, miệng vẫn cười. Nhịp tim tôi đập loạn lên, hành não quên béng nhiệm vụ phải nối các khớp thần kinh giúp tôi thở. Nụ cười mở rộng hơn, anh đưa tay lên, lướt nhẹ ngón cái từ má tôi xuống môi dưới.

"Thở đi, Anastasia." Anh thì thầm rồi quay lưng bước đi. "Bữa sáng sẽ đến mười lăm phút nữa. Cô chắc đói ngấu rồi." Anh ta bước vào nhà tắm và đóng cửa.

Tôi bật ra hơi thở nghẹn ứ nãy giờ. Vì cái quái gì mà anh ta hấp dẫn thế? Ngay bây giờ ư, tôi chỉ muốn lao đến cùng anh dưới vòi sen. Tôi chưa từng có cảm giác ấy với bất kỳ ai. Vùng da trên má, trên môi dưới, nơi ngón tay anh mơn qua cứ râm ran. Tôi bứt rứt trong nỗi… khó ở dào dạt và chòng chành. Tôi không hiểu nổi phản ứng này. *Hmm… Ham muốn.* Thế này là ham muốn. Ham muốn chính là cảm giác của tôi lúc này.

Tôi thả người xuống đám gối nhồi da mềm. *Nếu anh là của em.* Ôi, tôi sẽ làm gì để được ở bên anh ấy – người đàn ông duy nhất biết cách làm cho máu chạy rần rật khắp cơ thể tôi. Dù vậy, ở anh vẫn có điều gì đó rất nguy hiểm; anh kỹ tính, phức tạp và khó hiểu. Mới phút trước anh quay lưng với tôi, phút sau, anh tặng tôi những-cuốn-sách-mười-bốn-ngàn-đô-la, rồi truy tìm tôi bằng điện thoại như một kẻ nặc danh. Sau tất cả những sự kiện đó, tôi đã trải qua một đêm trong phòng hạng sang của khách sạn. Được an toàn. Được bảo bọc. Anh ấy ân cần đến cứu tôi khỏi mớ bòng bong nguy cơ mà tôi chưa lường hết. Anh ấy không phải là hắc đạo hiệp sĩ, mà là một hiệp sĩ áo choàng trắng, khiên giáp sáng ngời – kiểu anh hùng lãng mạn cổ điển – Sir Garwain hay Sir Lancelot.

Tôi rón rén rời khỏi giường, hấp tấp tìm quần jeans. Anh bước ra khỏi phòng tắm, ướt đẫm và lấp lánh nước trên mình, chỉ một chiếc khăn tắm quấn ngang hông, vẫn chưa cạo râu. Còn tôi, ở kia, chân trần, bộ dạng lố bịch khó coi. Anh ta ngạc nhiên thấy tôi rời giường.

"Nếu cô đang tìm quần jeans, tôi đã gửi giặt ủi rồi." Ánh mắt anh ta tối sầm. "Cô nôn đầy vào đó."

Ô – Tôi ngượng chín. Tại sao, ơ, tại sao anh ta cứ làm mình mất thăng bằng?

"Tôi đã bảo Taylor đi mua cho cô quần và giày khác rồi. Trong túi trên ghế ấy."

*Quần áo sạch*. Thêm một món quà bất ngờ.

"Ưm… Tôi sẽ đi tắm. Cảm ơn." Tôi nói. Còn có thể nói gì khác hơn. Tôi tóm lấy cái túi, tọt vào phòng tắm tránh xa sự chung đụng căng thẳng với Christian bán khỏa thân. David của Michelangelo cũng không thể hơn thế.

Phòng tắm ấm áp và đầy hơi nước. Tôi trút bỏ quần áo, nhanh chóng ngập mình dưới vòi sen, mệt lả trong dòng nước. Nước tuôn lên người, tôi ngẩng mặt đón thác nước mát mẻ. Tôi muốn Christian Grey. Tôi muốn anh ấy khủng khiếp. Chuyện rất đơn giản. Lần đầu tiên trong cuộc đời, tôi muốn được gần gũi một người đàn ông. Tôi muốn cảm nhận bàn tay, đôi môi của anh trên người mình.

Anh ta nói thích kiểu phụ nữ biết cảm nhận. *Và có thể anh ấy cũng chưa từng phát lời nguyện độc thân.* Nhưng anh ấy không ve vãn tôi như Paul hay José. Tôi không hiểu. Anh ấy có khao khát tôi không? Tuần trước, anh ấy cũng không hôn tôi. Tôi quá tầm thường với anh ấy ư? Và mặc dù hiện giờ tôi đã ở đây, anh ấy đưa tôi đến đây, tôi vẫn không hiểu đây là trò chơi gì. Anh ấy nghĩ thế nào? *Cậu đã ngủ trên giường anh ấy cả đêm và anh ta không hề đụng chạm gì cậu, Ana. Nghĩ kỹ đi.* Tiềm Thức hất cái mặt xấu xí, đanh đá lên. Tôi lờ ả đi.

Nước ấm và dịu dàng. *Hmm...* Tôi có thể đứng dưới vòi sen này, trong phòng tắm này, mãi mãi. Tôi với lấy chai sữa tắm, nó có mùi của anh. Cái mùi ngon lành. Tôi thoa lên người, vui thích nghĩ rằng đó là anh – chính anh, bàn tay với những ngón dài, đang mơn man mùi hương tuyệt diệu này lên người tôi, ngực, bụng, giữa hai đùi. *Ô!* Nhịp tim tôi lại đập mạnh. Cảm giác này... quá tuyệt.

"Bữa sáng đến rồi." Anh gõ cửa phòng tắm, giục giã.

"V... vâng." Câu trả lời đột ngột bật lên, tàn nhẫn lôi tôi ra khỏi giấc mơ êm đềm.

Tôi bước ra khỏi vòi sen, với lấy hai chiếc khăn lông. Một chiếc để cuộn tóc vào, quấn lại theo kiểu Carmen Miranda. Chiếc còn lại, tôi lau sơ sài, cố nén khoái cảm khi chiếc khăn chà xát với làn da bỗng quá nhạy cảm của mình.

Tôi mở chiếc túi đựng quần jeans. Taylor không chỉ mua quần jeans và đôi giày Converse mới mà cả một chiếc sơ mi xanh nhạt, tất và đồ lót. Đồ lót sạch – miêu tả những món đồ xinh xắn này theo cách thông thường và thực dụng quả không công bằng. Chúng được thiết kế tinh tế kiểu châu Âu. Những chi tiết trang trí và đăng ten cũng theo tông xanh nhạt. Wow. Tôi kinh ngạc và hơi giật mình bởi những món đồ lót. Chưa hết, chúng vừa khít. Mà tất nhiên rồi, phải vừa thôi. Tôi đỏ mặt khi tưởng tượng cảnh Ngài Đầu Đinh trong cửa hàng đồ lót. Không hiểu bảng mô tả công việc của anh ta còn ghi khoản nào kiểu này nữa không.

Tôi mặc nhanh quần áo. Toàn bộ đều vừa khít. Tôi lau qua quít và tuyệt vọng cố chải tóc vào nếp nhưng như mọi khi, tóc tôi vẫn bất hợp tác và lựa chọn duy nhất là tìm dây để buộc lại, mà tôi thì chẳng có chiếc buộc tóc nào. Có thể trong ví còn một chiếc, đâu đó. Tôi hít vào một hơi. Đến lúc phải đụng mặt Quý Ngài Bối Rối.

Phòng ngủ trống không, tôi thấy yên tâm đôi chút. Tôi vội vã lục tìm chiếc ví – nhưng nó không có ở đây. Lại hít vào một hơi nữa, tôi lần bước sang phòng khách. Phòng rộng mênh mông. Khu vực tiếp khách xa xỉ và sang trọng, những chiếc ghế sofa tròn căng và vải bọc mềm mại, một chồng sách to tướng trên chiếc bàn cà phê tinh xảo, khu vực làm việc có một chiếc iMac đời mới nhất và một ti vi màn hình plasma khổng lồ treo trên tường. Christian đang ngồi đọc báo ở bàn ăn, tại đầu kia của căn phòng. Căn phòng rộng như sân tennis hoặc cỡ đó, không phải tôi chơi tennis mà đã thấy Kate ở đó mấy lần. *Kate!*

"Chết rồi, Kate!" Tôi la lên. Christian nhìn tôi lom lom.

"Cô ấy biết cô đang ở đây và vẫn còn sống. Tôi đã nhắn tin với Elliot." Anh ta đáp có vẻ hài hước.

*Ôi, không.* Tôi nhớ vũ điệu cuồng nhiệt của Kate tối qua. Cô nàng thực hiện những chuyển động đặc trưng ấy với tất cả nỗ lực quyến rũ anh trai của Christian, không hơn không kém.

Biết tôi đang ở đây, Kate sẽ nghĩ gì? Tôi chưa bao giờ ngủ bên ngoài. Cô ấy vẫn ở bên Elliot. Trước đây, Kate đã có hai lần như thế, kết quả cả hai lần là tôi đều phải chịu đựng bộ pyjama hồng xấu xí cả tuần. Cô ấy sẽ nghĩ rằng tôi cũng vừa có chuyện tình một đêm.

Christian nhìn tôi một cách kẻ cả. Anh ta mặc sơ mi trắng, cổ và ống tay áo vẫn chưa lật.

"Ngồi đi." Anh ra lệnh, chỉ tôi một chỗ ở bàn ăn. Tôi băng qua phòng, ngồi đối diện anh như được bảo. Thức ăn ngập bàn.

"Không biết cô thích ăn gì nên tôi chọn vài món trong thực đơn." Anh hướng về tôi một nụ cười vờ hối lỗi.

"Thế này là quá nhiều." Tôi đáp, bối rối bởi có quá nhiều sự lựa chọn dù đang đói meo.

"Đúng thế." Anh ta nói như có lỗi.

Tôi chọn bánh nướng, mứt quả thích, trứng đúc và thịt muối. Christian cố giấu một nụ cười khi cúi xuống món trứng tráng. Thức ăn rất ngon.

"Trà nhé?" Anh hỏi.

"Vâng. Cảm ơn."

Anh chuyển cho tôi ấm trà nhỏ, nước nóng và túi trà Twinings English Breakfast đặt trên một chiếc đĩa nhỏ. Ôi, anh ấy nhớ món trà tôi thích.

"Tóc cô ướt quá." Anh khó chịu.

"Tôi không tìm ra máy sấy tóc." Tôi đáp, lúng túng. Mắt không dám nhìn anh.

Môi Christian mím lại nhưng anh không nói gì thêm.

"Cảm ơn vì bộ quần áo."

"Đẹp lắm, Anastasia. Màu này rất hợp với cô."

Tôi đỏ mặt, liếc nhìn những ngón tay.

"Cô biết đấy, cô rất nên học cách đón nhận lời khen." Giọng anh ta như đang chỉ trích. "Đáng ra tôi nên tặng thêm tiền cho cô vì đã mặc những bộ quần áo này."

Anh nhìn tôi trân trân như thể tôi vừa làm điều gì sai trái. Tôi vội chuyển để tài.

"Anh đã gửi tặng tôi mấy quyển sách mà tôi không thể nhận được. Nhưng bộ quần áo, làm ơn cho tôi trả tiền nhé." Tôi mỉm cười dè dặt.

"Anastasia, tin tôi đi, tôi đủ tiền mua."

"Vấn đề không nằm ở đó, mà là tại sao anh lại phải làm thế cho tôi?"

"Vì tôi có khả năng." Đôi mắt anh ánh lên một tia ranh mãnh.

"Có khả năng không có nghĩa là nên." Tôi trả lời nhỏ nhẹ trong khi anh nhướng mày nhìn tôi, đôi mắt sáng long lanh. Bất thần, tôi cảm thấy như chúng tôi đang nói về một chuyện gì khác mặc dù tôi không biết đó là chuyện gì. Điều đó khiến tôi nhớ ra...

"Sao anh lại gửi sách cho tôi, Christian?" Tôi hỏi khẽ.

Anh buông muỗng nĩa, chăm chú quan sát tôi, đôi mắt lóe lên những thứ cảm xúc không thể định danh. Trời ạ, miệng tôi khô cứng.

"Xem nào, khi cô suýt bị xe đạp đụng phải, tôi giữ được cô và cô nhìn tôi với vẻ 'hãy hôn tôi, hãy hôn tôi, Christian'." Anh dừng một chút, nhún vai. "Tôi cảm thấy mình nợ cô một lời xin lỗi và một lời cảnh báo." Anh đưa tay vuốt tóc. "Anastasia, tôi không phải kiểu đàn ông trao trái tim và tặng hoa hồng. Tôi không làm những chuyện lãng mạn. Tôi có cách yêu rất đặc biệt. Cô nên tránh xa tôi ra." Anh nhắm mắt như thể đang phải đấu tranh với điều gì. "Mặc dù, ở cô có điều nào đó khiến tôi không thể rời xa được. Nhưng cô, tôi nghĩ đã xử lý được điều đó rồi."

Khẩu vị bỗng dưng biến mất. *Anh ấy không thể rời xa mình.*

"Vậy thì đừng." Tôi thì thào.

Anh há miệng, mở to mắt. "Cô không biết mình đang nói gì đâu."

"Vậy hãy giúp tôi biết đi."

Chúng tôi ngồi, mỗi người một bên, không ai đụng đến thức ăn.

"Anh không có lời nguyện độc thân chứ?" Tôi thở.

Mắt anh sáng lên sự thích thú.

"Không, Anastasia, tôi không có lời nguyện nào hết." Anh dừng lại một chút để tủm tỉm còn tôi thì đỏ mặt. Vụ uốn lưỡi bảy lần đã hỏng bét. Không thể tin nổi tôi lại đi nói thành lời những suy nghĩ đó.

"Trong vài ngày tới, cô sẽ làm gì?" Anh hỏi khẽ.

"Hôm nay tôi phải làm việc, từ trưa. Mấy giờ rồi?" Tôi giật mình.

"Mới hơn mười giờ thôi, cô còn nhiều thời gian. Thế còn ngày mai?" Anh chống chỏ lên bàn, cằm tựa vào những ngón tay thuôn dài.

"Kate và tôi đang thu dọn hành lý. Chúng tôi sẽ chuyển đến Seattle tuần sau. Tuần này tôi sẽ làm việc suốt tuần ở Clayton."

"Cô có chỗ ở tại Seattle chưa?"

"Rồi ạ."

"Ở đâu thế?"

"Tôi không nhớ nổi địa chỉ, ở quận Pike Market."

"Thế thì không xa tôi lắm." Anh cười. "Vậy đến Seattle rồi, cô sẽ làm gì?"

Anh ta định đưa đẩy đến đâu với những câu hỏi này? Sự Tò Mò Christian Grey cũng phiền toái không kém Sự Tò Mò Katherine Kavanagh.

"Tôi đã xin thực tập ở vài chỗ. Tôi đang đợi trả lời."

"Cô có nộp đơn vào công ty tôi như tôi đề nghị không?"

Tôi đỏ mặt… *Tất nhiên là không.*

"Ưm… không."

"Công ty tôi có vấn đề gì sao?"

"Công ty hay đại đội[1]?" Tôi châm chọc.

"Cô trêu tôi à, cô Steele?" Anh xoay đầu sang một bên, tôi nghĩ trông anh có vẻ vui nhưng không chắc lắm. Tôi đỏ mặt và liếc nhìn xuống đĩa thức ăn còn dang dở. Tôi không dám nhìn vào mắt anh khi anh đang nói với tôi bằng giọng ấy.

"Tôi muốn cắn đôi môi đó." Anh thầm thì.

Môi tôi bật hé, tôi hoàn toàn không biết mình đang cắn môi dưới, miệng tôi há hốc. Anh vừa nói với tôi điều gợi cảm nhất chưa ai từng nói. Nhịp tim rộn lên, tôi đoán mình đang thở hổn hển. Trời ơi, tôi rạo rực và tán loạn còn anh thậm chí không chạm vào tôi. Tôi loay hoay trên ghế và bắt gặp cái nhìn u tối của anh.

"Sao anh không làm?" Tôi nói nhỏ, thách thức.

"Vì tôi sẽ không chạm đến cô, Anastasia, chưa, cho đến khi cô đồng ý bằng văn bản, đồng ý để tôi làm điều đó." Môi anh thoảng một nụ cười.

*Cái gì cơ?*

"Chuyện đó nghĩa là sao?"

"Đúng như tôi nói." Anh thở hắt ra, ngả đầu về phía tôi, vui thích xen lẫn ưu phiền. "Tôi cần phải cho cô biết, Anastasia. Chiều nay mấy giờ cô xong việc?"

---

1. Nguyên văn câu này là "Your company or your *company*?". "Company" vừa có nghĩa là công ty, vừa có nghĩa là một đại đội. Anastasia đang muốn ám chỉ tác phong làm việc răm rắp như quân đội của công ty Grey.

"Khoảng tám giờ."

"Vậy chúng ta sẽ đi Seattle tối nay hoặc thứ Bảy sau, ăn tối ở chỗ tôi và tôi sẽ để cô làm quen với vài thứ. Tùy cô chọn."

"Anh không thể nói với tôi luôn bây giờ sao?"

"Tôi thích bữa sáng của mình và cùng ăn với cô. Một khi tôi nói ra, có thể cô không muốn gặp lại tôi nữa."

*Nghĩa là sao?* Anh ta buôn trẻ nhỏ làm nô lệ tình dục ở những nơi hẻo lánh trên hành tinh? Hay anh ta là một phần của thế giới ngầm? Điều đó lý giải vì sao anh ta giàu có đến thế. Hay anh ta quá sùng đạo? Anh ta bất lực? Chắc chắn không – nếu thế, anh ta có thể chứng minh ngay tại đây. Tôi ngượng chín người khi tưởng tượng ra những khả năng đó. Tôi muốn giải bài toán Christian Grey ngay bây giờ hơn là phải đợi. Nếu bất cứ uẩn khúc nào anh đang che giấu ghê gớm đến nỗi tôi không còn muốn gặp lại anh nữa thì, thẳng thắn mà nói, biết càng sớm sẽ càng nhanh vượt qua. *Đừng tự lừa mình* – Tiềm Thức gào lên – *lao nhanh đến đó là chuyện cực kỳ tồi tệ.*

"Tối nay."

Anh nhướng mày, giễu cợt. "Giống Eve, cô cũng vội vàng muốn ăn trái cấm."

"Anh trêu tôi à, anh Grey?" Tôi hỏi dịu dàng. *Nhảm nhí cực!*

Anh nheo mắt nhìn tôi, rồi rút chiếc BlackBerry, bấm nút.

"Taylor. Tôi sẽ cần Charlie Tango."

*Charlie Tango? Là ai?*

"Từ Portland, 20 giờ 30… Không, đợi ở Escala… Cả đêm."

*Cả đêm!*

"Đúng vậy. Gọi vào sáng mai. Tôi sẽ bay từ Portland đến Seattle."

*Bay?*

"Phi công sẵn sàng từ 20 giờ 30." Anh nói sau khi dập điện thoại. Không, không cảm ơn.

"Mọi người làm mọi thứ anh bảo à?"

"Thường thế, nếu muốn giữ việc làm." Anh lạnh tanh nói.

"Còn với những người không làm cho anh?"

"Ồ, tôi rất giỏi thuyết phục, Anastasia. Cô ăn nốt bữa sáng đi. Sau đó, tôi sẽ đưa cô về nhà. Rồi sẽ đón cô tại Clayton lúc tám giờ, khi cô xong việc. Chúng ta sẽ bay đến Seattle."

Tôi chớp mắt liên hồi.

"Bay?"

"Phải. Tôi có một chiếc trực thăng."

Tôi mở to mắt nhìn sửng sốt. Tôi có cuộc hẹn thứ hai với Christian-Grey-Bí-Ẩn-Vô-Đối. Từ cà phê đến trực thăng. Wow.

"Chúng ta sẽ đến Seattle bằng trực thăng?"

"Ừ."

"Tại sao?"

Anh cười bí hiểm. "Vì tôi có khả năng. Ăn nốt bữa sáng đi."

Làm sao ăn được nữa chứ? Tôi sẽ bay đến Seattle với Christian Grey. Và anh ấy muốn cắn môi tôi... Tôi ngọ nguậy với ý nghĩ đó.

"Ăn đi." Anh nói gọn lỏn. "Anastasia, tôi không thích có thức ăn thừa... ăn đi."

"Tôi không thể ăn hết từng này." Tôi trợn mắt nhìn những món ăn trên bàn.

"Ăn những thứ trong đĩa cô thôi. Nếu tối qua ăn uống tử tế, sáng nay cô đã không ở đây và tôi đã không phải tiết lộ về mình quá sớm." Môi anh mím chặt, không hài lòng.

Tôi nhíu mày, ăn nốt đĩa thức ăn đã nguội. *Tôi rất hào hứng ăn, Christian. Anh không hiểu sao?* Tiềm Thức tôi phân bua.

Nhưng tôi quá nhút nhát để nói ra điều đó, nhất là lúc này, trông anh rất âu lo. *Hmm, như một cậu bé.* Ý nghĩ đó làm tôi thích thú.

"Chuyện gì vui thế?" Anh hỏi. Tôi lắc đầu, không buồn trả lời, cắm mặt vào đĩa thức ăn. Nuốt trôi miếng bánh nướng cuối cùng, tôi ngước lên. Anh đang nhìn tôi dò xét.

"Tốt đấy." Anh nói. "Tôi sẽ đưa cô về sau khi cô sấy tóc. Tôi không muốn cô ngã bệnh." Câu ấy như hàm chứa một sự hứa hẹn không lời. *Anh ta có ý gì?* Tôi rời bàn, trong một chốc, tự hỏi mình có cần phải xin phép đứng lên nhưng tôi gạt ý nghĩ ấy đi. Có vẻ như đó là một tiền lệ tiềm ẩn nguy cơ. Tôi trở lại phòng ngủ. Một ý nghĩ chợt khiến tôi dừng lại.

"Tối qua anh ngủ ở đâu?" Tôi quay lại nhìn Christian vẫn còn ngồi ở bàn ăn. Tôi không thấy chăn hay tấm trải nào quanh đây, có thể anh ấy đã dọn rồi.

"Trên giường tôi." Anh trả lời đơn giản, ánh mắt bình thản.

"Ơ."

"Phải, chuyện này cũng ngoài sức tưởng tượng của tôi." Anh mỉm cười.

"Không… quan hệ." Tôi đã nói từ ấy. Đỏ mặt, tất nhiên.

"Không…" Anh lắc đầu, mày nhíu lại như đang phải hồi tưởng điều gì khổ sở lắm. "… ngủ với bất cứ ai." Anh cầm tờ báo lên đọc tiếp.

Chuyện quái này có nghĩa là sao? Anh ta chưa từng ngủ với ai? Anh ta là đồng tính nam? Tôi nghi ngờ điều đó. Tôi đứng nhìn sững đầy hoài nghi. Anh ấy là người bí ẩn nhất tôi từng gặp. Một ý nghĩ thốt nhiên sáng bừng lên, tôi đã ngủ cùng với Christian Grey. Tôi tự đá cho mình một phát, trả gì tôi cũng trả để được tỉnh táo nhìn ngắm anh ấy ngủ. Thấy anh ấy thật mong manh. Lạ lùng làm sao, tôi biết rất khó tưởng tượng ra điều ấy. Được thôi, tối nay, mọi giả thuyết sẽ được sáng tỏ.

Ở phòng ngủ, tôi tìm thấy máy sấy tóc trong một ngăn tủ kéo. Tôi chải tóc bằng mấy ngón tay, sấy khô hết mức có thể. Xong xuôi, tôi qua phòng tắm, muốn chải răng. Tôi bắt gặp bàn chải của Christian. Tôi bỗng thèm có anh trong miệng. *Hmm…* Lấm lét liếc nhanh qua vai, tôi chạm vào những sợi cước bàn chải. Chúng đều ướt đẫm. Chắc anh chỉ mới dùng đây thôi. Tôi lấy bàn chải thật nhanh, bôi kem lên, rồi chải răng lâu gấp đôi bình thường. Tôi thấy mình thật nghịch ngợm.

Tìm lại áo thun và đồ lót mặc hôm qua, tôi dồn tất cả vào chiếc túi siêu thị mà Taylor mang đến rồi trở lại phòng khách, tìm giỏ xách và áo khoác. May quá, có một chiếc buộc tóc trong giỏ. Christian quan sát tôi trong khi tôi buộc tóc, nét mặt anh rất khó đoán. Tôi cảm thấy đôi mắt đang dõi theo khi tôi ngồi xuống và đợi cho anh xong cuộc gọi. Anh đang nói chuyện với ai đó bằng chiếc BlackBerry.

"Họ muốn hai à?… Chi phí thế nào?... Được, mức độ an toàn ở đó?... Rồi sẽ đi qua Suez à? Còn độ an toàn của Ben Sudan?... Khi nào đến Dafuz?… Được, làm đi. Cập nhật tiến độ cho tôi." Anh cúp máy.

"Sẵn sàng đi chưa?"

Tôi gật. Tôi không biết anh vừa nói về việc gì. Anh khoác chiếc áo màu xanh hải quân sọc nhuyễn, nhặt lấy chìa khóa rồi tiến ra cửa.

"Mời cô, cô Steele." Anh nói, tay giữ cửa, vẫn lịch lãm như mọi khi.

Tôi dừng lại, hơi lâu một chút, để chìm trong cái nhìn của anh. Tôi nghĩ mình đã ngủ với anh cả đêm qua, sau tất cả những tequila, những nôn ói, anh vẫn ở đây. Còn muốn đưa tôi đi Seattle. Tại sao lại là tôi? Tôi không hiểu nổi. Tôi tiến ra cửa, trong đầu vang lên câu của anh – *Có gì đó ở cô* – đúng thế, chính tôi cũng thế, Grey và tôi đang nóng lòng muốn biết bí mật của anh.

Chúng tôi yên lặng đi bên nhau trên đường ra thang máy. Trong khi đợi thang máy, tôi khẽ ngước mi lên nhìn anh, thấy anh cũng đang nhìn tôi qua khóe mắt. Tôi mỉm cười, môi anh khẽ nhếch.

Thang máy đến, chúng tôi bước vào. Chỉ có chúng tôi. Không thể giải thích nổi, sự gần gũi trong một không gian kín làm không khí giữa chúng tôi đột nhiên chông chênh một dự cảm phấn khích và mãnh liệt. Tim đập nhanh, nhịp thở dồn. Anh khẽ nghiêng đầu sang tôi, đôi mắt tối sầm. Tôi cắn môi.

"Ôi, khốn kiếp!" Anh kêu lên, lao về phía tôi, ép sát tôi vào tường. Trước khi tôi kịp hiểu ra, hai tay anh đã đặt lên người tôi, một tay trên đầu khóa tôi lại, môi anh ghìm tôi vào tường. Ô. Bàn tay còn lại trì đuôi tóc xuống, ngửa mặt tôi lên và rồi môi anh trên môi tôi. Không hoàn toàn khó chịu. Tôi nấc lên trong miệng anh, mở lối cho một cuộc thám hiểm bằng lưỡi. Anh chiếm thế thượng phong tuyệt đối, lưỡi anh khám phá miệng tôi. Chưa bao giờ tôi hôn kiểu này. Lưỡi tôi nửa đương cự, nửa hưởng ứng anh trong một giai điệu chậm chậm và gợi tình, đam mê và bỏng cháy. Anh đưa tay đỡ cằm tôi và giữ yên tôi như thế. Tôi hoàn toàn mất phản kháng, tay tôi bấu vào tường, mặt bị giữ yên và hông anh khóa người tôi lại. Eo tôi chạm vào anh cương cứng. *Ôi...* Anh ấy có muốn mình. Christian Grey, thánh thần ơi, anh ấy có ham muốn tôi và tôi cũng muốn *anh*, ở đây... ngay bây giờ, trong thang máy.

"Em. Thật. Mềm. Mại." Anh ngân từng từ một.

Thang máy chợt dừng, cửa trượt mở. Trong một chớp mắt, anh tách ra, bỏ lại tôi lơ lửng. Ba người đàn ông ăn mặc chỉnh tề, bước vào. Nhịp tim tôi vẫn còn rạo rực như thể vừa phải chạy bộ lên dốc. Tôi chỉ muốn cúi người xuống, giữ chặt lấy gối... nhưng như thế thì lộ quá.

Tôi liếc sang anh. Trông anh vẫn tự tin và bình tĩnh như thể đang chơi ô chữ trên *Thời báo Seattle*. *Thật chẳng công bằng.* Sự có mặt của tôi không mảy may tác động đến anh? Anh liếc tôi qua khóe mắt rồi từ từ thở ra một hơi thật dài. Ô hô, anh ấy có xao xuyến – thâm tâm tôi vút lên một điệu samba đắc thắng. Nhóm thương nhân ra khỏi thang máy ở tầng hai. Chúng tôi còn một tầng nữa.

"Cô vừa chải răng." Anh nhìn tôi.

"Bằng bàn chải của anh."

Môi anh nhoẻn lên nửa nụ cười.

"Ô, Anastasia, làm gì với cô bây giờ?"

Cửa xịch mở ở tầng trệt, anh nắm tay tôi cùng bước ra, băng qua sảnh khách sạn. Tôi đi theo anh như vô hồn, hồn phách tôi đã tan tác đâu đó đầy sàn và trên tường thang máy từ tầng ba khách sạn Heathman.

# Chương sáu

Christian mở cửa chiếc Audi SUV để tôi bước vào. Đúng là siêu xe! Anh không đả động gì đến cơn bộc phát cảm xúc dữ dội ban nãy trong thang máy. Vậy tôi có nên nhắc đến không? Chúng tôi có nên nói về nó hay giả đò như nó chưa từng xảy ra? Cái hôn cuồng-dại-đơn-thuần đầu tiên đó của tôi dường như không có thật. Một chốc sau, tôi tự thuyết phục được mình đó chỉ là một sự hoang tưởng, cứ như những huyền thoại về vua Arthur hay những thành phố mất tích của lục địa Atlantis. Nó thực sự chưa hề xảy ra, chưa hề tồn tại. *Có lẽ mình chỉ tưởng tượng ra tất cả mà thôi.* Không lẽ nào. Tôi đưa tay chạm lên môi. Chúng đã rộp cả lên vì nụ hôn ấy. Điều đó chắc chắn đã xảy ra. Tôi đã là một người phụ nữ hoàn toàn khác. Tôi thèm muốn người đàn ông này ghê gớm và anh ta cũng vậy.

Tôi liếc trộm anh. Vẫn là một Christian trong phong thái lịch sự thường trực và có phần xa cách ấy.

*Thật sự khó hiểu.*

Anh khởi động xe rồi lùi ra khỏi chỗ đậu trong bãi. Anh bật dàn âm thanh lên. Giọng hát ngọt ngào ma mị của hai nữ ca sĩ choáng ngợp cả không gian xe. Ôi chao… giác quan của tôi nhộn nhạo hết cả lên, thật đúng là "tác động kép". Giọng hát mang đến cảm giác run rẩy khoan khoái chạy dọc sống lưng tôi.

Christian rẽ sang Đại lộ Công viên Southwest rồi lái một cách thong thả pha chút uể oải.

"Bài gì vậy?"

"*The Flower Duet* của Delibes, trong vở opera *Lakmé*. Cô thích chứ?"

"Christian, bài hát tuyệt vời."

"Đúng thế."

Anh liếc sang tôi, cười toe. Trong chớp mắt, anh như về lại đúng với tuổi của mình: trẻ trung, vô tư lự và đẹp đến ngưng thở. Phải chăng đây chính là chiếc chìa khóa để mở lòng anh? Âm nhạc? Tôi ngồi đó và để cho giọng hát thần tiên ấy đùa bỡn, quyến rũ mình.

"Cô nghe thêm lần nữa nhé?"

"Vâng."

Christian nhấn nút và tiếng nhạc lại mơn trớn tôi lần nữa. Tiếng nhạc êm dịu, chậm rãi, ngọt ngào và lay động thính giác.

"Anh thích nhạc cổ điển à?"

Tôi hỏi, hy vọng thấu hiểu hơn đôi chút về sở thích riêng của anh.

"Tôi thích đủ loại nhạc, Anastasia, từ Thomas Tallis đến Kings of Leon. Tùy vào cảm xúc thôi. Còn cô?"

"Tôi cũng vậy, nhưng tôi không biết Thomas Tallis."

Anh quay qua nhìn tôi chăm chăm trong vài giây rồi trở lại chú mục vào con đường.

"Hôm nào đó tôi sẽ cho cô nghe. Đó là một nhà soạn nhạc người Anh ở thế kỉ 16. Viết thánh ca nhà thờ dưới thời Tudor." Christian lại toét miệng cười với tôi. "Tôi nghĩ hơi khó nghe, nhưng cũng đầy ma lực."

Anh nhấn nút, giọng hát của nhóm Kings of Lion vang lên. Hmm… bài này thì tôi biết. *Sex on Fire*. Thật hợp tình hợp cảnh. Bỗng điện thoại reo lên, cắt ngang tiếng nhạc. Christian nhấn một chiếc nút nhỏ trên tay lái xe.

"Grey."

Grey trả lời cộc lốc. Anh ta thật thô lỗ.

"Thưa ngài Grey, tôi là Welch. Tôi đã có những thông tin ngài yêu cầu."

Một giọng nữ cao nhưng vô hồn vọng ra từ loa.

"Tốt. Gửi mail cho tôi. Còn gì nữa không?"

"Dạ không, thưa ngài."

Anh nhấn nút tắt cuộc gọi và tiếng nhạc lại cất lên. Chẳng có lấy một lời tạm biệt hay cảm ơn. Tôi bỗng dưng thấy mình thật hạnh phúc khi chưa bao giờ thực sự có ý định làm nhân viên của anh ta và bất giác rùng mình khi nghĩ đến chuyện đó. Anh quá uy quyền và lạnh lùng đối với nhân viên. Nhạc lại ngừng vì tiếng điện thoại.

"Grey."

"NDA[1] đã được gửi qua mail cho ngài, thưa ngài Grey." Một giọng nữ vang lên.

"Tốt. Còn gì nữa không, Andrea?"

"Chúc một ngày tốt lành, thưa ngài."

Christian cúp máy bằng một động tác nhấn nút trên vô lăng xe. Nhạc chỉ nổi lên một chút rồi lại bị cắt ngang khi điện thoại reo lần nữa. Thánh thần thiên địa ơi, đây là cuộc sống của anh sao – những cuộc gọi quấy rầy không ngừng?

---

1. NDA là viết tắt của cụm từ Non-Disclosure Agreement, nghĩa là Thỏa Thuận Bảo Mật Thông Tin. Đây là một bản hợp đồng giữa hai đối tác nhằm trói buộc cả hai phải tuyệt đối giữ kín những điều khoản được trao đổi giữa hai bên.

"Grey." Anh cáu kỉnh nói.

"Chào Grey, đã ngủ với em nào chưa?"

"Chào Elliot, loa điện thoại đang mở, không chỉ có mình em trong xe." Christian thở dài đánh sượt.

"Ai đang ở đó thế?"

Christian đảo mắt. "Anastasia Steele."

"Chào Ana!"

*Ana?*

"Chào anh Elliot."

"Anh được nghe nhiều về em rồi."

Elliot hạ giọng nói nhỏ. Christian cau mày.

"Đừng tin những gì Kate nói đấy nhé."

Elliot cười phá lên.

"Em đang đưa Anastasia về nhà." Christian nhấn mạnh tên đầy đủ của tôi. "Có muốn em đón anh về luôn không?"

"Dĩ nhiên rồi."

"Lát gặp."

Christian cúp máy. Nhạc lại nổi lên.

"Tại sao anh cứ nhất định phải gọi tôi là Anastasia?"

"Vì đó là tên cô mà."

"Tôi thích được gọi là Ana hơn."

"Bây giờ?"

Chúng tôi đã về đến gần nhà rồi. Chỉ chút nữa thôi.

"Anastasia này."

Anh trầm ngâm. Tôi nhíu mày nhìn anh nhưng anh ta phớt lờ thái độ của tôi.

"Những gì đã xảy ra trong thang máy... sẽ không xảy ra nữa, ờ, trừ khi có định trước."

Anh dừng xe trước căn hộ của tôi. Đến lúc đó tôi mới nhận ra anh chưa từng hỏi tôi ở đâu, vậy mà anh lại biết. Nhưng chẳng phải anh đã gửi tôi mấy quyển sách đó sao, dĩ nhiên là anh biết chỗ ở của tôi rồi. Một người mà từ chuyện dò thông tin từ số di động cho đến sở hữu riêng cả một chiếc trực thăng thì chuyện gì mà không làm được.

Sao anh không hôn tôi nữa nhỉ? Tôi bĩu môi tự hỏi. Tôi không hiểu. Thành thực mà nói, họ của anh nên là Cryptic[1] chứ không phải là Grey. Anh ra khỏi xe, sải những bước dài thong thả, khoan thai đến bên để mở cửa xe cho tôi, luôn là phong thái của một quý ông – ngoại trừ khoảnh khắc vô cùng hiếm hoi trong thang máy ấy. Hai má tôi ửng đỏ khi nhớ đến giây phút môi anh ép vào môi tôi và cả lúc tôi đã vùng vẫy mà vẫn không thể nào chạm được vào anh. Tôi đã muốn luồn những ngón tay mình vào mái tóc rối của anh biết chừng nào nhưng tay tôi không cách nào cử động được. Tôi thất vọng hồi tưởng lại.

*Mình thích chuyện ở thang máy.*

Tôi vừa lẩm bẩm vừa chui ra khỏi xe. Tôi không chắc có phải mình vừa nghe một tiếng thở hắt không nhưng tôi cứ giả vờ tảng lờ và đi thẳng đến bậc thang cửa trước.

Kate và anh Elliot đang ngồi ở bàn ăn. Mấy quyển sách mười-bốn-nghìn-đô-la đã biến mất. Tạ ơn trời. Tôi đã lên kế hoạch cho chúng. Kate đang đeo một nụ cười kỳ cục không-phải-Kate nhất trên mặt, trông cô nàng chểnh mảng một cách khêu gợi. Christian đi theo tôi ra phòng khách, còn Kate dõi theo anh một cách đầy nghi ngờ mặc dù vẫn nở cái nụ cười tớ-đã-vui-vẻ-cả-đêm trên môi.

"Chào Ana."

---

1. 7 "Cryptic" nghĩa là *khó hiểu*.

Kate nhảy đến ôm tôi rồi giữ tôi trong khoảng cách một sải tay để nhìn dò xét, đoạn cau mày quay sang Christian.

"Chào buổi sáng, Christian."

Kate nói, giọng hơi thiếu thân thiện.

"Chào cô Kavanagh." Anh chào bằng giọng trịnh trọng cứng nhắc.

"Christian, tên cô ấy là Kate." Elliot cằn nhằu nhắc.

"Chào Kate."

Christian gật đầu lịch sự chào Kate rồi liếc qua Elliot. Anh nhổm dậy, cười tươi và ôm lấy tôi.

"Chào em, Ana."

Anh cười, đôi mắt xanh biếc lấp lánh khiến tôi mến anh ngay lập tức. Rõ ràng anh chẳng giống Christian điểm nào, mà cũng dễ hiểu thôi, họ đâu phải anh em ruột.

"Chào anh, Elliot."

Tôi cười với anh, chợt nhận ra mình đang cắn môi.

"Elliot, đi thôi." Christian ôn tồn nói.

"Ừ."

Elliot quay sang kéo Kate vào lòng và hôn cô ấy một nụ hôn dài không dứt. *Thôi mà... tìm một cái phòng giùm đi.* Tôi e thẹn nhìn đăm đăm xuống chân. Liếc nhanh qua Christian, tôi thấy anh cũng đang chăm chú nhìn tôi. Tôi nheo mắt với anh. Sao anh không hôn em được như vậy? Elliot vẫn còn hôn Kate say đắm, nhấc bổng cô nàng lên rồi ghì xuống bằng một động tác ôm điệu nghệ như kịch đến nỗi tóc Kate chạm cả xuống đất khi anh ấy hôn nhiệt tình hơn.

"Gặp sau nhé, bé cưng." Anh toét miệng cười.

Trông Kate như tan chảy. Trước đây tôi chưa từng thấy cô nàng tan chảy bao giờ cả – trong đầu tôi hiện ra hai chữ "duyên dáng" và "phục tùng". Một Kate biết phục tùng. Trời ạ, Elliot chắc phải cừ lắm đây. Christian đảo mắt rồi nhìn tôi chăm chăm với nét mặt tôi không tài nào đọc được, mặc dù có lẽ anh hơi buồn cười. Anh đưa tay vén một lọn tóc đi lạc ra khỏi đuôi tóc của tôi ra sau tai. Cái chạm phớt này khiến tôi muốn ngưng thở. Tôi nghiêng đầu tựa vào mấy ngón tay anh. Với ánh nhìn dịu dàng, anh lướt ngón cái qua môi dưới của tôi. Máu tôi tựa như đang sôi lên trong từng tĩnh mạch. Và thoắt một cái, anh bỏ tay xuống.

"Gặp sau nhé, bé cưng."

Anh thì thầm khiến tôi phải bật cười vì như thế chẳng giống anh chút nào. Mặc dù biết rõ anh chẳng quý trọng gì điều này nhưng cử chỉ âu yếm ấy dường như đã lay động điều gì đó trong sâu thẳm tâm hồn tôi.

"Tôi sẽ đón cô lúc tám giờ."

Anh quay người ra cửa rồi bước thẳng. Elliot theo sau anh ra xe rồi ngoái đầu lại gửi Kate một nụ hôn gió, tôi bỗng thấy dâng lên cảm giác ghen tị không mong muốn.

"Hai người đã làm gì chưa?"

Kate hỏi khi chúng tôi đứng nhìn anh em họ lên xe và lái đi, giọng không giấu nổi vẻ tò mò cực độ.

"Chưa."

Tôi trả lời cụt lủn thầm mong cô ấy không hỏi nữa. Chúng tôi quay vào nhà.

"Còn cậu, rõ ràng là đã làm rồi đúng không?"

Giọng tôi đúng là không giấu được sự ghen tị. Kate lúc nào cũng thành công rực rỡ trong việc quyến rũ các chàng trai. Cô ấy có một sức hấp dẫn khó cưỡng và lại xinh đẹp, quyến rũ, hài hước, tự tin… toàn là những phẩm chất mà tôi thiếu. Nhưng nụ cười của cô ấy đã làm tôi quên giận.

"Tối nay tớ lại gặp chàng nữa đấy."

Kate chắp hai tay lại và nhảy cẫng lên như một đứa trẻ. Cô ấy không giấu được niềm hân hoan hạnh phúc, còn tôi thì không làm được gì trừ việc vui cùng với Kate. Một nàng Kate hạnh phúc... chà, chuyện này hay nha.

"Christian sẽ đưa tớ đi Seattle tối nay."

"Seattle á?"

"Ừ."

"Có lẽ đến lúc đó mới làm nhỉ."

"Ờ, có khi vậy."

"Vậy là cậu thích anh ta?"

"Ừ."

"Có thích đủ để...?"

"Có." Kate nhướng mày.

"Chao ôi. Nàng Ana Steele, cuối cùng đã phải lòng một người đàn ông và đó lại là chàng Christian Grey – một tỷ phú đẹp trai, quyến rũ."

"Ừ, vậy đó – tất cả chỉ bởi vì tiền thôi."

Tôi cười làm bộ ra vẻ am hiểu, rồi hai đứa cứ khúc kha khúc khích suốt buổi.

"Áo mới phải không?"

Kate hỏi, thế là tôi miêu tả với cô ấy những chi tiết không mấy hào hứng về đêm qua.

"Anh ấy hôn cậu chưa?" Kate vừa pha cà phê vừa hỏi.

Tôi đỏ mặt. "Một lần."

"Một lần?" Kate hỏi bằng giọng chế giễu.

Tôi gật đầu, có phần xấu hổ.

"Anh ấy bảo thủ lắm."

Kate cau mày "Đúng là kỳ quặc."

"Thật ra, tớ không nghĩ chỉ là kỳ quặc thôi đâu."

Bỗng Kate nói bằng một giọng rất quyết tâm. "Bọn mình cần đảm bảo là tối nay trông cậu phải thật cuốn hút."

Ôi không... chỉ nghe thôi là tôi đã đoán được những công đoạn cực kỳ mất thời gian, đã vậy còn nhột và đau nữa.

"Một tiếng nữa tớ phải đến chỗ làm rồi."

"Từng đó cũng đủ để tớ tút tát cho cậu rồi. Bắt đầu thôi."

Kate kéo tay tôi rồi lôi vào phòng.

NGÀY DÀI LÊ THÊ ở cửa hàng Clayton mặc dù chúng tôi ai cũng bận rộn. Bây giờ đã vào mùa hè nên tôi phải mất thêm hai tiếng để xếp thêm hàng lên kệ sau khi cửa hàng đóng cửa. Công việc này chẳng cần phải dùng đến đầu óc, vì vậy tôi có nhiều thời gian để nghĩ ngợi. Tôi đã mảy may có được giây phút nào để suy nghĩ suốt ngày hôm nay đâu.

Dưới những chỉ dẫn liên tục, thẳng thắn và đầy áp đặt của Kate, cẳng chân và vùng da dưới cánh tay tôi đã được cạo nhẵn thín, lông mày được nhổ gọn gàng. Toàn thân tôi như được "đánh bóng" vậy. Đó quả là một trải nghiệm vô cùng khó chịu. Còn Kate thì luôn quả quyết với tôi rằng đàn ông ngày nay thích thế. *Anh còn thích gì khác nữa không?* Tôi phải thuyết phục Kate rằng tất cả là do ý muốn của tôi. Vì một lý do lạ lùng nào đó mà Kate không tin tưởng anh, có lẽ vì anh quá cứng nhắc và kiểu cách. Cô ấy nói rằng cô ấy không lý giải được nhưng hình như có điều gì đó bất thường ở đây, tôi đã hứa sẽ nhắn tin cho Kate khi đến Seattle. Tôi vẫn chưa nói với cô ấy về chuyện đi bằng trực thăng. Cô nàng sẽ ngất vì sốc mất thôi.

Còn José nữa chứ. Cậu ấy đã để lại di động của tôi ba tin nhắn và bảy cuộc gọi nhỡ. Cậu còn gọi về nhà tôi hai lần nhưng

Kate chỉ trả lời rất mập mờ về chỗ của tôi. Dĩ nhiên José biết tổng là Kate đang che đậy cho tôi vì Kate có biết nói dối. Nhưng tôi đã quyết định mặc kệ anh chàng. Tôi vẫn còn giận cậu ấy lắm.

Christian có nhắc với tôi về chuyện thủ tục giấy tờ gì đó. Tôi cũng không biết anh đùa hay thực tình tôi phải ký vào tờ giấy nào đó. Cảm giác tò mò về những gì sắp diễn ra làm tôi muốn nổ tung. Và trên cả những sự lo lắng, tôi không thể giấu được tâm trạng háo hức và phấn khích của mình. Đêm nay mới thật là đêm. Sau bao nhiêu chuyện đã qua, liệu tôi đã sẵn sàng chưa? Nữ thần nội tại đang chăm chú nhìn tôi, nhịp chân sốt ruột. Nàng đã sẵn sàng cho chuyện này từ lâu lắm rồi và dĩ nhiên nàng luôn sẵn sàng với bất kỳ chuyện gì nếu đó là với Christian. Nhưng tôi thực tình cũng không hiểu anh phát hiện ra điều gì ở tôi... một con bé Ana Steele rụt rè, nhút nhát – thật không lý giải nổi.

Anh đến rất đúng giờ, dĩ nhiên, và khi tôi bước ra khỏi cửa hàng Clayton, anh đang đợi. Anh ra khỏi cửa sau chiếc Audi, mở cửa xe cho tôi với một nụ cười nồng ấm.

“Chào buổi tối, cô Steele.” Anh nói.

“Chào ngài Grey.” Tôi lịch sự gật đầu chào anh khi chui vào xe. Taylor đang ngồi trên ghế tài xế. “Chào anh Taylor.” Tôi nói.

“Chào cô Steele.” Giọng anh ta rất lịch sự và chuyên nghiệp.

Christian bước vào từ phía cửa xe đối diện rồi nắm tay tôi, dịu dàng siết chặt khiến toàn thân tôi rung động.

“Công việc của cô hôm nay thế nào?” Anh hỏi.

“Dài dằng dặc.” Tôi đáp bằng giọng rất trầm, khô khốc nhưng đầy khao khát.

“Ừ, ngày hôm nay của tôi cũng dài lê thê.”

"Hôm nay anh làm gì?" Tôi khó khăn lắm mới thốt ra được câu hỏi.

"Tôi đi bộ đường dài với Elliot."

Anh di ngón cái lên xuống vuốt ve mấy đốt ngón tay tôi khiến tim tôi lỡ một nhịp còn hơi thở thì dồn dập. Làm cách nào mà anh lại tác động tôi đến như vậy? Chỉ một động chạm của anh lên một vùng rất nhỏ trên người tôi thôi cũng làm các tế bào trong cơ thể dậy lên bừng bừng.

CHẶNG ĐƯỜNG ĐẾN BÃI ĐÁP trực thăng khá ngắn nên trước khi tôi kịp nhận ra, chúng tôi đã đến nơi rồi. Tôi tự hỏi chiếc trực thăng đó có thể nằm đâu được, khi mà chúng tôi đang ở trong một khu vực nhà cửa san sát trong thành phố, mà trực thăng thì lại cần một khoảng không gian rộng để cất cánh và hạ cánh. Taylor dừng xe, bước ra và mở cửa cho tôi. Christian đứng ngay cạnh tôi liền sau đó và lại nắm lấy tay tôi.

"Cô sẵn sàng chứ?" Anh hỏi.

Tôi gật đầu, trong thâm tâm chỉ muốn nói: "Sẵn sàng cho mọi thứ", nhưng tôi không thể nào thốt ra được vì quá bồn chồn, rạo rực.

"Được rồi."

Anh gật đầu nói cụt ngủn với tài xế riêng, rồi chúng tôi bước vào tòa nhà, tiến thẳng đến thang máy. *Thang máy!* Ký ức về nụ hôn sáng nay liền hiện về trong đầu tôi. Tôi đã không nghĩ về điều gì khác ngoài nó cả ngày nay, mơ màng suốt khi đứng máy tính tiền ở cửa hàng Clayton. Bà Clayton đã phải hai lần quát tên tôi thật to để kéo tôi về thực tại. Bà bảo thế nào năm nay tôi cũng bị chấm công thấp. Christian liếc nhìn tôi, khẽ cười. A ha! Anh cũng đang nghĩ tới chuyện đó.

"Chỉ ba tầng thôi."

Anh nói khô khốc, tia nhìn ánh lên vẻ đùa cợt. Anh biết đọc suy nghĩ, chắc chắn vậy rồi. Thật đáng sợ.

Tôi cố giữ nét mặt điềm tĩnh khi bước vào thang máy. Cửa đóng, và kìa, cái sức hút điện cực kỳ lạ cùng giữa hai chúng tôi lại xuất hiện, đày đọa tôi. Tôi nhắm mắt, cố gắng phớt lờ nó nhưng vô ích. Anh siết tay tôi mạnh hơn, và chỉ năm giây sau, cửa thang máy mở ra tầng thượng của tòa nhà. Nó nằm kia, một chiếc trực thăng trắng với dòng chữ TẬP ĐOÀN KINH DOANH CỔ PHẦN GREY màu xanh cùng logo công ty chạy dọc thân máy bay. *Rõ ràng là tài sản công ty đã bị dùng sai mục đích.*

Anh dẫn tôi đến một văn phòng nhỏ có một bác lớn tuổi ngồi ở bàn giấy.

"Sơ đồ bay của cậu đây, cậu Grey. Giấy tờ đăng ký bay đã xong. Máy bay đã sẵn sàng đợi cậu đấy, thưa cậu. Thoải mái lên đường nhé."

"Cảm ơn bác Joe." Christian nhìn bác Joe nở nụ cười ấm áp.

Ồ. Thì ra vẫn có người nhận được từ ngài Christian một thái độ cư xử lịch thiệp. Có lẽ bác ấy không phải là nhân viên của anh. Tôi nhìn bác Joe đầy ngưỡng mộ.

"ĐI THÔI." Christian nói, rồi chúng tôi cùng tiến đến chiếc trực thăng. Càng đến gần, nó càng lớn hơn quá mức tưởng tượng của tôi. Tôi những tưởng trực thăng chỉ có hai chỗ ngồi nhưng thật ra nó có đến ít nhất bảy chỗ. Christian mở cửa rồi hướng dẫn tôi ngồi vào một chỗ sát phía trước.

"Cô ngồi đây và nhớ đừng đụng vào cái gì hết."

Anh vừa ra lệnh cho tôi vừa theo sau tôi chui vào trực thăng.

Anh đóng sầm cửa lại. Tôi thầm vui vì bên trong trực thăng tràn ngập ánh sáng, nếu không tôi sẽ khó mà nhìn rõ được trong buồng lái bé xíu này. Tôi ngồi vào chỗ được sắp đặt trước, anh cúi người xuống bên cạnh để cài dây đai an toàn cho tôi. Đai có bốn góc và cả bốn dây đều tập trung về một khóa trung tâm. Anh thắt chặt cả hai dây trên làm tôi rất khó cử động. Trông anh gần gũi biết bao và thật chú tâm vào cử chỉ của mình. Giả như tôi nhoài người ra trước một chút thôi, mũi tôi sẽ chạm vào tóc anh. Người anh tỏa hương thơm mát, sạch sẽ, thanh thoát nhưng tiếc là tôi đã bị cột chặt bất động một cách hiệu quả vào chỗ ngồi. Anh liếc nhìn lên tôi, mỉm cười, cứ như anh đang thích thú với trò vui riêng tư thường ngày của mình, ánh mắt anh đầy sôi nổi. Người anh kề sát tôi đầy trêu ngươi. Tôi nín thở khi anh kéo chặt một sợi dây đai phía trên.

"Cô bị giam giữ rồi, không thoát được đâu." Anh thì thầm giọng vô cùng dịu dàng, "Thở đi, Anastasia."

Thẳng người dậy một chút, anh vuốt nhẹ má tôi đoạn lướt những ngón tay thon dài xuống cằm và nâng cằm tôi lên bằng ngón cái và ngón trỏ. Anh nhoài người ra trước, hôn nhẹ lên môi tôi khiến tôi choáng váng, ruột như thắt lại vì cái chạm xúc động bất ngờ của môi anh.

"Tôi thích bộ đai này." Anh thì thào vào tai tôi.

*Hả?*

Anh ngồi xuống cạnh tôi, tự cài khóa an toàn cho mình, rồi bắt đầu một công đoạn kiểm tra, xoay, vặn các nút và công tắc từ mớ trận đồ các thể loại công tơ, đèn, nút rối rắm trước mặt tôi. Những tia sáng nhỏ nhấp nháy rồi lóe sáng từ các mặt đồng hồ điều khiển và sau đó, cả bảng điều khiển trước mặt tôi bật sáng lên.

"Cô đeo tai nghe vào đi."

Anh vừa nói vừa chỉ vào bộ tai nghe trước mặt tôi. Tôi vừa đeo chúng vào thì cánh quạt trực thăng cũng vừa khởi động.

Tiếng động inh tai. Anh cũng đeo tai nghe vào rồi tiếp tục xoay, vặn thêm vài nút điều khiển nữa.

Tôi đang kiểm tra trước khi bay.

Christian nói với tôi qua tai nghe. Tôi quay qua nhìn anh cười tươi rói.

"Anh hiểu hết những thao tác đang làm không?" Tôi hỏi.

Anh xoay sang cười. "Tôi là phi công đủ chuẩn được bốn năm rồi, Anastasia ạ. Bên tôi là cô an toàn rồi."

Anh nở nụ cười "cáo già". "À… ý tôi là khi bay thôi." Anh nói tiếp và nháy mắt với tôi.

*Christian… nháy mắt.*

"Cô sẵn sàng chưa?"

Tôi gật đầu, mắt mở to.

"OK, đài kiểm soát. PDX[1], Charlie Tango Golf, thuộc khách sạn Golf Echo. Đã sẵn sàng cất cánh. Xác nhận đi. Hết."

"Charlie Tango – cất cánh được rồi. PDX gọi. Khởi hành đến 1400, hướng đến 010. Hết."

"Roger, trạm kiểm soát. Charlie Tango bắt đầu khởi hành. Hết và chấm dứt. Lên đường thôi." Anh nói thêm với tôi và chiếc trực thăng nhẹ nhàng, chầm chậm nhấc mình lên bầu trời.

Thành phố Portland mất hút khỏi tầm mắt khi chúng tôi bay cao vào không phận Mỹ, dù lúc này lòng tôi vẫn còn đang ở Oregon. Wow, những luồng ánh sáng rực rỡ thu lại từ từ cho đến khi chỉ còn là những đốm sáng bé xíu, nhấp nháy bên dưới. Tôi cảm tưởng như mình đang ngồi trong bể cá nhìn ra bên ngoài. Khi trực thăng lên cao hơn, tôi không còn thấy gì bên ngoài nữa. Bầu trời đen kịt. Thậm chí, mặt trăng cũng không có

---

1. PDX là mã chữ của phi trường Portland ở Oregon.

để soi chút ánh sáng cho cuộc hành trình của chúng tôi. Làm cách nào mà anh có thể nhìn thấy hướng để đi?

"Sợ không?" Giọng Christian vang trong tai tôi.

"Sao anh biết được mình đi đúng hướng?"

"Đây." Anh chỉ vào một trong những cái đồng hồ đo trước mặt, trên đó có một la bàn điện tử. "Đây là chiếc Eurocopter EC135. Một trong những chiếc an toàn nhất của dòng trực thăng này. Nó được trang bị để bay đêm." Anh liếc sang cười. "Trên nóc tòa nhà tôi ở có bãi đáp trực thăng. Chúng ta sẽ đến đó."

Dĩ nhiên, chỗ anh ở phải có bãi đáp trực thăng rồi. Tôi thật lạc hậu. Ánh sáng từ bảng điều khiển dịu dàng chiếu sáng gương mặt anh. Anh đang tập trung cao độ, liên tục liếc vào các đồng hồ báo số liệu trước mặt. Dưới làn mi, tôi tha hồ tận hưởng nhìn ngắm gương mặt anh. Anh có nét mặt nhìn nghiêng rất đẹp. Mũi cao, hàm vuông vức – tôi chỉ muốn lướt dọc lưỡi theo quai hàm anh. Anh chưa cạo râu nên hàm ria lún phún ấy càng thôi thúc tôi thực hiện mong ước của mình. Ừm… Tôi ước mình cảm được cảm giác ram ráp ấy nơi đầu lưỡi, nơi ngón tay và trên mặt.

"Khi bay buổi tối, cô như người mù vậy. Cô phải tin tưởng vào các các thiết bị hỗ trợ."

Anh đột nhiên cất tiếng, cắt đứt cơn mơ đẩy nhục cảm của tôi.

"Còn bao xa nữa anh?" Tôi hỏi trong tiếng thở dồn. Đâu mà. Tôi có nghĩ gì về sex đâu, không hề.

"Chưa đầy một tiếng nữa. Gió đang thuận chiều."

Ừm, *chỉ cách Seattle chưa đầy một tiếng đồng hồ…* quả không tệ. Chẳng trách sao người ta thích bay.

Chỉ còn đợi không đến một tiếng đồng hồ nữa thôi, tôi sẽ tiếp cận cuộc khám phá lớn của đời mình. Các cơ bụng tôi siết chặt lại. Tôi như đang rơi vào trạng thái bồn chồn cấp độ nặng và càng lúc cảm giác này càng tăng lên. Thật quỷ quái! Anh đang định làm gì tôi đây?

"Cô ổn không, Anastasia?"

"Ổn." Câu trả lời ngắn, cộc lốc, vừa được nặn ra từ mớ dây thần kinh căng thẳng.

Tôi đoán anh đã mỉm cười nhưng thật khó để biết có đúng vậy không trong bóng tối. Christian lại gõ nhẹ vào một nút nhỏ.

"PDX, Charlie Tango đang ở tọa độ 1400, hết."

Anh trao đổi thông tin với trạm điều khiển không lưu. Nghe thật chuyên nghiệp. Hình như chúng tôi đang chuyển từ không phận Portland sang không phận của Sân bay Quốc tế Seattle.

"Hiểu rồi, Sea-Tac[1]. Đang đợi. Hết và chấm dứt."

"Nhìn kia kìa."

Anh chỉ vào một đốm sáng bé xíu như đầu đinh ghim ở phía xa.

"Seattle đấy."

"Anh luôn gây ấn tượng với phụ nữ bằng cách này à? Cái kiểu 'Hãy đến và bay bằng trực thăng với tôi'?"

Tôi hỏi anh bằng một sự quan tâm rất thành thật.

"Tôi chưa từng mời ai lên đây cả, Anastasia. Đây lại là một cái "lần đầu tiên" nữa của tôi đấy." Anh trầm giọng, nghiêm nghị.

Ồ, đây là một câu trả lời tôi không tiên liệu đến. Thêm một cái "lần đầu tiên" nữa à? Vậy cái "lần đầu tiên" khác là gì? Chuyện ngủ với phụ nữ chắc? Có lẽ vậy.

"Cô có bị ấn tượng không?"

---

1. Sea-Tac là tên viết tắt của Sân bay Quốc tế Seattle-Tacoma nằm ở bang Washington, Mỹ.

"Cực kỳ, Christian."

"Cực kỳ sao?" Anh cười.

Trong khoảnh khắc ngắn ngủi ấy, anh như trở lại trẻ trung đúng tuổi. Tôi gật đầu.

Anh… hội đủ tất cả.

"Thế ư? Cảm ơn nhé, cô Steele."

Anh đáp vờ lấy giọng lịch sự. Tôi đoán anh vui lắm vì câu trả lời của tôi, nhưng cũng không dám chắc.

Chúng tôi ngồi cạnh nhau, im lặng trong bóng đêm một lúc lâu sau. Cái chấm sáng từ thành phố Seattle ban nãy đang dần lớn.

"Đài không lưu Sea-Tac gọi Charlie Tango. Đường hạ cánh xuống Escala đã sẵn sàng. Tiến tới đi. Và ở trạng thái sẵn sàng. Hết."

"Đây là Charlie Tango. Đã hiểu, Sea-Tac. Sẵn sàng rồi. Hết và chấm dứt."

"Chắc anh thích chuyện này lắm." Tôi lẩm bẩm.

"Cô nói gì?"

Anh liếc qua tôi. Trông mặt anh thật hài hước dưới ánh sáng chập choạng trong máy bay.

"Ý tôi là chuyện bay ấy." Tôi đáp.

"Nó đòi hỏi sự kiểm soát và tập trung… sao tôi lại không thích được? Nhưng tôi thích nhất là lúc bay vút lên."

"Bay bổng lên ư?"

"Ừ. Tôi chơi tàu lượn không chuyên. Tàu lượn và trực thăng – tôi thích cả hai."

"Ồ."

*Sở thích đắt đỏ và tốn kém*. Tôi nhớ anh đã từng nói thế với tôi trong lần phỏng vấn. Tôi thích đọc sách và thỉnh thoảng đi xem phim. Còn chuyện lái tàu lượn và trực thăng thì ngoài tầm hiểu biết của tôi.

"Charlie Tango, bay vào đi. Hết."

Giọng nói phát ra từ đài kiểm soát không lưu làm gián đoạn suy nghĩ của tôi. Christian trả lời, giọng nghe đầy quyền lực và tự tin.

Seattle đang đến gần kề. Chúng tôi đang ở rất gần khu ngoại ô thành phố. Wow! Nhìn đẹp mê ly. Thành phố đêm Seattle, nhìn từ bầu trời…

"Đẹp phải không?" Christian thì thầm.

Tôi hăng hái gật đầu. Thành phố trông như ở một thế giới nào đó – không thực – và tôi cảm thấy như mình đang trong một bối cảnh phim hoàng tráng; hoành tráng như bộ phim yêu thích của José, *Blade Runner*. Bất chợt nghĩ đến José và nụ hôn của cậu ấy và tôi bắt đầu thấy mình hơi ác vì không gọi lại. Để cậu ấy đợi đến mai cũng được mà… chắc chắn là vậy.

"Còn mấy phút nữa là đến rồi."

Christian nói khẽ. Đột nhiên, máu trong người tôi dồn lên hai tai và tim đập thình thình như trống trận. Chất adrenalin chạy khắp cơ thể. Anh lại bắt đầu trao đổi với trạm điều khiển không lưu nhưng tôi chẳng còn nghe được gì nữa cả. Tôi đoán chắc tôi sắp xỉu. Số phận của tôi đang ở trong tay anh.

Lúc này chúng tôi đang bay giữa các tòa nhà và ở trước mặt phía trên cao, tôi thấy một tòa nhà chọc trời với bãi đỗ trực thăng trên nóc. Chữ Escala sơn trắng chễm chệ trên đỉnh tháp. Nó đang đến gần, gần hơn nữa… to, to hơn nữa… như cảm giác lo lắng trong tôi lúc này. Lạy Chúa, tôi ước tôi không làm anh thất vọng. Anh chắc sẽ thấy tôi còn yếu kém. Tôi ước tôi chịu nghe lời Kate mượn một cái đầm của cô ấy nhưng tôi vẫn thích chiếc quần jeans đen của mình và trên người tôi giờ là một cái sơ mi xanh bạc hà cùng áo khoác đen của Kate. Chắc nhìn cũng đẹp. Tôi nắm tay vào thành ghế mỗi lúc một chặt hơn. *Mình sẽ làm được. Mình sẽ làm được.* Tôi liên tục tụng câu thần chú này khi tòa nhà dần dần hiện ra bên dưới.

Trực thăng bay chậm lại và liệng một vòng. Christian đáp xuống bãi đậu trên nóc tòa nhà. Tim tôi giật thót lên sợ hãi. Không biết là do hệ thần kinh tác động, cảm giác nhẹ nhõm vì hạ cánh an toàn, hay vì nỗi lo sợ mình sẽ thất bại. Anh vặn nút tắt công tắc, cánh trực thăng từ từ quay chậm lại rồi im bặt, âm thanh duy nhất tôi nghe được lúc này là tiếng thở dồn của chính mình. Christian tháo bỏ tai nghe cho mình rồi rướn người qua tháo tai nghe cho tôi.

"Đến nơi rồi." Anh nói dịu dàng.

Nét mặt anh đầy biểu cảm. Nửa gương mặt ở trong tối, nửa gương mặt kia được chiếu sáng bởi ánh đèn của bãi đáp. Hiệp sĩ áo đen và hiệp sĩ áo trắng, một phép ẩn dụ phù hợp dành cho Christian. Nhìn anh căng thẳng. Quai hàm cắn chặt và đôi mắt đăm chiêu. Anh cởi dây đai an toàn và giúp tôi tháo dây an toàn của tôi. Mặt anh chỉ cách tôi chưa đầy một gang tay.

"Cô không phải làm điều gì mà cô không muốn làm. Cô hiểu chứ?"

Giọng anh tha thiết, có phần như van xin, ánh mắt đam mê nhìn tôi. Anh thực sự làm tôi ngạc nhiên.

"Tôi không bao giờ làm điều gì mà mình không muốn cả, Christian ạ."

Khi nói những lời này, tôi thậm chí thấy nó còn thiếu tính thuyết phục, vì ngay lúc này đây, tôi thấy mình có thể làm bất cứ điều gì điên rồ nhất cho người đàn ông đang ngồi bên cạnh tôi. Nhưng lời nói của tôi đã có hiệu quả tức thì. Nét mặt anh dịu đi.

Anh nhìn tôi đăm chiêu trong vài giây rồi nhẹ nhàng lách ra cửa máy bay để mở, dù anh trông khá cao. Anh nhảy khỏi máy bay, đợi tôi theo sau và giữ tay để tôi trèo xuống sân đáp. Gió thổi lồng lộng trên nóc tòa nhà khiến tôi thấy lo lo vì mình đang ở một nơi có độ cao ít nhất phải ba mươi tầng với bốn bề trống hoác. Christian choàng tay qua thắt lưng tôi kéo tôi sát vào người anh.

"Đến đây."

Anh nói to trong tiếng gió ầm ù. Anh dẫn tôi đến thang máy và bấm số trên bảng điều khiển, cửa mở. Bên trong thang máy thật ấm áp và bốn bề ốp gương. Tôi có thể nhìn thấy được Christian ở đủ mọi góc độ, và tuyệt hơn nữa là tôi được thấy hình ảnh anh đang ôm tôi cũng ở đủ các góc độ. Christian gõ thêm một mã số nữa ở bảng điều khiển, cửa thang máy đóng lại và thang bắt đầu đi xuống.

Trong phút chốc, chúng tôi đã ở trong một gian phòng toàn màu trắng. Giữa phòng chễm chệ một chiếc bàn tròn bằng gỗ tối màu cùng với một bình hoa trắng, lớn đến mức khó tin được đặt trên bàn. Những bức tranh treo khắp bốn bức tường. Anh mở một cánh cửa đôi và khung cảnh màu trắng lại tiếp tục hiện ra, chạy dọc theo một hành lang rộng dẫn đến cửa một căn phòng tráng lệ ở phía đối diện. Căn phòng này là nơi ở chính với trần nhà cao gần gấp đôi bình thường. Dùng chữ "đồ sộ" để miêu tả nơi này e cũng còn chưa đủ. Bức tường phía xa được làm bằng kính, từ đó mở ra một ban công nhìn xuống toàn cảnh thành phố Seattle.

Bên phải tôi bệ vệ một chiếc trường kỷ hình chữ U đủ cho mười người ngồi thoải mái. Đối diện nó là một lò sưởi kiểu dáng hiện đại làm bằng thép không rỉ loại cao cấp nhất hoặc bằng

bạch kim cũng không chừng. Lửa đã được thắp trong lò, đang
tỏa ánh sáng dìu dịu. Bên trái cạnh chúng tôi, kế cổng ra vào là
khu vực bếp. Tất cả toàn màu trắng. Bàn bếp làm từ gỗ tối màu
và một quầy bar dành cho sáu người.

Gần bếp, phía trước bức tường kính, có đặt một bàn ăn với
mười sáu cái ghế xếp xung quanh. Một chiếc piano nguyên cỡ,
đen sáng loáng nằm trang trọng riêng một góc. À phải rồi... có
lẽ anh cũng biết chơi piano nữa. Các tác phẩm nghệ thuật với đủ
kiểu dáng, kích cỡ được treo đầy trên tường. Căn hộ này, thực
ra mà nói, nhìn giống một phòng triển lãm hơn là một nơi để ở.

"Tôi cởi áo khoác cho cô nhé!"

Christian hỏi nhưng tôi lắc đầu. Gió trên bãi đáp trực
thăng ban nãy vẫn còn làm tôi lạnh lắm.

"Cô dùng nước chứ?"

Anh lại hỏi, tôi chớp mắt với anh. Sau chuyện đêm qua!
*Phải chăng anh đang muốn đùa với tôi?* Một giây thoáng qua, tôi
muốn xin một ly margarita nhưng không dám.

"Tôi sẽ dùng một ly rượu trắng. Cô cũng uống như vậy nhé!"

"Vâng." Tôi đáp nhỏ.

Tôi đang đứng trong căn phòng khổng lồ và cảm thấy
mình vô cùng lạc lõng. Tôi bước đến bức tường kính, nhận thấy
nửa dưới của tường được thiết kế kiểu các ô hình thoi đan chéo
mở ra ban công. Thành phố Seattle được thắp sáng một cách
sống động ở bên dưới. Tôi quay trở vào bếp – mất vài giây – bếp
nằm xa bức tường kính – và Christian đang mở một chai rượu.
Anh đã cởi áo khoác ngoài.

"Cô uống Pouilly Fumé được không?"

"Tôi không biết gì về rượu đâu, anh Christian. Chắc cũng
được."

Giọng tôi nhẹ và ngập ngừng. Trống tim tôi đang đập dồn. Tôi muốn chạy thoát khỏi đây. Nơi này xa hoa quá! Thực ra phải nói là trên đỉnh của sự xa hoa, giàu có theo kiểu Bill Gates. Tôi làm gì ở một nơi như thế này? *Mi biết quá rõ mi sẽ làm gì ở đây mà*, thâm tâm nở nụ cười nhạo báng. Vâng, tôi muốn nằm trên giường Christian Grey.

"Của cô đây."

Anh trao cho tôi ly rượu. Ngay cả những cái ly cũng phản chiếu sự giàu sang... chúng nặng, làm bằng loại pha lê thời thượng. Tôi nhấp một ngụm, chất rượu khá nhẹ, sảng khoái và rất ngon.

"Cô im lặng quá, thậm chí, cô cũng không đỏ mặt nữa. Lần đầu tiên tôi thấy cô như vậy, Anastasia ạ."

Anh thì thầm. "Hay là cô đói?"

Tôi lắc đầu. Không phải để nói là tôi không đói.

"Nơi anh ở rộng lớn quá."

"Lớn?"

"Lớn."

"Lớn thật." Anh đồng ý với tôi, ánh mắt lóe lên sự thích thú. Tôi nhấp thêm ngụm rượu nữa.

"Anh biết chơi chứ?" Tôi hất cằm về phía cái piano.

"Ừ."

"Thật sao?"

"Thật."

"Chắc chắn anh phải biết rồi. Có điều gì anh làm không tốt không?"

"Có... một vài thứ."

Anh nhấp một ngụm rượu, mắt không rời khỏi tôi. Tôi cảm nhận được anh vẫn đang dõi theo khi tôi quay lưng và nhìn khắp căn phòng rộng mênh mông này. À mà dùng chữ "căn phòng" ở đây thật không đúng. Đây không thể là một căn phòng – quả là một đánh đố về từ ngữ.

"Cô muốn ngồi không?"

Tôi gật đầu, anh cầm tay dẫn tôi đến một chiếc ghế sofa khác không phải màu trắng. Khi ngồi xuống, tôi giật mình nhận ra hoàn cảnh này giống lúc Tess Durbeyfield nhìn quanh căn nhà mới, vốn là sở hữu của tên Alec d'Urberville xấu xa[1]. Ý nghĩ đó làm tôi mỉm cười.

"Chuyện gì làm cô vui vậy?"

Anh ngồi xuống bên cạnh, quay mặt sang nhìn tôi. Đầu anh tựa vào tay phải, cùi chỏ chống vào lưng ghế.

"Tại sao anh lại tặng riêng cho tôi quyển *Tess of the d'Urbervilles?*" Tôi hỏi. Christian chăm chăm nhìn tôi trong giây lát. Tôi đoán anh ngạc nhiên vì câu hỏi của tôi.

"À, vì cô nói cô thích Thomas Hardy."

"Chỉ vì lý do đó thôi sao?"

Chính tôi cũng cảm được sự thất vọng trong giọng nói của mình. Anh nói, một cách khó khăn.

"Tôi thấy quyển đó thích hợp với cô. Tôi có thể tôn cô lên như nữ thần, tựa những gì Angel Clare đã làm hoặc đày đọa cô nhục nhã như Alec d'Urberville."

Anh hạ giọng và đôi mắt như lóe lên ánh nhìn đen tối đầy nguy hiểm.

---

1. Hai nhân vật trong tiểu thuyết *Tess of the D'Urberville* đã nhắc ở trên, trong đó nàng Tess xinh đẹp đến nhà của bà góa phụ d'Urberville nhưng không gặp bà mà gặp tên con trai phóng đãng của bà là Alec d'Urberville, kẻ về sau đã lừa và cưỡng hiếp nàng.

"Nếu chỉ có hai lựa chọn. Tôi chọn cách thứ hai."

Tôi thầm thì, nhìn anh đăm đăm. Tôi thấy mình đang sợ hãi.

"Anastasia, đừng cắn môi nữa. Nó làm tôi mất tập trung. Cô không biết cô đang nói gì đâu." Anh thở hắt ra.

"Vì vậy mà tôi ở đây."

Anh cau mày. "Đúng thế. Đợi tôi chút nhé."

Anh biến mất sau cánh cửa to bên kia phòng, rồi quay lại sau vài phút, với vài tờ tài liệu trên tay.

"Đây là bản thỏa thuận bảo mật."

Anh nhún vai, trông anh thoáng ngượng một cách duyên dáng.

"Luật sư của tôi buộc phải ký vào cái này."

Anh trao tờ giấy cho tôi. Tôi điếng người.

"Nếu cô chọn điều thứ hai, bị đày đọa, cô phải ký vào đây."

"Và nếu tôi chẳng muốn ký vào bất cứ cái gì hết?"

"Thì sẽ như những thần tượng của Angel Clare, và cũng giống như trong đa số các quyển sách khác."

"Thỏa thuận này nói gì?"

"Nó yêu cầu cô không được tiết lộ bất cứ điều gì về chúng ta. Bất kỳ điều gì với bất kỳ ai."

Tôi nhìn anh trừng trừng không tin nổi. Quỷ quái thật. Chuyện này thật tệ, quá tệ nhưng giờ tôi lại đang quá tò mò về nó.

"Được thôi. Tôi sẽ ký."

Anh trao cây viết cho tôi.

"Cô không đọc à."

"Không."

Anh nhíu mày.

"Anastasia, cô nên đọc kỹ trước khi ký vào thứ gì đó."

"Christian, điều anh không hiểu ở đây chính là tôi không bao giờ kể chuyện của anh và tôi với bất kỳ ai. Thậm chí là với Kate. Vì vậy, việc tôi ký bản thỏa thuận này hay không cũng không quan trọng. Nếu nó quan trọng với anh hay ngài luật sư của anh... cái người mà rõ ràng anh sẽ kể lể về tôi, thì tốt thôi. Tôi ký."

Anh nhìn tôi chăm chăm và gật đầu chậm rãi.

"Nói hay lắm, cô Steele."

Tôi đặt bút ký vào cả hai bản thỏa thuận và trả lại anh một bản. Sau khi gấp tờ giấy của mình lại, tôi bỏ nó vào trong bóp rồi hớp một hơi rượu dài. Khẩu khí của tôi lúc này mạnh mẽ gấp mấy lần cảm giác thực trong tôi.

"Như vậy nghĩa là anh sẽ làm tình với tôi tối nay phải không, Christian?"

*Quỷ quái. Có phải tôi vừa nói không vậy?* Anh thoáng há miệng kinh ngạc nhưng lấy lại bình tĩnh ngay lập tức.

"Không, Anastasia, không đâu. Thứ nhất, tôi không làm tình. Tôi giao cấu... mạnh. Thứ hai, ta còn nhiều thủ tục giấy tờ phải làm. Và thứ ba, cô vẫn chưa biết cô đến đây để làm gì. Vì vậy cô vẫn có thể chọn cách bỏ cuộc. Nào, đến đây, tôi muốn cho cô xem phòng giải trí của tôi."

Bây giờ đến lượt tôi há hốc mồm. *Giao cấu mạnh à*! Trời đất ơi, nghe thật quá... kích thích. Nhưng tại sao tôi lại phải đi nhìn cái phòng giải trí của anh? Tôi thấy mình bối rối.

"Anh muốn chơi Xbox[1] à?"

Anh bật cười khi nghe tôi hỏi.

"Không phải, Anastasia. Không có Xbox, cũng không Playstation. Lại đây."

---

1. Xbox và Play Station là tên hai loại game điện tử phổ biến ở Anh và Mỹ.

Anh đứng dang tay về phía tôi. Anh dẫn tôi quay trở lại hành lang. Bên phải cánh cửa đôi, nơi chúng tôi đã vào, có một cánh cửa khác dẫn ra cầu thang bộ. Chúng tôi đi lên tầng hai rồi rẽ phải. Anh lấy một chiếc chìa khóa từ trong túi, mở khóa cửa rồi hít một hơi thật sâu.

"Cô muốn bỏ đi lúc nào cũng được. Trực thăng luôn sẵn sàng để đưa cô đến bất kỳ đâu cô muốn hoặc ở lại đây đêm nay rồi sáng mai về. Cô quyết định thế nào cũng đều tốt cả."

"Làm ơn mở cánh cửa quái quỷ này đi, anh Christian."

Anh mở cửa rồi lùi lại sau để tôi vào trước. Tôi đăm đăm nhìn anh thêm một lần nữa. Tôi thiết tha muốn biết có gì ở trong này. Tôi hít một hơi thật sâu, rồi bước vào.

Và cảm giác đầu tiên là tôi như vừa làm một cuộc hành trình xuyên thời gian về lại Tòa Hình Án Xử Dị Giáo Tây Ban Nha thế kỉ 16[1].

*Trời đất thánh thần ơi.*

---

1. Kiểu tòa án được hình thành ở Tây Ban Nha vào thế kỉ 16 dưới vương triều vua Ferdinand Đệ Nhị và nữ hoàng Isabella Đệ Nhất, vốn là những người cuồng tín Đạo Thiên Chúa. Tòa án được lập ra nhằm duy trì sự tồn tại duy nhất của Đạo Thiên Chúa ở nước này với những hình phạt dã man, tàn khốc dành cho ai không thờ Thiên Chúa.

# Chương bảy

Điều đầu tiên tôi nhận ra là mùi: da, gỗ, dầu bóng phả ra hương cam nhè nhẹ. Rất dễ chịu, ánh sáng vừa phải và tinh tế. Thật ra, tôi không hề thấy nguồn sáng, chỉ nhận ra đâu đó giữa trần và tường ánh sáng dịu dàng tỏa ra. Tường và trần đều dày, màu rượu vang thẫm, tạo nên hiệu ứng con sâu trong các không gian rộng, sàn bằng gỗ bóng cũ kỹ. Trên mặt tường đối diện cửa gỗ đóng dạng chữ X rất lớn, ốp chắc vào tường, chữ X bằng gỗ gụ bóng loáng, mỗi góc đều đính một chiếc còng. Phía bên trên là một tấm lưới sắt, thả từ trần xuống, rộng ít nhất phải 2,5m, treo đủ các kiểu dây thừng, xích và cùm sáng loáng. Gần cửa, hai trụ cao, bóng ngời, chạm khắc tinh xảo, trông giống như các thanh chắn cầu thang nhưng dài hơn, treo ngang tường như thanh treo màn. Từ hai thanh ngang ấy, đủ kiểu roi dẹp, roi mềm, roi cưỡi ngựa và những món bọc da hình dáng rất buồn cười.

Kế bên cửa, một dãy ngăn kéo bằng gỗ gụ vững chãi, mỗi ngăn rất hẹp được thiết kế như để chứa những di vật trong một bảo tàng cũ kỹ. Tôi chợt thắc mắc không hiểu thật ra những ngăn kéo này *chứa* những gì? *Mình có muốn biết không?* Ở một góc xa, một chiếc ghế băng mềm mại bọc da nâu đỏ, đặt khít vào tường, kế bên là một giá đỡ bằng gỗ, sáng bóng, thoạt nhìn như giá gác gậy đánh bi-da nhưng nhìn kỹ hơn, trên chiếc kệ gác đủ loại roi, đủ kích cỡ và độ dài. Góc đối diện, một chiếc bàn gỗ vững chắc dài gần 2m, chân bàn hình trụ chạm trổ tinh vi, hai chiếc ghế đẩu đồng bộ đặt bên dưới gầm bàn.

Tuy nhiên, nổi bật hơn cả trong phòng là chiếc giường, có vẻ từ cuối thế kỷ 19. Chiếc giường lớn hơn cả loại giường ngoại cỡ, chạm trổ theo phong cách rococo, bốn trụ giường giăng màn, chạm trổ sắc sảo. Bên dưới các màn trướng này lại là dây xích và cùm tay sáng ngời. Không có chăn gối... chỉ một tấm nệm phủ da đỏ và những tấm đệm mỏng, bọc satin đỏ đặt chồng lên nhau ở một góc nệm.

Dưới chân giường, cách vài mét, đặt một chiếc ghế sofa lớn, màu nâu đỏ, chiếc ghế gần như choán hết phần giữa phòng, nhìn thẳng sang giường. Một sự sắp xếp kỳ lạ... ghế nhìn sang giường, tôi mỉm cười với mình – Tôi bình chọn rằng chiếc ghế này là thứ quái lạ khi nó thật sự là món đồ gỗ tầm thường nhất trong gian phòng. Tôi ngước nhìn lên trần. Những loại móc dành cho dây leo núi, gắn rải rác trên trần. Tôi vô cùng thắc mắc không biết chúng dành để làm gì. Quái đản, tất cả đều bằng gỗ, tường màu tối, ánh sáng mờ ảo, màu da nâu đỏ gợi cho gian phòng sự dịu dàng và lãng mạn... một sự dịu dàng và lãng mạn kiểu Christian.

Tôi quay lại, anh vẫn dõi theo tôi chăm chú, đúng như tôi biết, nét mặt không thể đoán nổi. Tôi tiến vào gian phòng, anh bước theo. Những món bọc da khiến tôi tò mò. Tôi dè dặt chạm vào một món. Nó mềm và mịn, như một chiếc roi cửu khúc nhỏ nhưng rậm hơn, một đầu có móc kim loại bé xíu.

"Đó là đả cụ." Giọng Christian nhỏ, rất khẽ.

*Đả cụ.* Tôi nghĩ mình bị sốc. Tiềm thức đã di cư đi đâu mất, có lẽ bị tê liệt, có lẽ giản dị hơn, bị sụp đổ và không còn khả năng lên tiếng. Tôi lạnh cứng người. Tôi vẫn có thể quan sát và cảm nhận nhưng cảm giác của tôi về tất cả những thứ này hoàn toàn lờ mờ vì tôi bị sốc. Biết phải nói thế nào khi bỗng dưng khám phá ra rằng người tình trong mộng của mình là một kẻ khổ dâm hay thống dâm? *Kinh hoàng...* phải... điều này dường như quá sức tưởng tượng của tôi. Tôi đã nhận ra. Nhưng kỳ quái là cảm giác ấy không hướng về anh – tôi không nghĩ anh có thể làm tôi đau, à, sẽ không nếu tôi không đồng ý. Bao nhiêu câu hỏi vẫn vũ trong đầu. Tại sao? Thế nào? Bao giờ? Bao lâu? Ai? Tôi tiến đến chiếc giường, lướt những ngón tay lên những chạm trổ trên một trụ giường. Chiếc trụ vững vàng, quả là một tác phẩm nghệ thuật.

"Nói gì đi." Christian kêu lên rất khẽ.

"Anh làm thế với người khác hay họ làm thế với anh?"

Môi anh cong lên, không rõ là vui thích hay đau đớn.

"Người khác?" Anh chớp mắt vài lần trong khi cân nhắc câu trả lời. "Tôi làm điều đó với những phụ nữ muốn tôi làm thế."

"Tôi không hiểu."

"Nếu đã có những người tự nguyện làm việc đó, sao tôi lại ở đây?"

"Vì tôi muốn làm điều đó với cô, rất muốn."

Ô! – Tôi thở gấp. *Tại sao?*

Tôi bước đến một góc phòng, chạm cả bàn tay vào lưng tựa của chiếc sofa và chạy những ngón tay trên mặt da ghế. *Anh ta thích làm phụ nữ đau đớn.* Ý nghĩ đó làm tôi sợ hãi.

"Anh là người khổ dâm?"

"Tôi là Người Áp Đặt." Đôi mắt xám lóe lên một tia sắc ngọt.

"Có nghĩa là gì?" Tôi thì thầm.

"Nghĩa là tôi muốn cô sẵn lòng chịu sự chi phối của tôi, trong mọi việc."

Tôi cau mày, cố hiểu câu nói vừa rồi của anh.

"Tại sao tôi phải làm vậy?"

"Để làm tôi hài lòng." Anh mỉm cười dịu dàng, nghiêng đầu sang một bên.

*Làm vui lòng anh ta! Anh ta muốn tôi làm anh ta hài lòng!* Tôi tưởng cảm mình đang rơi xuống đất. *Làm hài lòng Christian Grey.* Thốt nhiên tôi nhận ra, đúng khoảnh khắc ấy, phải, chính xác đó là điều tôi muốn. Tôi muốn dâng hiến cho anh đến chết được. Đó là điều cần phải thú nhận.

"Nói một cách đơn giản, tôi muốn cô muốn làm tôi hài lòng." Anh nói tiếp, giọng đều đều không trọng âm.

"Làm sao để làm điều đó?" – Miệng tôi khô đắng, phải chi ở đây có rượu. Được rồi, tôi đã hiểu ra làm hài lòng cái quái quỷ gì nhưng vẫn rối tinh về mặt thất tra tấn thời Elizabeth này. Có cần phải biết câu trả lời không nhỉ?

"Tôi có luật chơi và muốn cô chơi đúng luật. Điều đó đảm bảo quyền lợi của cô và thú vui của tôi. Nếu làm đúng luật và khiến tôi hài lòng, cô sẽ được thưởng. Nếu không, cô bị phạt và sẽ tự hiểu ra." Anh nói khẽ trong lúc tôi liếc nhìn giá treo gậy.

"Vậy tất cả những chuyện đó diễn ra ở đâu?" Tôi khoát tay vu vơ trong gian phòng.

"Cả tưởng thưởng và trừng phạt đều ở đây."

"Vậy là anh thấy thỏa mãn khi áp đặt ý chí của anh lên tôi?"

"Chỉ để cô tin tưởng và tôn trọng, cô sẽ để tôi áp đặt điều tôi muốn. Tôi sẽ thấy rất hài lòng thậm chí vui thích với sự tận hiến của cô. Cô càng dâng hiến, tôi càng vui thích – điều đó rất công bằng."

"Được rồi, vậy cần làm gì nếu muốn rút khỏi chuyện này?"

Anh nhún vai như thể đang xin lỗi, đáp gọn lỏn.

"Tôi."

*Ô hô.* Christian chải những ngón tay vào tóc, mắt vẫn nhìn tôi.

"Cô không phải cho không cái gì cả, Anastasia." Anh căng thẳng nói. "Quay lại đi, tôi sẽ tập trung hơn. Có cô ở đây tôi rất bất an." Anh chìa tay ra cho tôi nhưng tôi lại chần chừ.

Kate đã nói anh ta rất nguy hiểm, cô ấy đúng. *Sao Kate biết điều ấy?* Anh ta là mối nguy cho sức khỏe tôi bởi tôi biết mình sắp đồng ý. Sâu thẳm trong tôi muốn điều ấy. Phần còn lại lại muốn thét lên, bỏ chạy khỏi căn phòng này và tất cả những gì nó ngụ ý. Tôi không thể hiểu được mình nữa.

"Tôi sẽ không làm cô đau, Anastasia."

Tôi biết anh nói thật. Tôi nắm tay anh, chúng tôi rời khỏi phòng.

"Nếu cô chấp thuận, tôi sẽ để cô xem cái này."

Thay vì xuống thang, anh rẽ phải bên ngoài *phòng giải trí*, như cách anh gọi, rồi tiến đến cuối hành lang. Ở đấy, một phòng ngủ có chiếc giường đôi rất rộng, tất thảy đều trắng… mọi thứ – nội thất, tường, bộ giường ngủ. Căn phòng lãnh đạm và lạnh lẽo nhưng bức tường kính nhìn thẳng ra quang cảnh ngoạn mục nhất của Seattle.

"Đây sẽ là phòng của cô. Cô có thể trang trí phòng thế nào tùy thích và có bất cứ gì cô thích ở đây."

"Phòng tôi? Anh nghĩ tôi sẽ dọn đến đây?" Tôi không giấu được nỗi kinh hãi trong giọng nói.

"Không phải toàn bộ thời gian. Chỉ, để xem, từ chiều thứ Sáu sang Chủ nhật. Chúng ta sẽ phải bàn thêm và thỏa thuận. Nếu cô muốn." Anh nói thêm, giọng nhỏ và ngập ngừng.

"Tôi sẽ ngủ ở đây?"

"Ừ."

"Không phải cùng anh?"

"Không. Tôi đã nói rồi, tôi không ngủ với ai, ngoại trừ với cô, lần say rượu." Giọng anh vẫn chừng mực.

Tôi mím chặt môi. Làm thế nào dung hòa được hai hình ảnh này đây. Một Christian tử tế, ân cần đã che chở tôi khi say rượu, dịu dàng đỡ lấy tôi khi tôi nôn vào bụi cây và con yêu tay cầm roi, tay cầm xích trong một gian phòng kỳ lạ.

"Anh ngủ ở đâu?"

"Ở phòng tôi, tầng dưới. Đi thôi, cô chắc đói rồi."

"Lạ lắm, tôi không thấy đói." Tôi tự dưng thấy bực.

"Cô phải ăn, Anastasia." Anh tỏ ý không hài lòng, nắm lấy tay tôi, chúng tôi cùng xuống nhà.

Trở xuống căn phòng rộng mênh mông ban đầu, lòng tôi ngổn ngang. Tôi đang đứng trên miệng vực, quay lui hay nhảy xuống?

"Tôi biết rất rõ đang đưa cô vào một mê lộ, Anastasia. Đó là lý do tôi muốn cô cân nhắc điều đó. Cô có băn khoăn gì không?" Anh đã buông tay tôi ra, vừa bước xuống bếp vừa nói.

*Có chứ! Nhưng bắt đầu từ đâu đây?*

"Cô đã ký vào NDA rồi; cô có thể hỏi tôi bất cứ điều gì, tôi sẽ trả lời."

Tôi đứng tại quầy bar nhà bếp nhìn anh mở tủ lạnh, lấy ra một đĩa phô mai đủ loại và hai chùm nho xanh và nho đỏ rất to. Anh để đĩa xuống bàn bếp rồi cắt khúc chiếc bánh mì dài kiểu Pháp.

"Ngồi đi." Anh chỉ tôi một chiếc ghế cao bên quầy ăn, tôi ngồi xuống như được bảo. Nếu chấp thuận chuyện này, tôi sẽ phải quen với việc nghe lời anh bảo. Từ khi gặp anh tôi đã biết anh có cái kiểu độc đoán này.

"Anh có nói đến những thứ giấy tờ."

"Ừ."

"Là những giấy tờ gì?"

"Ngoài NDA ra, còn có một hợp đồng ghi rõ những gì chúng ta sẽ làm và không làm. Tôi cần phải biết giới hạn của cô và ngược lại. Phải có sự đồng thuận, Anastasia."

"Còn nếu tôi không tham gia chuyện này?"

"Không sao." Anh đáp thận trọng.

"Nhưng thế thì chúng ta không có một quan hệ gì khác sao?"

"Không."

"Tại sao?"

"Đây là kiểu quan hệ duy nhất tôi muốn."

"Tại sao?"

Anh so vai. "Vì đó là cách của tôi."

"Vì sao anh lại trở nên thế này?"

"Vì sao ai đó lại trở nên như họ à? Câu hỏi khó đây. Tại sao một số người thích phô mai trong khi số khác thì không? Cô thích phô mai chứ? Bà Jones – quản gia của tôi – thể nào cũng có một ít cho những bữa phụ." Anh lấy mấy chiếc dĩa trắng to ra khỏi tủ chén, đặt một chiếc trước mặt tôi.

*Giờ thì chúng mình lại nói về phô mai cơ đấy... Hay thật.*

"Anh đã để ra những luật gì tôi phải theo?"

"Tôi đã viết ra rồi. Chúng ta vừa ăn vừa xem qua vậy."

*Ăn. Làm sao tôi ăn nổi?*

"Tôi không đói một chút nào." Tôi khẽ nói.

"Cô sẽ ăn." Anh nói gọn. *Christian Áp Đặt, mọi việc đều đã rõ ràng.* "Thêm một ly nữa chứ?"

"Vâng."

Anh rót rượu vào ly rồi đến ngồi kế bên tôi. Tôi nhấp nhanh một ngụm.

"Ăn chút gì đã, Anastasia."

Tôi ngắt một chùm nho. Tôi có thể xử lý được. Anh nheo mắt nhìn tôi.

"Anh như thế này lâu rồi à?"

"Ừ."

"Tìm một phụ nữ muốn làm việc này có khó không?"

Anh nhướng mày nhìn tôi.

"Có lẽ cô sẽ ngạc nhiên đấy." Anh nói bình thản.

"Vậy thì vì sao lại là tôi? Tôi chưa hiểu."

"Anastasia, như tôi đã nói đấy. Có điều gì đó ở cô khiến tôi không thể dứt ra được." Anh nhếch mép đầy mai mỉa. "Như con thiêu thân lao vào lửa." Giọng anh trầm đục. "Tôi muốn cô kinh khủng, nhất là bây giờ, khi cô lại cắn môi." Anh nuốt hơi thở rất sâu của mình.

Bao tử tôi quặn thắt, anh muốn tôi... theo một cách kỳ cục, đúng thế nhưng người đàn ông điển trai, kỳ lạ và ngông cuồng này có muốn tôi.

"Sự ví von của anh phải ngược lại mới đúng." Tôi rên rỉ. Tôi mới là con thiêu thân và anh là ngọn lửa. Tôi sẽ tan xác. Tôi biết.

"Ăn đi."

"Không đâu, giờ tôi sẽ không ký bất cứ thứ gì. Tôi muốn được tự do thêm một thời gian nữa, nếu việc đó không ảnh hưởng gì đến anh."

Ánh mắt anh dịu lại, môi nhoẻn một nụ cười.

"Như ý cô, cô Steele."

"Đã có bao nhiêu phụ nữ?" Tôi bật ra câu hỏi đã khiến tôi không nguôi tò mò.

"Mười lăm."

Ô... không nhiều như tôi tưởng.

"Trong một thời gian dài?"

"Một số, ừ."

"Anh đã từng làm ai bị thương chưa?"

"Rồi."

*Khốn kiếp.*

"Nặng không?"

"Không."

"Anh có làm tôi bị thương không?"

"Ý cô là gì?"

"Trên thân thể ấy, anh có làm đau tôi không?"

"Tôi sẽ phạt cô, nếu phải thế và lúc đó thì đau đấy."

Tôi nghĩ mình hơi choáng. Tôi nhấp một ngụm rượu. Rượu – rượu sẽ làm tôi can đảm hơn.

"Có ai đánh trả không?" Tôi hỏi.

"Có."

Ô... ngạc nhiên đấy. Anh cắt ngang dòng suy nghĩ trước khi tôi hỏi tiếp những chuyện tương tự.

"Nói tiếp trong phòng làm việc của tôi nhé. Có vài điều cô cần biết."

Thật khó hình dung được. Tôi đã ngu ngốc nghĩ rằng mình sẽ qua một đêm nồng nàn trên giường của người đàn ông này và thực tế là chúng tôi đang ngồi đây thảo luận về những điều khoản quái đản.

Tôi theo anh vào phòng làm việc, một căn phòng rộng, lại một cửa sổ cao từ sàn đến trần mở ra ban công. Anh ngồi vào bàn, trỏ một chiếc ghế da đối diện rồi đưa tôi một tập giấy.

Đây là các quy định, cũng là một một phần trong hợp đồng mà tôi sẽ đưa cô. Chúng ta cùng đọc và bàn bạc xem có cần phải thay đổi gì không nhé.

# QUY ĐỊNH

**Tuân phục:**

Người tham gia vâng lời Người Áp Đặt lập tức và tự nguyện, không chần chừ, ngang bướng. Người tham gia chấp thuận bất kỳ hành vi quan hệ tình dục nào Người Áp Đặt cho là phù hợp và thấy hài lòng. Người nữ sẽ nhiệt tình nhập cuộc và không do dự.

**Ngủ:**

Người tham gia cần đảm bảo ngủ ít nhất 7 tiếng một đêm khi không ở bên Người Áp Đặt.

**Thực phẩm:**

Người tham gia sẽ ăn uống điều độ để đảm bảo sức khỏe và thể trạng tốt. Người tham gia không ăn vặt giữa các bữa, ngoại trừ ăn trái cây.

**Trang phục:**

Trong suốt thời gian hợp đồng có hiệu lực, Người tham gia sẽ không mặc những trang phục chưa được Người Áp Đặt chấp thuận. Người Áp Đặt sẽ cung cấp chi phí trang phục cho Người tham gia sử dụng. Người Áp Đặt sẽ tháp tùng Người tham gia đi mua trang phục cho những dịp đặc biệt. Nếu Người Áp Đặt yêu cầu, Người tham gia sẽ phục sức và trang điểm như Người Áp Đặt mong muốn suốt thời gian hợp đồng, cả khi có mặt Người Áp Đặt cũng như khi Người Áp Đặt cho là cần thiết.

**Tập thể dục:**

Người Áp Đặt sẽ bố trí một huấn luyện viên riêng cho cho Người tham gia bốn lần một tuần, vài giờ mỗi lần tùy theo sự thỏa thuận giữa Người tham gia và huấn luyện viên. Huấn luyện viên sẽ báo cáo cho Người Áp Đặt sự tiến bộ của Người tham gia.

**Chăm sóc cá nhân:**

Người tham gia đảm bảo giữ gìn cơ thể sạch sẽ, luôn cạo và/hoặc triệt lông. Người tham gia sẽ đi thẩm mỹ viện mà

Người Áp Đặt chọn và quyết định thời gian cũng như thực hiện những trị liệu mà Người Áp Đặt cho là phù hợp.

**Phẩm chất cá nhân:**
Người tham gia không có bất kỳ quan hệ tình dục nào với bất kỳ ai ngoại trừ Người Áp Đặt. Người tham gia luôn cư xử tôn trọng và khiêm nhường. Người nữ phải ý thức rằng hành vi của cô ấy có thể trực tiếp ảnh hưởng đến Người Áp Đặt. Những tội lỗi, điều sai quấy cũng như cách cư xử kém của cô ấy đều được ghi lại khi Người Áp Đặt không có mặt.

**Mọi sai phạm những nội dung trên đây
đều bị trừng phạt lập tức, nội dung trừng phạt
sẽ do Người Áp Đặt quyết định.**

∗∗∗

*Khốn kiếp.*

"Còn nữa, những gì cô không làm, tôi không làm, chúng ta phải cùng xác định rõ."

"Tôi không nghĩ tôi sẽ chấp thuận nhận tiền quần áo. Tôi thấy việc đó không đúng." Tôi ngập ngừng một cách khó khăn và sững sốt.

"Tôi muốn tiêu tiền cho cô. Hãy để tôi mua quần áo cho cô. Có thể một số dịp tôi cần cô đi cùng và ăn mặc đẹp. Tôi chắc chắn là lương của cô, nếu sau này cô đi làm, không thể trang trải nổi chi phí những trang phục mà tôi đòi hỏi đâu."

"Khi không đi cùng anh, tôi sẽ không phải mặc những quần áo đó chứ?"

"Ừ."

*Được. Cứ xem đó là đồng phục vậy.*

"Tôi không muốn tập thể dục bốn lần một tuần."

"Anastasia, cô cần có một thể lực mềm dẻo và khỏe mạnh. Tin tôi đi, tôi cần cô tập thể dục."

"Nhưng không phải là bốn lần một tuần. Ba nhé?"

"Tôi muốn cô tập bốn lần."

"Tôi tưởng mình đang điều đình mà?"

Anh mím môi với tôi.

"Được, cô Steele, thỏa thuận thế này. Ba ngày, mỗi ngày một giờ và một ngày nửa giờ?"

"Ba ngày, ba giờ." Tôi có linh cảm rằng anh sẽ phải ép tôi tập thể dục khi tôi ở đây.

Anh cười ranh mãnh, mắt lấp lánh một tia nhìn dịu dàng.

"Được sẽ như thế. Đồng ý. Cô có chắc không muốn thực tập ở công ty tôi chứ? Cô là một thuyết khách giỏi."

"Không ạ. Tôi không nghĩ đó là ý hay." Tôi liếc xuống tập quy định. *Tẩy lông. Tẩy lông gì cơ? Toàn bộ? Ực!*

Tôi cố nuốt khan trong cổ họng. Đương nhiên, những nội dung này rất nhạy cảm, thẳng thắn và cần thiết... Một người không có kinh nghiệm gì sẽ không muốn dính dáng gì đến những thứ này, tất nhiên. Dù vậy, tôi vẫn thấy buồn nôn.

"Cô có muốn bổ sung điều gì nữa không?" Anh tử tế hỏi.

"Tôi không biết."

"Ý cô là thế nào khi nói không biết."

Tôi cắn môi, loay hoay một cách khổ sở:

"Tôi chưa bao giờ làm những điều tương tự."

"À, khi quan hệ, việc gì làm cô thấy không thoải mái?"

Một khoảnh khắc như dài hàng thế kỷ, tôi ngượng chín.

"Nói tôi biết đi, Anastasia. Chúng ta cần trung thực với nhau, nếu không, chuyện này không thể khởi động được."

Tôi lại khổ sở loay hoay, cắm mắt xuống những ngón tay đan nhau.

"Nói tôi nghe đi." Anh lặp lại.

"Ưm... tôi chưa từng quan hệ nên tôi không biết nữa." Tôi nói lí nhí rồi ngước lên nhìn anh. Anh đang nhìn tôi, mặt đanh lại, tái nhợt, thật sự tái nhợt.

"Chưa bao giờ?" Anh thì thầm. Tôi lắc đầu.

"Cô còn trinh?" Anh thở gắt. Tôi gật đầu, mặt đỏ lựng thêm lần nữa. Anh nhắm mắt lại, như thể đang đếm từ một đến mười. Khi mở mắt ra, anh nhìn tôi thịnh nộ.

"Tại sao chuyện khốn kiếp đó không nói với tôi?" Giọng anh trầm đục.

# Chương tám

Christian chải tay vào tóc, đi tới đi lui trong phòng làm việc. Hai tay liên tục chải vào tóc, nghĩa là căng thẳng gấp đôi. Điệu bộ cao ngạo có thể kiểm soát được cả thế giới dường như sụp đổ.

"Tôi không hiểu sao cô không nói với tôi?" Anh gay gắt.

"Có dịp nào để tôi nói chuyện đó đâu. Tôi cũng không có thói quen kể lể với mọi người tình trạng tình dục của mình. Ý tôi là chúng ta chỉ mới biết nhau thôi." Tôi nhìn chằm chằm xuống tay. Sao tôi lại phải thấy tội lỗi? Tại sao anh ta bỗng dưng nổi giận? Tôi ngước mắt lên nhìn anh.

"Được rồi, cô sẽ còn biết nhiều về tôi." Anh gắt gỏng, môi mím chặt. "Tôi biết cô thiếu kinh nghiệm, nhưng *trinh nữ*." Anh thốt lên như thể đó là một từ bẩn thỉu, rồi gầm gừ. "Quỷ tha ma bắt, Ana, tôi đã để cô biết quá nhiều… Chúa tha tội, cô đã bao giờ hôn ai chưa, trừ tôi?"

"Tất nhiên là rồi." Tôi cố tỏ ra thật tự nhiên. *Đúng nhỉ… có lẽ là hai lần.*

"Thế còn anh chàng trẻ trung, hào hoa nào đó ngã gục dưới chân cô? Tôi không thể hiểu. Cô hai mươi mốt tuổi, gần hai mươi hai và cô xinh đẹp." Anh lại chải tay vào tóc.

*Xinh đẹp.* Tôi sung sướng đỏ mặt. Christian nghĩ tôi xinh đẹp. Tôi đan hai bàn tay vào nhau, nhìn trân trân ngón tay mình, cố nén nụ cười ngớ ngẩn chỉ chực toe trên môi. *Có lẽ anh là người nhìn xa trông rộng.* Tiềm Thức ngóc cái đầu mụ mị lên. Cô ả lại biến đâu rồi lúc tôi cần nhất?

"Và cô nghiêm túc nói về việc muốn gì trong khi không có một chút kinh nghiệm nào." Hai chân mày anh chau lại. "Cô làm thế nào để cưỡng lại tình dục? Nói tôi nghe xem."

Tôi nhún vai.

"Không ai thật sự, anh biết đó..." Đúng như tôi mơ ước, trừ anh. Mà anh, sao lại như một kiểu quái vật đáng sợ. Tôi thì thầm. "Sao anh lại giận dữ với tôi?"

"Không phải với cô. Tôi đang giận dữ chính mình. Tôi chỉ nghĩ..." Anh thở dài, nhìn tôi sắc lẻm rồi lắc đầu, nói nhẹ nhàng. "Cô có muốn ra đi không?"

"Không, trừ khi anh muốn thế." Tôi thì thầm.

*Ôi không... tôi không muốn rời khỏi đây.*

"Tất nhiên là không. Tôi muốn cô ở đây." Anh vừa nhíu mày vừa nói điều đó rồi liếc nhìn đồng hồ. "Trễ rồi." Rồi quay sang tôi. "Cô đang cắn môi đấy." Giọng anh khàn đục, mắt nhìn tôi như xuyên thấu.

"Xin lỗi."

"Đừng xin lỗi. Bởi vì tôi cũng muốn cắn môi cô, thật mạnh."

Tôi thở dồn... sao anh có thể nói với tôi điều đó mà lại không muốn làm đau tôi.

"Đến đây." Anh bảo.

"Sao ạ?"

"Chúng ta cần làm rõ tình hình của cô ngay bây giờ."

"Ý anh là gì? Tình hình gì?"

"Tình hình của cô Ana, tôi sẽ làm tình với cô, bây giờ."

Ô – Trời đất bỗng dưng đảo lộn. *Tình hình quả rất tình hình.* Tôi cố kiềm chế hơi thở dồn dập.

"Ý tôi đó là nếu cô muốn, tôi không muốn bỏ qua cơ hội của mình."

"Tôi tưởng anh không làm tình. Tôi tưởng anh chỉ giao cấu." Tôi nuốt ực, miệng khô đắng.

Anh nở một nụ cười ranh mãnh, dư âm của nụ cười ập vào tôi, lan xuống tận nơi *đó*.

"Tôi sẽ tính đây là một ngoại lệ, hoặc có thể cả hai, để xem. Tôi thật sự muốn gần gũi cô. Nhé, lên giường với tôi. Tôi vẫn muốn sắp xếp công việc trước nhưng cô cần phải biết đôi điều về những chuyện cô sắp tham gia. Chúng ta có thể bắt đầu tập dượt từ tối nay – vài điều căn bản. Điều đó không có nghĩa tôi đã trở nên lãng mạn đâu; đó chỉ là một cách, cách mà tôi muốn và hy vọng cô cũng muốn, để đi đến cùng." Ánh nhìn của anh đắm đuối.

Tôi ngượng đỏ mặt… ô… ước mơ quả đã thành hiện thực.

"Nhưng tôi vẫn chưa làm tất cả những việc mà anh đòi hỏi trong danh sách các quy định." Giọng tôi đứt quãng và hổn hển.

"Quên hết những quy định đi. Quên hết những chi tiết đó đi, chỉ đêm nay. Tôi thèm muốn cô. Tôi muốn cô từ khi cô ngã trong văn phòng tôi và tôi biết cô cũng thế. Nếu không, cô đã không bình tĩnh ngồi đây mà bàn về hình phạt và các quy định. Xin cô, Ana, hãy qua đêm với tôi."

Anh chìa tay về phía tôi, mắt anh lấp lánh, rực lửa… nồng cháy và tôi đặt tay mình vào tay anh. Anh đỡ tôi dậy và kéo vào lòng, tôi cảm nhận được chiều cao cơ thể anh đang đổ xuống mình, toàn bộ những cử chỉ ấy diễn ra chớp nhoáng khiến tôi kinh ngạc. Anh rê tròn những ngón tay sau gáy tôi, xoắn đuôi tóc tôi vào cổ tay anh rồi dịu dàng ghì xuống, buộc tôi phải ngước lên anh. Anh nhìn xuống tôi.

"Cô bé can đảm." Anh thì thầm. "Em rất đáng phục."

Lời anh như một mối lửa, máu tôi phừng phừng. Anh cúi xuống, dịu dàng hôn lên đôi môi rồi ngậm lấy môi dưới.

"Tôi muốn cắn môi em." Anh nói khe khẽ trong miệng tôi rồi thận trọng cắn vào môi tôi. Tôi bật kêu khẽ, anh mỉm cười.

"Nhé, Ana, hãy để tôi gần gũi em."

"Vâng." Tôi thì thầm, đó là lý do tôi ở đây.

Nụ cười toàn thắng nở trên môi, anh buông tôi ra, nắm tay tôi cùng đi qua căn phòng.

Phòng ngủ của anh rộng thênh thang. Cửa sổ chạm trần nhìn xuống Seattle không ngủ từ trên cao. Tường trắng, đồ nội thất xanh nhạt. Chiếc giường rất rộng, kiểu dáng tân kỳ, làm bằng thứ gỗ cứng và xám như loại gỗ phiêu dạt trên bãi biển, bốn góc có trụ nhưng không có tán che. Ở bức tường ngay phía trên chiếc giường, một bức tranh vẽ biển tuyệt diệu.

Tôi phiêu diêu như chiếc lá. Chính là đây. Cuối cùng, sau bao nhiêu lâu, tôi sắp làm điều đó, không phải với ai khác mà là Christian Grey. Hơi thở tôi dồn dập, tôi không thể rời mắt khỏi anh. Anh tháo đồng hồ, đặt lên mặt chiếc kệ đầu giường rồi cởi áo khoác, bỏ lên ghế. Anh mặc một chiếc sơ mi linen trắng và quần jeans. Anh đẹp đến ngạt thở. Mái tóc màu đồng sẫm rối tinh, áo bỏ ra ngoài, đôi mắt xám sẫm và lấp lánh. Anh bước ra khỏi đôi Converse, cúi xuống cởi từng chiếc vớ. Chân của Christian Grey… ôi… nói gì về đôi chân trần? Quay lại, anh nhìn tôi, cử chỉ mềm mỏng.

"Tôi sẽ mang bao cao su, em không phải uống thuốc ngừa đâu."

*Sao cơ? Ơ!* Tôi không biết phải thế.

Anh mở ngăn trên cùng của kệ tủ, lấy ra một hộp bao cao su. Anh nhìn tôi đắm đuối.

"Chuẩn bị xong." Anh nói. "Em muốn kéo rèm lại không?"

"Không cần đâu." Tôi khẽ khàng. "Tưởng anh không để ai ngủ trên giường mình."

"Ai nói chúng ta sẽ ngủ." Anh đáp.

Ô – *Trời đất ơi.*

Anh từ tốn tiến đến trước mặt tôi. Tự tin, quyến rũ, mắt long lanh và tim tôi bắt đầu loạn nhịp. Máu dào dạt khắp châu thân. Nỗi đam mê, sâu thẳm và nóng bỏng, đổ dồn về bụng dưới. Anh đứng ngay trước mặt tôi, nhìn xuống mắt tôi. *Anh thật quá đỗi nóng bỏng.*

"Để tôi cởi áo khoác cho em nhé." Anh dịu dàng bảo rồi nắm lấy hai bên cổ áo, nhẹ nhàng tuột áo khoác khỏi vai tôi, đặt lên ghế.

"Em có biết tôi thèm muốn em đến chừng nào không, Ana Steele?" Anh thì thầm.

Hơi thở tôi dập dồn, không thể rời mắt khỏi anh. Anh mơn man những ngón tay từ má xuống cằm tôi.

"Em có biết tôi sắp làm gì với em không?" Anh nói thêm, tay mân mê cằm tôi.

Những vòng cơ ở nơi sâu thẳm nhất, thâm u nhất xiết lại theo một kiểu cách dịu dàng nhất. Cơn đau sắc ngọt khiến tôi muốn nhắm mắt nhưng tôi đã bị thôi miên bởi ánh mắt nóng bỏng của anh đang hướng về tôi. Khẽ cúi xuống, anh hôn tôi. Đôi môi anh vừa đòi hỏi, vừa mạnh mẽ và thong thả, cuốn môi tôi theo. Anh bắt đầu cởi cúc áo sơ mi của tôi trong khi những nụ hôn như những cánh lông vũ vẫn đáp nhè nhẹ xuống hàm, má và khóe miệng tôi. Anh chậm rãi cởi bỏ trang phục trên người tôi và để rơi xuống sàn. Anh lui lại, nhìn ngắm tôi. Tôi trong chiếc áo ngực vừa khít viền đăng ten xanh nhạt. *Ơn trời.*

"Ôi, Ana." Anh nói trong tiếng thở. "Em có làn da tuyệt vời, sáng và không một tì vết. Tôi muốn hôn lên từng centimet trên da em."

Tôi đỏ mặt. *Ôi, sao…* Sao anh lại nói anh không thể làm tình? Tôi sẽ làm bất cứ điều gì anh muốn. Anh gỡ kẹp tóc tôi, xõa tung ra rồi lùa tóc cho đổ xuống quanh vai tôi.

"Tôi thích phụ nữ tóc nâu." Anh thì thầm, đặt cả hai tay lên tóc tôi, giữ hai bên đầu. Nụ hôn anh đầy ham muốn, lưỡi và môi anh cuốn lấy tôi.

Tôi bật rên lên, lưỡi tôi ngập ngừng đáp lại anh. Anh vòng tay quanh người tôi, nép sát tôi vào cơ thể anh, riết lấy tôi thật chặt. Một tay anh vẫn giữ tóc tôi, một tay lần dọc xương sống, đến eo và tiếp tục tiến xuống sâu hơn. Tay anh đặt lên mông tôi, xoa nhè nhẹ. Tôi cảm thấy sự cương cứng đang từ từ chạm vào mình, ở phần hông nơi anh đang giữ tôi sát bên.

Tôi rên lên lần nữa trong miệng anh. Tôi chật vật chịu đựng những cảm giác đang náo loạn – hay ấy là những kích thích tố nhỉ? – đang hoành hành trong khắp cơ thể. Tôi thèm muốn anh khủng khiếp. Bám vào cánh tay trên của anh, tôi cảm nhận được những bắp cơ. Anh ấy quả thật… rắn chắc một cách kinh ngạc. Tôi ngập ngừng di chuyển tay mình lên mặt anh, vào tóc anh. Tóc anh mềm và rối. Tôi dịu dàng giật tóc anh, anh khẽ kêu lên. Anh xấn tôi về phía giường đến lúc tôi cảm nhận được thành giường chạm vào chân. Tôi nghĩ anh sẽ đỡ tôi xuống giường nhưng không. Buông tôi ra, anh đột ngột quỳ xuống. Hai tay giữ chặt lấy hông tôi, lưỡi anh liếm láp quanh rốn tôi, rồi day nhè nhẹ một bên xương hông, quanh bụng dưới, lần sang phía xương bên kia.

"A." Tôi rên lên.

Anh quỳ gối trước mặt tôi, miệng anh đang thưởng thức cơ thể tôi, điều đó quả khó tưởng tượng nổi và quá nóng bỏng. Hai tay tôi luồn trong tóc anh, chà xát dịu dàng, tôi cố kiềm chế hơi thở dường như đang quá rộn của chính mình. Anh ngước nhìn tôi qua hàng mi dài quá đỗi, đôi mắt ngời lên màu xám khói. Tay anh mở nút quần jeans của tôi rồi thích thú tuột dây kéo. Mắt anh vẫn không rời khỏi mắt tôi, tay anh lần theo lưng quần, thăm dò tôi rồi tiến sâu xuống mông. Tay anh trườn nhẹ xuống phía sau đùi tôi, kéo theo chiếc quần jeans tuột dần xuống. Tôi không thể ngừng bị mắt anh lôi cuốn. Anh dừng lại, liếm môi, mắt vẫn không rời mắt tôi. Anh ngả về phía trước, dụi mũi vào giữa hai đùi. Tôi cảm nhận được anh. *Ở đó.*

"Mùi hương của em thật dễ chịu." Anh vừa nói vừa khẽ nhắm mắt lại, một thoáng thỏa mãn thuần khiết hiện trên mặt anh, còn tôi gần như rung động.

Anh đưa tay giật khăn phủ giường ra, rồi nhẹ nhàng ấn tôi ngã ra giường.

Vẫn quỳ, anh cầm từng chân tôi, gỡ từng chiếc Converse ra, giày rồi vớ. Tôi chống khuỷu tay, nâng người lên xem anh đang làm gì. Tôi dồn dập thở… ham muốn. Anh nâng gót chân tôi lên, rê ngón tay cái vào lòng bàn chân tôi. Có lẽ là đau nhưng tôi cũng cảm thấy vùng kín của mình dường như muốn hồi đáp. Vẫn không rời mắt khỏi tôi, lưỡi anh lặp lại sự mơn trớn khi nãy trong lòng bàn chân tôi, rồi đến răng anh. *Ô.* Tôi bật rên lên… sao tôi lại cảm thấy thế này *ở đó.* Tôi ngã lại xuống giường, rên rĩ. Tôi nghe tiếng anh cười nhẹ.

"Ôi, Ana, làm gì với em bây giờ." Anh thì thầm.

Anh gỡ tiếp chiếc giày và vở còn lại, rồi đứng dậy, cởi hẳn quần jeans ra khỏi chân tôi. Anh chiêm ngưỡng tôi: nằm dài trên giường, chỉ còn áo ngực và quần lót.

"Em đẹp tuyệt vời, Anastasia Steele. Không thể chần chừ hơn nữa để gần gũi em."

*Trời ơi.* Từng từ anh nói. Anh quá quyến rũ. Tôi muốn ngừng thở.

"Cho tôi thấy em tự thỏa mãn thế nào."

*Sao cơ?* Tôi nhướng mày.

"Đừng bẽn lẽn thế, Ana, nói tôi biết đi." Anh thì thầm.

Tôi lắc đầu. "Em chưa hiểu ý anh." Giọng tôi lạc đi. Tôi không nhận ra cả giọng mình nữa, tràn ngập đam mê.

"Làm thế nào để em đạt đến cực khoái. Tôi muốn thấy."

Tôi lắc đầu, thì thào. "Em không biết."

Anh nhướng mày, kinh ngạc mất một lúc, mắt anh sẫm lại, anh lắc đầu như thể không tin nổi.

"Được rồi, để xem chúng ta làm gì đây." Giọng anh êm dịu mà đầy thách thức, một lời đe dọa quá đỗi gợi tình.

Anh nghiêng người về phía tôi, giữ lấy hai đầu gối, gạt chân tôi ra hai bên thật nhanh rồi trườn lên giường, giữa hai chân tôi. Anh ở ngay trên tôi. Tôi oằn người trong nỗi thèm khát.

"Yên nào." Anh dỗ dành rồi cúi xuống hôn lên mặt trong đùi tôi, miết chiếc hôn lên nữa, đến chiếc quần lót đăng ten nhỏ xíu, hôn tôi.

Ôi... Tôi không thể nằm yên nữa. Sao tôi có thể không cử động? Tôi oằn người lại bên dưới cơ thể anh.

"Chúng ta sắp phải cố gắng để giữ em nằm yên, em yêu."

Anh miết nụ hôn lên bụng dưới, rồi dùng lưỡi thăm dò rốn tôi. Anh tiếp tục tiến lên mãi, hôn khắp cơ thể tôi. Da tôi đang bỏng rát. Tôi ngượng chín, quá nóng, quá lạnh, tôi bấu vào tấm trải giường. Anh nằm xuống bên tôi, tay anh mân mê từ hông, eo lên ngực tôi. Anh nhìn xuống tôi, không thể đoán được anh đang nghĩ gì, bàn tay anh đặt lên ngực tôi.

"Vừa khít tay tôi đây, Anastasia." Anh thì thầm rồi luồn ngón tay cái vào trong bầu áo ngực, nhẹ nhàng kéo xuống, một bên ngực của tôi hiện ra, gọng và dây áo ngực vẫn thít lấy phần dưới, đẩy bầu ngực tôi lên trên. Ngón tay anh lần sang phía ngực bên kia và lặp lại y như thế. Hai bên ngực tôi bị đẩy phồng lên, đầu ngực căng cứng dưới sự chiêm ngưỡng của anh. Tôi bị chính áo ngực của mình trói lại.

"Đẹp quá." Anh thì thầm tán thưởng, đầu ngực tôi dường như căng mẩy hơn.

Anh thổi nhè nhẹ vào một bên ngực tôi trong khi tay mân mê bầu ngực còn lại, ngón cái nhẹ nhàng xoay xoay trên đầu vú mỗi lúc mỗi rộng hơn. Tôi rên lên, một thứ xúc cảm ngọt ngào ngập tràn vùng kín. Tôi ướt đẫm. *Ôi, làm ơn*, tôi van nài trong lòng, tay víu chặt tấm trải giường. Môi anh ngậm quanh đầu vú còn lại, khi môi anh kéo ra, cơ thể tôi chấn động.

"Để xem thế này có làm em đạt khoái cảm không." Anh thì thầm, tiếp tục cuộc tấn công thong thả và đầy nhục cảm.

Hai đầu vú tôi đương đầu với cuộc công kích êm ái của những ngón tay và đôi môi thành thạo, khiến từng đầu dây thần kinh trên cơ thể tôi như bừng lóe lên, đến nỗi cả người tôi cứ đong đưa theo những đột cảm man dại. Anh vẫn không dừng lại.

"Ôi… làm ơn." Tôi van vỉ, ngả đầu ra sau, miệng há ra vì rên rỉ, chân quắp cứng lại. Trời ơi, chuyện gì đang xảy ra với tôi?

"Tiếp đi, em yêu." Anh thì thầm.

Răng anh cắn quanh đầu vú tôi, ngón cái và một ngón nào đó đang kéo miết đầu vú. Tôi ngã vật xuống tay anh, cả người rung động, nổ tung ra thành vạn mảnh. Anh hôn tôi, rất sâu, lưỡi anh trong miệng tôi, nuốt lấy những tiếng nấc của tôi.

*Ôi không.* Chuyện này quá sức tưởng tượng. Giờ thì tôi đã hiểu những chuyện điên dại này là thế nào. Anh nhìn xuống tôi, một nụ cười hài lòng hiện trên mặt anh, trong lúc tôi không biết mình cảm thấy điều gì khác ngoài sự cảm kích.

"Em rất biết hồi đáp. Em sẽ phải học cách kiểm soát điều đó, dạy em chuyện này sẽ rất thú vị." Rồi anh lại hôn tôi.

Qua cơn khoái cảm, tôi vẫn còn thở dồn dập. Tay anh lần xuống eo, hông rồi bấu lấy bàn tay vào tôi, khiêu khích… *A.* Ngón tay anh trườn qua lớp đăng ten rồi chầm chậm xoay tròn quanh tôi – *ở đó.* Bất chợt anh nhắm mắt, hơi thở gắt lên.

"Em ướt đẫm rồi. Chúa ơi, tôi muốn em."

Ngón tay anh ấn nhanh hơn và mạnh hơn vào trong tôi, tôi rên to lên khi anh vẫn tiếp tục làm thế và làm thế nữa. Lòng tay anh ấn sâu vào âm vật khiến tôi bật rên lên lần nữa. Anh vẫn ấn vào tôi mạnh và mạnh hơn. Tôi bật gào lên.

Bất ngờ, anh ngồi dậy, kéo quần lót tôi ra, vứt xuống sàn. Cởi bỏ chiếc quần lót kiểu sọt ngắn ra, anh giải thoát sự cương cứng của mình. *Ô, là thế…* Anh nhoài người ra chiếc bàn đầu giường, rút lấy một túi nhỏ rồi trở lại giữa hai chân tôi, xoạc hai chân tôi sang hai bên. Anh quỳ, lồng bao cao su vào độ dài, khá dài của anh. *Ôi không… Là nó? Thế nào cơ?*

"Đừng lo." Anh thở, mắt nhìn tôi. "Em cũng mở rất rộng."

Anh trườn xuống người tôi, hai tay anh đặt hai bên đầu tôi, anh đang ở trên tôi, mắt nhìn mắt tôi, hàm nghiến lại, đôi mắt hừng hực. Đến lúc này tôi mới nhận ra anh vẫn còn mặc áo.

"Em thật sự muốn thế này chứ?" Anh hỏi dịu dàng.

"Xin anh." Tôi van vỉ.

"Nhấc gối lên nào." Anh khẽ ra lệnh. Tôi lập tức vâng lời.

"Tôi sắp giao cấu với em, Steele." Anh nói nhỏ. Sự cương cứng của anh vừa chạm vào cánh cửa nhục cảm của tôi. "Đau đấy." Anh thì thầm rồi xộc vào tôi.

"Áaaaa!" Tôi bật thét lên.

Sâu bên trong tôi, một nỗi kích động kỳ lạ đột phát khi anh xé toạc màng trinh. Anh dừng lại, nhìn tôi, đôi mắt ngời lên sự đắc thắng.

Miệng anh mở nhẹ, hơi thở dồn. Anh rên lên.

"Khá dày đấy. Em ổn không?"

Tôi gật, mắt mở to, hai tay bấu lấy cánh tay anh. Tôi cảm thấy thật viên mãn. Anh vẫn bất động, để tôi quen dần với cảm giác bị xâm nhập và quá tải khi anh trong tôi.

"Anh sẽ chuyển động nhé, em yêu." Anh thở một lúc, giọng anh riết róng.

*Ô!*

Anh trượt lui từ tốn một cách tuyệt vời. Anh khép mắt lại, rên lên, rồi đẩy vào tôi lần nữa. Tôi bật kêu lên lần nữa. Anh dừng lại.

"Nữa nhé?" Anh thì thầm, giọng khô rốc.

"Vâng." Tôi thở.

Anh lặp lại như thế lần nữa rồi dừng lại.

Tôi rên rỉ, cơ thể tôi đang chấp nhận anh... Ôi, tôi muốn điều này.

"Lần nữa nhé?" Anh thở.

"Vâng." Đây là một lời khẩn cầu.

Vậy là anh lại chuyển động nhưng lần này, anh không dừng lại. Cơ thể anh chuyển động tựa trên khuỷu tay, vì vậy, tôi cảm nhận được sức nặng cơ thể anh đang ở trên mình, đang ấn tôi xuống. Ban đầu, anh còn chuyển động chầm chậm, tiến rồi lui trong tôi. Đến khi bắt đầu quen dần với cảm giác kỳ lạ này, hông tôi bắt đầu ngập ngừng đáp lại anh. Anh tăng nhịp điệu. Tôi rên lên, anh đẩy sâu hơn, nhanh hơn, tàn nhẫn, theo một tiết điệu không chút khoan nhượng. Tôi đuổi theo, lao vào cuộc tấn công của anh. Anh giữ lấy đầu tôi bằng hai tay, hôn tôi thật chặt, răng cắn riết môi dưới của tôi. Anh chuyển động dịu lại và tôi cảm thấy cái gì đó đang vươn sâu trong tôi, như trước đây đã từng. Tôi cứng người lại trong khi anh không ngừng và không ngừng tấn công. Cơ thể tôi rung động, oằn lên; mồ hôi cơ thể anh đầm đìa trên tôi. *Ôi...* Tôi đã không hề biết việc này là như thế... tôi đã không biết cảm giác này kỳ diệu như thế. Những ý nghĩ vỡ vụn... chỉ có cảm xúc... chỉ có anh... chỉ có tôi...

"Đến với tôi, Ana." Anh thì thầm trong hơi thở dồn dập.

Cơ thể tôi đáp lại lời anh, bùng lên, khoái cảm cùng cực, nổ tung thành hàng triệu triệu mảnh bên dưới anh. Đến lượt anh cực khoái, anh gọi to tên tôi, thúc thật mạnh, trút trọn vẹn anh cho tôi, rồi bất động.

Vẫn còn trong cơn ngây ngất, tôi cố kiểm chế hơi thở, nhịp tim và những ý nghĩ đang cuồn cuộn hỗn độn. Tôi mở mắt ra, trán anh đang đặt lên trán tôi, mắt nhắm nghiền, hơi thở đứt quãng. Mắt chợt mở, anh nhìn xuống tôi, sâu thẳm và dịu dàng. Anh vẫn còn trong tôi. Anh hạ người xuống, dịu dàng ấn một nụ hôn lên trán tôi rồi từ từ trườn ra khỏi tôi.

"Ô." Tôi kêu lên một âm thanh kỳ lạ.

"Có làm em đau không?" Christian hỏi, trong tư thế nằm nghiêng, chống mình bên một khuỷu tay.

Anh nhặt một sợi tóc bên tai tôi. Tôi mỉm cười, một nụ cười viên mãn.

"*Anh* đang hỏi anh có làm đau em không ư?"

"Không phải chuyện đùa đâu." Anh cười mỉa mai. "Nghiêm túc đấy, em có sao không?"

Đôi mắt anh sâu thẳm, thăm dò, thậm chí quyết liệt. Tôi trườn đến bên anh, cảm thấy như mình không còn xương sườn nữa, gân cốt nhũn ra nhưng tôi thấy sảng khoái, thật sự sảng khoái. Tôi cười với anh. Tôi không thể ngăn mình đừng cười. Giờ thì tôi đã biết tất cả những thứ này là thế nào. Hai cơ thể… cùng quay cuồng, như trục quay của máy giặt, chao ôi. Tôi không biết cơ thể mình đã có thể và cũng đã bị đau đớn, dịu dàng lẫn phóng thích khoáng đạt đến vậy, thỏa mãn đến vậy. Sự viên mãn không thể tả bằng lời.

"Em đang cắn môi và vẫn chưa trả lời tôi." Anh nhướng mày.

Tôi cười toe tinh quái. Nhìn anh ngời sáng với mái tóc rối, đôi mắt ngời lên ánh xám, vẻ ngoài nghiêm túc và kín đáo.

"Em muốn lần nữa." Tôi thì thầm.

Trong một thoáng tôi chợt nghĩ mình bắt gặp thấy ánh mắt thở phào trên khuôn mặt anh, trước khi anh kịp đóng sập nó lại, nhìn tôi qua đôi mắt lim dim.

"Biết gì không, cô Steele?" Giọng anh khô khốc. Anh vươn người sang, hôn tôi dịu dàng lên khóe miệng. "Đòi hỏi ít thôi, em yêu. Xoay người lại nào."

Tôi khẽ liếc anh rồi quay lưng lại. Anh cởi dây áo ngực cho tôi, mơn man tay anh trên lưng tôi rồi lần xuống dưới.

"Em có làn da đẹp tuyệt vời." Anh âu yếm.

Anh đổi tư thế, chuyển một chân anh vào giữa hai chân tôi trong thế nằm nửa người trên lưng tôi. Tôi cảm nhận được hàng nút áo sơ mi của anh đang ấn xuống lưng mình khi anh vén tóc tôi sang một bên để cúi xuống hôn bờ vai trần.

"Anh vẫn mặc áo ư?" Tôi hỏi.

Anh dừng lại. Yên lặng một lúc, anh không trả lời chuyện chiếc áo nhưng khi anh nằm trở lại xuống lưng tôi, tôi cảm thấy làn da ấm áp của anh đang áp vào mình. *Hmm*... Tôi cảm nhận cả thiên đường ở đây. Lớp lông mịn trên ngực anh mơn man lưng tôi.

"Vậy là em muốn tôi đến với em lần nữa sao?" Anh vừa thì thầm bên tai tôi, vừa buông những chiếc hôn nhè nhẹ quanh tai tôi, tiến dần xuống cổ.

Bàn tay anh miên man lần xuống dưới, quấn quanh eo tôi, lần xuống hông, tiến xuống đùi rồi mặt sau của chân. Anh nhấc chân tôi lên, hơi thở tôi bắt đầu dồn dập... *Anh đang làm gì?* Anh chuyển người, nằm vào giữ hai chân tôi, đè sấp tôi xuống, tay anh mơn trớn từ đùi lên mông. Anh dịu dàng âu yếm má tôi và mân mê những ngón tay xuống giữa hai chân tôi.

"Tôi sẽ đến với em từ phía sau, Anastasia."

Tay còn lại, anh giữ chặt lấy tóc tôi trong một nắm tay, giữ sau gáy, kéo nhẹ, cho tôi nằm đúng vị trí. Đầu tôi không thể cử động được. Tôi bị vô hiệu hóa trong tay anh, bất động.

"Em là của tôi." Anh thì thầm. "Chỉ của tôi thôi. Đừng quên điều đó."

Giọng anh đầy mê đắm, mỗi lời anh nói ra đều kích động và gợi tình. Tôi cảm thấy anh đang cương cứng trên đùi tôi.

Ngón trỏ thon dài của anh đang mơn trớn những vòng tròn chầm chậm quanh âm vật tôi. Hơi thở anh nhẹ nhàng phả lên mặt tôi trong khi răng anh từ từ thưởng thức bên hàm tôi.

"Mùi hương em thật quyến rũ."

Anh nhay vành tai tôi. Tay anh ấn vào tôi, vòng quanh, vòng quanh. Hông tôi bắt đầu đong đưa uyển chuyển theo tay anh, hồi đáp tay anh, trong khi đó, một niềm hứng khởi đau đớn cứ chạy cuồng lên trong máu tôi như chất adrenaline.

"Yên nhé." Anh bảo, giọng nhỏ nhưng có vẻ khẩn cấp, rồi từ từ, anh đẩy ngón tay cái vào trong cơ thể tôi, xoay tròn, xoay tròn, ấn vào thành âm đạo. Tâm trí tôi bềnh bồng – toàn bộ năng lượng tập trung cả vào một khoảnh bé nhỏ trong thân thể. Tôi rên lên.

"Thích không em?" Anh hỏi nhỏ, răng vẫn đang nhay vành tai tôi, ngón tay anh bắt đầu chuyển động chầm chậm, vào, ra, vào, ra…. những ngón tay không ngừng miết tròn.

Tôi nhắm mắt, cố giữ hơi thở cho đều, cố tiết chế những xúc cảm hỗn loạn và bất khả kiểm soát nơi ngón tay anh đang phóng thích trong tôi, thiêu đốt từng phần cơ thể tôi. Tôi lại bật rên lên.

"Em ướt đẫm rồi, nhanh quá. Em biết chiều chuộng đấy. Ôi, Anastasia, tôi thích thế. Tôi rất thích thế." Anh thì thầm.

Tôi muốn duỗi chân ra mà không thể cử động. Anh đang ghim tôi xuống giường, duy trì một tiết điệu cố định, chầm chậm và đau đớn. Điều đó quá đỗi tuyệt vời. Tôi lại rên lên, anh bất thần chuyển động.

Ngón cái anh ấn xuống lưỡi tôi, miệng tôi giữ chặt tay anh, mút điên dại. Chuyện này không đúng chút nào, nhưng trời ạ, nó tràn đầy nhục cảm.

"Rồi tôi sẽ có việc với cái miệng của em, Anastasia, nay mai thôi."

Anh hổn hển, tay bấu vào tóc tôi chặt hơn, đau đớn, tôi nhả tay anh ra.

"Cô gái hư đáng yêu." Anh thì thầm, nhoài người ra bên bàn với lấy hộp giấy ăn. "Nằm yên, đừng cử động." Anh thả tóc tôi và ra lệnh.

Anh mở túi trong khi tôi thở dồn dập, máu sôi lên trong mạch. Cảm giác quá đỗi phấn khích. Anh quỳ xuống, bắt đầu tiến vào cơ thể tôi lần nữa, tay anh túm lấy tóc tôi, giữ đầu tôi bất động. Tôi không cử động được. Tôi sập vào chiếc bẫy đam mê của anh, anh giữ tôi lơ lửng và sẵn sàng cho một lần nữa.

"Lần này chúng mình sẽ làm thật chậm nhé, Anastasia." Anh thở.

Rồi chậm, thật chậm, anh trườn vào tôi cho đến khi hoàn toàn trong tôi. Kéo ra, lấp đầy, không ngừng. Tôi bật thét rú lên. Cảm giác lần này thật ngập đầy, viên mãn. Tôi gào lên lần nữa. Anh chủ ý xoay tròn hông rồi rút lui, ngừng một nhịp, rồi lại tiến vào. Anh cứ lặp lại chuyển động đó lần này rồi lần khác. Điều đó làm tôi điên dại – sự vui thích của anh, chầm chậm ấn vào tôi một cách chủ ý và cảm giác tràn trề có chu kỳ này không thể kiểm soát nổi.

"Ôi, xin anh." Tôi van vỉ.

Tôi không chắc có thể chịu đựng hơn nữa. Cơ thể tôi cảm thấy đau rất ngọt, buột ra lời cầu xin.

"Tôi muốn em phải đau đớn, em yêu." Anh đáp, rồi cứ tiếp tục cuộc tra tấn đầy vui thú và ngọt ngào tới, lui. "Ngày mai, mỗi chuyển động của em đều khiến em nhớ ra rằng tôi đã ở đây. Chỉ có tôi. Em là của tôi."

"Làm ơn, Christian." Tôi thì thào.

"Em muốn gì, Anastasia? Nói tôi nghe."

Tôi gào lên lần nữa. Anh lui ra khỏi tôi, chuyển động thật chậm, rồi xoay hông lần nữa.

"Nói tôi nghe."

"Muốn anh, xin anh."

Nhịp chuyển động của anh tăng lên một chút, hơi thở đứt quãng nhiều hơn. Bên trong tôi cũng bắt đầu co thắt và Christian đón ngay được nhịp điệu ấy. "Em. Ướt. Đẫm." Mỗi lời anh thốt ra ứng với giữa hai lần anh tiến vào tôi. "Anh. Muốn. Em. Rất. Nhiều."

Tôi rên lên.

"Em. Là. Của. Anh. Đến đây, em yêu." Giọng anh trầm trầm.

Từng lời anh như một sự công phá, như đẩy thốc tôi vào một vách đứng. Cơ thể tôi bấn loạn quanh anh, tôi đến, tôi gào to tên anh, giữa tấm trải giường, bằng một cái tên vừa sực nảy ra trong đầu. Christian còn tiến vào tôi thêm hai lần dữ dội nữa rồi mới buông xả, trút hết vào tôi như tự phóng thích mình. Anh đổ xuống người tôi, mặt vùi trong tóc tôi.

"Chết tiệt, Ana." Anh thở.

Anh nhanh chóng buông tôi ra rồi lăn sang phía giường bên anh. Tôi duỗi chân ra, nhanh chóng trượt bềnh bồng vào giấc ngủ mệt nhoài và rất sâu.

KHI TÔI TỈNH DẬY, trời vẫn còn tối. Tôi không biết mình đã ngủ bao lâu. Chuối người ra khỏi tấm chăn, tôi cảm thấy đau, một nỗi đau dịu dàng. Không thấy Christian đâu. Tôi ngồi lên, nhìn đăm đắm vào quang cảnh thành phố hiện ra trước mặt mình. Đèn trên những tòa cao ốc đã tắt nhiều, bình minh đã le lói ở phương Đông. Tôi nghe thấy tiếng nhạc. Những nốt trong trẻo của đàn dương cầm, một giai điệu buồn và êm ái. Tôi đoán là Bach, nhưng không chắc nữa.

Tôi choàng chăn quanh mình rồi lặng lẽ bước ra hành lang dẫn đến gian phòng chính. Christian đang ngồi trước piano, hoàn toàn chìm đắm trong giai điệu mà anh đang diễn tấu. Trông anh buồn và cô đơn quá, như chính bản nhạc vậy. Tựa lưng vào bức tường lối vào, tôi lắng nghe, ngập tràn mê đắm. Anh quả là một nhạc công điêu luyện, hút hồn tôi. Anh ngồi đó, ngực trần, cơ thể tắm trong thứ ánh sáng ấm áp của chiếc đèn đơn độc, lơ lửng bên cạnh chiếc dương cầm. Toàn bộ phần còn lại của gian phòng đều ngập bóng tối, anh như đang chìm giữa một ốc đảo ánh sáng nhỏ bé, bất khả chạm đến… cô độc, trong một vầng khí quyển riêng.

Tôi lặng lẽ tiến về phía anh, mê man trong những thanh âm tuyệt diệu và u hoài. Tôi bị thôi miên trước những ngón tay dài, điêu luyện đang lướt và ấn trên những phím đàn, lòng tự hỏi làm thế nào cũng những ngón tay ấy có thể mơn man và âu yếm cơ thể tôi thành thạo đến thế. Tôi đỏ mặt, thoắt nhớ đến những chuyện vừa rồi và bất chợt khép chặt đùi lại. Anh ngẩng lên, ánh mắt màu xám sâu thẳm, vẻ mặt khó hiểu.

"Xin lỗi." Tôi lí nhí. "Em không định làm anh xao nhãng."

Một cái cau mày rất khẽ trên mặt anh.

"Chắc rồi, tôi nên nói với em điều đó." Anh đáp, ngừng chơi và đặt tay lên đùi.

Tôi chợt nhận ra anh đang mặc chiếc quần PJ. Anh chải tay vào tóc rồi đứng lên. Chiếc quần ôm lấy phần eo, cái kiểu đó… ôi. Miệng tôi khô khốc khi anh thong thả bước vòng qua chiếc piano, tiến về phía tôi. Đôi vai anh mở rộng, eo nhỏ, những vòng cơ bụng chuyển động khi anh bước đi. Thật đáng kinh ngạc.

"Đúng ra, em nên ở trên giường." Anh nghiêm nghị.

"Bản nhạc hay quá. Bach phải không, anh?"

"Bach biên soạn, nhưng bản gốc cho kèn oboe là của Alessandro Marcello."

"Thật tinh tế nhưng buồn quá, một giai điệu trĩu buồn."

Môi anh nhếch lên cười nửa miệng.

"Lên giường đi." Anh ra lệnh. "Không thì em sẽ kiệt sức vào sáng mai đấy."

"Em tỉnh dậy mà không thấy anh."

"Tôi khó ngủ, tôi không quen ngủ với người khác." Anh nói.

Tôi không thể đoán nổi tâm trạng của anh. Dường như pha chút tuyệt vọng nhưng trong bóng tối, rất khó nhận biết. Có lẽ điều đó tỏa ra từ bản nhạc anh vừa đàn. Anh vòng tay qua tôi, nhẹ nhàng đưa tôi trở ra lối về phòng ngủ.

"Anh biết chơi đàn bao lâu rồi? Anh chơi hay quá."

"Từ khi lên sáu."

Ồ - Cậu bé Christian sáu tuổi... trong đầu tôi vụt hiện hình ảnh cậu bé tóc màu đồng xinh xắn với đôi mắt xám, trái tim tôi tan chảy – một cậu bé mái tóc lòa xòa lẽ nào lại yêu những giai điệu ảm đạm.

"Em cảm thấy thế nào?" Anh hỏi khi chúng tôi về đến phòng.

Anh bật chiếc đèn tường.

"Ổn ạ."

Cùng một lượt, bất giác cả hai đều liếc nhìn xuống giường. Một vệt máu trên tấm trải – dấu vết trinh tiết. Tôi đỏ mặt, bối rối, cuốn chặt hơn tấm chăn vào người.

"Thể nào chuyện này cũng làm bà Jones đoán già đoán non." Anh đứng trước mặt tôi và nói.

Một tay anh nâng cằm, ngả đầu tôi ra sau, ánh mắt anh nhìn tôi sâu thẳm. Tôi chợt nhận ra đây là lần đầu tôi thấy ngực anh để trần. Bất giác tôi xoay người, lần những ngón tay lên làn lông sẫm trên ngực anh để cảm nhận chúng. Anh lập tức bước lùi khỏi tay tôi.

"Lên giường đi." Anh nhấn từng tiếng một. Giọng anh dịu lại. "Tôi sẽ trở lại, nằm bên em."

Tôi buông tay, khẽ nhăn mặt. Tôi vẫn chưa cảm thấy mình đã chạm được vào người anh. Anh mở một ngăn kéo, rút ra một chiếc áo thun rồi tròng vào người.

"Giường." Anh lặp lại mệnh lệnh.

Tôi trở lại giường, cố không nghĩ đến vệt máu. Anh cũng lên theo, kéo tôi vào vòng tay, choàng tay anh quanh người tôi từ sau lưng. Anh hôn nhẹ lên tóc tôi rồi hít vào thật sâu.

"Ngủ ngon, Anastasia yêu dấu." Anh nói.

Tôi nhắm mắt lại nhưng vẫn không nguôi nỗi xốn xang kỳ lạ từ giai điệu bản nhạc hay từ bộ dạng của anh. Christian Grey với bộ mặt buồn đau.

# Chương chín

Ánh sáng tràn ngập gian phòng, đánh thức tôi khỏi giấc ngủ sâu. Tôi trở người và mở mắt. Cả buổi sáng tháng Năm tuyệt đẹp của Seattle đang ở dưới chân tôi. Chà, cảnh thế mới là cảnh chứ. Bên cạnh tôi, Christian Grey đang ngủ rất ngon. Tôi ngạc nhiên thấy anh vẫn còn trên giường. Anh đang nằm đối mặt với tôi, đây là cơ hội chưa từng có để ngắm nhìn anh. Khuôn mặt đẹp, trẻ hơn và thanh thản hơn trong giấc ngủ. Đôi môi cong như tạc hơi hé mở, mái tóc sáng, mềm rối tinh. Hoàn mỹ đến mực này liệu có chính đáng không nhỉ? Tôi chợt nhớ đến căn phòng trên lầu… có lẽ không chính đáng lắm. Tôi lắc đầu, quá nhiều điều phải nghĩ. Tôi muốn đưa tay sang, chạm vào anh nhưng, như một đứa trẻ nhỏ, anh thật đáng yêu khi ngủ. Tôi chẳng còn bận tâm mình sẽ nói gì, anh sẽ nói gì, kế hoạch của anh là gì, nhất là kế hoạch dành riêng cho tôi.

Tôi có thể ngắm anh cả ngày nhưng bây giờ tôi cần vào phòng tắm đã. Tôi trườn khỏi giường, nhặt lấy chiếc sơ mi trắng của anh trên sàn, khoác vào người. Tôi mở một cánh cửa, đoán là phòng tắm nhưng không, tôi đang đứng ở lối vào một gian phòng rộng không kém phòng ngủ. Hàng nối hàng quần áo, sơ mi, giày và cà vạt. Ai lại cần đến từng này quần áo cơ chứ? Tôi tặc lưỡi bất bình. Thật ra, phòng thay quần áo của Kate có lẽ cũng không kém phòng này. Kate! *Ôi không*. Tôi quên béng mất cô ấy cả tối qua. Tôi đã nói sẽ nhắn tin cho cô ấy. Bực thật. Giờ thì rắc rối rồi. Tôi thoáng tự hỏi cô ấy và Elliot đã thế nào.

Trở lại phòng ngủ, tôi thấy Christian vẫn ngủ say. Tôi thử mở một cánh cửa khác. Đúng là nhà tắm và nó thậm chí còn rộng hơn cả phòng ngủ. Sao một người đàn ông lại cần cả một không gian thênh thang thế này? Hai bồn tắm, tôi thấy buồn cười. Nếu Christian chẳng bao giờ ngủ với ai, thì có lẽ một trong hai bồn này chẳng bao giờ được dùng đến.

Tôi nhìn thấy mình qua tấm gương to treo phía trên bồn tắm. Trông mình có gì khác không? Tôi cảm thấy mình rất khác. Hơi đau một chút, thành thật mà nói, và cơ bắp, ối chà, cứ như trong đời tôi chưa bao giờ tập thể dục vậy. *Thì cậu có bao giờ tập thể dục đâu.* Tiềm Thức vừa tỉnh dậy. Cô ả nhìn tôi, môi cong lên, chân nhịp nhịp. *Vậy là cậu ngủ với anh ta rồi đấy, thất thân với một người chả hề yêu cậu. Đúng ra là một kẻ có những dự định quái đản dành cho cậu, muốn biến cậu thành một kiểu nô lệ tình dục.*

*CẬU ĐIÊN À?* Cô nàng gào lên với tôi.

Tôi cau mày với mình trong gương. Tôi sẽ phải xử lý hết mấy chuyện này. Thẳng thắn mà nói, sẽ gục ngã êm ái trước một người đẹp và giàu vượt xa Croesus[1], lại có một Căn Phòng Đỏ đang đợi tôi. Tôi rùng mình, bấn loạn và bối rối. Mái tóc tôi vẫn tự xù lên theo ý nó. Mái tóc chết tiệt chẳng hợp với tôi chút nào. Tôi cố chải tóc bằng những ngón tay nhưng đành tuyệt vọng – có lẽ tôi sẽ tìm thấy dây buộc tóc trong ví.

Tôi thấy đói. Tôi quay lại phòng ngủ. Người đẹp trong rừng vẫn ngủ, tôi để anh ngủ và trở xuống nhà bếp.

---

1. Vị vua cuối cùng của xứ Lydia (khoảng năm 500 trước Công nguyên). nổi tiếng vì sự giàu có.

*Ôi không... Kate.* Tôi để giỏ xách trong phòng làm việc của Christian mất rồi. Tôi lục giỏ và tìm ra điện thoại di động. Ba tin nhắn.

"Ổn chứ, Ana?"

"Cậu đang ở đâu, Ana?"

"Mẹ kiếp, Ana"

Tôi gọi cho Kate. Cô ấy không nghe máy nên tôi để lại một tin nhắn thật nhã nhặn rằng tôi vẫn còn sống và không bị gã Bluebeard[1] thủ tiêu như cô ấy đã lo lắng – *mà có lẽ đã bị rồi không chừng.* Ôi, chuyện này thật rối rắm. Tôi sẽ phải sắp xếp và phân tích lại những cảm xúc của mình dành cho Christian Grey. Nhưng bây giờ chuyện đó là bất khả. Tôi lắc đầu chống cự. Tôi cần có thời gian riêng tư và phải rời khỏi chỗ này, để suy nghĩ.

Tôi tìm thấy đến hai chiếc cột tóc cùng lúc trong giỏ xách và nhanh chóng buộc tóc lại thành đuôi. Được rồi! Trông có vẻ nữ tính hơn và có lẽ sẽ an toàn hơn với Bluebeard. Tôi lấy iPod ra khỏi túi, đeo tai nghe vào. Không gì bằng nghe nhạc và nấu nướng. Tôi bỏ iPod vào túi áo Christian, vặn to âm lượng và bắt đầu nhún nhảy.

Trời ạ, tôi đói.

Tôi hơi dè dặt trước gian bếp nhà anh. Tất cả đều bóng loáng và hiện đại, không một ngăn chứa đồ nào có tay cầm. Tôi mất vài giây mới nhận ra rằng cần ấn vào để mở các ngăn kéo này. Có lẽ tôi nên nấu bữa sáng Christian. Anh đã ăn trứng tráng vào hôm nào ấy nhỉ... à, hôm qua, ở Heathman. Chà,

---

1. Một tác phẩm của Charles Perrault, xuất bản cuối thế kỷ 17. Nhân vật chính là một quý tộc giàu có và hung bạo tên Bluebeard, có một cuộc sống hôn nhân kỳ lạ. Những người vợ của ông đều biến mất một cách bí ẩn.

biết bao nhiêu chuyện đã xảy ra kể từ lúc đó. Tôi xem tủ lạnh và thấy có rất nhiều trứng, tôi quyết định sẽ ăn bánh kếp và thịt muối. Tôi vừa sửa soạn vật liệu làm bột bánh, vừa nhún nhảy quanh nhà bếp.

Bận rộn là điều tốt. Nó khiến tôi có một chút thời gian để suy nghĩ nhưng không nghĩ quá sâu. Âm nhạc réo rắt bên tai cũng khiến tôi không nghĩ được gì nhiều. Tôi đã đến đây để qua đêm trên giường của Christian Grey và đã làm điều đó mặc dù anh ta không hề để ai ngủ trên giường của mình. Tôi mỉm cười, tác vụ đã hoàn tất. Khoảnh khắc trọng đại. Tôi cười toe. Cực kỳ trọng đại. Và rồi tôi lọt thỏm vào ký ức đêm qua. Lời anh nói, cơ thể anh, cách âu yếm của anh… Tôi nhắm mắt lại vì cơ thể râm ran sự hồi tưởng. Tiềm Thức cau có… *Khỉ gió – đó không phải là âu yếm*, cô nàng tức tối gào lên với tôi. Tôi phớt lờ nhưng sâu trong thâm tâm vẫn biết cô ta có lý. Tôi lắc đầu để tập trung vào việc đang làm.

Nhà bếp này là một tinh hoa của ngành nội thất. Tôi hy vọng mình biết cách sử dụng. Giờ tôi cần một chỗ để giữ nóng bánh kếp trong khi bắt đầu làm thịt muối. Amy Studt đang hát trong tai tôi về sự lạc lõng. Bài hát từng rất có ý nghĩa với tôi; bởi tôi đúng là một người lạc lõng. Tôi chưa bao giờ cảm thấy thật sự tương thích với bất kỳ đâu và rồi giờ đây… tôi phải cân nhắc một lời để nghị kỳ lạ từ chính Vua Lạc Lõng. Vì sao anh ấy lại có dáng vẻ đó? Thật khác xa với những gì tôi biết.

Tôi đặt thịt muối lên vỉ nướng và trong khi chờ thịt chín, tôi đánh *trứng*. Tôi xoay người lại, Christian đang ngồi trên một chiếc ghế cao tại quầy ăn sáng, người tựa vào quầy, những ngón tay thuôn dài đỡ lấy mặt. Anh vẫn mặc chiếc áo thun lúc ngủ. Mái tóc chết tiệt quả là, thật sự quả là hài hòa với anh, như thể nó được sắp đặt để rối lên như thế. Trông anh vừa vui thích, vừa kích động. Tôi sững người, đỏ mặt rồi thu người lại, giật tai nghe ra khỏi tai, đầu gối nhũn ra trước cái nhìn của anh.

"Chào buổi sáng, cô Steele. Sáng nay trông em tràn đầy năng lượng." Giọng anh ráo hoảnh.

"Tôi... tôi ngủ ngon." Tôi thốt ra lời giải thích.

Môi anh có vẻ đang mỉm cười.

"Không hiểu sao." Anh dừng lại, khẽ nhíu mày. "Khi trở lại giường tôi cũng ngủ rất ngon."

"Anh đói không?"

"Cực kỳ." Anh đáp, ánh mắt thâm u và tôi không nghĩ anh đang nói về thức ăn.

"Bánh kếp, thịt muối và trứng nhé?"

"Có vẻ ngon đấy."

"Tôi dọn bàn. Em nấu nướng. Cho phép tôi mở nhạc trong lúc em... à... nhún nhảy chứ?"

Tôi liếc xuống mấy ngón chân, biết mình đang ngượng chín người.

"Đừng vì tôi mà dừng lại. Rất vui mà." Giọng anh có vẻ thích thú.

Tôi cong môi. *Vui á?* Tiềm Thức oặt người cười lăn lộn. Tôi quay đi, tiếp tục đánh trứng, hình như đánh hơi quá tay. Lát sau, anh đến bên tôi, dịu dàng giữ lấy đuôi tóc.

"Tôi thích thế này." Anh thì thầm. "Tóc không còn che được khuôn mặt em nữa."

*Hmm Bluebeard...*

"Anh muốn dùng món trứng thế nào?" Tôi hỏi đong đưa.

Anh mỉm cười châm chọc.

"Trộn đều và đánh kỹ."

Tôi cúi xuống món ăn, cố giấu nụ cười. Sáng nay có lẽ anh sẽ không nổi giận. Nhất là khi tâm trạng đang đặc biệt vui vẻ thế này. Anh mở một ngăn tủ, rút ra hai tấm trải cá nhân, trải lên quầy ăn sáng. Tôi đổ trứng đã khuấy đều vào chảo, lấy thịt muối ra, trở mặt và để lại vào lò nướng.

Khi tôi quay lại, trên bàn đã có nước cam và anh đang pha cà phê.

"Em dùng trà không?"

"Vâng, nếu có."

Tôi tìm ra chỗ để đĩa và đặt đĩa vào khay làm nóng. Christian với sang tủ chén, lấy ra mấy túi trà Twinnings English Breakfast. Tôi bậm môi.

"Mấy thỏa thuận hôm qua…?"

"Thỏa thuận à? Tôi không chắc chúng ta đã thỏa thuận điều gì, cô Steele ạ." Anh đáp.

*Anh nói thế là sao? Còn thỏa thuận? Mối ưm… quan hệ hay đại loại thế của chúng tôi?* Anh vẫn đầy bí ẩn. Tôi cho thức ăn ra hai chiếc đĩa đã hấp nóng rồi dọn lên hai tấm trải. Tôi lục trong tủ lạnh được một ít nước quả thích.

Tôi ngẩng lên thấy Christian đang đợi tôi cùng ngồi vào bàn.

"Mời em, Steele." Anh tiến đến một chiếc ghế cao.

"Mời anh, anh Grey." Tôi khẽ gật rồi trèo lên ghế, hơi cau mày khi phải ngồi xuống.

"Còn đau lắm không?" Anh vừa hỏi vừa ngồi xuống ghế.

Tôi đỏ mặt. *Sao anh ta lại thoải mái hỏi một câu riêng tư như thế được?*

"Thành thật mà nói nhé, đau không thể tả được." Tôi cao giọng. "Anh muốn bày tỏ sự thương cảm với em à?" Tôi hỏi lại, ngọt ngào quá mức.

Tôi nghĩ anh đang nén một nụ cười nhưng không chắc.

"Không. Tôi chỉ muốn biết em có thể tiếp tục bài học vỡ lòng nữa được không."

Á – Tôi lặng người nhìn anh, ngưng thở, bên trong tôi, ngũ quan thắt lại.

*Chao ôi… Tôi nén tiếng kêu.*

"Ăn nào, Anastasia." Khẩu vị tôi bỗng biến đâu mất, lần nữa… thêm nữa… vâng, vâng mà.

"Ngon lắm." Anh nhìn tôi cười rộng.

Tôi ráng nuốt phần trứng tráng nhưng không cảm thấy mùi vị gì. Bài học vỡ lòng. *Anh muốn làm gì với miệng của tôi? Đó có phải là bài học vỡ lòng không?*

"Đừng cắn môi nữa. Nó làm tôi điên lên và sực hình dung ra em không mặc gì sau cái áo sơ mi của tôi, mà điều đó thì càng làm tôi điên hơn."

Tôi dìm gói trà túi lọc vào chiếc tách nhỏ Christian bày sẵn. Tâm trí quay cuồng.

"Bài học vỡ lòng cho em như thế nào?" Tôi hỏi, âm sắc giọng nói quá cao đã phản bội lại mong ước cố tỏ ra thật tự nhiên, thờ ơ và bình tĩnh như tôi đã có thể làm được để khống chế đám nội tiết tố đang lồng lộn trong cơ thể.

"Xem nào, em còn đau, tôi nghĩ chúng ta sẽ thử với các kỹ năng miệng."

Tôi nghẹn trà, trân trân nhìn anh, mắt mở to, miệng há ra. Anh vỗ vỗ lưng tôi, rồi đẩy cho ly nước cam. Tôi không thể đoán được anh đang nghĩ gì.

"Đó là nếu như em muốn ở lại." Anh tiếp.

Tôi liếc sang anh, cố gắng lấy lại thăng bằng. Vẻ mặt anh vẫn kín bưng, không thể đoán nổi. Thật nản lòng.

"Em chỉ ở lại hết hôm nay. Nếu được. Mai em phải đi làm."

"Mai mấy giờ em phải đến chỗ làm?"

"Chín giờ."

"Tôi sẽ đưa em đến đó trước chín giờ."

Tôi cau mày. *Anh ấy muốn mình ở lại thêm một đêm nữa?*

"Em cần phải về, tối nay – em cần quần áo sạch."

"Chúng ta sẽ tìm ra quần áo cho em ở đây thôi."

Tôi không có sẵn tiền mặt để mua quần áo. Anh đưa tay lên giữ cằm tôi, trì xuống cho đến khi môi dưới tôi rời khỏi răng trên. Tôi thậm chí còn không biết mình đang cắn môi.

"Thế nào?" Anh hỏi.

"Em phải về nhà tối nay."

Môi anh mím lại thành một đường thẳng.

"Thôi được, tối nay." Anh chấp thuận. "Giờ thì ăn sáng đã."

Cảm giác đói ban nãy và bao tử của tôi bây giờ đang bất nhất. Tôi chẳng còn lòng dạ nào để ăn. Tôi nhìn đĩa thức ăn sáng dang dở. Đơn giản là tôi không đói.

"Ăn đi, Anastasia. Tối qua em đã không ăn gì."

"Em thật không đói chút nào." Tôi nói khẽ.

Anh nheo mắt.

"Tôi rất muốn em ăn hết phần ăn sáng đi."

"Có chuyện gì giữa anh và thực phẩm thế?" Tôi buột miệng.

Đôi mày anh cau lại.

"Tôi đã nói rồi, tôi khó chịu với thức ăn thừa. Ăn đi." Anh gắt. Đôi mắt thẫm lại, đau đớn.

*Khỉ gió. Chuyện này là sao chứ?* Tôi cầm nĩa lên, ăn chậm, cố nhai từng miếng. Với cái kiểu anh cư xử kỳ lạ thế này về thức ăn, lần sau tôi sẽ không lấy quá nhiều thức ăn vào đĩa. Cử chỉ anh vẫn mềm mỏng nhưng tôi thì cực kỳ cẩn trọng suốt bữa ăn còn lại. Tôi nhận ra đĩa anh hết nhẵn thức ăn. Đợi tôi ăn xong, anh dọn bàn.

"Cô nấu, tôi dọn."

Thật dân chủ.

"Đúng thế." Anh nhíu mày. "Dù không phải cách của tôi. Tôi dọn bàn xong, chúng ta sẽ tắm."

"Vâng, được."

*Ôi trời… Mình rất sẵn lòng tắm.* Điện thoại reng, cắt ngang cơn mơ màng của tôi. Là Kate.

"Chào cậu." Tôi bước qua cửa kính, lánh ra ban công, tránh anh ấy.

"Ana, sao tối qua cậu không nhắn tin." Kate giận dữ.

"Tớ xin lỗi. Quá nhiều chuyện xảy ra với tớ."

"Cậu ổn chứ."

"Tớ không sao."

"Thật đấy chứ?" Cô nàng bắt đầu khai thác tin.

Tôi cảnh giác với sự háo hức trong giọng nói Kate.

"Kate, không thể nói quá nhiều qua điện thoại."

Christian đang nhìn tôi.

"Cậu làm rồi… Tớ dám nói thế."

Sao cô ấy nói thế nhỉ? Kate bốc đồng lắm, mà tôi lại không thể nói về chuyện này được. Tôi đã ký vào tờ cam kết chết tiệt.

"Thôi mà, Kate."

"Chuyện đó thế nào? Cậu ổn chứ?"

"Tớ nói rồi, tớ ổn."

"Anh ta tử tế chứ?"

"Kate, làm ơn mà." Tôi không giấu nổi nỗi bực dọc.

"Ana, đừng giấu tớ, tớ đã chờ ngày này của cậu gần bốn năm trời nay."

"Tớ sẽ gặp cậu tối nay." Tôi cúp máy.

Chuyện này rồi sẽ khó xoay xở đây. Cô ấy là người kiên trì và cô ấy muốn biết – biết đến từng chi tiết, trong khi tôi lại không thể nói bởi tôi đã ký một – một cái gì nhỉ? NDA. Cô ấy sẽ cuồng nộ xung thiên, chính xác. Cần phải có kế hoạch. Tôi trở lại trong khi Christian đang tới lui rất duyên dáng trong nhà bếp.

"Tờ NDA, có bao gồm giữ bí mật tất cả mọi việc không?"

"Tại sao?" Anh quay người lại nhìn tôi trong khi đang vứt túi trà vào sọt rác.

Tôi đỏ mặt.

"À, em có những thắc mắc, anh biết đó, về việc quan hệ." Tôi cúi nhìn ngón tay. "Và muốn hỏi Kate."

"Em có thể hỏi tôi."

"Christian, với tất cả sự tôn trọng…" Giọng tôi yếu ớt. *Mình không thể hỏi anh ấy.* Tôi sẽ biết một cái nhìn về tình dục thiên lệch, quái đản và méo mó mất. Tôi muốn có một quan điểm khách quan. "Chỉ là mấy chuyện về kỹ thuật thôi. Em sẽ không đề cập gì đến Căn Phòng Đỏ."

Anh nhướng mày.

Căn Phòng Đỏ? Thật ra căn phòng đó chỉ để tăng khoái cảm thôi, Anastasia. Tin tôi đi." Anh nói. "Hơn nữa, bạn cùng phòng với em giờ đang dính như sam với anh trai tôi. Tốt hơn, đừng hỏi." Giọng anh đanh lại.

"Gia đình có biết về… à… sở thích đặc biệt của anh không?"

"Không, không phải việc của họ."

Anh bước thong thả đến trước mặt tôi.

"Em muốn biết gì nào?" Anh hỏi, đưa tay mơn man những ngón dài từ má xuống cằm, đẩy nhẹ đầu tôi ra sau để anh nhìn thẳng vào mắt tôi.

Nội tạng quặn lên. Tôi không thể nói dối người đàn ông này.

"Lúc này thì không có gì cần hỏi ạ." Tôi khẽ đáp.

"Thôi được, thế thì chúng ta nên bắt đầu với câu này: Tối qua em cảm thấy thế nào?"

Mắt anh bỏng cháy, đầy tò mò. *Anh ấy khát khao được biết. Wow.*

"Tốt ạ." Tôi đáp.

Môi anh hơi nhếch.

"Tôi cũng thế." Anh nói. "Tôi chưa từng quan hệ va-ni với ai. Có nhiều lý do dẫn đến chuyện hôm qua. Có lẽ em là một."

Anh lướt nhẹ ngón cái qua môi dưới của tôi.

Tôi hít vào thật sâu. *Quan hệ va-ni?*

"Đi nào, cùng tắm nhé." Anh cúi xuống hôn tôi.

Tim tôi đập dồn và ham muốn cuồn cuộn lan xuống... xuống thấp *ở đó*.

BỒN TẮM ĐƯỢC THIẾT KẾ rất đẹp, bằng đá trắng, dạng bầu dục. Christian với mở một vòi nước gắn trên tường ốp đá vuông, nước tuôn ào ạt vào bồn. Anh đổ một chút dầu tắm có vẻ đắt tiền vào nước tắm. Bọt trào lên trong khi nước đầy dần trong bồn, tỏa ra mùi hoa nhài ngọt ngào. Anh đứng đó, nhìn tôi, đôi mắt thẫm đen, rồi anh cởi chiếc áo thun ra, thả xuống sàn.

"Cô Steele." Anh chìa tay ra.

Tôi đứng ở lối vào, mắt mở to, thận trọng, tay vòng trước ngực. Tôi bước đến, thầm ngưỡng mộ thân thể anh. Tôi nắm tay để anh đỡ tôi vào bồn, trên người tôi vẫn còn chiếc áo sơ mi của anh. Cứ làm như được bảo. Tôi sẽ phải làm quen với điều đó nếu tôi cam chịu nổi những mệnh lệnh kỳ quái... *nếu*! Nước thật sự nóng.

"Quay lại, nhìn tôi nào." Anh ra lệnh, giọng thật mềm mỏng.

Tôi làm như được bảo. Còn anh nhìn tôi chăm chú.

"Tôi biết chiếc môi đó rất ngon, tôi đã thử rồi nhưng em có thể ngừng cắn môi không?" Anh rít qua hàm răng nghiến chặt. "Em cắn môi làm tôi muốn giao cấu, mà em thì đang đau, phải không?"

Tôi bị sốc, thở hổn hển, tự động rời môi khỏi răng.

"Đúng rồi." Giọng anh đầy thách thức. "Em hiểu ý tôi chứ?" Anh nhìn tôi. Tôi lập tức gật đầu. *Tôi không hề biết mình có thể gây tác động đến anh mạnh mẽ vậy.*

"Tốt."

Anh bước đến, lấy chiếc iPod ra khỏi túi áo ngực, để một bên bồn tắm.

"Nước và iPod, không phải là sự kết hợp khôn ngoan nhỉ."

Anh cúi xuống, nắm lấy vạt áo sơ mi tôi đang mặc, cởi qua đầu tôi, rồi buông áo xuống sàn.

Anh ngồi xuống thành bồn, chiêm ngưỡng tôi. *Mình đang khỏa thân, trời đất ơi.* Tôi ngượng chín người, cúi nhìn tay mình, đang xếp xuôi bên hông. Tôi tuyệt vọng thèm được biến mất trong làn nước và bọt nóng nhưng tôi biết anh sẽ không muốn thế.

"Nhìn tôi nào." Anh khẽ gọi. Tôi ngẩng lên nhìn anh, đầu anh hơi nghiêng sang một bên. "Anastasia, em là một phụ nữ rất đẹp, đẹp toàn diện. Đừng cúi gằm mặt xuống như có lỗi thế. Em không có gì phải xấu hổ cả, tôi vô cùng hứng thú khi được ngắm nhìn em."

Anh đưa tay đỡ cằm, nâng đầu tôi lên để gặp ánh mắt anh. Ánh mắt dịu dàng và ấm áp, thậm chí, nóng bỏng nữa. Anh thật gần gũi. Vậy mà tôi đã không dám đến gần và chạm vào anh.

"Giờ thì em ngồi xuống được rồi."

Mệnh lệnh của anh vừa giúp ngăn những ý nghĩ vẩn vơ trong đầu tôi. Tôi nhanh chóng ngập mình vào làn nước ấm áp và dịu dàng. Ôiii… đau, tôi ngạc nhiên vì cảm giác đau mà vẫn dịu dàng đến thế. Cảm giác đau buốt ban đầu nhanh chóng nhạt đi. Tôi ngả người ra sau, nhắm hờ mắt lại, thư giãn trong sự ấm áp dịu êm. Khi tôi mở mắt ra, anh vẫn đang ngắm tôi.

"Anh không vào với em sao?" Tôi hỏi, giọng thật rõ ràng, tôi nghĩ mình đã hỏi rất can đảm.

"Rất sẵn lòng. Cùng tắm nào."

Anh nói và tuột chiếc quần mặc nhà ra, bước vào bồn, từ phía sau tôi. Nước dâng lên khi anh ngồi xuống và đẩy tôi nép sát vào ngực anh. Đôi chân dài của anh quấn lấy người tôi, hai đầu gối hơi gập lại, mắt cá chân anh và tôi chạm vào nhau, anh mở rộng hai chân gạt lấy chân tôi ra hai bên. Tôi thở dồn kinh ngạc. Mũi anh chuồi vào tóc tôi và hít vào thật sâu.

"Mùi của em thật tuyệt, Anastasia."

Một cơn chấn động chạy khắp châu thân. *Mình trần truồng trong bể tắm với Christian Grey. Anh ấy khỏa thân.* Chỉ hôm qua thôi, nếu có ai nói với tôi điều này khi tôi thức dậy trong căn phòng thượng hạng của anh tại khách sạn, nửa lời tôi cũng không tin.

Anh với lấy chai sữa tắm để trên kệ ốp tường gần bồn tắm và trút một ít ra tay. Anh chà xát hai tay vào nhau, một làn bọt mềm và mịn xuất hiện, bàn tay anh vòng quanh cổ tôi, bắt đầu thoa lớp bọt mịn lên cổ và hai vai tôi, xoa bóp bằng những ngón tay dài và mạnh mẽ. Tôi kêu lên. Cảm giác tay anh trên tôi thật tuyệt diệu.

"Em thích chứ?" Tôi thậm chí có thể nghe được nụ cười anh.

"Hmm."

Bàn tay anh di chuyển từ từ xuống cánh tay tôi, luồn xuống dưới cánh tay, chà xát nhẹ nhàng. Tôi thấy vui vì Kate đã thuyết phục được tôi tẩy lông. Bàn tay anh trườn sang bầu ngực, tôi hít thật sâu khi những ngón tay anh chạy thành những đường tròn quanh ngực rồi bắt đầu ấn chầm chậm, kiểu "không cho chúng thoát". Người tôi ưỡn lên đầy bản năng, đẩy sâu bờ ngực vào tay anh. Hai đầu vú đê mê. Vô cùng đê mê, không nghi ngờ gì nữa, từ sau cơn trị liệu không-thể-tinh-tế-hơn đêm qua. Anh không nấn ná lâu, trườn đôi tay xuống bụng rồi bụng dưới. Hơi thở tôi gấp gáp, nhịp tim đua nhau đập. Sự cương cứng của anh đang ấn vào mông tôi. Thật phấn khích khi biết cơ thể tôi đã làm anh cảm thấy thế. *Há… mất trí rồi*, tiềm thức rú lên. Tôi lắc đầu xua đi ý nghĩ vô duyên đó của ả.

Anh dừng lại, với lấy bông tắm trong khi tôi vẫn dồn dập thở vì anh, vì muốn… vì cần. Tay tôi mân mê những bắp thịt rắn rỏi trên đùi anh. Đổ thêm sữa tắm lên bông, anh cúi xuống, tắm táp giữa hai chân tôi. Tôi ngừng thở. Những ngón tay anh đầy kinh nghiệm khơi gợi tôi qua bông tắm, cực lạc là ở đây, hông tôi bắt đầu chuyển động theo một tiết điệu của riêng nó, đáp trả lại tay anh. Khi cảm giác ngập ứ, tôi ngả đầu ra sau, mắt muốn tuột ra sau đầu, miệng hé mở rồi nấc lên. Những thôi thúc đang tràn lên từ từ và không chịu lùi bước trong tôi… *ôi không*.

"Cảm nhận đi, em yêu."

Christian thì thầm bên tai và thật dịu dàng nhay vành tai tôi bằng răng.

"Cảm nhận nào, vì anh."

Chân tôi bị chân anh ép sát vào thành bồn, khóa lại như tù nhân, những phần cơ thể riêng tư nhất mở ra trước anh.

"Có lẽ em sạch đủ rồi." Anh nói và dừng lại.

*Gì cơ? Không! Không! Không!* Hơi thở tôi tán loạn.

"Sao anh dừng lại?" Tôi thất thanh.

"Bởi vì có kế hoạch khác cho em rồi, Anastasia."

*Sao… ô kìa… nhưng… tôi thì… thật không công bằng.*

"Xoay lại nào. Tôi cũng cần tắm nữa." Anh nói.

Ô! Xoay người lại, đối mặt với anh, tôi choáng váng thấy anh đang nắm sự cương cứng của mình trong tay. Miệng tôi há hốc.

"Tôi muốn em làm quen và kết thân, nếu em sẵn sàng, với phần cơ thể đáng yêu và nhạy cảm nhất của tôi. Một phần rất gắn bó với tôi."

*Nó thật lớn và mạnh mẽ.* Sự cương cứng của anh lấp ló trên làn nước, ngả lên hông anh. Tôi nhìn anh, đối mặt với nụ cười toe tinh quái của anh. Anh đang thích thú trước sự kinh ngạc của tôi. Tôi nhận ra mình đang nhìn trân trối. Tôi nuốt ực. *Cái này đã ở trong tôi!* Anh muốn tôi chạm vào anh. *Hmm… được,* làm thôi.

Tôi mỉm cười, cầm lấy chai sữa tắm, trút một ít ra lòng tay. Tôi làm như anh đã làm, xát tay vào nhau đến khi trào bọt mịn. Tôi không rời mắt khỏi anh. Môi tôi hơi hé ra để kịp thở… rồi, rất chủ tâm, tôi cắn nhẹ môi dưới, lướt lưỡi nhè nhẹ qua dấu răng còn để lại. Mắt anh chăm chú nhìn theo và tối sầm lại, rồi bất thần mở to ra khi lưỡi tôi liếm qua môi. Tôi vươn tới, vòng một tay quanh người anh, đúng như cách anh đã ôm tôi. Mắt anh khép hờ. *Wow… cứng hơn tôi tưởng.* Tôi vặn nhẹ, anh đặt một tay lên tay tôi.

"Làm thế này." Anh thì thầm, những ngón tay rắn rỏi cầm lấy tay tôi, di chuyển lên xuống. Anh nhắm mắt lần nữa, hơi thở anh rít sâu trong họng. Khi anh mở mắt lần nữa, ánh mắt xám đã tan chảy. "Đúng thế, em yêu."

Anh rời tay ra, để tôi tiếp tục một mình rồi lại nhắm nghiền mắt, trong khi tay tôi vẫn di chuyển lên xuống theo chiều dài của anh. Hông anh hơi chuyển động theo tay tôi và để hồi ứng, tôi nắm anh chặt hơn. Một tiếng rên ngắn thoát ra từ sâu trong cổ họng anh. *Giao cấu với miệng tôi... hmm.* Tôi nhớ anh đã ấn ngón cái vào miệng và bảo tôi mút, mạnh. Môi anh hé mở khi hơi thở tăng lên. Tôi chồm đến trước, trong khi mắt anh vẫn nhắm, bọc môi mình quanh anh và mút thăm dò, lưỡi chạm vào phần chóp.

"Ồi... Ana." Mắt anh bừng mở, tôi mút mạnh hơn.

*Hmm...* anh ấy cứng và mềm cùng lúc, như thép bọc trong nhung lụa và có vị thật kinh ngạc – mặn và mướt.

"Chúa ơi." Anh rên rỉ rồi nhắm nghiền mắt.

Tiến sâu hơn, tôi ấn anh vào miệng mình. Anh lại rên rỉ. *Ah!* Nữ thần nội tại trong tôi phấn khích. Tôi có thể làm được chuyện này. Tôi ấn anh vào sâu hơn trong miệng, tựa người vào đùi anh. Tôi cảm nhận được chân anh đang căng lên dưới tay mình. Anh chồm đến, túm lấy đuôi tóc tôi và bắt đầu thật sự chuyển động.

"Ồi... em yêu... tuyệt lắm." Anh nói.

Tôi mút mạnh hơn, bật lưỡi quanh phần chóp của sự cương cứng đầy ấn tượng của anh. Giấu răng sau môi, tôi giữ chặt miệng mình quanh anh.

"Chúa ơi. Xem em tiến bộ đến chừng nào?" Anh thì thầm.

Lúc này đây, anh là Christian Grey chỉ của riêng tôi – que kem đầy hương vị. Tôi mút mạnh rồi mạnh hơn nữa, sấn vào anh sâu hơn và sâu hơn nữa, quần lưỡi vòng quanh, vòng quanh. *Hmm...* Vị nữ thần nội tại của tôi đang cuồng nhiệt điệu salsa.

"Anastasia, anh sắp đến trong miệng em." Giọng anh khẩn thiết đầy vẻ cảnh báo. "Nếu em không muốn thế, dừng lại ngay."

Hông anh lại chuyển động, mắt mở trân trối, đầy ham muốn nhục cảm – ham muốn tôi. Ham muốn miệng tôi... *trời ơi.*

Tay anh túm chặt lấy tóc tôi. Tôi có thể làm được. Tôi thậm chí ấn mạnh hơn và trong một khoảnh khắc tự tin khác thường, tôi để răng chạm vào anh. Chuyện đó đánh gục anh hoàn toàn. Anh bật lên tiếng rên rồi bất động, tôi cảm thấy một chất lỏng âm ấm, mằn mặn trôi xuống cổ họng. Tôi nuốt nhanh. Ực... Tôi không chắc nó thế nào. Nhưng nhìn anh, tôi không quan tâm đến điều đó nữa – Anh bị vô hiệu hóa hoàn toàn, bởi tôi. Tôi ngồi bệt xuống, nhìn anh, nụ cười chiến thắng, tự mãn nở trên khóe môi. Hơi thở anh ráng riết. Anh mở mắt, nhìn tôi.

"Em không có phản xạ miệng à?" Anh bật nói. "Chúa ơi, Ana... chuyện này... thật là... tuyệt, quá tuyệt. Không thể tin nổi." Anh cau mày. "Biết không, em chưa từng làm tôi hết ngạc nhiên."

Tôi mỉm cười, biết mình đang cắn môi. Anh nhìn tôi thăm dò.

"Em từng làm thế bao giờ chưa?"

"Chưa ạ." Tôi không thể ngăn mình nhói lên một nỗi kiêu hãnh khi trả lời.

"Tốt lắm." Anh nói đầy vẻ hài lòng và, tôi nghĩ, thỏa mãn. "Vậy là, một lần đầu nữa, cô Steele." Anh nhìn tôi ra chiều khuyến khích. "Xem nào, em xứng đáng điểm A môn kỹ năng miệng đấy. Đến đây, vào giường nào, tôi nợ em một lần lên đỉnh."

*Lên đỉnh. Một lần nữa.*

Rất nhanh, anh bước khỏi bồn tắm, để tôi lần đầu được chiêm ngưỡng trọn vẹn tấm thân thần Adonis, cơ thể thần thánh, đó là Christian Grey. Vị nữ thần nội tại trong tôi đã ngừng nhảy múa, đang đứng nhìn trân trối. Sự cương cứng của anh đã dịu lại nhưng vẫn quá đỗi... wow. Anh quấn chiếc khăn tắm quanh eo, vừa đủ che thân, rồi lấy tiếp một chiếc khăn trắng to hơn, mềm mại cho tôi. Trèo ra khỏi bồn tắm, tôi ngả vào vòng tay anh đón sẵn. Anh choàng khăn cho tôi, quấn tôi trong khăn tắm rồi hôn tôi thật mạnh, đẩy sâu lưỡi vào miệng tôi. Tôi chờ đợi khoảnh khắc được ôm ấp, được mân mê anh... chạm vào anh... nhưng anh đã khóa tay tôi trong chiếc khăn tắm. Tôi nhanh chóng tan vào nụ hôn của anh. Anh đỡ lấy đầu tôi, lưỡi anh thám sát miệng tôi và chợt tôi có cảm giác anh đang bày tỏ niềm cảm kích – có lẽ thế – cho lần đầu thành công rực rỡ của tôi chăng? *Ôi chao.*

Anh buông tôi ra, hai tay áp vào cùng một bên mặt tôi, nhìn đăm đăm vào mắt tôi. Anh có vẻ lạc lõng.

"Nói ừ nhé." Anh thì thầm man dại.

Tôi nhíu mày không hiểu.

"Về việc gì cơ?"

"Đồng ý chuyện của chúng ta. Đồng ý là của tôi. Nhé, Ana." Anh thì thầm một cách trang trọng, nhấn vào từ cuối và tên tôi.

Anh hôn tôi lần nữa, ngọt ngào, say đắm, trước khi bước lui lại, nhìn tôi chăm chú, hơi nheo mắt. Anh nắm tay, dẫn tôi trở lại phòng ngủ, để mặc tôi hoang mang, tôi mê đắm đi theo anh. Quay cuồng. *Anh ấy thật sự muốn như thế.*

Trong phòng ngủ, tôi đứng bên giường, anh chăm chú quan sát tôi.

"Tin tôi chứ?" Bất thần anh hỏi.

Tôi gật, mắt mở to, kinh ngạc nhận ra là mình thật sự tin anh. *Bây giờ anh ấy sẽ làm gì với mình?* Một luồng điện giật bắn qua người tôi.

"Cô gái ngoan." Anh thở, ngón cái lướt qua môi dưới tôi.

Anh quay lại phòng chứa đồ linh tinh rồi trở lại với chiếc cà vạt lụa màu xám bạc.

"Đưa tay ra trước ngực nào." Anh vừa nói vừa cởi bỏ khăn tắm quanh người tôi, thả xuống sàn.

Tôi làm như anh bảo. Anh trói hai cổ tay tôi lại bằng cà vạt, gút lại một nút thắt thật chặt. Mắt anh ánh lên niềm thích thú. Anh thử giật nút thắt. An toàn. *Các hướng đạo sinh nam hẳn đều phải học kiểu thắt này.* Bây giờ thế nào? Mạch tôi cực nhanh, tim đập thình thình. Anh rê những ngón tay ra sau đuôi tóc tôi.

"Nhìn em thế này thật trẻ trung." Anh nói, bước dấn tới.

Tôi cứ phải lùi lại mãi cho đến khi chân chạm mép giường. Anh bỏ khăn ra, nhưng tôi không thể rời mắt khỏi khuôn mặt anh. Vẻ mặt đầy đam mê, đắm đuối.

Anh thì thầm, vừa đỡ tôi ngã xuống giường, nằm dài lên tôi, tay giữ quanh đầu.

"Giữ yên tay em ở trên này, đừng cử động, hiểu chứ?"

Mắt anh thiêu đốt tôi và tôi hụt hơi bởi cường độ cảm xúc của anh. Đây không phải là người đàn ông tôi từng muốn biết.

"Trả lời tôi." Anh yêu cầu, giọng mềm mỏng.

"Em sẽ không cử động tay." Tôi ngừng thở.

"Cô gái ngoan ngoãn." Anh nói, rồi chầm chậm liếm môi.

Tôi bị chiếc lưỡi ấy thôi miên, khi nó quét từ từ sang môi trên của anh. Anh nhìn mắt tôi, quan sát tôi, đầy cổ vũ. Anh chồm đến, đặt lên môi tôi một nụ hôn nhẹ nhàng và nhanh chóng.

"Tôi sẽ hôn khắp người em, Steele." Anh dịu dàng nói, ngậm lấy cằm tôi, nâng lên, để anh tiến sâu xuống cổ.

Môi anh mơn qua cổ họng tôi, hôn, mút, cắn nhẹ từng miếng nhỏ ở cổ. Cơ thể tôi rộn rã... khắp mọi nơi. Cảm giác về lần tắm khi nãy càng làm da tôi siêu nhạy cảm. Máu nóng dồn xuống bụng dưới, giữa hai chân, ngay *đó*.

Tôi muốn chạm vào anh. Tôi nhấc tay lên và khá vụng về chạm lên tóc anh, mặc dù vẫn biết đã bị cấm. Anh dừng hôn, ngẩng đầu lên nhìn tôi, lắc đầu bên này, bên kia, tặc lưỡi ngăn cấm. Anh giở tay tôi lên, đặt trở lại qua đầu.

"Đừng cử động tay, nếu không, chúng ta sẽ phải bắt đầu lại từ đầu." Anh khẽ khàng đe dọa.

Ôi, thật oái oăm.

"Em muốn chạm vào anh." Giọng tôi toàn hơi thở và hoàn toàn mất kiểm soát.

"Tôi biết." Anh nói. "Nhưng vẫn phải giữ tay trên đầu." Anh ra lệnh, giọng đầy uy quyền.

Anh ngậm cằm tôi lần nữa, bắt đầu hôn cổ họng như ban nãy. Ôi... quả là đáng nản lòng với anh. Tay anh lần xuống người tôi, chạm đến ngực tôi, trong khi môi anh đang chìm đắm trên cổ tôi. Anh dụi chóp mũi vào quanh cổ tôi rồi bắt đầu một cuộc thám sát đầy vui thú bằng miệng, tiến xuống, theo đường của bàn tay, vào giữa ức tôi. Anh hôn từng bên ngực một, ngậm dịu dàng, đầu vú tôi căng lên nhè nhẹ. *Ôi không*. Hông tôi bắt đầu động cựa và chuyển động nhịp nhàng, đáp lại nhịp điệu của miệng anh trên cơ thể tôi. Tôi cố gắng để luôn nhớ phải giữ tay mình duỗi yên quá đầu.

"Nằm yên." Anh cảnh báo, hơi thở anh nóng ấm trên da thịt tôi.

Đến rốn, anh sấn lưỡi vào sâu trong rốn, nhẹ nhàng nhay bụng dưới tôi giữa hai hàm răng. Cơ thể tôi oằn lên trên giường.

"Hmm. Em thật ngọt ngào, Steele."

Mũi anh dụi dọc theo đường giữa bụng dưới và lông mu, nhè nhẹ cắn tôi, cù tôi bằng lưỡi. Bất thần ngồi dậy, anh quỳ trên gối, nắm lấy hai mắt cá, dạng rộng chân tôi sang hai bên.

*Á trời ơi.* Anh bắt lấy chân trái, gập gối tôi lại, nâng bàn chân tôi lên, đưa vào miệng. Quan sát và ước lượng từng phản ứng của tôi, anh dịu dàng hôn từng ngón chân, cắn nhè nhẹ từng ngón chân từ phía lòng bàn chân. Đến ngón út, anh cắn mạnh hơn, tôi quay cuồng chấn động, rên rĩ. Anh liếm lên mu bàn chân – và khuôn mặt anh khuất sau chân tôi, tôi không còn thấy được anh nữa. Thế này quả là gợi tình. Tôi sẽ cháy bừng. Tôi khép mắt lại và hưởng thụ những cảm giác anh đang dấy lên. Anh hôn lên mắt cá chân, rê những chiếc hôn từ bắp chân lên gối, lên chút nữa rồi dừng lại. Anh bắt đầu lại toàn bộ cử chỉ gợi tình và bỏng cháy ấy với chân phải.

"Ôi, xin anh." Tôi rên lên khi anh cắn vào ngón út, hành động ấy làm cho đâu đó sâu trong bụng dưới tôi quặn thắt lại.

"Tốt lắm, Steele."

Lần này, anh không dừng lại ở gối, cứ tiến dần mãi lên giữa hai đùi, đẩy đùi tôi mở rộng ra. Tôi chợt hiểu anh sắp làm gì, phần nào đó trong tôi muốn ngăn anh lại bởi tôi thấy ngượng và bối rối. Anh sẽ hôn tôi *ở đó*. Tôi biết thế. Một phần khác lại đầy háo hức. Anh chuyển sang đầu gối bên kia, dời những chiếc hôn êm ái lên đùi, hôn, liếm, mút và rồi anh ở giữa hai chân, dụi mũi lên rồi xuống vào tôi, rất nhẹ, rất êm. Tôi rít lên... *áaaa.*

Anh dừng lại, đợi cho tôi bình tĩnh. Tôi khẽ nhấc đầu lên nhìn anh, miệng tôi hé mở, trái tim vẫn còn đập dồn trong lồng ngực đang tìm cách dịu lại.

"Có biết mùi của em kích thích đến chừng nào không, Steele?" Anh nói, rời mắt khỏi tôi rồi tiếp tục dụi mũi vào lông mu, hít thật sâu.

Toàn thân tôi đỏ nhừ, cảm thấy sắp ngất đi được, tôi nhắm tịt mắt lại. Tôi không thể nhìn anh làm thế được.

"Tôi thích thế này." Anh nhẹ xoắn lấy đám lông mu trong ngón tay. "Có lẽ chúng ta sẽ giữ thế này chăng."

"Ôi… xin anh." Tôi van nài.

"Tôi thích em van xin tôi, Anastasia."

Tôi bật rên lên.

"Có qua có lại không phải là cách chơi ưa thích của tôi, cô Steele." Anh vừa thì thầm, vừa thổi vào tôi, lên rồi xuống. "Nhưng hôm nay em đã làm tôi vui và em được tưởng thưởng."

Tôi nghe thấy nụ cười ranh mãnh trong giọng nói anh. Và khi cơ thể tôi đang ngân nga hòa với từng lời anh, lưỡi anh bắt đầu xoay chậm chậm quanh cô bé của tôi, trong khi tay anh nắm lấy mặt sau đùi tôi.

"Áaaa." Tôi bật kêu lên, cơ thể căng cứng và chấn động theo từng cái động chạm của lưỡi anh.

Chân tôi cứng lại, anh đẩy ngón tay vào trong tôi, tôi nghe thấy tiếng thốt khàn đục của anh.

"Bé yêu, tôi yêu cách em ướt đẫm vì tôi."

Cơ thể tôi van nài được hồi phục và tôi không thể từ chối điều đó được nữa. Tôi phó mặc, không còn ý muốn đương cự nữa khi cơn cực khoái đã chộp được tôi, quặn thắt trong tôi lần này rồi lần khác. *Trời đất ơi.* Tôi bật thét lên, cả thế giới chìm lìm rồi biến mất trước mắt, cơn cực khoái ập đến, mọi thứ khác đều vô nghĩa lý.

Tôi thở dồn dập và nghe rõ tiếng xé giấy. Chầm chậm, anh ấn vào tôi và bắt đầu chuyển động. Ồ... tôi. Cảm giác đau đớn, dịu dàng, căng cứng và mềm mại đến cùng một lúc.

"Thế nào?" Anh thở.

"Được ạ. Dễ chịu." Tôi thở.

Anh bắt đầu chuyển động nhanh, mạnh, rộng, sâu vào tôi hơn nữa và tiếp nữa, thèm khát, đẩy vào, đẩy vào tôi đến khi tôi gần lên đỉnh lần nữa.

"Đến với anh, em yêu." Giọng anh sắc, mạnh và khô rát bên tai.

Lập tức tôi nổ tung quanh anh trong khi anh nhanh chóng sấn sâu vào tôi.

"Khá lắm." Anh thì thầm, thúc mạnh thêm lần nữa rồi nấc lên khi đạt cực khoái, sâu trong tôi.

Anh nằm im, cơ thể căng cứng.

Tôi cảm thấy toàn bộ sức nặng cơ thể anh đang nhấn sâu tôi xuống tấm trải giường. Tôi nhấc cánh tay bị trói vòng qua cổ anh, giữ anh ở tư thế dễ chịu nhất tôi có thể. Khoảnh khắc đó, tôi biết mình có thể làm tất cả cho người đàn ông này. Tôi là của anh ta. Sự kinh ngạc mà anh đã mang đến cho tôi vượt xa những gì tôi tưởng tượng. Và anh vẫn còn muốn đẩy nó đi xa, thật xa đến một nơi mà tôi, với sự ngu ngơ của mình, không thể nào tưởng tượng nổi. *Ôi... làm sao đây?*

Anh chống khuỷu tay, gượng dậy, nhìn tôi, đôi mắt xám sâu thăm thẳm.

"Xem việc của chúng ta tốt đẹp đến chừng nào." Anh nói.

"Nếu em dâng hiến em cho tôi, mọi việc sẽ còn tuyệt vời hơn.

Tin tôi, Anastasia. Tôi sẽ đưa em đến những nơi mà em thậm chí còn không biết là tồn tại."

Suy nghĩ của tôi cứ ngân nga theo lời anh nói. Anh dúi mũi anh lên chóp mũi tôi. Tôi vẫn còn chấn động với những phản ứng thể xác trác tuyệt của anh, cứ nhìn anh trống rỗng, cố bắt lấy một ý nghĩ nhịp nhàng.

Bất ngờ, cả hai đều chợt nhận ra những giọng nói vọng từ sảnh ngoài sang phòng ngủ. Tôi mất một lúc định thần để hiểu được mình đang nghe thấy gì.

*"Nhưng nếu còn trên giường tức là nó đang ốm. Thằng bé không khi nào ở trên giường giờ này. Christian không bao giờ ngủ nướng."*

*"Bà Grey, làm ơn."*

*"Taylor. Anh không thể ngăn tôi vào chỗ con trai tôi."*

*"Bà Grey, cậu ấy không ở một mình."*

*"Không ở một mình nghĩa là sao?"*

*"Cậu ấy đang ở với người khác."*

*Ô…*

Tôi thậm chí còn nhận ra được âm sắc ngờ vực trong giọng nói của bà.

Christian chớp nhanh mắt, nhìn xuống tôi, mắt mở to, đầy nỗi kinh ngạc khôi hài.

"Khốn kiếp! Mẹ tôi đấy."

# Chương mười

Anh bất ngờ gỡ tôi ra khỏi người. Tôi cuộn người lại. Còn anh ngồi bật dậy, vứt bao cao su vừa dùng vào sọt rác.

"Đến đây, mặc quần áo vào – đó là nếu em muốn gặp mẹ tôi."

Anh cười toe, bước ra khỏi giường, xỏ quần jeans vào – không có đồ lót. Tôi gượng ngồi dậy khi tay vẫn còn bị trói.

"Christian – Em không cử động được."

Nụ cười càng rộng mở, anh chồm sang phía tôi, mở trói. Sợi dây hẳn dấu quanh cổ tay tôi. Thật… gợi tình. Anh nhìn tôi trìu mến. Trông anh đầy vui thích với nụ cười rộng. Anh hôn nhanh lên trán tôi rồi lại cười tươi rói.

"Một cái lần đầu nữa." Anh thú nhận nhưng tôi không biết anh đang nói về điều gì.

"Em không có quần áo sạch."

Một nỗi hoang mang bất ngờ tràn ngập và tôi đang cố hiểu xem mình sắp phải trải qua chuyện gì. Nỗi lo lắng bủa vây quanh tôi. Mẹ anh! *Ôi trời ơi.* Tôi không có quần áo sạch còn mẹ anh, thực tế là, đang bước vào đây trong khi chúng tôi đang quan hệ với nhau.

"Hay là em cứ ở lại đây."

"Ồ, không, em sẽ không làm thế." Christian nghiêm giọng.

"Em có thể mặc cái gì đó của tôi."

Anh tròng vội chiếc áo thun trắng rồi chải mái tóc rối bằng tay. Mệt nhoài, tôi quên khuấy mình vừa nói gì. Vẻ đẹp của anh thật hớp hồn.

"Anastasia, em chỉ quấn vải thôi cũng đẹp. Đừng lo. Tôi muốn em gặp mẹ tôi. Mặc quần áo vào. Tôi phải ra trước để trấn an bà." Môi anh mím lại thành một đường thẳng. "Tôi sẽ đợi em ở phòng bên trong năm phút nữa, nếu không, tôi sẽ vào và lôi em ra dù em đang mặc gì. Áo thun của tôi để trong tủ kéo. Áo sơ mi thì trong tủ tường. Khẩn trương nào."

Anh nhìn tôi giây lát với vẻ thăm dò rồi rời khỏi phòng.

*Trời đất thánh thần ơi. Mẹ của Christian.* Thế này thì còn quá cả món hời. Biết đâu, cuộc gặp gỡ với bà sẽ giúp lắp một mảnh ráp nhỏ bé nào đó vào đúng chỗ của nó. Biết đâu điều đó sẽ giúp tôi hiểu ra vì sao Christian lại trở thành người như hiện nay… Bỗng dưng, tôi thấy muốn gặp bà. Tôi nhặt chiếc áo sơ mi đang nằm trên sàn và vui mừng nhận ra chiếc áo đã sống sót qua đêm hôm qua mà không một nếp nhàu. Tôi lôi được chiếc áo ngực màu xanh từ dưới giường, nhanh chóng mặc vào. Thế nhưng chưa xong… nếu có gì mà tôi ghét nhất, thì đó chắc chắn không phải là mặc quần lót mới. Tôi lục tung các ngăn kéo tủ và tìm thấy quần lót sọt của anh. Tròng vào người chiếc sọt xám Calvin Klen, tôi mặc tiếp quần jeans rồi xỏ đôi Converse vào.

Chộp lấy chiếc áo khoác ngắn, tôi qua phòng tắm ngó nghiêng, thấy mặt mình ửng đỏ, đôi mắt sáng long lanh – và tóc. Trời ơi… mình không hợp với kiểu tóc cột đuôi chết tiệt này. Tôi lục lọi ngăn tủ tường tìm cái gì để chải thì thấy một chiếc lược. Phải chải lại tóc. Tôi nhanh chóng cột lại tóc trong khi hoàn toàn tuyệt vọng về bộ quần áo đang mặc trên người. Có lẽ tôi đã nên nghe lời Christian về chuyện mượn quần áo của anh.

Tiềm Thức cong môi lên: "Hứ!" Tôi lờ cô ta đi. Khoác áo vào, tôi thở phào vì cổ tay áo phủ qua được dấu trói của chiếc cà vạt, tôi chán nản liếc nhìn mình lần cuối trong gương. Nhưng đây là việc phải làm. Tôi chuyển bước sang phòng khách.

"Cô ấy đây rồi." Christian vừa nói vừa đứng lên khỏi chiếc ghế bành.

Cử chỉ của anh nồng nhiệt và đầy khích lệ. Người phụ nữ cạnh anh, mái tóc màu cát, quay lại nhìn tôi với nụ cười rộng hết cỡ. Bà cũng đứng dậy. Trang phục của bà không chê vào đâu được, một chiếc đầm dệt kim màu lạc đà, phối cùng tông với giày. Trông bà thật điệu đà, thanh lịch và xinh đẹp, trong lòng tôi chết điếng, biết rằng mình lúc này như một mớ giẻ rách so với bà.

"Mẹ ạ, đây là Anastasia Steele. Anastasia, đây là bà Grace Trevelyan-Grey."

Bác sĩ Grace Trevelyan-Grey mở rộng vòng tay với tôi. *T... tức là Trevelyan? Chữ viết tắt trên khăn tay anh ấy.*

"Rất vui được gặp cháu." Bà nói.

Nếu tôi không lầm, trong giọng nói bà có cả niềm vui mừng lẫn sự nhẹ nhõm như trút được gánh nặng, còn đôi mắt màu hạt dẻ của bà ánh lên ấm áp. Tôi nắm chặt tay bà, không thể ngăn mình cười đáp lại sự nồng hậu ấy.

"Chào bác sĩ Trevelyan-Grey." Tôi nói.

"Gọi bác là Grace thôi." Bà cười rộng, Christian hơi nhíu mày. "Mọi người thường gọi bác là bác sĩ Trevelyan còn bà Grey là gọi mẹ chồng bác." Bà nháy mắt, nhìn Christian thắc mắc, không giấu nổi vẻ tò mò. "Thế làm thế nào hai bạn trẻ gặp nhau?"

"Anastasia phỏng vấn con cho tờ báo sinh viên của trường WSU, chuẩn bị cho lễ trao bằng vào tuần này."

*Oái.* Vậy mà tôi quên khuấy đi mất.

"Vậy là tuần này cháu tốt nghiệp nhỉ?" Bà Grace hỏi.

"Vâng ạ."

Điện thoại tôi đổ chuông. *Kate, cá luôn.*

"Cháu xin phép."

Bước vòng sang gian nhà bếp, tôi tựa lưng vào quầy ăn sáng, không cần nhìn số điện thoại.

"Kate."

*"Dios mio!* Ana."

*Ôi trời ơi, là José.* Giọng cậy ấy nghe có vẻ nghiêm trọng.

"Cậu đang ở đâu? Tớ đã cố liên lạc với cậu. Tớ cần gặp cậu, để xin lỗi về hành vi của tớ hôm thứ Sáu. Sao cậu không gọi lại cho tớ?"

"Được rồi, José, không phải bây giờ."

Tôi căng thẳng liếc sang Christian, thấy anh đang vừa nhìn tôi dò hỏi, mặt không lộ chút cảm xúc nào, vừa nói gì đó với mẹ. Tôi xoay lưng lại phía anh.

"Cậu đang ở đâu thế? Kate cứ lảng tránh không trả lời tớ." Cậu ấy nài nỉ.

"Tớ ở Seattle."

"Cậu làm gì ở Seattle? Cậu ở đó với anh ta à?"

"José, tớ gọi lại sau nhé. Không nói chuyện lúc này được."

Tôi cúp máy rồi bình thản tiến về chỗ Christian và mẹ anh. Bác Grace đang nói say sưa.

"… rồi Elliot gọi, nói cho mẹ biết là con đang ở đây – mẹ đã không gặp con hai tuần rồi, con trai."

"Anh ấy biết à?" Anh nói, mắt nhìn tôi, vẻ mặt không thể đọc nổi.

"Mẹ đã định là mẹ con mình sẽ cùng ăn trưa nhưng mẹ thấy con đã có kế hoạch khác rồi và mẹ không muốn xen vào."

Bà kéo chiếc khoác dài màu kem lên, xoay sang phía anh, chìa má. Anh hôn nhanh lên mặt bà, trìu mến. Bà không hề chạm vào anh.

"Con phải đưa Anastasia về lại Portland."

"Tất nhiên rồi, con trai. Anastasia, hôm nay quả là vui. Bác rất mong gặp lại cháu."

Bà chìa tay cho tôi, mắt bà lấp lánh và chúng tôi bắt tay.

Taylor *từ đâu* xuất hiện.

"Mời bà Grey." Anh nói.

"Cảm ơn, Taylor."

Anh tháp tùng bà ra khỏi phòng, qua hai cánh cửa dẫn sang hành lang. Nãy giờ Taylor vẫn có mặt ở đây sao? Anh ta ở đây bao lâu rồi? Anh ta đã ở chỗ nào?

Christian nhìn sang tôi.

"Cậu bạn nhiếp ảnh gọi à?"

*Oái.*

"Vâng."

"Cậu ta cần gì?"

"Chỉ để xin lỗi thôi, anh biết đó – chuyện hôm thứ Sáu."

Christian chau mày. "Tôi hiểu." Anh đáp gọn.

Taylor lại xuất hiện.

"Ngài Grey, chuyến hải trình ở Darfur phát sinh vấn đề."

Christian gật đầu nhanh với Taylor.

"Charlie Tango đã trở lại bãi đáp chưa?"

"Rồi, thưa ngài."

Taylor gật đầu chào tôi. "Cô Steele."

Tôi cười nhìn anh ái ngại, anh quay lưng bước đi.

"Anh ấy ở đây ạ? Taylor ấy?"

"Ừ." Christian đáp cụt ngủn.

*Anh ấy gặp vấn đề gì nhỉ?*

Christian tiến sang khu bếp, tay rà chiếc BlackBerry, đang dò mail, tôi đoán. Môi mím lại, anh bắt đầu gọi điện.

"Ros, vấn đề gì?" Anh cao giọng.

Anh lắng nghe, nhìn tôi, mắt dò xét. Trong lúc đó, tôi chơ vơ giữa gian phòng mênh mông, tự hỏi mình cần làm gì với chính mình, cảm thấy rõ sự lạc lõng và bất tương hợp giữa tôi với nơi này.

"Tôi không đặt thủy thủ đoàn vào nguy cơ. Không, hủy đi... Chúng ta sẽ thay thế bằng cách thả từ máy bay xuống... Tốt."

Anh cúp máy. Sự nồng nàn đã biến mất khỏi đôi mắt. Nhìn anh đầy đe dọa. Anh liếc qua tôi một cái rồi bước vào phòng làm việc, lúc sau quay lại.

"Đây là hợp đồng. Đọc nhé. Chúng ta sẽ thảo luận vào cuối tuần sau. Tôi đề nghị em nên tìm hiểu và làm bài thu hoạch về hợp đồng, để em biết những gì có liên quan." Anh dừng một chút. "Đó là nếu em đồng ý, tôi rất mong em đồng ý." Anh nói thêm, giọng dịu dàng và căng thẳng.

"Bài thu hoạch?"

"Em có thể sẽ ngạc nhiên về những gì em tìm thấy trên Internet."

Internet? Tôi không có máy tính, chỉ Kate có laptop thôi, tôi cũng không thể sử dụng máy ở cửa hàng Clayton, nhất là cho mấy "thu hoạch" kiểu này.

"Có chuyện gì sao?" Anh hỏi, hơi nghiêng đầu sang một bên.

"Em không có máy tính. Em toàn sử dụng máy ở trường thôi. Có lẽ em sẽ dùng laptop của Kate."

Anh đưa tôi một túi đựng hồ sơ.

"Chắc là tôi có thể, à, cho em mượn một chiếc. Chuẩn bị

nào, chúng ta sẽ quay về Portland và ăn trưa trên đường. Đợi tôi thay quần áo."

"Em sẽ gọi điện thoại." Tôi nói.

Tôi chợt muốn nghe giọng của Kate. Anh nhíu mày.

"Cậu bạn nhiếp ảnh à?" Hàm anh nghiến lại, mắt sáng lên. Tôi chớp mắt nhìn anh. "Tôi không muốn chia sẻ đâu, cô Steele. Nhớ đấy."

Âm điệu kiệm lời và lạnh lùng ấy là một lời cảnh báo. Sau khi dừng giây lát cái nhìn lạnh lùng lên tôi, anh quay bước vào phòng ngủ.

Trời ạ. *Mình chỉ muốn gọi cho Kate thôi mà.* Tôi muốn gọi anh nhưng sự lạnh lùng bất ngờ ấy làm tôi cứng đờ người. Chuyện gì vừa xảy đến với người đàn ông rộng lượng, thư thái và hay cười, vừa mới ân ái với tôi cách đây chưa đến nửa giờ?

"SẴN SÀNG CHỨ?" Christian hỏi khi đang đứng ở cánh cửa kép dẫn ra hành lang.

Tôi phân vân gật đầu. Anh đã lấy lại kiểu cách lạnh lùng, lịch thiệp, dễ cáu bẳn, anh đã đắp lại lên mặt chiếc mặt nạ và đang phô nó ra. Anh khoác một ba lô da chéo vai. Sao phải cần đến nó nhỉ? Không lẽ anh ở lại Portland và rồi tôi sực nhớ đến lễ tốt nghiệp. Ừ nhỉ… anh sẽ có mặt ở đó vào thứ Năm. Anh khoác một chiếc áo da đen. Với bộ quần áo này, trông anh không hề có vẻ của một tỷ phú rất nhiều tỷ đô-la. Anh giống như các cậu bé của những khu xóm lao động, một tay ngôi sao nhạc rock hay một người mẫu có hành vi văn hóa kém. Tôi thầm chép miệng, ước gì mình có được một phần mười sự bình tĩnh anh có. Anh điềm đạm và tự chủ. Tôi nhăn nhó nhớ lại cơn bộc phát khi nãy lúc nói về José… Hay đó mới là anh.

Taylor từ đâu xuất hiện.

"Vậy mai nhé." Anh nói, Tayloy gật đầu.

"Vâng, thưa ngài. Ngài sẽ đi xe nào?"

Anh nhìn qua tôi một thoáng.

"R8."

"Thượng lộ bình an, ngài Grey, cô Steele." Taylor nhìn tôi rất trìu mến dù hình như sâu trong mắt anh vẫn thoáng một nỗi ái ngại.

Không nghi ngờ gì nữa, anh hẳn đang nghĩ rằng tôi đã tiêu tùng vì những hành vi tình dục khó lường của Grey. Nhưng mà, những hành vi tình dục của anh có bất thường không hay tình dục chính là như thế. Tôi thầm chau mày. Tôi chưa từng quan hệ với ai để có thể so sánh, mà tôi cũng không được tâm sự với Kate. Đó chính là điều tôi muốn thổ lộ cùng Christian. Hoàn toàn tự nhiên thôi mà, nếu tôi muốn tâm sự chuyện ấy với người nào đó – và tôi không thể nói chuyện với anh được vì mới phút trước anh vừa cởi mở thì phút sau anh đã lạnh tanh.

Taylor giữ cửa mở cho cả hai chúng tôi, rồi bước theo sau. Christian nhấn gọi thang máy.

"Chuyện gì vậy, Anastasia?" Anh hỏi.

Sao anh biết tôi đang băn khoăn đủ chuyện trong đầu nhỉ? Anh tiến tới và kéo trễ cằm tôi xuống.

"Đừng cắn môi nữa, không thì tôi sẽ làm chuyện đó với em ngay trong thang máy mà không cần biết có ai vào hay không."

Tôi đỏ mặt nhưng rõ là trên môi anh cũng thoáng một nụ cười. Cuối cùng, tâm trạng anh có vẻ đã dịu lại.

"Christian, em có một chuyện."

"Sao nào?" Anh tỏ vẻ quan tâm.

Thang máy đến. Chúng tôi bước vào, Christian nhấn nút "G".

"Dạ." Tôi đỏ mặt. *Nói sao bây giờ đây?* "Em cần phải nói chuyện với Kate. Em có quá nhiều điều chưa biết về chuyện quan hệ, mà anh thì đòi hỏi rất cao. Làm sao em hiểu được tất cả những gì anh muốn em làm?" Tôi dừng lại, cố tìm cho đúng từ.

Anh đưa mắt nhìn tôi.

"Cứ nói, nếu thấy cần." Anh dằn từng tiếng. "Phải chắc là cô ấy không kể gì với Elliot."

Tôi cự nự lối nói bóng gió của anh. *Kate có thế đâu.*

"Cô ấy không làm thế đâu, cũng như em sẽ không kể với anh bất cứ điều gì giữa cô ấy với Elliot, nếu cô ấy có nói gì đó với em." Tôi nói nhanh.

"Thế này, sự khác biệt nằm ở chỗ, tôi không hề quan tâm đến đời sống tình dục của anh ấy." Christian nói tỉnh. "Elliot là một kẻ tọc mạch. Chỉ về những gì chúng ta đã làm cho đến giờ thôi đấy." Anh cảnh báo. "Cô ta có thể nắm đằng chuôi nếu biết tôi muốn em làm gì." Anh nói thêm và tôi không chắc mình có nghe rõ không.

"Được ạ." Tôi hoàn toàn đồng ý, ngẩng lên cười với anh, an tâm.

Ý nghĩ về Kate và gót chân của Christian không phải là điều tôi quan tâm.

Anh khẽ nhếch môi với tôi rồi lắc đầu.

"Em càng sớm dấn vào chuyện này càng tốt, rồi chúng ta có thể chấm dứt tất cả." Anh nói.

"Chấm dứt tất cả gì cơ?"

"Em, ghét bỏ tôi."

Anh nghiêng xuống, ngậm cằm tôi rồi đặt lên môi tôi một

nụ hôn vội và ngọt ngào khi cửa thang máy vừa mở. Anh nắm
tay tôi, cùng bước ra hầm để xe.

*Mình, ghét bỏ anh... Bằng cách nào?*

Bên thang máy, tôi thấy chiếc Audi bốn chỗ nhưng khi anh
bấm vào móc khóa, thì một chiếc xe thể thao đen bóng bật cửa
và nhá đèn. Đây là kiểu xe nên có một chân dài, tóc vàng, không
mặc gì trừ một dây nơ trên eo, ngồi vắt vẻo trên nắp xe.

"Xe đẹp quá." Giọng tôi sửng sốt.

Anh liếc tôi rồi cười toe.

"Chứ sao." Anh đáp và trong một phần trăm giây, Christian
ngọt ngào, trẻ trung và vô lo vừa trở lại. Điều đó sưởi ấm trái
tim tôi.

Nhìn anh thật phấn khởi. *Các cậu bé và những chiếc xe hơi.*
Tôi liếc nhìn anh, không thể ngăn mình mỉm cười. Anh mở
cửa cho tôi rồi bước vào. Chà... thật thấp. Anh xoay người ngồi
vào xe một cách thành thục rồi thư giãn cơ thể to lớn một cách
duyên dáng ở ghế bên. *Sao anh làm được thế nhỉ?*

"Đây là loại xe gì thế?"

"Audi R8 Spyder đấy. Hôm nay đẹp trời, mở mui ra nhé.
Có một chiếc mũ bóng chày ở đây. Mà có khi là hai." Anh chỉ
vào ngăn để đồ lặt vặt. "Có cả kính mát nữa, nếu em cần."

Anh khởi động máy, động cơ rú lên phía sau chúng tôi.
Anh chuyển ba lô vào ghế trống phía sau, nhấn nút và mui xe từ
từ mở ra. Cũng chỉ với một phím vặn, giọng Bruce Springsteen
tràn ngập quanh chúng tôi.

"Bruce đáng yêu." Anh cười toe với tôi rồi phóng xe ra
khỏi hầm đỗ, vượt qua đoạn dốc đứng, dừng lại một lúc chờ
cho cửa mở.

Thế rồi, chúng tôi đang ở giữa buổi sáng tháng Năm Seattle
trong sáng. Tôi tìm trong ngăn để đồ linh tinh, được chiếc mũ

bóng chày. Đội Mariners. Anh ấy thích bóng chày? Tôi đưa anh chiếc mũ lưỡi trai, anh đội lên đầu. Tôi túm tóc ra sau rồi từ từ đội mũ vào.

Trên đường, mọi người nhìn theo chúng tôi. Ban đầu, tôi nghĩ mọi người nhìn anh… và chợt một tia hoang tưởng khiến tôi nghĩ rằng mọi người nhìn vì biết những gì mình đã làm trong 12 giờ vừa qua, nhưng cuối cùng, tôi hiểu ra rằng, đó là vì chiếc xe. Christian dường như xa lạ, chìm đắm trong những suy tư riêng.

Đường thông thoáng và chúng tôi nhanh chóng tiến vào Đường Liên bang số 5, xuôi nam, gió phần phật trên đầu. Bruce đang hát về lửa và niềm đam mê. Trùng hợp chưa. Tôi đỏ mặt khi nghe những ca từ ấy. Christian liếc sang tôi. Anh đang đeo chiếc kính Ray-Ban nên tôi không thể đoán được anh đang cảm thấy thế nào. Khóe miệng anh run run, anh nghiêng qua, đặt tay lên đầu gối tôi, xoa nhẹ nhàng. Hơi thở tôi sâu hơn.

“Đói chứ?” Anh hỏi.

*Không phải thức ăn.*

“Không đói lắm.”

Môi anh bặm lại.

“Em phải ăn, Anastasia.” Anh trách. “Tôi biết một chỗ rất ngon gần Olympia. Chúng ta sẽ đến đó.”

Anh xoa gối tôi lần nữa, rồi thu tay về vô lăng, thả chân ga. Tôi ngồi sâu vào ghế.

NHÀ HÀNG NHỎ VÀ ẤM CÚNG, một kiểu nhà gỗ giữa rừng. Trang trí thô sơ: ghế bàn để rải rác, khăn trải bằng vải thô kẻ sọc, hoa dại cắm trong những lọ nhỏ. Bảng BẾP MỘC, kiêu hãnh giương trên cửa.

"Lâu rồi tôi không đến đây. Chúng ta không được chọn món – nhà hàng nấu bất kỳ thứ gì họ bắt hoặc hái được."

Anh nhướng mày hài hước khiến tôi bật cười. Cô phục vụ đến nhận yêu cầu về thức uống. Cô đỏ mặt thấy Christain, lảng tránh ánh mắt của anh, giấu cái nhìn sau mái tóc dài vàng óng. Cô ấy thích anh! *Đâu phải chỉ mình tôi!*

"Hai cốc Pinot Grigio." Christian nói bằng giọng đầy uy quyền. Tôi hé môi, khó chịu.

"Sao?" Anh cao giọng.

"Em muốn Diet Coke." Tôi nói nhỏ.

Đôi mắt xám của anh nheo lại rồi lắc đầu.

"Pinot Grigio chỉ là rượu nhẹ thôi. Rượu này rất hợp để thưởng thức với thức ăn, dù đó là gì." Anh nói vẻ kiên nhẫn.

"Tất cả các món ư?"

"Ừ." Anh mỉm cười. Tôi không thể ngăn mình đáp lại nụ cười sáng chói của anh.

"Mẹ tôi thích em." Anh nói khô khốc.

"Thật ạ?" Điều anh nói làm tôi đỏ mặt sung sướng.

"Ừ. Bà luôn nghĩ tôi đồng tính."

Hàm tôi rơi ra và tôi nhớ *câu hỏi đó… trong cuộc phỏng vấn. Ối đừng.*

"Sao bà lại nghĩ anh đồng tính?" Tôi thì thầm.

"Vì chưa bao giờ bà thấy tôi ở bên một phụ nữ nào."

"Ồ… chưa một ai trong số mười lăm người đó?"

Anh cười.

"Em nhớ rõ nhỉ. Ừ, không người nào."

"Ôi."

"Biết không, Anastasia, đây cũng là một cuối tuần rất nhiều cái đầu tiên với tôi." Anh khẽ nói.

"Như thế nào cơ?"

"Tôi chưa bao giờ ngủ cùng ai, chưa bao giờ làm tình trên giường mình, chưa bay cùng cô gái nào trên Charlie Tango, chưa từng giới thiệu phụ nữ với mẹ. Em đang làm gì tôi thế này?"

Mắt anh rực lửa, sự mãnh liệt của anh khiến tôi ngừng thở.

Cô phục vụ quay lại với hai ly rượu, tôi lập tức nhấp một ngụm. Anh đang cởi mở hay đây cũng chỉ là một kiểu nói chuyện thông thường của anh?

"Em thích ngày cuối tuần vừa rồi." Tôi nói.

Anh nheo mắt nhìn lại tôi.

"Đừng cắn môi nữa." Anh gầm gừ rồi nói thêm. "Tôi cũng thế."

"Quan hệ va-ni là thế nào?" Tôi hỏi, cố giải thoát mình khỏi cái nhìn mãnh liệt, cháy bỏng và quyến rũ của anh.

Anh bật cười.

"Nghĩa là quan hệ tình dục bình thường, Anastasia. Không đồ chơi, không dụng cụ." Anh nhún vai. "Em biết đó… à, em không biết, nhưng có nghĩa như thế."

"Ồ."

Tôi đã tưởng tượng nó như chiếc bánh chocolate phủ kem có cherry ở trên. Nhưng này, tôi đã biết gì đâu nhỉ?

Cô phục vụ mang ra món súp. Cả hai chúng tôi đều nhìn ngạc nhiên.

"Súp tầm ma." Cô phục vụ mời trước khi quay vào bếp.

Tôi không nghĩ cô ấy thích bị Christian thờ ơ. Tôi nếm thử. Ngon. Christian và tôi cùng lúc nhìn nhau thở phào. Tôi cười khúc khích, anh nghiêng đầu sang một bên.

"Tiếng em cười rất hay." Anh nói.

"Sao anh chưa từng quan hệ va-ni? Anh luôn dùng đến… à, vậy anh làm thế nào?" Tôi hỏi, đầy tò mò.

Anh gật đầu chậm rãi.

"Đại loại thế." Giọng anh ngập ngừng. Anh nhăn mặt một thoáng, như thể đang đấu tranh nội tâm, rồi chợt nhìn lên, quyết *cảnh*. "Năm mười lăm tuổi, một người bạn của mẹ đã quyến rũ tôi."

Ồ – *Trời ạ, ở tuổi đó!*

"Bà ấy có những sở thích rất đặc biệt. Tôi đã phục tùng bà suốt sáu năm." Anh rùn vai.

Ồ – Đầu óc tôi đông cứng lại, rũ liệt, quay cuồng trước sự thú nhận ấy.

"Cho nên tôi rất biết cảm giác phục tùng thế nào, Anastasia." Mắt anh ánh lên ấm áp.

Tôi nhìn sững, không thốt nổi nên lời – ngay cả khi tiềm thức hoàn toàn thinh lặng.

"Tôi đã không hề nhập môn tình dục học theo cách thông thường."

Thời gian như đông cứng lại.

"Thời đại học, anh không hẹn hò với ai sao?"

"Không." Anh lắc đầu xác nhận.

Cô phục vụ lại mang ra bộ đồ ăn, cuộc nói chuyện gián đoạn mất một lúc.

"Vì sao thế?" Tôi hỏi khi cô phục vụ đã đi khỏi.

Anh mỉm cười chua chát.

"Em thật sự muốn biết à?"

"Vâng."

"Tôi không muốn. Bà ấy là tất cả những gì tôi muốn, tôi cần. Hơn nữa, bà ấy sẽ dùng nhục hình với tôi." Anh mỉm cười trìu mến và hồi tưởng.

Ồ, *quả là nhiều tin nóng hổi* – nhưng tôi còn muốn biết nhiều hơn thế.

"Vậy nếu đó là bạn của mẹ anh, bà ấy bao nhiêu tuổi?"

Anh cười tự mãn.

"Đủ lớn để chín chắn."

"Anh vẫn còn gặp bà ấy?"

"Ừ."

"Anh vẫn còn…e hèm?" Tôi đỏ mặt.

"Không." Anh lắc đầu và cười vẻ nuông chiều. "Bà ấy giờ là một người bạn tốt."

"Ồ. Mẹ anh có biết không?"

Anh nhìn tôi kiểu đừng-hỏi-ngốc-như-thế.

"Tất nhiên là không rồi."

Cô phục vụ dọn tiếp món thịt hươu nhưng miệng tôi giờ đã đắng nghét. Tiết lộ đúng lúc chưa. *Christian – kẻ phục tùng…* *Khốn kiếp.* Tôi trút Pinot Grigio ực vào miệng – anh đúng, tất nhiên, rượu ngon. Ái chà, tất cả những điều này, quá nhiều thứ cần suy nghĩ. Tôi cần thời gian để tiêu hóa cho hết, khi chỉ có mình tôi, khi không có sự hiện diện sờ sờ của anh ngay trước mặt. Anh đang cực kỳ mạnh mẽ, cực kỳ đàn ông, thế rồi bỗng dưng anh quăng bom tan tành hình ảnh tuyệt mỹ của mình. *Anh biết chuyện ấy thế nào.*

"Nhưng chuyện đó không xảy ra thường xuyên chứ?" Tôi bối rối.

"Thường xuyên đấy, dù cũng đôi khi tôi không gặp bà ấy. Chuyện từng… rất khó khăn. Rốt cuộc, tôi vẫn đi học và vào đại học. Ăn đi, Anastasia."

"Em không đói chút nào, Christian." *Bụng em nhóc nhách những điều anh vừa nói.*

Anh cứng rắn.

"Ăn đi." Anh nói khẽ, rất khẽ thôi.

Tôi nhìn anh. Người đàn ông này – nghiện tình dục như trẻ mới lớn – giọng đầy đe dọa.

"Cho em nghỉ chút." Tôi nói nhỏ.

Anh khẽ nhắm mắt.

"Được." Anh đáp rồi ăn tiếp phần của mình.

Nếu tôi ký vào hợp đồng, mọi việc sẽ diễn ra đúng như kịch bản này, mọi mệnh lệnh của anh bao trùm lên tôi. Tôi nhăn mặt. *Mình muốn thế à?* Cầm dao và nĩa lên, tôi miễn cưỡng cắt miếng thịu hươu. Thịt rất ngon.

"Mối quan hệ của chúng ta… ừm… sẽ như thế này sao?" Tôi thì thầm. "Quanh em toàn mệnh lệnh của anh." Tôi nói, cố tránh nhìn vào mắt anh.

"Đúng thế." Anh đáp.

"Em hiểu rồi."

"Còn ngoài ra, em có muốn gì ở tôi nữa không?" Anh thấp giọng, nói thêm.

*Tôi thật sự nghi ngờ điều ấy.* Tôi cắt thêm một miếng thịt nữa, dừng trước miệng.

"Sẽ là một bước đại nhảy vọt đây." Tôi nói, cho vào miệng, rồi nhai.

"Đúng thế." Anh khẽ nhắm mắt lại và khi mở ra, đôi mắt anh to, dứt khoát. "Anastasia, em phải lắng nghe lòng mình. Làm thu hoạch và đọc kỹ hợp đồng – tôi rất vui được bàn bạc với em bất cứ điều gì. Tôi sẽ ở Portland đến tận thứ Sáu, trong trường hợp em muốn nói chuyện trước thời điểm dự kiến." Từng lời anh xô nhau đến với tôi. "Hãy gọi tôi, có thể chúng ta sẽ cùng ăn tối, xem nào, thứ Tư? Tôi rất muốn làm chuyện này. Chính xác là tôi chưa từng ham muốn làm chuyện gì như làm chuyện này với em."

Sự chân thành và khao khát của anh ánh lên trong đôi mắt. Và đó cũng chính là điều lớn nhất tôi không hiểu. *Tại sao lại là tôi?* Sao không phải là ai trong mười lăm người phụ nữ kia? Ôi không… rồi tôi cũng sẽ như thế sao – trở thành một con số? Mười sáu trong số rất nhiều.

"Chuyện gì đã xảy ra với mười lăm người kia?" Tôi đỏ mặt.

Anh nhướng mày ngạc nhiên rồi khẽ lắc đầu.

"Nhiều chuyện lắm nhưng đều không bền." Anh dừng lại cố tìm từ, tôi đoán. "Không hợp." Anh nhún vai.

"Anh nghĩ em là người hợp với anh sao?"

"Ừ."

"Anh không gặp ai trong số những người ấy nữa sao?"

"Không, Anastasia. Tôi là kiểu trong một thời điểm chỉ có một bạn tình."

Ồ… *Chuyện này mới.*

"Em hiểu."

"Làm thu hoạch nhé, Anastasia."

Tôi bỏ dao và nĩa xuống bàn. Tôi không thể ăn nổi nữa.

"Thế thôi à? Em chỉ ăn từng đấy thôi à?"

Tôi gật. Anh bực nhưng không nói gì. Tôi thở một hơi nhẹ người. Dạ dày tôi xoay tít, cố tiêu hóa lượng thông tin vừa rồi, đầu tôi lơ mơ vì rượu. Tôi thấy anh vét sạch mọi thứ trên đĩa. Anh ăn mạnh như hổ. Hẳn anh phải tập thể dục kinh khủng mới giữ được một thân hình tuyệt vời thế này. Trí nhớ bất thần tái hiện lại hình ảnh anh trong chiếc quần thun ôm lấy hông. Đẹp phát cuồng lên được. Tôi ngọ quậy khó chịu. Anh ngước lên nhìn, thế là tôi đỏ mặt.

"Thứ gì cũng đổi miễn là tôi biết em đang nghĩ gì lúc này." Anh nói. Tôi càng ngượng chín người.

Anh mỉm một nụ cười ranh mãnh.

"Tôi đoán nhé." Anh trêu.

"Mừng là anh không đọc được ý nghĩ của em."

"Ý nghĩ của em á, không, Anastasia, nhưng cơ thể em thì có – *đó* là thứ tôi đã biết khá rõ từ hôm qua."

Giọng anh đầy mời gọi. Sao anh có thể quay ngoắt từ trạng thái này sang tâm trạng khác thế nhỉ? Anh thật nắng mưa... Chẳng thể nào theo nổi.

Anh vẫy gọi phục vụ và bảo thanh toán. Trả tiền xong, anh đứng dậy và chìa tay ra.

"Đi nào."

Anh nắm tay, đưa tôi trở lại xe. Sự tiếp xúc này, tay trong tay, quả là điều không thể ngờ được anh sẽ làm, bình thản, thân mật. Tôi không thể gắn kết nổi cử chỉ dịu dàng, bình thường này với những gì anh muốn làm trong căn phòng đó... Căn Phòng Đỏ.

Anh im lặng suốt đoạn đường từ Olympia về Vancouver, cả hai chúng tôi đều đắm chìm trong suy nghĩ của riêng mình. Khi anh dừng xe trước căn hộ, đồng hồ chỉ năm giờ chiều. Đèn sáng – Kate đang ở nhà. Đóng gói, chắc thế, trừ khi Elliot cũng ở đây. Anh tắt máy xe và tôi chợt hiểu ra đến lúc mình phải tạm biệt anh.

"Anh muốn vào không?" Tôi hỏi.

Tôi không muốn anh đi. Tôi muốn kéo dài khoảng thời gian bên nhau.

"Không. Tôi có việc phải làm." Anh trả lời đơn giản, mắt nhìn tôi, vẻ mặt anh vẫn không thể đoán nổi.

Tôi đan mấy ngón tay vào nhau, mắt chăm chú nhìn xuống tay mình. Bỗng dưng tôi thấy chống chếnh. Anh sắp đi. Anh tiến đến, cầm một bàn tay tôi, đưa lên môi anh, dịu dàng hôn, một cử chỉ ngọt ngào và truyền thống. Trái tim tôi xao xuyến.

"Cảm ơn vì ngày cuối tuần, Anastasia. Ngày cuối tuần... tuyệt vời nhất của tôi. Thứ Tư nhé? Tôi sẽ đón em ở chỗ làm, hay ở đâu?" Anh khẽ nói.

"Thứ Tư." Tôi thì thầm.

Anh hôn tay tôi lần nữa rồi đặt tay trở lại bên người tôi. Anh ra khỏi xe, bước vòng sang phía tôi rồi mở cửa. Sao bỗng dưng tôi thấy mình hoàn toàn tê liệt? Một nỗi nghẹn ngào chắn ngang cổ họng. Không thể để anh thấy tôi trong tình trạng ấy. Nặn ra một nụ cười, tôi bước khỏi xe, tiến vào nhà, biết rằng mình phải đối diện với Kate, hoảng hốt mà đối diện với Kate. Nửa đường, tôi ngoái lại nhìn anh. *Ngẩng cao đầu lên, Steele*, tôi tự động viên mình.

"À... nhân tiện, em đang mặc quần lót của anh."

Tôi cười, tay kéo trễ cạp quần ra để anh thấy. Cằm Christian như rơi xuống, sốc. Hiệu quả cực kỳ. Tâm trạng tôi thay đổi tức thì, tôi cố đi thật từ tốn vào nhà mà không nhảy cẳng lên, đấm tay vào không khí. PHẢI THẾ CHỨ! Nữ thần nội tại ngoáy mông khoái trá.

Kate đang ở phòng khách, đóng mấy cuốn sách vào thùng gỗ.

"Cậu đây rồi. Christian đâu? Cậu có sao không?"

Giọng Kate lo âu, sốt ruột, cô ấy nhào đến phía tôi, giữ chặt lấy vai tôi, quan sát tận mặt tôi cả phút đồng hồ trước khi tôi kịp chào lại.

*Khỉ thật...* Giờ thì tôi phải đối mặt với sự kiên trì và khả năng đeo bám của Kate, trong khi tôi đã ký vào một văn bản pháp lý yêu cầu không được tiết lộ điều gì. Thật là một mớ bòng bong hay hớm.

"Sao rồi, chuyện thế nào? Tớ không thể thôi nghĩ về cậu, sau khi Elliot đi khỏi, vậy đó." Cô ấy cười toe toét ma mãnh.

Không chủ ý nhưng nụ cười và sự tò mò nôn nao của Kate dường cũng nhảy sang tôi nhưng bỗng lại làm tôi e thẹn. Tôi đỏ mặt. Chuyện này riêng tư quá. Tất cả. Biết và hiểu những gì Christian không muốn chia sẻ. Nhưng tôi phải kể gì đó với Kate nếu không, cô ấy nhất định không để tôi yên đến chừng nào tôi kể thì thôi.

"Tuyệt, Kate ạ. Rất tuyệt vời, theo ý tớ." Tôi thì thầm, cố nén nụ cười bối rối muốn-kể-hết.

"Theo ý cậu á?"

"Tớ chẳng có gì để so sánh với chuyện đó cả, biết sao được?" Tôi nhún vai vẻ tiếc nuối.

"Anh ta có làm cậu lên đỉnh không?"

Trời ơi. Thật thô lỗ. Tôi đỏ nhừ.

"Có." Tôi ậm ừ, khó chịu.

Kate lôi tuột tôi ra ghế bành, ngồi xuống. Cô ấy xiết chặt tay tôi.

"Vậy *là* tốt nhỉ." Kate nhìn tôi bán tín bán nghi. "Đây là lần đầu của cậu. Chà, Christian hẳn phải biết cần làm gì."

*Ôi Kate, phải chi cậu biết.*

"Lần đầu của tớ khủng khiếp." Cô ấy nói tiếp, mặt xìu xuống.

"Vậy ư?"

Chuyện hấp dẫn đây, cô ấy chưa bao giờ tiết lộ điều này.

"Ừ, Steeve Patrone. Ở trung học, tay vận động viên khốn kiếp." Cô ấy rùng mình. "Hắn thô bạo. Tớ lại chưa sẵn sàng. Cả hai chúng tớ đều say khướt. Cậu biết đấy, thảm họa tiêu biểu của hậu khiêu vũ đấy. Hức, mất cả mấy tháng trời tớ mới dám đi đến những buổi khiêu vũ khác. Cũng không phải với hắn, tên tốt mã hèn nhất. Lúc đó tớ còn trẻ quá. Cậu đúng khi cố chờ đến giờ."

"Kate, khủng khiếp thế sao!"

Kate có vẻ tiếc nuối.

"Ừ, tớ mất cả năm mới biết được cực khoái, còn cậu… ngay lần đầu à?"

Tôi ngượng nghịu gật đầu. Nữ thần nội tại tại thế hoa sen nhìn rất trầm mặc ngoại trừ nụ cười láu cá và tự mãn trên môi.

"Tớ mừng vì lần đầu của cậu đã xảy ra với người biết phải làm gì." Cô ấy liếc sang tôi. "Vậy bao giờ các cậu lại gặp nhau nữa?"

"Thứ Tư. Chúng tớ sẽ ăn tối."

"Vậy là cậu vẫn thích anh ấy chứ?"

"Ừ. Nhưng tớ không biết… sau này sẽ thế nào."

"Tại sao?"

"Anh ấy phức tạp lắm, Kate. Cậu biết đó – anh ấy thuộc về một thế giới hoàn toàn khác tớ."

Từ ngữ ngoạn mục. Nghe lại đáng tin nữa. Tốt hơn nhiều so với: *Anh ấy có một Căn Phòng Đỏ và muốn biến tớ thành nô lệ tình dục.*

"Ôi, xin cậu, đừng để tiền bạc xen vào chuyện này, Ana. Elliot nói việc Christian hẹn hò là cả một sự kiện đấy."

"Thế sao?" Giọng tôi vút lên một quãng tám.

*Quá rõ rồi gì nữa, Steele.* Tiềm Thức nhìn tôi trừng trừng, ve vẫy mấy ngón tay dài, gầy guộc chỉnh chỉnh sửa sửa cán cân công lý hòng nhắc tôi rằng anh ấy có thể kiện tôi nếu tiết lộ quá nhiều. *Ha… mà anh ấy có thể làm gì mình nhỉ – lấy hết tiền của mình á?* Tôi phải nhớ google từ "phạt vì phá vỡ thỏa thuận giữ bí mật" trong khi làm "thu hoạch" mới được. Chuyện này giống như làm kiểm tra ở trường vậy. Có khi tôi còn bị chấm điểm không chừng. Tôi đỏ mặt nhớ điểm A sáng nay trong bồn tắm.

"Ana, chuyện gì thế?"

"Tớ sực nhớ mấy chuyện Chirstian nói."

"Trông cậu lạ lắm." Kate nói trìu mến.

"Tớ cũng thấy lạ lắm. Đau." Tôi thú nhận.

"Đau á?"

"Chút thôi." Tôi đỏ mặt.

"Tớ cũng thế. Bọn đàn ông." Cô ấy làm vẻ mặt khinh bỉ hài hước. "Lũ súc vật."

Chúng tôi cùng bật cười.

"Mà cậu cũng đau à?" Tôi hỏi lại.

"Ừ… bị lạm dụng."

Tôi cười khúc khích. Hết trận cười, tôi hỏi.

"Kể tớ nghe Elliot đã lạm dụng thế nào."

Ơ, lần đầu tiên tôi cảm thấy mình hoàn toàn thoải mái khi nhớ lại chuyện quán bar… nhớ lại trước khi chuông điện thoại reng và mọi việc bắt đầu – nhớ lại lúc mà tôi đang còn ngưỡng mộ ngài Grey từ xa ấy. Đó là những ngày tháng hạnh phúc và giản dị.

Kate đỏ mặt. *Ối trời…* Katherine Agnes Kavanagh hóa thành Anastasia Steele Đỏ Mặt trước mặt tôi. Kate hướng về tôi ánh mắt ngây thơ. Tôi chưa từng thấy cô ấy có kiểu này khi nói về đàn ông. Hàm tôi muốn rớt xuống sàn. *Kate đâu mất rồi; anh ta đã làm gì cô ấy?*

"Ôi, Ana." Cô ấy tuôn ra một tràng. "Anh ấy quá đỗi… mọi thứ. Và khi chúng tớ… ôi… thật tuyệt."

Kate chật vật nối các câu lại với nhau mà cũng chẳng thành công.

"Tớ nghĩ cậu đang cố nói với tớ là cậu thích anh ấy."

Cô ấy gật, cười hớn hở như người mất trí.

"Và tớ sẽ gặp anh ấy vào thứ Bảy. Anh ấy sẽ giúp chúng mình chuyển nhà."

Cô ấy xoắn hai tay vào nhau, đứng dậy, xoay vòng vòng bên cửa sổ. Chuyển nhà. Chúa ơi – tôi suýt quên mất chuyện đó, ngay cả khi đang ngồi giữa cả đống đồ đóng dở thế này.

"May quá, có anh ấy." Tôi cảm kích.

Tôi cũng có dịp để biết anh ấy rõ hơn. Biết đâu anh ấy cũng có thể giúp tôi hiểu thêm về cậu em trai kỳ lạ, thất thường.

"Vậy tối qua cậu làm gì?" Tôi hỏi.

Cô ấy nghiêng đầu về phía tôi, nhướng mày, theo kiểu câu-hỏi-ngốc-nghếch-làm-sao.

"Nhiều hơn những gì cậu làm, còn trước đó thì ăn tối." Cô ấy cười toe. "Cậu chắc ổn chứ? Trông cậu như bị quá tải ấy."

"Tớ thấy quá tải thật. Christian rất khó tính."

"Ừ, nhìn anh ta tớ đoán được ngay. Nhưng anh ta tử tế với cậu chứ?"

"Ừ." Tôi xác nhận với cô ấy. "Tớ đói rồi, tớ làm gì ăn nhé?"

Kate gật rồi nhặt thêm hai cuốn sách bỏ vào thùng.

"Cậu định làm gì với mấy cuốn sách mười-bốn-ngàn-đô-la này?" Cô ấy hỏi.

"Tớ sẽ trả lại."

"Thật à?"

"Đó là món quà trên-cả-mong-đợi. Tớ không thể nhận được, nhất là lúc này." Tôi cười với Kate, cô ấy đồng tình.

"Tớ hiểu. Có mấy lá thư gửi cậu này, cả José nữa, cậu ấy gọi hàng giờ rồi, có vẻ hung hăng lắm."

"Để tớ gọi lại." Tôi lảng đi.

Nếu kể với Kate chuyện José, hẳn thế nào cô ấy cũng sẽ

đãi cậu ta bữa sáng để moi tin. Tôi gom mấy bức thư trên bàn ăn rồi bóc ra.

"Oái, tớ được hẹn phỏng vấn này! Tuần sau nữa, ở Seattle, thực tập sinh."

"Nhà xuất bản nào thế?"

"Cả hai."

"Tớ nói mà, điểm trung bình của cậu đủ sức mở tất cả các cửa, Ana."

Kate, tất nhiên, đã có chỗ thực tập ở *The Seattle Times* rồi. Bố cô ấy quen một người nào đó.

"Elliot nói thế nào về việc cậu rời khỏi đây?" Tôi hỏi.

Kate đi tới đi lui trong gian bếp, lần đầu tiên trong buổi chiều nay, cô ấy đầy vẻ phiền muộn.

"Anh ấy thông cảm. Nửa phần tớ không muốn đi, nửa phần lại thèm mấy tuần phơi mình dưới ánh mặt trời. Hơn nữa, mẹ tớ cũng đang ở đó, bảo rằng đây sẽ là kỳ nghỉ hè cuối cùng thật sự của gia đình, trước khi tớ và Ethan đi làm."

Tôi chưa bao giờ rời khỏi nước Mỹ, Kate sẽ đi Barbados với bố mẹ và anh trai, Ethan, hai tuần. Tôi sẽ không có Kate trong căn hộ mới. Chuyện này thật kỳ lạ. Ethan đã đi du lịch vòng quanh thế giới sau khi tốt nghiệp, năm ngoái. Tôi thoáng tự hỏi liệu có cơ hội gặp anh trước khi cả nhà họ đi nghỉ không nhỉ. Đấy là một ông anh đáng mến. Điện thoại reng, kéo tôi ra khỏi tưởng tượng.

"José đấy."

Tôi thở dài. Thôi thì đằng nào cũng phải nói chuyện với cậu ấy. Tôi nhấc điện thoại.

"Chào."

"Ana, cậu về rồi." José gào to sự nhẹ nhõm của cậu vào tai tôi.

"Thì rõ thế rồi." Giọng tôi pha chút mai mỉa, tôi liếc mắt nhìn xuống điện thoại.

Cậu ấy im lặng một chốc.

"Tớ gặp cậu được không? Tớ xin lỗi chuyện tối thứ Sáu. Tớ say… còn cậu… thôi mà. Ana – tha lỗi tớ nhé."

"Tất nhiên rồi, tớ bỏ qua, José. Chỉ cần cậu đừng làm thế nữa. Cậu biết là với cậu, tớ không thể cảm thấy như thế."

Cậu ấy thở dài, nặng nề và buồn bã.

"Tớ biết, Ana. Tớ chỉ hy vọng là nếu hôn cậu, biết đâu tớ có thể làm cậu thay đổi cách cảm nhận về tớ."

"José, tớ yêu cái cách đáng yêu của cậu, cậu có ý nghĩa rất lớn với tớ. Cậu như một người anh trai mà tớ chưa từng có được ấy. Và cảm giác đó không thể thay đổi được. Cậu biết thế mà."

Tôi sợ nói ra điều này làm cậu ấy ngã quỵ nhưng dẫu sao, đó vẫn là sự thật.

"Giờ cậu vẫn đang cặp kè với anh ta à?" Giọng cậu ấy đầy vẻ khinh khỉnh.

"José, tớ chẳng cặp kè với ai hết."

"Nhưng cậu đã qua đêm với anh ta còn gì."

"Đó không phải việc của cậu."

"Vì tiền phải không?"

"José! Sao cậu dám!" Tôi quát lên, choáng váng bởi sự trắng trợn của cậu.

"Ana." Cậu lại rên rỉ xin lỗi.

Tôi không thể chịu nổi cơn ghen lộ liễu của cậu. Tôi biết cậu ấy bị tổn thương nhưng tâm trí tôi giờ chỉ còn hướng về Christian Grey.

"Có lẽ mai chúng ta có thể cà phê hay gì đó. Tớ sẽ gọi." Tôi dịu giọng.

Cậu ấy vẫn là bạn và tôi vẫn quý cậu. Nhưng hiện giờ, tôi không muốn nói đến điều đó.

"Mai nhé. Cậu sẽ gọi chứ?" Giọng hớn hở đầy hy vọng của cậu ấy thắt tim tôi lại.

"Ừ... ngủ ngon, José." Tôi cúp máy, không đợi cậu trả lời.

"Chuyện đó là sao?" Katherine hỏi, tay chống hông.

Tôi quyết định lấy thẳng thắn làm kế sách hàng đầu. Cô ấy trông có vẻ cứng đầu hơn lúc nào hết.

"Cậu ấy ve vãn tớ hôm thứ Sáu."

"*José á? Rồi* Christian Grey nữa á? Ana, chắc chất pheromone[1] của cậu điều tiết quá liều. Anh chàng ngốc đó nghĩ gì thế?"

Cô ấy lắc đầu khinh bỉ rồi quay lại với việc đóng gói.

BỐN MƯƠI LĂM PHÚT sau đó, chúng tôi tạm dừng việc đóng gói để thưởng thức đặc sản gia đình, món lasagna[2] của tôi. Kate khui một chai rượu, chúng tôi ngồi giữa đống thùng, ăn và uống thứ rượu đỏ rẻ tiền, xem mấy chương trình ti-vi linh tinh. Mọi việc thật giản dị. Bình yên và ấm áp sau bốn mươi tám tiếng đồng hồ... điên cuồng. Lần đầu tiên trong từng đó thời gian, tôi thưởng thức một bữa ăn thong thả, không bị đe dọa và bình an. *Anh ấy và thực phẩm có vấn đề gì nhỉ?* Kate dọn dẹp bát đĩa còn tôi kết thúc phần đóng thùng mọi thứ trong phòng khách. Chúng tôi để lại ghế bành, ti-vi và bàn ăn. Chúng tôi có thể cần gì nữa nhỉ? Chỉ còn nhà bếp và phòng ngủ chưa dọn, chúng tôi còn có cả tuần nữa mà.

---

1. Một hợp chất hóa học giúp các con vật cùng loài thu hút nhau.

2. Một món ăn làm từ mì Ý dạng lá nướng vàng. Xen giữa các lớp lá mì là nhân, gồm: rau củ xắt nhỏ, phô mai và thịt băm.

Điện thoại lại reo. Đó là Elliot. Kate nháy mắt với tôi rồi phóng thẳng vào phòng ngủ như cô bé mười bốn tuổi. Giờ này đúng ra Kate nên viết diễn văn tốt nghiệp nhưng có vẻ như Elliot quan trọng hơn. Có chuyện gì với mấy anh chàng nhà Grey thế nhỉ? Cái gì làm cho họ có thể khiến xung quanh phát cuồng, tiêu xài không tiếc và hấp dẫn không thể cưỡng nổi? Tôi nhấp một ngụm rượu khác.

Tôi bấm lướt qua các kênh truyền hình nhưng tự sâu trong thâm tâm, biết rằng mình chỉ đang tìm cách nấn ná. Trong túi xách tôi đang nhấp nháy bản hợp đồng. Liệu tôi còn đủ sức và đủ mạnh mẽ để đọc nó tối nay?

Tôi lấy tay ôm đầu. José và Christian, cả hai đều muốn ở tôi điều gì đó. José còn dễ đối phó. Còn Christian… Christian hoàn toàn thuộc về một ngưỡng khác rất khó nắm bắt và hiểu được. Nửa phần tôi muốn chạy đến, nửa phần muốn trốn phắt đi. Phải làm gì bây giờ? Đôi mắt màu xám thiêu đốt và cái nhìn nghiêm khắc xoáy vào tâm trí tôi, cơ thể tôi tê liệt bởi ý nghĩ đó. Tôi thở hổn hển. Anh ta thậm chí còn không có ở đây mà tôi vẫn ham muốn. Chuyện này không liên quan đến tình dục, đúng không nhỉ? Tôi hồi tưởng lại cuộc tâm tình nhẹ nhàng trong bữa sáng nay, niềm vui thích của anh khi thấy tôi hứng thú với chuyến trực thăng, với việc anh chơi dương cầm – giai điệu ngọt ngào, đầy tâm trạng và sao-mà-buồn-thế.

Anh quả là một người phức tạp. Và giờ thì tôi đã hiểu vì sao. Một thiếu niên bị tước mất quyền được trưởng thành bởi mụ Robinson[1] xấu xa nghiện tình dục nào đó… không cần biết

---

1. Tên một nhân vật trong Graduate (1967) - một bộ phim tâm lý hài của Mỹ. Cốt truyện xoay quanh chuyện tình giữa một cậu thanh niên vừa tốt

anh sẽ phải già xọp đi trước tuổi của mình. Tim tôi trĩu nặng nỗi buồn về những gì đã xảy ra với anh. Tôi quá ngây ngô để biết chính xác những gì đã xảy ra nhưng cũng có thể bài thu hoạch sẽ cho tôi vài tín hiệu nào đó. Có điều là, thật lòng, tôi có muốn biết không? Tôi có muốn dấn thân vào thế giới mà tôi không mảy may biết gì về nó không? Đó là một bước ngoặt khủng khiếp.

Nếu không gặp anh, tôi hẳn vẫn còn hồn nhiên vui vẻ và nhìn đời màu hồng. Tâm trí tôi bềnh bồng giữa đêm qua và sáng nay… rồi bản năng giới tính quyến rũ đến khó tin mà tôi mới được trải nghiệm. Liệu tôi có muốn nói chia tay với tất cả những điều đó? Tâm trí tôi gào lên: *Không!*... nữ thần nội tại trầm tư như kiểu của các Thiền sư gật đầu đồng ý.

Kate trở ra phòng khách, cười ngoác đến mang tai. *Có lẽ cô ấy đang yêu.* Tôi ngỡ ra nhìn Kate. Cô ấy chưa bao giờ có kiểu cư xử ấy.

"Ana, tớ đi ngủ trước nhé. Tớ mệt khủng khiếp."

"Tớ cũng thế, Kate."

Cô ấy ôm tôi.

"Tớ mừng là cậu đã trở về nguyên vẹn. Có mấy tai tiếng về Christian." Cô ấy thì thào, giọng tiếc rẻ.

Tôi mỉm một nụ cười nhẹ đầy vững tin – thật ra, trong bụng thầm lo… *Thế quái nào mà cô ấy biết?* Điều sẽ giúp Kate trở thành một nhà báo lớn, chính là bản năng sắc bén.

NHẶT LẤY TÚI SÁCH, tôi thất thểu đi về phòng ngủ. Tôi rã rời bởi những chấn động về thể xác đêm qua và bởi

---

nghiệp đại học, Benjamin Braddock và bà Robinson, một phụ nữ đã có gia đình, hơn cậu nhiều tuổi và từng trải.

những lựa chọn một trời một vực mà tôi đang phải đối mặt. Tôi ngồi bên giường, thận trọng lấy bìa hồ sơ ra khỏi túi, mở ra từng chút, từng chút một bằng tay. Có thật sự tôi muốn biết mức độ đồi bại của Christian? Thật đáng sợ. Tôi hít vào một hơi thật sâu, và khi trái tim đã run lên bần bật, tôi tháo tung phong bì ra.

# Chương mười một

Trong phong bì có nhiều loại giấy tờ. Tôi rút ra, tim đập thình thình, ngồi sâu vào giường rồi bắt đầu đọc.

## HỢP ĐỒNG

*Được thảo hôm nay, ngày __ tháng __ năm 2011*
*(Ngày bắt đầu có hiệu lực)*

**Chúng tôi gồm:**

Ông CHRISTIAN GREY, địa chỉ 301 Escala, Seattle, WA 98889 - "Người Áp Đặt"

Cô ANASTASIA STEELE, địa chỉ 1114 SW đường Green, căn hộ số 7, Haven Heights, Vancourver, WA 98888 - "Người Phục Tùng"

**CÁC BÊN THỎA THUẬN NHƯ SAU**

Dưới đây là những điều khoản bắt buộc trong hợp đồng giữa Người Áp Đặt và Người Phục Tùng.

### 1. NHỮNG ĐIỀU KHOẢN CƠ BẢN GỒM:

1.1  Mục đích cơ bản của hợp đồng là cho phép Người Phục Tùng khám phá năng lực giới tính và ngưỡng an toàn trong sự tôn trọng liên quan đến nhu cầu, hạn chế cũng như sức khỏe của cô ấy.

1.2  Các điều khoản của hợp đồng sẽ diễn ra tự nguyện, bảo mật và có sự đồng thuận theo quy trình giới hạn và an toàn đã nêu trong hợp đồng này. Những quy trình giới hạn và an toàn bổ sung sẽ được lập thành văn bản.

1.3 Người Áp Đặt và Người Phục Tùng đều phải đảm bảo rằng mình không bị các bệnh về tình dục, bệnh nan y, bệnh truyền nhiễm hay bệnh đe dọa đến tính mạng, không chỉ có HIV, mụn giộp, viêm gan. Nếu trong thời gian thực hiện hợp đồng (sẽ được nêu dưới đây) và cả thời gian kéo dài hợp đồng, mỗi bên cần phải thăm khám cũng như có kiến thức về những bệnh này, bên nam và bên nữ chịu trách nhiệm thông báo lập tức cho đối tác và trong bất cứ hoàn cảnh nào trước khi có sự tiếp xúc thể xác giữa hai bên.

1.4 Bất cứ sự tiết lộ nào sẽ làm hợp đồng mất hiệu lực lập tức và mỗi bên đồng thuận chịu trách nhiệm hoàn toàn đối với bên kia về hậu quả của sự tiết lộ.

## 2. VAI TRÒ

2.1 Người Áp Đặt sẽ chịu trách nhiệm về sức khỏe cũng như huấn luyện, hướng dẫn và thi hành kỷ luật đối với Người Phục Tùng. Bên nam sẽ quyết định trọng tâm của quá trình huấn luyện, hướng dẫn và thi hành kỷ luật này cũng như thời gian và địa điểm diễn ra, tuân thủ theo những điều khoản đã thỏa thuận về các giới hạn và quy trình an toàn đã được nêu trong hợp đồng này hoặc được thỏa thuận bổ sung theo điều 1.2 trên đây.

2.2 Nếu trong trường hợp Người Áp Đặt không thực hiện đúng các điều khoản đã thỏa thuận, Người Phục Tùng có quyền chấm dứt hợp đồng lập tức và từ chối tất cả những dịch vụ của Người Áp Đặt mà không cần thông báo.

2.3 Người Phục Tùng phải phục vụ và tuân phục Người Áp Đặt trong mọi việc. Theo các điều khoản đã thỏa thuận, bên nữ không được truy hỏi hay chần

chừ trong việc đáp ứng và làm vui lòng Người Áp
Đặt như được yêu cầu, đồng thời, bên nữ cũng phải
chấp thuận không được truy hỏi hay chần chừ trước
sự huấn luyện, hướng dẫn và thực hiện kỷ luật dưới
bất cứ hình thức nào.

### 3. HIỆU LỰC VÀ THỜI HẠN

3.1    Người Áp Đặt và Người Phục Tùng bắt đầu thực hiện
hợp đồng vào ngày hợp đồng có hiệu lực, cần ý thức
rõ bản chất và trách nhiệm của mỗi bên theo các
điều kiện không có ngoại lệ.

3.2    Hợp đồng này có hiệu lực trong thời gian 03 tháng
kể từ ngày có hiệu lực. Khi thời gian hợp đồng hết
hiệu lực, các bên sẽ thảo luận hợp đồng xem những
điều hai bên đồng thuận theo hợp đồng này đã hợp lý
chưa. Mỗi bên có quyền đơn phương đề nghị mở rộng
hợp đồng, bao gồm điều chỉnh thời hạn hợp đồng
hoặc các thỏa thuận đã được lập ra theo hợp đồng.
Nếu những điều khoản mở rộng này không được hai
bên đồng thuận, hợp đồng sẽ chấm dứt và cả hai bên
sẽ được tự do thoát khỏi các ràng buộc.

### 4. KHẢ NĂNG

4.1    Người Phục Tùng sẽ tự thu xếp để gặp Người Áp
Đặt từ tối thứ Sáu đến chiều Chủ Nhật hàng tuần
trong thời gian hợp đồng vào đúng giờ đã được
Người Áp Đặt ấn định. Những thời gian ấn định
khác sẽ được hai bên thỏa thuận không ngoài chủ
đích của hợp đồng.

4.2    Người Áp Đặt có quyền sa thải Người Phục Tùng bất
kể lý do và thời gian. Người Phục Tùng có thể để đạt
nguyện vọng trở lại bất kỳ lúc nào, nguyện vọng này
đảm bảo được Người Áp Đặt xem xét chỉ theo đúng
quyền hạn của Người Áp Đặt.

**5. ĐỊA ĐIỂM**

Người Phục Tùng phải tự thu xếp việc riêng vào các thời gian ấn định và chấp thuận những thời điểm bổ sung tại các địa điểm do Người Áp Đặt quyết định. Tất cả chi phí đi lại của Người Phục Tùng nhằm thực hiện hợp đồng sẽ được Người Áp Đặt chi trả.

**6. CÁCH ĐIỀU KHOẢN VỀ VAI TRÒ**

Các điều khoản về dịch vụ sau đây đã được thảo luận và đồng thuận, sẽ được áp dụng cho cả hai bên trong suốt thời gian hợp đồng. Hai bên đều đồng ý rằng sẽ có những vấn đề nảy sinh không nằm trong các điều khoản hợp đồng cũng như các điều khoản về vai trò, những vấn đề này sẽ được thương lượng lại. Trong trường hợp đó, những điều khoản thêm vào phải được ghi rõ là bổ sung. Bất cứ điều khoản hoặc sự bổ sung nào cần phải có sự đồng thuận bằng văn bản và có chữ ký của hai bên cũng như không đi ra ngoài những điều khoản cơ bản ở mục 2-5.

**Người áp đặt**

6.1   Người Áp Đặt phải đặt sức khỏe và sự an toàn của Người Phục Tùng lên trên hết, bất kể lúc nào.

6.2   Người Áp Đặt chấp thuận Người Phục Tùng nằm trong sự kiểm soát, áp đặt và kỷ luật của riêng mình trong suốt thời gian hợp đồng. Người Áp Đặt có thể sử dụng cơ thể của Người Phục Tùng bất cứ lúc nào trong thời gian ấn định cũng như thời gian bổ sung đã được hai bên đồng thuận theo bất kỳ cách nào bên nam cho rằng thích hợp, tình dục hoặc mục đích khác.

6.3   Người Áp Đặt sẽ hỗ trợ Người Phục Tùng sự huấn luyện và hướng dẫn cần thiết để có thể phục vụ Người Áp Đặt tốt nhất.

6.4   Người Áp Đặt sẽ thiết lập một không gian ổn định và an toàn để Người Phục Tùng có thể thực hiện nghĩa vụ với Người Áp Đặt.

6.5   Người Áp Đặt có thể có biện pháp kỷ luật phù hợp để đảm bảo Người Phục Tùng toàn tâm toàn ý với vai trò phụ thuộc vào Người Áp Đặt và hạn chế việc từ chối các huấn thị. Người Áp Đặt có thể đánh, khẽ tay, quất bằng roi hoặc kết hợp các biện pháp trừng phạt phù hợp, mục đích là thiết lập kỷ luật, để giải trí hoặc vì bất cứ lý do gì mà không bắt buộc phải giải thích.

6.6   Trong việc đào tạo và thiết lập kỷ luật, Người Áp Đặt sẽ đảm bảo không để lại bất kỳ dấu vết vĩnh viễn nào trên cơ thể Người Phục Tùng cũng như bất kỳ thương tích nào phải cần đến điều trị y tế.

6.7   Trong trường hợp bệnh tật hoặc bị thương, Người Áp Đặt sẽ chăm sóc Người Phục Tùng, trông chừng sức khỏe và sự an toàn, động viên, và nếu cần, yêu cầu sự can thiệp y tế nếu Người Áp Đặt xét thấy cần.

6.8   Người Áp Đặt sẽ duy trì tình trạng sức khỏe tốt của chính mình và can thiệp y tế nếu cần thiết nhằm đảm bảo không có gì đe dọa sức khỏe.

6.9   Người Áp Đặt không cho một Người Áp Đặt khác mượn Người Phục Tùng.

6.10  Người Áp Đặt có thể giam giữ, còng hoặc trói Người Phục Tùng bất cứ lúc nào trong thời gian ấn định hoặc thời gian bổ sung đã được hai bên đồng thuận vì bất cứ mục đích gì và trong thời gian mở rộng, tùy thuộc vào sức khỏe và sự an toàn của Người Phục Tùng.

6.11  Người Áp Đặt đảm bảo tất cả những dụng cụ phục vụ cho việc huấn luyện và thực hiện kỷ luật phải luôn sạch sẽ, an toàn và vệ sinh.

**Người phục tùng**

6.12 Người Phục Tùng chấp thuận Người Áp Đặt là người làm chủ, cần hiểu rằng cô ấy là một tài sản của Người Áp Đặt, cần phải làm vui lòng Người Áp Đặt suốt thời gian hợp đồng nói chung và đặc biệt là trong thời gian ấn định và những thời gian ấn định bổ sung đã được hai bên đồng thuận.

6.13 Người Phục Tùng sẽ tuân thủ những quy định được nêu rõ ở Phụ lục trong bản ghi nhớ.

6.14 Người Phục Tùng phải luôn duy trì tình trạng sức khỏe tốt, phải đề nghị hoặc tìm kiếm sự lưu ý về y tế bất cứ khi nào cần thiết, liên tục thông báo với Người Áp Đặt về bất kỳ dấu hiệu sức khỏe nào phát sinh.

6.15 Người Phục Tùng phải đảm bảo luôn uống thuốc tránh thai và đảm bảo phải uống đúng và khi được kê toa để tránh mang thai.

6.16 Người Phục Tùng phải chấp thuận không thắc mắc về bất cứ hành động răn de nào Người Áp Đặt thấy phù hợp và phải luôn ghi nhớ thái độ cũng như vai trò đối với Người Áp Đặt.

6.17 Người Phục Tùng sẽ tham gia bất cứ hoạt động tình dục nào Người Áp Đặt yêu cầu và sẽ làm mà không chần chừ hay tranh cãi.

6.18 Người Phục Tùng sẽ chấp nhận đánh, quất, khẽ, quật, đập hay bất cứ biện pháp kỷ luật nào Người Áp Đặt quyết định, không chần chừ, truy hỏi hay phàn nàn.

6.19 Người Phục Tùng sẽ không được nhìn trực diện vào mắt của Người Áp Đặt trừ khi được lệnh đặc biệt cho phép làm thế. Người Phục Tùng luôn nhìn xuống, luôn chấp nhận sự có mặt của Người Áp Đặt một cách im lặng và vị nể.

6.20 Người Phục Tùng luôn tự giác có hành vi lễ độ với Người Áp Đặt và luôn gọi bằng Ngài, Ông Grey hoặc những cách gọi tương tự khi trực diện với Người Áp Đặt.

6.21 Người Phục Tùng sẽ không được chạm vào Người Áp Đặt mà không có dấu hiệu cho phép làm như thế.

## 7. NHỮNG TỪ AN TOÀN

7.1 Người Áp Đặt và Người Phục Tùng nhận ra rằng Người Áp Đặt có thể đưa ra những đòi hỏi mà Người Phục Tùng không thể đáp ứng nổi về mặt thể chất, tinh thần, tình cảm, tâm lý hay những thương tổn khác vào thời điểm Người Áp Đặt yêu cầu. Trong những trường hợp đó, Người Phục Tùng có thể sử dụng từ an toàn. Hai từ an toàn được dẫn ra dưới đây dựa trên mức độ trầm trọng của các yêu cầu.

7.2 Từ an toàn "Vàng" sẽ được dùng để lưu ý Người Áp Đặt rằng Người Phục Tùng đã gần hết ngưỡng chịu đựng.

7.3 Từ an toàn "Đỏ" sẽ được dùng để lưu ý Người Áp Đặt rằng Người Phục Tùng không thể chịu đựng thêm bất cứ đòi hỏi nào. Khi nói ra từ này, hành động của Người Áp Đặt sẽ chấm dứt hoàn toàn, có tác động ngay lập tức.

## 8. KẾT LUẬN

Chúng tôi ký tên dưới đây đã đọc và hiểu rõ các điều khoản của hợp đồng. Chúng tôi tự nguyện chấp thuận các điều khoản này và xác nhận điều đó bằng chữ ký dưới đây.

*Người Áp Đặt*
*Christian Grey*
*Ngày tháng năm*

*Người Phục Tùng*
*Anastasia Steele*
*Ngày tháng năm*

**PHỤ LỤC**

**CÁC QUY ĐỊNH**

**Tuân phục:**

Người Phục Tùng vâng lời Người Áp Đặt lập tức và tự nguyện, không chần chừ, ngang bướng. Người Phục Tùng chấp thuận bất kỳ hành vi quan hệ tình dục nào Người Áp Đặt cho là phù hợp và thấy hài lòng. Người nữ sẽ nhiệt tình nhập cuộc và không do dự.

**Ngủ:**

Người Phục Tùng cần đảm bảo ngủ ít nhất bảy tiếng một đêm khi không ở bên Người Áp Đặt.

**Thực phẩm:**

Người Phục Tùng sẽ ăn uống điều độ theo danh mục thực phẩm liệt kê để đảm bảo sức khỏe và thể trạng tốt. Người Phục Tùng không ăn vặt giữa các bữa, ngoại trừ ăn trái cây.

**Trang phục:**

Trong suốt thời gian hợp đồng có hiệu lực, Người Phục Tùng sẽ không mặc những trang phục chưa được Người Áp Đặt chấp thuận. Người Áp Đặt sẽ cung cấp chi phí trang phục cho Người Phục Tùng sử dụng. Người Áp Đặt sẽ tháp tùng Người Phục Tùng đi mua trang phục cho những dịp đặc biệt. Nếu Người Áp Đặt yêu cầu, Người Phục Tùng sẽ phục sức và trang điểm như Người Áp Đặt mong muốn suốt thời gian hợp đồng, cả khi có mặt Người Áp Đặt cũng như khi Người Áp Đặt cho là cần thiết.

**Tập thể dục:**

Người Áp Đặt sẽ bố trí một huấn luyện viên riêng cho Người Phục Tùng bốn lần một tuần, vài giờ mỗi lần tùy theo sự thỏa thuận giữa Người Phục Tùng và huấn luyện viên. Huấn luyện viên sẽ báo cáo cho Người Áp Đặt sự tiến bộ của Người Phục Tùng.

**Chăm sóc cá nhân:**

Người Phục Tùng đảm bảo giữ gìn cơ thể sạch sẽ, luôn cạo
và/hoặc triệt lông. Người Phục Tùng sẽ đi thẩm mỹ viện mà
Người Áp Đặt chọn và quyết định thời gian cũng như thực
hiện những trị liệu mà Người Áp Đặt cho là phù hợp.

**Phẩm chất cá nhân:**

Người Phục Tùng không có bất kỳ quan hệ tình dục nào với
bất kỳ ai ngoại trừ Người Áp Đặt. Người Phục Tùng luôn cư
xử tôn trọng và khiêm nhường. Người nữ phải ý thức rằng
hành vi của cô ấy có thể trực tiếp ảnh hưởng đến Người Áp
Đặt. Những tội lỗi, điều sai quấy cũng như cách cư xử kém
của cô ấy đều được ghi lại khi Người Áp Đặt không có mặt.

**Mọi sai phạm những nội dung trên đây
đều bị trừng phạt lập tức, nội dung trừng phạt
sẽ do Người Áp Đặt quyết định.**

\*\*\*

Chết tiệt. Còn danh sách các thực phẩm được ăn nữa
nhưng tôi không đủ bình tĩnh để đọc tiếp. Tôi nuốt khan, miệng
khô khốc và đọc lại lần nữa.

Đầu tôi ong ong. Làm thế nào đồng ý nổi với hợp đồng này.
Trong khi rõ ràng nó nhằm phục vụ cho lợi ích của chính tôi ấy
chứ, *để khám phá khả năng tình dục của mình, những giới hạn – an
toàn* – ôi, làm ơn! Tôi chua chát mỉa mai. *Phục tùng và tuân phục
trong mọi việc*. Mọi việc đấy! Tôi lắc đầu không tin nổi. Thật ra,
không phải chính những lời thề hôn nhân cũng dùng từ đó sao…
*tuân phục?* Điều đó thoi vào tôi một cái. Chẳng phải các cặp đôi
vẫn nói vậy mà? Chỉ ba tháng thôi – có phải đó là lý do vì sao từng
có nhiều người tham gia thế? Anh ấy không giữ họ lại lâu hơn sao?
Hay họ đã quá ê chề sau ba tháng ấy? *Mỗi cuối tuần?* Thế là quá
nhiều. Tôi sẽ không còn thời gian gặp gỡ Kate cũng như bất kỳ

người đồng nghiệp mới nào. Có thể cũng được đấy, nếu hôm nào tôi đến tháng – nghe rất... hợp lý. Anh ta là người sở hữu tôi! Tôi sẽ phải chấp nhận điều đó để làm anh vui! *Chết tiệt.*

Tôi run rẩy với ý nghĩ bị đánh đập. Bị đánh bằng tay có thể không quá tệ, nhưng quả thật mỉa mai. Như thế thật... chao ơi, quá nóng bỏng, thật nóng bỏng nên có lẽ cũng sẽ không tệ lắm. Anh ta sẽ không cho một Người Áp Đặt nào khác mượn tôi – khốn thật, anh ta sẽ không làm thế đâu. Thật ra, tôi đang đùa với ai chứ? Tôi đã bao giờ biết được anh ta nghĩ gì đâu dù tôi thích nhìn vào mắt anh. Anh có đôi mắt đẹp – mê hoặc, thông minh, sâu sắc và đen thẳm, đen thẳm bởi những bí mật thống trị. Hồi tưởng lại ánh nhìn màu khói lấp lánh, tôi khép chặt hai đùi lại, oằn người xuống.

Và tôi cũng không được chạm vào anh nữa. Cũng không có gì ngạc nhiên lắm. Tất cả mớ quy định ngớ ngẩn đó... Không, không, mình không thể làm thế. Tôi đưa tay ôm đầu. Không tài thánh nào có thể đầu tư vào một mối quan hệ kiểu đó. Tôi cần chợp mắt. Tôi hoàn toàn kiệt sức. Những trò bịp bợm thể xác mà tôi đã tham dự trong hai mươi bốn giờ qua thật thô bỉ, kiệt quệ. Cả tinh thần cũng thế... trời ạ, quá nhiều chuyện xảy ra. Đúng như José nói, sự thật khốn kiếp. Có thể sáng nay những gì xảy ra không chỉ là một trò đồi bại.

Tôi lồm cồm ngồi dậy, thay quần áo. Có lẽ tôi nên mượn bộ quần áo mặc nhà màu hồng của Kate. Tôi chợt thèm có gì đó mềm mại bao phủ lấy mình. Tôi vào phòng tắm, tròng áo thun và mặc quần soóc ngủ rồi chải răng.

Tôi nhìn mình trong gương. *Cậu không thể cân nhắc chuyện này một cách nghiêm túc được...* Tiềm Thức nói một cách tỉnh táo và sáng suốt, không phải kiểu hầm hố thường ngày. Nữ thần nội tại đang nhảy tưng tưng, vỗ tay không ngớt như đứa trẻ lên năm. *Vui quá, hãy làm thế đi… nếu không chúng ta sẽ hết đời chỉ làm bạn với rất nhiều mèo và tiểu thuyết cổ điển.*

Người đàn ông duy nhất làm tôi xao xuyến xuất hiện với một bản hợp đồng đẫm máu, và với cả một địa ngục. Để xem, ít nhất tôi cũng còn được cuối tuần này của riêng mình. Nữ thần nội tại ngừng nhảy nhót và mỉm cười bí ẩn. *Ừ phải rồi…* cô ta nói, gật đầu đầy tự mãn với tôi. Tôi đỏ mặt nhớ lại cảm giác tay anh, môi anh trên cơ thể tôi, khi cơ thể anh trong tôi. Tôi nhắm nghiền mắt lại, cảm thấy những vòng cơ ở sâu, rất sâu phía dưới thắt riết lại ngọt ngào. Tôi muốn thế nữa, và nữa. Nếu tôi ký vào hợp đồng chỉ vì tình dục… liệu rồi anh ta sẽ ra đi cùng với điều đó không? Tôi e là không.

Tôi phục tùng ư? Tôi, có lẽ, chỉ tình cờ đi qua lối ấy. Có lẽ chỉ tình cờ sa vào cuộc phỏng vấn anh. Tôi có e thẹn, phải… nhưng còn phục tùng? Tôi đã để Kate hiếp đáp mình – có phải thế là phục tùng? Tâm trí tôi rối bời nhưng tôi nhất định phải thảo luận về những điều đó.

Tôi trở lại phòng ngủ. Quá nhiều điều phải nghĩ. Tôi cần một cái đầu tỉnh táo – trong một buổi sáng yên lành để xử lý các vấn đề. Tôi bỏ mấy thứ văn bản đầy tính xúc phạm ấy trở lại ba lô. Ngày mai… Ngày mai là một ngày khác. Trèo lên giường, tôi tắt đèn, nằm nhìn trân trân lên trần. Ôi, ước gì tôi chưa từng gặp anh. Nữ thần nội tại lắc đầu với tôi. Cả cô ta và tôi đều biết rằng điều ước ấy chỉ che đậy sự giả dối. Chưa bao giờ tôi thấy mình tràn trề năng lượng sống như lúc này.

Tôi nhắm mắt lại và nặng nề rơi vào giấc ngủ với những giấc mơ tình cờ về những chiếc giường có bốn cột cao, cùm và đôi mắt xám sâu thẳm.

Hôm sau, Kate đánh thức tôi dậy.

"Ana, tớ gọi cậu nãy giờ. Cậu ngủ như bất tỉnh ấy."

Tôi miễn cưỡng hấp háy mắt. Không phải chỉ ngủ dậy rồi – cô ấy còn chạy bộ về rồi nữa chứ. Tôi nhìn đồng hồ. Tám giờ sáng. Thánh thần thiên địa ơi, tôi ngủ suốt chín tiếng đồng hồ.

"Chuyện gì thế?" Tôi hỏi giọng ngái ngủ.

"Có một người đàn ông đến giao hàng cho cậu. Cậu phải ra ký nhận."

"Gì cơ?"

"Nào dậy thôi. Hàng to. Trông hay lắm."

Kate giậm chân này rồi đổi chân kia một cách kích động rồi nhảy lò cò trở ra phòng khách. Tôi trèo ra khỏi giường, với lấy áo khoác dài phía sau cửa. Một cậu thanh niên mặt mũi sáng sủa, tóc dài cột ra phía sau đang đứng trong phòng khách, ôm một hộp to.

"Chào anh." Tôi nói.

"Để tớ pha trà." Kate mau mắn bước sang nhà bếp.

"Cô là cô Steele?"

Ngay lập tức, tôi biết gói hàng từ đâu gửi đến.

"Vâng." Tôi thận trọng đáp.

"Có một bưu kiện gửi cho cô đây, nhưng tôi còn phải giúp cô cài đặt và hướng dẫn sử dụng."

"Thế à? Ngay bây giờ sao?"

"Chỉ nếu cô yêu cầu, thưa cô." Anh nở một nụ cười hòa nhã nhưng kín kẽ theo kiểu tôi-không-được-lệnh-nói-gì-cả.

*Anh ta vừa thưa cô với mình?* Chỉ qua một đêm mà tôi già đi mười tuổi sao? Nếu thế thì nhất định là do cái hợp đồng ấy. Miệng tôi mím lại tức giận.

"Được rồi, vậy đó là gì?"

"Một chiếc MacBook Pro."

"À vậy đó." Tôi đảo mắt.

Loại này vẫn chưa bán ở cửa hàng; dòng mới nhất của Apple. Sao chuyện này không còn làm tôi ngạc nhiên nữa nhỉ? Tôi thở dài nặng nề.

"Anh để lên bàn đằng kia rồi cài đặt nhé."

Tôi lỉnh sang nhà bếp với Kate.

"Chuyện gì thế?" Kate dò hỏi, náo nức và đầy cảnh giác. Có lẽ cũng nhờ cô nàng đã ngủ một giấc thật đẫy.

"Christian gửi tớ laptop."

"Sao lại gửi laptop cho cậu? Cậu có thể dùng máy của tớ mà." Cô ấy chau mày.

*Trong suy nghĩ của anh ấy thì không.*

"À, chỉ là cho mượn thôi. Anh ta muốn tớ dùng thử."

Lời biện hộ của tôi thật vụng về nhưng cô ấy vẫn gật đầu tỏ vẻ hiểu. *Trời ạ...* tôi vừa qua mắt được Katherine Kavanagh. Lần đầu tiên. Cô ấy chuyển cho tôi tách trà.

Chiếc Mac bóng lộn, màu bạc và còn hơn cả đẹp. Màn hình rất rộng. Christian thích những thứ quy mô – tôi nghĩ về nơi ở của anh, đúng ra, cả căn hộ của anh.

"Đây là dòng OS mới nhất, đi kèm với một gói chương trình đặc tuyển, đĩa cứng 1.5 Terabyte nên cô sẽ có dung lượng bộ nhớ rất lớn, RAM 32 Gb – cô định sẽ dùng máy cho việc gì?"

"À... email."

"Email?" Anh ta kêu cái phì, nhướng mày, mặt nghệt ra.

"Và có lẽ để truy cập Internet nữa."

"Vâng, đã có đầy đủ wireless N và tôi đã cài đặt tài khoản Me cho cô. Em này, trên lý thuyết, đã sẵn sàng để đi bất cứ đâu trên thế giới rồi." Anh ta có vẻ rất kỳ vọng chiếc máy.

"Tài khoản Me?"

"À, tài khoản email mới của cô."

*Mình có tài khoản email á?*

Anh ta chỉ một biểu tượng trên máy và nói tiếp nhưng chỉ như đàn gảy tai trâu thôi. Tôi chẳng hiểu được một lời anh ta nói và thành thật mà nói, tôi chẳng hứng thú gì. *Chỉ cần chỉ mình cách đóng và mở thôi* – Tôi sẽ tìm hiểu phần còn lại. Dù sao tôi cũng đã dùng chung máy với Kate bốn năm nay rồi. Kate huýt sáo đầy ấn tượng về chiếc máy.

"Công nghệ cho thế hệ tương lai đây." Cô nàng nhướng mày với tôi. "Hầu hết phụ nữ đều được nhận hoa, có khi là trang sức." Cô ấy nói đầy gợi ý, cố nén một nụ cười.

Tôi cáu nhưng không tỏ ra mặt. Cả hai đều tự nhiên bật ra một tràng cười khúc khích, anh chàng máy tính ngẩng lên nhìn chúng tôi ngơ ngác. Anh ta kết thúc cài đặt, trao cho tôi tờ ký nhận.

Trong khi Kate tiễn khách, tôi ngồi với tách trà và chạy ứng dụng email, đợi tin từ Christian. Tim tôi giật thót. Quả thật, *mình có một email từ Christian Grey.* Căng thẳng, tôi mở mail.

Từ: Christian Grey
Chủ đề: Máy mới của cô
Ngày: 22 tháng 5 2011 23:15
Đến: Anastasia Steele

Cô Steele thân mến,
Tôi tin là cô đã ngủ ngon. Hy vọng cô sẽ sử dụng
laptop hiệu quả, như đã bàn.
Tôi rất mong bữa tối vào thứ Tư.
Từ đây đến đó, rất sẵn lòng trả lời bất cứ câu hỏi
nào, qua email, nếu cô có.

Christian Grey
CEO, Grey Enterprises Holdings, Inc.

Tôi nhấn "trả lời".

Từ: Anastasia Steele
Chủ đề: Máy mới của anh (cho mượn)
Ngày: 23 tháng 5 2011 08:20
Đến: Christian Grey
Tôi ngủ ngon, cảm ơn - không hiểu vì sao nữa -
thưa ngài.
Tôi hiểu đây là máy cho mượn, vì vậy, không phải
máy của tôi.
Ana.

Gần như lập tức, có hồi âm.

Từ: Christian Grey
Chủ đề: Máy mới của cô (cho mượn)
Ngày: 23 tháng 5 2011 08:22
Đến: Anastasia Steele

Đây là máy cho mượn. Vô thời hạn, cô Steele.
Từ giọng điệu trong email, tôi đoán là cô đã đọc
các tài liệu tôi đưa.
Vậy cô đã có thắc mắc gì chưa?

Christian Grey
CEO, Grey Enterprises Holdings, Inc.

Tôi không thể ngăn mình cười toe.

Từ: Anastasia Steele
Chủ đề: Tò mò
Ngày: 23 tháng 5 2011 08:25
Đến: Christian Grey

Tôi có nhiều câu hỏi nhưng không phù hợp để trao
đổi qua email, hơn nữa, ai đó trong chúng ta vẫn
phải làm việc để kiếm sống.
Tôi không muốn hay cần một chiếc máy tính vô
thời hạn.
Gặp sau vậy, một ngày tốt đẹp. Thưa ngài.
Ana.

Hồi âm của anh gần như đến ngay lập tức và làm tôi
mỉm cười.

Từ: Christian Grey
Chủ đề: Máy mới của cô (cho mượn lần nữa)
Ngày: 23 tháng 5 2011 08:27
Đến: Anastasia Steele

Gặp sau, cô gái.
Tái bút: Tôi cũng phải làm việc để kiếm sống.

Christian Grey
CEO, Grey Enterprises Holdings, Inc.

Tôi tắt máy, cười toe toét như một đứa dở hơi. Làm sao
cưỡng lại nổi sự nghịch ngợm của Christian? Tôi sẽ bị trễ làm
mất. Xem nào, đây là tuần làm việc cuối cùng của tôi – ông và
bà Clayton có thể sẽ du di cho sự chểnh mảng này. Tôi phóng
thẳng vào phòng tắm, không thể xua nụ cười toe toét ra khỏi
mặt. *Anh ấy email cho mình.* Tôi như một đứa trẻ nhỏ thích làm
ầm ĩ. Mọi phiền muộn về hợp đồng đều nhạt nhòa. Vừa gội đầu
tôi vừa nghĩ xem nên hỏi anh những gì qua email. Chắc chắn sẽ
tốt hơn là nói trực tiếp. Nhỡ có ai đánh cắp mất tài khoản của
anh thì sao nhỉ? Tôi đỏ mặt với ý nghĩ đó. Tôi mặc vội quần áo,
hét tạm biệt với Kate, tôi còn tuần làm việc cuối cùng ở Clayton.

JOSÉ GỌI lúc mười một giờ.

"Sao rồi, tụi mình cà phê được không?" Giọng cậu như
giọng của lão José.

Cậu ấy vẫn là José bạn tôi, không phải là José gì đó mà
Christian đã xách mé gọi? À, anh chàng cầu hôn. Ừ.

"Được chứ. Tớ đang làm. Cậu đến đây được không, xem
nào, mười hai giờ nhé?"

"Gặp cậu sau."

Cậu ấy cúp máy còn tôi trở lại quầy sắp xếp chổi sơn và nghĩ về Christian Grey cùng bản hợp đồng.

José đến đúng giờ. Cậu reo hớn hở như chú cún nhỏ mắt đen đang mừng rỡ.

"Ana."

Nụ cười cậu phô hết cả hàm răng sáng bóng của hai dòng máu Tây Ban Nha và Mỹ, tôi chẳng thể nào cáu với cậu thêm nữa. "Chào, José." Tôi ôm cậu. "Tớ đói lắm rồi. Tớ sẽ sang báo với bà Clayton rằng bọn mình đi ăn trưa."

Trên đường đến quán cà phê gần đó, tôi tự nắm lấy tay José. Tôi thật sự cảm kích... sự bình thường của cậu. Người tôi có thể biết và thấu hiểu.

Cậu cười toe.

Náo nức cố đợi đến khi về nhà, tôi bị những bức email của Christian hấp dẫn và có lẽ, tôi nên bắt đầu làm thu hoạch luôn. Kate đi đâu đó không có nhà, thế là tôi bật laptop và mở mail. Chắc chắn luôn, một tin nhắn của Christian đã sờ sờ trong hộp thư. Tôi muốn nhảy dựng lên vì vui mừng.

```
Từ: Christian Grey
Chủ đề: Kiếm sống
Ngày: 23 tháng 5 2011 17:24
Đến: Anastasia Steele

Cô Steele thân mến,
Tôi rất hy vọng cô đã có một ngày làm việc thành
công.

Christian Grey
CEO, Grey Enterprises Holdings, Inc.
```

Tôi nhấn "trả lời".

Từ: Anastasia Steele
Chủ đề: Kiếm sống
Ngày: 23 tháng 5 2011 17:48
Đến: Christian Grey

Thưa ngài
Tôi đã có một ngày làm việc tuyệt vời.
Cảm ơn.
Ana.

Từ: Christian Grey
Chủ đề: Làm việc thôi!
Ngày: 23 tháng 5 2011 17:50
Đến: Anastasia Steele

Cô Steele,
Rất vui được biết cô đã có một ngày tốt lành.
Viết email tức là cô đang không làm bài thu hoạch.

Christian Grey
CEO, Grey Enterprises Holdings, Inc.

Từ: Anastasia Steele
Chủ đề: Sự phiền phức
Ngày: 23 tháng 5 2011 17:53
Đến: Christian Grey
Ngài Grey, xin hãy dừng email để tôi có thể bắt đầu
bài làm của mình. Tôi muốn đạt điểm A.
Ana

Từ: Christian Grey
Chủ đề: Nóng vội
Ngày: 23 tháng 5 2011 17:55
Đến: Anastasia Steele

Cô Steele,
Hãy ngừng email cho tôi – và làm bài đi.
Tôi rất sẵn lòng cho điểm A.
Điểm A đầu tiên rất xứng đáng. ; )

Christian Grey
CEO, Grey Enterprises Holdings, Inc.

Christian Grey gửi tôi một nụ cười nháy mắt... là la. Tôi truy cập Google.

Từ: Anastasia Steele
Chủ đề: Tìm hiểu trên Internet
Ngày: 23 tháng 5 2011 17:59
Đến: Christian Grey

Ngài Grey,
Ngài có đề nghị tôi dùng công cụ tìm kiếm
nào không?
Ana.

Từ: Christian Grey
Chủ đề: Tìm hiểu trên Internet
Ngày: 23 tháng 5 2011 18:02
Đến: Anastasia Steele

Cô Steele,
Luôn bắt đầu với Wikipedia.
Không email nữa, ngoại trừ có thắc mắc.
Rõ chứ?

Christian Grey
CEO, Grey Enterprises Holdings, Inc.

Từ: Anastasia Steele
Chủ đề: Độc đoán!
Ngày: 23 tháng 5 2011 18:04
Đến: Christian Grey

Rõ thưa ngài.
Ngài thật độc đoán.
Ana.

Từ: Christian Grey
Chủ đề: Về việc kiểm soát
Ngày: 23 tháng 5 2011 18:06
Đến: Anastasia Steele

Anastasia, cô còn chưa biết hết đâu.
Giờ chỉ mới là vài ý niệm lờ mờ.

Làm việc đi.

Christian Grey
CEO, Grey Enterprises Holdings, Inc.

Tôi gõ "Phục tùng" vào Wikipedia.

Nửa tiếng sau, tôi cảm thấy muốn nôn và cực kỳ hoang mang với những gì vừa biết. Có thật tôi muốn mình phải ghi nhớ mớ hỗn độn này? Phải rồi – có phải đó chính là điều anh ta sẽ làm khi ở trong Căn Phòng Đỏ? Tôi ngồi nhìn chăm chăm vào màn hình và một phần trong tôi, cái phần ẩm ướt và bất khả chia lìa mà tôi mới tức thì quen thuộc đấy, liên tục phát tín hiệu một cách nghiêm trọng. Ôi trời, một phần của mớ hỗn độn ấy thật NÓNG BỎNG. Nhưng liệu trong thế giới đó có chỗ dành cho tôi không? Khỉ thật… chẳng phải tôi đã làm rồi đấy thôi? Tôi cần không gian. Tôi cần suy nghĩ đã.

# Chương mười hai

Lần đầu tiên trong cuộc đời, tôi tự nguyện chạy bộ. Tôi tìm được một đôi giày vải cũ kỹ, quần thể thao và một chiếc áo thun. Tôi buộc tóc cao ra sau gáy, ngượng chín người khi hồi tưởng lại mấy chuyện vừa xảy ra với tóc của mình, rồi mở iPod lên. Không thể cứ ngồi trước món kỳ quan công nghệ kia, nhìn hoặc đọc bất cứ thông tin điên loạn nào nữa. Tôi cần làm gì đó để tiêu hao nguồn năng lượng phụ trội đang làm tôi kiệt sức. Thật điên rồ, tôi bỗng muốn chạy thẳng đến Khách sạn Heathman và muốn được ân ái với cỗ máy kiểm soát ấy. Thế nhưng, từ đây đến đó là năm dặm mà tôi không nghĩ là mình chạy nổi một dặm, và giả dụ có thể chạy nổi năm dặm, thì tất nhiên đến đó, anh vẫn có thể từ chối tôi, khi đó mới gọi là mỉa mai.

Kate đang tiến ra cửa, đến chỗ để xe. Đang dở túi hàng siêu thị trong xe ra thì Kate bắt gặp tôi. Ana Steele trong bộ đồ thể thao. Tôi vẫy tay và chạy luôn để khỏi bị thăm hỏi. Tôi cần thời gian thật sự một mình. Snow Patron đang tràn ngập tai tôi. Trong buổi chiều vẫn vũ màu ngọc mắt mèo và xanh thẫm màu biển, tôi bắt đầu chạy bộ.

TÔI BĂNG QUA CÔNG VIÊN. *Mình đang làm gì đây?* Mình muốn anh ấy nhưng còn những điều kiện của anh? Tôi không biết. Có lẽ tôi nên thương lượng với anh những gì tôi muốn. Nên đọc kỹ từng dòng bản hợp đồng lố bịch ấy và cho anh biết những gì chấp nhận được, những gì không. Khảo sát cho bài thu hoạch giúp tôi biết rằng pháp luật không chấp nhận kiểu thỏa thuận này. Anh hẳn cũng biết điều đó. Tôi nghĩ rằng bản hợp đồng chỉ là thước đo mối quan hệ của chúng tôi. Nó cho anh biết tôi trông chờ gì ở anh và ngược lại, tôi biết anh trông đợi tôi điều gì – đó là tất cả những gì tôi biết. Tôi đã sẵn sàng cho những điều anh trông đợi chưa? Thậm chí tôi có khả năng đáp ứng anh không?

Tôi vẫn day dứt với một thắc mắc – Sao anh lại trở nên như vậy? Có phải vì anh bị lạm dụng ở độ tuổi thiếu niên? Tôi không biết nữa. Anh vẫn là một bí ẩn.

Tôi dừng lại bên một cây vân sam to, chống hai tay xuống gối, khó nhọc hít từng luồng khí vào phổi. Ồ, cảm giác này thật dễ chịu, như được thanh tẩy. Tôi cảm thấy cất được gánh nặng khỏi mình. Đúng thế. Tôi cần phải nói cho anh biết những gì chấp nhận được và những gì không. Tôi cần phải email cho anh biết tôi nghĩ gì và rồi chúng tôi sẽ có thể thảo luận điều đó vào thứ Tư. Tôi hít một hơi đầy lồng ngực, hơi thở trong lành, rồi chạy bộ nhẹ nhàng về nhà.

Kate đang soạn quần áo vừa đi shopping về, điều duy nhất cô ấy có thể làm để chuẩn bị cho kỳ nghỉ ở Barbados. Chủ yếu là bikini và mấy chiếc khăn choàng cùng tông. Kate chắc chắn rất rạng rỡ trong đống áo xống này nhưng cô nàng vẫn đòi thử hết chiếc này đến chiếc khác và bắt tôi ngồi xuống bình phẩm từng cái một. Có rất nhiều cách nói chỉ để diễn tả duy nhất một nội dung: "Cậu thật rạng rỡ, Kate". Thân hình Kate thon thả mà vẫn bốc lửa đến phát thèm. Cô ấy không cố tình, tôi biết, nhưng tôi vẫn viện cớ còn nhiều thứ chưa đóng kiện, lê tấm thân ê ẩm và đầm đìa mồ hôi vào phòng. Có phải tôi không còn sức để cảm thấy tự ti về mình hơn nữa? Tôi xách món hàng công nghệ đỉnh cao và miễn phí ra bàn, viết email cho Christian.

Từ: Anastasia Steele
Chủ đề: Bị sốc bởi WSUV
Ngày: 23 tháng 5 2011 20:33
Đến: Christian Grey

Okay, với tôi thế là đủ.
Rất vui được biết anh.
Ana

Tôi nhấn "gửi", rồi choàng tay ôm lấy mình, mỉm cười đắc chí. Anh ấy có thấy buồn cười không nhỉ? *Á, chết rồi* – chắc là không. Christian Grey nổi tiếng không ưa hài hước. Dù tôi biết anh vẫn có chất hài hước, tôi từng thấy rồi. Có lẽ tôi đã đùa quá mức. Tôi đợi anh trả lời.

Tôi đợi... rồi đợi. Tôi liếc đồng hồ. Mười phút trôi qua.

Để làm mình thôi nghĩ đến bụng dưới đang cồn cào, tôi bắt đầu làm việc mà tôi đã bảo Kate làm – đóng gói đồ đạc. Bắt đầu, tôi gom hết sách cho vào thùng gỗ. Đến chín giờ, vẫn chưa có email trả lời. *Hay là anh ấy đi đâu rồi*. Tôi trề môi giận dỗi rồi nhét tai nghe iPod vào tai, vừa lắng nghe Snow Patron, vừa ngồi vào chiếc bàn nhỏ, đọc lại hợp đồng và ghi chú.

Tôi không biết tại sao mình lại ngước lên, có lẽ tôi bắt được một thoáng chuyển động nào đó bằng khóe mắt, không rõ nữa, nhưng khi ngẩng lên, tôi thấy anh đang đứng ngay lối vào phòng ngủ, nhìn tôi chăm chú. Anh mặc một chiếc quần dệt màu xám, sơ mi linen trắng, tay nhẹ xoay xoay chìa khóa xe. Tôi giật tai nghe ra khỏi tai rồi ngồi cứng đờ. *Mẹ ơi!*

"Chào buổi tối, Anastasia."

Giọng anh lạnh tanh, vẻ mặt tuyệt đối thờ ơ và không thể đoán nổi. Khả năng nói biến đâu mất. Kate chết tiệt cho anh ta vào đây mà không báo tôi. Bất ngờ, tôi nhận ra mình vẫn mặc bộ đồ thể thao, chưa tắm rửa gì, bẩn thỉu, còn anh thì lộng lẫy một cách thơm tho, chiếc quần ôm lấy hông, còn gì nữa, anh ở đây, ngay trong phòng ngủ tôi.

"Tôi thấy rằng cô vừa nhận được một hồi âm bằng email-người." Anh nói tỉnh khô.

Tôi há hốc rồi ngậm lại lập tức, lần thứ hai. Anh ấy đang đùa với mình. Không bao giờ ở đây hay ở hành tinh nào tôi dám mơ anh rơi thứ gì xuống rồi lại nhặt lên.

"Tôi ngồi được chứ?" Anh hỏi, mắt hấp háy khôi hài – *tạ ơn trời đất, có lẽ anh ấy thấy chuyện này vui?*

Tôi gật đầu. Khả năng nói chuyện vẫn tuyệt tăm tích. *Christian Grey đang ngồi trên giường tôi.*

"Tôi tự hỏi phòng riêng của cô trông thế nào." Anh nói.

Tôi nhìn quanh phòng mình, tìm đường thoát thân. Không – vẫn chỉ có từng đó cửa chính và cửa sổ. Phòng tôi khá đa năng nhưng ấm cúng – đây đó kê vài món đồ nội thất bằng mây trắng và một chiếc giường đôi bằng sắt, cũng trắng, phủ tấm trải được kết lại bằng nhiều mảnh vải nhỏ - một sản phẩm của mẹ tôi lúc bà còn trong thời kỳ yêu thích các sản phẩm thủ công kiểu Mỹ. Tất cả theo tông xanh và kem.

"Quả là yên lành và thanh bình khi ở đây." Anh nói.

*Không phải lúc nào cũng thế đâu… chỉ khi không có anh thôi.*

Cuối cùng, tiểu não sực nhớ ra nhiệm vụ của mình. Tôi thở được.

"Làm sao…?"

Anh mỉm cười.

"Tôi vẫn đang ở Heathman mà."

*Tôi biết chứ.*

"Anh uống gì nhé?"

Phép lịch sự đã toàn thắng tất cả những điều lộn xộn tôi muốn nói.

"Không cần, Anastasia."

Anh mỉm một nụ cười sáng lóa và đầy mưu mô, đầu hơi nghiêng sang một bên.

*Chao ơi, mình thì lại muốn uống gì đó.*

"Vậy là, *rất vui* được gặp tôi nhỉ."

Gì chứ, anh ta *trả đũa* à? Tôi liếc xuống mấy ngón tay. Làm sao để độn thổ khỏi chỗ này? Nếu tôi nói với anh ấy rằng email đó chỉ là đùa thôi, tôi không nghĩ anh ấy thấy chuyện có gì hay ho.

"Em tưởng anh sẽ trả lời bằng email." Giọng tôi thì thào, khốn khổ.

"Em cố ý cắn môi đấy à?" Anh lạnh lùng hỏi.

Tôi chớp mắt nhìn anh, há miệng, thả môi.

"Em không biết mình đang cắn môi." Tôi đáp khẽ.

Tim tôi đập thình thịch. Tôi có thể cảm thấy một thứ hấp lực, cảm thấy một luồng điện giữa hai chúng tôi đang tóe lên, tĩnh điện tràn ngập không gian. Anh ấy ngồi gần quá, mắt anh ấy thẫm màu khói xám, khuỷu tay anh buông thống trên gối, chân hơi dạng ra. Chồm tới phía trước, anh từ từ tháo dây buộc tóc của tôi, ngón tay anh chạm vào tóc tôi. Hơi thở tôi dập dồn và cả người tê dại. Tôi như bị thôi miên khi tay anh lại chạm vào đuôi tóc, kéo dây buộc tóc, nới lỏng sợi dây bằng những ngón tay dài và tài tình.

"Vậy là em đã quyết định tập thể dục." Giọng mềm và du dương.

Những ngón tay anh luồn vào phần tóc phía sau tai tôi.

"Sao thế, Anastasia?"

Những ngón tay anh vân vê tai tôi, rất nhẹ, nhịp nhàng, chợt anh kéo tai tôi. Thật gợi tình.

"Em cần thời gian để suy nghĩ." Tôi khẽ đáp.

"Nghĩ về điều gì, Anastasia?"

"Về anh."

"Và em đã quyết định rất vui được gặp tôi? Ý em là vui lâng lâng như đọc Thánh kinh?"

Khỉ thật. Tôi đỏ mặt.

"Em không nghĩ có liên hệ gì giữa anh và Kinh Thánh."

"Tôi từng đi học lớp giáo lý Chủ nhật đấy, Anastasia. Tôi học được rất nhiều điều ở đó."

"Em không nhớ được học về kẹp núm vú trong Kinh Thánh. Có lẽ anh học một phiên bản lớp hiện đại nào đó."

Môi anh cong lên dấu vết một nụ cười, tôi không thể ngăn mình thôi dõi theo nét miệng ấy.

"Chà, tôi nghĩ tôi nên đến đây để em cho tôi biết được gặp tôi *vui* đến chừng nào."

Trời ạ. Tôi nhìn chăm chăm theo nét môi anh đóng mở và ngón tay anh di chuyển từ tai sang cằm tôi.

"Em giải thích gì về điều đó, Steele?"

Mắt anh thiêu đốt tôi, ánh nhìn đầy thách thức. Bằng cách nào đó, tôi thật sự không biết bằng cách nào, trong chớp mắt, anh chuyển động và tôi thấy mình đang bị cơ thể anh ghim xuống giường, tay tôi duỗi dài trên đầu, tay anh tự do đỡ lấy mặt tôi, miệng anh đã tìm thấy miệng tôi.

Lưỡi anh trong miệng tôi, vừa đòi hỏi, vừa sở hữu. Tôi mê mẩn với cách anh đang làm. Tôi cảm nhận anh bằng chiều dài cơ thể mình. Anh ấy muốn *tôi*, điều này vừa kỳ lạ, vừa đắm đuối với tâm hồn tôi. Không phải Kate với bộ bikini nhỏ xíu, không phải ai trong mười lăm cô gái nọ, không phải mụ Robinson. Tôi. Người đàn ông khôi ngô này muốn tôi. Nữ thần nội tại trong tôi tỏa hào quang lộng lẫy như thể muốn thắp sáng cho cả Portland. Anh ngừng hôn tôi. Mở mắt, tôi thấy anh đang nhìn mình đăm đắm.

"Tin tôi chứ?" Anh thở.

Tôi gật, mắt mở to, tim nhảy loạn trong xương sườn, máu sôi lục bục trong cơ thể.

Anh cúi xuống, rút ra một chiếc cà vạt lụa xám từ túi quần... chiếc cà vạt màu xám bạc *ấy* đã để lại những vết hằn trên da tôi. Thật nhanh, anh ngồi trên tôi, chân xoạc hai bên, buộc hai cổ tay tôi lại nhưng lần này, anh chỉ trói bằng một đầu cà vạt, đầu còn lại buộc vào một nan sắt trong tấm chắn đầu giường. Anh kéo nút thắt xem đã chắc chưa. Tôi sẽ chẳng đi đâu được. Tôi mệt lả, theo đúng nghĩa đen, trên giường của mình và bị kích thích quá đỗi. Anh trượt người ra khỏi tôi, ngồi bên mép giường, chiêm ngưỡng tôi, đôi mắt thẫm lại nỗi ham muốn. Ánh nhìn của anh pha lẫn sự đắc thắng và trìu mến.

"Thế này tốt rồi." Anh nói và mỉm cười ranh mãnh.

Anh cúi xuống, bắt đầu cởi một ống quần tôi ra. Ối không... không... chân tôi. Không. Tôi mới chạy bộ về.

"Đừng." Tôi phản đối, cố vùng vẫy khỏi anh.

Anh dừng lại.

"Nếu em chống cự, tôi sẽ buộc luôn cả chân em lại. Còn nếu em gây tiếng động, Anastasia, tôi sẽ bịt miệng em. Giữ yên lặng đi. Katherine ở bên ngoài có thể nghe thấy đấy."

*Bịt miệng tôi! Kate!* Tôi nín khe.

Tháo cả giày và tất ra khỏi chân tôi xong, anh chầm chậm cởi nốt chiếc quần rộng. Ôi – *Mình đang mặc quần lót gì hở trời?* Anh đỡ tôi dậy, kéo tấm trải giường và chăn ra khỏi lưng tôi rồi đặt tôi trở lại giường, trên khăn trải giường.

"Giờ thì." Anh chầm chậm quét lưỡi trên môi dưới. "Em đang cắn môi đấy, Anastasia. Em biết chuyện đó làm tôi cảm thấy thế nào mà."

Anh đưa ngón trỏ dài lên miệng mình, đầy đe dọa.

*Ôi không.* Tôi gần như không thể chịu nổi chính mình nữa, nằm trơ trơ, nhìn anh cử động uyển chuyển xung quanh. Chầm chậm, thậm chí đầy vui thích, anh cởi giày, tất, quần, rồi cởi áo sơ mi qua đầu.

"Tôi nghĩ em đã nhìn thấy quá nhiều rồi." Anh khẽ cười ranh mãnh.

Anh ngồi lên tôi, kéo áo tôi lên, tôi nghĩ anh sẽ cởi áo cho tôi nhưng thì ra, anh chỉ cuộn áo đến cổ tôi, rồi kéo qua đầu, che mắt tôi lại, để lộ phần miệng và mũi trước mặt anh. Áo quá dày, tôi không thể nhìn thấy gì qua áo mình.

"Mmm." Anh thở khích động. "Chuyện này càng lúc càng hay. Tôi sẽ đi uống gì đó."

Anh ngồi lên, hôn tôi, môi anh mơn trớn môi tôi rồi sức nặng của cơ thể anh biến mất. Tôi nghe tiếng cọt kẹt khe khẽ của cánh cửa phòng ngủ. Đi uống gì đó. *Ở đâu? Ở đây á? Portland? Seattle?* Tôi dỏng tai lên nghe ngóng. Tôi chỉ có thể ú ớ những chuỗi âm thanh trầm trầm. Tôi biết anh đang nói gì đó với Kate – ối, trời… *anh ấy gần như khỏa thân mà.* Anh sẽ nói gì nhỉ? Tôi nghe thấy những âm thanh lào xào xa xa. Gì thế nhỉ? Anh quay lại, cửa lại cọt kẹt lần nữa, anh lê dép trên sàn phòng ngủ, có cả tiếng đá lách cách va vào thành ly thủy tinh theo chuyển động của anh. Anh uống gì thế? Anh đóng cửa, bước đến, lại cởi quần ra, buông xuống sàn. Giờ thì tôi biết anh hoàn toàn trần truồng. Anh lại ngồi lên tôi.

"Em khát không, Anastasia?" Anh hỏi, giọng trêu chọc.

"Có." Tôi thở, miệng tôi bỗng dưng khô đắng.

Tôi nghe tiếng đá va lanh canh vào ly, anh cúi xuống hôn tôi, cùng lúc đổ một thứ chất lỏng ngon lành, cay nồng từ miệng anh vào miệng tôi. Vang trắng. Chuyện này thật không tưởng tượng nổi, quá *nóng bỏng*, rượu cay và môi anh mát.

"Nữa nhé?" Anh thì thầm.

Tôi gật. Ngụm rượu có mùi vị của bao nhiêu địa đàng cộng lại vì từ miệng *anh* tuôn sang miệng tôi. Anh cúi xuống và tôi lại uống từ miệng anh... *ôi, ôi.*

"Đừng uống nhiều; chúng ta đều biết tửu lượng của em có hạn, Anastasia."

Không thể chối cãi. Tôi cười, anh lại quỳ xuống trút cho tôi một ngụm ngon lành nữa. Khi anh cúi xuống, nằm lên tôi, sự cương cứng của anh chạm vào hông tôi. Ôi, anh ấy muốn đến với tôi.

"Thế này có *rất vui* không?" Anh hỏi nhưng tôi nghe được cả sắc điệu giọng nói.

Tôi bồn chồn. Anh nhấc ly lần nữa rồi cúi xuống, hôn tôi, ấn một viên đá lẫn chút rượu vào miệng tôi. Anh chầm chậm và vui thích miết những chiếc hôn nồng nàn xuống cơ thể tôi, từ cổ họng xuống giữa ngực, xuống bụng trên rồi bụng dưới. Anh nhả một viên đá ngay rốn, rốn tôi thành một vũng rượu mát, rồi lạnh dần. Nó làm bùng cháy mọi xúc cảm dẫn xuống sâu vào bụng dưới. Chao ôi.

"Giờ thì em phải nằm yên." Anh thì thào. "Nếu em cử động, Anastasia, em sẽ làm đổ rượu ra giường."

Hông tôi bỗng dưng run rẩy.

"Không được, cô Steele, nếu cô làm đổ rượu, tôi sẽ phạt."

Tôi rên rỉ và cố đương cự lại niềm thôi thúc của hông, giữ chặt mình xuống. Ôi không... *làm ơn.*

Bằng một ngón tay, anh kéo trễ áo ngực tôi xuống, lần lượt từng bên, ngực tôi nẩy lên, lộ ra, căng mẩy. Cúi xuống, anh hôn rồi mân mê từng đầu vú bằng đôi môi mát và lạnh. Cơ thể chỉ muốn ưỡn căng ra, tôi phải tự chống cự lại chính mình.

"Thế này *rất vui* chứ?" Anh thở và thổi vào một bên núm vú.

Tôi lại nghe tiếng lách cách của đá, rồi tôi cảm nhận được đá ở núm vú bên phải trong khi anh tiếp tục ngậm núm vú kia. Tôi nấc lên, cố kháng cự nỗi thèm khát quần quại của mình. Quả là cuộc tra tấn khổ sở và ngọt ngào.

"Nếu làm đổ rượu, tôi sẽ không để em lên đỉnh đâu."

"Ôi... xin anh... Christian... Ngài... làm ơn."

Anh khiến tôi ngây dại. Tôi *nghe* tiếng anh cười.

Đá trên rốn đang tan. Tôi càng nóng – nóng và quần quại và ham muốn.

Mấy ngón tay mát lạnh của anh thong thả mân mê bụng dưới tôi. Da tôi siêu nhạy cảm, hông tự dưng run rẩy và chất lỏng đã ấm lên ở rốn tôi đang tràn ra bụng. Christian lập tức liếm lấy bằng lưỡi, hôn tôi, cắn nhè nhẹ, mút lấy.

"Ồ em yêu, Anastasia, em đang cử động đấy. Làm gì với em bây giờ?"

Tôi hổn hển thành tiếng. Tất cả các giác quan của tôi chỉ tập trung vào giọng nói và sự đụng chạm của anh. Ngón tay anh lần xuống quần lót.

Tôi nấc lên, cơ thể ưỡn lên đáp lại ngón tay lão luyện của anh. Anh buông tay ra, kéo áo qua khỏi đầu cho tôi thấy anh. Tôi nhấp nháy bởi ánh sáng nhè nhẹ của chiếc đèn góc. Tôi đang gắng kiềm chế được chạm vào anh.

"Em muốn chạm vào anh." Tôi thở.

"Tôi biết." Anh nói.

Anh cúi xuống hôn tôi, ngón tay vẫn chuyển động nhịp nhàng trong tôi, ngón cái day tròn rồi ấn. Tay còn lại, anh luồn vào tóc, giữ đầu tôi đúng vị trí. Lưỡi anh cũng hoạt động đúng như những ngón tay, đòi hỏi. Chân tôi bắt đầu căng cứng khi tôi hưởng ứng tay anh. Anh lơi tay, tôi như rơi xuống từ bờ vực. Anh lại lơi tay lần nữa rồi lần nữa. Thật đáng nản... *Ôi, làm ơn mà, Christian*, tôi gào lên trong đầu.

"Đây là hình phạt cho em, quá gần và rồi quá xa. Thế này có *rất vui* không?" Anh thở vào tai tôi.

Tôi oằn người, mệt lả, cố kiềm chế. Tôi bất lực, hoang mang trong cuộc tra tấn đầy dục tính này.

"Xin anh mà." Tôi nài nỉ, và anh, cuối cùng, cũng thấy thương xót tôi.

"Đến với em thế nào đây, Anastasia?"

Ôi... cơ thể tôi bắt đầu quằn quại. Anh lại yên lặng.

"Làm ơn mà."

"Em muốn gì, Anastasia?"

"Anh... ngay bây giờ." Tôi rú lên.

"Làm gì đây? Tôi vẫn chưa có lựa chọn cuối cùng." Anh thì thầm thở lên môi tôi.

Anh với tay sang chiếc bàn góc giường, rút ra túi giấy nhôm. Anh quỳ lên giữa hai chân tôi và thật chậm rãi, anh kéo quần lót tôi xuống, mắt nhìn tôi, ánh mắt sáng ngời. Anh mang bao cao su vào. Tôi nhìn theo mê man, thôi miên.

"Thế này *rất vui* phải không?" Anh vừa nói, vừa chỉ vào mình.

"Em chỉ đùa thôi mà." Tôi lẩm bẩm. *Làm ơn vào với em đi, Christian.*

Anh nhướng mày, dùng tay kéo lên kéo xuống theo chiều dài, tự kích thích chính mình.

"Chỉ đùa thôi à?" Giọng anh mềm mỏng một cách nguy hiểm.

"Phải. Xin anh, Christian." Tôi khẩn khoản.

"Em cười đấy à?"

"Không." Tôi nấc lên.

Tôi là một quả bóng tràn căng khao khát nhục cảm. Anh nhìn xuống tôi một lúc, ước lượng ham muốn của tôi rồi bất thần ôm chặt lấy, nhấc tôi lên. Tôi kinh ngạc quá đỗi, tay tôi bị trói, tôi phải tựa trên khuỷu tay để đỡ lấy mình. Anh nhấc bổng cả hai gối tôi lên khỏi giường, mông tôi lơ lửng trong không khí rồi phát mạnh vào mông tôi. Trước khi tôi kịp phản ứng gì, anh lao vào tôi. Tôi rú lên – từ chỗ anh vừa đét và từ sự xâm nhập bất ngờ, tôi không ngừng đến, lần nữa rồi lần nữa, vỡ tan tác ra ngàn mảnh khi anh vẫn tiếp tục xấn dập dồn vào tôi. Anh không dừng. Tôi rã rời. Tôi không thể đón nhận... còn anh vẫn không ngừng dập nữa, nữa, nữa... thế là tôi lại lên đỉnh thêm lần nữa... không phải thế đâu... không...

"Đến đi, Anastasia, lần nữa." Anh rít qua hàm răng nghiến chặt.

Không tin nổi, cơ thể tôi đáp lại, căng cứng quanh anh và tôi lên một cơn cực khoái nữa, rú gọi tên anh. Tôi bùng nổ tan tác thành từng mảnh vụn, Christian đã lặng lẽ trút hết, nằm bất động. Anh gục lên tôi, thở dốc.

"Chuyện này *rất vui* chứ?" Anh hỏi qua hàm răng rít lại.

*Trời ơi.*

Tôi nằm thở hổn hển và mệt lả trên giường, mắt nhắm nghiền trong khi anh từ từ rút khỏi tôi. Anh ngồi dậy ngay, mặc quần áo vào. Mặc xong, anh trở lại giường, tháo dây trói cho tôi, cởi áo thun ra khỏi người tôi. Tôi cử động mấy ngón tay rồi xoay bóp cổ tay, mỉm cười thấy dấu hằn của chiếc cà vạt trên cổ tay. Khi anh đắp tấm phủ và chăn lên người, tôi chỉ mặc độc áo ngực. Tôi ngước nhìn anh đang vô cùng rạng rỡ, anh nhếch mép với tôi.

"Chuyện này thật sự rất vui." Tôi rụt rè nói nhỏ.

"Lại là từ đó."

"Anh không thích từ ấy sao?"

"Không. Không đúng với tôi chút nào."

"Ồ – em không biết… dường như nó gây một hiệu quả rất lớn với anh mà."

"Hiệu quả rất lớn ấy chính là tôi đây, đúng không nào? Cô đang muốn làm tổn thương cái tôi của tôi nữa sao, cô Steele?"

"Em không thấy cái tôi của anh gặp vấn đề gì cả."

Ngay cả khi nói thế, tôi cũng không tin vào lời mình – có gì đó lờ mờ xẹt ngang tâm trí, một suy nghĩ sực đến nhưng đã mất hút trước khi tôi kịp bắt lấy.

"Em nghĩ gì?"

Giọng anh dịu dàng. Anh đang nằm kế bên tôi, quần áo chỉnh tề, nửa người trên tựa trên khuỷu tay còn tôi, chỉ mặc áo ngực.

"Sao anh không thích người khác chạm vào mình?"

"Chỉ đơn giản là không thích thôi." Anh rướn người sang, đặt lên trán tôi một nụ hôn. "Vậy email ban nãy chỉ là trò đùa của em thôi."

Tôi mỉm cười đầy vẻ ân hận, rụt vai.

"Hiểu rồi. Vậy em vẫn còn xem xét lời đề nghị của tôi chứ?"

"Lời đề nghị khiếm nhã của anh… vâng, vẫn đang. Nhưng em có vài điều băn khoăn."

Anh cười rộng, nhìn tôi như trút được gánh nặng.

"Tôi sẽ rất thất vọng nếu em không có băn khoăn gì."

"Em định sẽ gửi mail cho anh những điều em nghĩ nhưng rồi anh đến, cắt ngang dòng suy nghĩ của em."

"Cuộc giao hợp cắt ngang chứ."

"Vâng, em biết đâu đó trong anh vẫn có mầm hài hước mà." Tôi mỉm cười.

"Chỉ với những chuyện nhất định nào đó thôi, Anastasia. Ban nãy tôi đã nghĩ vậy là em từ chối mà không cần phải bàn bạc gì thêm." Giọng anh trùng xuống.

"Em vẫn chưa biết nữa, em chưa quyết định mà. Khi đó, liệu anh có đuổi theo tóm cổ em không?"

Anh nhướng mày.

"Em vẫn đang xem xét hợp đồng mà. Tôi không biết nữa, Anastasia. Tôi chưa tóm cổ ai bao giờ."

Ô… có nên ngạc nhiên về điều này không nhỉ? Tôi biết quá ít về *hoàn cảnh*… Tôi không biết nữa.

"Thế đã có ai tóm cổ anh chưa?" Tôi hỏi nhỏ.

"Có."

"Quý bà Robinson à?"

"Quý bà Robinson?"

Anh cười phá ra, nhìn anh thật tươi trẻ và hồn nhiên, đầu ngả ra sau, cười giòn giã.

Tiếng cười anh lan sang tôi, khiến tôi cũng bật cười đáp lại.

"Tôi sẽ kể với bà ấy em nói như thế; bà ấy sẽ thích lắm đấy."

"Anh vẫn thường nói chuyện với bà ấy à?"

Nỗi bất ngờ vọt ra khỏi miệng tôi.

"Ừ." Anh trả lời nghiêm túc.

Ô… và bất thần phần nào đó trong tôi bỗng lồng lên nỗi ghen hờn – tôi bối rối với những cảm xúc sâu thẳm trong lòng.

"Em hiểu rồi." Tôi hẳn học. "Vẫn có ai đó để chia sẻ về cuộc sống bí mật của anh nhưng em thì không được phép."

Anh cau mặt.

"Tôi không nghĩ vấn để theo chiều hướng đó. Bà Robinson là một phần cuộc sống của tôi. Tôi đã nói với em rồi, chúng tôi là bạn tốt. Nếu em muốn, tôi có thể giới thiệu em với một trong những Người Phục Tùng trước đây nhé. Em có thể tâm sự với cô ấy."

*Gì cơ? Anh đang cố tình làm tôi sửng sốt hay sao?*

"*Anh* chỉ nói đùa thôi phải không?"

"Không hề, Anastasia." Anh lắc đầu bối rối.

"Không cần, em tự lo việc của mình, cảm ơn nhiều." Tôi cáu, kéo chăn lên tận cằm.

Anh nhìn tôi chăm chú, cả một biển ngạc nhiên.

"Anastasia, tôi…" Anh không tìm ra từ. Lần đầu tiên, tôi đoán thế. "Tôi không có ý xúc phạm em."

"Không có gì xúc phạm cả. Em chỉ hoảng sợ thôi."

"Hoảng sợ?"

"Em không muốn nói chuyện với một trong những cô bồ cũ… nô tỳ… Người Phục Tùng… hay bất cứ cái tên gì mà anh gọi."

"Anastasia Steele – em ghen à?"

Tôi đỏ mặt, ngượng chín người.

"Sắp tới anh còn ở đây chứ?"

"Tôi có một cái hẹn ăn sáng ngày mai, ở Heathman. Còn chuyện của mình, chẳng phải tôi đã nói, tôi chưa từng ngủ với bạn gái, nô tỳ, Người Phục Tùng hay bất kỳ ai đó sao. Trừ thứ Sáu và thứ Bảy. Chuyện này sẽ không xảy ra nữa."

Tôi nghe được sự quyết liệt trong giọng nói nhỏ mà rành rọt của anh. Tôi mím môi.

"Em mệt rồi."

"Em đuổi tôi đấy à?"

Anh nhướng mày thích thú lẫn một chút lo ngại.

"Vâng."

"Chà, lại một cái đầu tiên nữa." Mắt anh thăm dò. "Vậy lúc này em không muốn bàn bạc gì sao? Về hợp đồng."

"Không." Tôi giận dỗi đáp.

"Chúa ơi, tôi muốn cho em một trận đòn. Em sẽ thấy đỡ hơn nhiều và cả tôi cũng thế."

"Anh không được nói thế... Em đã ký vào giấy tờ gì đâu."

"Ai cũng có quyền mơ mộng, Anastasia." Anh nhổm lên, nâng cằm tôi. "Thứ Tư nhé?" Anh nói, hôn nhẹ lên môi tôi.

"Thứ Tư." Tôi đáp. "Để em tiễn anh. Đợi em một chút."

Tôi ngồi dậy, quơ lấy chiếc áo thun, buộc anh nhích sang một bên tránh lối. Anh miễn cưỡng rời khỏi giường.

"Đưa em cái quần đằng kia."

Anh nhặt quần dưới sàn, đưa tôi.

"Tuân lệnh, quý bà."

Anh cố kiềm không thành công một nụ cười. Tôi nheo mắt nhìn anh không nén được những hơi thở gấp. Tóc tôi rối bù và tôi biết sẽ phải nói chuyện với Katherine Kavanagh Tò Mò sau khi anh đi. Chộp lấy dây buộc tóc, tôi đi ra cửa, hé cửa canh chừng Kate. Cô ấy không có trong phòng khách. Tôi nghe loáng thoáng tiếng nói chuyện điện thoại trong phòng Kate vọng ra. Christian theo sau tôi. Chỉ một đoạn ngắn từ phòng ngủ ra cửa chính, suy nghĩ và cảm xúc của tôi cứ thay nhau le lói rồi tràn trề. Tôi không còn cáu với anh chút nào mà bỗng lại thấy một nỗi e thẹn không chịu đựng nổi. Tôi không muốn anh đi. Lần đầu tiên, tôi ước gì anh *bình thường* – muốn có một mối quan hệ bình thường mà không cần đến bản ghi nhớ mười trang, roi hay những chốt khóa an toàn trên trần phòng giải trí.

Tôi mở cửa cho anh, ngậm ngùi nhìn tay mình. Lần đầu tôi quan hệ với ai đó trong nhà mình và khi đã làm xong chuyện đó, tôi thấy tuyệt đỉnh cực kỳ. Thế nhưng bây giờ, tôi lại thấy mình chỉ chứa đựng duy nhất một thứ – trong những mạch máu rỗng rang chỉ ngập tràn niềm đam mê anh. Tiềm Thức lắc đầu. *Cậu từng muốn chạy đến Heathman để ân ái cơ mà – giờ cậu còn được chuyển phát nhanh nữa cơ đấy.* Cô ả vòng tay trước ngực, chân nhịp nhịp, mặt hếch lên kiểu vậy-còn-muốn-gì-nữa. Christian dừng lại trên lối ra, nâng cằm tôi lên, buộc tôi phải nhìn vào mắt anh. Đôi mày anh cau lại.

"Em ổn chứ?" Anh hỏi dịu dàng, ngón cái mơn trớn môi dưới của tôi.

"Vâng." Tôi đáp dù thật lòng không chắc lắm.

Tôi cảm thấy cán cân đã bắt đầu lệch. Tôi biết nếu cùng anh hưởng ứng việc này, tôi sẽ bị thương tổn. Anh không muốn, không thích hay không sẵn lòng đến với tôi nữa... mà tôi vẫn muốn nhiều hơn. *Muốn rất nhiều.* Cơn ghen mới vài giây trước cho tôi biết rằng lòng tôi dành cho anh sâu nặng hơn rất nhiều những gì tôi thú nhận.

"Thứ Tư nhé." Anh xác nhận, cúi xuống hôn nhẹ.

Có gì đó đã thay đổi khi anh hôn tôi; môi anh chạm vào môi tôi nhanh chóng hơn, tay anh đưa lên cằm rồi trườn lên ấp vào một bên đầu, tay còn lại giữ phía bên kia. Hơi thở anh dồn dập. Anh ấn nụ hôn sâu hơn, tựa vào tôi. Tôi đặt bàn tay lên giữ cánh tay anh. Tôi muốn luồn tay vào tóc anh nhưng cố kiềm lòng, tôi biết anh không thích. Anh cụng trán anh lên trán tôi, mắt nhắm nghiền, giọng khẩn khoản.

"Anastasia." Anh thì thầm. "Em đang làm gì tôi thế này?"

"Em cũng muốn hỏi anh y như thế." Tôi thì thầm lại.

Hít một hơi thật sâu, anh hôn lên trán tôi rồi quay đi. Anh vừa bước về phía chiếc xe, tay vừa chải tóc. Khi xoay người lại để mở cửa xe, anh mỉm một nụ cười khiến tôi muốn tắt thở. Tôi yếu ớt đáp lại nụ cười anh, hoàn toàn bị anh làm cho lóa mắt. Điều đó lại càng khiến tôi nhớ đến lý do Icarus lao về phía mặt trời. Tôi đóng cửa lại sau khi anh đã ngồi hẳn vào trong xe. Lòng ngập tràn nhu cầu cần khóc; nỗi u sầu và cô đơn cứ bám lấy, xiết chặt trái tim tôi. Quay trở lại phòng ngủ, tôi sập cửa lại, tựa lưng vào cửa, cố điều hòa cảm giác của mình. Nhưng không thể. Trượt dần xuống đất, tôi lấy tay ôm đầu, nước mắt rơi lã chã.

Kate gõ cửa nhè nhẹ.

"Ana?" Cô ấy gọi khẽ.

Tôi mở cửa. Cô ấy nhìn tôi một thoáng rồi choàng tay qua ôm tôi.

"Chuyện gì thế? Con quái vật đẹp mã ấy đã làm gì?"

"Ôi Kate, không có gì đâu."

Cô ấy kéo tôi lại bên giường, ngồi xuống.

"Nhìn xem, cậu có kiểu đầu sau cuộc quan hệ khủng khiếp."

Thay vì gặm nhấm nỗi buồn, tôi phá ra cười.

"Quan hệ tốt đẹp, không khủng khiếp chút nào."

Kate mỉm cười.

"Tốt hơn rồi đấy. Sao cậu lại khóc? Có bao giờ cậu khóc đâu."

Cô ấy với lấy chiếc lược ở trên bàn, ngồi sau tôi, bắt đầu từ từ chải những lọn tóc rối.

"Tớ không biết mối quan hệ này rồi sẽ đi về đâu."

Tôi nhìn xuống ngón tay mình.

"Tớ tưởng cậu nói sẽ gặp nhau vào thứ Tư."

"Ừ. Đó là dự tính cũ."

"Vậy đó, vậy rồi sao hôm nay anh ta lại đến?"

"Tớ gửi cho anh ấy một email."

"Bảo anh ta đến à?"

"Không, nói rằng tớ không muốn gặp nữa."

"Thế là anh ta phóng thẳng đến? Ana, thiên tài."

"Thật ra tớ chỉ đùa thôi."

"Hả? Cậu làm tớ bối rối."

Tôi kiên nhẫn giải thích về bức thư, cố không tiết lộ chi tiết nào quan trọng.

"Thế là cậu nghĩ anh ta sẽ trả lời bằng email."

"Ừ."

"Nhưng cuối cùng anh ta lại đùng một phát đến luôn."

"Ừ."

"Tớ nói nhé, anh ta chết mệt cậu rồi."

Tôi nhăn mặt. Christian *chết mệt tôi*? Anh ta chỉ đang đi tìm một món đồ chơi mới – một món nào thật tiện lợi, một món có thể đưa lên giường được lại không tiết lộ gì với ai. Nỗi buồn thắt tim tôi lại. Đó là sự thật.

"Anh ấy chỉ đến để giao cấu, thế thôi."

"Ai lại nói những chuyện lãng mạn bằng cái giọng đó?" Cô ấy khẽ hốt hoảng.

Tôi làm Kate giật mình. Tôi không biết mình có khả năng đó. Tôi rụt cổ vẻ hối lỗi.

"Anh ấy xem chuyện yêu đương như vũ khí."

"Làm chuyện yêu đương để bắt cậu khuất phục à?" Cô ấy lắc đầu ngờ hoặc.

Tôi chớp nhanh mắt, ngượng nghịu cảm thấy màu đỏ đang lan từ từ trên mặt mình. *Ôi... đúng là Katherine Kavanagh, nhà báo đoạt Pulitzer.*

"Ana, tớ không hiểu, cậu vừa để anh ta ân ái với cậu đấy à?"

"Không, Kate, bọn tớ không ân ái – chúng tớ giao cấu – thuật ngữ của Christian đấy. Anh ấy không làm những gì có vẻ âu yếm."

"Tớ biết, anh chàng này có gì là lạ. Anh ta có vấn để gì đó với sự tận tụy."

Tôi gật, như thể đồng ý lắm. Trong thâm tâm, tôi đau đớn muốn chết đi sống lại. Kate ơi... ước gì tớ có thể kể hết với cậu về người đàn ông xa lạ, u sầu và bệnh hoạn này, rồi cậu có thể giúp tớ quên anh ta đi. Giúp tớ đừng biến thành con ngốc.

"Tớ đoán có gì đó thái quá." Tôi nói.

*Câu nói của năm.*

Không muốn nói về Christian nữa, tôi lái câu chuyện sang Elliot. Thái độ của Kate biến đổi lập tức khi nghe đến cái tên ấy. Cô ấy rạng rỡ kể.

"Chủ nhật anh ấy sẽ đến sớm giúp tụi mình vận chuyển đồ đạc."

Cô ấy ôm lấy chiếc lược và tôi suýt ngất đi vì ghen tị. Kate đã tìm được một người đàn ông bình thường cho riêng mình và nhìn cô ấy hạnh phúc làm sao.

Tôi xoay người lại ôm Kate.

"Chết, tớ quên. Dượng cậu gọi khi cậu đang... ơ, bận. Bác Bob bị thương thế nào đấy nên mẹ cậu và bác ấy không thể dự lễ tốt nghiệp. Nhưng ba cậu sẽ đến vào thứ Năm. Bác bảo cậu gọi lại."

Cô ấy vẫn cười nhưng khóe mắt lấp lánh một nỗi quan tâm.

Kate đi rồi, tôi ngồi và đọc lại hợp đồng, ghi chú thêm những gì khi nãy chưa kịp làm. Khi hoàn tất, tôi mở máy, chuẩn bị viết mail.

Trong hộp thư đã có sẵn một email của Christian.

Từ: Christian Grey
Chủ đề: Tối nay
Ngày: 23 tháng 5 2011 23:16
Đến: Anastasia Steele

Cô Steele,
Tôi mong nhận được các nhận xét của cô về bản hợp đồng.
Cho đến lúc đó, ngủ ngon, bé yêu.

Christian Grey
CEO, Grey Enterprises Holdings, Inc.

Từ: Anastasia Steele
Chủ đề: Các phát sinh
Ngày: 24 tháng 5 2011 00:02
Đến: Christian Grey

Thưa ngài Grey,
Đây là danh sách những vấn đề phát sinh. Tôi rất mong được thảo luận những vấn đề này với ngài đầy đủ hơn vào thứ Tư.

Các con số ghi theo điều khoản hợp đồng:
1.1  Không biết vì sao chỉ ghi có lợi ích CỦA TÔI – chẳng hạn, để khám phá năng lực và giới hạn tình dục CỦA TÔI. Tôi chắc chắn mình không cần đến một hợp đồng mười trang cho điều đó. Chắc chắn nó còn phục vụ cho lợi ích CỦA NGÀI nữa.

1.3 Như ngài đã nói, chúng ta chỉ có một bạn tình thôi. Tôi không hút chích, chưa từng truyền máu. Tôi có lẽ là bạn tình an toàn. Còn ngài?

2.2 Tôi có thể chấm dứt bất cứ lúc nào nếu thấy ngài đã vượt qua giới hạn cho phép - Được, tôi thích thế.

2.3 Tuân phục ngài trong mọi việc? Chấp thuận không chần chừ các biện pháp kỷ luật của ngài? Chúng ta cần bàn về điều này.

3.2 Một tháng thử trước đã. Không phải ba.

4.1 Tôi không thể có mặt vào mỗi cuối tuần được. Tôi còn có cuộc sống của mình, hoặc sẽ có. Có lẽ chỉ nên ba trong bốn tuần thôi.

6.2 Sử dụng cơ thể tôi theo cách quan hệ tình dục nào ngài thấy phù hợp hoặc những cách khác.

6.5 Toàn bộ nội dung hình phạt ở điều này. Tôi không chắc mình muốn bị đánh, quật hay các nhục hình. Tôi chắc chắn điều này đã vi phạm các điều từ 1.1 - 1.4. Cũng vậy, "vì bất cứ lý do gì". Điều đó chỉ có nghĩa là - ngài muốn nói với tôi, ngài là kẻ ác dâm.

6.9 Không bao giờ ngài có cơ hội cho người khác vay mượn tôi. Nhưng tôi hài lòng vì thấy mọi việc trắng đen rõ ràng.

6.13 Các quy định. Ghi chú kỹ hơn ở phần dưới.

6.18 Biện pháp kỷ luật - vui lòng xem lại điều 6.5 trên kia.

6.19 Tôi không được nhìn mắt ngài ư? Vì sao?

6.21 Tại sao tôi không được chạm vào ngài?

Các quy định:
Ngủ - Tôi đồng ý sáu tiếng.
Thực phẩm - Tôi không ăn những thứ được kê trong danh sách đâu. Bỏ qua danh sách thực phẩm hoặc bỏ qua tôi - giao dịch bất thành.
Trang phục - Tôi chỉ mặc trang phục ngài chọn khi nào ở chỗ ngài. Đồng ý?
Thể dục - Chúng ta đã thỏa thuận là ba tiếng rồi, ở đây vẫn ghi là bốn.
Ngài vui lòng ấn định thời gian cụ thể cho cuộc gặp vào thứ Tư. Tôi phải làm việc đến năm giờ chiều.
Ngủ ngon.
Ana
Từ: Christian Grey

Chủ đề: Các phát sinh
Ngày: 24 tháng 5 2011 00:07
Đến: Anastasia Steele

Cô Steele,
Quả là một danh sách dài. Sao cô vẫn còn thức?
Christian Grey
CEO, Grey Enterprises Holdings, Inc.

Từ: Anastasia Steele
Chủ đề: Chong đèn đêm

Ngày: 24 tháng 5 2011 00:10
Đến: Christian Grey

Thưa ngài,
Nếu ngài nhớ kỹ lại, tôi đang ghi chú danh sách này
thì bỗng bị quấy rối, bị lôi lên giường bởi một cỗ
máy kiểm soát chợt đi ngang qua.
Ngủ ngon.
Ana.

Từ: Christian Grey
Chủ đề: Thôi chong đèn đêm đi
Ngày: 24 tháng 5 2011 00:12
Đến: Anastasia Steele
VÀO GIƯỜNG NGAY, ANASTASIA.

Christian Grey
CEO, Grey Enterprises Holdings, Inc.

*Hứ... tay tư bản to mồm!* Tôi tắt máy. Làm thế nào anh ta
vẫn cứ làm tôi hoảng sợ khi ở cách đây đến sáu dặm? Tôi lắc đầu.
Trái tim vẫn nặng trĩu, tôi trèo lên giường, lập tức rơi vào một
giấc ngủ sâu và bất an.

# Chương mười ba

Hôm sau, đi làm về, tôi gọi cho mẹ. Hôm nay Clayton tương đối yên tĩnh, cho tôi nhiều thời gian để suy nghĩ. Tôi lo lắng, căng thẳng về cuộc thương lượng với quý ngài Cỗ máy Kiểm soát vào ngày mai, tận đáy lòng, tôi cũng lo rằng có lẽ mình yêu sách quá nhiều từ hợp đồng này. Có lẽ anh sẽ chấm dứt hợp đồng luôn.

Mẹ chủ động xin lỗi trước, than rằng rất khổ tâm không thể dự lễ tốt nghiệp của tôi. Dượng Bob bị xoắn dây chằng, phải đi khập khiễng. Thật ra mà nói, cả dượng và tôi đều thuộc loại hay được các rủi ro chiếu cố. Dượng tưởng đã hồi phục hoàn toàn nhưng hóa ra hồi phục rất chậm vậy là mẹ phải trông chừng dượng và cái chân đau.

"Ana, con yêu, mẹ rất tiếc." Mẹ than thở trong điện thoại.

"Mẹ, không sao đâu. Có dượng Ray rồi."

"Ana, nghe như con đang có gì lo lắng – có chuyện gì thế, con yêu?"

"Có chút chuyện, mẹ ạ."

*Ôi, nếu chỉ để mình mẹ biết.* Rằng tôi đang gặp gỡ một gã giàu có trụy lạc và rằng gã muốn tôi đáp ứng một kiểu quan hệ tình dục bệnh hoạn không còn gì để bàn.

"Con đang gặp gỡ ai à?"

"Không, mẹ ạ."

"Không thể nói về những điều đó lúc này được."

"Nào, con gái, thứ Năm mẹ sẽ nhớ con cả ngày. Mẹ yêu con... con biết chứ, con gái?"

Tôi nhắm mắt. Những lời dịu ngọt của mẹ làm lòng tôi ấm lại.

"Con cũng yêu mẹ. Chào dượng Bob giúp con nhé, chúc dượng mau bình phục."

"Mẹ sẽ nói, con yêu. Tạm biệt."

"Chào mẹ."

Tôi ôm điện thoại đi lòng vòng trong phòng ngủ. Rảnh rỗi, tôi mở máy và chạy chương trình email. Một email của Christian, gửi vào khuya hôm qua hoặc sáng nay, rất sớm, tôi đoán. Nhịp tim tôi tăng vọt, tôi nghe được bằng tai mình máu đang bơm âm ầm. Thánh thần ơi... nếu anh nói không – tức là hủy cả bữa tối. Ý nghĩ đó thật đau xót. Tôi xua nó đi thật nhanh rồi hấp tấp mở mail.

**Từ: Christian Grey**
**Chủ đề: Các phát sinh của cô**
**Ngày: 24 tháng 5 2011 01:27**
**Đến: Anastasia Steele**

**Cô Steele mến,**
Dưới đây là những nhận định của tôi về các phát sinh cô đã nêu, tôi thấy cần lưu ý cô về định nghĩa của từ phục tùng.
**Biết phục tùng - tính từ**
1. có xu hướng hay sẵn sàng nhượng bộ; tuân phục một cách không chần chừ hoặc khiêm cung: những gia nhân đầy phục tùng.
2. nổi bật với hoặc tỏ rõ sự nhượng bộ: một câu trả lời đầy phục tùng.

*Nguồn: 1580-90; biết + phục tùng*
*Từ đồng nghĩa: thuận phục, dễ bảo, thuần tính*
*Từ trái nghĩa: khó bảo, cứng đầu*

Vui lòng ghi nhớ điều này trong cuộc gặp vào
thứ Tư.

Christian Grey
CEO, Grey Enterprises Holdings, Inc.

Cảm giác đầu tiên của tôi là nhẹ nhõm. Ít ra anh cũng sẵn
lòng thảo luận về các vấn để này và vẫn còn muốn gặp vào ngày
mai. Suy nghĩ một lúc, tôi trả lời.

Từ: Anastasia Steele
Chủ đề: Các phát sinh của tôi Thế còn của ngài?
Ngày: 24 tháng 5 2011 18:29
Đến: Christian Grey

Thưa ngài,
Xin nhớ thời điểm gốc của nguồn trích dẫn là năm
1580-90, tôi trân trọng nhắc ngài rằng thời điểm
hiện tại là năm 2011. Từ đó đến nay là một khoảng
thời gian rất dài rồi.
Tôi cũng mạo muội đưa ra một định nghĩa để ngài xem
xét chuẩn bị cho cuộc gặp của chúng ta:

Sự thỏa hiệp - danh từ
1. sự hòa giải giữa những cái khác biệt bằng cách
   nhân nhượng lẫn nhau; sự đồng nhất có được nhờ
   điều chỉnh các chỉ trích, các quan điểm mang
   tính xung đột hay công kích v.v. bằng cách điều
   chỉnh các yêu sách của các phía.
2. kết quả của cuộc hòa giải.
3. cái trung dung giữa những điều khác biệt: Kiến
   trúc cụm nhà này có sự thỏa hiệp giữa nhà trệt
   và nhà đa tầng.
4. sự đương đầu, đặc biệt là có tính xả thân; dấn
   thân vào nguy hiểm, sự ngờ vực v.v.: một thỏa
   hiệp với tính chính trực của ai.
Ana

Từ: Christian Grey
Chủ đề: Thế còn các phát sinh của tôi?
Ngày: 24 tháng 5 2011 18:32
Đến: Anastasia Steele

Quan điểm vững vàng, tốt lắm, vẫn như mọi khi, cô
Steele. Tôi sẽ đón cô tại nhà lúc 7:00 ngày mai.
Christian Grey
CEO, Grey Enterprises Holdings, Inc.

Từ: Anastasia Steele
Chủ đề: 2011 – Phụ nữ có thể lái xe
Ngày: 24 tháng 5 2011 18:40
Đến: Christian Grey

Thưa ngài,
Tôi có xe. Tôi có thể tự lái.
Tôi rất mong được gặp ngài ở đâu đó.
Cụ thể chúng ta sẽ gặp ở đâu?
Tại khách sạn ngài ở, lúc 7:00?
Ana

Từ: Christian Grey
Chủ đề: Phụ nữ trẻ cứng đầu
Ngày: 24 tháng 5 2011 18:43
Đến: Anastasia Steele

Cô Steele,
Tôi muốn lưu ý email của tôi ngày 24 tháng 5, 2011,
gửi lúc 1:27 và định nghĩa từ được ghi trong đó.
Có bao giờ cô nghĩ rằng cô sẽ làm điều cô được bảo không?

Christian Grey
CEO, Grey Enterprises Holdings, Inc.

Từ: Anastasia Steele
Chủ đề: Đàn ông khó bảo
Ngày: 24 tháng 5 2011 18:49
Đến: Christian Grey

Ngài Grey,
Tôi muốn lái xe.
Vui lòng.
Ana.

Từ: Christian Grey
Chủ đề: Phụ nữ trẻ cứng đầu
Ngày: 24 tháng 5 2011 18:53
Đến: Anastasia Steele

Tốt.

Khách sạn tôi ở, lúc 7:00.

Tôi sẽ tiếp cô tại Marble Bar.

Christian Grey
CEO, Grey Enterprises Holdings, Inc.

Thậm chí trong email anh ta cũng cộc cằn. Không lẽ anh không hiểu rằng biết đâu tôi muốn thoát thân bằng mọi cách? Chiếc Beetle của tôi tất nhiên không đi nhanh... nhưng còn hơn không – tôi cần có phương tiện gì để thoát thân chứ.

Từ: Anastasia Steele
Chủ đề: Đàn ông không quá khó bảo
Ngày: 24 tháng 5 2011 18:55
Đến: Christian Grey

Cảm ơn.
Ana x

Từ: Christian Grey
Chủ đề: Phát cáu với phụ nữ
Ngày: 24 tháng 5 2011 18:59
Đến: Anastasia Steele

Rất hân hạnh.

Christian Grey
CEO, Grey Enterprises Holdings, Inc.

Tôi gọi cho dượng Ray, giờ này hẳn dượng đang xem đội Sounders đấu ở Salt Lake City, nên có lẽ cuộc thăm hỏi của hai cha con sẽ ngắn ngủi thôi. Ông sẽ lái xe đến đây vào thứ Năm để dự lễ tốt nghiệp. Sau đó ông muốn dẫn tôi đi ăn. Lòng tôi tràn ứ mong muốn được nói chuyện với ba nhưng có gì đó cứ chẹn ngang cổ. Ông là sự vững chãi của tôi, đối lập với tính khí lãng mạn thất thường của mẹ. Giữa chúng tôi có một mối dây liên kết đặc biệt. Dù ông chỉ là cha dượng, ông luôn đối đãi với tôi như con ruột, tôi không thể đợi thêm để gặp ông. Đến thứ Năm là quá lâu. Lòng quả cảm thầm lặng của ông là những gì tôi cần lúc này, là thứ tôi thiếu. Có lẽ tôi phải điều chỉnh khí chất Ray trong mình cho cuộc gặp ngày mai.

Kate và tôi tập trung đóng thùng và chia nhau mấy chai vang đỏ rẻ tiền. Cuối cùng, khi đã trèo lên giường, các thứ trong phòng đã vào kiện gần hết, tôi thấy bình tĩnh hơn. Việc phải đóng thùng tất cả mọi thứ đã giúp tôi xao nhãng và mệt lả. Tôi muốn phần còn lại của đêm thật bình an. Tôi chuồi vào giường và thiếp đi nhanh chóng.

PAUL TRỞ LẠI PRINCETON trước khi chuyển đến New York, thực tập cho một công ty tài chính. Cậu lẽo đẽo theo tôi cả ngày trong cửa hàng để xin một cái hẹn. Thật phiền hà.

"Paul à, lần thứ một trăm, tối nay tớ có hẹn mà."

"Không, không đâu, cậu chỉ nói thế để tránh tớ. Lúc nào cậu cũng tránh tớ."

*Đúng thế… vậy là cậu biết cậu đã nhận được câu trả lời rồi còn gì.*

"Paul, tớ không bao giờ nghĩ hẹn hò với em trai của chủ là ý hay."

"Thứ Sáu này cậu kết thúc công việc ở đây rồi còn gì. Mai cậu đâu còn đi làm nữa."

"Rồi tớ sẽ chuyển đến Seattle vào thứ Bảy còn cậu thì cũng đến New York. Dù có cố thì chúng mình cũng không thể vượt từng đó đoạn đường để gặp nhau. Hơn nữa, tớ thật sự có cuộc hẹn tối nay."

"Với José?"

"Không."

"Thế thì với ai?"

"Paul…" Tôi thở dài nặng nhọc. Cậu ấy sẽ không bỏ qua chuyện này. "Christian Grey."

Giọng tôi không giấu nổi bực dọc. Nhưng giả vờ bực dọc chỉ là một mẹo nhỏ thôi. Cằm Paul trễ xuống, cậu trợn mắt nhìn tôi, đờ ra. Há – chỉ *cái tên* thôi cũng khiến người ta tắt tiếng.

"Cậu hẹn hò với Christian Grey á?"

Cuối cùng, cậu lên tiếng sau khi hết sốc. Giọng đầy ngờ hoặc.

"Ừ."

"Tớ hiểu rồi."

Trông Paul như vừa rơi từ đỉnh đồi xuống, thậm chí, lăn vòng vòng nữa, một mẩu xấu tính nào đó trong tôi thấy bực, đáng ra cậu nên thấy ngạc nhiên hơn nữa chứ. Nữ thần nội tại cũng thế. Cô ta xỉa tay làm một cử chỉ tục tĩu với cậu ấy.

Thế là cậu lờ tôi luôn. Đến năm giờ, tôi bước ra khỏi cửa hàng, lỉnh mất.

Kate cho tôi mượn hai chiếc váy và hai đôi giày cho cuộc hẹn tối nay và lễ tốt nghiệp ngày mai. Tôi ước mình có thể hào hứng hơn với quần áo và tôi cũng đã cố hào hứng đấy chứ nhưng trang phục quả không hấp dẫn tôi chút nào. *Cái gì hấp dẫn cô, Anastasia?* Câu hỏi nhẹ nhàng của Christian vẫn ám ảnh tôi. Tôi lắc đầu, cố dẹp loạn mấy dây thần kinh rồi quyết định chọn chiếc váy bó màu hồng mận cho tối nay. Nó khá lịch sự và trông rất giống kiểu áo doanh nhân – mà suy cho cùng, tôi sắp đi thương thuyết hợp đồng chứ còn gì.

Tôi tắm rửa, tẩy lông chân và lông dưới cánh tay, gội đầu rồi sấy tóc suốt gần nửa tiếng để tạo những lọn sóng tóc mềm mại rủ trước ngực và sau lưng Tôi cài lược vào một bên mái để tóc không rủ xuống mặt trong khi chải mascara và tô son. Chẳng mấy khi tôi trang điểm – chuyện đó luôn làm tôi khiếp đảm. Đâu có nữ anh hùng nào nhắc đến chuyện trang điểm đâu – mà nếu có, chắc tôi sẽ trang điểm giỏi hơn họ. Tôi xỏ chân vào đôi giày cao gót màu mận, cùng tông với áo và bây giờ thì sẵn sàng, lúc sáu giờ ba mươi.

"Thế nào?" Tôi hỏi Kate.

Cô ấy cười hớn hở.

"Chà chà, cậu lột xác rồi." Kate gật đầu tán thưởng. "Hấp dẫn lắm."

"Hấp dẫn á! Tớ tưởng lịch sự và có vẻ doanh nhân."

"Có đấy nhưng trên hết vẫn là hấp dẫn. Chiếc áo này và cả màu này nữa hợp với cậu lắm. Rất hợp với dáng em." Cô ấy trêu.

"Kate." Tôi gắt.

"Thật đấy, Ana. Cả bộ, đẹp lắm. Giữ chặt lấy cái áo nhé. Rồi cậu xem anh ta đòi ăn tối trực tiếp từ tay cậu luôn đấy."

Tôi mím chặt môi. *Khen nhầm rồi Kate ơi.*

"Chúc tớ may mắn đi."

"Cậu cần may mắn để đi đến buổi hẹn hò à?" Cô ấy nhăn mày thắc mắc.

"Đúng thế, Kate."

"Nếu vậy thì - chúc cậu may mắn."

Cô ấy ôm chầm lấy tôi, rồi tôi bước ra cửa.

Tôi phải lái Wanda bằng chân trần, chiếc Beetle màu xanh biển, không dành cho người lái xe mang giày cao gót. Tôi dừng trước Heathman chính xác sáu giờ năm mươi tám phút và đưa chìa khóa cho cậu giữ xe. Cậu liếc chiếc Beetle vẻ tò mò nhưng tôi mặc kệ. Hít một hơi thật sâu, ưỡn ngực, thẳng lưng, tôi tiến vào khách sạn.

Christian đang đứng tựa vào quầy bar, nhâm nhi một ly rượu trắng. Anh mặc trang phục thường thấy, sơ mi linen trắng, jean đen, cà vạt đen và áo khoác ngắn cũng đen. Tóc anh ngay nếp hơn mọi lúc tôi nhớ. Tôi thở dài. Tôi dừng vài giây trên lối vào quầy bar, chiêm ngưỡng và thán phục kỳ quan ấy. Anh ngước lên, qua cử chỉ tôi đoán có chút căng thẳng, nhìn về hướng lối đi và bắt gặp tôi ở đó. Chớp mắt vài lần, rồi anh mỉm một nụ cười chậm rãi, lười nhác và quyến rũ đến nỗi tôi tắt tiếng và mọi thứ trong tôi đều tan chảy. Bằng một siêu nỗ lực để không cắn môi, tôi tiến đến chỗ anh, trong đầu luôn nhớ rằng Anastasia Steele ở Clumsyville đang mang giày cao gót.

"Thật bất ngờ." Anh nói, hơi cúi xuống hôn phớt lên má tôi. "Chiếc đầm, cô Steele ạ. Chắc thế."

Anh đỡ tay tôi cùng hướng về một chiếc bàn cao, khá biệt lập, rồi ra dấu gọi phục vụ.

"Em uống gì?"

Môi tôi khẽ nhếch lên một nụ cười nhẹ trong khi nhấc người ngồi lên ghế.

Tốt - Cuối cùng anh cũng biết hỏi.

"Em sẽ uống món anh đang uống."

Ha! Tôi vừa có thể tỏ ra dễ thương vừa vẫn là mình. Thích thú, anh gọi một ly Sancerre nữa rồi ngồi lên ghế, đối diện tôi.

"Ở đây, họ có một hầm rượu tuyệt ngon." Anh nói.

Chống khuỷu tay lên bàn, anh khỏ nhẹ những ngón tay lên môi, mắt anh sống động những xúc cảm không thể đoán nổi. Và thế này thì… từ anh có gì đó tương tự như lực kéo, như sự tiếp điện cho phần sâu thẳm đâu đó trong tôi. Tôi cựa người khó chịu trong cái nhìn chăm chú của anh, tim tôi loạn nhịp. Tôi phải bình tĩnh mới được.

"Em căng thẳng à?" Anh hỏi nhỏ.

"Vâng."

Anh chồm đến.

"Tôi cũng thế." Anh thì thầm như thể đang tiết lộ một bí mật.

Mắt tôi chớp lấy ánh mắt anh. *Anh? Căng thẳng? Không hề.* Tôi chớp mắt, anh nhếch một nụ cười nửa miệng, đầy quyến rũ với tôi. Phục vụ mang ly rượu của tôi đến cùng một đĩa nhỏ các loại đậu và một đĩa ô liu.

"Chúng ta sẽ làm gì đây ạ?" Tôi hỏi. "Xử lý từng điểm một trong danh sách của em nhé."

"Vẫn nóng nảy như mọi khi, cô Steele."

"À, vậy có lẽ em nên bắt đầu đưa đẩy bằng việc hỏi thăm thời tiết hôm nay."

Anh mỉm cười, những ngón tay mảnh mai nhặt lấy một quả ô liu. Anh đưa quả ô liu vào miệng, mắt tôi dõi theo môi anh, chiếc miệng ấy, từng trên miệng tôi... và nhiều nơi khác trên khắp cơ thể tôi. Tôi đỏ mặt.

"Tôi nghĩ hôm nay thời tiết đặc biệt tuyệt vời." Anh châm chọc.

"Ngài trêu tôi đấy à, ngài Grey?"

"Đúng thế, thưa cô Steele."

"Anh biết hợp đồng này hoàn toàn bất hợp pháp mà."

"Tôi biết rất rõ điều đó, cô Steele."

"Anh đã bao giờ nói với em điều đó chưa?"

Anh cau mày.

"Em nghĩ tôi sẽ ràng buộc em vào những điều em không muốn làm, rồi sau đó vờ vĩnh rằng chúng ta đã có những ràng buộc pháp lý với nhau à?"

"Ơ… vâng."

"Em không đánh giá đúng tôi rồi, phải không nhỉ?"

"Anh chưa trả lời câu hỏi của em."

"Anastasia, hợp đồng có hợp pháp hay không chẳng quan trọng. Nó chỉ là một thỏa thuận mà tôi muốn cùng em thực hiện – những gì tôi muốn ở em và những gì em có thể mong đợi từ tôi. Nếu em không thích, đừng ký. Nếu em đã ký, sau đó nhận ra mình không thích nữa, vẫn có đủ điều khoản đảm bảo em được ra đi. Ngay cả trong trường hợp có ràng buộc về pháp lý, em có nghĩ rằng tôi sẽ lôi em ra tòa, khi em đã nhất quyết ra đi?"

Tôi tợp một ngụm rượu lớn. Tiềm thức vỗ bộp vào vai tôi. *Dùng đến mưu trí đi. Đừng có uống nữa.*

"Những mối quan hệ kiểu này được xây dựng trên sự trung thực và lòng tin thôi." Anh nói tiếp. "Nếu em không tin tưởng tôi – đủ tin để cảm nhận được tôi đang tác động đến em sâu sắc thế nào, thì chúng ta có thể đi với nhau được bao xa, tôi có thể đưa em đến đâu được, nếu em không trung thực với tôi và như vậy nghĩa là chúng ta không thể tiến hành việc này."

*Trời ạ*, chúng tôi đang nhanh chóng kết thúc chuyện này. *Anh ấy có thể đưa mình đến đâu nữa.* Ối. Ý anh là sao?

"Cho nên rất đơn giản, Anastasia. Tin tôi hoặc không?" Mắt anh cháy bừng lên, rực lửa.

"Anh cũng nói chuyện tương tự thế này với, ưm… mười lăm người kia?"

"Không."

"Sao lại không?"

"Vì tất cả đều có sẵn tố chất phục tùng. Họ biết họ cần gì từ mối quan hệ với tôi và tôi muốn gì ở họ."

"Có một dịch vụ cung cấp những đối tượng này à? Dịch vụ 'Chúng tôi là Người Phục Tùng'?"

Anh bật cười.

"Không hẳn thế."

"Thế còn bây giờ?"

"Đó có phải là việc em muốn thảo luận không? Chúng ta có thể đi vào trọng tâm chăng? Các phát sinh của em, như em muốn."

Tôi nuốt ực. *Mình có tin anh ta không?* Có phải toàn bộ vấn đề chỉ là thế – lòng tin? Chắc chắn phải có hai chiều. Tôi nhớ sự cáu kỉnh của anh khi tôi gọi cho José.

"Em đói không?" Anh hỏi, lôi tôi ra khỏi dòng suy nghĩ.

*Ôi không… thức ăn.*

"Không."

"Em ăn rồi à?"

Tôi nhìn anh. *Trung thực…* Khỉ thật, anh ấy sẽ không thích câu trả lời này đâu.

"Chưa ạ." Tôi lí nhí.

Anh nheo mắt.

"Em phải ăn chứ, Anastasia. Chúng ta có thể ăn ở dưới này hoặc trên phòng tôi. Em thích ở đâu?"

"Em nghĩ nên ở đâu đó đông người, trên bãi cỏ."

Anh mỉm cười mỉa mai.

"Em nghĩ điều đó có thể ngăn được tôi sao?" Giọng anh nhỏ, quyến rũ một cách đầy đe dọa.

"Em mong thế."

"Sang đây, tôi đã giữ một phòng ăn riêng. Không có đông người đâu."

Anh cười bí hiểm, nhấc người ra khỏi ghế rồi đưa tay đỡ tôi xuống.

"Cầm ly rượu theo, em." Anh dặn.

Nắm lấy tay anh, tôi bước khỏi ghế. Anh buông tay tôi ra, giữ bên khuỷu tay, đỡ tôi bước ngang qua quầy bar, hướng đến một cầu thang rộng dẫn lên tầng lửng. Một thanh niên trong bộ đồng phục Heathman tiến đến.

"Lối này, thưa ngài Grey."

Tôi theo anh đi qua dãy ghế lông trong sảnh chờ. *Chỉ là một bàn riêng thôi đấy.* Phòng nhỏ nhưng lộng lẫy. Dưới ánh đèn lung linh, bàn trải khăn vải, ly pha lê, bộ đồ ăn bằng bạc và lọ hoa hồng trắng. Một sự quyến rũ đầy tinh tế và cổ điển toát ra cả căn phòng ốp gỗ. Người phục vụ kéo ghế cho tôi. Sau khi tôi yên vị, anh ta trải khăn lên đùi tôi. Christian ngồi đối diện. Tôi liếc trộm sang anh.

"Đừng có cắn môi." Anh làu bàu.

Tôi nhăn mặt. Khỉ gió. Tôi còn không biết mình đang làm thế.

"Tôi đã đặt món rồi. Hy vọng em không phiền."

"Không sao ạ." Tôi ưng thuận.

"Thật may là đôi khi em cũng rất ngoan ngoãn. Nào, chúng ta sẽ bắt đầu từ đâu?"

"Từ trọng tâm."

Tôi lại nhấp một hớp lớn rượu. Rượu quả thật rất ngon. Christian biết chọn rượu. Tôi nhớ ngụm rượu cuối anh trút cho tôi, trên giường. Từ trong suy nghĩ thầm ấy, mặt tôi từ từ đỏ lựng.

"Ừ, từ những vấn đề của em."

Anh rút trong túi áo khoác ra một tờ giấy. Email của tôi.

"Điều 2. Thông qua. Đây là quyền lợi của cả hai. Tôi sẽ cho sửa lại."

Tôi chớp mắt nhìn anh. Khỉ thật... chúng tôi sắp xem xét từng điểm một trong hợp đồng. Tôi không biết mình có đủ can đảm để thảo luận mặt đối mặt với anh không. Anh có vẻ nghiêm túc. Tôi nhấp thêm một hớp rượu cố dằn lòng lại. Christian nói tiếp.

"Về vấn đề sức khỏe tình dục của tôi, Người Phục Tùng trước đây của tôi đều phải kiểm tra máu, còn tôi thì vẫn kiểm tra điều đặn mỗi sáu tháng để phòng ngừa những nguy cơ sức khỏe mà em nói. Các kiểm tra mới đây đều tốt. Tôi cũng chưa bao giờ hút chích. Thật ra, tôi là người kịch liệt chống chuyện chích choác. Tôi có một chính sách liên quan đến việc hút chích rất nghiêm ngặt và không có ngoại lệ cho các nhân viên và tôi vẫn kiểm tra ngẫu nhiên họ."

Cha mẹ ơi... cỗ máy kiểm soát cũng nổi cáu. Tôi chớp mắt nhìn anh, hoang mang.

"Tôi cũng chưa bao giờ truyền máu. Điều đó giải đáp được câu hỏi của em chưa?"

Tôi gật đầu, vô cảm.

"Điểm tiếp theo, tôi đã nói ban nãy rồi. Em có thể đi bất cứ lúc nào, Anastasia. Tôi sẽ không ngăn em. Tuy nhiên, nếu em đi, vậy là xong. Em biết rồi đấy."

"Được." Tôi đáp khẽ.

Nếu tôi đi, vậy là xong. Suy nghĩ này cay đắng hơn tôi tưởng.

Phục vụ dọn món đầu tiên. Làm thế nào ăn nổi đây? Thánh thần ơi, anh đặt món hàu sống trên đá lạnh.

"Mong là em thích hàu." Giọng Christian trầm trầm.

"Em chưa ăn bao giờ."

*Không bao giờ đâu nhé.*

"Thế à? Tốt." Anh nhón lấy một con. "Tất cả những gì em cần làm là dựng lên thế này và nuốt. Tôi nghĩ em làm được."

Anh nhìn tôi chăm chú. Tôi biết anh muốn ám chỉ gì. Mặt tôi đỏ lựng lên. Anh vừa cười toe, vừa vắt mấy giọt chanh vào con hàu, nghiêng hàu lên miệng.

"Chà, ngon. Hương vị của biển." Anh cười với tôi rồi khích lệ. "Thử xem."

"Vậy là không cần nhai à?"

"Không, Anastasia, không cần đâu."

Mắt anh lấp lánh sự hài hước. Những lúc này, nhìn anh thật trẻ trung.

Tôi cắn môi. Vẻ mặt anh thay đổi lập tức. Anh nhìn tôi nghiêm khắc. Tôi với lấy con hàu đầu tiên trong cuộc đời. Thôi được... sẽ qua thôi. Tôi vắt chanh vào hàu, nghiêng lên miệng. Phần thịt hàu chui tọt xuống cổ họng, tất cả, nước biển, muối, vị đặc trưng của chanh, chất thịt mềm ngọt... ôi. Tôi liếm môi, anh vẫn nhìn tôi chăm chăm, đáy mắt vẫn vũ mây đen.

"Thế nào?"

"Em ăn con nữa." Tôi đáp gọn.

"Cô gái ngoan." Anh nói đầy tự hào.

"Anh chủ ý chọn món này à? Có phải hàu nổi tiếng là món giúp tăng cường khả năng tình dục?"

"Tôi không chủ ý đâu, món này nằm ở đầu thực đơn thôi. Ở bên em, tôi không cần thuốc kích dục. Tôi nghĩ em cũng biết thế bởi tôi có cùng tác dụng như vậy với em." Anh đáp. "Chúng ta đến đâu rồi?"

Anh liếc sang tờ email trong khi tôi lấy tiếp một con hàu nữa.

*Anh ấy cũng có tác động như thế với mình. Mình cũng gây ảnh hưởng như thế đến anh... chà.*

"Tuân phục trong mọi việc. Phải, tôi muốn em làm thế. Tôi cần em làm thế. Hãy nghĩ chuyện đó tương tự như trò đóng vai, Anastasia."

"Nhưng em sợ anh làm em đau."

"Đau thế nào?"

"Thể xác." *Và cả tâm hồn nữa.*

"Em thật sự nghĩ tôi sẽ làm thế sao? Làm gì đó vượt khỏi ngưỡng chịu đựng của em à?"

"Anh nói anh từng làm bị thương ai đó rồi."

"Đúng. Chuyện đó lâu rồi."

"Anh làm cô ấy bị thương thế nào?"

"Tôi treo cô ấy lên trần. Có vẻ đó cũng là một trong những thắc mắc của em. Việc treo lên đó – đã có các chốt móc trong phòng giải trí. Và dây thừng. Một trong những sợi dây xiết quá chặt."

Tôi đưa tay lên, ngăn anh lại.

"Em không muốn nghe nữa. Anh sẽ không treo em lên chứ?"

"Không, nếu em không muốn."

"Được."

"Vậy còn vâng lời, em nghĩ em làm được không?"

Anh nhìn tôi, ánh mắt anh sâu hút. Vài giây dừng lại.

"Em sẽ cố." Tôi thì thầm.

"Tốt." Anh mỉm cười. "Nào tiếp, đến thời hạn. Một tháng thay vì ba, mà em còn muốn một cuối tuần không ở bên tôi, thế thì không đủ để làm gì cả. Tôi không nghĩ trong từng đó thời gian tôi có thể xa em một tuần nào đâu. Bây giờ thôi, tôi cũng đã không chịu nổi rồi."

Anh dừng lại.

*Anh ấy không thể xa mình? Gì cơ?*

"Chỉ một ngày cuối tuần của mỗi tháng thôi, được không? Và đổi lại cho tôi một ngày giữa tuần, cũng trong tuần đó?"

"Được."

"Và hãy cân nhắc ba tháng luôn nhé. Nếu không thích, em vẫn có thể dừng lại bất kỳ lúc nào mà."

"Ba tháng?"

Cảm thấy như đang bị ai thúc ép, tôi tợp thêm một hơi rượu nữa, lấy thêm cho mình một con hàu. Có lẽ tôi nên học cách thích điều này.

"Sự độc đoán, đó chỉ đơn giản là một từ thôi và tựu trung lại chỉ có nghĩa là biết vâng lời. Điều đó chỉ nhằm giúp em xác tín rằng tôi ở đâu. Và tôi muốn em biết rằng một khi em đã ưng thuận trở thành Người Phục Tùng, tôi sẽ làm điều tôi muốn với em. Em phải tuân phục và hài lòng. Đó là lý do em cần tin tôi. Tôi sẽ giao hợp với em, bất cứ lúc nào, bất cứ cách nào và bất cứ ở đâu tôi muốn. Tôi sẽ phạt em vì em cư xử kém. Tôi sẽ huấn luyện em để em làm tôi vui lòng.

Tôi biết em chưa từng làm chuyện này. Bắt đầu, chúng ta sẽ chậm thôi, tôi sẽ giúp em. Chúng ta sẽ xây dựng những tình huống khác nhau. Tôi cần em tin tôi nhưng ngược lại, tôi cũng biết tôi phải làm cho em tin và tôi sẽ làm như thế. Từ "hay những mục đích khác" – lần nữa, chỉ để em luôn nhớ rằng dù có bất kỳ chuyện gì xảy ra."

Anh ấy nói say sưa, như thôi miên. Rõ ràng chuyện này rất ám ảnh anh ấy... cái cách anh biểu hiện... Tôi không thể rời mắt khỏi anh. Anh vô cùng, vô cùng tha thiết với chuyện này. Chợt anh dừng lại và nhìn tôi.

"Tiếp tục nhé?" Anh hỏi khẽ, giọng dày, ấm và gợi tình.

Anh nhấp một ngụm rượu, tia nhìn vẫn hướng về tôi.

Cậu phục vụ đến bên cửa, Christian gật đầu ra dấu cho phép dọn bàn.

"Cô muốn dùng thêm rượu không?"

"Tôi phải lái xe."

"Vậy mời cô dùng nước nhé."

Tôi gật đầu đồng ý.

"Nước trắng hay nước có ga?"

"Có ga."

Cậu phục vụ quay đi.

"Em ít nói quá." Anh khẽ nói.

"Còn anh nói rất nhiều."

Anh mỉm cười.

"Kỷ luật. Đó là sự tinh tế nằm giữa thú vui và nỗi đau, Anastasia. Đấy là hai mặt của một đồng xu, có cái này thì không có cái kia. Tôi sẽ cho em thấy nỗi đau vui thú đến mức nào. Em không tin nhưng đó chính là ngụ ý của tôi về lòng tin. Thoạt đầu có thể là nỗi đau nhưng không có gì không thể xử lý được. Lần nữa, đây lại là chuyện lòng tin. Em *có* tin tôi không, Ana?"

*Ana!*

"Có, em tin."

Tôi đáp lập tức, không kịp ngần ngại… bởi đó là sự thật – tôi *thật* sự tin anh.

"Thế thì." Trông anh nhẹ nhõm hẳn. "Vấn đề còn lại chỉ là các tiểu tiết thôi."

"Những tiểu tiết quan trọng."

"Được, cùng xem xét nhé."

Đầu tôi bập bềnh trong mỗi lời anh nói. Lẽ ra tôi nên mang theo máy ghi âm của Kate để sau này còn nghe lại. Quá nhiều thông tin, quá nhiều điều phải hiểu. Người phục vụ trở lại với món kế tiếp: cá moruy đen, măng tây và khoai tây nghiền với nước sốt Hà Lan. Chưa lúc nào tôi thấy mình ghét đồ ăn đến thế.

Tôi nếm một miếng thức ăn trong đĩa rồi uống luôn một hơi nước dài, tha thiết ước gì nước là rượu.

"Các quy định. Bàn về quy định nhé. Thực phẩm sẽ là đối tượng phá vỡ hợp đồng?"

"Vâng."

"Vậy có thể tôi sẽ điều chỉnh nội dung này thành em sẽ ăn ít nhất ba bữa một ngày?"

"Không."

Tôi sẽ không nhân nhượng điều này. Sẽ không ai được ra lệnh cho tôi phải ăn gì. Giao hợp thế nào, thì được, nhưng ăn... không, không đời nào.

Anh mím môi.

"Tôi cần biết rằng em không đói."

Tôi nhăn mặt. *Tại sao chứ?*

"Anh cũng phải tin em."

Anh chăm chú nhìn tôi một lúc rồi thở hắt ra.

"Hay đấy, cô Steele." Anh khẽ nói. "Tôi nhượng bộ khoản thực phẩm và ngủ."

"Sao em không được nhìn anh?"

"Đó là chuyện của áp đặt/phục tùng. Em sẽ phải quen với điều đó."

*Quen nổi không?*

"Sao em không được chạm vào anh?"

"Vì em không thể."

Miệng anh mím lại thành một nét ương ngạnh.

"Có phải vì quý bà Robinson không?"

Anh nhìn tôi giễu cợt.

"Sao em nghĩ thế?" Và lập tức anh hiểu ngay. "Em nghĩ bà ấy làm tôi bị sang chấn tâm lý?"

Tôi gật.

"Không, Anastasia. Bà ấy không phải là lý do. Hơn nữa, bà Robinson không làm chuyện tồi tệ gì với tôi cả."

*Ô... nhưng với tôi thì có.* Tôi trề môi.

"Cho nên việc này không liên quan gì đến bà ấy."

"Tôi khiến em có quá nhiều điều lo nghĩ phải không?"

"Vâng." Tôi bỗng không muốn ăn thêm nữa. Buông dao nĩa, khoanh tay đặt lên bàn.

"Em ăn đủ rồi."

"Ba con hàu, bốn miếng cá, một cọng măng tây, không khoai tây, không đậu, không ô liu trong khi cả ngày đã không ăn gì. Rồi em bảo tôi phải tin em."

Hay chưa. Anh ta vẫn quan sát mình.

"Christian, làm ơn, không phải ngày nào em cũng ngồi bàn bạc những chuyện thế này."

"Tôi cần em có sức bền và khỏe mạnh, Anastasia."

"Em biết."

"Còn bây giờ, tôi muốn lột hết quần áo trên người em."

Tôi nuốt ực. *Lột tôi khỏi chiếc áo của Kate.* Một lực kéo sâu thẳm trong bụng dưới đang dấy lên. Các vòng cơ giờ đã trở nên quen thuộc thắt lại cùng những lời anh nói. Anh ấy thành thạo về tình dục đến độ kinh ngạc – ngay cả khi tôi đã biết trước điều đó.

"Em không nghĩ đó là ý hay." Tôi thì thào. "Vẫn chưa dùng tráng miệng mà."

"Em muốn tráng miệng?" Anh khịt mũi.

"Vâng."

"Em có thể là món tráng miệng." Anh gợi ý.

"Em không chắc em đủ ngọt ngào."

"Anastasia, em ngọt đậm đà. Tôi biết."

"Christian. Anh dùng tình dục như một thứ vũ khí. Như thế là không công bằng." Tôi lí nhí, nhìn chăm chăm những ngón tay mình rồi ngẩng lên tìm anh.

Anh nhướng mày, ngạc nhiên. Tôi cảm thấy anh đang suy nghĩ điều tôi nói. Anh chống cằm đăm chiêu.

"Em nói đúng. Tôi có làm thế. Trong cuộc đời em sử dụng tất cả những gì em biết, Anastasia. Điều đó cũng không ảnh hưởng đến việc tôi thèm muốn em vô cùng. Ở đây. Bây giờ."

Tại sao chỉ với giọng nói thôi, anh ta cũng có thể quyến rũ được mình? Tôi thở dồn dập – máu nóng tuôn phừng phừng trong mạch, các dây thần kinh lách tách.

"Tôi muốn thử mọi thứ." Anh thở.

Tôi nhăn mặt. Anh ta vừa tống cho mình một mớ thứ để cân nhắc và giờ thì thế này đây.

"Nếu là người của tôi, em sẽ không phải suy nghĩ những chuyện này nữa. Mọi việc sẽ dễ dàng hơn." Giọng anh mềm mại, gợi tình. "Tất cả những quyết định này, tất cả những suy nghĩ mệt mỏi này, hãy bỏ lại phía sau. Việc "chuyện này có đúng không? Có nên xảy ra ở đây không? Có thể xảy ra bây giờ được không". Em không phải bận tâm một mảy may gì về những tiểu tiết đó. Đó là điều mà tôi sẽ làm với tư cách Người Áp Đặt. Và bây giờ, tôi biết em muốn tôi, Anastasia."

Tôi rúm người lại. Sao anh có thể nói thế?

"Tôi có thể nói thế bởi vì…"

*Trời đất ơi, anh ta đang trả lời câu mà tôi không hề hỏi thành tiếng.* Anh là phù thủy chắc?

"… cơ thể em phản bội em. Em đang khép chặt hai đùi lại, em đỏ mặt, em thở dồn dập."

*Thôi, thôi, thế là đủ lắm rồi.*

"Sao anh biết được đùi em?" Tôi lí nhí, giọng ngờ vực.

*Chân tôi ở dưới bàn, ơn trời.*

"Tôi nhận ra khăn trải bàn đang trượt và cả bằng nhiều năm kinh nghiệm nữa. Tôi nói đúng, phải không?"

Tôi đỏ mặt, cúi nhìn tay mình. Trong trò chơi quyến rũ này, đó là nhược điểm của tôi. Anh là người duy nhất biết và hiểu luật. Tôi quá ngờ nghệch và thiếu kinh nghiệm. Người duy nhất tôi có thể trông mong là Kate mà cô ấy lại chưa từng có cái trò nhấm nhẳng này với đàn ông. Những đối tượng nào khác tôi có thể trông đợi ư? Toàn là nhân vật hư cấu: Elizabeth Bennet sẽ cảm thấy bị xúc phạm, Jane Eyre quá khiếp hãi, còn Tess, muốn chết đi được, như tôi bây giờ.

"Em chưa ăn xong món cá."

"Không lẽ em lại thích món cá hơn tôi?"

Tôi ngước lên nhìn anh, mắt anh ánh lên cường độ tan vàng rã đá muốn tôi phải tuân phục.

"Tưởng anh muốn em ăn sạch đĩa."

"Ngay bây giờ, cô Steele, tôi không quan tâm đến việc cô đang ăn cái quái gì."

"Christian. Anh chơi ăn gian đấy."

"Tôi biết. Lúc nào cũng thế mà."

Nữ thần nội tại nhăn nhó với tôi. *Cậu cũng có thể làm thế chứ sao*, nàng dỗ dành – mang gậy ông ra đập lưng ông xem. *Được không nhỉ?* Hay đấy. Làm gì bây giờ? Sự thiếu kinh nghiệm là một trở ngại lởn vởn quanh cổ tôi. Ghim một cọng măng tây đưa lên miệng, tôi nhìn thẳng vào anh và cắn môi. Rồi thật chậm, tôi đưa một đầu ngọn măng tây vào miệng mình, ngậm nhè nhẹ.

Mắt Christian chỉ hơi trợn lên một chút nhưng tôi vẫn phát hiện được.

"Anastasia. Em làm gì đấy?"

Tôi cắn đứt một đầu măng.

"Ăn phần măng của em."

Christian hơi nhổm dậy.

"Tôi nghĩ cô đang đùa với tôi, cô Steele."

Tôi vờ ngây thơ.

"Em chỉ đang cố ăn hết thức ăn thôi, ngài Grey."

Cậu phục vụ chọn đúng thời điểm ấy để gõ cửa và không được phép vào. Christian cau mày nhìn cậu vài giây rồi cuối cùng cũng gật, cậu vào dọn bàn. Sự có mặt của cậu đã phá vỡ khoảnh khắc đó. Thế là, tôi chộp đúng giây phút quý báu đó để tháo chạy. Tôi phải thoát thân. Cuộc gặp mặt này rồi sẽ chỉ đi đến một kết thúc duy nhất nếu tôi ở lại, sau cuộc thảo luận này, giờ tôi phải thiết lập đường biên tự vệ. Cơ thể tôi thèm thuồng sự đụng chạm của anh bao nhiêu, tâm trí tôi càng vẫy vùng chống cự bấy nhiêu. Tôi cần có một khoảng cách nhất định để suy ngẫm những điều anh nói. Tôi vẫn chưa có quyết định mà trước sự cám dỗ lẫn sự am tường về nhục cảm của anh, điều đó càng chẳng dễ dàng gì.

"Em muốn dùng tráng miệng chứ?"

Christian hỏi, lịch sự hơn lúc nào hết nhưng ánh mắt thì sắc lẻm.

"Không, cảm ơn. Em nghĩ em nên đi."

Tôi nhìn tay mình.

"Đi?"

Anh không thể giấu nổi ngạc nhiên.

Cậu phục vụ vội vã dọn bàn và rời đi.

"Vâng."

Đó là một quyết định đúng. Nếu tôi ở lại, cùng anh trong một căn phòng, anh nhất định sẽ không buông tha cho tôi. Tôi dứt khoát đứng dậy.

"Mai chúng ta đều phải đến lễ tốt nghiệp."

Christian cũng đứng bật dậy, đúng như phép xã giao đã thâm căn cố đế trong anh.

"Tôi không muốn em đi."

"Xin anh mà… em phải đi."

"Tại sao?"

"Vì anh vừa nói ra quá nhiều điều phải suy nghĩ… và em cần có một độ lùi để suy nghĩ."

"Tôi muốn em ở lại." Giọng anh đầy đe dọa.

"Đúng thế, anh có thể dễ dàng làm thế nhưng em không muốn."

Anh chải tay vào tóc, nhìn tôi thận trọng.

"Xem nào, khi em ngã vào phòng tôi trong buổi phỏng vấn, em toàn "vâng, thưa ngài", "không, thưa ngài". Tôi đã nghĩ em có tố chất của một Người Phục Tùng. Nhưng sai lầm khủng khiếp, Anastasia. Tôi không chắc rằng trong cơ thể tuyệt vời này có chút mầm mống nào."

Anh chầm chậm tiến về phía tôi trong khi giọng anh, lời anh căng thẳng.

"Có lẽ anh nói đúng." Tôi thở.

"Tôi muốn một cơ hội để khám phá năng lực của em." Anh nói, mắt nhìn tôi chăm chăm. Anh đưa tay lên, ve vuốt mặt tôi, ngón cái mơn man môi dưới của tôi. "Tôi không biết cách nào khác, Anastasia. Tôi là như thế."

"Em biết."

Anh cúi xuống định hôn tôi nhưng trước khi môi chạm môi, anh dừng lại. Mắt anh kiếm tìm tôi, ham muốn, van nài. Tôi nhón người về phía anh, và chúng tôi hôn nhau, và vì không biết liệu có còn cơ hội nào nữa để hôn anh, tôi buông mình vào nụ hôn – tay tôi tự do lùa tay vào tóc anh, ôm chặt anh về phía mình, miệng tôi há ra, lưỡi tôi quấn quýt lưỡi anh. Tay anh bấu vào gáy tôi, đẩy nụ hôn thêm dài, đáp lại sự nồng nhiệt của tôi. Tay còn lại trượt dài theo lưng tôi, xuống dưới eo, áp tôi vào sát cơ thể anh.

"Không thể thuyết phục em ở lại sao?" Anh nói trong hơi thở giữa những nụ hôn.

"Không."

"Qua đêm với tôi."

"Mà không được đụng vào người anh? Không."

Anh rên rỉ.

"Không tin nổi!" Anh lùi lại, nhìn tôi thống thiết. "Sao tôi lại nghĩ em đang nói tạm biệt nhỉ?"

"Vì em sắp đi đây."

"Tôi không có ý đó, em hiểu mà."

"Christian, em phải suy nghĩ. Em không biết mình có thể bắt đầu một quan hệ kiểu như anh muốn không."

Anh nhắm nghiền mắt lại, cụng trán lên trán tôi, cả hai chúng tôi đều đang cố thở chậm lại. Lát sau, anh hôn lên trán tôi, hít một hơi thật dài, chuỗi mũi vào tóc tôi rồi buông tôi ra, quay đi.

"Như ý cô, cô Steele." Anh nói, mặt lạnh băng. "Tôi sẽ tiễn cô ra sảnh."

Anh chìa tay ra. Tôi quay sang lấy túi rồi đặt tay mình vào tay anh. *Trời ạ, chuyện sẽ kết thúc thế này sao?* Tôi ngoan ngoãn theo anh qua phòng chờ, xuống sảnh, da đầu tôi như có kim châm, máu sôi trong mạch. Đây có lẽ là lần chia tay cuối cùng nếu tôi quyết định là không. Tim tôi đau nhói trong ngực. Một bước ngoặt đau đớn. Khoảnh khắc có thể quyết định cả cuộc đời con người.

"Thẻ gửi xe?"

Tôi lấy thẻ trong túi, đưa cho anh, chuyển cho người phục vụ. Tôi len lén nhìn anh trong khi chờ đợi.

"Cảm ơn vì bữa tối." Tôi nói.

"Bữa tối rất vui, như mọi khi, cô Steele." Anh trả lời rất lịch sự dù trông anh như đang chìm đắm trong dòng suy nghĩ.

Tôi ngước nhìn anh đăm đăm, cố khắc sâu vào ký ức hình ảnh đẹp đẽ này. Ý nghĩ có thể sẽ không còn được gặp anh nữa bám riết lấy tôi, làm tôi khổ sở. Anh bất ngờ quay lại, nhìn tôi chăm chăm, vẻ mặt vẫn lạnh tanh.

"Cuối tuần này em đến Seattle. Nếu em có quyết định đúng, có thể gặp lại em vào Chủ nhật không?" Giọng anh do dự.

"Sẽ gặp lại. Biết đâu." Tôi thở.

Trong một tích tắc, anh thở phào rồi lại cau mặt.

"Trời lạnh hơn rồi. Em không mang áo khoác sao?"

"Không."

Anh lắc đầu bực bội rồi cởi áo khoác ra.

"Mặc vào. Đừng để bị cảm."

Khi anh cởi áo khoác ra và choàng cho tôi, tôi cứ chớp mắt nhìn anh, lòng hồi tưởng khoảng thời gian trong văn phòng anh, anh cũng từng khoác áo cho tôi thế này – đó là lần đầu gặp anh – và cái lần đầu ấy giờ quay lại ám ảnh tôi. Thật ra, chẳng có gì khác biệt giữa lần khoác áo đó và lần khoác áo này, chỉ là sâu sắc hơn thôi. Áo anh vẫn ấm, to quá khổ và mùi của anh… thật quyến rũ.

Xe tôi đã đỗ sẵn phía trước. Christian trợn mắt.

"Em lái cái này à?" Anh hỏi đầy kinh ngạc.

Anh đưa tôi đến xe. Nhân viên lái xe trao cho tôi chìa khóa, Christian đưa cho anh ta ít tiền boa.

"Xe này được phép chạy trên đường à?" Anh nhìn tôi.

"Vâng."

"Em mang nó đến Seattle luôn à?"

"Vâng. Mang theo chứ."

"Có an toàn không đấy?"

"Vâng." Tôi cáu. "Tất nhiên đây là xe cũ. Nhưng đó là xe của em và nó vẫn được phép lưu thông. Dượng mua cho em đấy."

"Anastasia à, tôi nghĩ chúng ta có thể làm tốt hơn thế này."

"Ý anh là sao?" Tôi cảnh giác. "Anh *không* định mua xe cho em đấy chứ?"

Anh trừng mắt, hàm xiết lại, gắt. "Để xem."

Anh mở cửa, đỡ tôi vào xe, mặt khẽ cau lại. Tôi bỏ giày khỏi chân rồi quay mở kính xe. Anh vẫn đứng nhìn tôi, vẻ mặt vẫn lạnh tanh, mắt tối sầm.

"Đi an toàn." Anh khẽ tạm biệt.

"Tạm biệt, Christian."

Giọng tôi khàn đi vì những giọt nước mắt chưa trào ra – *được mà, mình sẽ không khóc.* Tôi mỉm cười với anh.

Tôi lái đi, ngực thắt lại, nước mắt bắt đầu tuôn, tiếng nức nở chỉ chực bật ra. Nước mắt đầm đìa trên mặt, tôi chỉ không hiểu vì sao mình khóc. Tôi đã giữ đúng quan điểm của mình. Mặc cho anh giải thích rất nhiều thứ. Anh đã nói rất rõ ràng. Anh thèm muốn tôi nhưng sự thật là tôi còn cần ở anh nhiều hơn thế. Tôi cần anh thèm muốn tôi đúng như tôi đã thèm muốn và khao khát anh, mà tự trong thâm tâm, tôi biết chuyện đó là không thể. Tôi đã quá tham vọng.

Tôi thậm chí còn không biết nên xếp anh vào vị trí nào trong cuộc đời mình. Nếu làm việc này... anh có phải là bạn trai tôi không? Tôi có thể giới thiệu anh với bạn bè mình không? Có thể vào quán rượu, rạp chiếu bóng, đi bowling với anh? E là không. Anh còn không để tôi chạm vào anh, không để tôi ngủ với anh. Tôi biết trước đây tôi chưa từng trải qua những chuyện này nhưng tôi thèm khát được như thế trong tương lai. Có điều, đó lại không phải là tương lai mà anh mong muốn.

Sẽ thế nào nếu tôi đồng ý, rồi sau ba tháng ấy, anh nói không, anh đã kịp khuôn tôi vào một hình mẫu nào đó không? Lúc đó tôi sẽ thấy thế nào? Trong ba tháng, tôi đầu tư tình cảm mình vào những việc mà tôi không chắc mình muốn làm. Rồi cuối cùng, khi anh từ chối, hợp đồng chấm dứt, tôi biết xoay xở thế nào với nỗi ê chề bị từ chối ấy? Nên có lẽ, cách tốt nhất là cố mà ra đi ngay từ bây giờ, khi vẫn còn nguyên vẹn.

Nhưng ý nghĩ không còn gặp anh nữa cứ dậy sóng trong tôi. Làm thế nào anh có thể can dự vào lòng tôi sâu sắc đến thế? Đó không thể chỉ là chuyện tình dục... nhất định thế. Tôi gạt vội nước mắt. Tôi không muốn đo lường tình cảm mình dành cho anh nữa. Tôi sợ những gì mình không lường trước được nếu chấp thuận chuyện này. *Mình phải làm gì đây?*

Tôi dừng xe trước căn hộ hai tầng của mình. Không có đèn. Chắc Kate đi đâu đó. Tôi thấy nhẹ nhõm. Tôi không muốn bị bắt gặp đang khóc. Thay đồ xong, tôi mở máy, trong hộp thư đã có tin nhắn của Christian.

Từ: Christian Grey
Chủ đề: Tối nay
Ngày: 25 tháng 5 2011 22:01
Đến: Anastasia Steele

Tôi không hiểu vì sao tối nay em lại bỏ đi. Tôi đã
thật lòng mong đợi em hài lòng với những gì tôi
giải đáp. Tôi biết đã khiến em có quá nhiều điều
phải suy tính, rất nóng lòng chờ em cân nhắc nghiêm
túc lời đề nghị của tôi. Tôi thật sự muốn làm việc
này. Chúng ta sẽ cùng bắt đầu từ từ nhé.
Hãy tin tôi.

Christian Grey
CEO, Grey Enterprises Holdings, Inc.

Email của anh làm tôi càng nức nở hơn. Tôi không trả lời.
Đơn giản vì không biết phải nói gì với anh bây giờ. Tôi tự thấy
mình lóng ngóng trong bộ đồ mặc nhà, choàng áo khoác của
anh bên ngoài, rồi leo lên giường. Tôi nằm, nhìn trân trân vào
bóng tối và nhớ đến những lần anh đã cảnh báo tôi phải tránh
xa anh ra.

*Anastasia, cô nên tránh xa tôi ra.*

*Tôi không phải là người dành cho cô.*

*Tôi không chơi trò bạn gái.*

*Tôi không phải kiểu đàn ông dâng hiến trái tim và
tặng hoa. Tôi không ân ái.*

*Đây là tất cả những gì tôi biết.*

Tôi lặng thầm khóc trong gối, chính nó, điều cuối cùng tôi
nhớ. Đây cũng là tất cả những gì tôi biết. Biết đâu chúng tôi có
thể cùng nhau sống một cuộc đời mới.

# Chương mười bốn

Christian đứng trước mặt tôi, tay nắm chặt roi da. Trên người anh mặc độc một chiếc Levis cũ bạc thếch xé tả tơi. Anh nhịp nhịp cây roi vào lòng bàn tay, mắt chằm chằm nhìn tôi. Anh mỉm cười, nụ cười đắc thắng. Tôi không tài nào cử động được. Trên người tôi không một mảnh vải che thân, tay chân bị cùm khóa vào cái giường bốn chân rất rộng. Anh tiến đến, rê đầu roi dọc từ trán xuống mũi tôi, mùi da xộc vào mũi, rồi lại trườn xuống đôi môi tôi, đang mở ra, hổn hển.

Anh thọc đầu gậy vào miệng tôi, tôi có thể nếm được vị da mềm mượt, ngầy ngậy.

"Mút đi." Anh ra lệnh, giọng nhẹ nhàng. Môi tôi riết lấy đầu gậy theo lệnh anh.

"Đủ rồi." Anh rít lên.

Tôi lại càng hổn hển hơn khi anh rút gậy khỏi miệng tôi, rê xuống cằm, xuống cổ, xuống dưới yết hầu. Anh dừng ở đó, chậm chậm xoay tròn đầu gậy rồi tiếp tục rê gậy xuống cơ thể tôi, dọc theo đường giữa hai bầu ngực, bụng trên rồi xuống rốn. Tôi thở dồn, quằn quại, giằng co với sợi dây trói đang thắt cổ tay và mắt cá chân mình. Anh vẽ một vòng tròn quanh rốn tôi rồi tiếp tục quét đầu dây xuống lông mu, xuống âm vật. Anh vút nhẹ, roi bật một phát đau ngọt vào điểm nhạy cảm, và tôi lao thẳng lên đỉnh, sáng lòa, la hét trong cơn cực khoái.

Tôi đột ngột tỉnh dậy, hụt hơi, đầm đìa mồ hôi và chìm trong cơn dư chấn cực khoái. Quỷ thần ơi. Tôi quay cuồng. *Cái quái quỷ gì vừa xảy ra?* Tôi chỉ có một mình trong phòng ngủ. Làm sao? Tại sao? Tôi ngồi bật dậy, hốt hoảng, choáng váng... Đã sáng rồi. Tôi liếc nhìn đồng hồ - tám giờ. Tôi ôm đầu. Tôi không nghĩ mình cũng có lúc mơ thấy giấc mơ hoan lạc thế này. Có phải vì thức ăn không? Có lẽ món hàu và những thông tin thu thập trên mạng đã làm nên giấc mơ ẩm ướt này. Hoang mang. Tôi không biết có thể đạt cực khoái trong mơ.

Kate đang lăng xăng trong bếp khi tôi bước vào.

"Ana, có sao không? Trông cậu lạ lắm. Có phải cậu đang mặc áo khoác của Christian không đấy?"

"Tớ không sao." Khỉ thật, cái tội không chịu soi gương. Tôi tránh ánh mắt sắc lẻm của Kate. Đầu óc vẫn còn quay cuồng với giấc mơ sáng nay. "Ừ, áo của Christian đấy."

Cô ấy cau mặt. "Cậu ngủ được không?"

"Không ngon lắm."

Tôi bắc ấm nước sôi. Tôi cần trà. "Bữa tối qua thế nào?"

*Bắt đầu rồi đấy.*

"Bắt đầu bằng món hàu, rồi đến cá tuyết, tóm lại toàn cá."

"Chậc... tớ ghét hàu. Mà tớ cũng chẳng quan tâm đến thức ăn. Christian thế nào? Các cậu nói về chuyện gì?"

"Anh ấy khá chu đáo." Tôi dừng lại, không biết nói gì nữa. Rằng đó là một anh chàng "sạch sẽ" không dính HIV, rằng anh ấy bị lậm trò sắm vai, muốn tôi răm rắp tuân theo mọi lời anh ấy bảo, rằng anh ấy từng làm một cô nào đó bị thương khi treo cô ta lên trần phòng giải trí, và rằng anh ấy muốn giao cấu với tôi ngay tại phòng ăn. Đó liệu đã phải là một tóm tắt chuẩn chưa nhỉ? Tôi cố bình tĩnh nhớ lại những gì đã cùng Christian trải qua mà có thể chia sẻ được với Kate.

"Anh ấy không thích chiếc Wanda của mình."

"Ai mà thích cho nổi, Ana! Chuyện đó cũ rích rồi. Đừng ngại nữa, nàng à. Kể đi."

"Kate ơi, tụi tớ nói bao nhiêu là chuyện. Cậu biết mà, anh ta cầu kỳ chuyện ăn uống lắm. Cũng may, anh ấy thích chiếc đầm của cậu." Ấm nước reo sôi. Tôi pha cho mình một tách trà.

"Cậu uống trà nhé? Muốn tớ góp ý bài diễn văn của cậu không?"

"Ừ, nghe nhé. Tớ vừa làm xong tối qua ở Becca đấy. Để tớ đi lấy. À, pha trà cho tớ với." Kate vọt khỏi nhà bếp.

Phùuu, Katherine Kavanagh vừa bị xao nhãng. Tôi cắt một khoanh bánh mì, ấn vào lò nướng. Tôi chợt đỏ mặt về giấc mơ sống động vừa rồi. Trời đất thiên địa hỡi, thế nghĩa là sao?

Đêm qua tôi trằn trọc mãi. Đầu ong ong những chọn lựa khác nhau. Tôi bối rối quá. Ý tưởng của Christian về mối quan hệ này chẳng khác gì một đề nghị công việc. Có giờ làm, có bảng mô tả công việc, và cả một quy trình làm việc còn hơn cả khắc nghiệt. Không phải việc tôi nhìn thấy trước mối tình đầu của mình thế nào – nhưng, tất nhiên, Christian không hề biết thế nào là lãng mạn. Nếu tôi nói với anh rằng tôi muốn bên anh lâu hơn nữa, anh có thể sẽ từ chối... và tôi cũng có thể hủy hoại những gì anh mong đợi. Đó là điều tôi băn khoăn nhất, bởi tôi không hề muốn mất anh. Mà tôi cũng không chắc mình có đủ tinh thần phục tùng ý anh không – và xa hơn, cả cây gậy và chiếc roi cũng làm tôi nhụt chí. Tôi nhát đòn, tôi sẵn sàng tránh xa cả trăm thước chỉ cần không bị đau. Tôi đoán trong giấc mơ... *có phải sẽ xảy ra như thế không?* Nữ thần nội tại nhảy tưng tưng, miệng lầm nhẩm một cách phấn khích bảo tôi ừ đi, ừ đi.

Kate mang laptop trở lại nhà bếp. Tôi tập trung nhai bánh mì và kiên nhẫn lắng nghe diễn văn từ biệt của Kate.

KHI DƯỢNG RAY ĐẾN, tôi đã chỉnh tề và sẵn sàng đi. Tôi mở cửa, thấy dượng đã đứng trước cổng, lúng túng trong bộ lễ phục. Một niềm cảm kích và tình yêu thương ấm áp dành cho người đàn ông giản dị này chợt dậy lên trong tôi. Tôi đưa hai tay ra, ào về phía ông đầy trìu mến. Ông bị xô bật ra sau, sửng sốt.

"Chà, Annie, ba cũng mừng lắm." Ông nói khi ôm lấy tôi. Ông giữ tay trên vai tôi, đẩy tôi lui lại rồi quan sát từ đầu đến chân, nhăn mày lại. "Con khỏe chứ, con gái?"

"Tất nhiên rồi, ba. Con gái nào không vui khi gặp ba mình cơ chứ?"

Ông cười, khóe mắt hằn dấu chân chim, theo tôi vào nhà.

"Trông con đẹp lắm." Ông nói.

"Váy của Kate ạ." Tôi nhìn xuống chiếc váy hở lưng, có dây buộc cổ màu xám.

Ông cau mày.

"Kate đâu?"

"Cô ấy sang trường rồi. Kate đọc diễn văn nên phải đi từ sớm."

"Chúng ta cũng đi luôn chứ?"

"Ba, còn đến nửa tiếng nữa. Ba uống trà đã. Kể con nghe chuyện ở Montesano đi cha. Ba lái xe xuống đây thế nào?"

RAY DỪNG XE ở bãi đỗ của trường, chúng tôi hòa vào dòng người vận lễ phục màu đen và đỏ bước vào phòng thể dục.

"Chúc con may mắn, Annie. Trông con căng thẳng quá. Con sắp phải làm gì à?"

Trời ạ... sao đột nhiên hôm nay dượng Ray cũng biến thành một quan sát viên tinh tường thế?

"Không, ba ạ chỉ vì hôm nay là ngày trọng đại mà." *Và mình sắp gặp anh ấy.*

"Ừ, bé con của ba có bằng cử nhân rồi đấy. Ba tự hào lắm, Annie."

"Vâng… cảm ơn, ba."

Mình yêu dượng biết bao.

Phòng thể dục chật ních người. Dượng Ray rẽ sang dãy ghế dành cho người thân và những người đến chúc mừng còn tôi thì loay hoay tìm chỗ ngồi. Tôi vận lễ phục tốt nghiệp màu đen, đội mũ và cảm thấy khá an toàn trong bộ trang phục lạ hoắc này. Trên sân khấu vẫn chưa có ai nhưng các dây thần kinh của tôi đã căng ra. Tim tôi đập thình thịch, hơi thở dồn dập. Anh đang ở đây, đâu đó. Tôi đoán Kate đang nói chuyện với anh, hay có thể đang thăm dò gì đó. Tôi tìm được chỗ ngồi giữa đám bạn có cùng ký tự S. Ngồi ở hàng ghế thứ hai đủ cho phép tôi lẩn sau mọi người. Tôi quay ra sau, bắt gặp dượng Ray cao vượt hẳn mọi người. Tôi vẫy tay với ông. Ông nửa vẫy tay nhận ra, nửa vẫy tay mừng tôi. Tôi ngồi xuống ghế và đợi.

Khán phòng nhanh chóng đầy ắp người, những âm thanh sôi động ngày một to hơn, ồn ã hơn. Hàng ghế đầu tiên kín người. Hai bên tôi, cũng mừng, là hai cô bạn chưa quen ở khoa khác. Rõ là họ khá thân nhau nên không ngừng trò chuyện bên tai tôi.

Đúng mười một giờ, thầy hiệu trưởng và ba phó hiệu trưởng xuất hiện trên sân khấu cùng một số giáo sư, tất cả đều trong lễ phục đỏ và đen. Chúng tôi đứng dậy, vỗ tay mừng hội đồng. Một số giáo sư gật đầu và vẫy tay đáp lại, một số trông thật đáng chán. Giáo sư Collins, thầy hướng dẫn mà cũng là ông thầy tôi quý nhất, trông như vừa nhảy ra khỏi giường, vẫn như mọi khi. Cuối sân khấu là Kate và Christian. Dưới ánh sáng đèn khán phòng, Christian từ mái tóc đến bộ trang phục tông xám, cứ sáng ngời lên. Trông anh thật nghiêm túc và lạnh lùng. Khi ngồi xuống, anh mở nút ngực áo khoác, tôi thoáng thấy chiếc cà vạt. *Á... trời ạ, chiếc cà vạt đó.* Tôi bất giác xoay cổ tay. Tôi không thể rời mắt khỏi anh. Thắt chiếc cà vạt đó, rõ ràng có mục đích. Miệng tôi mím lại. Cử tọa ngồi xuống, tiếng vỗ tay lắng xuống.

"Anh ta kìa!" Cô gái ngồi bên tôi thì thào phấn khích với cô bạn phía bên kia.

"Đỉnh quá!"

Tôi sượng cứng. Chắc chắn họ không nói về thầy Collins rồi.

"Christian Grey đó."

"Độc thân hả?"

Tôi nổi cáu. "Tớ không nghĩ thế". Tôi xen ngang.

"Hả?" Cả hai cô nhìn tôi ngạc nhiên.

"Tớ nghĩ anh ta đồng tính." Tôi lẩm bẩm.

"Phí chưa!" Một cô rên rĩ.

Thầy hiệu trưởng đứng lên, đọc diễn văn khai mạc, tôi thấy Christian đang dõi mắt chăm chú xuống đám đông. Tôi tuột người xuống ghế, thu vai lại, cố gắng làm mình càng nhỏ bé càng tốt. Tôi thất bại thảm thương, chỉ sau đó một giây, mắt anh đã tìm thấy tôi. Anh nhìn tôi, mặt lạnh tanh, hoàn toàn bí hiểm. Tôi ngọ nguậy khó chịu, mắt bị hút vào ánh nhìn như luồng thôi miên, khiến mặt tôi cứ dần dần đỏ lừ lên. Giấc mơ ban sáng tái hiện bất ngờ, những vòng cơ bụng dưới nghiến xiết lại. Tôi hít vào thật sâu. Bóng một nụ cười thoáng phớt qua môi anh, rồi biến mất. Anh khẽ nhắm mắt lại, và khi mở ra, vẻ mặt anh lại lạnh tanh. Sau một cái liếc nhanh về phía hiệu trưởng, anh nhìn thẳng, tập trung sự chú ý vào dòng chữ WSUV treo trên lối ra vào. Anh không nhìn về phía tôi lần nào nữa. Hiệu trưởng vẫn đang nói đều đều, Christian vẫn như không nhìn tôi. Anh chỉ nhìn cố định về hướng đó.

Sao anh không nhìn tôi? Anh đổi ý rồi chăng? Một đợt sóng bất an cuộn lên. Có lẽ khi tôi đi khỏi vào đêm qua, với anh, thế cũng có nghĩa là chấm hết. Anh chán phải đợi tôi quyết định. Ôi không, chắc tôi nổ tung ra mất. Tôi nhớ email tối qua. Có lẽ anh ta bực vì tôi không thèm trả lời.

Bất ngờ, khán phòng dậy lên một tràng pháo tay khi Kavanagh tiến ra sân khấu. Thấy hiệu trưởng ngồi xuống, Kate hất mái tóc dài đẹp đẽ sau gáy, cô ấy chậm rãi, không nao núng trước hàng ngàn cặp mắt đang nhìn mình chằm chằm, đặt bài diễn văn lên bục, mỉm cười, lướt nhìn cử tọa một lượt rồi mở đầu bài diễn văn rất lưu loát. Mấy cô gái ngồi bên tôi cười phá lên ngay câu pha trò đầu tiên của Kate. *Ôi, Katherine Kavanagh, cậu quả là diễn giả tuyệt vời.* Tôi thật tự hào về Kate, ý nghĩ lan man về Christian bị tạm dẹp qua một bên. Dù đã nghe Kate đọc bài diễn văn rồi, giờ tôi vẫn chăm chú lắng nghe. Cô ấy thu hút được cả phòng và lôi cuốn khán giả theo mình.

Chủ đề bài phát biểu là "Hậu tốt nghiệp, sẽ thế nào?" Ôi, quả thật, sẽ thế nào? Christian quan sát Kate, mày hơi nhướng lên – ngạc nhiên, tôi nghĩ vậy. Đúng thế, đó mới là Kate, người đáng ra phải đến phỏng vấn anh. Và đúng ra phải là Kate, người mà anh nên đưa ra lời đề nghị khiếm nhã ấy. Trai tài gái sắc. Tôi chỉ nên giống như hai cô bạn bên cạnh mình, ngưỡng mộ anh từ xa. Tôi biết Kate sẽ không có thời gian cho anh trong hôm nay. Cô ấy đã nói gì khi gọi cho anh vào một lúc khác? Rắc rối quá. Ý nghĩ về cuộc đụng độ giữa Kate và Christian khiến tôi khó chịu. Nói thật là tôi không biết mình sẽ cược tiền vào bên nào.

Kate kết thúc bài diễn văn bằng một cái vung tay, cử tọa tự động đứng lên vỗ tay tán thưởng và chúc mừng, lần chúc tụng đầy nồng nhiệt đầu tiên trong đời Kate. Tôi nhìn Kate, ra dấu chúc mừng, Kate cười toe lại với tôi. *Làm tốt lắm, Kate.* Cô ấy ngồi xuống, hiệu trưởng liền đứng lên và giới thiệu Christian… *Ối trời ơi*, Christian sẽ đọc diễn văn. Hiệu trưởng giới thiệu vắn tắt thành tích của Christian: CEO và sáng lập viên của một công ty đang ăn nên làm ra, một người đúng nghĩa tay trắng gây dựng cơ đồ.

"… và cũng là nhà tài trợ chính của trường chúng ta. Xin chào mừng ngài Christian Grey."

Thầy hiệu trưởng bắt tay Christian và một tràng pháo tay xã giao vang lên. Tim tôi nhảy thon thót. Anh tiến đến bục diễn thuyết, nhìn khắp phòng. Trông anh thật tự tin trước đám đông, Kate cũng thế. Hai cô gái ngồi bên tôi chồm ra phía trước, đầy phấn khích. Có lẽ, tôi đoán hầu hết các cô gái trong khán phòng và cả một vài anh chàng nữa đều chồm đến phía trước để gần anh hơn một chút. Anh bắt đầu nói, giọng nhẹ nhàng, chừng mực và mê hồn.

"Tôi thật tự hào và cảm kích sự chào đón nồng nhiệt của quý đại diện trường WSU hôm nay. Đây là cơ hội hiếm có để tôi được chia sẻ về dự án to lớn của ngành khoa học môi trường ngay tại trường đại học này. Mục tiêu của chúng tôi là phát triển nông nghiệp dựa trên những phương pháp chính đáng và an toàn cho sinh thái ở các nước thế giới thứ ba; mục tiêu tối thượng là xóa bỏ đói nghèo trên hành tinh này. Hơn một tỷ người, chủ yếu ở Châu Phi hạ Sahara, Nam Á và Mỹ La-tinh, đang sống trong cảnh đói khát. Nạn khai thác nông nghiệp bừa bãi đang hoành hành ở những khu vực này và cấu trúc sinh thái cũng như xã hội phải gánh chịu hậu quả. Tôi đã biết thế nào là những cơn đói lả người. Đó là một kinh nghiệm rất đỗi riêng tư của chính tôi..."

Hàm tôi trễ xuống. *Sao cơ?* Christian từng bị bỏ đói. *Trời đất ơi.* Xem, chuyện đó lý giải được rất nhiều thứ. Tôi nhớ lại cuộc phỏng vấn, anh ấy *thực* muốn nuôi sống thế giới. Tôi cố vắt óc ra mà nhớ xem Kate đã viết gì trong bài phỏng vấn. Được nhận nuôi năm bốn tuổi, hình như thế. Không thể tưởng tượng bác Grace bỏ đói con, như vậy chuyện phải xảy ra trước đó, khi anh chỉ mới là một cậu bé con. Tôi nuốt nước miếng, tim thắt lại với ý nghĩ một chú bé mới chập chững, mắt xám, đói lả. *Ôi không.* Cuộc đời anh từng ra sao trước khi nhà Grey nhận nuôi nấng và bảo bọc?

Tôi ngộp trong một cơn phẫn nộ. Christian nghèo đói, bị lạm dụng, quái đản và bác ái – mặc dù chắc chắn anh không tự nhìn nhận mình theo cách đó và có lẽ sẽ chống đối lại mọi ý nghĩ cảm kích hay thương hại.

Một tràng pháo tay bùng lên, cả khán phòng đứng dậy. Tôi chỉ làm theo chứ tôi nghe chưa được đến một nửa bài diễn văn. Anh ấy đang vừa làm những điều tốt đẹp này, vừa điều hành một công ty khổng lồ và vừa theo đuổi tôi. Quả là quá sức. Tôi nhớ lại cuộc nói chuyện bị ngắt quãng khi anh biết tin gì đó ở Darfur... tất cả cùng xảy ra ở một nơi. *Thực phẩm.*

Anh mỉm cười lịch sự đáp lại tràng pháo tay nồng nhiệt – cả Kate cũng vỗ tay – rồi anh quay lại chỗ ngồi. Anh không hề liếc mắt về phía tôi, còn tôi đang cố gắng xử lý lần lượt những thông tin mới về anh.

Một vị phó hiệu trưởng đứng lên, bắt đầu đọc một danh sách dài ngoằng và chán ngắt tên các tân cử nhân. Hơn bốn trăm người nhận bằng và mất hơn một giờ đồng hồ sau tôi mới nghe đến tên mình. Tôi rẽ hai cô bạn đang say sưa nói chuyện, tiến lên sân khấu. Christian dõi theo tôi, ánh mắt ấm áp nhưng đầy xã giao.

"Chúc mừng cô Steele." Anh nói khi bắt tay tôi, lắc nhẹ. Tôi cảm thấy luồng điện từ da thịt anh lan sang mình. "Laptop của cô đang có vấn đề gì à?"

Tôi cau mặt nhận bằng từ tay anh.

"Không."

"Vậy tức *là* cô phớt lờ các email của tôi."

"Tôi chỉ thấy các cuộc sáp nhập và thâu tóm thôi."

Anh nhìn tôi mỉa mai.

"Gặp sau." Anh nói và tôi tiến lên, nhường chỗ cho người sau.

Tôi trở lại chỗ ngồi. Các email? Anh gửi email nào khác nữa? Anh nói gì thế nhỉ?

Buổi lễ kéo dài thêm khoảng một tiếng nữa. Một buổi lễ lê thê. Cuối cùng, hiệu trưởng dẫn đầu các thành viên hội đồng rời khỏi sân khấu trong tiếng vỗ tay cảm kích, Christian và Kate đi cuối hàng. Christian hoàn toàn không liếc về phía tôi, mặc dầu tôi rất sẵn lòng đón nhận cái nhìn của anh. Nữ thần nội tại cảm thấy không hài lòng chút nào.

Khi tôi đứng lên và chờ mọi người bên ngoài lần lượt ra trước thì Kate gọi rối rít. Từ cánh gà, Kate ngóng về phía tôi.

"Christian muốn nói chuyện với cậu." Cô ấy gào to lên.

Hai cô gái đứng bên cạnh quay lại, há hốc miệng nhìn tôi.

"Anh ấy nhờ tớ ra gọi cậu."

*Ôi...*

"Diễn văn hay lắm, Kate."

"Thật chứ, hay thật chứ?" Cô ấy cười lớn. "Đi nào. Anh ấy sốt ruột đấy." Kate đá mắt vào trong sân khấu còn tôi cười toe.

"Cậu làm sao biết được. Mà tớ không thể để ba tớ đợi thêm nữa."

Tôi quay ra phía dưỡng và đưa bàn tay ra dấu năm phút. Ông gật đầu, ra dấu bảo không sao. Tôi chạy về phía Kate, men theo hành lang hậu trường sân khấu. Christian đang nói chuyện với thầy hiệu trưởng và hai giáo sư. Anh ngẩng lên khi thấy tôi.

"Xin lỗi các ngài." Tôi nghe thấy tiếng nói khẽ khàng của anh. Rồi anh tiến thẳng đến chỗ tôi, mỉm cười với Kate.

"Cảm ơn cô." Anh nói và trước khi Kate kịp đáp gì, anh vụt nắm lấy khuỷu tay tôi, lôi thẳng vào một phòng trông giống như phòng để đồ của nam. Anh nhìn quanh xem phòng có người không rồi chốt cửa lại.

*Trời đất ơi, anh đang tính gì trong đầu thế?* Tôi nhìn lên anh khi anh vừa quay người lại.

"Sao không trả lời email tôi? Hoặc phải nhắn tin chứ?" Anh trừng trừng giận dữ. Tôi bối rối.

"Hôm nay em chưa mở máy, cũng chưa kiểm tra điện thoại." Khỉ thật, anh ấy đã gọi à? Tôi cố làm anh xao nhãng, biện pháp luôn hiệu quả với Kate. "Diễn văn hôm nay rất hay."

"Cảm ơn."

"Giải thích chuyện thức ăn với em đi."

Anh luồn tay vào tóc, bối rối.

"Anastasia, tôi không muốn nói chuyện đó lúc này." Anh nhắm mắt lại, mặt nhợt nhạt. "Tôi lo cho em quá."

"Lo lắng? Chuyện gì ạ?"

"Vì em đi về nhà trên cái bẫy chết người mà em gọi là xe ấy."

"Gì cơ? Đấy không phải là bẫy chết người. Nó tốt mà. José vẫn thường bảo trì xe cho em."

"José, tay nhiếp ảnh?" Christian nheo mắt, mặt đanh lại.

*Thôi chết rồi.*

"Vâng, chiếc Beetle vốn là của mẹ cậu ấy."

"Phải, và có thể từng thuộc về mẹ của mẹ, rồi mẹ của mẹ của mẹ cậu ấy nữa, nhưng nó không an toàn."

"Em đã lái hơn ba năm rồi. Xin lỗi đã làm anh lo lắng. Sao không gọi điện cho em?" Chặc, anh ấy rõ là phản ứng thái quá.

Christian thở một hơi thật sâu.

"Anastasia, tôi cần câu trả lời của em. Sự chờ đợi này làm tôi phát điên."

"Christian, em... khoan đã, dượng Ray đang chờ em một mình ở ngoài kia."

"Ngày mai. Tôi muốn có câu trả lời trong ngày mai."

"Được. Ngày mai gặp anh sau nhé."

Anh bước lui, nhìn tôi dịu lại, vai buông xuống thả lỏng hơn.

"Hai cha con sẽ đi uống gì chứ?"

"Em chưa biết dượng Ray định thế nào."

"Cha dượng em à? Anh muốn gặp ông."

*Ối không phải chứ... vì sao?*

"Có lẽ không phải ý hay đâu."

Christian mở cửa, môi mím lại.

"Em xấu hổ vì tôi à?"

"Không." Đến lượt tôi kích động. "Biết giới thiệu anh với ba thế nào? Đây là người đàn ông đầu tiên trong đời con và bây giờ anh ấy muốn chúng con bắt đầu mối quan hệ ông chủ và nô tỳ[1]? Anh đâu có mang giày chạy đâu."

Christian nhìn tôi chằm chằm, môi nhếch lên một nụ cười. Và thay vì tôi mới là người phải cáu, mặt anh bỗng dưng lại lộ vẻ bất mãn, đôi môi nhếch ra thành một nụ cười hoài nghi.

"Nếu chỉ vậy, nói em biết, tôi chạy rất nhanh. Chỉ cần nói với ba, tôi là bạn em, Anastasia."

Anh mở cửa, tôi bước ra. Đầu óc chao đảo. Thầy hiệu trưởng, ba phó hiệu trưởng, bốn vị giáo sư và Kate đều dõi theo khi tôi bước ngang qua. *Khỉ thật*. Để Christian lại sau, tôi chạy đi tìm dượng Ray đã.

*Chỉ cần nói với cha, tôi là bạn em.*

*Bạn tình*, Tiềm Thức cáu kỉnh. Biết rồi, biết rồi. Tôi lắc đầu tránh xa cái ý nghĩ miệt thị đó. Biết giới thiệu anh với dượng Ray thế nào? Khán phòng vẫn còn khoảng một nửa số người ban nãy và dượng Ray vẫn đứng ở chỗ cũ. Thấy tôi, dượng vẫy tay và tìm đường tiến đến.

---

1. Nguyên tác là "BDSM", viết tắt của các thuật ngữ "bondage" (nô lệ) và "discipline" (kỷ luật), "dominance" (áp đặt) và "submission" (phục tùng), "sadism" (bạo dâm) và "masochism" (khổ dâm). Đây là hình thức hai hay nhiều cá nhân thỏa thuận với nhau đóng các vai trò bất bình đẳng, người này điều khiển, áp chế người kia và điều hành toàn bộ mối quan hệ. Họ sử dụng những trải nghiệm đau thương và áp đặt quyền lực trong tình dục để tạo ra các tình huống bất thường, nhằm hưởng thụ khoái cảm và giải thoát bản thân. Hình thức quan hệ BDSM đã tồn tại từ lâu trong lịch sử nhân loại dù đến nay vẫn còn nhiều tranh cãi vì sự bất thường của nó. Ở một số quốc gia, BDSM bị xem là vi phạm pháp luật dù có sự đồng thuận của các cá nhân tham gia, vì BDSM luôn gắn liền với các hình thức xúc phạm nhân quyền như đánh, trói, hành hạ, gây đau đớn; trong khi ở một số nước, như Đức, Hà Lan, Nhật Bản và các nước ở Bắc Âu, BDSM vẫn hợp pháp, thậm chí, một số câu lạc bộ BDSM vẫn công khai sinh hoạt.

"Annie. Chúc mừng con." Dượng ôm lấy tôi.

"Ba muốn ra ngoài và uống gì trong lều chiêu đãi không?"

"Được chứ. Ngày của con mà. Con dẫn đường đi."

"Nếu ba không thích thì thôi, không sao mà." *Làm ơn nói không đi ba...*

"Annie, chỉ hai ba con mình thôi, ngồi khoảng nửa tiếng huyên thuyên đủ chuyện trên đời. Ba cũng muốn uống gì đó."

Tôi khoác tay ông rồi chúng tôi hòa vào đám đông trong một buổi trưa ấm áp. Chúng tôi đi ngang qua một hàng mấy tay nhiếp ảnh chuyên nghiệp.

"Ồ, ba sực nhớ." Dượng rút máy ảnh trong túi ra. "Chụp một tấm để vào album nào, Annie." Tôi nhìn dượng khi dượng chụp tôi.

"Tớ có thể bỏ áo ra và nhấc mũ lên không? Tớ thấy mình như một đứa thộn."

*Cậu mới như đứa thộn ấy...* Tiềm Thức hất cái mặt xấc xược. *Này, thế cậu sẽ giới thiệu với dượng Ray cái tay từng giao cấu với cậu thật đấy à?* Cô ả nhìn tôi qua gọng kính hình đôi cánh. *Cha sẽ tự hào lắm đấy.* Chúa ơi, thỉnh thoảng mình ghét cô ả.

Lều chiêu đãi rộng mênh mông mà vẫn đông kín người – sinh viên, phụ huynh, giáo sư và khách mời, tất cả đều chuyện trò rôm rả. Ba lấy cho tôi một ly sâm-panh hay một loại rượu rẻ tiền nào đấy có ga, tôi đoán thế. Rượu không nồng và có vị ngọt. Ý nghĩ của tôi lại hướng về Christian... *cha sẽ không thích chuyện này đâu.*

"Ana."

Tôi quay phắt lại. Ethan Kavanagh tóm ngay lấy tôi. Anh xoay tôi vòng vòng mà không làm đổ một giọt rượu nào – thật ngoạn mục.

"Chúc mừng em." Anh nhìn tôi, đôi mắt xanh lấp lánh.

Thật ngạc nhiên. Mái tóc vàng chưa gội của anh rối tinh và thật quyến rũ. Anh cũng đẹp như Kate vậy. Cả gia đình này giống nhau đến kinh ngạc.

"Chà, Ethan! Gặp anh em vui quá. Ba ơi, đây là anh Ethan, anh của Kate. Anh Ethan, đây là ba em, Ray Steele." Hai người đàn ông bắt tay nhau, dượng nhìn anh Kavanagh trìu mến.

"Anh từ Châu Âu về bao giờ thế?" Tôi hỏi.

"Đã về một tuần rồi nhưng anh muốn làm cô em gái bất ngờ." Anh nói vẻ bí mật.

"Đáng yêu quá." Tôi cười toe toét.

"Con bé là sinh viên đọc diễn văn tốt nghiệp cơ đấy, làm sao bỏ qua được." Trông anh đầy vẻ tự hào về em gái.

"Cô ấy làm quá tuyệt luôn."

"Đúng thế." Dượng Ray cũng đồng ý.

Ethan đang vòng một tay quanh eo tôi thì từ xa, tôi nhận ra đôi mắt xám lạnh lùng của Christian Grey. Kate đang đi cùng anh.

"Chào bác Ray."

Kate hôn cả hai bên má dượng Ray làm ông cũng đỏ mặt.

"Bác gặp bạn trai của Ana chưa? Anh Christian Grey."

*Á, trời đất ơi... Kate! Khốn kiếp!* Máu dồn ứ lên mặt tôi.

"Bác Steele, rất hân hạnh được gặp bác." Christian đáp nhẹ nhàng, chân tình, không chút bối rối vì lời giới thiệu của Kate. Anh đưa tay cho dượng Ray bắt, không một mảy may nào cho thấy lời giới thiệu chí mạng của Kate tác động được đến anh.

*Cảm ơn nhiều lắm, Katherine Kavanagh,* tôi tức nghẹn lời. Cô Nàng Tiềm Thức chắc đã ngã lăn ra bất tỉnh rồi.

"Chào anh Grey." Dượng Ray đáp, vẻ mặt ông rất điểm đạm ngoại trừ đôi mắt nâu dường như hơi mở to hơn một chút. Đôi mắt nhìn tôi theo kiểu bao-giờ-con-mới-cho-ba-biết-chuyện-này. Tôi cắn môi.

"Còn đây là anh trai tôi, Ethan Kavanagh." Kate quay sang Christian.

Christian hướng cái nhìn lạnh ngắt sang Ethan, tay Ethan vẫn còn đặt trên eo tôi.

"Chào anh Kavanagh."

Hai người bắt tay. Cái bắt tay buộc Ethan phải bỏ tay khỏi người tôi.

"Ana, em yêu." Anh thì thầm, những lời âu yếm của anh làm tôi muốn tắt thở.

Tôi đành bước khỏi chỗ đứng bên Ethan, Christian vẫn nhìn Ethan cười lạnh lùng, để tiến sang bên cạnh Christian. Kate cười toe toét với tôi. Cô ấy biết rõ mình đang làm gì, đồ tiểu yêu.

"Ethan, bố mẹ gọi đấy." Kate lôi Ethan đi.

"Vậy là hai con biết nhau bao lâu rồi?" Dượng Ray nhìn từ Christian sang tôi, không lộ vẻ gì đặc biệt.

Tác động của bài diễn văn đã biến khỏi tôi. Tôi chỉ muốn đào ngay một cái lỗ rồi chui xuống. Christian đưa tay choàng vai tôi, ngón cái anh day nhè nhẹ tấm lưng trần của tôi trước đưa khi bàn tay anh nắm lấy vai tôi.

"Được vài tuần hay khoảng đó." Anh đáp nhẹ nhàng. "Chúng cháu gặp nhau khi Anastasia đến phỏng vấn cháu cho tờ báo sinh viên."

"Không biết con làm ở tờ báo sinh viên đấy, Ana." Giọng ba pha một chút trách móc, ông không vui. *Trời ạ.*

"Kate bị ốm ạ." Tôi nói. Đó là tất cả những gì tôi nghĩ ra được.

"Bài diễn văn hay lắm, anh Grey."

"Cảm ơn bác. Cháu có nghe nói bác rất thích câu cá."

Dượng Ray nhướng mày và mỉm cười – một nụ cười hiếm hoi, độc đáo và rất Ray Steele – rồi cả hai kéo nhau đi, nói chuyện về cá. Tôi lập tức nhận ra thâm ý của Christian. Anh đang định chinh phục ba tôi... *như đã làm với cậu đấy*, Tiềm Thức cắn cảu. Quyền lực của anh dường như không biên giới. Tôi bỏ đi và tìm được Kate.

Cô ấy đang trò chuyện với bố mẹ, hai bác rạng rỡ hơn bao giờ hết và chào mừng tôi rất nồng nhiệt. Chúng tôi nói mấy câu chào hỏi, chủ yếu về chuyến đi của cả nhà Kate đến Barbados và sau đó là chuyện chuyển nhà.

"Kate, sao cậu lại nói chuyện tớ với ba Ray?"

Tôi chộp ngay cơ hội đầu tiên câu chuyện vừa dừng.

"Bởi tớ biết cậu sẽ chẳng bao giờ làm, và tớ cũng muốn giúp cho chuyện giữa cậu với Christian thành nữa." Kate mỉm cười duyên dáng với tôi.

Tôi cáu điên lên. *Chính tớ là người không thèm đến với anh ta đấy chứ, ngốc ạ!*

"Anh ấy phấn khởi chuyện này lắm đấy, Ana. Đừng lo. Nhìn kìa, Christian không rời mắt khỏi cậu nổi nữa." Tôi ngước lên và thấy cả dượng Ray và Christian đang nhìn mình. "Anh ấy nhìn cậu chăm chăm như diều hâu săn mồi ấy."

"Tớ đi giải cứu ba Ray đây, hay Christian, không biết ai nữa. Tớ chưa xong chuyện này với cậu đâu, Katherine Kavanagh." Tôi trừng trừng nhìn cô.

"Ana, tớ ủng hộ cậu." Cô ấy gọi với theo.

"Chào." Tôi quay lại chỗ cũ và cười với cả hai người đàn ông.

Mọi chuyện có vẻ suôn sẻ. Christian đang tâm đắc với câu chuyện đùa nào đấy còn bố thì trông thoải mái đến mức khó tin trong các cuộc xã giao thế này. *Họ nói gì với nhau ngoài chuyện câu cá nhỉ?*

"Ana, nhà vệ sinh chỗ nào?"

"Ba ra khỏi lều, bên tay trái ạ."

"Ba đi một lát, hai con thoải mái nhé."

Dượng Ray quay đi. Tôi căng thẳng nhìn Christian. Chúng tôi im lặng một lúc, như thợ săn ảnh đang chụp ảnh, cả hai.

"Cảm ơn anh Grey." Một thợ săn ảnh thiếu kiên nhẫn hơn người kia. Tôi đành phải chớp mắt trước ánh flash.

"Vậy là anh cũng quyến rũ được cả bố em rồi đấy?"

"Cũng?" Mắt Christian sáng lên, lông mày nhướng thành câu hỏi. Tôi đỏ mặt. Anh đưa tay lên, chạm những ngón tay vào má tôi.

"Ước gì biết được em đang nghĩ gì, Anastasia." Anh thì thầm đầy âm mưu, tay anh giữ cằm, nâng đầu tôi lên để hai ánh mắt chạm nhau.

Hơi thở tôi thúc hối. Sao anh vẫn có thể ảnh hưởng đến tôi ngay cả ở một nơi đông đúc thế này?

"Ngay bây giờ, em nghĩ *cà vạt đẹp.*" Tôi thở.

Anh cười khẽ. "Chiếc yêu thích mới của tôi."

Mặt tôi đỏ lựng.

"Em đáng yêu quá, Anastasia. Váy cột dây sau cổ rất hợp với em, tôi phải chạm vào lưng em, để cảm nhận làn da tươi đẹp này."

Bất thần tôi thấy như thể chúng tôi đang ở trong phòng riêng. Chỉ hai người. Cả cơ thể tôi bỗng dưng linh động, từng đầu dây thần kinh cứ ngân nga dịu dàng, luồng điện lôi tôi về phía anh đang tăng cường độ.

"Em biết mọi chuyện rồi sẽ ổn mà, phải không, em yêu?" Anh thì thầm. Tôi nhắm nghiền mắt lại, trong tôi mọi thứ đang nhũn ra và tan chảy.

"Nhưng em còn muốn nhiều hơn thế." Tôi nói khẽ.

"Nhiều hơn?" Anh nhìn tôi bối rối, mắt u ám.

Tôi gật rồi nuốt nước bọt. *Giờ thì anh biết rồi đấy.*

"Nhiều hơn." Anh khẽ khàng lặp lại. Anh như đang kiểm tra xem từ ấy nghĩa là gì – một từ nhỏ xíu, đơn giản nhưng hàm chứa quá nhiều hứa hẹn. Ngón cái anh lướt trên môi tôi. "Em muốn cả trái tim và hoa hồng."

Tôi lại gật. Anh chớp mắt nhìn tôi. Tôi đang thấy một cuộc xung đột nội tâm trong đôi mắt ấy.

"Anastasia." Giọng anh nhỏ nhẹ. "Đó là những thứ tôi hoàn toàn không biết."

"Em cũng thế."

Anh cười nhẹ.

"Em không biết nhiều thứ lắm." Anh nói.

"Còn anh biết toàn những thứ sai."

"Sai? Không hề sai với tôi." Anh lắc đầu. Nhìn anh thật chân thành. "Thử nhé." Anh thì thầm. Như thách đố, như cá cược, anh nghiêng đầu sang một bên, mỉm cười bí hiểm và sáng rỡ.

Tôi thở hổn hển. Tôi vẫn chỉ là Eve ở vườn địa đàng bị anh, tức con rắn, quyến rũ ăn trái cấm.

"Được." Tôi thì thầm.

"Gì cơ?" Anh giật mình tập trung hết tâm trí vào điều tôi vừa nói. Tôi nuốt nước bọt.

"Được. Em sẽ thử."

"Em đồng ý á?" Giọng anh đầy ngờ vực.

"Trước hết là những giới hạn độ mềm đã, được. Em thử." Tôi nói nhỏ. Christian nhắm chặt mắt lại và choàng lấy tôi âu yếm.

"Lạy Chúa, Ana, không tin nổi. Em làm tôi ngộp thở mất."

Anh vừa bước lùi lại thì bất ngờ dượng Ray tiến tới, nhạc trong lều cũng phát to tiếng hơn. Chúng tôi không phải chỉ có hai người. *Khỉ thật, mình vừa đồng ý làm Người Phục Tùng của anh ta.* Christian mỉm cười với dượng Ray, mắt lấp lánh niềm hân hoan.

"Annie, có lẽ nên đi ăn trưa nhỉ?"

"Vâng." Tôi chớp chớp mắt nhìn dượng Ray, cố giữ mình thật bình tĩnh. *Cậu vừa làm gì thế hả?* Tiềm Thức gào lên. Nữ thần nội tại cứ lộn những vòng nhào lộn trăm lần như một, xứng đáng đẳng cấp Olympic ở Nga về thể dục dụng cụ.

"Đi cùng nhé, Christian?" Dượng Ray hỏi.

*Christian á!* Tôi nhìn anh, thầm van xin anh từ chối. Tôi cần không gian để suy nghĩ... xem mình vừa quyết định cái quái gì thế?

"Cảm ơn bác Steele nhưng cháu có mấy việc phải làm. Rất vui được gặp bác."

"Cũng mừng được biết cậu." Dượng Ray đáp. "Chăm sóc con gái tôi nhé."

"Ồ, luôn luôn ạ."

Hai người bắt tay. Tôi muốn phát bệnh. Dượng Ray đâu biết Christian có ý gì khi chăm sóc tôi. Christian nắm tay tôi, đưa lên môi, hôn tay tôi dịu dàng, đôi mắt anh nhìn tôi rực lửa.

"Gặp sau nhé, Steele." Anh thở, giọng đầy hứa hẹn.

Bụng dưới thắt lại. *Dừng nhé... để sau?*

Dượng Ray nắm khuỷu tay tôi, hai dượng con tiến ra lối cửa chính của nhà lều.

"Có vẻ là một anh chàng đáng tin đấy. Điều kiện cũng tốt. Con xem lại con thế nào nhé, vì sao ba lại phải nghe chuyện đó từ Katherine... ba vẫn chưa nguôi."

Tôi rụt vai xin lỗi.

"Chà, với ba thì cậu nào thích câu cá và biết nhử cá bằng ruồi nhân tạo thì đều được cả."

Trời đất ơi – vậy là dượng Ray đã thông qua rồi. Nếu dượng biết.

DƯỢNG RAY ĐƯA TÔI VỀ NHÀ lúc trời đã nhá nhem.

"Nhớ gọi điện cho mẹ con." Dượng Ray dặn.

"Con sẽ gọi. Cảm ơn ba đã đến, ba ạ."

"Làm sao bỏ lỡ được, con gái. Ba tự hào về con lắm."

*Ôi, đừng.* Tôi cảm động sắp khóc. Cái gì đó nghẹn ứ trong cổ họng tôi, tôi ôm dượng, thật chặt. Dượng cũng choàng tay qua người tôi sửng sốt. Thế là tôi không kiềm được nữa, nước mắt cứ trào ra như suối.

"Thôi nào, Annie, con yêu." Dượng vụng về. "Ngày trọng đại... nhỉ? Muốn ba vào và pha cho con tách trà không?"

Tôi bật cười, ngưng khóc. Với ba, trà là đáp án của mọi thứ. Tôi nhớ mẹ từng phàn nàn về ba, rằng nếu so sánh giữa trà và sự thông cảm, ba luôn giỏi pha trà nóng nhưng rất dở trong việc làm nóng sự thông cảm.

"Thôi ba ạ, con ổn. Gặp ba là con vui rồi. Con sẽ đến thăm ba ngay khi con đến Seattle."

"Phỏng vấn may mắn nhé. Nhớ báo với ba mọi chuyện đấy."

"Chắc chắn mà ba."

"Yêu con, Annie."

"Con cũng yêu ba, ba ạ."

Ông mỉm cười, đôi mắt nâu ấm áp, sáng ngời. Dượng trở vào xe. Tôi vẫy tay tạm biệt ông trong bóng chiều chạng vạng rồi quay vào căn hộ.

Điều đầu tiên tôi làm là kiểm tra điện thoại. Phải sạc pin đã, tôi đi tìm đồ sạc, cắm điện rồi bắt đầu mở tin nhắn. Bốn cuộc gọi nhỡ, một tin nhắn thoại và hai tin nhắn văn bản. Ba cuộc gọi nhỡ từ Christian... không có tin thoại. Một cuộc gọi từ José và tin nhắn thoại của cậu, chúc mừng lễ tốt nghiệp.

Tôi mở tin nhắn.

*Em về nhà an toàn chứ?*

*Gọi cho tôi.*

Cả hai tin đều của Christian. Sao anh không gọi máy bàn? Tôi trở vào phòng ngủ rồi mở máy lên.

> Từ: Christian Grey
> Chủ đề: Tối nay
> Ngày: 25 tháng 5 2011 23:58
> Đến: Anastasia Steele
>
> Hy vọng em đã lái xe về đến nhà.
> Báo tôi biết nếu mọi việc ổn.
> Christian Grey
> CEO, Grey Enterprises Holdings, Inc.

Sao thế nhỉ... sao anh ấy lại quá lo lắng về chiếc Beetle của tôi? Chiếc xe chạy rất tốt suốt ba năm nay và José vẫn luôn nhớ bảo trì xe cho tôi. Email tiếp theo của Christian mới đến vào hôm nay.

> Từ: Christian Grey
> Chủ đề: Giới hạn
> Ngày: 26 tháng 5 2011 17:22
> Đến: Anastasia Steele
>
> Mọi chướng ngại đã dọn dẹp gọn gàng.
> Sẵn sàng để cùng em bàn bạc bất cứ lúc nào.

Hôm nay em rất đẹp.

Christian Grey
CEO, Grey Enterprises Holdings, Inc.

Tôi muốn gặp anh. Tôi nhấn "trả lời".

Từ: Anastasia Steele
Chủ đề: Giới hạn
Ngày: 26 tháng 5 2011 19:23
Đến: Christian Grey

Nếu anh muốn, tối nay em có thể đến để nói chuyện tiếp.
Ana

Từ: Christian Grey
Chủ đề: Giới hạn
Ngày: 26 tháng 5 2011 19:27
Đến: Anastasia Steele
Tôi sẽ đến. Tôi nhớ đã nhấn mạnh là tôi không hài lòng khi em lái chiếc xe đó.
Tôi sắp đến rồi.

Christian Grey
CEO, Grey Enterprises Holdings, Inc.

*Á, thiên địa ơi...* anh ấy đang đến. Phải làm ngay một việc – ấn bản đầu tiên của Thomas Hardy vẫn còn nằm trên kệ phòng khách. Tôi không thể giữ nó. Tôi bọc sách vào tấm giấy nâu rồi hí hoáy viết lên đó một trích dẫn của Tess:

*"Em đồng ý với các điều kiện đó, Angel; bởi anh biết rõ nhất hình phạt nào xứng đáng với em; chỉ là – chỉ xin – đừng khiến nó quá sức chịu đựng của em!"*

# Chương mười lăm

"Chào anh." Tôi ngượng nghịu khi ra mở cửa. Christian đang đứng ở cổng, quần jeans và khoác da.

"Chào em." Anh đáp, khuôn mặt anh sáng ngời, nụ cười rạng rỡ. Tôi mất vài giây để chiêm ngưỡng dung mạo ấy. Ôi, trời ơi! Chàng thật nóng bỏng trong bộ đồ da.

"Mời anh vào."

"Nếu em cho phép." Anh đùa. Anh mang theo cả một chai sâm-panh – Tôi nghĩ là nên chúc mừng lễ tốt nghiệp của em. Chúc mừng tốt nghiệp, không gì qua mặt nổi Bollinger.

"Chọn từ hay lắm." Tôi phán tỉnh queo.

Anh cười xòa. "Tôi thích sự dí dỏm của em, Anastasia."

"Nhà chỉ còn tách trà thôi. Tụi em đóng thùng hết ly rồi."

"Tách trà à? Cũng hay mà."

Tôi vào bếp. Bồn chồn, bao tử sôi ục ục, như thể trong phòng khách nhà mình đang phục sẵn một con báo, một bầy sư tử hay một động vật săn mồi nào đó vậy.

"Anh có cần đĩa lót không?"

"Tách thôi, Anastasia" Christian nói vọng từ phòng khách.

Khi tôi trở ra, anh đang xem gói sách nâu. Tôi đặt tách lên bàn.

"Của anh hết đấy." Tôi lo lắng giải thích.

*Chết thật… sắp có chiến tranh rồi.*

"Hmm, đáng suy nghĩ đấy. Một trích dẫn rất phù hợp." Anh lần ngón trỏ thanh mảnh theo dòng chữ. "Tôi nghĩ tôi là d'Uberville chứ không phải Angel đâu. Em quyết định chọn thứ hạ giá." Anh nhếch một nụ cười ranh mãnh về phía tôi. "Chắc em thấy gì đó đồng cảm với em."

"Đó là lời cầu khẩn đấy." Tôi khẽ đáp. *Sao tôi lại căng thẳng thế này?*

"Lời cầu khẩn? Cầu khẩn tôi đừng làm khó em?"

Tôi gật.

"Tôi mua những cuốn sách này cho em." Anh nói khẽ, không thể đọc được gì trong ánh mắt anh. "Tôi sẽ không làm khó em nếu em chấp nhận chúng."

Tôi cố nuốt nước miếng.

"Christian, em không nhận được, chúng quá giá trị."

"Em thấy đấy, đó chính là điều phải xử lý, em luôn sập cửa trước mặt tôi. Tôi muốn em giữ lại, đó là kết luận cuối cùng. Rất đơn giản. Em chẳng việc gì phải nghĩ ngợi nữa. Là Người Phục Tùng, chỉ cần em cảm ơn những gì được nhận. Chỉ cần em nhận những gì tôi mua cho, tôi thấy vui khi làm điều đó cho em."

"Khi anh mua những cuốn sách này, em vẫn chưa là Người Phục Tùng của anh mà." Tôi lí nhí.

"Chưa… nhưng giờ em đồng ý rồi, Anasatasia." Giọng anh đầy cảnh giác.

Tôi thở dài. Tôi sẽ không thắng nổi anh trong vụ này, thôi thì sang phương án B.

"Vậy anh muốn mấy cuốn sách này là của em?" Anh nhìn tôi ngờ vực nhưng vẫn chấp thuận.

"Ừ."

"Nếu như vậy, em muốn tặng cho quỹ từ thiện ở Dafur, có vẻ như anh rất gắn bó với chỗ đó. Họ sẽ bán đấu giá bộ sách."

"Nếu thật em muốn thế." Môi anh mím lại, thất vọng. Điều đó khiến tôi đỏ mặt.

"Em muốn thế thật mà." Tôi đáp.

Tôi không muốn làm anh thất vọng, những điều anh nói cứ vang vọng trong đầu tôi. *Tôi muốn em thèm khát làm tôi hài lòng.*

"Đừng nghĩ nữa, Anastasia. Đừng nghĩ về điều đó nữa." Giọng anh bình thản và nghiêm túc.

Làm sao có thể không nghĩ đến được. *Cậu có thể tưởng tượng cậu là chiếc xe hay mấy thứ vô tri vô giác anh ta vẫn sở hữu ấy.* Tiềm Thức không mời mà trở lại. Tôi lờ tịt cô ả. Có cách nào xua tan không khí này không? Câu chuyện giữa hai chúng tôi tự nhiên trở nên căng thẳng. Tôi không biết làm sao bây giờ. Tôi ngó xuống mấy ngón tay. Làm sao thoát ra khỏi tình huống này bây giờ?

Anh đặt chai sâm-panh lên bàn rồi tiến đến trước mặt tôi. Anh đưa tay nâng cằm tôi lên, nhìn thẳng vào mắt tôi, vẻ mặt anh đầy cương quyết.

"Tôi sẽ còn mua cho em rất nhiều thứ khác, Anastasia. Cứ nhận hết đi. Tôi có thể mua được. Tôi là người giàu có." Anh cúi xuống, hôn lên môi tôi nhẹ và dịu dàng. "Nhé." Anh buông tôi ra.

*Ố là la,* Tiềm Thức há hốc mồm nhìn tôi.

"Chuyện đó làm em thấy mình rẻ rúng." Tôi đáp.

Christian lùa tay vào tóc bối rối.

"Đừng cảm thấy thế. Em cả nghĩ rồi, Anastasia. Đừng áp những điều người khác nghĩ lên các chuẩn mực đạo đức cũng mơ hồ của chính em. Đừng phí năng lượng vào những chuyện đó. Chỉ vì em dè dặt với những dự định của mình; chuyện đó hoàn toàn tự nhiên thôi. Em không biết em sắp bước vào con đường nào đâu."

Tôi nhăn nhó, cố hiểu những điều anh nói.

"Nên thôi đi, dừng lại đi." Anh nhẹ nhàng ra lệnh, tay anh lại nắm lấy cằm tôi, dịu dàng kéo ra để tôi nhả môi dưới khỏi răng. "Không việc gì em phải thấy mình rẻ rúng cả, Anastasia. Tôi không nghĩ em thấy thế. Tôi chỉ mua vài cuốn sách cũ vì nghĩ rằng, nó có giá trị nào đó với em, thế thôi. Sâm-panh nhé." Mắt anh ấm áp và dịu dàng, tôi mỉm cười bối rối. "Thế, tốt hơn rồi." Anh nói. Anh cầm chai sâm-panh, tháo vỏ bọc nút và vòng kim loại, dường như vặn cả cổ chai chứ không chỉ vặn nút, chiếc nút bật ra, nổ một tiếng giòn, không một giọt rượu nào trào ra ngoài. Anh đổ rượu vào nửa tách.

"Màu hồng." Tôi ngạc nhiên.

"Bollinger Grande Anneé Rosé 1999, một loại rượu truyền thống cực ngon." Anh nói một cách thích thú.

"Đựng trong tách trà."

Anh cười.

"Trong tách trà. Chúc mừng em vừa nhận bằng, Anastasia."

Chúng tôi chạm cốc, anh nhấp một ngụm, tôi vẫn không nghĩ đây đã là sự đầu hàng của mình.

"Cảm ơn anh." Tôi đáp và nhấp một ngụm. Tất nhiên là quá ngon rồi.

Christian kéo tôi về ghế sofa, anh ngồi xuống, ôm tôi ngồi vào sát bên.

"Cha dượng em quả là ít nói."

"Anh ăn tươi nuốt sống cha em rồi." Tôi trề môi.

Christian bật cười.

"Chỉ vì tôi biết câu cá thôi."

"Sao anh biết ông thích câu cá?"

"Em nói mà. Hôm đi cà phê."

"Ồ… em à?" Tôi lại nhấp một ngụm rượu. Chà, trí nhớ của anh tuyệt vời. Hmm… sâm-panh cực kỳ tuyệt vời.

"Anh thử rượu ở quầy rồi à?"

Anh nhăn mặt.

"Ừ. Ăn gian nhỉ."

"Khi nếm rượu này, em liên tưởng đến anh. Sao anh rành về rượu thế?"

"Không rành đâu, Anastasia, tôi chỉ biết những gì tôi thích thôi." Ánh mắt anh sáng lên, như ánh bạc, và lại làm tôi ngượng. "Nữa chứ?" Anh hỏi, chỉ chai sâm-panh.

"Vâng."

Christian vui vẻ đứng dậy lấy chai rượu, rót thêm vào tách của tôi. Dường như anh định làm tôi say? Tôi nhìn anh nghi ngờ.

"Chỗ này thu dọn xong cả rồi. Em sẵn sàng để chuyển chỗ rồi à?"

"Gần như thế."

"Mai em phải làm không?"

"Có ạ, bữa cuối ở Clayton."

"Anh định giúp em chuyển nhà nhưng lại hứa gặp em gái ở sân bay mất rồi."

Ồ… chuyện này mới đây.

"Sáng sớm thứ Bảy, Mia bay đến Paris. Ngày mai anh phải quay lại Seattle, nghe Elliot nói sẽ giúp em chuyển nhà."

"Vâng, Kate vui lắm."

Christian nhăn mặt. "Ừ, Kate và Elliot, nghĩ thế nào nhỉ?" Anh lẩm bẩm và không hiểu vì sao, tôi có cảm giác anh không vui. "Em định làm gì ở Seattle?"

"Có mấy chỗ hẹn em phỏng vấn làm thực tập rồi."

"Khi nào em mới định kể tôi nghe chuyện đó?" Anh nhướng mày.

"Ơ... em đang kể đây."

Anh nheo mắt.

"Ở đâu?"

Không hiểu tại sao, có lẽ vì anh bắt đầu tỏ ra uy quyền, tôi không muốn nói nữa.

"Mấy nhà xuất bản."

"Đó là việc em muốn làm à, ở nhà xuất bản ấy?"

Tôi thận trọng gật đầu.

"Rồi sao nữa?" Anh nhìn tôi chờ đợi.

"Sao nữa gì ạ?"

"Ô hô, đừng giả ngốc thế, Ana, nhà xuất bản nào?" Anh cáu.

"Mấy nhà xuất bản nhỏ thôi mà." Tôi đáp.

"Sao em không muốn tôi biết?"

"Thuyết phục vô hiệu."

Anh cau mặt.

"Hứ, *anh* mới là ngốc ấy."

Anh bật cười. "Ngốc? Tôi? Chúa ơi, đúng là kinh ngạc với em thật. Uống nào."

Anh rút ra một bản in email tôi gửi và một bản hợp đồng. Anh đi khắp nơi với mấy tờ giấy này trong túi à? Tôi sực nhớ áo khoác anh đưa tôi có khi cũng có một bản này. Khỉ ạ, tốt nhất là phải nhớ điều đó. Tôi uống cạn ly.

Anh liếc nhanh sang tôi.

"Nữa nhé?"

"Vâng."

Anh cười, nụ cười ôi-sao-mà-hài-lòng rất đặc trưng của anh. Anh nhấc chai rượu lên rồi chợt khựng lại.

"Em đã ăn gì chưa?"

Hả, đừng nha… đừng là chuyện cũ rích đó nữa nha.

"Em ăn rồi, một bữa ba món với dượng Ray rồi." Tôi trợn mắt lên với anh. Rượu làm tôi mạnh miệng.

Anh chồm tới, nâng cằm tôi lên, nhìn thẳng vào mắt tôi.

"Lần sau, nếu còn trợn mắt lên với tôi, tôi sẽ bắt em quỳ dưới chân tôi đấy."

*Hả?*

"Ơ." Tôi thở, nhìn thấy cơn kích động trong mắt anh.

"Ơ." Anh nhại lại giọng tôi. "Giờ thì bắt đầu được rồi, Anastasia."

Tim tôi nhảy tưng tưng trong lồng ngực, bao tử réo lên đòi nhào ra khỏi họng. *Sao chuyện này lại kích động đến thế?*

Anh rót đầy rượu vào ly tôi, tôi ực một hơi cạn ly. Tôi ngước nhìn anh một cách kiềm chế.

"Tập trung chứ, Ana?"

Tôi gật.

"Hãy trả lời tôi."

"Có ạ… em đang lắng nghe."

"Tốt." Anh mỉm cười rất bề trên. "Quan hệ tình dục. Đó là điều chủ yếu chúng ta sẽ làm."

Tôi nhích đến gần anh hơn và nhìn vào phần thêm vào của bản hợp đồng, cả nữ thần nội tại cũng chăm chăm hết nhìn lên rồi nhìn xuống như một đứa trẻ háo hức chờ kem.

Christian nhướng mày.

"Em thấy sao?"

"Được." Tôi thì thầm, liếc nhanh qua danh sách.

*Người Phục Tùng có ưng thuận bị khống chế bằng cách:*

*Trói tay ra phía trước*

*Trói cổ chân*

*Trói khuỷu tay*

*Trói tay ra phía sau*

*Trói đầu gối*

*Trói từ cổ tay đến khuỷu tay*

*Trói vào những vật cố định, đồ gỗ v.v.*

*Trói kiểu mang gông.*

*Người Phục Tùng có ưng thuận bị bịt mắt?*

*Người Phụng tùng có ưng thuận bị bịt mồm?*

Tôi thấy rõ mình đang rúm người lại... hừ, anh ta thật độc đoán. "Trói kiểu mang gông ư?"

"Đó là kiểu cùm cổ tay hoặc mắt cá vào một thanh cố định. Vui đấy."

"Được... Còn bịt miệng. Em sợ nhỡ em không thở được."

"Tôi *chính là* người lo sợ nếu em không thở được. Tôi không làm em ngạt đâu."

"Vậy làm sao em nói được những từ an toàn nếu bị bịt miệng?"

Anh dừng lại một chút.

"Thứ nhất, tôi hy vọng em sẽ không bao giờ phải dùng đến những từ đó. Còn nếu bị bịt miệng, em sẽ ra dấu." Anh nói ngắn gọn.

Tôi chớp mắt nhìn anh. Nhưng nếu lại bị trói nữa thì ra dấu bằng cách nào? Đầu óc tôi bắt đầu lờ đờ... *hum, rượu.*

"Em sợ bị bịt miệng lắm."

"Được, tôi sẽ lưu ý điều đó."

Tôi nhìn anh, ý thức đang dần dần sập xuống.

"Có phải anh thích trói những Người Phục Tùng để họ không thể chạm vào anh?"

Anh nhìn tôi, mắt mở to.

"Đó cũng là một lý do." Anh khẽ nói.

"Cũng vì vậy mà anh trói tay em?"

"Ừ."

"Anh không thích nói về chuyện đó à?" Tôi hỏi.

"Đúng thế, tôi không thích. Em muốn uống ly nữa không? Rượu làm em mạnh dạn hơn đấy, tôi còn muốn biết mức độ chịu đau của em."

Trời đất ơi... đây là phần kinh khủng nhất đây. Anh lại rót đầy tách trà, tôi hớp một ngụm.

"Mức độ chịu đau của em, nói chung, đến mức nào?" Christian nhìn tôi đầy chờ đợi. "Em đang cắn môi đấy." Anh nói bằng thứ giọng nham hiểm.

Tôi lập tức dừng ngay nhưng vẫn không biết phải nói gì. Mặt tôi đỏ lên và tôi cắm mặt xuống tay.

"Lúc còn nhỏ, em có bao giờ bị đòn không?"

"Không."

"Em cũng chưa tìm hiểu đến phần này phải không?"

"Chưa."

"Không tệ như em nghĩ đâu. Trong chuyện này thì trí tưởng tượng là kẻ thù tệ hại." Anh nói khẽ.

"Anh nhất định phải làm thế sao?"

"Ừ."

"Tại sao ạ?"

"Vì nó là một phần tất yếu, Anastasia ạ. Đó là điều tôi sẽ làm. Tôi biết em lo lắng. Sang các kiểu trừng phạt nhé."

Anh đưa ra một danh sách. Tiềm Thức vùng bỏ chạy, hét lên thất thanh rồi nấp sau ghế sofa.

"Chúng ta sẽ bàn chuyện này nhé."

"Hay thôi, đừng." Tôi thì thào.

"Đây là một phần của thỏa thuận, em yêu ạ, và chúng ta sẽ phải bàn bạc tất cả. Anastasia, tôi sẽ không để mọi việc đi quá xa đâu."

"Chuyện trừng phạt này, nó làm em lo nhất." Giọng tôi chỉ còn là tiếng rì rầm.

"Rất vui vì em đã chia sẻ với tôi điều đó. Cứ để chuyện đánh đập ở đó đã. Khi nào em quen với mọi chuyện khác, chúng ta sẽ tăng cường độ lên. Giờ thì từ từ thôi."

Tôi nuốt nước bọt, anh nghiêng người hôn lên môi tôi.

"Đấy, mọi chuyện không đến nỗi tệ đúng không?"

Tôi rụt vai, khiếp đảm tột cùng.

"Còn giờ, tôi muốn nói thêm một chuyện nữa rồi sẽ đưa em lên giường."

"Giường?" Tôi chớp mắt liên hồi, máu rào rạt khắp châu thân, những phần cơ thể mà tôi không ngờ đến sự hiện diện của chúng chỉ cho đến mới đây thôi, bắt đầu nóng dần lên.

"Xem nào, Anastasia, khi nói về những chuyện này, tôi muốn làm tình với em cho đến tận tuần sau, ngay từ bây giờ. Nhất định là em có một tác động đặc biệt đến tôi."

Tôi ngọ nguậy. Nữ thần nội tại đang thở bối rối.

"Em biết đấy, cũng có những điều tôi muốn thử."

"Có đau không?"

"Không, đừng nhìn đâu cũng thấy đau thế. Chủ yếu vẫn là hoan lạc thôi mà. Tôi đã làm em đau bao giờ chưa?"

Tôi đỏ mặt. "Chưa."

"Đấy, vậy thì, xem nào, sáng nay em nói em muốn nhiều hơn thế này." Anh bỗng ngắc ngứ.

*Gì nữa đây... chuyện gì nữa đây?*

Anh vỗ tay tôi.

"Ngoài thời gian em phục vụ tôi, có thể chúng ta sẽ thử. Tôi không biết có thành công không. Tôi không biết sẽ tách biệt mọi chuyện thế nào. Có khi không thể. Nhưng tôi rất sẵn lòng thử. Có lẽ là mỗi tuần một đêm. Tôi chưa biết."

*Trời đất quỷ thần ôi...* tôi há hốc miệng, Tiềm Thức suýt ngất. *Christian Grey sẵn lòng đáp ứng những đòi hỏi nhiều hơn của tôi.* Anh ấy sẵn lòng thử! Tiềm thức chồm dậy từ sau ghế sofa, mặt mày dáo dác vì sốc.

"Với một điều kiện." Anh nhìn vẻ mặt ngơ ngác của tôi một cách cảnh giác.

"Điều kiện gì ạ?" Tôi thở.

Gì cũng được. Anh muốn gì cũng được mà.

"Em vui lòng nhận món quà tốt nghiệp của tôi."

"Ối." Ngay trong thâm tâm tôi đoán ngay ra đó là gì. Nhưng đã lỡ ngậm bồ hòn đầy miệng rồi.

Anh nhìn tôi đắm đuối, tước hết mọi phản ứng của tôi.

"Đi nào." Anh nói và đứng dậy, đỡ tôi theo. Anh cởi áo khoác, choàng lên vai tôi rồi bước ra mở cửa.

Một chiếc Audi hai cửa màu đỏ đã đậu sẵn bên ngoài.

"Đó là của em. Chúc mừng tốt nghiệp." Anh nói, kéo tay tôi lại gần, hôn lên tóc tôi.

Anh mua một chiếc xe chết tiệt, mới coóng. Sao đây... Tôi đã gặp đủ rắc rối với mấy cuốn sách rồi. Tôi bần thần nhìn chiếc xe, cố gắng phân tích xem mình đang cảm thấy thế nào. Tôi nửa bị tổn thương sâu sắc, nửa lại cảm kích và bất ngờ vì anh thật sự đã làm điều đó, nhưng trên hết, tôi thấy tức giận. Phải, lòng tôi ngập ứ cơn giận, nhất là sau những gì tôi vừa nói với anh về mấy quyển sách... nhưng anh đã mua mất rồi. Anh nắm tay, dẫn tôi ra lối đi hướng về món quà.

"Anastasia, chiếc Beetle của em cũ rồi và lại rất nguy hiểm nữa. Tôi sẽ không bao giờ tha thứ cho mình nếu có gì xảy ra với em, trong khi tôi đủ điều kiện để làm chuyện này…"

Anh nhìn tôi âu yếm nhưng lúc ấy tôi không còn tâm trí nào để đáp lại anh, tôi đứng yên lặng nhìn trân trối cái thứ mới tinh, đỏ rực rỡ.

"Tôi có hỏi dượng em rồi. Ông hoàn toàn ủng hộ." Anh nói.

Tôi quay phắt lại, nhìn anh trân trân, miệng há hốc kinh hoàng.

"Anh nói chuyện này với dượng Ray? Sao anh có thể?" Tôi chỉ thốt ra nổi những từ ấy. *Sao anh dám?* Tội nghiệp dượng Ray. Tôi thấy phát ốm lên được.

"Chỉ là món quà thôi mà, Anastasia. Em không nói cảm ơn được sao?"

"Nhưng anh biết thế là quá đáng."

"Với tôi thì không, cho sự an tâm của tôi."

Tôi cau mặt lại, hoàn toàn không biết phải nói gì. Anh ấy không thể hiểu được! Cả đời anh ấy sống giàu có. À, không phải cả đời – lúc còn bé tí thì không – suy nghĩ của tôi dịu lại. Anh ấy có ý tốt và tôi nghĩ về chiếc xe mềm mỏng hơn, thậm chí, thấy có lỗi khi đã nổi nóng. Mong muốn của anh là chính đáng mà, không đúng cách lắm nhưng không phải là ý xấu.

"Em cảm động hơn nếu anh chỉ cho em mượn, như laptop ấy."

Anh thở ra nặng nề. "Thôi được. Cho mượn. Vô thời hạn." Anh nhìn tôi lo ngại.

"Không, không phải vô thời hạn, chỉ kể từ bây giờ thôi. Cảm ơn anh."

Anh nhăn nhó. Tôi nhón chân, hôn lên má anh.

"Cảm ơn về chiếc xe, thưa ngài." Tôi nói bằng giọng ngọt ngào nhất có thể.

Anh bất ngờ túm chặt lấy tôi, kéo phắt về phía anh, một tay choàng sau lưng, ôm sát tôi vào người anh, tay kia tóm lấy tóc.

"Em thật là một phụ nữ đầy thách thức, Ana Steele." Anh hôn tôi đắm đuối, ép chặt môi tôi vào lưỡi anh, đúng kiểu "không cho nó thoát".

Máu trong người tôi lập tức sôi lên, tôi hôn đáp lại anh với tất cả niềm đam mê có thể. Tôi thèm khát anh kinh khủng – bất chấp chiếc xe, bất chấp mấy cuốn sách, bất chấp tất cả... tôi muốn anh.

"Tôi phải kiềm chế bằng tất cả sức lực để không đè em xuống xe ngay bây giờ, chỉ để em thấy rằng em là của tôi và nếu tôi muốn mua cho em một chiếc xe chết tiệt thì tôi sẽ làm thế." Anh gầm gừ. "Giờ thì đi vào và cởi quần áo ra." Anh hôn tôi một nụ hôn ngắn và sâu.

Thánh thần ơi, anh ấy đang nổi giận. Anh chộp tay tôi, lôi trở vào nhà, thẳng vào phòng ngủ... không còn đường thoát. Ả Tiềm Thức lại nhảy tót ra sau ghế sofa, giấu mặt trong hai tay. Anh bật đèn ngủ, rồi dừng lại, nhìn tôi chằm chằm.

"Đừng nổi giận với em." Tôi lí nhí.

Vẫn không thể đoán nổi anh đang nghĩ gì; đôi mắt lạnh tanh những mảnh thủy tinh vỡ màu xám khói.

"Em xin lỗi về chiếc xe và cuốn sách..." Tôi nói tiếp. Anh vẫn im lặng nặng nề.

"Anh làm em sợ mỗi lần nổi giận." Tôi thở gấp, nhìn anh.

Anh nhắm mắt lại, lắc đầu. Khi mắt anh mở ra, vẻ mặt đã dịu lại. Anh hít một hơi sâu rồi nuốt xuống ngực.

"Quay lưng lại đi." Anh khẽ khàng. "Tôi sẽ cởi áo cho em."

Tâm trạng lại xoay như chong chóng nữa rồi; sao mà hiểu nổi cơ chứ. Tôi vâng lời quay lưng lại, tim bắt đầu đập thình thịch, nỗi đam mê lập tức trở về, thôi thúc trong mạch máu, căng tràn và dồn thăm thẳm xuống bụng dưới. Anh vén tóc sau lưng tôi sang một bên vai, hất sang một bên ngực. Ngón trỏ anh trượt chầm chậm từ gáy dọc xuống theo xương sống, móng tay cọ nhè nhẹ trên da thịt tôi.

"Tôi thích chiếc đầm này." Anh nói. "Tôi cũng thích chiêm ngưỡng làn da tươi tắn của em."

Tay anh dừng lại ở lưng áo, ngay giữa lưng. Anh mở chốt áo bằng ngón tay trỏ rồi kéo tôi lui lại, áp sát cả người anh vào lưng tôi. Nghiêng người xuống, anh ấp mặt vào tóc tôi.

"Cơ thể em có mùi tuyệt lắm, Anastasia. Thật ngọt ngào!" Mũi anh lướt qua tai tôi, trượt nhẹ nhàng xuống cổ rồi anh buông những nụ hôn nhẹ mềm như lông vũ trên bờ vai tôi.

Hơi thở tôi bắt đầu bất thường, ngắn, gấp, đầy đam mê. Tay anh vẫn đang kéo dây kéo. Chậm thật chậm, mỗi khi dây kéo nhích xuống một chút, môi anh cũng chuyển động theo, liếm, hôn, mút từ vai này sang bờ vai kia. Anh làm chuyện đó quá mê đắm. Cơ thể tôi cảm nhận, rồi quặn lại lời hồi đáp mỗi đụng chạm của anh.

"Em. Sẽ. Phải. Học. Cách. Giữ. Yên. Cơ. Thể." Cứ sau mỗi từ là một lần anh hôn vào gáy tôi.

Anh cởi dây áo treo quanh cổ tôi, chiếc đầm tụt xuống chân.

"Không áo ngực, cô Steele. Tôi thích thế."

Tay anh đỡ lấy hai bờ vú tôi, núm vú ngẩng lên dưới tay anh.

"Choàng tay em lên ôm cổ tôi đi." Anh thì thầm bên cổ tôi.

Tôi tức thì làm theo lời anh, hai bầu vú mẩy lên trong tay anh, đầu vú căng cứng. Ngón tay tôi vùi vào tóc anh và thật nhẹ nhàng, tôi vò mái tóc mềm và quyến rũ ấy. Tôi ngả đầu sang một bên để anh dễ dàng vùi sâu vào cổ tôi.

"Hư... ư..." Anh kêu khe khẽ phía sau tai tôi, những ngón tay dài vẫn đang khám phá hai đầu ngực, như tay tôi đang khám phá tóc anh.

Tôi rên lên khi cảm xúc căng tràn và cuồn cuộn ở bụng dưới.

"Có nên làm em lên đỉnh bằng cách này không?" Anh thì thầm.

Tôi ưỡn lưng kháng cự đôi tay thành thạo của anh trên bầu ngực mình.

"Em thích thế này, phải không, cô Steele?"

"Hư... ư…"

"Nói thành lời!" Anh tiếp tục cơn tra tấn chầm chậm và đầy dục tình, mân mê nhè nhẹ.

"Vâng."

"Vâng gì?"

"Vâng… thưa ngài."

"Ngoan lắm." Anh bấu mạnh vào da thịt tôi, cơ thể tôi oằn lên thống thiết trước anh.

Tôi thở hổn hển trong nỗi đau đớn mà khoái cảm rất tinh tế. Tôi cảm nhận anh đang áp sát vào mình. Tôi rên lên, tay bấu chặt tóc anh.

"Tôi không nghĩ em chưa sẵn sàng để đến lúc này." Anh thì thầm, những ngón tay thôi không mân mê ngực tôi, nhưng răng anh nhay nhè nhẹ vành tai tôi và kéo. "Hơn nữa, em vừa làm tôi bực."

*Là sao, là sao cơ, anh nói thế là sao?* Đầu óc mụ mị vì ham muốn của tôi cố ú ở phản đối trong khi những tiếng rên vẫn không thể kiềm được.

"Cho nên, có lẽ, không thể để em đến bây giờ được."

Ngón tay anh tiếp tục trò chơi với đầu vú, kéo, xoay, ấn. Tôi ép phần dưới mình vào sát cơ thể anh... chuyển động bên này, bên kia.

Tôi cảm thấy tiếng cười anh trên cổ mình, tay anh lần hồi xuống hông tôi. Những ngón tay anh đã tiến đến lưng quần lót, kéo trễ xuống, ngón tay cái xuyên qua lần vải ấn và day từ phía trước khiến... *á run rẩy.* Từ phía sau, tay anh tiếp tục tiến sâu xuống nữa, chầm chậm, những ngón tay từ từ đi sâu vào tôi.

"Đúng rồi. Cô gái ngọt ngào của tôi đã sẵn sàng rồi." Anh thở rối xoay người tôi lại để mặt tôi đối diện mặt anh. Hơi thở anh dồn dập. Anh đưa một ngón tay lên miệng.

"Em có vị rất tuyệt, Steele." Anh thở hắt.

*Trời ạ.* Ngón tay anh mằn mặn... vị của tôi.

"Cởi quần áo cho tôi nào." Anh khẽ ra lệnh, nhìn tôi, điềm tĩnh.

Trên người tôi chỉ còn đôi giày, à, đôi cao gót của Kate. Tôi giật mình. Tôi chưa bao giờ cởi đồ cho đàn ông.

"Em làm được mà." Anh nói mềm mỏng.

Tôi chớp mắt liên hồi. Bắt đầu từ đâu? Tôi nắm lấy vạt áo thun của anh, anh giữ tay tôi lại, mỉm cười nhẹ.

"Đừng." Anh vừa lắc đầu vừa cười. "Không phải áo. Tôi đoán có thể em muốn chạm vào tôi." Mắt anh lấp lánh những tia vui thích.

*Ôi... chuyện này... mình có thể chạm vào anh qua lớp vải áo.* Anh nắm một tay tôi, đặt lên phần cương cứng.

"Những gì em cần là đây, Steele."

Tôi thở dồn, ham muốn lần những ngón tay quanh lưng quần anh, anh cười.

"Tôi muốn vào trong em. Cởi quần ra nào. Em chủ động đấy."

*Gì cơ… tôi chủ động.* Miệng tôi muốn rơi xuống.

"Em sắp làm gì tôi thế này?" Anh trêu.

*Ồ, khả năng là*… nữ thần nội tại rú lên hò hét, bỗng từ đâu đó cơn đam mê, thèm muốn và sự can đảm của Steele nổi lên, tôi đẩy anh ngã xuống giường. Anh phá lên cười khi ngã xuống, tôi đứng nhìn anh, tràn ngập hưng phấn của người chiến thắng. Nữ thần nội tại bắt đầu bùng nổ. Tôi tuột giày và tất anh một cách vội vã, lóng ngóng. Anh quan sát tôi, mắt vẫn lấp lánh những tia vui thích và đam mê. Nhìn anh… rạng rỡ… *của tôi.* Tôi trườn lên giường, ngồi một bên anh xoay xở đến quần jeans, tôi luồn những ngón tay trong lưng quần, cảm nhận lớp lông hoan lạc. Anh khép mắt lại, hông mềm ra.

"Anh sẽ phải học cách giữ yên cơ thể." Tôi gắt khẽ và chuồi tay vào lớp lông.

Anh thở rất sâu và cười với tôi.

"Thưa vâng, cô Steele." Anh đáp, mắt rực sáng. "Trong túi tôi, bao cao su." Anh thở.

Tôi lục chậm chậm trong túi quần và chiêm ngưỡng khuôn mặt anh. Miệng anh hé mở. Tôi rút ra được hai túi nhôm và để xuống giường, cạnh bên hông anh. *Hai lần nhé!* Những ngón tay tôi hăm hở và lóng ngóng mở nút quần. Tôi phấn khích quá đà rồi.

"Hăm hở quá, cô Steele." Anh nói, giọng châm chọc.

Tôi kéo phéc mơ tuya xuống và gặp phải một vấn để nan giải, làm sao giải quyết được cái quần bây giờ… *hmm.* Tôi ngồi xuống và kéo. Chẳng động tĩnh gì. Tôi nhăn nhó. Sao lại khó thế?

"Tôi không thể nằm yên nếu em cứ cắn môi." Anh cảnh báo rồi nhấc hông lên khỏi giường để tôi kéo quần xuống, lôi theo cả quần lót, a… giải phóng cho anh. Anh đá quần xuống sàn.

Trời đất ơi, giờ anh là của tôi, tha hồ làm gì thì làm, như thình lình mà đến Giáng sinh vậy.

"Rồi, giờ thì em làm gì đây?" Anh thở, không còn giọng chế nhạo nữa. Tôi nhoài người đến, chạm vào anh và quan sát vẻ mặt anh. Anh thở rít lên, môi mở cong hình chữ O. Làn da ấy mịn và mướt… và cứng… hmm, một sự kết hợp tuyệt vời. Tôi nghiêng người xuống, tóc lòa xòa quanh mặt và ngậm anh vào miệng. Tôi mút, mạnh. Anh nhắm nghiền mắt, hông đong đưa bên dưới tôi.

"Ối, Ana, mạnh." Anh kêu lên.

Tôi thấy thật mạnh mẽ; quả là phấn chấn khi khiêu khích và ước lượng anh trong miệng, bằng lưỡi. Anh ưỡn căng ra, trong khi miệng tôi vẫn không ngừng chuyển động lên xuống quanh anh, nuốt anh vào sâu trong cổ, môi tôi ngậm chặt… lần nữa rồi lần nữa.

"Dừng, Ana, dừng. Tôi chưa muốn lúc này."

Tôi ngồi lên, chớp mắt nhìn anh, cả hai cùng thở hổn hển, tôi bối rối. *Mình tưởng mình chủ động chứ?* Nữ thần nội tại trông như đứa bé bị cướp mất kem.

"Sự ngây thơ và nhiệt tình của em làm tôi nguôi giận." Anh vẫn hổn hển. "Em, ở trên… đó là điều chúng ta sắp làm."

*Ô.*

"Đây, đặt vào thế này." Anh chỉ tôi túi giấy nhôm.

*Ớ. Làm sao?* Tôi mở túi giấy ra, nhón lấy bao cao su bằng mấy ngón tay vụng về.

"Để vào đỉnh trước rồi cuộn xuống từ từ. Không ai muốn không khí lọt vào đầu túi đâu." Anh dừng lại.

Thật chậm, tập trung cao độ, tôi làm như anh bảo.

"Trời ạ, em giết tôi mất, Anastasia." Anh rên rĩ.

Tôi thán phục tác phẩm của mình và anh quá đi mất. Anh quả là tinh hoa của đàn ông. Nhìn anh thật quá đỗi, quá đỗi gợi cảm.

"Giờ. Tôi muốn bị em chinh phục." Anh nói.

Tôi nhìn anh, hoang mang. Anh ngồi bật dậy, mũi chạm mũi.

"Thế này." Anh thở. Một tay anh trườn quanh hông tôi, nhấc người tôi lên, tay kia, anh đặt cậu bé vào bên dưới tôi rồi chậm, thật chậm, ấn sâu vào bên trong tôi.

Tôi rên lên khi anh mở tôi ra, sấn sâu vào, miệng há ra kinh ngạc vì cảm giác say đắm, tinh tế, khích động và viên mãn. *Ôi… làm ơn.*

"Đúng thế, em yêu, cảm nhận, trọn vẹn." Anh gừ lên, nhắm nghiền mắt lại.

Vậy là anh đã ở trong tôi, tràn ngập, anh giữ yên tôi ở đúng tư thế đó vài giây… hay phút… không biết nữa, rồi anh hé mắt nhìn mắt tôi.

"Cách này rất sâu." Anh nói. Hông anh mềm mại, xoay tròn theo một quỹ đạo nhất định, tôi kêu lên… ôi trời ơi – cảm xúc run rẩy choán đầy bụng dưới… rồi khắp cơ thể. *Á á á!*

"Nữa đi anh." Tôi thì thầm. Anh cười kiểu biếng lười và miễn cưỡng.

Nấc lên, tôi hất đầu ra sau, tóc đổ xuống lưng và chậm, thật chậm, anh nằm xuống giường.

"Em chuyển động đi, Anastasia, lên xuống, thế nào tùy em. Giữ tay tôi đây." Anh thở, giọng rên rĩ, đứt quãng và sao-mà-gợi-tình.

Tôi bắt lấy tay anh như nắm phao cứu sinh. Nhẹ nhàng tôi nhấc lên rồi hạ xuống anh. Mắt anh lóe lên những tia ngây dại. Hơi thở anh rít lên, như tôi, anh nhấc hông lên xuống theo nhịp lên xuống của tôi, đón lấy tôi. Chúng tôi bắt được nhịp điệu của nhau… lên, xuống, lên, xuống… nữa… nữa… tuyệt diệu làm sao…

Giữa hai nhịp thở, ấn sâu, đầy ăm ắp… những tột đỉnh cảm xúc thốc đẩy ngập tôi thật nhanh. Tôi nhìn anh, mắt chúng tôi chiếm lấy nhau… tôi thấy niềm hoan lạc ở đó, ở trong tôi.

Tôi đang ân ái với anh. Tôi ở trên. Anh là của tôi và tôi là của anh. Ý nghĩ đó ấn tôi thật sâu, đè thật sát, phá tung mọi giới hạn. Tôi lên đỉnh trên anh… rú lên đứt quãng. Anh giữ chặt hông tôi, nhắm nghiền mắt, ngả đầu ra sau, hàm nghiến lại rồi lặng lẽ đến với tôi. Tôi gục xuống ngực anh, quá tải, lênh đênh đâu đó giữa mộng và thực.

# Chương mười sáu

Ngoại giới dịu dàng xâm chiếm lấy các giác quan, ôi, cuộc xâm lấn lạ kỳ. Tôi trôi nổi, tứ chi mềm nhũn, rã rời, rũ liệt. Tôi vẫn nằm trên người anh, đầu gối giữa ngực, bờ ngực tỏa ra mùi thơm dìu dịu: mùi của vải mới giặt và của loại sữa tắm sang trọng nào đó, hòa quyện nhau thành một thứ mùi tuyệt diệu và gợi cảm nhất hành tinh… Christian. Tôi không muốn cử động, tôi muốn được hít thở mùi thơm trường sinh bất lão này mãi mãi. Tôi dụi mũi vào người anh, thầm ước giá đừng vướng lớp áo. Để tìm lại cảm giác cho cơ thể rời rã, tôi vươn tay, duỗi trên ngực anh. Lần đầu tiên tôi được chạm đến phần cơ thể ấy. Rắn rỏi… mạnh mẽ. Anh cũng đưa tay lên, bắt lấy bàn tay tôi, dịu dàng đưa lên môi, hôn nồng nàn từng ngón tay. Anh nhấc đầu lên nhìn xuống tôi.

"Đừng." Anh khẽ bảo, rồi hôn phớt tôi một cái.

"Sao anh không thích em chạm vào?" Tôi thì thầm, nhìn sâu vào đôi mắt xám dịu dàng.

"Vì thân thể tôi, năm mươi phần hư hoại, Anastasia."

Ôi… sự trung thực của anh sao mà tê tái. Tôi chớp mắt nhìn anh.

"Tôi từng phải vào đời rất nhọc nhằn. Tôi không muốn làm rối lòng em với những chuyện linh tinh đó. Chỉ cần đừng chạm vào tôi."

Anh dụi mũi vào mũi tôi rồi gỡ tôi ra khỏi người, ngồi dậy.

"Em nghĩ đó chính là những điểm mấu chốt mà anh chưa kể. Chuyện đó thế nào ạ?"

Nhìn anh lúc này hoàn toàn hài lòng về bản thân, đầy vẻ an nhiên tự tại, cứ như người vừa hoàn tất thêm một việc trong danh sách phải làm. Tôi vẫn còn bần thần bởi điều anh nói "từng phải vào đời rất nhọc nhằn". Có nghĩa là sao – tôi muốn được nghe chuyện đó. Nhưng anh sẽ không kể cho tôi. Tôi nghiêng đầu sang một bên, bắt chước kiểu của anh, cố hết sức để có thể mỉm cười.

"Nếu có lúc nào đó anh mơ mộng, thử tưởng tượng một phút thôi anh nhượng quyền kiểm soát lại cho em, anh không phải phê chuyện đó vào lý lịch của em đâu." Tôi mỉm cười e thẹn. "Dù gì, cũng cảm ơn đã để em mơ mộng."

"Cô Steele, cô không chỉ có khuôn mặt xinh đẹp. Đến giờ cô đã có sáu lần lên đỉnh và cả sáu đều thuộc về tôi." Giọng anh đầy tự mãn.

Tôi ngượng chín người, chớp mắt nhìn anh, anh cũng nhìn tôi âu yếm. *Anh ấy đếm!* Chợt anh nhíu mày.

"Em muốn nói gì với tôi à?" Giọng anh bỗng đanh lại.

Tôi nhăn nhó. *Hức.*

"Sáng nay em có một giấc mơ."

"Ồ?" Anh nhìn tôi chăm chú.

*Chết thật. Hình như mình lại gặp rắc rối?*

"Em thấy em đang ngủ." Tôi vòng tay lên trán che mắt lại. Anh không nói gì. Tôi hé mắt nhìn anh sau cánh tay mình, anh có vẻ hứng thú với câu chuyện.

"Mơ thấy em đang ngủ?"

"Rồi em tỉnh dậy."

"Ừ, chắc chắn phải thế rồi. Vấn đề là em mơ thấy gì?"

*Chết rồi.*

"Thấy anh."

"Thấy tôi làm gì?"

Tôi lại vòng tay lên che mắt lần nữa. Và như hồi còn nhỏ, tôi thầm vui với ý nghĩ rằng nếu tôi không nhìn thấy anh, anh cũng không thể thấy tôi.

"Anastasia, em làm gì thế? Anh không hỏi nữa đâu đấy."

"Anh cầm một chiếc roi da."

Anh kéo tay tôi ra.

"Thật chứ?"

"Vâng." Tôi ngượng đỏ mặt.

"Tôi cũng mong làm thế với em." Anh nói. "Tôi có đến mấy chiếc roi lận."

"Bọc da nâu?"

Anh bật cười. "Không, nhưng tôi sẽ đặt làm một chiếc như thế."

Anh nhổm dậy, hôn tôi nhẹ nhàng rồi đứng lên, mặc quần lót vào. *Ôi không... anh ấy đang rời đi.* Tôi liếc đồng hồ, mới chín giờ bốn mươi. Tôi cũng lăn nhanh ra khỏi giường, tròng quần và mặc áo lót vào, rồi trở lại giường ngồi bắt chéo chân, nhìn anh. Tôi không muốn anh đi. Làm sao bây giờ?

"Bao giờ em đến chu kỳ?" Anh cắt ngang dòng suy nghĩ của tôi.

*Hở?*

"Tôi không thích dùng mấy cái này." Anh lầm bầm rồi kéo bao cao su ra, bỏ xuống sàn, mặc quần vào.

"Sao?" Thấy tôi không trả lời, anh hỏi lại và nhìn tôi thúc hối như thể đang muốn nghe ý kiến của tôi về thời tiết. Trời đất ạ... chuyện riêng của người ta.

"Tuần sau." Tôi nhìn xuống tay mình.

"Em cần phải chuẩn bị việc tránh thai."

Anh ta thật độc đoán. Tôi nhìn anh lo lắng. Anh ngồi xuống giường, đi tất, xỏ giày.

"Em có bác sĩ riêng không?"

Tôi lắc đầu. Sắp trở lại với mấy chuyện sáp nhập và mua lại rồi đây – tâm trạng quay ngoắt 180 độ rồi đấy.

Anh cau mặt. "Bác sĩ của tôi có thể đến khám cho em tại nhà – sáng Chủ nhật, trước khi em đến chỗ tôi. Hoặc đến nhà tôi cũng được. Em thích khám ở đâu?"

*Chỗ nào đỡ sợ ấy.* Anh ấy đang quan tâm đến điều gì khác... nhưng thật ra chuyện này cũng vì quyền lợi của anh ấy thôi.

"Ở chỗ anh." Điều đó có nghĩa là chắc chắn Chủ nhật này tôi sẽ được gặp anh.

"Được. Sẽ báo em thời gian chính xác sau."

"Anh đi bây giờ à?"

*Đừng đi mà... ở lại với em đi.*

"Ừ."

*Vì sao?*

"Anh về bằng gì?" Tôi thì thầm.

Taylor sẽ đón tôi.

"Em sẽ chở anh về. Em mới có một chiếc xe xinh đẹp."

Anh nhìn tôi âu yếm.

"Hơn cả xinh đẹp chứ. Nhưng em uống nhiều rồi."

"Khi nãy anh có cố tình phục rượu em không?"

"Có."

"Sao thế?"

"Vì em cả nghĩ về mọi thứ mà lại kín đáo, như cha dượng em vậy. Có chút rượu, em sẽ nói nhiều hơn mà tôi lại cần em thẳng thắn với tôi. Nếu không, em quá trầm lặng và tôi không thể đoán nổi em nghĩ gì. Người say luôn nói thật, Anastasia."

"Có phải lúc nào anh cũng thành thật với em đâu?"

"Tôi luôn cố gắng thành thật." Anh nhìn tôi cảnh giác. "Chuyện này chỉ có thể tiến triển nếu chúng ta thành thật với nhau."

"Em muốn anh ở lại và dùng nốt cái này." Tôi đưa bao cao su còn lại lên.

Anh mỉm cười, mắt lấp lánh sự hài hước.

"Anastasia, tôi có đến mấy vụ làm ăn phải giải quyết tối nay. Tôi phải đi. Sẽ gặp lại em vào Chủ nhật. Tôi sẽ đưa em hợp đồng đã điều chỉnh và rồi chúng ta có thể bắt đầu cơn hoan lạc."

"Hoan lạc?"

*Khỉ thật!* Tim tôi như rớt khỏi lồng ngực.

"Tôi muốn tạo ra nhiều tình huống cùng vui vẻ với em. Nhưng em phải ký trước đã, để tôi chắc rằng em đã sẵn sàng."

"Ồ, vậy nếu chần chừ không ký, em có thể kéo dài chuyện này thêm nữa?"

Anh nhìn tôi dò xét, môi nhếch lên thành một nụ cười.

"Chà, chắc là được nhưng lúc đó thì đừng trách tôi làm mọi chuyện bất chấp hậu quả."

"Làm mọi chuyện? Chuyện gì?"

Nữ thần nội tại chổm dậy, dỏng tai nghe chăm chú.

Anh từ tốn gật đầu rồi toét một nụ cười châm chọc. "Có đáng liều mạng thế không nhỉ?"

"Liều mạng? Thế nào ạ?"

À, nghĩ xem, đặt bom, rượt đuổi bằng xe hơi, bắt cóc, giam giữ.

"Anh bắt cóc em?"

"À, ừ." Anh cười.

"Cưỡng bức giam giữ em á?" *Chao ôi, hết xẩy.*

"À, ừ." Anh gật đầu. "Rồi chúng ta sẽ bàn bạc về TPE 24/7[1]."

"Về cái gì cơ?" Tôi thở mạnh, tim đập thình thịch… *anh ấy nghiêm túc không đấy?*

"Về sự thống trị tuyệt đối – cả ngày lẫn đêm." Mắt anh lấp lánh, niềm hứng thú từ anh, thậm chí, lan đến tận chỗ tôi.

*Khỉ thật.*

"Vậy là em hết còn lựa chọn nào khác." Anh mai mỉa.

"Rõ rồi." Giọng tôi cũng mỉa mai không kém khi cảm thấy vừa được tận mắt nhìn thiên đàng.

"Ồ, Anastasia Steele, em vừa trợn mắt với tôi à?"

*Hả?*

"Không." Tôi chối biến.

Tôi vừa thấy em làm thế. Tôi đã nói gì với em nếu em còn trợn mắt với tôi lần nữa?

*Chết tiệt.* Anh ngồi xuống thành giường.

"Lại đây." Anh bảo nhỏ nhẹ.

Tôi tái mặt. Trời ạ… anh ấy không đùa. Tôi ngồi xuống, nhìn anh, bất động.

"Em chưa ký mà." Tôi thì thào.

"Tôi đã nói với em là tôi sẽ làm gì rồi mà. Tôi làm chủ thế giới của chính tôi. Tôi sẽ phát vào mông em, rồi sau đó sẽ giao cấu rất nhanh và rất mạnh. Cuối cùng xem ra cũng phải dùng đến bao cao su này rồi."

---

1. "TPE", viết tắt của "total power exchange", ở đây dịch là "sự thống trị tuyệt đối" nghĩa là người thống trị, người bề trên tuyệt đối nắm quyền áp đặt ý chí của mình lên người có vai trò thấp hơn. TPE 24/7 là tình trạng Người Phục Tùng chịu sự áp đặt, phụ thuộc ở mọi lúc, mọi nơi.

Giọng anh vẫn nhẹ nhàng, mềm mỏng và *cực kỳ nóng bỏng*. Bụng tôi bắt đầu thắt lại ham muốn, cầu xin, ướt át, đam mê. Anh nhìn tôi, chờ đợi, mắt rực lửa. Tôi rụt rè duỗi chân ra. *Mình có nên bỏ chạy không ta?* Chính nó; mối quan hệ của chúng tôi lơ lửng trong sự bình đẳng, chính ở đây, chính lúc này. Có nên để cho anh làm như thế không, hay mình sẽ nói không, rồi sau đó ra sao thì ra? Bởi tôi biết chỉ cần tôi nói không, mọi việc sẽ chấm hết. *Làm đi mà!* nữ thần nội tại van vỉ. Tiềm Thức cũng đứng chết trân như tôi.

"Tôi đang đợi đây." Anh nói. Tôi không kiên nhẫn đâu.

*Ôi, vì tình yêu thần thánh.* Tôi ngập ngừng, lo sợ, rồi kích động. Máu trong người chạy rần rật, chân tôi mềm nhũn ra. Tôi trườn đến sát bên anh.

"Ngoan lắm." Anh nói. "Đứng dậy nào."

Há, trời ơi… có thể cho qua đoạn này được không? Tôi không chắc mình đứng lên nổi đâu. Tôi miễn cưỡng bỏ chân xuống giường. Anh chìa tay ra, tôi đặt bao cao su vào tay anh. Bất ngờ, anh túm tay tôi, lôi tôi sát vào lòng anh. Và chỉ với một chuyển động uyển chuyển, cả thân người tôi chợt nằm dài trên giường, bên cạnh anh. Anh choàng chân phải sang kẹp cả hai chân tôi, chặn cẳng tay trái lên thắt lưng tôi, đè ép tôi xuống giường để tôi không thể động cựa được. *?i, ch?t m?t.*

*Ối, chết mất.*

"Đưa hai tay lên đầu." Anh ra lệnh.

Tôi lập tức tuân lệnh.

"Vì sao tôi phải làm thế này, Anastasia?" Anh hỏi.

"Bởi vì em trừng mắt với anh." Tôi chỉ nói nổi từng đó.

"Em thấy thế có lễ độ không?"

"Dạ không."

"Em có làm thế nữa không?"

"Dạ không."

"Lần sau, em còn làm thế nữa, tôi sẽ đét vào mông em, hiểu chứ?"

Thật chậm rãi, anh kéo quần tôi xuống. Ôi, sao phẩm giá mình lại ra nông nỗi này? Bị hạ nhục và sợ hãi và kích động. Anh đang xào nấu cả một hỗn hợp cảm giác đó. Tim tôi đã trèo lên đến miệng rồi. Thở cũng khó nữa. *Chết tiệt, có đau không đây?*

Anh đặt bàn tay lên cặp mông trần của tôi, mơn trớn dịu dàng, day bóp xung quanh rồi vòng quanh bằng lòng bàn tay. Rồi bỗng dưng tay anh không đặt ở đó nữa... rồi bỗng dưng, anh đánh tôi – rất mạnh. *Á!* Mắt tôi trợn lên vì đau, tôi cố chồm dậy nhưng tay anh nhanh chóng trượt sang vai tôi, đè xuống. Tay anh vuốt ve nơi anh vừa đánh. Bất giác hơi thở anh thay đổi – mạnh và gắt. Anh đánh tôi cái nữa rồi cái nữa, đánh liên hồi. *Đau không chịu được.* Tôi không kêu nổi, mặt tôi rúm lại vì đau. Tôi cố vùng vẫy để thoát khỏi trận đòn – bị kích động bởi chất adrenaline đang tăng lên ra và trào khắp cơ thể.

"Nằm yên." Anh rít lên. "Nếu không tôi sẽ cho em một trận nữa."

Vừa mơn trớn vết thương xong, anh lại đánh chan chát. Điệp khúc dồn dập: mơn trớn, xoa bóp và đánh. Tôi tập trung hết năng lực, trân mình lên chịu đau. Đầu óc tôi trống rỗng bởi bao nhiêu năng lượng đều tập trung để đương đầu với cảm giác tàn nhẫn này. Anh không đánh tôi ở một chỗ hai lần – rõ ràng anh muốn chỗ đau lan rộng ra.

"Áaaa!" Tôi gào khóc sau trận đòn thứ mười – và không hề biết rằng mình đang đếm.

"Mới là khởi động thôi."

Anh đánh rồi lại âu yếm mơn man. Liên hồi những cái đét vào mông đau điếng và những mơn trớn dịu dàng khiến tôi mụ mị. Anh lại đánh... đau hơn những trận đòn ban nãy. Mặt tôi cũng đau vì cọ xát với giường. Anh ve vuốt dịu dàng rồi đánh tiếp. Tôi rú lên khóc.

"Không ai nghe thấy đâu, em yêu, chỉ có tôi thôi."

Anh đánh, rồi lại đánh. Đâu đó sâu trong tôi, tôi muốn van anh dừng lại. Nhưng tôi không làm thế. Tôi không muốn anh được thỏa mãn. Anh vẫn tiếp tục điệp khúc khắc nghiệt ấy. Tôi kêu thét lên thêm sáu lần nữa. Mười tám trận đòn cả thảy. Cơ thể tôi réo rắt, réo rắt dưới những trận hành hung không khoan nhượng của anh.

"Được rồi." Anh thở rít lên. "Giỏi lắm, Anastasia. Đến lúc giao cấu với em rồi."

Anh mơn trớn mông tôi dịu dàng, da tôi bỏng rát lên dưới những ngón tay xoa bóp của anh, những ngón tay mỗi lúc mỗi dấn xuống sâu hơn nữa. Bất thần, anh ấn hai ngón tay vào sâu trong tôi khiến tôi run bắn lên vì kinh ngạc. Tôi thở hổn hển, cuộc đột kích mới này đập tan trạng thái mụ mị trong đầu tôi.

"Cảm nhận nào. Xem cơ thể em yêu thích chuyện này thế nào, Anastasia. Em ướt đầm với tôi rồi." Giọng anh ánh lên nỗi ngạc nhiên thích thú. Anh không ngừng chuyển động những ngón tay vào ra liên hồi.

Tôi nấc lên. *Đừng, xin đừng.* Và rồi điệu nhảy của những ngón tay biến mất... bỏ lại tôi trong nỗi thèm muốn.

"Lần sau, tôi sẽ bắt em đếm. Còn giờ, bao cao su đâu rồi?"

Anh lấy bao cao su để đâu đó quanh chỗ anh rồi nhẹ nhấc tôi lên, đặt tôi nằm úp mặt hẳn xuống giường. Tôi nghe tiếng kéo khóa quần rồi tiếng giấy nhôm bị xé. Anh lột quần ra khỏi chân tôi rồi bảo tôi quỳ lên cho đúng tư thế, tay anh ve vuốt cặp mông đang đau rát của tôi.

"Tôi sắp vào đây. Em sắp được lên đỉnh rồi." Anh thì thào.

*Gì chứ? Làm như mình được lựa chọn ấy.*

Rồi anh tiến vào tôi, rất nhanh, tràn ngập. Tôi nấc to. Anh chuyển động, thúc vào tôi theo một nhịp điệu nhanh và sâu trên cặp mông đau rát. Cảm giác lúc này vượt xa cả sự thấm thía, rát đau, ê chề và mê man. Các giác quan của tôi bị tàn phá tan hoang, chỉ còn ngóng đợi những gì anh đang làm. Sao anh có thể khiến tôi ra nông nỗi này, bụng dưới tôi tràn ngập, thật cứng, thật nhanh. KHÔNG... cơ thể bội phản căng thốc ra, vọt thẳng lên một cơn cực khoái.

"Ối, Ana." Anh rít lên khi phóng thích chính mình, kiềm chặt tôi vào đúng vị trí anh có thể trút hết.

Anh đổ xuống, nằm lả bên tôi, choàng tay sang đỡ tôi lên người anh, vùi mặt anh vào tóc tôi, ôm khăng khít.

"Ôi, em yêu." Anh thở. "Chào mừng đến thế giới của tôi."

Chúng tôi cùng nằm yên, bất động, lắng nghe hơi thở của mình đang dịu lại. Anh dịu dàng vuốt tóc tôi. Tôi lại nằm trên ngực anh lần nữa. Nhưng bây giờ, tôi chẳng còn sức để nhấc tay lên nữa, chẳng còn sức để cảm nhận cơ thể anh nữa. *Ơn trời... mình còn sống.* Chuyện vừa rồi thật ra không quá khủng khiếp. Tôi đã chịu đựng tốt hơn tôi tưởng. Nữ thần nội tại ắt đang mệt lả... chà, ít nhất cô nàng cũng im miệng. Christian rúc vào tóc tôi, hít thật nồng nàn.

"Khá lắm, em yêu." Anh thì thầm, niềm vui nho nhỏ lanh canh trong giọng nói.

Từng từ anh nói cuộn lấy tôi mềm mại, êm mướt như chiếc khăn tắm ở khách sạn Heathman. Tôi bỗng thấy vui vì làm anh hạnh phúc.

Anh kéo kéo dây áo lót của tôi.

"Em mặc ngủ thế này à?" Anh hỏi âu yếm.

"Vâng." Tôi thở nhẹ.

"Phải bọc em trong nhung lụa, cô gái xinh đẹp ạ. Tôi sẽ đưa em đi mua sắm."

"Em thích quần áo của mình." Tôi đáp, cố cao giọng nhưng không thể.

Anh lại hôn lên đầu tôi.

"Để xem nhé." Anh nói.

Chúng tôi cứ nằm yên như thế vài phút, hay vài giờ, chẳng biết nữa, có lúc tôi nghĩ mình đã thiếp đi mất.

"Tôi phải đi rồi." Anh nói, rồi ngồi dậy, hôn lên trán tôi dịu dàng. "Em ổn chứ?" Anh hỏi ân cần.

Tôi nghĩ về câu anh hỏi. Cả phần lưng tôi đều đau. Xem, nóng rực và tôi hân hoan cảm nhận, mệt nhoài, rạng rỡ. Lý trí vẫn còn mơ hồ và chẳng đáng tin. Tôi không hiểu nổi.

"Ổn mà." Tôi thì thầm. Tôi không muốn nói nhiều hơn bấy nhiêu từ.

Anh ngồi dậy.

"Phòng vệ sinh ở đâu, em?"

"Bên trái phòng khách."

Anh gỡ bao cao su rồi bước ra khỏi phòng ngủ. Tôi gượng gạo ngồi dậy, mặc quần vào. Lớp vải chạm vào mông tôi nóng rát. Tôi bối rối trước những phản ứng của chính mình. Tôi nhớ anh từng nói – dù không nhớ chính xác lúc nào – rằng tôi sẽ cảm thấy đỡ hơn sau một trận đòn nên thân. *Tại sao lại thế?* Tôi không hiểu. Nhưng rất kỳ lạ. Đúng là như thế. Không thể nói tôi thích chuyện này. Đúng thế, tôi vẫn sẽ chống lại chuyện này nhưng giờ… tôi an toàn, kỳ lạ, chìm đắm trong một niềm hân hoan, viên mãn. Tôi ôm lấy đầu. Không thể hiểu nổi.

Christian trở lại phòng. Tôi không thể nhìn vào mắt anh. Tôi chỉ chăm chăm ngó xuống tay mình.

"Tôi tìm thấy chai dầu em bé. Để tôi thoa cho em."

*Hả?*

"Không cần. Em không sao."

"Anastasia." Giọng anh đe dọa, tôi định trợn mắt lên nhưng lập tức tự ngăn mình lại. Tôi đứng cạnh giường. Anh ngồi xuống, khéo léo kéo quần xuống giúp tôi. *Kéo lên rồi lại tuột xuống, phóng đãng gớm*, Tiềm Thức độc địa. Tôi âm thầm bảo cô ta phải biết chỗ của mình. Christian đổ ít dầu ra lòng bàn tay rồi thận trọng xoa thật nhẹ nhàng lên mông tôi – hết làm dầu tẩy trang đến làm thuốc bôi lên mông bị đòn, ai mà đoán nổi thứ dầu này lại nhiều công dụng đến thế.

"Tôi thích chạm tay vào người em." Anh bảo. Tôi đồng ý ngay, chính tôi cũng muốn chạm vào anh thế mà.

"Xong rồi." Anh nói rồi kéo quần lên cho tôi.

Tôi nhìn đồng hồ, mười giờ ba mươi.

"Tôi phải đi."

"Gặp anh sau."

Tôi vẫn không thể nhìn anh được.

Anh nắm tay tôi cùng đi qua phòng khách, ra cửa chính. May thay, Kate không có nhà. Chắc cô ấy đang ăn tối với Ethan và gia đình. May mà cô ấy không có ở quanh đây để nghe thấy tôi bị phạt.

"Anh không gọi cho Taylor sao?" Tôi hỏi, vẫn tránh nhìn vào mắt anh.

"Taylor đến từ lúc chín giờ. Nhìn tôi này." Anh thở.

Tôi chật vật ngước lên nhìn anh, anh đón ánh mắt tôi bằng niềm khích lệ.

"Em đã không khóc." Anh nói rồi bất thần ôm tôi thật chặt, hôn tôi nồng nàn. "Chủ nhật nhé?" Anh thì thầm trên môi tôi, nghe như một lời hứa và cả lời đe dọa.

Tôi nhìn anh bước xuống lối đi, vào một chiếc Audi to lớn màu đen. Anh không ngoái lại. Tôi khép cửa rồi đứng vô hồn giữa phòng khách, chỉ còn hai đêm nữa ở đây. Nơi này, tôi đã trải qua hầu hết khoảng thời gian bốn năm hạnh phúc… cho đến hôm nay, lần đầu tiên, tôi chợt cảm thấy cô độc, khó ở và buồn bã ngay trong chính căn hộ thân thuộc. Có phải tôi đã lạc mất mình? Tôi biết bên trong cơ thể tê liệt này là một biển nước mắt. Tôi đang làm gì thế này? Trớ trêu đến nỗi tôi không thể ngồi xuống để khóc nữa. Tôi đành phải đứng. Trễ rồi nhưng tôi quyết định gọi cho mẹ.

"Con yêu, con khỏe chứ? Lễ tốt nghiệp thế nào hả con?" Mẹ hớn hở trong điện thoại. Giọng mẹ như một loại dầu an ủi.

"Xin lỗi mẹ, khuya rồi con còn gọi." Tôi nói khẽ.

Mẹ khựng lại.

"Ana à? Chuyện gì thế con?" Mẹ trở nên nghiêm trọng.

"Không có gì đâu mẹ, con chỉ muốn nghe tiếng của mẹ thôi."

Bên kia im lặng một lúc.

"Ana, chuyện gì thế con? Kể mẹ nghe nào."

Giọng mẹ mềm mỏng và ân cần, tôi biết mẹ lo lắng. Nước mắt tôi bắt đầu tuôn ra. Suốt mấy ngày vừa rồi tôi đã khóc không biết bao nhiêu lần.

"Nói mẹ nghe nào, Ana." Mẹ nói, giọng đầy lo lắng cho tôi.

"Mẹ ơi, là chuyện đàn ông."

"Nó làm gì con?" Bản năng bà mẹ trỗi dậy.

"Không phải thế ạ." *Thực ra là đúng thế*… Trời ạ, tôi đâu muốn làm mẹ lo. Tôi chỉ muốn nói chuyện với ai đó mạnh mẽ vào lúc này thôi.

"Ana, nói đi con, con làm mẹ lo quá."

Tôi hít một hơi thật sâu.

"Con thích một anh chàng nhưng tụi con khác nhau nhiều quá. Con không biết có nên tiếp tục chuyện này không nữa."

"Ôi con yêu, ước gì lúc này con ở bên mẹ. Mẹ xin lỗi đã không dự lễ tốt nghiệp của con. Rốt cuộc thì con cũng để ý đến đàn ông rồi đấy. Ôi, con yêu, đàn ông và đủ các mánh khóe. Họ là một chủng loại hoàn toàn khác chúng ta, con ạ. Con quen anh chàng đó bao lâu rồi?"

Christian thì nhất định là một chủng loài khác rồi… *một hành tinh khác* luôn.

"Gần ba tuần hay khoảng đó."

"Ana, con ạ, từng đó thời gian không đủ đâu. Làm sao con có thể biết về một người chỉ trong từng đó thời gian? Cứ thoải mái với anh ta, mềm nắn rắn buông cho đến chừng nào con quyết định rằng anh ta có xứng đáng hay không."

Chà… mẹ bỗng trở nên sâu sắc tự bao giờ, chỉ là hơi muộn. Liệu anh có *xứng đáng* với tôi? Một khái niệm mới mẻ. Tôi chỉ luôn tự hỏi mình có xứng đáng với anh không.

"Con yêu, nếu con buồn, về nhà đi – về với mẹ và dượng. Mẹ nhớ con lắm, con gái à. Dượng Bob cũng muốn gặp con nữa. Ở đây, con sẽ có một độ lùi nhất định và cả những cách nhìn khác nữa. Con cần nghỉ ngơi. Con đã lao động vất vả lắm rồi."

Ôi nghe sao mà hấp dẫn. Phóng thẳng về Georgia. Mặt trời và cocktail. Óc hài hước của mẹ… vòng tay yên ấm.

"Con có hai cuộc hẹn phỏng vấn ở Seattle thứ Hai này."

"Tuyệt quá con yêu."

Cửa bật mở, Kate xông vào cười toe toét rồi chợt xìu xuống khi thấy tôi đang khóc.

"Mẹ ơi, dừng nhé, có khách. Cảm ơn mẹ."

"Con yêu, nhớ nhé, đừng rơi lệ vì đàn ông. Con còn trẻ lắm. Cứ tới và tận hưởng cuộc sống của con."

"Vâng, con yêu mẹ."

"Ôi, Ana, mẹ cũng yêu con, nhiều lắm. Bảo trọng con nhé."

Tôi cúp máy rồi ngước lên nhìn Kate, cô nàng đang quan sát tôi chăm chú.

"Tay khốn giàu sụ đó làm gì khiến cậu đau lòng à?"

"Không… chỉ là… ờ.. ừ."

"Cho hắn lên đường luôn đi Ana. Từ lúc gặp hắn đến giờ, cậu lên bờ xuống ruộng biết bao nhiêu rồi. Chưa bao giờ tớ thấy cậu trong tình trạng này."

Thế giới của Katherine Kavanagh rất minh bạch, đen trắng rõ ràng, chứ không phải là các cấp độ sắc xám u u minh minh, bí ẩn, mập mờ như thế giới của tôi. *Chào mừng đến thế giới của tôi.*

"Ngồi xuống nào, mình nói chuyện đi. Rượu nhé. À, cậu có chai sâm-panh này." Cô ấy phát hiện chai rượu. "Loại ngon đấy."

Tôi mỉm cười ngần ngại, nhìn ghế sofa một cách bất an rồi thận trọng tiến lại đó. *Hmm… ngồi.*

"Cậu ổn đấy chứ?"

"Tớ mới bị hụt chân, ngã bệt xuống đất."

Cô ấy không nghi ngờ lời giải thích của tôi bởi một trong những người hậu đậu nhất bang Washington, đó là tôi. Tôi chưa bao giờ nghĩ mình xem đó là ân huệ. Tôi nghiến răng ngồi xuống nhưng chợt thở phào nhận ra cũng không đến nỗi nào, tôi định quay lại câu chuyện với Kate nhưng rồi đầu óc lãng đãng thế nào đó, lại lôi tuột tôi về thời điểm ở Heathman. *Xem nào, nếu cô là người của tôi, cô sẽ chẳng thể ngồi dậy nổi trong một tuần, sau vụ mạo hiểm tối qua.* Anh ấy từng nói như thế và đó là tất cả những gì loay hoay trong đầu tôi lúc này. Rõ ràng đó là những cảnh báo, nhưng tôi quá bất cẩn và mê muội.

Kate trở lại phòng khách cùng chai rượu đỏ và hai tách trà sạch.

"Của cậu đây." Cô ấy đưa tôi một tách rượu đầy. Rượu không đậm đà như Bolly.

"Ana, nếu hắn là một tên đểu và lại không hết lòng với cậu, cho lên đường luôn. Nói vậy, nhưng tớ chưa hiểu lắm sao lại không hết lòng được. Nhớ lúc trong lều ăn, anh ta không rời mắt khỏi cậu nổi, cứ nhìn cậu đau đáu như diều hâu ấy. Tớ từng nói anh chàng này lê lết dưới chân cậu rồi, hay chỉ là cách biểu hiện của anh ta có gì đó quái đản."

*Lê lết? Christian? Biểu hiện quái đản?* Nhất trí.

"Kate, chuyện phức tạp lắm. Buổi tối của cậu thế nào?" Tôi hỏi.

Không thể kể Kate nghe chuyện hôm nay mà lại không tiết lộ quá nhiều chi tiết, bởi vậy, chỉ cần một câu hỏi về buổi tối nay của Kate là tình huống xoay chuyển ngay. Chỉ cần đảm bảo có thể ngồi xuống và lắng nghe đủ chuyện nhân tình thế thái của cô ấy. Tin nóng hổi, Ethan có thể sẽ ở cùng chúng tôi sau khi đi nghỉ về. Sẽ rất vui đây – Ethan là tay pha trò có đẳng cấp. Tôi nhăn mặt. Tôi không nghĩ Christian đồng ý. *Chà... căng.* Thế nào anh ta cũng dẹp yên vụ này mới thôi. Tôi đã uống mấy cốc rượu nên quyết định sẽ phủi hết việc mà đi ngủ đã. Ngày hôm nay quá dài rồi. Kate ôm tạm biệt tôi, xong ôm luôn điện thoại gọi cho Elliot.

Tôi mở máy kiểm tra mail sau khi đánh răng. Có một email của Christian.

Từ: Christian Grey
Chủ đề: Em
Ngày: 26 tháng 5 2011 23:14
Đến: Anastasia Steele

Steele thân mến,
Em quả rất cừ. Cô gái xinh đẹp, thông minh, dí dỏm
và can đảm nhất tôi từng biết. Nhớ uống mấy viên
Advil – đây không phải là mệnh lệnh. Và đừng lái
chiếc Beetle nữa. Tôi sẽ biết ngay đấy.

Christian Grey,
CEO, Grey Enterprises Holdings, Inc.

Ơ, bảo tôi đừng lái xe của tôi nữa á? Tôi gõ hồi âm.

Từ: Anastasia Steele
Chủ đề: Sự tâng bốc
Ngày: 26 tháng 5 2011 23:20
Đến: Christian Grey
Thưa ngài Grey,
Sự tâng bốc này sẽ không đưa ngài đến đâu cả, nhưng
bởi vì bất kỳ đâu ngài cũng có mặt được, nên rất
đáng nghi ngờ cái lý thuyết kia.
Tôi sẽ cần phải lái chiếc Beetle đến chỗ bán xe – vì
vậy không thể sẵn lòng chấp nhận bất kỳ đề nghị vô
lý nào về chuyện đó.
Vang đỏ luôn được yêu thích hơn Advil.
Ana

Tôi nhấn "gửi".

Từ: Christian Grey
Chủ đề: Không hài lòng với những phụ nữ không
uống thuốc
Ngày: 26 tháng 5 2011 23:26
Đến: Anastasia Steele

Cô Steele,
Tôi tâng bốc em để làm gì. Em nên đi ngủ đi.
Đừng uống quá nhiều.
Taylor sẽ xử lý vụ chiếc xe và bán hộ em với giá hời.

Christian Grey,
CEO, Grey Enterprises Holdings, Inc.

Từ: Anastasia Steele
Chủ đề: Taylor - liệu có đúng người đúng việc?
Ngày: 26 tháng 5 2011 23:40
Đến: Christian Grey

Thưa ngài,
Tôi quá ngạc nhiên khi ngài sẵn sàng mạo hiểm đẩy
việc lái chiếc xe đó cho cánh tay phải của ngài mà
lại không giao cho người thỉnh thoảng cùng ngài
giao cấu. Làm sao tôi biết được Taylor có phải là
người bán được chiếc xe đó với giá tốt nhất? Trước
đây, hình như là trước cả khi biết ngài, tôi đã
từng xoay sở được những vụ còn khó khăn hơn.
Ana

Từ: Christian Grey
Chủ đề: Cẩn trọng!
Ngày: 26 tháng 5 2011 23:44
Đến: Anastasia Steele

Cô Steele,
Tôi đang tự nhủ rằng đây là VANG ĐỎ nói, chứ không
phải cô, và rằng cô đã có một ngày quá dài.
Tuy vậy, tôi vẫn rất nóng lòng muốn trở lại đó và
làm cho cô không thể ngồi nổi một tuần, chứ không
phải là một buổi tối.
Taylor là cựu quân nhân, ông ta có thể lái mọi thứ
từ xe gắn máy đến xe tăng Sherman. Xe của cô không
hề làm khó ông ấy.
Còn bây giờ, đừng có tự ám chỉ mình bằng cụm từ
"người thỉnh thoảng cùng ngài giao cấu", bởi vì,
rất đơn giản, nó làm tôi nổi ĐIÊN lên và cô hoàn
toàn không thích tôi lúc đó đâu.

Christian Grey,
CEO, Grey Enterprises Holdings, Inc.

Từ: Anastasia Steele
Chủ đề: Tự bảo trọng!

Ngày: 26 tháng 5 2011 23:57
Đến: Christian Grey

Ngài Grey,
Dù thế nào tôi cũng không chắc mình thích ngài, đặc
biệt là lúc này.
Steele!

Từ: Christian Grey
Chủ đề: Cẩn trọng!
Ngày: 27 tháng 5 2011 00:03
Đến: Anastasia Steele

Sao em không thích tôi?
Christian Grey,
CEO, Grey Enterprises Holdings, Inc.

Từ: Anastasia Steele
Chủ đề: Tự bảo trọng!
Ngày: 27 tháng 5 2011 00:09
Đến: Christian Grey

Vì ngài không bao giờ ở lại với em.

Thế, giờ thì anh ta có chuyện để suy nghĩ rồi. Tôi tắt máy,
tận hưởng một niềm khoái trá chưa từng có rồi trèo vào giường.
Tôi tắt đèn ngủ, nằm nhìn trần. Đây quả là một ngày nhiều sự
kiện, những đợt sóng cảm xúc cứ tràn lên nhau. Tôi đã có một
khoảng thời gian ấm áp bên dượng Ray. Trông ông vẫn khỏe
mạnh và kỳ cục thật, ông lại mến Christian. Rồi Kate và cái
miệng bô lô ba la. Nghe Christian nói về chuyện từng bị bỏ đói.
Chuyện quái quỷ đó là thế nào nhỉ? Chúa ơi, rồi chiếc xe. Vẫn
chưa nói với Kate về chiếc xe nữa. Christian đã nghĩ gì nhỉ?

Cả tối nay nữa, khi anh thẳng tay đánh tôi. Tôi chưa bao
giờ bị đánh. Sao tôi lại để mình dính vào chuyện này? Chầm
chậm, nước mắt tôi, bể nước mắt phải kiềm lại khi Kate quay
về ban nãy, bắt đầu tuôn xuống như mưa. Tôi đã phải lòng một

người có vấn đề lớn về tình cảm, tôi sẽ chỉ nhận lấy tổn thương mà thôi – tự đáy lòng tôi biết điều đó – một người đã tự nhận mình hoàn toàn hư hoại. *Tại sao* anh lại gặp khó khăn về cảm xúc như thế? Những gì anh đã trải qua hẳn phải khủng khiếp lắm, và ý nghĩ khi mới là một đứa bé chập chững anh đã phải chịu sự tàn nhẫn không thể dung thứ khiến tôi càng khóc dữ dội. *Biết đâu, nếu bình thường hơn, anh ta đã chẳng muốn cậu*, Tiềm Thức chua ngoa góp lời… và trong thâm tâm, tôi biết điều đó là sự thật. Tôi quay mặt vào gối và… lần đầu tiên trong suốt nhiều năm, tôi vùi mặt vào gối, nước mắt tuôn ròng ròng không thể kiềm chế.

Nhưng chỉ được một lúc, nằm trong bóng tối, tôi nghe rành rọt tiếng quát của Kate.

*"Anh nghĩ mình đang làm cái quái gì ở đây?"*

*"Em không hiểu được đâu!"*

*"Anh đã làm cái quái gì với cô ấy?"*

*"Cô ấy khóc suốt từ lúc biết anh."*

*"Anh không được vào!"*

Christian ở đâu xộc thẳng vào phòng ngủ và bật đèn lên, tôi giật mình nhắm tịt mắt lại.

"Lạy Chúa, Ana." Anh lẩm bẩm.

Anh tắt đèn và nhoài người đến bên tôi.

"Anh đang làm gì ở đây?" Tôi hổn hển giữa những tiếng nấc.

Khỉ thật. Tôi không thể ngừng khóc.

Anh lại bật đèn ngủ, ánh sáng làm tôi chói mắt. Kate xông vào, đứng sừng sững giữa khung cửa.

"Cậu có muốn mình quẳng tên khốn này ra ngoài không?" Cô ấy hỏi, thái độ thù địch ngang với bom hạt nhân.

Christian nhướng mày, hẳn anh ngạc nhiên vì tên gọi tôn kính ấy và bởi vẻ thù địch hung hăng của Kate. Tôi lắc đầu, cô ấy trợn mắt lên với tôi. *Ồ... mình sẽ không làm thế khi ở bên ngài G.*

"La lên ngay nếu cậu cần mình nhé." Kate dịu giọng với tôi, quay sang Grey, cô ấy đanh giọng lại. "Grey, anh vào danh sách đen rồi, tôi không rời mắt khỏi anh đâu."

Anh chớp mắt và cô ấy quay ra, khép cửa chứ không đóng hẳn.

Christian nhìn xuống tôi, vẻ mặt anh nghiêm trọng, khuôn mặt nhợt nhạt. Anh rút trong túi chiếc áo khoác sọc nhuyễn đang mặc ra một chiếc khăn tay, đưa cho tôi. Tôi sực nhớ vẫn còn giữ của anh một chiếc khăn thế này, ở đâu đó.

"Chuyện gì thế em?" Anh vỗ về.

"Sao anh ở đây?" Tôi hỏi lại, định tảng lờ câu hỏi của anh.

Nước mắt đã ngừng tuôn một cách thần kỳ nhưng những cơn nấc khan vẫn hành hạ tôi.

"Một phần vai trò của tôi là chăm sóc các nhu cầu của em. Em nói em muốn tôi ở lại, nên giờ tôi ở đây. Thế mà tôi lại thấy em trong tình trạng này – Anh chớp mắt nhìn tôi, bối rối tột độ – Tôi chắc mình là người phải chịu trách nhiệm nhưng lý do là gì. Có phải vì tôi đã đánh em không?"

Tôi nhổm dậy, nhăn nhó vì mông vẫn đau ê ẩm. Tôi ngồi dậy đối diện với anh.

"Em đã uống Advil chưa?"

Tôi lắc đầu. Anh nheo mắt nhìn tôi, đứng lên và rời phòng. Tôi nghe tiếng anh nói chuyện với Kate nhưng không nghe rõ hai người nói những gì. Một lát sau, anh trở lại với hai viên thuốc và một ly nước.

"Uống đi." Anh nhẹ nhàng ra lệnh và ngồi vào mép giường, bên cạnh tôi.

Tôi làm như anh bảo.

"Nói chuyện nhé." Anh thì thầm. "Em đã nói với tôi là em không sao. Tôi không bao giờ để em một mình nếu biết em như thế này."

Tôi vùi mặt vào lòng bàn tay. Tôi có thể nói điều mà tôi chưa nói với anh không? Tôi muốn nhiều hơn. Tôi muốn anh ở lại vì *anh* muốn ở lại với tôi chứ không phải vì tôi khóc sưng mắt, tôi cũng không muốn anh đánh tôi, mong muốn đó có vô lý lắm không?

"Tôi hiểu khi em nói em không sao, nghĩa là em có sao."

Tôi đỏ mặt. "Em tưởng mình ổn."

"Anastasia, em không thể nói với tôi những gì em nghĩ tôi muốn nghe được. Như thế là không trung thực." Anh trách móc. "Làm sao tôi còn có thể tin những gì em nói?"

Tôi ngước mắt nhìn lên thấy anh đang cau mày, một tia u ám ánh trong đáy mắt. Anh chải cả hai bàn tay vào tóc.

"Em cảm thấy thế nào khi tôi đánh em và sau đó?"

"Em không thích chuyện đó. Xin anh đừng làm như thế nữa."

"Vấn đề là em không cần phải thích chuyện đó."

"Vậy sao anh lại thích?" Tôi ngước nhìn anh.

Câu hỏi của tôi khiến anh ngạc nhiên.

"Em thật sự muốn biết?"

"Vâng, thật đấy, náo nức lắm." Giọng tôi pha chút châm biếm.

Anh nheo mắt lần nữa.

"Cẩn thận đấy." Anh cảnh báo.

Tôi giật mình.

"Anh sẽ đánh em nữa à?" Tôi bướng bỉnh.

"Không, tối nay thì không."

Phùuu... cả tiềm thức và tôi đều thở ra một hơi dài nhẹ nhõm.

"Rồi sao nữa?" Tôi giục.

"Tôi thích cảm giác kiểm soát khi khống chế người khác, Anastasia. Tôi muốn em cư xử theo một lối nhất định, nếu em không làm theo, tôi sẽ phạt, nhờ đó, em sẽ rút ra bài học để hành xử như tôi muốn. Tôi thích phạt em. Tôi đã muốn phát vào mông em từ lúc em hỏi tôi có phải đồng tính không kia."

Tôi đỏ mặt nhớ lại. *Chậc, tôi cũng muốn tự đét đít mình sau câu hỏi đó.* Vậy ra Katherine Kavanagh là thủ phạm của tất cả chuyện này và nếu cô ấy đến buổi phỏng vấn với câu hỏi đồng tính, cô ấy sẽ ngồi đây với cái mông bị đau. Tôi không thích ý nghĩ đó. Chuyện này sao mà rối rắm thế?

"Vậy là anh không thích bản thân em?"

Anh nhìn tôi chăm chăm, đầy vẻ ngạc nhiên.

"Tôi nghĩ em rất đáng yêu theo cách của riêng em."

"Vậy sao anh lại muốn thay đổi em?"

"Tôi không muốn thay đổi em. Tôi chỉ muốn em hiểu khuôn phép và làm theo những quy định mà tôi đã bảo và đừng trái lời. Đơn giản vậy thôi." Anh nói.

"Nhưng anh muốn phạt em?"

"Ừ, tôi muốn thế."

"Em không hiểu được điều đó."

Anh thở dài và lại chải hai tay vào tóc.

"Đó là cách tôi được dạy dỗ, Anastasia ạ. Tôi cần phải kiểm soát em. Tôi cần em hành xử theo một kiểu nhất định và nếu em không làm – tôi thích nhìn làn da màu sứ tuyệt đẹp của em chuyển sang hồng và bỏng rát lên dưới tay tôi. Nó khiến tôi kích thích."

Khỉ thật, giờ thì chúng tôi bắt đầu đi đúng hướng rồi đấy.

"Vậy lý do không phải là cơn đau mà anh bắt em phải chịu đựng?"

Anh nuốt nước bọt.

"Một phần nhỏ thôi, để xem liệu em có thể tiếp nhận được không nhưng đó không phải lý do chính. Chính là việc em là của tôi để tôi có thể làm bất cứ điều gì tôi thấy phù hợp - sự kiểm soát tuyệt đối đối với một người khác. Và điều đó khiến tôi kích thích. Thế đấy, Anastasia. Xem nào, tôi diễn đạt không tốt lắm... trước đây tôi chưa từng phải nói thành lời việc này. Tôi chưa nghĩ về chuyện này kỹ càng lắm. Tôi đã luôn ở cùng những người có cùng suy nghĩ với mình." Anh nhún vai vẻ có lỗi. "Nhưng em vẫn chưa trả lời câu hỏi của tôi, em cảm thấy thế nào sau đó?"

"Bối rối ạ."

"Chuyện đó làm em bị kích động dục tính đấy Anastasia." Anh nhắm mắt trong chốc lát, và khi anh mở mắt nhìn tôi, đôi mắt anh âm ỉ lửa.

Vẻ mặt anh đang mời gọi phần đen tối, phần được vùi sâu trong bụng tôi – cảm hứng dục tình, nó đã được đánh thức và thuần phục bởi anh nhưng thậm chí lúc này nó vẫn chưa được thỏa mãn.

"Đừng nhìn tôi như thế." Anh thì thầm.

Tôi nhăn nhó. *Gì cơ, tôi vừa làm gì sao?*

"Tôi không mang theo bao cao su, Anastasia, và em nữa, tâm trạng em đang không tốt. Không phải như cô bạn cùng phòng em nghĩ, tôi không phải một con quỷ dâm dục. Vậy là ban nãy, em đã cảm thấy bối rối?"

Tôi ngọ nguậy trước đôi mắt mãnh liệt của anh.

"Khi nói chuyện qua mạng, em thẳng thắn với tôi hơn. Email của em luôn nói với tôi chính xác những gì em cảm thấy. Sao em không thể làm thế khi nói chuyện trực tiếp? Tôi làm em sợ đến vậy sao?"

Tôi dính mắt đại vào một điểm tưởng tượng nào đó trên tấm mền màu xanh và kem của mẹ.

"Anh mê hoặc em, Christian. Làm em hoàn toàn choáng ngợp. Em cảm giác như mình là Icarus đang bay quá gần mặt trời." Tôi thì thầm.

Anh thở gấp.

"Chà, tôi nghĩ em nói ngược rồi." Anh khẽ nói.

"Gì ạ?"

"Ôi, Anastasia, tôi bị em bỏ bùa mới phải. Chuyện đó còn chưa rõ sao?"

"Không, với tôi thì không." *Bị bỏ bùa á...* Nữ thần nội tại mắt chữ o mồm chữ i. Cô ta không tin nổi vào tai mình.

"Em vẫn chưa trả lời câu hỏi của tôi đấy. Viết mail nhé. Nhưng ngay lúc này, tôi rất muốn được ngủ. Tôi ở lại được không?"

"Anh có muốn ở lại không?" Giọng tôi tràn trề hy vọng không thể che giấu.

"Em muốn tôi ở đây."

"Anh chưa trả lời câu hỏi của em."

"Tôi sẽ viết mail cho em." Anh lầm bầm kiểu hờn dỗi.

Rồi anh đứng lên, móc trong túi quần jeans ra BlackBerry, chìa khóa, ví và tiền. Trời ạ, đàn ông đem theo cả kho đồ linh tinh trong túi. Anh tháo đồng hồ đeo tay, giày, vớ, quần jeans và đặt áo khoác lên ghế của tôi. Anh đi vòng qua bên kia giường và trèo vào.

"Nằm xuống thôi." Anh ra lệnh.

Tôi từ từ trượt người nằm xuống dưới chăn, khẽ nhăn mặt, mắt vẫn nhìn anh. Chao ơi... vậy là anh sẽ ngủ lại. Tôi thấy mình tê liệt trong niềm hân hoan. Anh chống người trên khuỷu tay quan sát tôi.

"Nếu em sắp khóc. Hãy khóc trước mặt tôi. Tôi cần phải biết."

"Anh có muốn em khóc không?"

"Không hẳn. Tôi chỉ muốn biết cảm xúc của em. Tôi không muốn em tuột khỏi tay tôi. Tắt đèn đi. Khuya rồi, mai chúng ta đều phải đi làm."

*Hừ, đang ở đây... mà vẫn độc đoán quá thể,* nhưng tôi không có gì để than phiền nữa, anh đang nằm trong giường tôi. Tôi không hiểu tại sao... có lẽ tôi nên khóc nhiều hơn khi có mặt anh. Tôi tắt đèn ngủ.

"Em nằm nghiêng sang tôi này." Anh thì thầm trong bóng tối.

Tôi trợn mắt lên vì biết chắc anh không thể thấy nhưng vẫn vâng lời. Thận trọng, anh nhích người sang, choàng hai tay quanh tôi và kéo tôi vào ngực anh.

"Ngủ đi, em yêu." Anh thì thầm, rồi tôi cảm nhận được mũi anh đang vùi trong tóc tôi khi anh hít thật sâu.

Tin nổi không, Christian Grey đang ngủ với tôi, rồi trong vòng tay anh trìu mến và êm ái, tôi dạt trôi trong giấc mộng bình yên.

# Chương mười bảy

Lửa từ ngọn nến bỗng trở nên quá nóng. Lửa lập lòe nhảy múa dưới làn gió, một làn gió mang đến cái nóng dồn dập. Đôi cánh mềm mỏng nhẹ như tơ chấp chới bay trong bóng đêm, rắc xuống những chiếc vảy bám bụi trong vòng ánh sáng. Tôi vùng vẫy để thoát ra nhưng rồi lại bị hút vào. Và rồi sau đó mọi thứ bỗng sáng bừng lên, và tôi đang bay thật gần đến vầng thái dương, mắt chói lòa vì ánh sáng, khô héo và tan chảy vì sức nóng, kiệt quệ trong những nỗ lực được trở lại bay lượn trong không gian. Tôi bị nóng. Sức nóng… ngột ngạt và chế ngự lấy tôi. Sức nóng đánh thức tôi dậy.

Tôi mở mắt và thấy mình đang cuộn tròn trong lòng Christian Grey. Anh nằm choàng lên người tôi như thể một lá cờ chiến thắng. Anh chìm sâu vào giấc ngủ, đầu tựa lên ngực tôi, cánh tay choàng qua tôi, ôm chặt, còn một chân thì vắt qua, quấn lấy cả hai chân tôi. Anh đang làm tôi ngạt thở dưới hơi nóng của cơ thể anh và cả sức nặng nữa. Tôi mất vài giây định thần lại để nhớ rằng anh vẫn đang nằm trên giường tôi, say ngủ và bên ngoài có ánh sáng - trời sáng rồi. Anh đã trải qua cả đêm cùng tôi.

Tay phải tôi duỗi ra, tìm một chút không gian thoáng, rồi trong khi đầu óc vận hành để nhớ ra rằng anh vẫn đang ở bên mình, một ý tưởng nảy lên, báo cho tôi biết tôi vẫn có thể chạm được vào anh. Anh đang ngủ. Tôi thử nhấc tay lên và chạy mấy đầu ngón tay mình dọc theo sống lưng anh. Tôi nghe tiếng ậm ừ khó chịu nho nhỏ từ cổ anh phát ra, rồi anh cựa người. Anh rúc vào người tôi, hít một hơi thật sâu rồi từ từ nhổm dậy. Dưới mớ tóc rối lòa xòa là đôi mắt xám ngái ngủ, chớm chớp nhìn tôi.

"Chào buổi sáng." Anh lầm bầm và cau mày. "Chúa ơi, ngay cả khi ngủ, tôi cũng bị cuốn về em." Vừa hoàn hồn lại sau giấc ngủ, anh vừa chậm chạp di chuyển, nhấc tay chân ra khỏi người tôi. Tôi cảm nhận được cậu bé của anh cương lên, chạm vào hông tôi. Thấy tôi đang tròn mắt, anh chậm rãi nhoẻn nụ cười khêu gợi.

"Ờ… ừm… bây giờ cũng được nhưng mình nên đợi đến Chủ nhật." Anh chúi người rúc mũi vào một bên tai tôi.

Má tôi ửng hồng, rồi sau đó từ từ đỏ bừng lên trước cử chỉ gợi tình của anh.

"Anh nóng quá." Tôi thì thầm.

"Em cũng đâu mát hơn." Anh hạ giọng đáp lại rồi đè lên người tôi gợi ý.

Tôi lại đỏ mặt thêm. *Ý tôi không phải vậy.* Anh chống người trên khuỷu tay, nhìn tôi chăm chăm vẻ buồn cười. Anh gập người và trước sự ngạc nhiên của tôi, đặt một nụ hôn lên môi tôi.

"Em ngủ ngon không?" Anh hỏi.

Tôi gật đầu, chăm chú nhìn anh. Tôi nhận ra mình đã ngủ rất ngon ngoại trừ ba mươi phút vừa qua tôi bị nóng.

"Tôi cũng vậy." Anh khẽ cau mày. "Ừm, rất ngon." Bỗng anh nhướng mày với vẻ ngạc nhiên, bối rối. "Mấy giờ rồi?"

Tôi liếc đồng hồ. "Bảy rưỡi."

"Bảy rưỡi… Quái quỷ."

Anh lật đật choàng khỏi giường rồi xỏ quần jeans vào.

Đến lượt tôi thấy buồn cười. Ngài Christian Grey đáng kính đang bối rối và bị trễ giờ. Điều tôi chưa bao giờ thấy. Một lúc sau tôi mới nhận thấy lưng mình hết đau tự lúc nào.

"Đúng là em gây tác động xấu đến tôi. Hôm nay tôi có cuộc họp. Tôi phải đi đây - Phải có mặt ở Portland lúc tám giờ. Em cười tôi đấy à?"

"Vâng."

Anh cười tươi rói. "Tôi bị trễ giờ. Tôi chưa từng để mình trễ bao giờ. Thêm một cái "lần đầu tiên" của tôi nữa, cô Steele."

Anh mặc áo khoác rồi cúi xuống, hai tay đặt ở hai bên đầu tôi.

"Chủ nhật nhé." Lời anh nói dường như tiềm ẩn những hứa hẹn không lời. Mọi giác quan trong người tôi như xổ tung ra rồi siết chặt lại trước một viễn cảnh ngọt ngào. Cảm giác thật tuyệt.

Trời ạ, giá như tôi kiểm soát được cơ thể mình thì tốt biết mấy. Anh nhoài người gửi đến tôi một nụ hôn vội rồi vơ lấy đồ đạc để trên bàn cạnh giường và cả đôi giày nhưng không đi luôn vào.

"Taylor sẽ đến và lo vụ chiếc Beetle của em. Tôi nói nghiêm túc đấy. Đừng lái nó nữa. Hẹn gặp em ở chỗ tôi Chủ nhật này nhé. Tôi sẽ email giờ giấc cho em sau."

Và thoắt như một cơn gió, anh đi mất.

Christian Grey đã ở bên tôi cả đêm, tôi thấy thật thư thái. Không tình dục, chỉ ôm ấp mà thôi. Anh từng nói với tôi anh chưa từng ngủ cạnh ai, vậy mà anh đã ngủ bên tôi những ba lần. Tôi cười một mình và chậm chạp trèo ra khỏi giường. Tôi đã thấy lạc quan hơn mấy ngày qua. Tôi xuống bếp pha một tách trà.

Sau bữa sáng, tôi tắm rồi nhanh chóng thay quần áo để đi làm ngày cuối cùng ở cửa hàng Clayton. Một kỷ nguyên sắp được đặt dấu chấm hết - tạm biệt ông bà Clayton, tạm biệt WSU, Vancouver, căn hộ, và cả chiếc Beetle của tôi. Tôi liếc đồng hồ - mới bảy giờ năm mươi hai. Vẫn còn sớm.

Từ: Anastasia Steele
Chủ đề: Vụ cưỡng hiếp và bạo hành: Những hậu quả
Ngày: 27 tháng 5 năm 2011, 08:05
Đến: Christian Grey

Ngài Grey đáng kính,
Ngài muốn biết tại sao em cảm thấy bối rối với ngài -
ta nên dùng uyển ngữ nào để miêu tả nhỉ - em đã bị đét
đít, bị phạt, bị đánh, bị tấn công. Ừm, trong suốt
quá trình đó, em cảm thấy bị hạ nhục, ê chề, mất hết
phẩm cách và bị lạm dụng. Nhưng thật đáng xấu hổ,
ngài đã đúng, em bị kích thích, chuyện này thì em
không ngờ đến được. Như ngài đã thấy rất rõ, những
gì liên quan đến tình dục đều còn mới lạ với em - em
chỉ ước gì mình có nhiều kinh nghiệm hơn để có sự
chuẩn bị tốt hơn. Sự thực là em đã sốc khi thấy mình
bị kích thích.
Điều em thực sự lo lắng là sau đó em sẽ cảm thấy thế
nào. Thật khó để nói bằng lời. Em hạnh phúc khi thấy
ngài hạnh phúc. Em thấy nhẹ nhõm khi chuyện đó không
đau đớn như em tưởng. Và khi em nằm trong vòng tay
ngài, em cảm thấy thỏa mãn, tuy rằng em thấy không
mấy thoải mái, thậm chí, tội lỗi vì đã cảm nhận như
vậy. Cảm giác đó không dễ dàng gì với em, nên kết quả
là em trở nên bối rối. Như vậy đã đủ để trả lời câu
hỏi của ngài chưa?
Em hy vọng rằng thế giới của những vụ sáp nhập và
thâu tóm vẫn đầy kích thích đối với ngài và rằng
ngài đã không quá trễ giờ họp.
Cảm ơn vì đã ở lại với em.
Ana

Từ: Christian Grey
Chủ đề: Thư giãn đầu óc đi

Ngày: 27 tháng 5 năm 2011, 08:24
Đến: Anastasia Steele

Quả là một cái tựa đề thú vị tuy có hơi cường điệu,
cô Steele.
Dưới đây là để trả lời cho những vấn đề của em:
- Tôi vẫn sẽ tiếp tục đét đít - và nó vẫn là như
vậy.
- Thế ra em đã cảm thấy nhục nhã, ê chề, mất hết phẩm
cách và bị lạm dụng - sao em lại Tess Durbeyfield
quá vậy. Chính em đã quyết định để mình bị đày đọa,
nếu tôi nhớ không lầm. Có phải em thực sự cảm thấy
thế hay em nghĩ rằng em nên cảm thấy thế? Hai điều
này hoàn toàn khác nhau. Nếu đó thực sự là cảm nhận
của em, em có nghĩ rằng em sẽ cố níu giữ nó, giùm cho
tôi không? Đó chính là biểu hiện của sự phục tùng.
- Tôi rất biết ơn chuyện em chưa từng với ai. Tôi
trân trọng nó và tôi bắt đầu hiểu ý nghĩa của chuyện
này là như thế nào. Đơn giản là có nghĩa là em thuộc
về tôi hoàn toàn.
- Em bị kích thích, ngược lại, tôi cũng vậy. Điều
này không có gì sai trái cả.
- Tôi thấy vui vì tôi bắt đầu không che đậy những
cảm nhận của mình. Những lạc thú ngất ngây đang đến
gần kề.
- Đánh đòn để phạt gây đau đớn nhiều hơn những cú
đét vào mông khi làm tình - nên những cái đét mông
vừa rồi chỉ đau vừa phải thôi, trừ phi, dĩ nhiên,
khi em phạm phải tội gì nghiêm trọng, chắc chắn tôi
sẽ dùng hình cụ nào đó để phạt em. Tay tôi cũng rất
đau vậy. Nhưng tôi thích thế.
- Tôi cũng cảm thấy thoả mãn - hơn cả tưởng tượng
của em.
- Đừng tốn công lo lắng về cảm giác, về tội lỗi, hay
về lẽ đúng sai v.v. Em và tôi là những người trưởng
thành tình nguyện đến với nhau, và chúng ta làm những
việc chỉ có hai chúng ta biết, đằng sau cánh cửa đóng
kín. Em hãy giải phóng tâm trí để lắng nghe thể xác của
mình hơn.

– Thế giới của những vụ sáp nhập và thâu tóm không
kích thích được tôi nhiều bằng em đâu, cô Steele.

Christian Grey,
CEO, Grey Enterprises Holdings, Inc.

*Quái quỷ… theo cách riêng của tôi.* Tôi thở hắt ra.

Từ: Anastasia Steele
Chủ đề: Những người trưởng thành tình nguyện đến
với nhau!
Ngày: 27 tháng 5 năm 2011, 08:26
Đến: Christian Grey

Không phải ngài đang họp đấy chứ?
Em hả hê vì tay ngài bị đau.
Và nếu em lắng nghe được thể xác của mình thì giờ
này em đã ở Alaska rồi.
Ana
Tái bút: Em sẽ cân nhắc chuyện níu giữ những cảm
xúc này.

Từ: Christian Grey
Chủ đề: Cô đâu có gọi cảnh sát
Ngày: 27 tháng 5 năm 2011, 08:35
Đến: Anastasia Steele

Cô Steele,
Tôi đang họp về xu hướng thị trường, nếu em quan tâm.
Nhớ lại đi, em đã đứng cạnh tôi và thừa hiểu tôi định
làm gì.
Em đã không hề yêu cầu tôi dừng lại – thậm chí cũng
không thốt lên từ khóa an toàn nữa.
Em là một cô gái trưởng thành – Em được quyền
chọn lựa.
Nói thẳng ra, tôi đang trông mong đến lần bị đau tay
kế tiếp của tôi.
Và em, rõ ràng đã không chịu lắng nghe đúng cơ thể
mình.
Alaska lạnh lắm, cũng không có nơi trú ẩn tốt đâu.
Tôi chắc chắn sẽ tìm ra em.
Tôi truy được cả số điện thoại của em mà – nhớ
không?

Đi làm đi.

Christian Grey
CEO, Grey Enterprises Holdings, Inc.

Tôi nhăn nhó nhìn màn hình máy tính. Dĩ nhiên, anh đúng. Đó là lựa chọn của tôi. Ừm. Có thật là anh sẽ làm mọi cách để tìm tôi không? Tôi có nên lánh mặt một thời gian không? Tôi thoáng nghĩ đến lời đề nghị của mẹ. Rồi nhấn nút "Trả lời".

Từ: Anastasia Steele
Chủ đề: Kẻ đeo bám lén lút
Ngày: 27 tháng 5 năm 2011, 08:36
Đến: Christian Grey

Ngài đã tìm được thuốc chữa cho bệnh thích đeo bám của mình chưa?
Ana

Từ: Christian Grey
Chủ đề: Kẻ đeo bám? Là tôi?
Ngày: 27 tháng 5 năm 2011, 08:38
Đến: Anastasia Steele

Tôi tốn kha khá tiền cho bác sĩ Flynn trứ danh để chữa căn bệnh thích đeo bám và một số xu hướng tâm lý khác của mình.
Đi làm đi.

Christian Grey
CEO, Grey Enterprises Holdings, Inc.

Từ: Anastasia Steele
Chủ đề: Những tên lang băm
Ngày: 27 tháng 5 năm 2011, 08:40
Đến: Christian Grey

Hãy cho kẻ hèn mọn này được khiêm nhường đề nghị ngài đổi bác sĩ khác.
Tôi e rằng bác sĩ Flynn chữa trị không mấy hiệu

quả.

Cô Steele

Từ: Christian Grey
Chủ đề: Đổi bác sĩ
Ngày: 27 tháng 5 năm 2011, 08:43
Đến: Anastasia Steele

Không phải việc của em, dù khiêm nhường hay gì gì
đi nữa nhưng bác sĩ Flynn đã là bác sĩ thứ hai của
tôi rồi.
Em phải khẩn trương lên, hôm nay là ngày đầu tiên
đi xe mới, tự nhiên lại đặt mình vào những nguy
hiểm không cần thiết - Tôi bảo đó là phạm luật đấy.
ĐI LÀM ĐI.

Christian Grey
CEO, Grey Enterprises Holdings, Inc.

Từ: Anastasia Steele
Chủ đề: MẤY CHỮ CÁI IN HOA HAM LA HÉT
Ngày: 27 tháng 5 năm 2011, 08:47
Đến: Christian Grey

Với thân phận là người hứng chịu cái xu hướng thích
lén lút đeo bám của ngài, thực sự tôi nghĩ đó cũng
là việc của tôi.
Tôi vẫn chưa ký. Vậy thì "phạm luật", quên đi[1]. Còn
nữa, giờ làm của tôi bắt đầu lúc 9:30 cơ.
Cô Steele

Từ: Christian Grey
Chủ đề: Ngôn ngữ miêu tả
Ngày: 27 tháng 5 năm 2011, 08:49
Đến: Anastasia Steele

---

1. Nguyên văn là "rules, schmules", chữ "schmules" không có nghĩa, đây là
một cách chơi chữ theo kiểu Mỹ, lặp lại từ trước đó, bỏ phụ âm đầu rồi thêm
tiền tố "sch" để thể hiện thái độ coi thường. Đó là lý do trong email tiếp theo,
Christian bảo rằng từ này không có trong từ điển.

"Quên đi"? Chữ đó không có trong từ điển Websters[1] đâu nhé.

Christian Grey
CEO, Grey Enterprises Holdings, Inc.

Từ: Anastasia Steele
Chủ đề: Ngôn ngữ miêu tả
Ngày: 27 tháng 5 năm 2011, 08:52
Đến: Christian Grey

Vừa mắc chứng nghiện kiểm soát, vừa bị bệnh khoái theo dõi nhỉ.
Còn nữa, ngôn ngữ miêu tả luôn là môn khó khăn của tôi.
Đừng làm phiền tôi nữa, được không?
Muốn đi làm bằng xe hơi mới rồi đây.
Ana

Từ: Christian Grey
Chủ đề: Những cô nàng khó bảo nhưng hài hước
Ngày: 27 tháng 5 năm 2011, 08:56
Đến: Anastasia Steele

Bàn tay tôi đang từ từ xiết lại đây.
Lái cẩn thận nhé, cô Steele.

Christian Grey
CEO, Grey Enterprises Holdings, Inc.

Lái Audi thật là khoái. Tay lái của nó mạnh. Còn với Wanda, tên chiếc Beetle của tôi, chẳng có chút lực nào chỗ tay lái, vì thế bài tập thể dục mỗi ngày của tôi chính là điều khiển nó. Nhưng giờ thì hết rồi. Ồ, nhưng theo luật của Christian thì tôi sẽ phải có một huấn luyện viên riêng. Tôi cau mày. Tôi chúa ghét tập thể dục.

---

1. Webster's là quyển từ điển ngôn ngữ rất phổ biến của Mỹ.

Vừa lái, tôi vừa cố phân tích cuộc trao đổi bằng email ban nãy giữa hai chúng tôi. Thỉnh thoảng anh cư xử như một thằng con hợm hĩnh của mụ phù thủy nào đó. Và rồi chợt nghĩ đến bác Grace, tôi thấy suy nghĩ của mình thật tội lỗi. Nhưng sự thực, bác cũng đâu phải mẹ đẻ của anh. Ừm, thế giới này đầy rẫy những nỗi đau vô hình. Vậy thì, "thằng con hợm hĩnh của một mụ chó cái" với anh vậy cũng đáng. Ừ, tôi là người lớn đấy, cảm ơn đã nhắc tôi chuyện đó, ngài Christian Grey và tôi đã tự lựa chọn đấy. Vấn đề ở đây là, tôi chỉ muốn Christian, chứ không phải tất thảy... cái mớ hỗn độn trong con người anh - vậy mà anh lại có vô thiên lủng sự phức tạp của một con người. Tôi có nên ngồi lại và mở rộng vòng tay chấp nhận hết tất cả? Như một người phục tùng thật sự? Tôi từng bảo tôi sẽ cố. Đây quả là một dấu hỏi cực lớn của tôi.

Tôi đưa xe vào bãi đỗ cửa hàng Clayton. Tôi bước vào mà vẫn thấy khó tin được đây là ngày cuối cùng của mình ở chỗ này. May mắn hôm nay cửa hàng khá đông khách và thời gian trôi như tên bay. Vào giờ trưa, ông Clayton gọi tôi vào kho. Ông đứng cạnh một người giao hàng.

"Cô là cô Steele?" Người giao hàng hỏi tôi. Tôi nhướng mày nhìn ông Clayton vẻ không hiểu nhưng ông cũng so vai nhìn lại tôi, đầy thắc mắc. Tôi thấy căng thẳng. Lần này Christian gửi cho tôi cái gì nữa đây? Tôi ký nhận một gói hàng nhỏ rồi mở ra ngay lập tức. Một chiếc điện thoại BlackBerry. Tôi càng thấy căng thẳng hơn. Tôi mở điện thoại lên.

Từ: Christian Grey
Chủ đề: BlackBerry CHO VAY
Ngày: 27 tháng 5 năm 2011, 11:15
Đến: Anastasia Steele

Tôi cần liên lạc được với em mọi lúc mọi nơi, và vì đây là cách liên lạc tốt nhất với em, tôi nhận thấy em thực sự cần một chiếc BlackBerry.

Christian Grey
CEO, Grey Enterprises Holdings, Inc

Từ: Anastasia Steele
Chủ đề: Chủ nghĩa tiêu dùng hoành hành
Ngày: 27 tháng 5 năm 2011, 13:22
Đến: Christian Grey

Tôi nghĩ anh nên gọi cho bác sĩ Flynn ngay đi.
Chứng nghiện theo dõi của anh đang tái phát mạnh rồi đấy.
Tôi đang làm việc. Sẽ gửi mail cho anh khi tôi về đến nhà.
Cảm ơn anh vì một món đồ điện tử nữa.
Tôi đã đúng khi đánh giá anh là một người mê tiêu tiền.
Tại sao anh làm vậy?
Ana

Từ: Christian Grey
Chủ đề: Sự sắc sảo của một người trẻ tuổi
Ngày: 27 tháng 5 năm 2011, 13:24
Đến: Anastasia Steele

Vẫn như mọi khi, nói hay lắm, cô Steele.
Bác sĩ Flynn đi nghỉ mát rồi.
Và tôi làm vậy vì tôi có khả năng.

Christian Grey
CEO, Grey Enterprises Holdings, Inc

Tôi nhét cái điện thoại vào túi quần sau, chưa gì đã thấy ghét nó rồi. Trao đổi mail qua lại với Christian cũng dễ gây nghiện thật nhưng tôi còn phải làm việc. Lưng tôi lại nhói lên một cái... Đúng lúc chưa, tôi mỉa mai nghĩ, nhưng tập trung hết ý chí, tôi cố quên nó đi.

Lúc bốn giờ, ông bà Clayton tập họp hết nhân viên trong cửa hàng lại và sau một bài diễn văn dài đến phát ngượng, đã trao cho tôi một tờ séc ba trăm đô la. Trong khoảnh khắc đó, tất cả những sự kiện trong suốt ba tuần qua bỗng ùa về: kỳ thi, lễ tốt nghiệp, cảm xúc mãnh liệt, ngài tỷ phú khốn kiếp, chuyện mất trinh, căn phòng "giải trí", di chuyển bằng trực thăng và cả chuyện dời nhà ngày mai.

Tôi nhanh chóng lấy lại bình tĩnh và làm một hành động đáng kinh ngạc. Tôi ôm ông bà Clayton thật chặt. Họ là những ông bà chủ tốt bụng và rộng rãi. Tôi sẽ nhớ họ lắm.

KATE ĐANG BƯỚC RA KHỎI XE khi tôi vừa về đến nhà.

"Cái gì kia?" Cô ấy hỏi như kết tội, tay chỉ vào chiếc Audi.

Tôi buộc miệng hài hước. "Chiếc xe hơi." Cô ấy nheo mắt, trong thoáng chốc, tôi tự hỏi liệu cô ấy có định hạ thấp tôi không. "Quà tốt nghiệp của tớ." Tôi ra vẻ thờ ơ. *Ừ, tớ được tặng xe hơi đắt tiền mỗi ngày đấy.* Kate há hốc miệng.

"Một thằng cha thượng lưu cà chớn nhưng rộng rãi nhỉ."

Tôi gật đầu. "Tớ cố từ chối nhưng nói thẳng ra, cũng chẳng cần phải từ chối làm gì."

Kate bĩu môi. "Chả trách sao cậu bị choáng ngợp. Tớ để ý thấy tối qua anh chàng đã ở lại đây đấy nhé."

"Ừm." Tôi cười ra vẻ đăm chiêu.

Đóng gói đồ đạc tiếp chứ?

Tôi gật đầu rồi cả hai cùng vào nhà. Tôi kiểm tra mail của Christian.

Từ: Christian Grey
Chủ đề: Chủ nhật
Ngày: 27 tháng 5 năm 2011, 13:40
Đến: Anastasia Steele

Chúng ta sẽ gặp nhau 1:00 chiều ngày Chủ nhật.
Em có hẹn với bác sĩ lúc 1:30 ở tòa nhà Escala.
Giờ tôi phải đi Seattle.

Chúc em dọn nhà suôn sẻ, rất mong đến Chủ nhật.

Christian Grey
CEO, Grey Enterprises Holdings, Inc

Lẽ ra anh nên nói chuyện thời tiết thì hơn. Tôi định sau khi đóng gói đồ đạc xong sẽ trả lời mail cho anh. Anh là loại người phút trước có thể còn vui vẻ hài hước, thoắt cái đã trở nên trịnh trọng nghiêm khắc. Thật khó bắt kịp cái tính nắng mưa đó. Thành thực mà nói, bức thư này hệt như thư gửi cho một nhân viên thông thường của anh. Tôi trừng mắt nhìn nó thách thức rồi vào giúp Kate một tay.

KHI TÔI VÀ KATE Ở TRONG BẾP thì có tiếng gõ cửa. Taylor đứng ở cổng, nhìn anh hoàn hảo trong bộ com-lê. Dấu ấn thời gian phục vụ trong quân ngũ thể hiện ở mái đầu đinh, phục sức chỉnh tề và ánh nhìn điềm tĩnh của anh.

"Chào cô Steele." Anh nói. "Tôi đến để lấy xe."

"Ồ vâng, mời anh vào. Tôi đi lấy chìa khóa xe ngay."

Chuyện này chắc chắn vượt quá nhiệm vụ công việc của Taylor. Tôi tự hỏi đặc điểm công việc của anh ấy là gì. Tôi trao chìa khóa xe cho anh. Chúng tôi cùng đi đến chỗ chiếc Beetle xanh nhạt của tôi trong sự im lặng đến ngột ngạt, tôi cảm thấy vậy. Tôi mở cửa xe, lấy cái đèn pin ra khỏi ngăn đựng vật dụng linh tinh trên xe. Chỉ có vậy thôi. Tôi không có vật gì riêng tư khác trên chiếc Wanda cả. *Tạm biệt, Wanda thân yêu. Cảm ơn mày.* Tôi vuốt ve mui xe rồi sập cửa lại.

"Anh làm việc cho ngài Grey bao lâu rồi?" Tôi hỏi.

"Được bốn năm, cô Steele."

Bỗng nhiên, tôi bị thôi thúc muốn đặt hàng tấn câu hỏi với anh. Người đàn ông này chắc chắn biết rất nhiều về Christian, tất cả những bí mật của anh ta. Nhưng có lẽ anh cũng đã ký một bản NDA rồi. Tôi nhìn anh hồi hộp. Anh có cái vẻ lầm lì ít nói giống dượng Ray khiến tôi thấy anh thật gần gũi.

"Ngài ấy là người tốt, cô Steele."

Anh mỉm cười, gật đầu chào tôi rồi chui vào xe tôi, lái đi.

Căn hộ đang ở, chiếc Beetle, siêu thị Clayton – tất cả giờ đã đổi thay. Tôi lắc mạnh đầu rồi quay trở vào nhà. Và sự đổi thay lớn nhất chính là Christian Grey. Taylor bảo anh ta là người tốt. Có đáng tin không?

JOSÉ MUA ĐỒ ĂN TRUNG HOA mang đến cho chúng tôi lúc tám giờ. Xong việc rồi. Đồ đạc đã được đóng gói xong và sẵn sàng để chuyển đi. Cậu ấy cũng mang theo vài chai bia. Tôi và Kate thả người trên ghế dài, còn José ngồi khoanh chân trên sàn. Chúng tôi cùng xem mấy chương trình ti vi nhảm nhí, uống bia và càng về khuya, càng ồn ào cười đùa hồi tưởng lại mấy năm học qua, bia cũng đang phát huy tác dụng. Đó là quãng thời gian bốn năm tươi đẹp của chúng tôi.

Quan hệ giữa tôi và José đã bình thường trở lại, vụ cưỡng bức hôn ngày nọ cũng dần lãng quên. Dư vị của nó đã bị vùi bên dưới tấm thảm mà vị nữ thần nội tại trong tôi đang nằm dài lên, nhâm nhi chùm nho tươi và gõ gõ mấy ngón tay, sốt ruột chờ đến Chủ nhật. Có tiếng gõ cửa, tim tôi giật thót. Có phải là…

Kate ra mở cửa và suýt chút nữa bị nhấc bổng lên bởi Elliot. Anh ghì chặt lấy Kate bằng một cú siết mạnh theo phong cách Hollywood rồi nhanh chóng chuyển thành một cái ôm kiểu mấy bộ phim tư nhân Châu Âu. *Nói thiệt nha… vô phòng dùm đi.* José và tôi trợn mắt nhìn nhau. Tôi phát hoảng lên vì cái sự thiếu tế nhị của hai anh chị này.

"Bọn mình đi bộ xuống bar nhé." Tôi hỏi José và nhận được sự đáp ứng nhiệt tình.

Bọn tôi đều thấy không thoải mái mấy với cái vụ bộc lộ tình cảm thiếu kiềm chế này. Kate nhìn qua tôi, má đỏ ửng và mắt sáng long lanh.

"Tớ với José đi làm một ly đây." Tôi nhướng mắt nhìn cô ấy.

"Ok." Kate toét miệng cười

"Chào anh Elliot."

"Tạm biệt anh Elliot."

Trong khi tôi cùng José bước ra ngoài, anh nháy mắt với tôi và cười khúc khích như mấy cô cậu tuổi teen.

Khi tản bộ ra bar, tôi chủ động nắm tay José. Chúa ơi, cậu ấy là một người cực kỳ đơn giản, vậy mà trước đây tôi chưa từng nhận ra.

"Cậu vẫn sẽ đến dự lễ khai trương buổi triển lãm của mình phải không?"

"Chắc chắn vậy rồi, José, ngày nào nhỉ?"

"Mùng chín tháng Sáu."

"Thứ mấy?" Tôi bỗng nhiên giật mình.

"Thứ Năm."

"Ừm, mình sẽ đến... Cậu cũng phải ghé thăm bọn mình ở Seattle đấy nhé."

"Đố mình dám không ghé." Cậu ấy nhăn nhở cười.

KHI TÔI TỪ QUÁN BAR quay về thì đã khuya. Chẳng thấy bóng dáng Kate và Elliot đâu cả nhưng trời ạ, tiếng của họ thì rõ mồn một. Quái quỷ. Mong là tôi không làm ồn giống vậy. Còn Christian thì chắc chắn không rồi. Ý nghĩ đó làm tôi đỏ mặt. Tôi chui tọt vào phòng. José đã về sau khi chúng tôi trao nhau một cái ôm tạ-ơn-trời-không-có-gì-phải-lúng-túng. Tôi không biết khi nào sẽ gặp lại cậu ấy, có lẽ ở buổi triển lãm ảnh của cậu. Lại một lần nữa, tôi thấy sốc vì cuối cùng cậu ấy cũng có cả một cuộc triển lãm của riêng mình. Tôi sẽ nhớ cậu và cả cái nét đáng yêu trẻ con của cậu. Tôi không muốn kể với cậu về vụ chiếc Beetle, vì tôi đoán chắc cậu sẽ phát điên lên khi biết chuyện, mà tôi chỉ có thể chịu đựng một người phát điên lên với tôi một lần thôi. Ngồi trong phòng, tôi kiểm tra chiếc điện thoại đáng ghét, lẽ dĩ nhiên, một cái mail nữa của Christian.

> Từ: Christian Grey
> Chủ đề: Em ở đâu?
> Ngày: 27 tháng 5 năm 2011, 22:14
> Đến: Anastasia Steele
>
> "Tôi đang làm việc. Sẽ gửi mail cho anh khi tôi về đến nhà."
> Em vẫn còn đang làm việc hay đã đóng gói cả điện thoại của em, chiếc BlackBerry và cả MacBook?
> Gọi cho tôi hoặc buộc lòng tôi phải gọi Elliot đấy.
>
> Christian Grey
> CEO, Grey Enterprises Holdings, Inc

Khỉ thật... José... quái quỷ.

Tôi vơ lấy điện thoại. Năm cuộc gọi nhỡ cùng một tin nhắn thoại. Tôi mở tin nhắn thoại lên, là Christian.

*"Tôi nghĩ em cần học cách đáp ứng những mong đợi của tôi. Tôi không phải là người kiên nhẫn. Nếu em bảo rằng em sẽ liên lạc sau khi xong việc tức là em có nghĩa vụ làm như em đã nói. Nếu không, tôi sẽ lo lắng, mà tôi lại không mấy quen với cảm giác đó và cũng không chịu đựng được nó lâu. Gọi cho tôi".*

Chết tiệt. Chẳng lẽ anh không cho tôi ngơi nghỉ chút được sao? Tôi cau có nhìn điện thoại. Anh đang làm tôi ngộp thở. Tôi tìm số anh trong máy, bấm "Gọi", cảm giác khiếp sợ cuộn lên như sóng trong lòng. Tôi sợ hãi tột cùng khi chờ anh trả lời. Có lẽ anh sẽ muốn phát vào mông tôi đến chết mất thôi. Ý nghĩ đó thật tồi tệ.

"Chào em." Giọng anh nhỏ nhẹ. Tiếng đáp của anh làm tôi choáng ngay lập tức. Tôi đã chuẩn bị để đón nhận sự phẫn nộ từ anh nhưng không, trên tất cả, tôi cảm được sự nhẹ nhõm trong giọng nói của anh.

"Chào anh." Tôi lắp bắp.

"Em làm tôi rất lo."

"Em hiểu. Em xin lỗi đã không trả lời nhưng em ổn mà."

Anh ngưng một giây.

"Một buổi tối dễ chịu chứ?" Anh hỏi giọng lịch sự.

"Vâng. Bọn em đóng gói đồ đạc xong, rồi cùng ăn thức ăn Trung Hoa với José." Tôi nhắm nghiền mắt lại khi chữ José bật ra khỏi miệng. Christian im lặng.

"Còn anh?" Tôi hỏi để lấp khoảng trống im lặng đột ngột giữa hai chúng tôi. Tôi không muốn anh làm tôi thấy có lỗi về chuyện José.

Cuối cùng, anh thở dài.

"Tôi tham dự một bữa tối gây quỹ. Chán đến chết được. Tôi bỏ về từ sớm."

Giọng anh nghe buồn và phó mặc. Tim tôi thắt lại. Trước mắt tôi là hình ảnh anh bao đêm dài đơn độc ngồi bên chiếc đàn dương cầm trong căn phòng rộng thênh thang dạo những tiếng nhạc buồn ngọt đắng.

"Em ước gì anh ở đây." Tôi thì thầm, tôi tha thiết muốn ôm lấy anh. Dỗ dành anh. Ngay cả khi anh không cho phép. Tôi muốn được kề sát bên anh.

"Thật vậy sao?" Anh dịu dàng hỏi khẽ. *Trời đất*. Nghe không giống anh chút nào, chân tóc tôi như nổi gai hết lên vì sợ.

"Thật mà." Tôi thì thào. Một khắc dài như vô tận trôi qua, anh lại thở dài.

"Gặp em Chủ nhật chứ?"

"Vâng. Chủ nhật." Tôi khẽ đáp nhỏ, toàn thân run lên.

"Ngủ ngon nhé."

"Ngủ ngon, thưa ngài."

Cách xưng hô của tôi tác động vào anh ngay lập tức. Tôi nghe anh hít thật sâu một hơi.

"Chúc em dọn nhà suôn sẻ ngày mai nhé, Anastasia." Giọng anh mềm mỏng. Cả hai chúng tôi cùng nấn ná bên điện thoại như mấy cô cậu học trò, chẳng ai muốn cúp máy trước.

"Anh cúp máy đi." Tôi thì thầm. Cuối cùng, tôi đã cảm nhận được anh đang cười ở đầu dây bên kia.

"Không, em trước đi." Và lần này tôi biết anh đang tươi cười.

"Em chả muốn."

"Tôi cũng không."

"Anh giận em lắm phải không?"

"Ừ."

"Còn giận không?"

"Không."

"Vậy sẽ không phạt em chứ?"

"Không. Tôi là loại đàn ông tùy-thời-điểm."

"Em nhớ rồi đấy."

"Giờ thì cúp máy được rồi, cô Steele."

"Ngài thực sự muốn vậy sao, thưa ngài?"

"Đi ngủ đi, Anastasia."

"Vâng, thưa ngài."

Chúng tôi vẫn còn chần chừ.

"Có bao giờ em nghĩ rằng em có khả năng thực hiện những gì tôi bảo không?" Anh vừa buồn cười vừa nổi cáu cùng lúc.

"Có lẽ vậy. Ta gặp nhau Chủ nhật nhé." Rồi tôi nhấn nút "Ngừng" trên điện thoại.

ELLIOT ĐỨNG NGẮM và tự trầm trồ công trình của mình. Anh vừa gắn thành công ti-vi với hệ thống vệ tinh của căn hộ trong khu Chợ Pike của chúng tôi. Tôi và Kate nằm lọt thỏm trong chiếc ghế nệm dài, cười khúc khích ngưỡng mộ hình ảnh một Elliot anh dũng tay cầm cái khoan điện. Màn hình phẳng trông khá kì dị trên nền tường gạch của nhà kho đã được cải thiện công năng nhưng tôi nghĩ dần dần tôi sẽ thấy quen mắt.

"Thấy chưa cưng, dễ mà." Anh cười hết cỡ, khoe hàm răng sáng bóng nhìn Kate, còn cô nàng gần như tan vào lớp đệm ghế, đúng theo nghĩa đen.

Tôi trợn mắt trước cặp đôi này.

"Anh muốn ở lại lắm, cưng à. Nhưng em gái anh vừa từ Paris về. Tối nay là buổi họp mặt bắt buộc trong gia đình."

"Vậy sau đó anh đến nhé." Kate hỏi, giọng dịu dàng không-phải-Kate.

Tôi đứng dậy rồi đi ra sau bếp, vờ như chuẩn bị soạn thêm một thùng đồ khác. Hai anh chị lại sắp ủy mị đến nơi.

"Để anh xem có trốn ra được không." Elliot hứa.

"Để em tiễn anh." Kate cười.

"Gặp em sau, Ana." Elliot cười tươi.

"Tạm biệt anh Elliot. Cho em gửi lời chào tới anh Christian nhé."

"Chỉ 'chào' thôi hả?" Anh nhướng mày hỏi.

"Vâng ạ." Tôi đỏ mặt.

Anh nháy mắt với tôi làm má tôi đỏ lựng thêm. Anh theo Kate đi ra cổng.

Anh Elliot thật đáng yêu và khác một trời một vực so với Christian. Anh ấm áp, cởi mở, gần gũi, rất gần gũi, quá gần gũi với Kate. Họ hiếm khi nào rời tay khỏi nhau – thật ra cũng đáng xấu hổ, tôi thấy ghen tị với Kate quá đỗi.

Hai mươi phút sau, Kate quay lại mang theo bánh pizza. Hai đứa tôi ngồi ăn bánh lấy thẳng từ trong hộp, giữa những thùng đồ bừa bộn trong một không gian sống mới mẻ xung quanh. Bố của Kate đã làm một nghĩa cử quá đẹp với chúng tôi. Căn hộ ba phòng ngủ và một phòng khách rộng, nhìn thẳng xuống khu Chợ Pike bên dưới, căn hộ không lớn lắm nhưng quả là giấc mơ của bọn tôi. Sàn nhà ốp gỗ chắc chắn và tường xây bằng gạch đỏ. Bàn bếp để nấu nướng là một khối bê tông cứng, nhẵn mịn, rất tiện lợi và hiện đại. Tuy nhiên điều làm cả hai đứa hứng thú nhất là căn nhà nằm ở ngay giữa trung tâm thành phố.

Tám giờ tối, chuông cửa reo. Kate chồm dậy - cả tim tôi cũng đập thình thịch.

"Giao hàng đây, cô Steele, cô Kavanagh." Nỗi thất vọng bao trùm lấy tôi. Không phải Christian.

"Mời lên lầu hai. Phòng số hai."

Kate nhấn nút mở cửa cho phép người giao hàng đi vào khu căn hộ. Miệng anh chàng há hốc khi Kate xuất hiện trong chiếc áo thun và quần jeans ôm sát cơ thể, tóc buộc cao với những lọn tóc loà xoà. Cô ấy luôn có tác động đặc biệt kiểu như thế lên cánh nam giới. Anh chàng cầm trên tay một chai rượu sâm-panh được buộc một quả bóng hình trực thăng. Kate nở nụ cười tươi như hoa tiễn anh chàng, rồi quay vào đọc to tấm thiệp đính kèm món quà.

*Gửi các quý cô,*
*Chúc may mắn trong căn nhà mới.*
*Christian Grey*

Kate lắc đầu tỏ ý không tán thành.

"Tại sao không viết đơn giản là "Christian"? Còn quả bóng trực thăng kỳ cục này là sao?"

"Charlie Tango."

"Cái gì?"

"Christian đưa tớ đi Seattle bằng trực thăng riêng của anh ấy." Tôi so vai.

Kate mắt chữ o mồm chữ i nhìn tôi. Phải nói là tôi hiếm có những dịp sung sướng thế này - Katherine Kavanagh, nín lặng và bất động - khoảnh khắc quý báu ấy chẳng mấy khi có được. Tôi im lặng tận hưởng giây phút ngắn ngủi đáng giá đó.

"Vậy đó. Anh ấy có một chiếc trực thăng riêng, tự lái - Tôi nhấn mạnh, giọng đầy tự hào."

"Một thằng cha cà chớn giàu có ghê gớm vậy chắc chắn phải có trực thăng riêng rồi. Sao trước đây cậu không kể tớ nghe?"

Kate nhìn tôi bắt lỗi, miệng vẫn cười và đầu lắc kiểu không thể tin nổi.

"Dạo này tớ có nhiều chuyện bí mật lắm."

Kate nhăn mặt.

"Vậy nếu tớ đi, cậu chắc vẫn sống ổn chứ?"

"Được mà." Tôi trả lời chắc nịch. *Thành phố xa lạ, không việc làm… bạn trai khác người.*

"Cậu cho anh ta địa chỉ mới à?"

"Chưa. Nhưng dò tìm thông tin là nghề của chàng mà."

Tôi đăm chiêu ra chiều hiểu biết.

Mặt Kate lại nhăn thêm.

"Dù sao thì tớ cũng chẳng ngạc nhiên. Nhưng anh ta cứ làm tớ lo lắng, Ana ạ. Thôi kệ ít ra, trước mặt bọn mình cũng có một chai sâm-panh ngon đã được ướp lạnh."

Chắc chắn rồi. Chỉ có Christian mới gửi sâm-panh ướp lạnh hoặc anh ấy nhờ thư ký… hoặc nhờ Taylor cũng nên. Chúng tôi lục tìm mấy tách trà trong các thùng đồ.

"Hiệu Bollinger Grande Anneé Rosé 1999, dòng rượu nho hảo hạng." Tôi toét miệng cười với Kate và chúng tôi cụng ly.

TÔI THỨC DẬY SỚM vào buổi sáng Chủ nhật âm u, sau một giấc ngủ dài khoan khoái và nằm nhìn những thùng đồ ngổn ngang. *Lo mà dỡ đồ ra hết đi*, tiềm thức tôi cầu nhàu, bặm môi khó chịu. *Không… hôm nay là ngày quan trọng.* Nữ thần nội tại trong tôi lại đang bồn chồn, nhảy lò cò hết chân này sang chân kia. Cảm giác tiên liệu trước những gì sẽ đến treo lơ lửng trên đầu tôi, nặng nề và vênh váo như một đám mây đen trước cơn bão nhiệt đới. Lòng tôi trĩu nặng sự lo âu cùng cảm giác đau đớn nhưng mê hoặc về thể xác mà anh sẽ mang lại cho tôi… và dĩ nhiên, tôi phải ký vào cái hợp đồng chết tiệt đó, hoặc là… không? Tiếng "ding" từ cái điện thoại đáng ghét nằm trên sàn nhà cạnh giường, báo hiệu có mail mới.

Từ: Christian Grey
Chủ đề: Cuộc sống của tôi qua những con số

Ngày: 29 tháng 5 năm 2011, 08:04
Đến: Anastasia Steele

Nếu tự lái xe, em sẽ cần đến mã của bãi đậu xe ngầm ở
tòa nhà Escala:146963.
Đậu ở khu số năm - một trong những khu riêng
của tôi.
Mã thang máy: 1880

Christian Grey
CEO, Grey Enterprises Holdings, Inc

Từ: Anastasia Steele
Chủ đề: Một chai rượu nho hảo hạng
Ngày: 29 tháng 5 năm 2011, 08:08
Đến: Christian Grey

Vâng. Thưa ngài. Đã hiểu.
Cảm ơn ngài về chai sâm-panh và chiếc Charlie
Tango căng phồng, giờ nó được cột ở đầu giường em.
Ana

Từ: Christian Grey
Chủ đề: Sự thèm muốn
Ngày: 29 tháng 5 năm 2011, 08:11
Đến: Anastasia Steele

Không có gì đâu.
Đừng đến trễ.
Charlie Tango may mắn.

Christian Grey
CEO, Grey Enterprises Holdings, Inc

Tôi đảo mắt khó chịu vì cái kiểu kẻ cả của anh nhưng dòng
cuối làm tôi thấy vui. Tôi vào phòng tắm, tự hỏi không biết
Elliot đã sửa xong phòng tắm chưa và cố gắng chế ngự nỗi bất
an trong lòng.

TÔI CÓ THỂ VỪA LÁI chiếc Audi vừa mang giày cao
gót! Đúng 12:55, tôi chạy xe vào bãi đỗ tòa nhà Escala và dừng

ở khu số năm. Anh sở hữu bao nhiêu khu vực đậu xe ở đây nhỉ? Chiếc Audi SUV và chiếc R8 nằm kia, chung với hai chiếc Audi SUV cỡ nhỏ hơn...ưm...m...m. Tôi kiểm tra làn mi chải mascara của mình qua kính trang điểm có đèn thắp sáng ở tấm che nắng trước xe. Chiếc Beetle cũ của tôi không có thứ này.

*Tiến lên!* Nữ thần nội tại đang cầm hai quả cầu lông vải trên tay – nhảy tưng tưng cổ vũ cho tôi. Qua những tấm gương trong thang máy, tôi nhìn ngắm lại chiếc áo đầm màu mận chín của mình - ờ, của Kate. Lần cuối cùng khi tôi mặc cái đầm này, anh đã muốn cởi nó khỏi người tôi. Toàn thân tôi co rúm lại khi nghĩ đến chuyện đó. Cảm giác thật tuyệt, tôi hít một hơi dài. Tôi đang mặc bộ đồ lót Taylor mua. Tôi đỏ mặt tưởng tượng cảnh cái đầu đinh đó lùng sục khắp các gian hàng ở Agent Provocateur[1] hoặc ở đâu đó để mua nó. Cửa mở, trước mặt tôi là khu vực nghỉ của căn hộ số một.

Taylor đã đứng sẵn ở cánh cửa đôi tôi bước ra khỏi thang máy.

"Chào, cô Steele." Anh nói.

"Ồ, gọi em là Ana được rồi."

"Ana." Anh cười. "Ngài Grey đang đợi cô."

*Bảo đảm là vậy.*

Christian đang ngồi đọc mấy tờ báo Chủ nhật trên ghế bành trong phòng khách. Anh ngước nhìn lên khi Taylor dẫn tôi vào. Căn phòng vẫn y nguyên theo trí nhớ của tôi – đã một tuần trôi qua từ khi tôi rời khỏi đây nhưng cảm giác như đã hàng thế kỷ. Hôm nay Christian trông nhẹ nhàng và điềm tĩnh – nói

---

1. Agent Provocateur là hệ thống bán lẻ đồ lót cao cấp của Anh, có cửa hàng tại các thành phố lớn trên thế giới.

thực lòng, nhìn anh rất thoát tục. Anh mặc một chiếc áo rộng bằng vải lanh trắng và quần jeanss, không mang giày hay vớ. Tóc rối lòa xòa và ánh nhìn lấp lánh tinh quái. Anh đứng dậy tiến về phía tôi, nụ cười thanh thản nở trên cặp môi đẹp như tạc tượng.

Tôi đứng như trời trồng ở cửa ra vào, bị điểm huyệt trước vẻ đẹp của anh và dự cảm ngọt ngào về những điều sắp đến. Sức hút điện cực quen thuộc giữa chúng tôi đã xuất hiện, đang tí tách reo trong lòng tôi, kéo tôi đến gần anh hơn.

"Ừm... cái đầm đó..." Anh thì thầm tán dương khi ngắm tôi từ trên xuống dưới. "Chào mừng đã trở lại, cô Steele." Anh nói nhỏ rồi nâng cằm tôi, cúi người, dịu dàng đặt một nụ hôn nhẹ lên môi tôi. Sự động chạm khiến người tôi rung lên, tôi thở mạnh.

"Chào anh." Tôi thì thào, mặt đỏ lựng.

"Em đến đúng giờ. Tôi thích sự đúng giờ. Vào đây." Anh cầm tay dẫn tôi đến chỗ ghế bành. "Tôi muốn cho em xem cái này." Anh nói khi chúng tôi cùng ngồi xuống. Anh đưa tôi tờ *Seattle Times*. Có tấm hình hai chúng tôi đứng cạnh nhau trong buổi lễ tốt nghiệp ở trang 8. Trời đất. Tôi được lên báo. Tôi tìm dòng chú thích.

"Chirstian Grey cùng bạn tại lễ tốt nghiệp Đại học Washington, Vancouver".

Tôi bật cười. "Bây giờ em là 'bạn' anh rồi đấy."

"Đã lên báo thì chắc chắn là thật rồi." Anh cười.

Anh ngồi cạnh, toàn thân hướng về phía tôi, hai chân bắt chéo. Anh nhoài người, vén tóc tôi ra sau tai bằng ngón trỏ thon dài. Cú chạm làm toàn thân tôi sống động hẳn lên, đợi chờ và khao khát.

"Vậy là, Anatasia, em đã biết rõ hơn anh muốn gì từ sau lần em đến tuần trước, đúng không?"

"Vâng." *Anh ta định sẽ dẫn mình đến đâu đây?*

"Và em vẫn quyết định quay trở lại."

Tôi ngượng ngùng gật đầu, mắt anh lóe lên tia nhìn mãnh liệt. Anh bỗng lắc mạnh đầu như thể đang đấu tranh tư tưởng dữ dội lắm với chuyện này.

"Em ăn chưa?" Anh đột ngột hỏi.

*Quái quỷ.*

"Chưa ạ."

"Em đói không?" Anh đang cố để trông mình không có vẻ khó chịu.

"Không phải đói bụng." Tôi thì thầm, anh khịt mũi đáp ứng lại.

Anh nhoài người nói thầm vào tai tôi.

"Thế ra cô luôn luôn háo hức à, cô Steele, để tôi tiết lộ với em một bí mật nhỏ nhé, tôi cũng thế. Nhưng bác sĩ Greene sắp đến rồi." Anh ngồi thẳng dậy. "Và tôi muốn em ăn." Anh nhẹ nhàng trách tôi.

Máu đang hừng hực trong người tôi nguội xuống ngay lập tức. Chết tiệt – cái vụ bác sĩ. Tôi quên mất.

"Anh giải thích chuyện bác sĩ Greene là thế nào đi?" Tôi hỏi để quên đi chuyện vừa nãy.

"Cô ấy là bác sĩ phụ sản giỏi nhất Seattle. Giải thích thế nào nữa đây?" Anh nhún vai.

"Em tưởng em sẽ gặp bác sĩ riêng của anh và đừng có nói với em anh thực ra là một phụ nữ nhé, vì em sẽ không tin đâu."

Anh ném cho tôi một cái nhìn đừng-nói-tầm-phào.

"Tôi thấy em nên được bác sĩ chuyên khoa khám thì thích hợp hơn. Đúng không?" Anh dịu dàng nói.

Tôi gật đầu. Chúa ơi, cô ấy là bác sĩ phụ khoa giỏi nhất, lại được hẹn khám vào Chủ nhật – ngay giờ ăn trưa! Tôi không dám tưởng tượng tiếp tiến khám. Bỗng Christian nhíu mày như chợt nhớ ra chuyện gì đó kém vui.

"Anastasia này, mẹ tôi muốn mời em đến dùng bữa cùng gia đình tối nay. Chắc Elliot cũng đưa Kate theo. Tôi không biết em cảm thấy thế nào nhưng tôi thấy kỳ quặc khi giới thiệu em với gia đình tôi."

*Kì quặc? Tại sao?*

"Anh xấu hổ vì em à?" Tôi không giấu được sự tổn thương trong giọng nói.

"Dĩ nhiên là không." Anh trợn mắt.

"Vậy sao lại kỳ quặc?"

"Vì tôi chưa từng làm thế bao giờ."

"Tại sao anh được phép trợn mắt, còn em thì không?"

Anh nháy mắt với tôi. "Vì tôi không nhận thức được tôi đang làm vậy."

"Em cũng đâu có thường xuyên nhận thức được." Tôi vặc lại.

Christian tròn mắt nhìn tôi, không thốt lên được tiếng nào. Taylor xuất hiện ở cửa.

"Bác sĩ Greene đến rồi, thưa ngài."

"Dẫn cô ấy lên phòng cô Steele."

*Phòng của cô Steele!*

"Em sẵn sàng để áp dụng phương pháp tránh thai chứ?" Anh vừa hỏi vừa đưa tay đón lấy tay tôi.

"Đừng nói là anh vào cùng với em nhé." Tôi thở gấp, choáng váng.

Anh cười to. "Tôi sẵn sàng chi ra rất nhiều để được cùng xem, tin tôi đi, Anastasia ạ, nhưng tôi không nghĩ bác sĩ sẽ chấp nhận chuyện đó."

Tôi đặt tay lên tay anh, bỗng anh kéo tôi vào lòng, hôn vùi. Tôi giữ chặt tay anh, ngạc nhiên tột độ. Hai tay anh đan trong tóc tôi, giữ lấy đầu, anh kéo sát tôi vào người hơn, trán chạm trán tôi.

"Tôi mừng lắm vì em đã đến đây." Anh thì thầm. "Tôi không thể đợi để lột trần em ra đâu."

# Chương mười tám

Bác sĩ Greene cao, tóc vàng óng, trông rất hoàn hảo trong bộ vest màu xanh hoàng gia. Tôi liên tưởng ngay đến mấy cô nàng làm việc ở văn phòng của Christian. Cô nhìn hệt như một mẫu rập khuôn – một phụ nữ tóc vàng nữa đến từ Stepford. Mái tóc dài của cô được chải gọn thành một búi duyên dáng. Cô tầm bốn mươi.

"Chào ngài Grey." Cô bắt tay Christian.

"Cảm ơn cô đã đến dù chúng tôi mời khá trễ." Christian nói.

"Cảm ơn ngài đã hào phóng cho sự có mặt của tôi, ngài Grey. Chào cô Steele." Cô mỉm cười, ánh nhìn điềm tĩnh.

Chúng tôi bắt tay, tôi nhận thấy ngay cô không phải loại người vui vẻ chấp nhận mất thời gian vì những chuyện không đáng. Giống như Kate. Tôi lập tức có thiện cảm với cô. Cô đưa ánh mắt sắc sảo nhìn chăm chăm Christian trong vài giây và sau một chút bối rối, anh hiểu ngay tín hiệu.

"Tôi xuống lầu dưới đây." Anh nói khẽ, rồi bước ra khỏi căn phòng được xem là phòng ngủ của tôi.

"Ồ, cô Steele. Ngài Grey đã chi ra kha khá tiền để tôi thăm khám cho cô. Để xem nào."

SAU MỘT CUỘC KIỂM TRA tổng quát và trao đổi lâu lắc, bác sĩ Greene và tôi quyết định dùng thuốc ngừa thai. Cô viết đơn thuốc rồi bảo tôi đến lấy thuốc vào ngày mai. Tôi thích cách cô xem mọi thứ đều quan trọng – cô đã hết lòng giảng giải cho tôi chuyện phải dùng thuốc đúng vào một giờ cố định mỗi ngày đến nỗi khi dứt lời, mặt cô cũng xanh như màu áo cô mặc vậy. Và tôi có thể thấy cô cũng tò mò cùng cực về mối quan hệ của tôi với Christian. Tôi không kể gì với cô về chuyện này. Đôi lúc, tôi nhận ra cô không quá điềm tĩnh như bề ngoài của mình và tự hỏi nếu cô trông thấy Căn phòng Màu đỏ của Christian thì sẽ thế nào. Má tôi ửng lên khi hai chúng tôi đi ngang cánh cửa đóng im ỉm của căn phòng đó để về lại phòng trưng bày tranh, hay còn được xem là phòng khách của Christian.

Christian đang ngồi trên ghế bành đọc sách. Dàn âm thanh đang phát một tấu khúc hay đến lịm người. Bài hát ngọt ngào xúc cảm bao quanh, ôm ấp anh, lấp đầy căn phòng rộng lớn. Khoảnh khắc đó, nhìn anh thật thanh thản. Anh quay người lại khi chúng tôi trở vào phòng và nhìn tôi cười ấm áp.

"Xong rồi à?" Anh hỏi bằng giọng quan tâm thành thực.

Anh chĩa cái điều khiển từ xa về phía một chiếc hộp trắng bóng bên dưới lò sưởi, nơi anh đặt chiếc Ipod, giai điệu du dương nhỏ dần đi nhưng vẫn văng vẳng xa xa. Anh đứng dậy, chậm rãi tiến về phía chúng tôi.

"Vâng, thưa ngài Grey. Ngài hãy trông chừng cô ấy; đây là một cô gái trẻ xinh đẹp và thông minh đấy."

Christian sửng sốt - Tôi cũng thế. Không ai nghĩ một bác sĩ lại nói một chuyện không liên quan đến chuyên khoa như vậy. Phải chăng cô ấy đang muốn đưa lời cảnh báo rõ ràng với anh? Christian lấy lại tư thế.

"Tôi hoàn toàn hiểu ý cô." Anh nói khẽ, giọng chưa hết ngạc nhiên.

Tôi so vai, nhìn anh chăm chăm, thấy ngượng cho mình.

"Tôi sẽ gửi ngài hóa đơn sau." Cô nói, giọng hoạt bát và bắt tay anh.

"Chúc một ngày tốt lành và chúc cô may mắn, Ana." Cô ấy cười nheo mắt khi bắt tay tôi.

Taylor đã có mặt ngay để đưa bác sĩ Greene qua cánh cửa đôi ra thang máy. Bằng cách gì anh ấy làm được như vậy nhỉ? Nãy giờ anh ta trốn ở đâu?

"Sao rồi?" Christian hỏi.

"Tốt. Cảm ơn anh. Cô ấy bảo em phải kiêng khem quan hệ trong bốn tuần tới."

Miệng Christian đột nhiên há hốc vì sốc và tôi không thể giữ bộ mặt tỉnh bơ lâu hơn được nữa, tôi nhe răng cười với anh như một con ngốc.

"Anh bị lừa rồi!"

Anh nheo mắt, lập tức tôi ngưng bặt. Gương mặt anh trông thật đáng sợ. *Ôi, chết tiệt*. Tiềm thức tôi run rẩy thu vào một góc, mặt tôi không còn một hột máu. Tôi tưởng tượng ra cảnh anh bắt tôi quỳ lần nữa.

"Em bị lừa rồi!" Anh nói, nhoẻn cười. Vòng tay qua eo tôi, anh kéo tôi sát lại gần. "Cô thật khó chữa, cô Steele." Anh thì thầm, nhìn đăm đăm vào mắt tôi, đan những ngón tay vào tóc tôi và giữ tôi thật chắc. Anh hôn tôi, nồng nhiệt, tôi phải bám vào cánh tay rắn chắc của anh để giữ thăng bằng.

"Tôi mong em nhiều lắm, còn bây giờ, em cần phải ăn, tôi cũng vậy. Tôi không muốn chút nữa em bất tỉnh trên người tôi đâu." Anh thì thào sát miệng tôi.

"Có phải đó là tất cả những gì anh muốn ở em không - thể xác em?" Tôi hỏi khẽ.

"Đúng và cả cái miệng thông minh của em nữa." Anh nói trong hơi thở.

Anh lại hôn tôi đắm đuối, rồi bỗng dưng đột ngột buông ra, cầm tay tôi dẫn vào bếp. Tôi bị vần như con quay. Phút trước chúng tôi còn đùa giỡn với nhau, phút sau đã... Tôi đưa tay phẩy phẩy khuôn mặt đang nóng bừng của mình. Anh chỉ đơn giản là quá hấp dẫn, còn tôi cần lấy lại cân bằng và ăn chút gì đó. Bản tấu khúc vẫn còn văng vẳng.

"Nhạc gì vậy anh?"

"Của nhà soạn nhạc Villa Lobos, một trong bộ tổ khúc chín phần mang tên *Bachianas Brasileiras*. Hay, phải không em?"

"Vâng." Tôi khẽ hưởng ứng.

Bàn ăn được dọn ra cho hai người. Christian lấy một bát rau trộn ra khỏi tủ lạnh.

"Em ăn món rau trộn gà và bánh mì nhỏ được chứ?"

*Ồ, tạ ơn trời, không có gì gây nặng bụng.*

"Dạ được, cảm ơn anh."

Tôi quan sát anh di chuyển nhẹ nhàng trong gian bếp. Trông anh khá thoải mái với cơ thể mình, vậy mà anh lại không thích bị đụng chạm... hay là tận trong sâu thẳm, anh không cảm thấy thế. "Không ai là một hòn đảo,"[1] tôi trầm ngâm – có lẽ ngoại trừ Christian Grey.

"Em nghĩ gì vậy?" Anh hỏi, kéo tôi khỏi những suy tưởng. Tôi đỏ mặt.

"Em chỉ ngắm cách anh di chuyển thôi."

Anh nhướng mày, bật cười.

"Còn gì nữa không?" Anh hỏi khô khốc.

---

1. Câu trích nổi tiếng của nhà thơ John Donne trong Bài Thiền định số 17.

Mặt tôi lại đỏ thêm.

"Nhìn anh tao nhã lắm."

"Cảm ơn cô, cô Steele." Anh nói khẽ, rồi ngồi xuống cạnh tôi, tay cầm một chai rượu vang. "Dùng Chablis nhé?"

"Vâng."

"Em ăn tự nhiên đi." Anh nói ôn tồn. "Nói tôi nghe, em chọn cách nào?"

Tôi thoáng ngẩn ra vì câu hỏi của anh, rồi chợt hiểu anh đang nói về vụ bác sĩ Greene.

"Uống thuốc."

Anh cau mày.

"Em có đảm bảo sẽ uống đúng giờ mỗi ngày không?"

*Chà... chắc chắn vậy mà.* Sao anh biết được? Tôi thẹn đỏ mặt – có lẽ từ một trong số mười lăm Người Phục Tùng của anh.

"Em biết là anh sẽ luôn nhắc em." Tôi đáp trơn tuột.

Anh đưa mắt nhìn tôi vẻ chiếu cố buồn cười.

"Tôi sẽ ghi nhớ vào lịch làm việc mỗi ngày." Anh nhoẻn cười. "Ăn đi."

Món rau trộn tuyệt ngon. Chính tôi cũng thấy ngạc nhiên vì mình ăn như bị bỏ đói và lần đầu tiên từ khi biết anh, tôi dùng xong bữa trước cả anh. Rượu vang đem lại cảm giác sảng khoái, mát lành và phảng phất vị trái cây.

"Luôn luôn hăm hở, cô Steele nhỉ?" Anh cười đưa mắt nhìn cái dĩa trống trơn của tôi.

Tôi liếc nhìn lên anh qua làn mi.

"Vâng." Tôi thì thầm.

Anh thở mạnh. Ánh mắt anh và tôi dán chặt vào nhau, bầu không khí giữa hai chúng tôi dần dần thay đổi, khiêu khích thêm... mãnh liệt hơn. Ánh nhìn của anh chuyển từ đen tối sang hừng hực lửa, hút tôi vào anh. Anh đứng lên, xóa bỏ khoảng cách giữa chúng tôi, lôi tôi ra khỏi ghế, kéo vào lòng.

"Em muốn chứ?" Anh hỏi trong hơi thở, nhìn tôi đăm đăm.

"Em vẫn chưa ký cái gì cả."

"Tôi biết – nhưng dạo này tôi quên hết luật lệ rồi."

"Anh còn định đánh em nữa không?"

"Có nhưng không phải để làm em đau. Tôi không muốn phạt em bây giờ. Nếu em gặp tôi tối qua, có lẽ mọi chuyện đã khác."

Quỷ thần ơi. Anh *muốn* làm đau tôi... tính sao đây? Tôi không giấu được vẻ sợ hãi trên nét mặt.

"Đừng bao giờ để bị ai thuyết phục, Anastasia. Một lý do mà người khác muốn tôi làm vậy là vì khi đó, cả hai đều thích cho hoặc nhận lấy sự đau đớn. Chuyện đó rất đơn giản. Nhưng em thì không, vì vậy tôi đã dành nhiều thời gian ngày hôm qua để nghĩ về chuyện này."

Anh kéo tôi sát vào người, sự cương cứng ghì sát vào bụng tôi. Tôi biết mình nên bỏ chạy nhưng tôi không thể. Tôi như bị hút chặt vào anh vì một lý do sâu xa, bản nguyên nào đó mà tôi không tài nào hiểu nổi.

"Thế anh đã tìm được lời đáp chưa?" Tôi thì thào.

"Chưa, còn ngay bây giờ, tôi chỉ muốn buộc em lại và dập em điên cuồng. Em sẵn sàng chứ?"

"Vâng." Tôi đáp trong hơi thở, tất cả bộ phận trong cơ thể tôi như co lại cùng một lúc... *chà*.

"Tốt. Đi theo tôi." Anh nắm tay tôi, bỏ lại mớ bát đĩa dơ trên bàn, chúng tôi lên lầu.

Tim tôi bắt đầu đập liên hồi. Đến rồi đây. Tôi sắp thực sự làm chuyện đó đây. Nữ thần nội tại trong tôi đang xoay liên hồi như trong một vở ba-lê tầm cỡ quốc tế, hết vòng này sang vòng khác. Anh mở cửa phòng giải trí, đứng lui lại để tôi bước vào, và lần nữa tôi lại đứng trong Căn Phòng Đỏ.

Mọi thứ vẫn như cũ, mùi da thuộc, dầu bóng phảng phất hương cam nhè nhẹ, và mùi gỗ, tất cả đều toát ra mùi nhục dục. Máu nóng trong người tôi rần rật chạy khắp cơ thể - adrenalin hòa trộn với ham muốn và khát khao. Nó như một ly cocktail mạnh dễ làm ta say ngất. Phong thái của Christian đã thay đổi hoàn toàn, uy quyền hơn, cứng rắn hơn và lạnh lùng hơn. Anh chăm chăm nhìn xuống tôi, ánh mắt như có lửa, thèm muốn… đầy mê hoặc.

"Khi vào đây, cô hoàn toàn thuộc về tôi." Anh nói nhỏ, chậm từng chữ một. "Để thực hiện những gì tôi thấy đúng. Cô hiểu chứ?"

Ánh nhìn của anh quá mãnh liệt. Tôi gật đầu, miệng khô khốc, tim như sắp nhảy khỏi lồng ngực.

"Bỏ giày ra." Anh nhẹ nhàng ra lệnh.

Tôi nuốt nước bọt, vụng về cởi giày ra. Anh cúi người nhặt chúng lên và đặt bên cạnh cửa.

"Tốt. Đừng do dự khi tôi yêu cầu cô làm điều gì đó. Còn bây giờ, tôi sẽ cởi chiếc đầm này khỏi người cô. Tôi nhớ mình đã muốn làm điều này suốt mấy ngày qua. Tôi muốn cô thấy thoải mái với cơ thể của mình. Cô có một thân hình đẹp và tôi muốn thưởng lãm nó. Nhìn ngắm cô làm tôi thấy vui. Thực ra, tôi có thể nhìn cô suốt cả ngày và tôi muốn cô không thấy ngượng nghịu hay hổ thẹn khi mỗi trần truồng. Cô hiểu chứ?"

"Vâng."

"Vâng gì nào?" Anh nhoài người về phía tôi, trừng mắt.

"Vâng, thưa ngài."

"Cô có thực sự nghĩ vậy không?" Anh cắn cầu.

"Có ạ, thưa ngài."

"Tốt. Giơ hai tay lên."

Tôi làm theo lệnh, anh bước đến, cầm lấy mép váy. Chầm chậm, anh kéo chiếc đầm trên người tôi qua khỏi đùi, hông, bụng, ngực, vai và qua khỏi đầu. Anh đứng lui ra để ngắm nghía tôi và lơ đãng gấp chiếc đầm lại, mắt vẫn không rời khỏi tôi. Anh đặt nó lên cái tủ lớn cạnh cửa. Anh rướn người, giữ lấy cằm tôi, sự động chạm khiến tôi muốn nổ tung.

"Cô đang cắn môi kìa." Anh thì thào. "Cô thừa biết nó tác động đến tôi như thế nào." Anh trầm giọng. "Quay lưng lại."

Tôi lập tức quay lưng, không chần chừ. Anh cởi khóa áo ngực của tôi, rồi cầm hai bên dây áo chầm chậm kéo xuống tay tôi, những ngón tay anh lướt trên da thịt tôi. Sự động chạm này làm xương sống tôi như run lên, đánh thức từng nơ-ron thần kinh trong cơ thể. Anh đang đứng sau lưng tôi, rất gần, gần đến nỗi tôi cảm được cả hơi nóng tỏa ra từ cơ thể anh, sưởi ấm tôi, sưởi ấm toàn thân tôi. Anh vén hết tóc tôi ra sau lưng, giữ thành một nắm sau gáy và đẩy nhẹ đầu tôi nghiêng sang một bên. Anh đưa mũi lướt trên phần cổ lộ ra sau mớ tóc của tôi, hít một hơi dài và quay ngược trở lại tai tôi. Cơ bụng tôi siết lại, thèm khát, đòi hỏi. Chao, anh gần như không đụng vào người tôi, và tôi lại thèm khát anh.

"Cô luôn tỏa ra mùi thanh thoát, Anastasia." Anh thì thầm và đặt nụ hôn dịu dàng ngay dưới tai tôi.

Tôi rên lên.

"Im lặng." Anh nói trong tiếng thở. "Đừng thốt một tiếng nào."

Anh kéo hết tóc tôi ra sau, rồi trước sự kinh ngạc của tôi, anh bắt đầu tết chúng thành một bím tóc lớn, những ngón tay anh thoăn thoắt và khéo léo. Anh cột tóc tôi lại bằng một sợi dây buộc tóc tôi không nhìn thấy và sau khi xong việc, anh giật nó một cái khiến lưng tôi ép sát vào anh.

"Tôi thích cô tết tóc mỗi khi vào đây." Anh nói khẽ.

*Ưm... tại sao?*

Anh buông đuôi tóc tôi ra.

"Quay người lại nào." Anh ra lệnh.

Tôi phục tùng làm theo, hơi thở gấp gáp, nỗi sợ hãi và khao khát đan xen nhau. Một hỗn hợp dễ gây say.

"Khi tôi yêu cầu cô vào đây, thì cô phải trong tình trạng thế này. Chỉ độc một chiếc quần lót trên người thôi. Cô hiểu chứ?"

"Vâng."

"Vâng gì?" Anh quắc mắt.

"Vâng, thưa ngài."

Khóe môi anh nhếch một nụ cười.

"Tốt lắm." Cặp mắt anh bùng cháy. "Khi tôi yêu cầu cô vào đây, tôi muốn cô quỳ ở chỗ đó." Anh chỉ vào một điểm cạnh cửa ra vào. "Quỳ xuống."

Tôi chớp mắt, tiếp thu lời anh rồi quay đi, lóng ngóng quỳ xuống theo mệnh lệnh.

"Cô có thể quỳ trên gót chân."

Anh bước về phía tôi, tầm nhìn của tôi lúc này chỉ giới hạn đến ngang ống chân anh. Chân để trần. Tôi phải ghi nhớ điều này để ngộ nhỡ anh muốn tôi nhắc lại. Anh cúi xuống, nắm lấy đuôi tóc tôi lần nữa rồi kéo đầu tôi ra sau để tôi phải ngước mắt lên nhìn anh. Không chút cảm giác đau đớn.

"Cô nhớ tư thế này chưa, Anastasia?"

"Rồi ạ, thưa ngài."

"Tốt. Ở đây và đừng cử động." Anh ra khỏi phòng.

Tôi quỳ gối, chờ đợi. Anh đi đâu? Anh định làm gì tôi? Thời gian trôi qua. Tôi không biết anh để lại tôi như thế này trong bao lâu… vài phút, năm, mười? Hơi thở tôi dồn dập hơn, nỗi niềm mong ngóng như nuốt chửng lấy tôi.

Và anh bất ngờ quay lại – ngay lập tức sóng lòng tôi lắng xuống và lại thấy náo nức. *Không gì làm tôi thấy hào hứng hơn được nữa.* Tôi thấy bàn chân anh. Anh đã thay quần jeans khác. Nó cũ hơn, rách te tua, chất jeans mềm và có vẻ sờn. Trời đất ơi. Cái quần nhìn khiêu khích quá! Anh đóng cửa lại rồi treo vật gì đó lên.

"Giỏi lắm, Anastasia. Cô như thế trông thật đáng yêu. Tốt. Đứng dậy."

Tôi đứng nhưng mặt vẫn cúi gầm.

"Cô có thể nhìn lên."

Tôi nhìn lên, anh đang nhìn tôi đăm đăm nhưng ánh mắt dịu đi nhiều. Anh đã cởi áo sơ mi. Lạy trời… Tôi thèm được chạm vào anh. Cúc quần jeans của anh để hờ hững không cài.

"Giờ tôi trói cô lại đây, Anastasia. Đưa tay phải cho tôi."

Tôi máy móc đưa tay cho anh. Anh lật lòng bàn tay của tôi lên và trước khi tôi kịp nhận ra, anh dùng một cây roi da đánh mạnh vào lòng bàn tay tôi. Mọi chuyện diễn ra quá nhanh đến nỗi tôi chưa kịp bất ngờ. Nhưng lạ lùng hơn– tôi không thấy đau. Ừm, không đau lắm, chỉ nhói lên một chút.

"Cô thấy thế nào?" Anh hỏi.

Tôi chớp mắt bối rối.

"Trả lời tôi."

"Ổn." Tôi cau mày.

"Đừng có cau mày."

Tôi lại chớp mắt và cố giữ bất động. Thành công.

"Có đau không?"

"Không ạ."

"Cái này sẽ không khiến cô đau. Cô hiểu chứ?"

"Vâng ạ." Giọng tôi có pha chút băn khoăn. *Có thực là nó không gây đau đớn không?*

"Tôi đảm bảo vậy." Anh nói.

Chao ơi, tôi thở gấp. Anh có biết tôi nghĩ gì không? Anh cho tôi xem cây roi. Chiếc roi màu nâu, được làm từ những sợi da tết lại. Tôi liếc nhanh đôi mắt anh, chúng như đang chứa lửa và thấp thoáng niềm thích thú.

"Mục đích của việc này là để vui thôi, cô Steele." Anh thì thầm. "Lại đây." Anh nắm khuỷu tay tôi dẫn đến dưới tấm lưới sắt. Kiễng chân lên, anh với tay kéo xuống một cái còng, phần cùm được bọc da đen.

"Tấm lưới này được thiết kế sao cho mấy cái còng tay di chuyển dễ dàng dọc thân lưới."

Tôi nhìn lên. *Quỷ quái* – trông chúng chằng chịt như bản đồ tàu điện ngầm.

"Chúng ta sẽ bắt đầu từ đây nhưng tôi muốn chơi đứng với cô. Vì vậy chúng ta sẽ kết thúc khi đến bức tường kia – Anh cầm cây roi chỉ vào chữ thập gỗ hình chữ X lớn đóng trên tường."

"Đưa tay lên cao qua đầu."

Tôi nhanh chóng tuân theo, cảm giác như mình đã hồn lìa khỏi xác – làm một người dưng đứng bên đường quan sát người ta đến khóc thương mình. Chuyện này còn hơn cả đam mê hay nhục dục. Nó là điều đặc biệt hấp dẫn và đáng sợ nhất mà tôi từng trải qua. Tôi đang phó thác bản thân cho một gã đàn ông điển trai, người tự nhận mình hư hỏng đủ đường. Tôi cố nén cái rùng mình sợ hãi. Vẫn có Kate và Elliot, họ biết tôi ở đây.

Anh đứng sát cạnh bên khi siết chặt cái còng. Tôi chăm chú nhìn vầng ngực anh. Cảm giác gần kề anh như ở thiên đường. Mùi hương của sữa tắm và của chính anh, một hỗn hợp như say như ngây và mùi hương đó kéo tôi về thực tại. Tôi muốn lướt mũi và cả lưỡi mình vào đám lông ngực anh. Tôi chỉ cần rướn người ra…

Anh lùi lại rồi nhìn tôi chằm chằm, vẻ mặt chất chứa nỗi thèm thuồng nhục dục, còn tôi, bất lực với đôi tay trói chặt nhưng chỉ cần nhìn vào khuôn mặt đẹp như tượng ấy, đọc thấy sự thèm muốn khát khao ở mình, tôi cảm được sự ẩm ướt đang len lỏi giữa hai chân. Anh bước chậm vòng quanh tôi.

"Nhìn cô đẹp tuyệt trần trong tư thế bị trói này, cô Steele. Và im cái miệng thông minh của cô lại từ bây giờ. Tôi thích thế."

Anh lại đứng trước mặt tôi, móc ngón tay vào quần lót của tôi và thong thả, anh kéo nó xuống chân tôi, lột trần tôi hoàn toàn bằng một động tác chậm đến tuyệt vọng, khi hoàn tất cũng là lúc anh quỳ gối trước tôi. Không rời mắt khỏi mắt tôi, anh vo tròn chiếc quần lót của tôi trong lòng bàn tay, đưa lên mũi và hít một hơi dài. *Quỷ thần ơi*. Phải anh vừa làm như thế thật sao? Anh cười tinh quái rồi nhét nó vào túi quần jean.

Anh duỗi người, uể oải đứng dậy tựa một con mèo rừng, chĩa một đầu roi vào giữa rốn tôi, ung dung đi những đường tròn xung quanh nó như để trêu ngươi tôi. Dưới cú chạm của mặt roi da, tôi run người lên, hơi thở hổn hển. Anh lại bước chậm vòng quanh tôi, di cây roi quanh eo tôi. Khi bước sang vòng thứ hai, anh đột ngột vụt nhẹ cây roi, nó vào chạm ngay dưới mông tôi… lên chỗ kín của tôi. Tôi la lên kinh ngạc cùng lúc tất cả đầu dây thần kinh dựng hết lên để tập trung. Tôi giật mạnh còng tay. Toàn thân tôi rung động. Đó là cảm giác ngọt ngào nhất, lạ lùng và khoái cảm nhất.

"Im." Anh thì thào khi tiếp tục bước vòng quanh, cây roi lần này quét quanh người, trên eo tôi một chút. Và khi anh vung roi vào tôi lần nữa ở đúng vị trí cũ, tôi thấy mình đang trông chờ nó. Cơ thể tôi chấn động dưới cái đau đớn ngọt ngào này.

Anh tiếp tục rảo bước xung quanh tôi, gõ nhẹ cây roi lần nữa, lần này vào ngay đầu ngực tôi. Tôi ngửa đầu ra sau lắng nghe các đầu dây thần kinh reo lên. Anh gõ vào bên còn lại… một sự trừng phạt êm đềm. Đầu ngực tôi se cứng lại dưới cú đánh, tôi bật miệng rên to, giật mạnh chiếc còng tay da.

"Thấy thích không?" Anh thì thào.

"Thích ạ."

Anh vụt roi vào mông tôi. Lần này tôi thấy nhói đau.

"Thích gì?"

"Thích, thưa ngài." Tôi rên rỉ.

Anh dừng lại… nhưng tôi không còn thấy được anh nữa. Mắt tôi nhắm nghiền uống lấy từng đợt sóng cảm xúc mạnh mẽ đang cuồn cuộn trong người. Chậm thật chậm, anh nhịp từng ngọn roi dọc xuống bụng tôi, xuống nữa. Tôi biết anh đang hướng về chỗ nào nên cố gắng chuẩn bị tâm thế – nhưng khi anh nhịp roi vào điểm nhạy cảm nhất, tôi vẫn không nén được tiếng thét.

"Ôi… xin anh." Tôi rên lên.

"Im." Anh ra lệnh và vụt roi vào mông tôi.

Tôi không ngờ đến mọi chuyện. Tôi bị lạc. Lạc trong một bể xúc cảm dâng trào. Đột ngột, anh di ngọn roi vào sâu, qua cả đám lông mu, xuống tận cửa mình tôi.

"Xem cô ướt thế nào, Anastasia."

Anh đứng trước mặt, ôm siết và hôn tôi mãnh liệt, lưỡi anh khuấy đảo trong miệng tôi. Tay anh choàng quanh người, ghì chặt tôi vào người anh. Ngực ép sát ngực tôi. Tôi thiết tha được động chạm vào anh nhưng vô vọng, hai tay tôi đã bị vô hiệu hóa bằng cái còng treo trên đầu.

"Trời ơi, Anastasia, mùi vị cô thật tuyệt." Anh nói trong hơi thở. "Để tôi đưa cô tới đỉnh nhé."

"Làm ơn." Tôi nói như van.

Ngọn roi vụt vào mông tôi một phát. *Á!*

"Làm ơn cái gì?"

"Làm ơn, thưa ngài." Tôi rên rỉ.

Anh nhìn tôi cười đắc thắng.

"Bằng cái này nhé?" Anh giơ cao ngọn roi trước tầm mắt tôi.

"Vâng, thưa ngài."

"Cô chắc không?" Anh nghiêm mặt nhìn tôi.

"Vâng, làm ơn, thưa ngài."

"Nhắm mắt lại."

Tôi nhắm nghiền mắt lại, không còn thấy căn phòng, anh, và cả... cây roi. Anh nhịp đầu ngọn roi lên bụng tôi lần nữa. Di chuyển chầm chậm xuống dưới chạm vào chỗ nhạy cảm của tôi, lần một, lần hai, lần ba, lần bốn, tiếp tục rồi lại tiếp tục, cho đến cuối cùng, thế là nó đến – tôi không chịu đựng thêm được nữa – tôi lên, tới đỉnh, chếnh choáng, mãnh liệt và có phần kiệt quệ. Tay anh cuộn quanh người giữ tôi vì chân tôi đã mềm như bún. Tôi phó mặc mình trong vòng tay anh, đầu tựa vào ngực anh, khóc tấm tức sau dư chấn của cơn cực khoái. Anh nhấc bổng tôi lên, đột ngột tôi thấy mình đang chuyển động, hai tay tôi vẫn còn bị trói trên đầu và tôi cảm nhận được hơi gỗ mát của dấu thập chạm vào lưng mình, còn anh bật cúc quần jeans ra. Anh đặt tôi tựa vào dấu thập rồi thoăn thoắt mang bao cao su vào, sau đó, anh lại choàng tay qua đùi nâng tôi lên.

"Nhấc chân lên, cưng. Vòng qua người tôi."

Tôi thấy mình kiệt quệ lắm rồi nhưng vẫn cố làm theo. Anh choàng chân tôi qua hông anh và vào tư thế. Chỉ với một cú ấn, anh đã vào bên trong tôi, tôi kêu lên một tiếng, cùng lúc nghe tiếng rên nho nhỏ của anh vẳng bên tai. Hai tay tôi đặt trên vai anh khi anh đẩy vào. Chao, tư thế này sâu thật. Anh đẩy lần nữa rồi lần nữa, mặt anh kề sát cổ tôi, hơi thở gấp gáp phả vào cổ. Tôi thấy mình đang từ từ lên trở lại. Trời, đừng... đừng thêm lần nữa... Tôi không tin cơ thể mình có thể chịu được thêm một cơn địa chấn nữa. Nhưng tôi đã hết cách... và với một cảm giác quen thuộc không tránh khỏi, tôi thả lỏng rồi lên đỉnh lần nữa, nó ngọt ngào, đau đớn và dữ dội. Tôi lạc hết cả giác quan. Christian cũng lên ngay sau tôi, gầm lên qua hàm răng cắn chặt rồi phóng ra, tay giữ chặt tôi mạnh và gần hết mức có thể.

Anh nhẹ nhàng rút ra khỏi tôi, đặt tôi tựa vào dấu thập, nghiêng người giữ tôi khỏi ngã. Anh tháo còng thả tay tôi ra rồi cả hai cùng đổ sập xuống sàn nhà. Anh kéo tôi vào lòng, ôm dịu dàng nâng niu, đầu tôi tựa vào ngực anh. Nếu có đủ sức, tôi đã vuốt ve anh nhưng tôi không nhấc nổi tay nữa. Mãi một lúc sau, tôi mới nhận ra anh vẫn còn mặc quần jeans trên người.

"Giỏi lắm, cưng." Anh thì thầm. "Đau không?"

"Không ạ." Tôi thì thào. Tôi không chống nổi mắt lên nữa. *Sao tôi lại mệt thế này?*

"Em có nghĩ nó sẽ đau không?" Giọng anh trầm ấm bên tai khi tôi nằm gọn trong tay anh, những ngón tay anh khẽ vén mấy lọn tóc lòa xòa trên mặt tôi.

"Có."

"Em thấy không, đa phần những nỗi sợ của ta đều do tưởng tượng mà ra, Anastasia." Anh ngưng lại một chút. "Em muốn làm lại lần nữa không?"

Tôi nằm im suy nghĩ trong vài giây vì mệt mỏi còn đang bao trùm cả đầu óc… *Lần nữa?*

"Muốn." Giọng tôi run rẩy.

Anh ôm chặt tôi.

"Hay lắm. Anh cũng muốn." Anh thầm thì rồi cúi xuống dịu dàng đặt một nụ hôn lên đỉnh đầu tôi.

"Và anh vẫn chưa xong với em đâu."

KHI LẤY LẠI ĐƯỢC CÂN BẰNG, tôi thấy mình đang nằm trên người anh. Anh nằm trên sàn, còn tôi ở trên anh, lưng tựa lên ngực anh, mắt nhìn chăm chăm trần nhà, thỏa mãn, rạng rỡ và kiệt quệ. Ồ… những người bắn súng, tôi lơ đãng nghĩ – Tôi đã quên bẵng chuyện đó. Christian kề sát vào tai tôi.

"Đưa tay em ra." Anh dịu dàng nói.

Cảm giác tay tôi nặng trịch như chì nhưng tôi cũng cố giơ tay ra. Anh đưa kéo rồi luồn một lưỡi kéo dưới cọng dây nhựa.

"Tôi tuyên bố cô Ana đây được tự do." Anh thì thầm, cắt vào sợi dây.

Tôi cười khúc khích xoa lấy cổ tay mình. Anh cười toe.

"Âm thanh này dễ thương thật." Giọng anh trầm ngâm.

Bỗng anh ngồi dậy, kéo tôi theo, đặt tôi ngồi trong lòng anh.

"Lỗi tại tôi." Anh vừa nói vừa xoay người tôi để tự mình nắn bóp vai và cánh tay. Anh nhẹ nhàng xoa bóp trả lại sự sống cho tứ chi rã rời của tôi.

*Cái gì?*

Tôi ghé mắt nhìn anh đang ngồi sau lưng mình, cố gắng thấu hiểu lời anh nói.

"Tại tôi mà em không thường xuyên cười khúc khích như thế."

"Nhưng em đâu phải lúc nào cũng ngoác ra cười hoài như vậy." Tôi mơ màng lẩm bẩm.

"Ồ, nhưng mỗi khi em cười, Steele ạ, đó là những khoảnh khắc tuyệt diệu và vui sướng mà tôi muốn lưu giữ mãi."

"Hoa mỹ quá, ngài Grey ơi." Tôi lại lẩm bẩm, cố chong mắt mình lên.

Ánh mắt anh dịu dàng quá đỗi và anh nhoẻn cười.

"Tôi tuyên bố em đã bị 'chơi' tan tác và cần được ngủ."

"Giờ thì thật là trần trụi." Tôi khôi hài giả đò phàn nàn.

Anh toét miệng cười rồi nhẹ nhàng nhấc tôi khỏi người anh và đứng dậy, cơ thể trần truồng nhưng đẹp rực rỡ. Tôi thoáng ước ao giá như tôi tỉnh táo hơn một chút để thưởng thức cảnh tượng này. Anh nhặt quần jeans lên, xỏ vào trở lại, không quần lót.

"Tôi không muốn Taylor hay bà Jones hết hồn khi thấy tôi." Anh nói nhỏ.

*Ừm… nhưng bảo đảm họ biết anh là một thằng cha cà chớn lập dị thế nào.* Tôi miên man suy nghĩ.

Anh khom người đỡ tôi dậy và dìu ra cửa, sau cửa đã treo sẵn một áo choàng xám chạy gân ô vuông. Anh tỉ mẩn mặc áo choàng cho tôi tựa hồ tôi là một đứa bé. Tôi không đủ sức để nhấc nổi cánh tay mình. Khi tôi đã mặc xong áo chỉnh tề rồi, anh cúi người xuống, dịu dàng đặt một nụ hôn lên môi tôi, miệng nhếch một nụ cười.

"Vào giường nhé." Anh nói.

*Ôi… không…*

"Để ngủ." Anh nói tiếp, giọng chắc nịch khi thấy vẻ mặt tôi.

Đột nhiên anh nhấc bổng tôi lên và bế tôi đang cuộn tròn trong lòng anh xuống căn phòng phía cuối hành lang mà bác sĩ Greene đã khám cho tôi ban nãy. Đầu tôi gục vào ngực anh. Tôi mệt lả. Chẳng nhớ mình đã từng bao giờ mệt thế này chưa. Anh giở tấm chăn lông, đặt tôi xuống và ngạc nhiên hơn, anh chui vào nằm cạnh rồi ôm chặt tôi.

"Ngủ ngoan nhé, cô gái xinh đẹp." Anh thầm thì bên tai, hôn lên mái tóc tôi.

Và trước khi kịp nói được một câu gì đó vui vui, tôi ngủ mất.

# Chương mười chín

Đôi môi mềm mại lướt qua thái dương tôi, để lại những nụ hôn âu yếm, ngọt ngào. Nửa trong tôi muốn trở mình, hôn đáp lại nhưng nửa kia vẫn bổng bềnh trong giấc ngủ. Tôi rên khe khẽ rồi vùi đầu sâu vào gối.

"Anastasia, dậy đi em." Giọng Christian tha thiết, dịu dàng.

"Không." Tôi rên rỉ.

"Nửa tiếng nữa mình phải đến ăn tối với bố mẹ tôi rồi." Giọng anh hài hước.

Tôi miễn cưỡng hé mắt ra. Bên ngoài trời đã sẫm tối. Chirstian đang đứng nghiêng người xuống tôi âu yếm.

"Nhanh nào, sâu ngủ ơi. Dậy thôi." Anh lại cúi xuống và hôn tôi lần nữa.

"Tôi mang nước cho em đây. Giờ tôi chờ dưới nhà nhé. Đừng có ngủ lại đấy, không thì liệu hồn." Anh đe dọa nhưng giọng nói tràn trề yêu thương. Anh hôn nhẹ rồi quay đi, còn lại mình tôi dấp dính cơn buồn ngủ trong căn phòng rộng rinh và tĩnh mịch.

Tôi tỉnh dậy sảng khoái nhưng giờ bất chợt lại thấy căng thẳng. Trời đất ạ, tôi sắp phải gặp gia đình anh ấy. Anh ấy vừa mới tra tấn tôi bằng roi và trói tôi bằng dây cáp mà tôi đã bán cho anh ấy, và Chúa lòng lành, giờ tôi sẽ đi gặp bố mẹ anh ấy. Kate nữa, tất nhiên đây cũng là buổi ra mắt đầu tiên của cô ấy

– nhưng ít nhất Kate còn được hậu thuẫn. Tôi xoay vai. Vai tôi cứng đờ. Giờ thì tôi hiểu vì sao anh ấy đòi phải có huấn luyện viên riêng. Quả thật, nếu còn muốn tiếp tục chuyện này, nhất định tôi phải làm thế.

Tôi từ từ bước khỏi giường và nhận ra váy của mình đang treo trong tủ, áo ngực nằm trên ghế. Nhưng còn quần lót? Tôi tìm dưới ghế. Không có. Rồi tôi sực nhớ - anh ấy đã vo tròn và nhét vào túi quần jeans. Tôi đỏ mặt nhớ lại, sau khi anh… tôi ngượng không dám nhớ tiếp nữa, anh thật là – dã man. Tôi nhăn nhó. *Sao anh không trả quần lót cho em chứ?*

Tôi vừa tắm vừa bối rối chưa biết tính sao với đồ lót đây. Tắm táp thong thả và thoải mái xong, tôi lau người và sực nhận ra ý đồ của anh. Anh muốn tôi phải lo lắng và hỏi xin lại anh quần lót, lúc đó thì anh tha hồ nắm quyền sinh sát, nói ừ hoặc không. Nữ thần nội tại cười hớn hở. *Ê… có hai người mà chơi được nhiều trò hay ghê hén.* Xử lý chuyện này luôn, tôi quyết định không thèm hỏi anh, không thèm để anh có cơ hội khoái trá nữa, tôi sẽ đi gặp bố mẹ anh mà không cần quần lót. *Anna Steele!* Tiềm Thức cao giọng quở nhưng tôi chẳng thèm nghe – tôi thấy vô cùng vì khoái chí, chuyện này sẽ làm anh ta cáu điên.

Tôi trở sang phòng ngủ, mặc áo ngực rồi váy, xỏ giày vào chân. Tôi gỡ bím tóc ra và cẩn thận chải lại tóc, mắt liếc nhìn thức uống anh để lại. Nước có màu hồng nhạt. Gì thế nhỉ? Quả nam việt quất pha nước có ga. Chà… ngon tuyệt và giải khát nữa.

Vòng lại phòng tắm, tôi nhìn lại mình trong gương: mắt sáng, má phớt hồng và đầy vẻ phấn khởi nhờ kế hoạch quần lót, tôi hài lòng bước xuống nhà dưới. Mười lăm phút. Không tệ nhỉ, Ana.

Christian đang đứng bên kính cửa sổ rộng, mặc chiếc quần xám tôi ưa thích, chiếc quần ôm lấy hông anh gợi tình không tin nổi, và, tất nhiên, đi với áo linen trắng. Anh không còn màu nào khác sao? Frank Sinatra đang hát du dương từ bộ loa âm thanh vòm.

Christian quay lại, mỉm cười khi tôi bước vào. Anh nhìn tôi đầy vẻ trông đợi.

"Chào." Tôi dịu dàng, môi nở nụ cười bí hiểm của nhân sư.

"Chào." Anh đáp. "Em thấy thế nào?" Mắt anh lấp lánh sự nghịch ngợm.

"Tốt ạ, cảm ơn anh. Anh thì sao?"

"Tôi khá ổn, cô Steele."

Anh nhìn tôi chờ đợi tôi sẽ nói tiếp điều gì đó.

"Frank. Em không hề biết anh là fan của Sinatra."

Anh nhướng mày nhìn tôi, cái nhìn đầy ước lượng.

"Gu nhạc có chọn lọc, cô Steele." Anh vừa nói, vừa lừ lừ tiến về phía tôi với bộ điệu của một con báo, cho đến khi anh đứng trước mặt tôi.

Anh nhìn tôi đăm đắm khiến tôi muốn ngừng thở.

Frank bắt đầu cao giọng… một bài hát cũ, bài dượng Ray rất thích, *Pháp sư*. Những ngón tay Christian mơn man trên má tôi và chợt tôi cảm nhận những cảm xúc đang dồn xuống *đó*.

"Khiêu vũ với tôi nhé." Anh nói, giọng hăm hở.

Rút điều khiển ra khỏi túi, anh chỉnh cho âm lượng to lên rồi đưa một tay cho tôi, đôi mắt xám đầy hứa hẹn, chờ đợi và hài hước. Anh đang tập trung quyến rũ và tôi đã bị bỏ bùa. Tôi đặt tay mình vào tay anh. Anh mỉm một nụ cười biếng nhác và kéo tôi vào lòng anh, tay vòng quanh eo tôi.

Tôi đặt bàn tay còn lại lên vai anh, ngước nhìn anh cười hạnh phúc, bị lây lan tâm trạng hân hoan của anh. Anh đong đưa cơ thể rồi cả hai cùng chuyển động. Trời ạ, anh ấy biết khiêu vũ. Chúng tôi lướt trên sàn, từ cửa sổ sang gian bếp rồi trở lại chỗ cũ, xoay tròn, chuyển động theo điệu nhạc. Anh khiến âm nhạc gần như vô nghĩa trước mọi chuyển động của tôi.

Chúng tôi lướt quanh bàn ăn, ngang qua cây dương cầm, tới rồi lui trước bức tường kính. Seattle nhấp nhánh đèn ngoài kia, hóa thành một bức tranh tường sẫm màu và huyền hoặc làm nền cho bài khiêu vũ của chúng tôi. Tôi không thể ngăn mình nhịn cười khúc khích. Anh cũng cười cùng tôi khi bản nhạc dần lắng xuống.

"Cô phù thuỷ đáng yêu nhất thế gian." Anh nói, rồi hôn tôi nồng nàn. "Xem nào, má cô hồng lên rồi đấy, cô Steele. Cảm ơn đã khiêu vũ cùng tôi. Giờ thì đi gặp bố mẹ tôi được chưa?"

"Rất hân hạnh và vâng, em rất muốn gặp mọi người." Tôi nín thở trả lời anh.

"Em có cái em cần rồi đấy chứ?"

"Vâng." Tôi ngọt ngào trả lời.

"Chắc chứ?"

Tôi gật đầu cố làm vẻ mặt bình thản nhất có thể trước đôi mắt quan sát sắc sảo và thích thú của anh. Mặt anh sáng rỡ lên khi anh cười vang, lắc đầu với tôi.

"Thôi được, cô Steele, nếu cô muốn chơi theo cách đó."

Anh nắm tay tôi, gỡ áo khoác khỏi móc áo rồi dẫn tôi theo lối ra thang máy. Ôi, muôn mặt Christian Grey. *Liệu đến lúc nào đó mình có thể hiểu hết về người đàn ông thay đổi như chong chóng này không?*

Tôi liếc nhìn anh trong thang máy. Anh đang vui thích với trò chơi này, nụ cười phớt còn vương trên đôi môi quyến rũ. Nhưng tôi lo rằng có thể tôi chỉ tưởng tượng ra điều đó. *Mình đã nghĩ gì thế nhỉ?* Mình sắp gặp bố mẹ anh ấy mà không mặc quần lót. Tiềm Thức chìa ra một bộ mặt vô dụng kiểu đã-bảo-mà-không-nghe. Trong căn hộ khá an toàn của anh, chuyện này chỉ như một trò đùa. Nhưng giờ, khi sắp bước ra đường đến nơi, tôi vẫn *không mặc quần lót!* Anh cúi nhìn tôi và ở đó, từ từ hiện ra một vực thẳm. Những tia vui vẻ biến khỏi mắt anh, khuôn mặt u ám, đôi mắt thẳm lại... *trời ơi.*

Cửa thang máy xịch mở khi đến tầng trệt. Christian lắc nhẹ đầu như thể đang gột rửa suy nghĩ và cung cách của mình, nhường lối cho tôi ra trước bằng một cử chỉ lịch lãm nhất của các quý ông. *Anh đùa với ai chứ?* Anh có phải quý ông đâu. Anh đang giữ quần lót của tôi cơ mà.

Taylor chờ sẵn với chiếc Audi rộng rãi. Christian mở cửa, tôi bước vào bên trong bằng những chuyển động duyên dáng nhất có thể trong tình trạng ương bướng không có quần lót. May mà chiếc đầm hồng mận của Kate là dạng bó sát người và túm lại ở đầu gối.

Chúng tôi nhanh chóng xuôi theo đường Liên bang số 5, cả hai đều im lặng, sự có mặt sờ sờ của Taylor ở ghế trước khiến chúng tôi đều gượng gạo. Tâm trạng của Christian dường như hữu hình đến mức có thể thấy được và thay đổi liên tục, càng gần đến nhà, sự hài hước càng tiêu tan đâu mất. Anh câm lặng, nhìn chăm chăm qua cửa sổ. Tôi biết anh đang mỗi lúc một trượt xa tôi. Anh đang nghĩ gì? Tôi không thể hỏi anh điều đó. Trước mặt Taylor, có thể nói gì với anh nhỉ?

"Anh học khiêu vũ ở đâu thế?" Tôi ướm hỏi. Anh quay sang nhìn tôi, đôi mắt thâm u phản chiếu loang loáng ánh đèn đường.

"Em thật sự muốn biết sao?" Anh hỏi nhẹ nhàng.

Trái tim tôi thắt lại, không, giờ thì không muốn nữa, bởi tôi đoán ra rồi.

"Vâng." Tôi miễn cưỡng đáp.

"Bà Robinson rất thích khiêu vũ."

Thế đấy, sự ngờ vực tệ hại nhất đã được xác nhận. Bà ấy đã đào tạo anh thật tốt, suy nghĩ ấy choán lấy tôi – tôi thì không có gì để dạy anh. Tôi chẳng có kỹ năng gì đặc biệt. "Bà ấy hẳn là huấn luyện viên giỏi lắm."

"Đúng thế."

Da đầu tôi râm ran. Bà ấy đã dạy anh những điều tuyệt vời chăng? Trước khi anh trở nên trầm lặng thế này? Hay bà ấy đã tước anh khỏi chính con người anh? Anh còn là một người vui nhộn, tinh nghịch nữa kia mà. Bất giác tôi mỉm cười nhớ lại anh ôm tôi xoay vòng vòng rộn rã trong phòng khách, và thật khó tin, anh đang giữ quần lót của tôi, ở đâu đó.

Và rồi ở đó còn có Căn Phòng Đỏ. Tôi xoay xoay cổ tay – những chốt nhựa mảnh cũng sẽ buộc như thế quanh tay một cô gái. Bà cũng dạy anh tất cả những điều đó, hay là huỷ hoại anh, tùy quan điểm của từng người. Mà có thể rồi anh vẫn cứ tự tìm thấy anh thế này thôi, dù có quý bà Robinson hay không. Tôi chợt nhận ra, đúng giây phút đó, rằng tôi ghét bà ấy. Tôi mong không bao giờ phải giáp mặt người đàn bà đó bởi nếu gặp, tôi không chắc mình đủ bình tĩnh để chịu trách nhiệm những hành vi của mình. Tôi không thể nhớ mình đã bao giờ có cảm giác kịch liệt với ai thế này chưa, nhất là lại với người chưa từng gặp. Nhìn vô định qua cửa sổ, tôi gặm nhấm cơn giận và nỗi hờn ghen vô lý.

Tâm trí tôi trôi lãng đãng lại buổi trưa nay. Với những gì đã biết về sở thích của anh, tôi nghĩ anh sẽ mềm mỏng hơn với tôi. *Mình sẽ làm thế nữa chứ?* Thậm chí, tôi còn không thể giả vờ tự dựng lên một cuộc tranh luận để chống lại điều đó nữa kia. Tất nhiên, tôi sẽ làm thế nếu anh hỏi – chừng nào anh đừng làm tôi đau và nếu đó là cách duy nhất để được ở bên anh.

Đó là điểm mấu chốt. Tôi muốn được bên anh. Nữ thần nội tại thở phào. Tôi kết luận rằng cô nàng này chẳng mấy khi dùng đến bộ não để suy nghĩ đâu nhưng ở một phần chính yếu khác trong cơ thể cô nàng, và đặc biệt là trong khoảnh khắc này, não là phần nổi trội hơn cả.

"Đừng." Anh nói.

Tôi nhíu mày, quay sang nhìn anh.

"Đừng gì ạ?" Tôi chưa hiểu ý anh.

"Đừng cả nghĩ nữa, Anastasia." Anh nắm lấy tay tôi, đưa lên môi anh, hôn nhẹ lên từng ngón tay. "Tôi đã có một buổi trưa tuyệt diệu. Cảm ơn em."

Vậy là anh đã trở về bên tôi. Tôi chớp mắt nhìn anh và mỉm cười thẹn thùng. Anh đang rất bồn chồn. Tôi hỏi ngay điều nãy giờ cứ lởn vởn trong đầu.

"Sao anh lại dùng dây cáp?"

Anh cười hớn hở.

"Vì nhanh, dễ, nhất là sẽ tạo cho em những cảm giác và kinh nghiệm đặc biệt. Tôi biết, nghe có vẻ khủng khiếp, tôi thích dùng nó như một thiết bị giúp giữ đúng vị trí." Anh cười nhẹ. "Nó đã khiến em vào đúng vị trí hiệu quả đấy chứ."

Tôi đỏ mặt, lo lắng liếc về phía Taylor nãy giờ vẫn im lặng nhìn đường. *Mình nghĩ sao mà tự nhiên lại hỏi thế?* Christian thản nhiên nhún vai.

"Toàn bộ thế giới của tôi, Anastasia." Anh vò tay tôi rồi đặt xuống, lại nhìn ra cửa sổ.

Quả vậy, thế giới của anh, tôi muốn thuộc về thế giới đó biết bao nhưng còn thời hạn? Tôi không biết thế nào nữa. Anh vẫn chưa nhắc nhở gì đến cái hợp đồng chết tiệt. Nội tâm không có động thái cổ vũ tôi gì hết. Tôi nhìn ra ngoài cửa sổ, cảnh quan đã thay đổi. Chúng tôi vừa băng qua một cây cầu, trời tối đen như mực. Bóng đêm u ám như phản chiếu đúng tâm trạng bên trong tôi lúc này, sầm tối, ngột thở.

Tôi liếc sang Christian, thấy anh đang nhìn tôi.

"Đổi gì để biết điều em đang nghĩ?" Anh hỏi.

Tôi thở dài, nhăn mặt.

"Tệ lắm sao?" Anh nói.

"Em ước em biết anh đang nghĩ gì."

Anh nhếch mép. "Như em, em yêu." Anh đáp khi Taylor bắt đầu đưa chúng tôi tiến vào Bellevue.

VỪA ĐÚNG TÁM GIỜ, chiếc Audi lăn bánh vào lối đi dẫn đến một lâu đài kiểu thuộc địa. Thật ngạt thở, hoa hồng mọc quanh chân cửa. Một cuốn sách tranh hoàn hảo.

"Em sẵn sàng rồi chứ?" Christian hỏi tôi trong khi Taylor vừa bước ra ngoài qua cửa trước.

Tôi gật, anh lại nhẹ nắn tay tôi an ủi.

"Lần đầu của tôi đấy nhé." Anh thì thầm rồi cười ranh mãnh. "Cá là em đang ước có mặc quần lót." Anh châm chọc.

Tôi đỏ mặt. Tôi quên khuấy mất chuyện quần lót nãy giờ. May mà Taylor đã ra ngoài để mở cửa cho chúng tôi nên không nghe được chuyện này. Tôi hứ lên với Christian còn anh thì cười toe toét cho đến lúc tôi xoay người, bước ra khỏi xe.

Bác sĩ Grace Trevelyan-Grey đã đứng chờ chúng tôi từ ngoài thềm. Bà mặc chiếc đầm bằng lụa xanh nhạt rất nhã nhặn. Ông Grey, tôi đoán là ông, đứng sau vợ, dong dỏng, tóc vàng và cũng rất đẹp, như Christian vậy.

"Anastasia, em gặp mẹ tôi rồi. Còn đây là bố tôi, Carrick."

"Bác Grey, cháu rất vui được gặp bác." Tôi mỉm cười và bắt lấy cánh tay ông đang chìa ra.

"Bác vui lắm, Anastasia."

"Gọi cháu là Ana thôi ạ."

Đôi mắt xanh của ông dịu dàng và thân mật.

"Ana, lại được gặp cháu." Bác Grace choàng ôm tôi thắm thiết. "Vào đây, vào đây cháu."

"Chị ấy đến rồi à?" Tôi nghe tiếng ai đó rối rít trong nhà. Tôi lo lắng liếc sang Christian.

"Mia đấy, em gái út của tôi." Anh cáu kỉnh nói, chỉ một chút cáu kỉnh thôi.

Có một niềm trìu mến ẩn sâu trong những lời anh nói, cái cách anh lên giọng dịu dàng và đôi mắt anh sáng lên khi nhắc tên cô ấy. Rõ ràng, Christian rất yêu em gái. Chuyện quá rõ. Cô ấy thoắt hiện ra giữa phòng khách, tóc rối, cao, thân hình đầy đặn quyến rũ. Cô trạc tuổi tôi.

"Anastasia! Em nghe kể về chị nhiều lắm nhé." Cô ôm tôi thật chặt.

*Ôi chao.* Tôi không thể ngăn mình cười thật tươi đáp lại sự nồng nhiệt quá đỗi của cô.

"Ana thôi." Tôi nói, còn cô lôi tuột tôi vào phòng trong.

Sàn phòng lát gỗ tối màu, trên phủ thảm dày kiểu cổ, kéo dài lên cả cầu thang.

"Anh ấy chưa từng đưa cô gái nào về nhà giới thiệu cả."
Mia nói, đôi mắt đen sáng lên niềm thích thú.

"Thôi đi, Mia." Bác Grace dịu dàng mắng.

"Chào con trai." Bà vừa nói vừa hôn hai má Christian.

Anh cười hiền lành với mẹ rồi quay sang bắt tay bố.

Chúng tôi cùng vào phòng khách. Mia vẫn nắm tay tôi.
Căn phòng rộng, bài trí rất thẩm mỹ theo tông kem, nâu và
xanh nhạt – tiện nghi, tinh tế và rất có phong cách. Kate và
Elliot đang ngồi ở sofa, thưởng thức dở sâm-panh. Kate tiến đến
ôm tôi, lúc đó, Mia mới chịu buông tay tôi ra.

"Chào, Ana." Cô ấy cười tươi rồi quay sang khẽ gật đầu với
Christian.

"Christian."

"Chào Kate." Anh lịch sự đáp lại.

Tôi nhíu mày trước kiểu xã giao của hai người. Elliot ôm
ghì lấy tôi nồng nhiệt. Gì thế này, đây là Tuần lễ Ôm Ana hay sao
đây? Chỉ là cách bày tỏ tình cảm thôi – dù không quen thuộc với
tôi lắm. Christian đứng bên cạnh, liền choàng tay sang hông tôi.
Anh kéo tôi lại gần bên. Cả nhà đều thấy cử chỉ ấy. Thật ái ngại.

"Uống nhé?" Bác trai có vẻ bình tĩnh hơn cả. "Prosecco
được không?"

"Được ạ." Christian và tôi cùng nói một lượt.

Ơ… thật kỳ lạ. Mia vỗ tay.

"Hai người cùng nói một lượt mới ghê chứ. Để con đi lấy."
Cô ấy phóng ra khỏi phòng.

Tôi ngượng chín người, nhìn sang thấy Kate đang ngồi
với Elliot, bất chợt ý nghĩ này vụt đến, lý do duy nhất Christian
mời tôi là vì Kate ở đây. Có lẽ Elliot hoàn toàn thoải mái và vui
vẻ mời Kate về gặp bố mẹ anh. Nhưng Christian thì rơi vào thế

kẹt – anh biết thể nào Kate cũng kể chuyện này với tôi. Tôi chau mày trước ý nghĩ đó. Anh bị buộc phải mời tôi. Chuyện đó thật trần trụi và đau xót. Tiềm Thức gật gù một cách thông hiểu, trưng ra bộ mặt cuối-cùng-thì-cũng-biết-mình-ngốc.

"Bữa tối sắp xong rồi." Bác Grace nói và theo Mia bước ra khỏi phòng.

Christian nhíu mày khi nhìn sang tôi,

"Ngồi đi." Anh bảo, chỉ cho tôi một chiếc ghế bọc nhung.

Tôi ngồi xuống như anh bảo, cẩn thận khép chân vào. Anh ngồi bên cạnh nhưng không hề chạm vào tôi.

"Cả nhà đang nói về kỳ nghỉ, Ana à." Bác Grey dịu dàng kể. "Elliot đã quyết định sẽ cùng gia đình Kate đến Barbados một tuần."

Tôi liếc sang Kate, cô ấy cười hớn hở, mắt to ngời sáng. Kate thật rạng rỡ. Katherine Kavanagh, đẳng cấp ghê chứ!

"Cháu có định đi nghỉ ở đâu không, sau khi vừa tốt nghiệp không?" Bác Grey hỏi.

"Cháu đang tính về Georgia vài ngày ạ." Tôi đáp.

Christian nhìn tôi, hấp háy mắt, vẻ mặt vẫn bình tĩnh. *Ôi khỉ.* Tôi chưa nói chuyện này với anh.

"Georgia?" Anh lặp lại.

"Mẹ em đang ở đó, lâu rồi em chưa gặp mẹ."

"Em đã định bao giờ đi?" Anh trầm giọng.

"Tối mai anh ạ."

Mia trở lại phòng, mang thêm cho chúng tôi hai ly sâm-panh rót đầy rượu prosecco màu hồng nhạt.

"Uống vì sức khỏe nhé." Bác Grey nâng ly lên. Đúng là chồng của bác sĩ, tôi mỉm cười.

"Đi bao lâu?" Christian hỏi, anh đang cố tỏ ra mềm mỏng.

*Thôi chết rồi… anh ấy bực mình.*

"Em vẫn chưa biết. Còn tùy vào cuộc phỏng vấn ngày mai."

Anh nghiến răng lại, bên kia, Kate vừa lướt một cái nhìn tọc mạch sang và mỉm cười quá đỗi duyên dáng.

"Ana rất xứng đáng có một kỳ nghỉ." Kate nói câu ấy nhằm vào Christian. Sao cô ấy cứ hằm hè với Christian thế nhỉ? Có chuyện gì với Kate thế?

"Cháu sắp đi phỏng vấn à?" Bác Grey hỏi.

"Vâng ạ, cháu xin làm thực tập sinh ở hai nhà xuất bản, ngày mai ạ."

"Vậy bác chúc cháu nhiều may mắn nhé."

"Bữa tối sẵn sàng rồi đây." Bác Grace thông báo.

Chúng tôi cùng đứng lên. Kate và anh Elliot theo bác Grey và Mia rời khỏi phòng. Tôi vừa định bước theo sau thì Christian giữ lấy khuỷu tay tôi lại, kéo sang một góc.

"Bao giờ em mới định cho tôi biết em sắp đi?" Anh hỏi rất nhanh. Giọng vẫn mềm mỏng nhưng mặt anh giận dữ.

"Em không đi đâu cả. Em chỉ gặp mẹ thôi và đó là điều duy nhất em nghĩ."

"Thế còn dự định của chúng ta?"

"Chúng ta đã có dự định gì đâu?"

Anh nheo mắt rồi có vẻ nhớ ra. Buông tay tôi, anh đỡ khuỷu tay dẫn tôi rời khỏi phòng.

"Chuyện này chưa xong đâu." Anh thì thầm đầy đe dọa khi chúng tôi bước sang phòng ăn.

Ố là la. Đừng có giận đến độ xoắn như thế và… *nhớ trả quần cho em nữa.* Tôi liếc anh.

Phòng ăn làm tôi liên tưởng ngay đến phòng ăn riêng ở Heathman. Chùm đèn pha lê treo bên trên chiếc bàn ăn bằng gỗ, màu sẫm. Trên tường treo một tấm gương khổng lỗ, hoa văn trang trí cầu kỳ. Bàn ăn phủ khăn vải trắng, đã được bày biện xong, chính giữa bàn trang trí một bát mẫu đơn hồng nhạt. Quả là ấn tượng.

Chúng tôi ngồi xuống ghế. Bác Grey ngồi đầu bàn, tôi ngồi bên phải ông, tiếp theo là Christian. Bác Grey với lấy chai vang đỏ đã mở và châm thêm cho Kate. Mia ngồi xuống bên Christian và nắm lấy tay anh, siết thật chặt. Christian mỉm cười dịu dàng với cô.

"Sao anh gặp được chị Ana thế?" Cô hỏi anh.

"Cô ấy phỏng vấn anh để viết bài cho tờ báo sinh viên trường WSU."

"Mà Kate là biên tập viên." Tôi nói thêm, hy vọng chuyển hướng cuộc nói chuyện ra khỏi mình.

Mia cười với Kate, đang ngồi đối diện cô, bên cạnh Elliot và thế là họ bắt đầu câu chuyện về tờ báo sinh viên.

"Rượu nhé, Ana." Bác Grey hỏi.

"Vâng ạ."

Tôi mỉm cười. Bác rót đầy rượu vào ly tôi.

Tôi liếc sang Christian, đúng lúc anh cũng đang quay sang nhìn tôi, đầu anh hơi nghiêng sang một bên.

"Gì thế?" Anh hỏi.

"Anh đừng cáu với em nữa nhé." Tôi thì thầm.

"Tôi không cáu với em."

Tôi ngước nhìn anh. Anh thở dài.

"Thôi được. Tôi có cáu."

Anh nhắm mắt lại một lúc.

"Cáu-có-phạt ạ?" Tôi lo lắng.

"Có người to nhỏ gì kìa?" Kate xen vào.

Tôi đỏ mặt còn Christian nhìn cô theo kiểu chuyện-gì-cũng-nhúng-mũi-vào. Đến Kate cũng phải xìu xuống trước cái nhìn của anh

"Nói về chuyến đi Georgia của tớ thôi mà." Tôi nói nhẹ nhàng, hy vọng cả hai kiên nhẫn hơn với nhau.

Kate mỉm cười, mắt lóe lên một tia ma mãnh.

"Hôm thứ Sáu cậu đi bar với José thế nào?"

*Oái, chết mất, Kate ơi.* Tôi trợn mắt lên với Kate. Cô nàng đang làm gì thế? Cô ấy cũng mở to mắt nhìn lại tôi, thế là tôi hiểu ngay Kate đang tìm cách làm Christian phát ghen. *Cậu không biết đâu mà.* Tôi vừa mới nghĩ tôi đã thoát.

"Cũng bình thường." Tôi đáp.

Christian hơi nghiêng người sang, thì thầm:

"Cáu-có-phạt đấy. Nhất là bây giờ." Giọng anh nhỏ mà… chết người.

*Ôi không.* Tôi lúng túng.

Bác Grace lại trở vào, mang theo hai chiếc dĩa, một cô gái trẻ, khá xinh, tóc vàng buộc đuôi ngựa, trang phục xanh nhạt rất hợp với cô, bưng một khay dĩa. Mắt cô ấy lập tức dán vào Christian. Mặt cô hồng lên và không ngừng nhìn Christian dưới hàng mi dài vuốt mascara. *Gì nữa đây?*

Chuông điện thoại nhà bỗng réo lên.

"Xin phép cả nhà." Bác Grey đứng lên, rời khỏi phòng.

"Cảm ơn Gretchen." Bác Grace nói nhẹ nhàng, nhìn theo bác trai đang bước khỏi phòng. "Cô cứ để khay lại trên giá nhé."

Gretchen gật đầu, liếc trộm một cái về Christian rồi mới chịu rời phòng.

Vậy là nhà Grey này có cả một đội ngũ gia nhân và nhóm gia nhân này lúc nào cũng ngước nhìn Người-Áp-đặt-tương-lai *của tôi.* Tối nay có còn gì tệ hơn nữa không? Trong bụng, tôi đang cáu bẳn với chính mình.

Bác Grey trở vào, nói với bác gái. "Gọi cho em đấy, em yêu. Bệnh viện."

"Mọi người dùng trước đi nhé." Bác mỉm cười đưa dĩa cho tôi rồi vội vã rời khỏi phòng.

Thức ăn thơm ngào ngạt − xúc xích và sò điệp nêm với tiêu đỏ, hẹ tây, trang trí bằng lá hương nhu. Mặc cho bao tử đang rên ư ử vì lời đe dọa của Christian, mặc cho cái liếc mắt thậm thụt của cô nàng Tóc Đuôi Ngựa xinh đẹp, và mặc cho thảm bại trong trận chiến mất quần lót, tôi vẫn thấy đói ngấu. Tôi đỏ mặt hiểu ra đây là hậu quả của những chấn động thể xác hồi trưa nay.

Lát sau, bác Grace trở lại, vẫn cau mày. Bác trai nghiêng đầu một bên… y như Christian.

"Mọi chuyện ổn chứ, em?"

"Lại một ca sởi nữa." Bác Grace thở dài.

"Ôi trời."

"Vâng, một bệnh nhi. Ca thứ tư trong tháng này. Giá mà bố mẹ nào cũng nhớ tiêm phòng cho con cái." Bác lắc đầu phiền muộn rồi quay sang nhìn các con mỉm cười. "Ơn trời, mấy đứa nhà này không phải trải qua mấy chuyện đó, chỉ trừ thuỷ đậu thôi. Tội nghiệp Elliot." Bác vừa nói vừa ngồi xuống ghế, cười trìu mến với con trai.

Elliot ngừng nhai, nhăn nhó, ngọ nguậy tại chỗ. "Christian và Mia may hơn con. Chỉ bị có mấy mụn nước thôi."

Mia cười rúc rích, Christian thì trợn mắt lên.

"Mà bố, trận Mariners bố đi xem chứ?" Elliot rõ ràng muốn chuyển hướng cuộc nói chuyện.

Món khai vị rất ngon, tôi mải miết ăn trong khi anh Elliot, bác Grey và Christian nói về bóng chày. Christian có vẻ thoải mái và hơi trầm lặng khi ở trong nhà. Lòng tôi vẫn còn lo ngay ngáy. Kate khỉ gió, cậu đang lôi tôi vào trò gì đây? *Liệu anh ấy có phạt mình thật không?* Tôi nao núng với ý nghĩ đó. Tôi vẫn chưa ký bản hợp đồng nào hết. Mà có khi đừng có ký. Biết đâu tôi sẽ ở lì tại Georgia với mẹ, anh đâu thể nào tóm được tôi ở đó.

"Chỗ ở mới của cháu thế nào rồi?" Bác Grace hỏi thăm.

Tôi mừng vì bác đã hỏi đúng lúc, kéo tôi ra khỏi những suy nghĩ vẩn vơ và cũng là có chuyện để nói về chuyến dọn nhà.

Kết thúc món tráng miệng, Gretchen lại xuất hiện và không dưới một lần tôi muốn đặt tay lên tay anh để cô ả biết rằng – có thể anh năm mươi phần hồng hóc đâu đó nhưng vẫn cứ thuộc về tôi. Cô ta dọn bàn, lượn lờ hơi bị lâu quanh Christian. Cũng may, thái độ của anh khá rõ ràng, dù vậy, nữ thần nội tại trong tôi vẫn đang cáu kỉnh và tâm trạng cô nàng không được tốt.

Kate và Mia đang xuýt xoa về Paris.

"Chị đến Paris chưa, Ana?" Mia hồn nhiên hỏi, kéo tôi ra khỏi cơn ghen hờn tưởng tượng.

"Chưa, dù chị cũng thích lắm." Tôi biết trong bàn này, tôi là người duy nhất chưa từng rời khỏi nước Mỹ.

Hai bác Grey mỉm cười nhìn nhau.

"Tuần trăng mật của hai bác ở Paris đấy."

Thật bối rối khi được chứng kiến sự trìu mến của hai bác. Rõ ràng, họ yêu nhau thắm thiết, tôi tự hỏi lớn lên trong một mái nhà mà bố mẹ vẫn yêu nhau như ngày đầu thì thế nào nhỉ.

"Đó là một thành phố đáng yêu." Mia đồng ý. "Nhưng người Paris thì không. Christian, anh nên đưa chị Ana đi Paris mới được." Mia nói chắc như đinh đóng cột.

"Anh nghĩ Ana thích London hơn" – Anh nhỏ nhẹ.

*Ôi… anh ấy vẫn nhớ.* Anh đặt tay lên đầu gối tôi – những ngón tay lân la lên đùi. Cả người tôi căng thẳng chờ đợi. *Đừng… không phải ở đây, không phải bây giờ chứ.* Tôi đỏ mặt rồi xoay người, cố thoát khỏi anh. Tay anh xiết lấy đùi tôi, giữ chặt tôi xuống ghế. Tôi tuyệt vọng với lấy ly rượu.

Cô ả Tóc Đuôi Ngựa Châu Âu trở lại phòng, mắt đong đưa và hông đong đưa, dọn món chính lên: bò Wellington, tôi đoán thế. May cho cô ta, chỉ dọn món ăn rồi đi ngay, dù khi đến dĩa của Christian, cô ả cũng dùng dằng một lúc mới chịu dọn. Anh nhìn tôi giễu cợt khi bắt gặp tôi không rời mắt khỏi cô ta cho đến khi cửa phòng đóng lại.

"Vậy, người Paris thì làm sao?" Elliot hỏi em gái. "Em thấy họ không đáng yêu à?"

"Hừ, đáng ghét. Quý ông Flaubert ấy, ông kẹ chỗ em làm ấy, tay bạo chúa độc đoán."

Tôi sặc rượu.

"Anastasia, có sao không em?" Christian lo lắng, nhấc tay ra khỏi đùi tôi.

Giọng anh nghe đã có vẻ vui vẻ trở lại. *Tạ ơn trời đất.* Tôi gật, anh vỗ nhè nhẹ vào lưng tôi cho đến khi thấy tôi khỏi hẳn.

Món bò rất ngon, nấu với khoai lang nướng, cà rốt, củ cải và đậu xanh. Nhưng ngon hơn cả chính vì Christian đã vui vẻ bình thường lại trong cả bữa ăn. Tôi đoán đó là bởi vì tôi đã ăn rất nhiệt tình. Mọi người nói về đủ thứ chuyện gia đình, ấm cúng và đầy yêu thương, thỉnh thoảng cũng trêu chọc người này người nọ. Bữa ăn kết thúc bằng món thạch sữa, chúng tôi bị hút vào những thành tích của Mia tại Paris bằng chất giọng Pháp réo rắt của cô. Tất cả ngẩn ra nhìn Mia, cô ấy cũng thách thức nhìn lại chúng tôi cho đến khi Christian thuật lại tương đối trôi chảy bằng tiếng Pháp những việc cô ấy đã làm, ngay lập tức Mia bật cười giòn giã. Giọng cười cô thật dễ lây lan, chỉ một lúc sau, cả nhà đã ôm bụng, bò lăn ra mà cười.

Elliot say sưa kể về dự án xây dựng mới nhất của anh, nhà thân thiện với môi trường ở Bắc Seattle. Tôi liếc sang Kate, thấy cô ấy đang nuốt từng lời Elliot, mắt lấp lánh ái tình hay dục tình. Tôi chưa rõ điều nào đúng hơn. Anh ấy cúi xuống cười hết cỡ với Kate và nó như thể một lời hứa hẹn không nói thành lời giữa hai người. *Sau nhé, em yêu*, anh ấy vẫn đang nói, nóng bỏng, vô cùng nóng bỏng. Tôi chợt đỏ mặt nhìn cả hai.

Tôi thở dài và lén nhìn Christian. Tôi có thể chiêm ngưỡng anh cả đời. Trên cằm anh lún phún râu mà những ngón tay tôi lúc nào cũng thèm muốn được cọ cọ vào và cảm nhận nó trên mặt mình, trên ngực mình... giữa hai đùi. Tôi tự e thẹn với tưởng tượng của mình. Anh nghiêng qua nhìn tôi rồi đưa tay kéo cằm tôi xuống.

"Đừng có cắn môi." Giọng anh khàn khàn. "Không thì tôi lại muốn làm chuyện đó."

Grace và Mia dọn mấy chiếc cốc đựng món tráng miệng, đi vào bếp. Bác Grey, Kate và anh Elliot đang bàn tán về hiệu quả của các bảng pin năng lượng mặt trời ở bang Washington. Christian chỉ tỏ ra hào hứng với câu chuyện thôi, tay anh thật ra đang nằm trên đầu gối tôi và những ngón tay đang lang thang trên đùi tôi. Tôi thở gắt, khép chặt đùi lại hòng ngăn cuộc tấn công của anh. Tôi thấy mặt anh đầy vẻ tự mãn.

"Tôi mời em đi thăm sau nhà nhé?" Anh hỏi rất cởi mở.

Tôi biết tôi cần phải đồng ý nhưng tôi không thấy tin anh lắm. Trước khi tôi kịp nói gì, anh đứng dậy, chìa tay ra. Tôi đặt tay mình vào tay anh và thấy toàn bộ những vòng cơ sâu trong bụng đang co thắt, đáp lại ánh mắt đen thẩm và đói khát của anh.

"Cháu xin phép." Tôi nói với bác Grey rồi theo Christian rời khỏi phòng.

Chúng tôi đi qua một sảnh hẹp, ngang qua nhà bếp, Mia và bác Grace đang xếp chén dĩa vào máy rửa bát. Không hề thấy bóng dáng Tóc Đuôi Ngựa Châu Âu.

"Con đưa Anastasia đi xem sau nhà nhé." Christian nói rất đỗi hồn nhiên với mẹ.

Bác cười, vẫy tay bảo chúng tôi đi đi, trong khi Mia thì trở lại phòng ăn.

Dãy hành lang lộ thiên lát đá xám được thắp sáng bằng những bóng đèn ốp ẩn vào đá. Đây đó vài bụi cây trồng trong những chậu hình ống cũng bằng đá xám, một chiếc bàn kim loại rất tinh tế và vài chiếc ghế kê ở một góc khác. Christian băng qua tất cả, bước lên vài bước và đến một bãi cỏ rộng mênh mông dẫn thẳng xuống vịnh... ôi chao – tuyệt vời. Seattle lung linh ở phía xa xa đường chân trời và vầng trăng tháng Năm mát lành, rạng rỡ ánh một dải sáng bạc xuống mặt nước trước cầu tàu, rọi sáng hai chiếc tàu đang neo dập dềnh. Kế bên cầu tàu là nhà thuyền. Quang cảnh như tranh, quá đỗi yên bình. Tôi đứng ngắm ra mất một lúc.

Christian kéo tôi lại bên anh, gót giày tôi dẫm lên làn cỏ mịn.

"Ôi, dừng lại đã." Tôi loạng choạng bước theo anh.

Anh dừng bước, quay lại nhìn tôi, vẻ mặt vẫn không thể đoán nổi.

"Gót giày. Để em bỏ giày ra đã."

"Không cần." Anh nói, nghiêng người xuống và bế thốc tôi lên vai.

Tôi kêu ú ớ vì kinh ngạc, anh đét vào mông tôi thành tiếng.

"Nhỏ giọng thôi." Anh gầm gừ.

*Ôi không... không hay rồi.* Tiềm Thức run rẩy muốn quỵ xuống. Anh đang nổi giận chuyện gì đó – có thể là José, Georgia, không quần lót, cắn môi. Trời ơi, sao mà dễ cáu thế.

"Mình đi đâu đây anh?" Tôi thở.

"Nhà thuyền." Anh rít lên.

Tôi bám vào hông anh khi anh vác ngược tôi xuống, sải những bước dài qua bãi cỏ, dưới ánh trăng.

"Tại sao thế?" Tôi muốn tắt thở, đu đưa trên vai anh.

"Tôi cần ở một mình với em."

"Để làm gì?"

"Bởi vì tôi sắp sửa đánh đòn sau đó giao cấu với em."

"Tại sao?" Tôi khẽ rúm người lại.

"Em biết tại sao mà." Anh thở gắt.

"Em tưởng anh là người tùy-thời-điểm." Tôi hụt hơi.

"Anastasia. Đúng là tôi tuỳ thời điểm đấy, tin tôi đi."

*Trời đất ơi.*

# Chương hai mươi

Christian mở tung cánh cửa gỗ của nhà thuyền rồi tìm công tắc đèn. Mấy bóng đèn huỳnh quang kêu lắc cắc và rì rì khi ánh sáng trắng tỏa khắp căn nhà gỗ rộng. Từ góc nhìn bị treo ngược, tôi thấy một chiếc du thuyền lộng lẫy đang bập bềnh trên làn nước tối đen bên cảng nhưng chỉ kịp nhìn một thoáng, anh đã vác tôi bước lên mấy bậc tam cấp, vào phòng trên.

Anh dừng lại ở cửa, mở một công tắc – lần này, đèn halogen dịu hơn tỏa ra luồng sáng mờ mờ – vậy là chúng tôi đang ở căn phòng áp mái, trần dốc. Phòng bài trí theo kiểu hàng hải New England: màu xanh thuỷ thủ và viền đỏ. Tôi thấy căn phòng hầu như không có đồ đạc gì, ngoài vài chiếc ghế dài.

Christian bỏ tôi đứng xuống sàn gỗ. Tôi không có thời gian để quan sát chung quanh nữa – mắt tôi dán chặt vào anh. Tôi bị thôi miên… nhìn anh như nhìn một loài thú săn mồi quý hiếm và nguy hiểm, chờ đợi cuộc tấn công. Anh thở dồn dập, dù chỉ mới vác tôi qua bãi cỏ và bước vài bậc thang. Mắt anh lóe lên sự giận dữ, thèm khát và đam mê.

*Ôi.* Tôi tình nguyện tan chảy dưới cái nhìn của anh.

"Đừng đánh em." Tôi thì thầm van xin.

Mày anh nhíu lại, mắt mở to. Anh chớp mắt hai lần.

"Xin anh đừng đánh em, đừng ở đây, bây giờ. Đừng mà."

Miệng anh hé mở vì kinh ngạc. Lập tức, còn hơn cả can đảm, tôi nhón lên, thận trọng chạm ngón tay vào má anh, rê theo khuôn mặt, xuống chiếc cằm lún phún râu. Như hỗn hợp lụa và gai. Mắt anh từ từ khép lại, mặt anh tựa vào những ngón tay tôi, hơi thở anh rít sâu từ cổ họng. Tay kia tôi lùa vào tóc anh. Tôi thích tóc anh. Anh rên nho nhỏ gần như không thể nghe thấy rồi mở mắt ra, ánh mắt thận trọng, như thể anh không hiểu tôi đang làm gì.

Tôi đỏ mặt tiến thêm một bước gần anh hơn. Tay tôi kéo nhẹ tóc anh xuống, để miệng anh gần miệng tôi rồi hôn, tôi đẩy lưỡi mình len giữa hai môi, vào miệng anh. Anh rên khẽ, ôm riết rồi xiết tôi vào lòng. Tay anh cũng lùa sâu vào tóc tôi, rồi anh hôn, quyết liệt và chiếm hữu. Lưỡi anh và lưỡi tôi xoắn lấy nhau, hòa quyện. Anh có vị tuyệt diệu.

Bất ngờ anh lùi lại, hơi thở của cả hai vẫn còn sâu và gấp. Tay tôi trượt xuống vai anh, anh nhìn tôi chằm chằm.

"Em đang làm gì tôi thế?" Anh hỏi, hoang mang.

"Hôn anh."

"Em đã nói không."

"Sao ạ?" *Không cái gì kia?*

"Ở bàn ăn, bằng chân."

*Ồ... thì ra là thế.*

"Chúng ta đang ở bàn ăn của bố mẹ anh mà."

Tôi nhìn anh lúng túng cực độ.

"Chưa ai dám nói không với tôi. Chuyện đó thật quá – nóng bỏng."

Mắt anh đen sầm đam mê và dục vọng. Bất giác tôi nuốt ực. Tay anh để trên mông tôi. Anh xiết tôi thật chặt vào người anh, vào sự cương cứng của anh.

*Ôi...*

"Anh nổi giận và bắt em đến đây vì em đã nói không?" Tôi hổn hển, kinh ngạc.

"Tôi nổi giận vì cô chưa từng nhắc đến chuyến đi Georgia với tôi. Tôi nổi giận vì cô đi uống với cái tay đã cố dụ dỗ cô khi cô say khướt và bỏ cô lại khi cô kiệt sức với một người gần như xa lạ. Bạn bè kiểu gì thế hả? Tôi cũng điên lên và bị kích động vì cô dám khép chân lại với tôi."

Mắt anh tóe lửa. Anh từ từ nâng mép váy tôi lên.

"Tôi muốn cô và giờ vẫn muốn cô rất nhiều. Nếu cô không để tôi đánh cô – mà cô rất đáng bị đánh – tôi sẽ giao cấu với cô trên ghế, ngay bây giờ, rất nhanh, chỉ để làm tôi vui thôi, không phải cho cô."

Chiếc đầm giờ chỉ còn vắt hờ trên người tôi. Anh bất ngờ sấn đến, tay ôm lấy lấy vùng kín của tôi, một ngón tay từ từ ấn sâu vào cửa mình. Cánh tay còn lại giữ eo tôi thật yên. Tôi cố nuốt một tiếng rên.

"Đây là của tôi." Anh thì thầm giận dữ. "Tất cả đều của tôi. Cô hiểu chưa?"

Anh ngừng chuyển động ngón tay vào ra, đưa mắt nhìn xuống tôi, chờ trả lời, mắt anh rừng rực.

"Vâng, của anh." Tôi thở trong thèm muốn, nóng bỏng và nặng nề, hòa trộn cùng máu, công phá... mọi thứ. Các đầu dây thần kinh, hơi thở. Tim tôi đập dữ dội, cố phá tung lồng ngực, tiếng máu chảy trong người dội vào tai.

Bỗng dưng anh gần như cùng một lúc chóng vánh thu tay về, bỏ lại tôi ngơ ngác, mở khóa quần, ấn tôi xuống sofa rồi nằm đè lên trên.

"Đưa tay lên đầu." Anh ra lệnh qua hàm răng nghiến chặt, đầu gối anh mở chân tôi ra, rồi lục tìm trong túi áo khoác. Anh rút ra một túi nhôm, mặc áo khoác rơi xuống sàn, anh nhìn tôi, vẻ mặt u ám. Anh lồng bao cao su vào cậu bé của anh với độ dài ấn tượng.

Tôi vẫn giữ tay quá đầu và biết mình không được chạm vào anh. Tôi bị kích động quá đỗi. Tôi thấy hông mình đã nhấc lên trông đợi – đợi anh vào trong tôi, như thế này – mềm mại và cương cứng. Ôi... tưởng tượng.

"Không có nhiều thời gian. Chuyện này sẽ nhanh thôi và cho tôi, không phải cô. Hiểu chứ? Không được đến, nếu không, tôi đét mông." Anh nói qua hàm răng nghiến lại.

*Trời ơi... làm sao tôi ngăn mình được?*

Chỉ bằng một nhát nhanh gọn, anh vào trong tôi trọn vẹn. Tôi nấc lên trong cổ họng, ngất ngây được thuộc về anh. Hai tay anh giữ tay tôi trên đầu, khuỷu tay gạt cánh tay tôi sang hai bên, chân anh khóa tôi lại. Tôi hoàn toàn bị anh trói. Anh ở trên tôi, bao kín tôi, thậm chí, bóp nghẹt tôi. Nhưng chuyện này cũng thật diệu kỳ; đây là năng lượng của tôi, đây là điều tôi có thể làm cho anh – khoái lạc và toàn thắng. Anh chuyển động nhanh và điên cuồng trong tôi, hơi thở dồn dập bên tai tôi, cơ thể tôi hưởng ứng, tan chảy quanh anh. *Mình không được đến.* Không. Nhưng tôi vẫn có thể đáp lại anh lần này đến lần khác, mối tương ngộ hoàn hảo. Rất nhanh, gần như lập tức, anh đẩy sâu vào tôi, phóng thích hết rồi nằm yên, thở dồn dập qua kẽ răng. Anh chỉ nằm yên một lúc để tôi cảm nhận được trọn vẹn trọng lượng cơ thể anh trên mình. Tôi không muốn anh rời khỏi tôi, cơ thể tôi thèm được giải phóng, nhưng sức nặng của anh, trong tích tắc, làm tôi thấy không thể chịu nổi nữa. Hoàn toàn bất ngờ, anh nhổm dậy trong khi cơ thể tôi đang ưỡn lên thèm khát. Anh nhìn tôi.

"Không được tự đụng chạm vào mình. Tôi muốn cô điên lên hoang dại. Đó là điều cô đã làm với tôi khi không nói về chuyến đi, khi từ chối tôi cái thuộc về tôi."

Mắt anh lại lóe lên giận dữ.

Tôi gật, thở hổn hển. Anh đứng lên, gỡ bao cao su ra, buộc lại rồi bỏ vào túi quần. Tôi nhìn theo anh, hơi thở vẫn còn dồn dập và không cố ý, tôi khép hai đùi lại, cọ vào nhau, cố tìm cách cứu giải mình. Christian kéo khóa quần lên, vuốt lại tóc rồi cúi nhặt áo khoác trên sàn. Anh xoay người lại nhìn tôi, sắc mặt đã dịu đi.

"Chúng ta trở lại nhà thôi."

Tôi ngồi dậy, đầu óc ngây ngất.

"Đây. Em nên mặc cái này vào."

Anh rút từ túi áo ra quần lót của tôi. Tôi không hề cười khi cầm lại quần nhưng tự thâm tâm, tôi biết – tôi bị phạt phải giao cấu nhưng lại giành được một chiến công nho nhỏ là chiếc quần lót. Nữ thần nội tại gật đầu chia sẻ và nhoẻn một nụ cười hài lòng: *Chả cần phải hỏi xin anh ta.*

"*Christian!*" Tiếng Mia vọng lên từ tầng dưới.

Anh quay lại và nhướng mày với tôi.

Đúng lúc chưa. Chúa ơi, con bé này phát cáu lên được.

Tôi cáu lại với anh, chật vật sửa lại quần lót rồi đứng lên trong tư thế nghiêm chỉnh nhất sau tình trạng vừa-mới-giao-hợp-xong. Tôi vội vã chải lại mái tóc rối bù kiểu-vừa-giao-hợp.

"Trên này, Mia." Anh nói vọng xuống. "Xem nào, cô Steele, tôi cảm thấy đỡ hơn sau chuyện này nhưng vẫn còn muốn phát vào mông cô." Anh nói nhỏ.

"Em không tin em đáng bị thế, ngài Grey, nhất là sau khi phải chịu đựng cuộc tấn công vô cớ của ngài."

"Vô cớ? Cô đã hôn tôi đấy chứ?" Anh đang cố làm ra vẻ tổn thương.

Tôi cong môi lên.

"Đó là hình thức cao nhất của tự vệ."

"Tự vệ trước cái gì?"

"Ngài và cú đét mông của ngài."

Anh nghiêng đầu sang bên và mỉm cười với tôi khi Mia vừa xuất hiện bên cầu thang.

"Có thể chịu đựng được không?" Anh hỏi nhỏ.

Tôi đỏ mặt.

"Thỉnh thoảng." Tôi thì thầm đáp lại, không ngăn nổi mình nở nụ cười khoái trá.

"Ôi, hai người đây rồi." Cô ấy cười với chúng tôi.

"Anh đang đưa Anastasia đi xem xung quanh."

Christian choàng tay qua người tôi, đôi mắt xám thẳm sâu. Tôi đặt tay mình vào tay anh, anh nhè nhẹ siết tay tôi.

"Kate và Elliot sắp về. Anh tin nổi không? Hai người đó không thể rời khỏi nhau." Mia vờ nhăn nhó nhìn Christian rồi liếc sang tôi. "Mà anh chị làm gì ở đây thế?"

Chà, cô ấy sắp biết rồi đấy. Tôi ngượng chín người.

"Cho Anastasia xem các chiến lợi phẩm giải chèo thuyền." Christian nói chẳng chớp mắt, mặt tỉnh bơ như không. "Thôi nào, vào chào tạm biệt Kate và Elliot thôi."

*Chiến lợi phẩm giải chèo thuyền?* Anh đẩy nhẹ tôi trước và khi Mia vừa quay đi, rồi anh vỗ mông tôi. Làm tôi giật nảy kinh ngạc.

"Tôi sẽ còn làm nữa, Anastasia, sớm thôi." Anh thì thào đe dọa bên tai, rồi choàng tay ôm tôi từ phía sau, áp cả người anh vào lưng tôi, thả một chiếc hôn lên tóc.

Trở vào nhà, Kate và Elliot đang nói tạm biệt bố mẹ. Kate ôm tôi rất chặt.

"Tớ muốn nói chuyện với cậu về việc trêu tức Christian." Tôi thì thầm bên tai Kate khi ôm tạm biệt cô ấy.

"Anh ta cần phải bị trêu tức; rồi cậu sẽ thấy anh ta thật sự ra sao. Cẩn thận nhé, Ana. Anh ta độc đoán lắm đấy." Cô ấy thì thầm. "Gặp lại cậu sau."

TỚ MỚI BIẾT ANH TA THẬT SỰ THẾ NÀO – chứ cậu thì không hề! Tôi gào lên trong đầu. Tôi hoàn toàn biết Kate cũng chỉ có ý tốt thôi nhưng thỉnh thoảng cô ấy lại vượt quá giới hạn như vậy, bây giờ cũng thế, cô ấy đang vượt quá quyền hạn của một cô bạn chung phòng rồi. Tôi thầm cáu bẳn với Kate còn cô nàng lại thè lưỡi chọc tức, khiến tôi phải miễn cưỡng cười đáp lại. Kate không phải người khôi hài, có lẽ đây là ảnh hưởng từ anh Elliot. Chúng tôi vẫy tay tiễn hai người ở cửa rồi Christian quay sang tôi.

"Có lẽ chúng ta cũng đi thôi – em còn mấy cuộc phỏng vấn ngày mai."

Mia ôm tôi thắm thiết khi tạm biệt.

"Cả nhà đã nghĩ anh ấy sẽ chẳng bao giờ có ai." Cô vụt miệng nói.

Mặt tôi đỏ lựng còn mắt Christian lại trợn tròn. Tôi nhoẻn miệng. Sao anh được làm thế còn tôi thì không? Tôi cũng muốn trợn mắt lại với anh nhưng không dám, vụ nhà thuyền vẫn còn treo lơ lửng đó.

"Bảo trọng nhé, Ana yêu mến." Bác Grace dặn dò.

Christian, không hiểu cảm động hay bực mình bởi sự quan tâm đặc biệt cả nhà dành cho tôi, mà nắm tay tôi thật chặt và níu tôi vào sát bên người anh.

"Cả nhà quan tâm quá thế này một là sẽ làm cô ấy khó chịu, hai là sẽ làm hư cô ấy." Anh làu bàu.

"Christian, đừng đùa thế." Bác Grace dịu dàng răn đe, đôi mắt bác nhìn anh đầy yêu thương.

Không hiểu sao, tôi lại không nghĩ anh đùa. Tôi lặng lẽ quan sát cách họ phản ứng với nhau. Rõ ràng, bác Grace dành cho anh một tình yêu vô điều kiện của người mẹ. Anh nghiêng xuống hôn bà.

"Chào mẹ." Anh nói, có gì đó thấp thoáng trong giọng nói anh – niềm tôn kính chăng?

"Bác Grey, cháu xin phép về và cảm ơn hai bác."

Tôi đưa tay ra nhưng ông đã nhanh hơn choàng tay ôm lấy tôi.

"Gọi bác là Carrick nhé. Bác rất mong lại gặp cháu một ngày gần đây, Ana."

Chào hỏi xong, Christian đưa tôi ra xe, Taylor đã đợi sẵn ở đó. *Anh ta đã đợi ở đây từ nãy sao?* Taylor mở cửa cho tôi bước vào chiếc Audi.

Nỗi căng thẳng như đè nặng lên vai tôi. Ôi chao, một ngày. Tôi mệt lử, cả thể xác lẫn tinh thần. Christian nói gì đó với Taylor rồi cũng bước vào xe, ngồi cạnh tôi. Anh quay sang bảo:

"Chà, có vẻ gia đình tôi cũng thích em."

*Cũng?* Cái ý nghĩ tiêu cực về lý do mình được mời đến đây bỗng đổ ụp xuống đầu tôi. Taylor nổ máy và chuyển hướng ra đường lớn. Tôi quay sang Christian, thấy anh đang nhìn tôi.

"Gì thế?" Giọng anh rất khẽ.

Tôi ngập ngừng giây lát. Không – mình cần phải nói. Anh lúc nào cũng than phiền rằng mình ít nói, không chia sẻ.

"Em nghĩ anh ở vào thế bị ép buộc phải mời em đến gặp

bố mẹ." Giọng tôi nhỏ nhẹ và ngập ngừng. "Nếu anh Elliot không mời Kate, anh cũng không bao giờ mời em."

Trời tối nên tôi không thể thấy được nét mặt anh nhưng anh thoáng nghiêng đầu sang tôi.

"Anastasia, tôi thấy vui vì em đã gặp bố mẹ tôi. Lúc nào em cũng hoài nghi thế sao? Chuyện đó luôn làm tôi ngạc nhiên đấy. Em là một cô gái trẻ, mạnh mẽ, rất kín đáo nhưng luôn có những ý nghĩ tự ti về bản thân. Nếu tôi không muốn em gặp gia đình tôi, sẽ không cách nào em có mặt ở đây được. Cả buổi tối nay, em luôn nghĩ như thế ư?"

*Ôi!* Vậy là anh thật sự muốn mình đến – đó quả là tiết lộ động trời. Anh thoải mái trả lời tôi, không như những khi anh muốn né tránh sự thật. Có vẻ anh còn vô cùng hài lòng rằng tôi đã đến… một cảm giác ấm áp từ từ lan tỏa trong từng mạch máu. Anh khẽ lắc đầu và nắm lấy tay tôi. Tôi lo lắng liếc Taylor.

"Đừng lo về Taylor. Nói tôi nghe nào."

Tôi trùng vai.

"Vâng. Em đã nghĩ thế. Và cả chuyện này nữa, em chỉ mới nghĩ đến Georgia vì Kate nói về Barbados thôi. Em vẫn chưa quyết định gì."

"Em muốn về gặp mẹ chứ?"

"Vâng."

Anh nhìn tôi vẻ lạ lùng, như thể anh vừa khám phá được điều gì trong nội tâm.

"Tôi đi với em được không?" Anh thận trọng dò hỏi.

*Hả?*

"Ơ… có lẽ không phải ý hay."

"Sao không?"

"Em mong một kỳ nghỉ, tránh xa những chuyện… mãnh liệt này để cố suy nghĩ về những gì đã qua."

Anh chăm chú quan sát tôi. "Tôi quá mãnh liệt à?"

Tôi bật cười thành tiếng.

"Giờ thì dịu dàng hơn rồi!"

Dưới ánh sáng của những ngọn đèn đường đang vùn vụt qua trước mắt, tôi bắt gặp khóe môi anh đang nhếch lên.

"Em đang cười tôi đấy à, cô Steele?"

"Tôi đâu dám, ngài Grey." Tôi trịnh trọng trả lời một cách hài hước.

"Tôi nghĩ em dám đấy và tôi còn nghĩ em vẫn thường cười tôi."

"Ngài khá buồn cười."

"Buồn cười?"

"Thưa vâng."

"Buồn cười theo kiểu quái đản hay buồn cười kiểu phá lên cười ha ha?"

"À… lúc kiểu này, lúc kiểu kia."

"Kiểu nào nhiều hơn?"

"Tôi sẽ để ngài tự tìm hiểu điều đó."

"Tôi không nghĩ ở bên em, tôi còn có thể tìm hiểu được gì, Anastasia." Anh nói chua chát, im lặng một lúc rồi tiếp. "Em muốn về Georgia để suy nghĩ điều gì?"

"Về chúng ta." Tôi thì thầm.

Anh nhìn tôi, lặng lẽ.

"Em nói em sẽ thử mà."

"Em nhớ."

"Em nghĩ chưa chín chắn à?"

"Có lẽ."

Anh đổi tư thế, có vẻ bồn chồn.

"Tại sao thế?"

*Trời ạ.* Sao cuộc nói chuyện bỗng trở nên căng thẳng và nghiêm trọng đến mức này? Nó ập đến tôi như một kỳ thi bất ngờ. Nói gì bây giờ? Vì em nghĩ rằng em yêu anh mất rồi nhưng anh lại chỉ xem em như một món đồ chơi. Bởi vì em không thể chạm vào anh, bởi vì em điên cuồng đến nỗi không che giấu cảm xúc khi anh vẫn còn đang dè dặt hay bảo em phải dừng lại và tệ hơn, khi anh đét mông em? Nói gì bây giờ?

Tôi nhìn trân trân qua cửa sổ. Chiếc xe đang băng qua cầu. Cả hai chúng tôi đều đang lẩn khuất trong bóng đêm, che giấu những suy nghĩ và cảm xúc của mình.

"Sao thế, Anastasia?" Anh truy hỏi.

Tôi trùng vai, bị dồn vào thế bí. Tôi không muốn mất anh. Mặc cho những đòi hỏi của anh, mặc cho tham vọng kiểm soát của anh, mặc cho những thói xấu nghiệt ngã của anh, tôi chưa bao giờ cảm thấy cảm xúc mãnh liệt hơn lúc này. Thật kích động khi được ngồi đây, bên anh. Anh quá khó đoán, gợi cảm, thông minh và vui nhộn. Dù tâm trạng anh... ờ – anh cũng muốn làm tôi đau nữa. Tôi nhắm mắt lại. Có thể nói gì với anh đây? Trong thâm tâm, tôi chỉ thèm muốn một Christian nhiều thật nhiều ân cần, nhiều thật nhiều hài hước và vô cùng nhiều... tình yêu.

Anh siết tay tôi.

"Nói với tôi đi, Anastasia. Tôi không muốn mất em."

Chúng tôi đã vượt qua gần hết cây cầu, con đường mới lại hiện ra, ngập sáng ánh đèn neon, khuôn mặt anh chợt sáng chợt tối theo từng nhịp đèn đường chạy dài không dứt. Thật đúng với cách ví von hôm nào. Người đàn ông này, tôi từng xem là một kiểu anh hùng lãng mạn, một hiệp sĩ giáp trắng oai dũng sáng ngời – hay là hiệp sĩ áo đen, như anh từng nhận. Anh không phải người hùng; anh chỉ là một người đàn ông từng bị tổn thương nghiêm trọng và sâu sắc về tình cảm, anh cũng đang kéo tôi vào bóng tối. Tôi có thể đưa anh ra ánh sáng không?

"Em còn muốn nhiều hơn nữa." Tôi thì thầm.

"Tôi biết." Anh đáp. "Tôi đang cố đây."

Tôi chớp mắt nhìn anh. Anh buông tay tôi, kéo trễ cằm xuống để đôi môi tôi hé mở.

"Vì em, Anastasia, tôi sẽ cố." Anh rất mực chân thành.

Đó cũng là điều tôi đang làm. Tôi tháo dây an toàn, nhoài người sang, nhào vào lòng anh, khiến anh kinh ngạc. Tay tôi choàng quanh đầu anh, ngước lên tìm môi anh, hôn thật nồng nàn, chỉ trong một phần tỷ tỷ giây, môi anh cũng đáp lại môi tôi.

"Ở lại với tôi nhé, đêm nay." Anh thì thào. "Nếu bây giờ em về, suốt tuần mình không gặp nhau mất, nhé."

"Vâng." Tôi không phản đối. "Em cũng sẽ chết mất. Em đồng ý ký vào hợp đồng."

Và đó hoàn toàn là quyết định đột phá.

Anh nhìn tôi.

"Hãy ký sau khi đi Georgia về. Suy nghĩ về chuyện đó đã. Suy nghĩ thật kỹ nhé, em yêu."

"Vâng."

Thế là suốt một hay hai dặm đường sau đó, chúng tôi cùng lặng im.

"Em nên thắt dây an toàn vào." Christian thì thầm như thể không hài lòng nhưng kỳ thực anh không hề có vẻ muốn buông tôi ra khỏi tay anh.

Tôi vùi người vào lòng anh, khép mắt lại, mũi tôi kề sát cổ anh, tận hưởng mùi cơ thể Christian-và-mùi-sữa-tắm-xạhương vô cùng quyến rũ, đầu ngả trên vai anh. Tôi để tâm trí mình phiêu dạt, lạc vào thế giới thần tiên, ở đó, anh yêu tôi. Ôi, sao mà thật đến thế, thật đến mức chạm tay vào được, một phần nào đó trong lòng nữ quái Tiềm Thức độc địa đã làm chuyện không ngờ được, *dám hy vọng*. Tôi dè dặt để không chạm vào ngực anh, chỉ âu yếm dụi vào cánh tay anh đang giữ tôi thật chặt.

Chẳng mấy chốc sau, giấc mơ của tôi bị xé toạc.

"Đến nhà rồi em." Christian nói. Câu nói ấy như một lời hứa hẹn, quá nhiều khả năng rất có thể xảy ra sau đó.

*Nhà, với Christian.* Còn chỗ nào khác nữa ngoài căn hộ như phòng trưng bày nghệ thuật, không phải nhà.

Taylor mở cửa cho chúng tôi. Tôi ngượng ngùng cảm ơn anh, biết rằng anh đã nghe hết toàn bộ cuộc đối thoại nãy giờ, anh đáp lại bằng nụ cười tử tế như một lời cam kết rằng sẽ không có điều gì bị tiết lộ. Bước ra khỏi xe, Christian nghiêm nghị nhìn tôi. *Ôi gì nữa đây... tôi mới làm gì sai sao?*

"Sao em không mặc áo khoác?" Anh cau mặt, cởi áo khoác, quàng lên vai tôi.

Tôi thở nhẹ.

"Em để trong xe mới của em rồi." Tôi trả lời trong cơn ngái ngủ, rồi ngáp.

Anh nhìn tôi, vẻ mặt khoái trá.

"Mệt à, cô Steele?"

"Vâng, thưa ngài Grey." Tôi hơi thẹn trước ánh nhìn đầy châm chọc của anh. Ấy thế mà tôi vẫn nghĩ ra một lời giải thích khá hợp lý. "Em đã bị cuốn vào những chuyện mà em tưởng là không thể nào xảy ra."

"Xem nào, nếu em thật sự không may, có lẽ tôi sẽ còn cuốn

em vào nhiều chuyện khác nữa." Anh hứa hẹn, cầm lấy tay tôi, cùng bước vào nhà.

*Rồi… Lại nữa rồi!*

Trong thang máy, tôi ngước lên nhìn anh. Tôi chợt thấy vui mừng khi anh muốn tôi ngủ cùng anh, nhất là khi tôi nhớ ra anh không hề ngủ cùng ai, trừ tôi, một vài lần. Tôi cau mặt, lập tức, mắt anh thẫm lại. Anh đưa tay sang cằm tôi, kéo xuống để tôi hé mở đôi môi của mình.

"Sẽ có ngày tôi giao cấu với em ngay trong thang máy, Anastasia, nhưng bây giờ, em đang mệt." Vì thế tôi nghĩ nên vào giường.

Anh nghiêng người xuống, kẹp môi dưới tôi vào hàm răng anh rồi khẽ kéo. Tôi mềm nhũn ra, chợt ngừng thở, bụng dưới căng lên vẻ chờ đợi. Tôi đáp lại, ấn răng mình lên môi trên của anh, trêu chọc, khiến anh kêu lên thành tiếng. Thang máy mở ra, anh nắm tay, lôi tôi ra hành lang, qua cửa đôi vào phòng khách.

"Em uống rượu hay thứ gì không?"

"Không."

"Tốt. Vào giường."

Tôi nhướng mày.

"Anh chấp nhận kiểu va-ni lạc hậu, đơn điệu sao?"

Anh nghiêng đầu một bên.

"Không có gì lạc hậu và đơn điệu với va-ni cả – nó có hương vị quyến rũ riêng."

"Từ bao giờ?"

"Từ thứ Bảy tuần trước. Sao nào? Hay em đang chờ đợi thứ gì kích động hơn?"

Nữ thần nội tại va đầu vào tường.

Ối không. Quá nhiều bất ngờ trong hôm nay rồi.

Nữ thần nội tại trễ môi, bất thành trong việc cố che giấu nỗi thất vọng.

"Chắc chứ? Chúng ta luôn có sẵn dụng cụ để tạo đủ mùi vị ở đây – ít nhất là ba mươi mốt mùi."

"Em biết rồi." Tôi đáp.

Anh lắc đầu.

"Đi nào, cô Steele, em có cả một ngày trọng đại rồi. Sớm vào giường, sớm giao cấu thì sớm được ngủ."

"Ngài Grey, ngài quả là người lãng mạn bẩm sinh."

"Cô cũng nhanh mồm lắm, cô Steele. Có lẽ tôi sẽ phải huấn luyện nó cách nào đó. Đi thôi."

Anh đưa tôi qua phòng khách, sang phòng ngủ của anh và mở cửa.

"Giơ tay lên nào." Anh ra lệnh.

Tôi vâng lời và chỉ một cử động trong chớp mắt, anh vụt kéo chiếc váy ra khỏi người tôi như một ảo thuật gia, nắm lấy gấu váy.

"Ta-đa." Anh kêu lên đầy thích thú.

Tôi cười khúc khích rồi lịch sự vỗ tay tán thưởng. Anh gập người chào đáp lễ rồi nhoẻn miệng cười toe. *Sao mình cưỡng lại nổi những khi anh thế này?* Anh đặt váy của tôi lên chiếc ghế duy nhất cạnh kệ tủ.

"Màn ảo thuật tiếp theo của anh thế nào?" Tôi hối thúc, trêu chọc.

"Ôi, cô Steele, cứ vào giường đã." Anh thì thầm. "Rồi tôi sẽ cho cô xem."

"Anh có nghĩ rằng ít nhất một lần, em nên ra tay với anh không?" Tôi đong đưa.

Mắt anh sầm lại vì ngạc nhiên, tôi thấy trong đó lóe lên một tia kích động.

"Xem nào, cửa đã khóa. Không chắc em làm cách nào để thoát khỏi tay tôi được." Anh châm chọc. "Được, tôi nghĩ phi vụ này tôi sẽ lãi to."

"Đừng quên em là nhà thương thuyết giỏi."

"Tôi cũng thế."

Anh nhìn tôi, sắc mặt bỗng dưng biến đổi, cơn hoang mang lướt qua không khí trong phòng vụt trở nên căng thẳng.

"Em không muốn giao cấu?"

"Không." Tôi thở.

"Ồ." Anh nhăn mặt.

*Được rồi, tiếp nào... hít thật sâu vào.*

"Em muốn cùng anh ân ái."

Anh đứng chết trân nhìn tôi. Sắc mặt sa sầm. Ôi, khỉ thật, không hay rồi. *Cho anh ấy một phút!* Tiềm Thức rít lên.

"Ana, tôi..."

Anh chải tay vào tóc. Hai tay. Chà, hoang mang cực độ rồi.

"Tôi tưởng mình đã làm thế rồi?" Cuối cùng, anh nói.

"Em muốn chạm vào anh."

Anh bất giác lùi lại, trong một tích tắc mặt anh đầy vẻ khiếp đảm nhưng cũng biến mất trong tích tắc.

"Nhé anh." Tôi thì thầm.

Anh nhanh chóng lấy lại tinh thần.

"Không, cô Steele, cô đã được nhượng bộ quá đủ trong tối nay rồi. Tôi chỉ còn cách nói không."

"Không?"

"Không."

*Ôi... mình không thể tranh luận với con người đó... phải không nhỉ?*

"Nhìn xem, em mệt rồi, tôi cũng mệt. Vào giường thôi." Anh vừa nói vừa thận trọng nhìn tôi.

"Vậy đụng chạm là điều cấm ky của anh."

"Ừ. Chuyện này cũ rồi mà."

"Nói em biết tại sao đi."

"Trời, Anastasia, làm ơn. Bỏ qua chuyện này đi." Anh cáu kỉnh.

"Với em, nó quan trọng lắm."

Lại lần nữa, anh gãi đầu, cố gằn tiếng chửi tục. Quay lưng lại, anh đi thẳng đến chỗ tủ kéo, rút ra chiếc áo thun, quẳng cho tôi. Tôi bối rối bắt lấy.

"Mặc vào rồi lên giường." Anh gắt lên trong đau đớn.

Tôi nhăn mặt nhưng quyết định sẽ tiếp tục khiêu khích. Quay lưng lại, tôi cởi áo ngực, tròng áo thun vào càng nhanh càng tốt để che cơ thể. Tôi cởi quần lót; hầu như cả buổi tối nay tôi đã không mặc quần.

"Em cần phải tắm." Giọng tôi nhỏ xíu.

Anh nhăn nhó, bực dọc. "Giờ em còn xin phép nữa đấy."

"Ơ... không."

"Anastasia, em biết phòng tắm ở đâu rồi. Hôm nay, ngay thời điểm thương thuyết quái đản này, em không cần phải xin phép tôi để đi tắm." Anh không giấu được nổi vẻ cáu kỉnh. Anh cởi sơ mi ra còn tôi lẻn nhanh vào phòng tắm.

Tôi nhìn mình trong tấm gương cực lớn, không thể tưởng tượng nổi mình còn nguyên vẹn. Sau tất cả những gì đã trải qua, vẫn là một đứa con gái rất đỗi bình thường. *Vậy chứ cô muốn thế nào – muốn mọc sừng và có đuôi hở?* Tiềm Thức chanh chua. *Rồi giờ cô còn đang định làm trò quái gì nữa đây? Đụng chạm là điều cấm ky của anh ta. Giờ còn quá sớm, ngốc ạ. Anh ta cần phải biết đi trước khi biết chạy.* Tiềm Thức đang tức điên lên như Medusa[1], tóc tai dựng ngược bay chấp chới, tay cấu vào mặt như tác phẩm *Tiếng thét* của Evard Munch. Tôi phớt lờ thì bà ta cũng chẳng bò lại vào hộp. *Cô đang làm anh ta tức điên đấy – thử nhớ lại những gì anh ta đã nói, đã thừa nhận đi.* Tôi cáu với chính suy nghĩ của mình. Cần cho anh biết sự yêu thương đã – rồi có thể anh sẽ đáp lại.

Tôi lắc đầu, thôi không nghĩ nữa rồi cầm lấy bàn chải của Christian. Tất nhiên, Tiềm Thức nói đúng. Tôi đã quá vội với anh. Anh ấy chưa sẵn sàng và tôi cũng thế. Chúng tôi đang giữ thăng bằng trên một cây cầu bập bênh rất lỏng lẻo đó là thỏa thuận kỳ lạ của tôi – cả hai đầu chúng tôi đều đang dập dềnh, bấp bênh. Cả hai đều muốn tiến đến gần nhau hơn, gặp nhau ở giữa. Tôi chỉ mong đừng ai bị rơi khi cố gắng làm điều đó. Mọi việc diễn ra quá nhanh. Có lẽ tôi cần khoảng cách. Khi tôi bắt đầu chải răng, anh gõ cửa.

"Anh vào đi." Tôi trả lời, miệng đầy kem đánh răng.

Christian đứng ở cửa, chiếc quần mặc ở nhà ôm lấy hông như thường ngày thế mà vẫn khiến từng tế bào li ti trong người tôi dựng hết lên và ngóng đợi. Ngực anh để trần, tôi như người đang cuồng lên vì khát bắt gặp dòng suối mát lạnh, tinh khiết tuôn ra từ khe núi, là anh. Anh nhìn tôi điềm tĩnh rồi từ từ nhếch mép, tiến đến sát bên tôi. Mắt chúng tôi tìm thấy nhau trong gương, xám và xanh. Tôi đánh răng thật nhanh, rửa bàn chải, rồi đưa cho anh, mắt vẫn không rời khỏi anh. Không nói lời nào, anh cầm bàn chải từ tay tôi, đưa vào miệng. Tôi nhếch mép lại với anh, sự hài hước bỗng nhảy múa trong mắt anh.

---

1. Một nữ quỷ xinh đẹp trong thần thoại Hy Lạp, mái tóc là một ổ rắn và ánh mắt có thể biến đàn ông thành đá.

"Cứ tự nhiên sử dụng bàn chải của tôi." Giọng anh nhẹ nhàng châm chọc.

"Cảm ơn, thưa ngài." Tôi mỉm cười duyên dáng rồi bước ra, trèo lên giường.

Vài phút sau, anh vào với tôi. "Em biết đó, đây không phải là những gì tôi hình dung về tối nay." Anh nói vẻ giận hờn.

"Tưởng tượng nếu em bảo anh không được chạm vào em xem."

Anh khổ sở ngồi bên giường, bắt chéo chân.

"Anastasia, tôi nói với em rồi cơ mà. Tôi đã vào đời rất khủng khiếp – em không muốn những thứ khốn nạn đó chui vào đầu em đâu. Sao em vẫn như thế?"

"Vì em muốn hiểu rõ anh hơn."

"Em biết về tôi khá nhiều rồi."

"Sao anh nói thế được?" Tôi quỳ lên, nhìn thẳng vào mặt anh.

Anh trừng mắt lên với tôi, hoang mang.

"Anh trợn mắt kìa. Lần mới nhất em làm thế, em đã phải nằm dưới đầu gối anh."

"Ồ, tôi còn muốn em bắt em làm thế lần nữa."

Chợt một ý tưởng thôi thúc tôi. "Nói em biết đi, rồi anh sẽ được làm thế."

"Gì cơ?"

"Anh nghe rồi đấy."

"Em đang ra giá với tôi à?" Anh như không thể tin nổi tai mình.

Tôi gật. *Phải... chính thế.*

"Thương lượng."

"Không phải thế, Anastasia."

"Thôi được. Vậy kể em nghe đi, rồi em sẽ trợn mắt lên với anh."

Anh phá lên cười, tôi bắt được một Christian trong khoảnh khắc hiếm hoi. Lâu rồi không thấy anh thế này. Anh luôn điềm tĩnh.

"Luôn luôn thích thú và hào hứng với thông tin nhỉ." Anh nhìn tôi cân nhắc. Sau một lúc, anh hăng hái rời khỏi giường.

"Đừng đi đâu đấy." Anh nói rồi ra khỏi phòng.

Sự bấn loạn tràn ngập lòng tôi, tôi ngồi tự ôm lấy mình. Anh đang làm gì? Anh đang chuẩn bị âm mưu đen tối nào chăng? *Dại dột chưa.* Tôi tự hỏi anh sẽ trở vào với gậy hay một thứ dụng cụ quái đản nào chăng? *Chết thật, lúc đó mình sẽ làm gì?* Khi trở lại, anh cầm theo một thứ gì nho nhỏ trong tay. Tôi không thấy được đó là gì, sự tò mò chợt bùng lên.

"Ngày mai cuộc phỏng vấn đầu tiên bắt đầu từ mấy giờ?" Anh khẽ hỏi.

"Hai giờ."

Một nụ cười ma mãnh chầm chậm nở trên mặt anh. "Tốt."

Và ngay trước mặt tôi, anh từ từ biến đổi. Anh rắn rỏi hơn, không thể đoán nổi... nóng bỏng. Người Áp Đặt Christian đã đến.

"Ra khỏi giường. Đứng đây."

Anh chỉ một chỗ gần giường. Tôi rón rén dậy và rời giường bằng gấp đôi thời gian bình thường. Anh chăm chăm nhìn tôi mắt như lóe lên những dự định gì đó.

"Tin tôi chứ?" Anh hỏi.

Tôi gật đầu. Anh chìa tay ra, trong tay anh có hai quả cầu bạc ngời sáng, nối nhau bằng một cọng chỉ đen và dày.

"Chúng còn mới." Anh nhấn từng chữ.

Tôi ngước nhìn anh đầy thắc mắc.

"Tôi sẽ đưa chúng vào bên trong em, sau đó sẽ phát vào mông em, không phải để phạt, chỉ vì lạc thú của em và của tôi."

Anh dừng lại, chờ phản ứng trợn mắt của tôi.

*Bên trong mình!* Tôi thở loạn lên, tất cả cơ bắp ở bụng dưới nghiến lại. Nữ thần nội tại nhảy nhót vũ điệu của bảy tấm mạng che mặt.

"Rồi chúng ta sẽ giao cấu, và rồi nếu em còn đủ tỉnh táo, tôi sẽ tiết lộ cho em về những năm đầu đời của tôi. Đồng ý?"

"Anh đang xin phép em hả?" Ngạt thở, tôi gật đầu. Tôi không thể nói được nữa.

"Cô gái ngoan. Mở miệng ra nào."

*Miệng?*

"Rộng ra."

"Thật nhẹ nhàng, anh thả hai quả cầu vào miệng tôi."

"Chúng cần được bôi trơn. Mút." Anh ra lệnh, giọng nhẹ nhàng.

Hai quả cầu lạnh, láng và nặng đáng kinh ngạc, có vị của kim loại. Miệng tôi đang khô khốc bỗng đầy ứ nước bọt khi lưỡi phát hiện ra vật thể lạ. Christian không hề rời mắt khỏi tôi. Trời đất ơi, chuyện này làm tôi kích động quá. Tôi oằn người lại.

"Yên, Anastasia." Anh cảnh cáo.

"Được rồi."

Anh lấy hai quả cầu ra khỏi miệng tôi. Tiến đến giường, anh giở tấm trải lên và ngồi xuống thành giường.

"Lại đây."

Tôi ngồi xuống trước mặt anh.

"Giờ quay lại, cúi xuống, tay nắm lấy mắt cá chân."

Tôi chớp mắt, vẻ mặt anh thật không tài nào đoán nổi.

"Đừng chần chừ." Anh nhẹ nhàng thúc giục nhưng có gì đó ẩn trong giọng nói rồi anh đưa hai quả cầu vào miệng.

*Á, thế này còn gợi tình hơn cả bàn chải.* Tôi làm theo lời anh lập tức. Chà, mình có thể nắm được mắt cá chân à? Tôi nhận ra mình làm được, khá dễ dàng nữa kia. Áo thun giật lên lưng tôi. Ơn trời tôi có mặc quần lót nhưng tôi đoán nó chẳng còn ở đó được lâu nữa.

Anh đặt tay lên lưng tôi và nhẹ nhàng mơn trớn. Ở tư thế này, tôi chỉ có thể nhìn thấy chân anh. Tôi khép mắt lại khi anh nhẹ nhàng kéo quần lót của tôi sang một bên, lần những ngón tay lên xuống vùng kín. Cơ thể tôi bị kích thích bởi sự hòa trộn hưng phấn giữa tưởng tượng và cảm hứng hoang dã. Anh trượt một ngón tay vào trong tôi rồi xoay tròn thật chậm. Ôi, cảm giác thật tuyệt vời. Tôi rên lên.

Hơi thở anh rối loạn, tôi nghe tiếng thở dồn khi anh lặp lại cử động ấy. Anh thu tay lại rồi từ từ đẩy những quả cầu vào tôi, mỗi lần một quả, chầm chậm và suôn sẻ. *Ối.* Chúng có nhiệt độ của thân nhiệt, được làm ấm khi ngậm trong miệng. Cảm giác này tràn đầy dục vọng. Khi đã vào trong tôi, tôi không còn thật sự cảm thấy chúng nữa – nhưng rồi một lần nữa tôi biết chúng *ở đó.*

Anh kéo quần lót của tôi lên, cúi xuống, hông anh dịu dàng cọ vào mông tôi.

"Đứng lên nào." Anh ra lệnh rồi nhấc tôi dậy.

*Ối!* Giờ thì tôi có thể cảm thấy chúng… thế nào đó. Anh giữ chắc hông tôi, chờ tôi lấy lại thăng bằng.

"Em ổn chứ?" Anh hỏi, giọng điềm tĩnh.

"Vâng."

"Quay lại."

Tôi quay lại đối diện với anh.

Những quả cầu trĩu xuống và bất giác, tôi xiết người giữ chúng lại. Cảm giác đó làm tôi giật mình nhưng cũng không quá tệ.

"Cảm thấy thế nào?" Anh hỏi.

"Lạ lắm."

"Lạ dễ chịu hay lạ khó chịu."

"Lạ dễ chịu." Tôi đỏ mặt thú nhận.

"Tốt."

Một ánh hài hước lóe lên trong mắt anh.

"Tôi muốn uống nước. Ra ngoài và mang một cốc lại đây."

*Ối.*

"Khi nào quay lại, tôi sẽ đè em dưới đầu gối tôi. Cứ nghĩ về điều đó nhé, Ana."

*Nước á? Anh muốn uống nước – bây giờ – tại sao?*

Tôi rời phòng ngủ và lập tức hiểu ra vì sao mình phải đi lấy nước – khi tôi bước đi, sức nặng những quả cầu trĩu xuống, xoa bóp tôi từ bên trong. Cảm giác thật kỳ lạ và không thật dễ chịu lắm. Hơi thở càng gấp gáp hơn khi tôi nhón người lấy cốc từ kệ bếp và thở dồn dập. *Ối...* Tôi phải giữ chúng lại. Những quả cầu làm tôi thèm muốn, thèm muốn tình dục.

Anh chăm chú dõi theo khi tôi trở lại.

"Cảm ơn." Anh nhận cốc nước từ tay tôi.

Từ từ, anh nhấp từng ngụm rồi đặt cốc nước lên bàn bên cạnh. Ở đó đã có sẵn túi giấy, sẵn sàng và chờ đợi, như tôi. Tôi biết anh làm thế để tạo nên cảm giác mong đợi. Tim tôi loạn nhịp. Anh nhướng đôi mắt xám sáng quắc lên nhìn tôi.

"Lại đây. Ngồi cạnh tôi. Như lúc nãy."

Tôi ngồi xuống bên anh, máu tôi tuôn chảy không ngừng trong người và bây giờ... tôi thật hưng phấn. Đầy cảm hứng.

"Xin tôi đi." Anh nói nhỏ nhẹ.

Tôi chau mày. "Xin gì cơ?"

"Xin tôi đi." Giọng anh đanh lại.

"Gì mới được? Nước thế nào? Anh muốn gì?"

"Hỏi xin tôi đi, Anastasia. Tôi không lặp lại đâu."

Và hàm chứa trong những từ đó là lời đe dọa, nó tác động sâu sắc đến tôi. Anh muốn tôi xin anh đánh tôi.

*Khỉ thật.* Anh nhìn tôi chờ đợi, mắt anh lạnh băng. *Khỉ.*

"Đánh em đi… xin ngài." Tôi thì thầm.

Anh nhắm mắt lại, tận hưởng những lời của tôi. Anh nắm tay trái, rồi lôi tôi nằm dài xuống đầu gối anh. Tôi đổ ập xuống, anh giữ chặt tôi như khi tôi nằm trong lòng anh. Cơ thể tôi run lên bần bật khi tay anh ấn từ từ lên mông tôi. Tôi đẩy người sâu vào lòng anh lần nữa để thân trên áp hẳn xuống giường. Lần này, anh không gác chân lên người tôi mà vén tóc tôi ra sau tai. Tay anh nắm tóc tôi sau gáy giữ tôi nằm yên. Anh xiết nhẹ và đầu tôi ngả ra sau.

"Tôi muốn nhìn mặt em khi đánh em, Anastasia." Anh vừa nói vừa nắn bóp khẽ khàng sau lưng tôi.

Tay anh len vào kẽ giữa hai bờ mông rồi ấn vào vùng kín, cảm giác được lấp đầy… tôi nấc lên. Ôi, các giác quan run rẩy.

"Thế này là hưởng thụ lạc thú, Anastasia, cho em và tôi." Anh thì thầm.

Anh nhấc tay lên rồi đánh vào vùng tiếp giáp giữa hai đùi, mông và vùng kín. Quả cầu nảy lên bên trong tôi, tôi chới với trong vũng cảm xúc ướt át. Cảm giác râm ran đau sau mông, nét tràn ngập những quả cầu chuyển động bên trong tôi và cả việc bị anh đè sấp xuống giường. Tôi cố nhấc đầu lên, toàn thân cố gắng hưởng thụ trọn vẹn những cảm xúc kỳ lạ. Tôi phát hiện ra đâu đó trong tôi, trí não không còn tự phỉ nhổ mình cay nghiệt như trước nữa. Anh lại mơn man lưng tôi lần nữa, lòng bàn tay chà xát trên da tôi và bên ngoài quần lót.

*Sao anh không cởi quần lót của mình?* Bàn tay anh bỗng vụt mất rồi bất ngờ đánh xuống. Tôi rên thành tiếng khi các giác quan tràn đầy cảm giác. Anh bắt đầu đánh theo đúng quy trình trái, phải rồi dưới. Bên dưới là tuyệt nhất. Mọi thứ nảy lên, bên trong tôi... và giữa các đợt, anh lại mơn man, ve vuốt – để tôi được xoa bóp cả bên trong lẫn bên ngoài. Cảm giác thèm khát và khơi gợi dục tình, không hiểu tại sao, lần này, tôi không còn sợ đau. Nó không phải cơn đau như bình thường – đúng thế, không phải đau không thể chịu nổi. Thế nào đó, đây là cơn đau có thể kiểm soát, quả là, còn rất... phấn khích nữa. Tôi rên thành tiếng. *Phải rồi, mình làm được.*

Anh dừng tay, kéo quần tôi xuống chân. Tôi ngọ nguậy bên chân anh, không phải vì muốn thoát ra mà vì muốn thêm nữa... phóng thích, cái gì đó. Anh vuốt ve làn da tôi đang râm ran nhoi nhói. Cảm giác tràn trề, rồi anh lại bắt đầu. Một tràng đét mông trái, phải rồi dưới. Ôi, bên dưới. Tôi rên lên.

"Ngoan lắm, Anastasia." Anh cũng rên rĩ, hơi thở rít vào.

Anh đét mông tôi thêm hai trận nữa rồi nắm lấy sợi chỉ nối hai quả cầu, bất ngờ kéo chúng ra khỏi người tôi. Tôi gần như vọt lên đỉnh – cơ hồ như thoát khỏi thế giới này. Rất nhanh chóng, anh lật nghiêng tôi lại, túm lấy tay tôi, nhấc lên quá đầu rồi trườn lên người tôi, vào trong tôi, chậm rãi, lấp đầy tôi ở nơi mà những quả cầu sáng bạc vừa làm. Tôi rên thét lên.

"Ôi, em yêu." Anh thì thầm rồi lui lại, tiến lên, một cao trào phấn khích quá đỗi, ve vuốt tôi, cảm nhận tôi.

Đây là lần dịu dàng nhất anh từng làm với tôi, không mất nhiều thời gian, tôi lao xuống vực rồi đột ngột xoay người vút lên đỉnh mệt nhoài. Khi tôi đang co quắp quanh anh, anh cũng giải phóng mình, tiến sâu vào tôi, bất động, rền rĩ tên tôi trong nỗi khát khao tuyệt đích.

*Ana!*

Anh im lặng, rên riết trên tôi, tay anh vẫn còn nắm chặt tay tôi, trên đầu. Một lúc sau, anh cựa mình dậy, nhìn tôi.

"Tôi thích chuyện này." Anh thì thầm rồi hôn tôi say đắm.

Sau đó anh nhổm dậy, quấn tôi vào tấm ga giường rồi biến mất trong phòng tắm. Khi trở lại, anh cầm theo một chai sữa dưỡng da màu trắng.

"Quay lại nào." Anh bảo, tôi gượng gạo trở mình.

Thật lòng mà nói sau những chuyện này, tôi buồn ngủ khủng khiếp.

"Mông em đổi màu rồi." Anh xác nhận lại, tay xoa nhè nhẹ chất sữa mát lạnh vào mông tôi đang đỏ ửng.

"Tiết lộ đi, ngài Grey." Tôi kèo nài.

"Cô biết cách làm hỏng khoảnh khắc trọng đại của tôi đấy."

"Thỏa thuận rồi mà."

"Em thấy thế nào?"

"Bị lừa gạt."

Anh thở dài, trườn xuống nằm cạnh tôi, ghì tôi vào tay anh. Cẩn thận để không đụng vào mông tôi, chúng tôi ôm nhau. Anh hôn nhẹ vào bên tai tôi.

"Người đàn bà đã sinh ra tôi là gái mại dâm đã hết thời, Anastasia ạ. Giờ thì ngủ đi."

*Trời đất ạ...* thế nghĩa là sao?

"Là sao?"

"Bà ấy chết rồi."

"Bao lâu rồi?"

Anh thở dài. "Mất năm tôi lên bốn. Tôi không nhớ rõ lắm. Là bố Carrick đã nói với tôi. Tôi chỉ nhớ vài điều. Ngủ đi thôi."

"Chúc ngủ ngon, Christian."

"Ngủ ngon, Ana."

Rồi tôi chìm vào một giấc ngủ, mơ thấy một cậu bé bốn tuổi mắt xám ở một nơi tối tăm, nghèo đói, nghiệt ngã.

# Chương hai mươi mốt

Ánh sáng tràn ngập. Ánh sáng rực rỡ, ấm áp và tưng bừng, tôi cùng đường bị ánh sáng bao vây, cố vùi mình níu giữ vài phút giây quý báu. Tôi muốn trốn thêm vài phút nữa. Nhưng ánh sáng quá mạnh, tôi đành lổm cổm tỉnh dậy. Buổi sáng Seattle rạng rỡ chào đón tôi – ánh mặt trời chan đầy bức tường kính, tràn ngập đầy phòng. Tối qua chúng tôi không kéo rèm lại sao? Tôi vẫn đang nằm trên chiếc giường khổng lồ của Christian Grey, chỉ trừ anh là không có đây.

Tôi nán lại giường một lúc, nhìn qua cửa sổ thấy đường chân trời Seattle xa xa. Chắc chắn không có sự sống phía trên những tầng mây. Chuyện thần tiên – lâu đài lơ lửng giữa không trung, cách xa mặt đất, cách xa những cơm áo gạo tiền của cuộc đời – chắc không có bỏ rơi, nghèo đói. Tôi rùng mình nghĩ đến những gì anh đã trải qua khi còn là đứa trẻ và chợt hiểu ra vì sao anh ở đây, biệt lập, chỉ có những tác phẩm nghệ thuật giá trị và đẹp đẽ vây quanh – cách thật xa nơi anh đã đến… ắt là một cách để tuyên ngôn về trách nhiệm. Tôi nhăn mặt, nhưng điều đó vẫn chưa lý giải tại sao tôi không được chạm vào anh.

Trớ trêu thay, tôi cảm thấy y như thế khi ở nơi này, trong tòa tháp sừng sững này. Tôi đang lơ lửng trên thực tại. Trong một căn hộ thần tiên, có mối quan hệ thần tiên với một anh bạn trai cũng thần tiên trong khi hiện thực nghiệt ngã là anh ta luôn muốn có một thoả thuận đặc biệt dù đã bảo rằng sẽ cố gắng. Điều này thật ra có ý nghĩa gì? Cần phải làm rõ điều này để xác định xem cả hai vẫn còn ở hai đầu bập bênh hay đã tiến lại gần nhau hơn.

Tôi ra khỏi giường, người cứng đờ và ê ẩm. *Chà, hậu quả của đêm qua đây mà.* Tiềm Thức cong môi lên phê phán. Tôi trừng mắt với ả, thầm mừng rằng anh chàng cỗ máy kiểm soát và đét mông không có ở đây, tôi định sẽ hỏi anh về chuyện huấn luyện viên riêng. Đó là nếu tôi ký. Nữ thần nội tại nhìn tôi tuyệt vọng. *Tất nhiên cô nàng sẽ ký.* Tôi lờ cả hai, sau khi lượn qua phòng tắm, tôi đi tìm Christian.

Anh không có trong phòng trưng bày nghệ thuật, nhưng một phụ nữ trung niên, nhìn rất lịch sự đang dọn dẹp gian bếp. Bà có mái tóc vàng, cắt ngắn, đôi mắt xanh trong sáng. Bà mặc một chiếc sơ mi may bằng vải trắng trơn và váy bút chì xanh hải quân. Bà mỉm cười khi thấy tôi.

"Chào buổi sáng, cô Steele. Cô dùng bữa sáng nhé?"

Giọng bà ấm áp nhưng rất xã giao, tôi chưa hết bất ngờ. Người phụ nữ tóc vàng này làm gì trong bếp của Christian? Tôi chỉ mặc chiếc áo thun của anh trên người. Tôi thấy ngượng và bối rối vì ăn mặc hở hênh thế này.

"Tôi e là không tiện lắm." Tôi lí nhí, không thể giấu nổi sự hoang mang trong giọng nói.

"Ôi, thành thật xin lỗi. Tôi là Jones, quản gia của ngài Grey."

*Ồ.*

"Rất hân hạnh." Tôi cố gắng.

"Cô dùng bữa sáng nhé, thưa cô?"

*Thưa cô!*

"Chỉ cần chút trà thôi ạ, cảm ơn. Bà biết ngài Grey đang ở đâu không?"

"Trong phòng làm việc."

"Cảm ơn."

Tôi chạy sang phòng làm việc, quá ngượng ngùng. Sao lúc nào cũng chỉ có những phụ nữ tóc vàng quyến rũ làm việc cho Christian thế nhỉ? Và chợt một ý nghĩ vụt đến: *Họ có phải là những Người Phục Tùng cũ?* Tôi chẳng thấy vui vẻ gì với ý nghĩ ghê tởm đó. Tôi thò đầu vào cửa phòng. Anh đang nói chuyện điện thoại, quay mặt về cửa sổ, quần đen và sơ mi trắng. Tóc anh vừa gội xong, vẫn còn ướt và ý nghĩ tiêu cực ban nãy hoàn toàn bay biến.

"Trừ khi báo cáo tài chính của công ty đó có gì cải thiện, tôi không thích đâu Ros. Chúng ta không vác thêm sức ì nữa... Tôi không cần thêm những lý do què quặt kiểu đó... Bảo Marco gọi cho tôi, làm hay phá sản luôn... Đúng thế, nói Barney rằng nguyên mẫu có vẻ tốt đấy nhưng tôi không chắc về lâu dài đâu... Không, chỉ là sót cái gì đó... Tôi muốn gặp anh ta chiều nay để bàn thêm... Thật ra, anh ta hay đội của anh ta, chúng ta sẽ tính... Được. Chuyển máy cho Andrea."

Anh chờ đợi, lơ đãng nhìn ra cửa sổ, ngắm những người li ti bên dưới tòa lâu đài trên không của anh.

"Andrea..."

Anh ngước lên và bắt gặp tôi bên cửa. Một nụ cười quyến rũ từ từ nở trên khuôn mặt sáng ngời của anh và tôi lại rơi vào trạng thái im lìm, trong lòng, mọi thứ đều tan chảy. Anh, không nghi ngờ gì nữa, là người đàn ông điển trai nhất hành tinh, quá đẹp để dành cho bất kỳ ai, quá đẹp với tôi. *Không nha*, nữ thần nội tại làm nhặng lên, làm gì quá đẹp đối với tôi như vậy. *Anh ấy dành cho mình chứ,* kể từ giờ phút này. Ý nghĩ đó kích thích dòng máu nóng lan khắp cơ thể tôi, xua tan sự tự ti vô lý về bản thân.

Anh vẫn tiếp tục cuộc đàm thoại nhưng mắt cứ dán chặt vào tôi.

"Hủy hết lịch sáng nay đi nhưng nhắc Bill gọi cho tôi. Tôi sẽ đến lúc hai giờ. Tôi cần nói chuyện với Marco chiều nay, mất khoảng nửa tiếng... Xếp cho Barney và nhóm của anh ta sau đó hoặc ngày mai. Sắp xếp sao đó để tôi gặp Claude mỗi ngày tuần này... Bảo anh ta đợi... À... Không, tôi không muốn công khai việc Dafur... Bảo Sam thu xếp lấy... Không... Sự kiện nào?... Đó là thứ Bảy sau à?... Giữ máy."

"Khi nào em từ Georgia về?" Anh hỏi tôi.

"Thứ Sáu."

Anh quay lại cuộc điện thoại.

"Tôi cần một vé thêm vì tôi có hẹn... Đúng thế Andrea, đúng là tôi nói thế đấy, hẹn hò, cô Anastasia Steele sẽ đi cùng tôi... Thế thôi."

Anh cúp máy. "Chào buổi sáng, cô Steele."

"Chào anh Grey." Tôi mỉm cười lặng lẽ.

Anh đi vòng qua bàn với một dáng vẻ duyên dáng hiếm có, rồi tiến đến trước tôi. Anh lướt nhè nhẹ bàn tay lên má tôi.

"Tôi không muốn đánh thức em, trông em yên lành quá. Em ngủ ngon không?"

"Em ngủ rất ngon, cảm ơn anh. Em chỉ đến để chào buổi sáng, trước khi em đi tắm."

Tôi nhìn anh, thưởng thức anh. Anh cúi hôn tôi dịu dàng và tôi chợt không thể ngăn nổi mình nữa. Tôi choàng tay bám lấy cổ anh, ngón tay lùa vào tóc anh còn ướt đẫm. Dụi người vào cơ thể anh, hôn anh. Tôi muốn anh. Cử chỉ đột ngột của tôi làm anh bất ngờ nhưng chỉ một khoảnh khắc thôi, anh hồi đáp lập tức, một tiếng rên trầm trầm phát ra từ cổ họng. Tay anh lùa vào tóc tôi, trượt xuống lưng rồi bóp chặt mông tôi, lưỡi anh khám phá miệng tôi. Anh lùi lại, mắt tối sầm.

"Chà, xem ra giấc ngủ khá hợp với em." Anh nói. "Tôi nên bảo em ra ngay, đi tắm hay nên đè em xuống bàn tôi đây?"

"Em chọn bàn." Tôi liều lĩnh thì thầm đúng điều tôi khao khát, như thể có adrenalin đang bùng cháy trong cơ thể, len vào từng ngõ ngách.

Trong tích tắc, anh nhìn tôi cuồng dại.

"Cô luôn rất có cảm hứng với chuyện này nhỉ, cô Steele? Càng ngày cô càng tham lam." Anh nói.

"Em chỉ luôn có cảm hứng với anh." Tôi thì thầm.

Mắt anh nhướng lên rồi tối lại, tay anh ghì chặt mông tôi.

"Đúng lắm, chỉ tôi thôi." Anh gừ lên và bất thần, hất tay một cái, anh gạt hết giấy tờ ra khỏi bàn, bế thốc tôi lên, đặt tôi nằm ngang bàn, trong khi đầu tôi gần muốn chẳng chạm vào mặt bàn.

"Em sẽ có điều em muốn, em yêu." Anh nói, rút một túi giấy ra khỏi quần và mở khóa quần.

*Ối, bọn đàn ông.* Anh mang bao cao su, mắt vẫn không rời tôi.

"Chắc là em đã sẵn sàng rồi." Anh thở, một nụ cười khêu gợi nở trên mặt.

Chỉ một khoảnh khắc, anh lấp đầy tôi, giữ cổ tay tôi dọc theo người và thốc vào tôi thật sâu.

Tôi rú lên… *ôi vâng.*

"Chúa ơi, Ana. Em *luôn* sẵn sàng." Anh thì thầm ngưỡng mộ.

Tôi cuộn chân quanh eo anh, cách duy nhất tôi có thể làm để giữ anh đứng vững, nhìn xuống tôi, đôi mắt xám ngời sáng, đam mê và sở hữu. Anh bắt đầu chuyển động, chuyển động thật sự. Thế này không phải là ân ái, đây là giao hợp – nhưng tôi vẫn cứ yêu cái cách ấy. Tôi rên lên. Thật trần trụi, quá xác thịt và khiến tôi như một kẻ phóng đãng. Tôi say sưa với sự chiếm hữu, niềm đam mê nhục thể của anh đang giải tỏa cơn khát trong tôi. Anh thoải mái chuyển động, đắm đuối với tôi, thưởng thức tôi, hông anh hơi nhấc lên khi hơi thở anh dồn dập. Anh đưa hông sang hai bên, cảm giác khi đó thật khó tin.

Tôi nhắm mắt lại, cảm thấy sự cương cứng kia, thật ngọt ngào, chầm chậm lớn lên trong mình. Đẩy tôi cao hơn, đến tòa lâu đài trên không. Ôi vâng… nhịp điệu của anh tăng lên gần đến đỉnh. Tôi nấc to lên. Trong tôi chỉ còn tất cả cảm xúc… tất cả anh, đón nhận từng nhịp, từng nhịp tiến sâu và lấp đầy. Anh rút gần khoảng cách lại, nhanh hơn… mạnh thêm và cả cơ thể tôi chuyển động không ngừng theo nhịp điệu anh, tôi thấy chân mình căng lên, bụng dưới quặn thắt và gấp gáp.

"Đến đi, em yêu, trao hết cho tôi." Anh thì thào qua hàm răng nghiến chặt, nỗi đam mê hừng hực trong giọng anh – căng như dây đàn – đẩy tôi đến cực đỉnh.

Tôi hét lên không thành tiếng, đắm đuối rên rĩ như chạm đến mặt trời, bốc cháy rồi rơi xuống quanh anh, rơi mãi rơi mãi, và rồi rớt tại nơi đỉnh điểm sáng lòa và như ngừng thở của trái đất. Anh đẩy mạnh vào tôi rồi dừng lại khi đã đạt cực khoái, buông lỏng cổ tay tôi, rồi ngã lên tôi vẻ viên mãn và đắm đuối.

*Chao ôi... không thể tin nổi.* Tôi dần tỉnh lại và biết mình vẫn còn trên mặt đất.

"Em đã làm quái gì tôi thế này?" Anh thở khi đang rúc sâu vào cổ tôi. "Em thuần phục được tôi mất rồi, Ana. Ma lực của em thật kinh khủng."

Anh buông cổ tay tôi ra, tôi luồn sâu những ngón tay vào tóc anh, vuốt ve lên xuống. Tôi xiết chặt chân vào người anh.

"Em mới là người bị thuần phục chứ." Tôi thì thầm.

Anh nhìn tôi. Vẻ mặt hoang mang, thậm chí cả cảnh giác nữa. Áp tay vào hai bên mặt tôi, giữ đầu tôi nằm đúng chỗ.

"Em. Là. Của. Tôi." Anh gằn từng tiếng một. "Hiểu chứ?"

Anh như một tín đồ sùng tín và nhiệt thành thái quá. Sức mạnh lời khẩn cầu vừa thốt ra thật không tưởng tượng nổi. Tôi tự hỏi sao anh lại cảm nhận chuyện này như thế.

"Vâng, của anh." Tôi thì thầm, bị cuốn theo sự đắm đuối của anh.

"Có chắc em phải về Georgia chứ?"

Tôi chậm rãi gật đầu. Trong một giây thôi, tôi nhận ra vẻ mặt anh biến đổi và một cánh cửa nào đó vừa sập lại. Anh lập tức lùi lại khiến tôi cau mặt.

"Em đau à?" Anh cúi nhìn tôi và hỏi.

"Một chút." Tôi thú nhận.

"Tôi thích em đau." Mắt anh u ám. "Nó nhắc em rằng tôi đã ở đây, chỉ tôi thôi."

Anh nâng cằm tôi, hôn thật sâu rồi ngồi dậy, đưa tay đỡ tôi lên. Tôi bắt gặp một hộp đựng giấy ngay cạnh mình.

"Luôn luôn sẵn sàng." Tôi nói.

Anh nhìn tôi vẻ thắc mắc, tay đang kéo khóa quần. Tôi đưa hộp giấy trống không lên.

"Một người đàn ông vẫn có thể hy vọng, Anastasia, thậm chí mơ mộng và thỉnh thoảng, giấc mơ của anh ta cũng thành hiện thực."

Giọng anh thật lạ, mắt anh sáng quắc. Tôi không hiểu gì cả. Dư âm cuộc hoan lạc lập tức chìm đi trong một mớ thắc mắc. *Anh ấy có chuyện gì thế?*

"Vậy là làm chuyện đó trên bàn, đó từng là mơ ước của anh?" Tôi cố tỏ vẻ thật lòng, ra bộ hài hước để làm dịu đi không khí giữa hai chúng tôi.

Anh mỉm cười bí hiểm nhưng mắt thì không. Tôi lập tức hiểu ra rằng đây không phải lần đầu anh quan hệ trên bàn. Ý nghĩ đó thật khó chịu. Tôi cựa người khó khăn, sự khoan khoái sau cuộc mây mưa cũng biến mất.

"Em nên tắm chút đi."

Tôi đứng lên và bước ngang qua anh.

Anh cau mày, gãi đầu.

"Tôi phải gọi điện thoại đã. Tôi sẽ vào ăn sáng cùng khi nào em tắm xong. Tôi nghĩ bà Jones đã giặt xong quần áo hôm qua của em rồi. Trong tủ đấy."

*Gì cơ?* Bà ấy làm chuyện đó khi quái nào thế? Ôi, mà có khi bà ấy đã nghe tiếng chúng tôi nãy giờ. Tôi đỏ mặt.

"Cảm ơn." Tôi nói.

"Không có gì." Anh đáp lại vô cùng tự nhiên nhưng tôi nghe như mang niềm thích thú trong giọng nói.

*Mình có cảm ơn vì đã giao cấu đâu.* Mặc dù chuyện đó cũng rất…

"Gì nữa thế?" Anh hỏi, tôi chợt nhận ra mình đang cau mặt.

"Có chuyện gì không anh?" Tôi hỏi nhẹ nhàng.

"Ý em là sao?"

"Là… anh có vẻ lạ hơn bình thường."

"Em thấy tôi lạ ư?" Anh cố nhịn cười.

"Thỉnh thoảng."

Anh chăm chú quan sát tôi một lúc.

"Như mọi khi, cô luôn làm tôi ngạc nhiên, cô Steele."

"Ngạc nhiên thế nào?"

"Có thể nói vừa rồi là một sự bột phát."

"Chúng ta đều vì vui thú, ngài Grey." Tôi nghiêng đầu như anh vẫn làm và trả lại anh đúng những từ của anh.

"Và em đã làm tôi hài lòng." Anh nói thế nhưng có vẻ không thoải mái lắm. "Mà tôi nghĩ em phải đi tắm nãy giờ rồi chứ."

À, đuổi mình đi đây mà.

"Vâng… ưm, gặp anh sau."

Tôi đi khỏi phòng anh, lòng đầy ắp hoài nghi.

Anh có vẻ bối rối. *Sao thế?* Phải nói về thể xác, tôi hoàn toàn thoả mãn. Thế nhưng về cảm xúc – sao tôi cứ băn khoăn về phản ứng của anh, làm phong phú cảm xúc cũng giống như thưởng thức một cây kẹo bông ngon lành vậy.

Bà Jones vẫn còn trong nhà bếp.

"Cô uống trà bây giờ chưa, cô Steele?"

"Tôi cần tắm trước, cảm ơn." Tôi đáp rồi mang bộ mặt đăm chiêu nhanh chóng rời khỏi phòng.

Trong lúc tắm, tôi cố phân tích xem có chuyện gì xảy ra với Christian. Anh là người phức tạp nhất mà tôi biết, tôi không thể hiểu nổi tâm trạng xoay như chong chóng của anh. Khi tôi trở lại phòng làm việc, tâm trạng anh có vẻ vẫn ổn. Chúng tôi quan hệ… rồi anh thay đổi. Không, không thể hiểu nổi. Tôi nhìn sang Tiềm Thức. Cô nàng đang chắp tay sau lưng và ngó nghiêng mọi chỗ, trừ tôi. Cô nàng cũng chẳng có manh mối nào, còn nữ thần nội tại thì vẫn còn đê mê với dư vị của cuộc mây mưa. Không hề - chúng tôi không có chút manh mối nào.

Tôi lau khô tóc rồi chải bằng lược, dụng cụ chăm sóc tóc duy nhất của Christian, vận tóc thành búi cao. Chiếc váy màu mận của Kate đã được giặt ủi, đang treo trong tủ cùng đồ lót của tôi. Bà Jones quả là phi thường. Xỏ chân vào giày của Kate, tôi lấy tay vuốt thẳng chiếc váy, hít một hơi thật sâu rồi quay lại phòng chính.

Vẫn chưa thấy Christian, bà Jones đang kiểm tra lại các món trong tủ.

"Trà nhé, cô Steele?" Bà hỏi.

"Vâng ạ." Tôi mỉm cười với bà.

Giờ thì tôi thấy tự tin hơn một chút vì đã mặc quần áo chỉnh tề.

"Cô có muốn ăn gì không?"

"Không đâu ạ, cảm ơn."

"Tất nhiên em sẽ phải ăn gì đó." Anh cao giọng. "Cô ấy thích bánh kếp, thịt muối và trứng, bà Jones."

"Vâng, ngài Grey. Còn ngài muốn dùng gì, thưa ngài?"

"Trứng và trái cây." Anh không rời mắt khỏi tôi, vẻ mặt điềm nhiên. "Ngồi đi." Anh bảo rồi chỉ vào một chiếc ghế cao.

Tôi vâng lời. Anh ngồi xuống cạnh tôi khi bà Jones đang bận chuẩn bị bữa sáng. Các đấng tối cao, ai nghe cuộc nói chuyện của chúng tôi chắc cũng sẽ sốc.

"Em mua vé máy bay chưa?"

"Em sẽ mua khi về nhà – mua qua Internet."

Anh tựa đầu vào khuỷu tay, vân vê cằm.

"Em có tiền chưa?"

*Á, thôi nha.*

"Có." Tôi đáp với sự kiên nhẫn cực kỳ khôi hài như thể đang nói chuyện với trẻ nhỏ.

Anh nhướng mày vẻ chỉ trích. *Chết thật.*

"Vâng, em có, cảm ơn anh." Tôi nhanh miệng chữa lại.

"Tôi có một chiếc trực thăng. Không có lịch bay trong ba ngày; em có thể dùng nó."

Tôi nhìn anh. Tất nhiên là anh có trực thăng và tôi phải cố kìm nén phản ứng theo bản năng của mình là trợn mắt lên. Tôi muốn cười phá lên. Nhưng tôi không làm thế, bởi tôi vẫn chưa nắm bắt được tâm trạng của anh.

"Chúng ta từng dùng sai mục đích phương tiện hàng không của công ty một lần rồi. Em không muốn làm thế lần nữa."

"Công ty của tôi, trực thăng của tôi." Anh nói như thể đang bị tổn thương.

*Hơ, các cậu bé và những món đồ chơi.*

"Cảm ơn lời đề nghị của anh. Nhưng em sẽ vui hơn khi mua vé bay bình thường."

Trông anh như đang sẵn sàng tranh luận tiếp nhưng cuối cùng quyết định thôi.

"Tùy em vậy." Anh thở dài. "Em phải chuẩn bị gì cho buổi phỏng vấn không?"

"Không ạ."

"Tốt. Em vẫn sẽ chưa nói tôi biết tên nhà xuất bản?"

"Không ạ."

Môi anh cong lên miễn cưỡng mỉm cười.

"Tôi là người biết sử dụng các phương tiện hỗ trợ, cô Steele."

"Tôi hoàn toàn ý thức điều đó, ngài Grey. Ngài sẽ cho theo dõi điện thoại tôi chăng?" Tôi vờ ngây thơ.

"Thật ra, chiều nay tôi khá bận, vì vậy, tôi sẽ bảo người khác làm việc đó." Anh nhếch mép.

*Anh có đang đùa không?*

"Nếu có nhân viên nào rỗi hơi làm việc đó, rõ là ngài thuê thừa người rồi."

"Tôi sẽ gửi email cho trưởng phòng nhân sự, nhờ cô ta đếm lại đầu nhân viên xem sao."

Môi anh khẽ nhếch, cố giấu nụ cười.

*Ơn Chúa, óc hài hước đã trở lại.*

Bà Jones dọn bữa sáng và chúng tôi yên lặng dùng bữa. Sau khi làm xong bánh kếp, bà lịch sự rời khỏi nhà bếp. Tôi ngước nhìn anh.

"Gì nữa thế, Anastasia?"

"Anh biết đó, anh vẫn chưa nói em nghe tại sao anh không muốn ai chạm vào mình."

Mặt anh biến sắc, phản ứng của anh khiến tôi thấy mình thật tội lỗi.

"Tôi đã cho em biết nhiều thông tin hơn bất kỳ ai."

Giọng anh thật khẽ khi đã bình tĩnh nhìn tôi.

Rõ ràng anh chưa hề tiết lộ điều ấy với ai. Anh không có bạn thân sao? Có thể anh kể với bà Robinson? Tôi muốn hỏi anh nhưng không thể – tôi không thể quá tọc mạch vào chuyện đó. Tôi lắc đầu hiểu ra như thế. Anh vô cùng cô đơn.

"Em sẽ nghĩ đến thỏa thuận của chúng ta khi về Georgia chứ?" Anh hỏi.

"Vâng."

"Em có nhớ tôi không?"

Tôi sững nhìn anh, ngạc nhiên vì câu hỏi.

"Có chứ." Tôi thật lòng đáp lại.

Sao anh lại có ý nghĩa với tôi như thế, chỉ trong một thời gian ngắn? Anh trong tim tôi… theo đúng nghĩa đen. Anh mỉm cười, mắt sáng lên.

"Tôi cũng nhớ em lắm. Nhiều hơn em tưởng tượng nhiều." Anh thở.

Tim tôi ấm áp trước những lời anh nói. Thực sự anh đã cố gắng rất nhiều. Anh lướt ngón tay lên má tôi, cúi xuống, hôn nhẹ.

Đang là cuối giờ chiều, tôi đang ngồi lo lắng và bồn chồn ở sảnh chờ ông J. Hyde của Nhà xuất bản Seattle Independent. Đây là cuộc phỏng vấn thứ hai của tôi và cũng là cuộc phỏng vấn khiến tôi căng thẳng nhất. Cuộc phỏng vấn đầu tiên khá ổn nhưng là một công ty tập đoàn, có chi nhánh khắp nước Mỹ, có thể tôi sẽ trở thành một trong những trợ lý biên tập của họ. Tôi đang tưởng tượng mình sẽ bị tập đoàn đó nuốt chửng rồi nhả ra nhanh đến mức nào. SIP[1] mới là nơi tôi thật sự muốn làm. Nhà xuất bản này quy tụ những cây bút trẻ, phóng khoáng và xuất sắc của địa phương cũng như có một phân khúc khách hàng khá hấp dẫn.

Không gian xung quanh khá thoáng, tôi nghĩ bài trí thế này nhìn có vẻ mô phạm hơn là giản dị. Tôi ngồi trên chiếc ghế bọc da xanh sẫm – không giống chiếc ghế trong phòng giải trí của Christian. Tôi ấn lên lớp da bọc ghế và tự hỏi mình là Christian làm gì trên chiếc ghế ấy. Tâm trí tôi vơ vẩn nghĩ về những khả năng có thể… không – không được nghĩ đến đó. Tôi đỏ mặt với những suy nghĩ quái quỷ của mình.

---

1. SIP viết tắt của Seattle Independent Publishing - nhà xuất bản Anastasia đang chờ phỏng vấn.

Tiếp tân là một phụ nữ Mỹ gốc Phi, đeo đôi khuyên tai vàng rất to, tóc dài và thẳng. Cách chị ta ăn mặc toát lên hình ảnh của dân du mục, mẫu người vô cùng thân thiện. Ý nghĩ đó làm tôi thấy dễ chịu. Chốc chốc chị lại ngẩng đầu lên khỏi máy tính nhìn tôi, mỉm cười thân thiện. Tôi cũng cười dè dặt đáp lại.

Mẹ rất đỗi vui mừng khi biết tôi về. Hành lý đã sắp xếp xong, Kate đồng ý sẽ đưa tôi ra sân bay. Christian dặn tôi mang theo BlackBerry và Mac. Tôi thầm kinh ngạc trước hành động độc đoán quá mức của anh nhưng tôi hiểu đơn giản chỉ vì anh vốn thế. Anh muốn kiểm soát mọi thứ, kể cả tôi. Mặc dù thỉnh thoảng cũng bất ngờ và đầy thân thiện, anh cũng là người rất biết nhượng bộ. Anh có thể dịu dàng, hài hước, thậm chí, rất ngọt ngào. Và những khi như thế, anh không giống mọi khi và đầy cảm hứng bất chợt. Anh đã cố thuyết phục tôi cho đi cùng xuống lấy xe ở ga-ra. Trời ạ, tôi chuẩn bị đi có vài ngày mà anh làm như tôi sẽ đi mấy tuần. Anh luôn làm tôi choáng váng.

"Cô Ana Steele?"

Một phụ nữ tóc đen, dài, dày và gợn sóng đang đứng ở bàn tiếp tân gọi tên tôi, kéo tôi ra khỏi dòng suy nghĩ. Chị ta cũng có cách ăn mặc phóng khoáng như cô tiếp tân. Chị ta tầm ba mươi mấy, bốn mươi, rất khó đoán chính xác tuổi.

"Vâng." Tôi hồi hộp đứng dậy.

Chị mỉm cười lịch sự, đôi mắt hạt dẻ ấm áp quan sát người đối diện. Tôi đang mặc một chiếc váy trắng của Kate, một chiếc áo không tay màu đen, chân mang giày đen không gót. Rất đúng kiểu đi phỏng vấn, tôi nghĩ thế. Tóc tôi búi lại, cài một chiếc nơ. Chị ta chìa tay ra bắt tay tôi.

"Chào Ana, tôi là Elizabeth Morgan. Tôi là trưởng phòng nhân sự của SIP."

"Rất hân hạnh." Tôi bắt tay chị ta.

Trông chị ta giản dị hơn chức trưởng phòng nhân sự rất nhiều.

"Mời cô theo tôi."

Chúng tôi đi qua một cánh cửa đôi phía sau khu vực tiếp tân, bước qua một văn phòng mở, trang hoàng sáng sủa, rồi tiến vào một phòng họp nhỏ. Tường màu xanh nhạt, điểm nhấn là hình chụp những bìa sách. Một người đàn ông trông khá trẻ, tóc hung, buộc đuôi, đang ngồi ở đầu chiếc bàn họp hình bầu dục. Anh ta đeo khuyên bạc ở cả hai tai, sơ mi xanh nhạt, không cà vạt, quần vải thô màu đá. Khi tôi bước đến, anh ta đứng dậy, đôi mắt xanh kín đáo quan sát tôi.

"Cô Ana Steele, tôi là Jack Hyde, biên tập viên chính của SIP, hân hạnh được tiếp đón cô."

Chúng tôi bắt tay, kiểu cách của anh ta vừa đủ thân mật, cũng khá chừng mực.

"Cô có phải đi xa lắm không?" Anh ta hỏi thăm.

"Không ạ, tôi mới chuyển đến khu Pike Street Market."

"Ồ, thế thì khá gần nhỉ. Mời ngồi."

Tôi ngồi xuống, Elizabeth cũng ngồi cạnh anh.

"Vậy là cô có mong muốn được thực tập với chúng tôi tại SIP, vì sao, Ana?" Anh hỏi.

Anh nói đến tên tôi vô cùng thân thiện, đầu thoáng nghiêng sang một bên, như một người mà tôi biết – thật đáng lo ngại. Cố gắng xua tan những liên tưởng vẩn vơ mà người ngồi trước mặt vừa khơi dậy, tôi cẩn thận trình bày những nội dung đã chuẩn bị, dù biết màu hồng đang ửng dần trên má. Tôi nhìn cả hai người, luôn ghi nhớ bài diễn văn Kỹ thuật Phỏng vấn Thành công của Katherine Kavanagh: *Luôn giữ giao tiếp bằng mắt, Ana.*

Khỉ ạ, cô nàng này cũng độc đoán đâu kém, thỉnh thoảng. Cả Jack và Elizabeth đều chăm chú lắng nghe.

"Cô có một thành tích học tập rất ấn tượng. Thế còn hoạt động ngoại khóa, cô đã dấn thân vào những hoạt động nào ở WSU?"

*Dấn thân?* Tôi chớp mắt nhìn anh ta. Cách chọn từ thật lạ. Tôi kể chi tiết hoạt động thủ thư của mình tại thư viện trung tâm và kinh nghiệm lần duy nhất phỏng vấn kẻ chuyên quyền cho tờ báo sinh viên trường. Tôi cũng không quên nói rõ mình không phải người chấp bút bài báo. Tôi kể về hai câu lạc bộ văn học mà tôi tham gia, cuối cùng, kết thúc bằng việc làm thêm tại Clayton và rằng nhờ đó, tôi có được mở kiến thức về đồ gia dụng và những dụng cụ khéo tay hay làm. Cả hai người bật cười, đúng như tôi mong đợi. Dần dần, tôi thấy thoải mái hơn và bắt đầu hài lòng về mình.

Jack Hyde hỏi những câu khá sắc sảo và thông minh nhưng tôi không hề bỏ qua – tôi sẵn sàng tranh luận và khi chúng tôi thảo luận đến đề tài sở thích đọc và những quyển sách yêu thích của tôi, tôi nghĩ mình đã làm chủ tình thế. Phần nào có lẽ do Jack chỉ thích đọc văn học Mỹ viết sau 1950. Ngoài ra không gì khác. Không văn học cổ điển - ngay cả Henry James, Upton Sinclair hay F.Scott Fitzgerald. Elizabeth không nói gì, chị ta chỉ thỉnh thoảng gật đầu rồi ghi chú gì đó. Jack, mặc dù là người sẵn sàng tranh luận, vẫn mang vẻ thu hút riêng, và càng nói chuyện, sự dè dặt ban đầu tôi dành cho anh ta cũng không còn nữa.

"Thế rồi trong năm năm nữa, cô hình dung mình sẽ thế nào?" Anh hỏi.

*Với Christian Grey,* ý nghĩ đó như phủ phục sẵn trong đầu. Tôi nhăn mặt vì sự lơ đãng của mình.

"Biên tập duyệt bài, biết đâu? Mà cũng có thể là người đại diện cho nhà văn, tôi chưa chắc. Tôi sẵn sàng chờ đón mọi cơ hội đến với mình."

Anh ta cười ha hả.

"Rất hay, Ana. Tôi không có thêm câu hỏi nào. Còn cô?"

Anh hướng câu hỏi sang tôi.

"Nếu đi làm, nhà xuất bản muốn khi nào bắt đầu?" Tôi hỏi.

"Càng sớm càng tốt." Elizabeth lên tiếng. "Khi nào cô có thể bắt đầu?"

"Tôi sẵn sàng vào tuần tới."

"Được thế thì tốt." Jack nói.

"Nếu ai cũng được thế." Elizabeth liếc nhìn cả hai chúng tôi. "Tôi nghĩ buổi phỏng vấn kết thúc được rồi."

Chị ta mỉm cười hiền lành.

"Rất vui được biết cô, Ana." Jack nói khi chúng tôi bắt tay.

Anh ta lắc nhẹ tay tôi, tôi chớp mắt ngước nhìn rồi chào tạm biệt.

Trên đường ra bãi xe, một nỗi hoang mang vô cớ dấy lên trong lòng. Tôi nghĩ cuộc phỏng vấn khá thành công nhưng vẫn rất khó nói. Các cuộc phỏng vấn đều sắp đặt tình huống như thế; ai cũng cố hết sức để thu mình lại đằng sau công việc. Tôi liệu đã phù hợp chưa? Đành phải chờ thôi.

Tôi bước vào chiếc Audi R3 quay về căn hộ dù vẫn còn lâu mới đến giờ bay. Tôi bay chuyến 10:25 tối nay, dừng một trạm ở Atlanta, vì thế, tôi còn nhiều thời gian.

Kate đang dỡ các thùng đồ ở nhà bếp ra khi tôi về.

"Mọi chuyện thế nào?" Cô ấy hỏi.

Chỉ Kate mới có thể rạng rỡ qua chiếc sơ mi quá khổ, quần jeans te tua và khăn màu xanh đen quàng quanh cổ như thế.

"Có vẻ tốt, cảm ơn Kate. Chỉ không chắc bộ quần áo này đủ ấn tượng cho cuộc phỏng vấn thứ hai thôi."

"Hả?"

"Nếu là phong cách boho chic[1] thì hợp hơn".

Kate nhướng mày.

"Cậu và boho chic."

Cô ấy nghiêng đầu sang một bên, ôi! Sao mọi người đều làm tôi nhớ đến Christian yêu dấu của tôi thế?

"Thật ra, Ana à, cậu là một trong số những người hiếm hoi có thể thành công ngoài mong đợi với kiểu ăn mặc đó.

Tôi cười toe.

"Tớ thật sự thích chỗ phỏng vấn sau. Tớ nghĩ tớ thích hợp với chỗ đó. Anh chàng phỏng vấn sắc sảo lắm, dù…"

Tôi dừng lại – chết chửa, tôi đang tâm sự với Kavanagh Loa Phóng Thanh. *Im ngay, Ana!*

"Sao?"

Chiếc ra-đa Katherine Kavanagh chuyên rà tin nóng lập tức ré tín hiệu liên tục đã phát hiện ra những tin người ta chỉ nói lúc lỡ miệng, chuyện đó khiến tôi sực nhớ.

"À mà Kate, sao cậu cứ trêu tức Christian thế? Cậu nhắc vụ José hôm qua hơi quá đấy. Christian ghen lắm. Làm thế chẳng hay chút nào."

---

1. Boho-chic là từ ghép giữa "boho", trong của từ "bohemian", đề cao phong cách cá nhân phóng khoáng, tự do và "chic" - thanh lịch, hợp thời. Phong cách boho-chic thừa hưởng từ phong cách bohemian quần áo rộng, gợi cảm, bay bổng, phụ kiện đi kèm to bản và những tông màu đất, màu tự nhiên. Boho-chic không quá "bụi bặm" như phong cách bohemian, hiện đại hơn và cũng có tính ứng dụng cao hơn.

"Nói cậu biết, nếu không phải là em của Elliot, tớ còn nói cho thê thảm hơn nhiều. Đúng là cỗ máy kiểm soát. Chả biết sao cậu chịu nổi. Tớ cố tình làm anh ta ghen đấy – cho anh ta sáng mắt, cho biết thế nào là trục trặc với các cam kết." Cô ấy vung tay phẫn nộ. "Nhưng nếu cậu không muốn tớ xen vào thì thôi." Kate rất hùng hổ trước cơn cáu của tôi.

"Được. Tớ đủ rắc rối với Christian rồi, tin tớ đi."

*Trời ạ, mình đang nói y hệt anh ta.*

"Ana." Kate bỗng khựng lại nhìn tôi. "Cậu vẫn ổn đấy chứ? Không phải cậu lấy cớ đi gặp mẹ để trốn chạy chứ?"

Tôi đỏ mặt.

"Không đâu, Kate. Cậu là người bảo tớ cần phải nghỉ ngơi mà."

Kate nắm tay tôi, kéo lại gần – một cử chỉ không giống Kate chút nào. *Ôi không...* nước mắt.

"Chỉ là cậu, tớ không biết nói sao... khác lắm. Tớ mong cậu vẫn ổn và dù bất kỳ chuyện gì xảy ra giữa cậu với quý ngài Hầu bao đó, cứ nói tớ biết nhé. Tớ sẽ cố không khiêu khích anh ta nữa dù nói thật với cậu, xoay anh ta như chong chóng cũng dễ như ăn cơm. Nhớ nhé, Ana, dù bất cứ chuyện gì, cứ bảo tớ, tớ sẽ không bỏ qua đâu. Tớ sẽ bảo vệ cậu."

Tôi chớp mắt để cố không rơi lệ.

"Ôi Kate." Tôi ôm lấy cô ấy. "Tớ nghĩ mình yêu anh ta mất rồi."

"Ana, ai cũng thấy chuyện đó. Mà anh ta cũng liêu xiêu vì cậu rồi. Phát cuồng lên luôn ấy chứ. Không rời mắt khỏi cậu nổi nửa phút."

Tôi cười phá lên.

"Cậu nghĩ thế thật hả?"

"Thế anh ta không nói gì với cậu à?"

"Không nói gì nhiều."

"Vậy cậu nói gì với anh ta?"

"Cũng không gì nhiều." Tôi so vai vẻ có lỗi.

"Ana à, phải có ai nói trước chứ, nếu không chuyện sẽ không đến đâu cả."

*Là… nói với anh ấy mình cảm thấy thế nào ấy hả?*

"Tớ chỉ sợ tớ làm anh ấy bỏ chạy mất."

"Sao cậu biết anh ta không có cảm giác y như thế?"

"Christian sợ á? Tớ chẳng tưởng tượng nổi anh ấy sợ điều gì."

Nhưng khi đang nói những lời ấy, trong đầu tôi bỗng hiện lên hình ảnh anh trong một hình hài bé nhỏ. Có lẽ chẳng biết đến điều gì khác ngoài nỗi sợ. Ý nghĩ đó gặm nhấm và xiết lấy tim tôi trong nỗi buồn rười rượi.

Kate trừng trừng nhìn tôi, môi nhếch lên, mắt nheo lại, giống hệt cô ả Tiềm Thức, chỉ thiếu mỗi cặp kính mà thôi.

"Hai người cần phải ngồi lại nói chuyện với nhau đi."

"Gần đây bọn tớ không thường nói chuyện lắm."

Tôi đỏ mặt. "Có cách khác. Giao tiếp bằng hành động và thế cũng tốt mà. Thật ra, còn hơn cả tốt ấy chứ."

Cô ấy cười toe toét.

"Hấp dẫn quá! Nếu chuyện đó ổn, vậy là được nửa đường rồi, Ana. Giờ tớ đi mua đồ ăn Trung Quốc đây. Cậu sẵn sàng đi chưa?"

"Xong rồi. Nhưng vài tiếng nữa mới phải đi mà."

"Không. Tớ sẽ chở cậu đi lúc hai mươi giờ."

Cô ấy túm áo khoác rồi chạy vụt đi, quên cả khép cửa. Tôi đóng cửa rồi quay lại phòng ngủ, nghiền ngẫm những gì Kate nói.

Có phải Christian cũng sợ hãi chính những cảm xúc mà
anh có với tôi? Mà có thật là anh có tình cảm với tôi không?
Dường như anh rất đắm đuối khi nói tôi là của anh – nhưng đó
chỉ là một phần cái tôi áp đặt của cỗ máy kiểm soát ta-phải-sở-
hữu-và-có-được-tất-tần-tật ngay bây giờ, chắc là vậy. Tôi nhận
ra rằng khi mình không ở bên anh, tôi sẽ phải rà soát lại những
cuộc nói chuyện giữa chúng tôi để xem có thể lượm ra được
những tín hiệu khả quan nào không.

*Tôi cũng nhớ em lắm... hơn em tưởng tượng nhiều...*

*Em thuần phục tôi mất rồi...*

Tôi lắc đầu. Tôi không muốn nghĩ về những chuyện đó lúc
này. Tôi sạc pin chiếc BlackBerry để không phải bận tâm đến nó
trưa nay. Tôi rón rén đến gần và thấy không có tin nhắn nào. Sau
đó mở máy tính lên, cũng không có tin nốt. *Địa chỉ email kìa,
Ana* – Tiềm Thức trợn tròn mắt và lần đầu tiên tôi hiểu vì sao
Christian muốn đét mông tôi khi tôi làm như thế.

Được. Viết email cho anh vậy.

```
Từ: Anastasia Steele
Chủ đề: Các cuộc phỏng vấn
Ngày: 30 tháng 5 2011 18:49
Đến: Christian Grey

Thưa ngài,
Các cuộc phỏng vấn hôm nay tốt đẹp.
Vài dòng hy vọng ngài quan tâm.
Một ngày của ngài thế nào?
Ana
```

Tôi ngồi nhìn màn hình. Hồi âm của Christian thường đến
ngay lập tức. Tôi đợi... rồi chờ và cuối cùng, nghe tiếng "ping"
báo tin nhắn trong hộp thư.

Từ: Christian Grey
Chủ đề: Ngày của tôi
Ngày: 30 tháng 5 2011 19:03
Đến: Anastasia Steele

Chào cô Steele,
Mọi việc cô làm tôi đều quan tâm. Cô là người phụ nữ
cuốn hút nhất tôi từng biết.
Tôi mừng vì các cuộc phỏng vấn của cô đều tốt đẹp.
Buổi sáng của tôi tràn đầy triển vọng.
Buổi trưa thật thảm hại, so với buổi sáng.
Christian Grey,
CEO, Grey Enterprises Holdings, Inc.

Từ: Anastasia Steele
Chủ đề: Buổi sáng tốt lành
Ngày: 30 tháng 5 2011 19:05
Đến: Christian Grey

Thưa ngài,
Tôi cũng có một buổi sáng khá lý tưởng, nếu không
tính đến thái độ kỳ lạ như quả tạ của ngài sau cuộc
quan hệ không sánh nổi trên bàn. Đừng nghĩ tôi
không nhận thấy.
Cảm ơn về bữa sáng, hay tôi nên cảm ơn bà Jones nhỉ.
Tôi cũng muốn hỏi ngài vài điều về bà ấy – mặc kệ sự
kỳ lạ của ngài đối với tôi.
Ana

Tôi đưa tay ấn nút "gửi", rồi chắc mẩm là giờ này ngày mai,
mình đã được ở một thế giới khác rồi.

Từ: Christian Grey
Chủ đề: Ngày của tôi
Ngày: 30 tháng 5 2011 19:10
Đến: Anastasia Steele

Anastasia,
"Kỳ lạ như quả tạ" không phải là động từ và liệu một
người sắp làm cho nhà xuất bản có nên dùng những từ
như thế không? Không sánh nổi? Sánh với điều gì,
vui lòng cho tôi biết! Và cuối cùng, cô muốn hỏi gì

về bà Jones. Tôi đang rất nóng lòng đây.

Christian Grey,
CEO, Grey Enterprises Holdings, Inc.

Từ: Anastasia Steele
Chủ đề: Ngài và bà Jones
Ngày: 30 tháng 5 2011 19:17
Đến: Christian Grey

Thưa ngài,

Ngôn ngữ có đời sống riêng của nó và luôn phát triển. Nó là một sinh thể. Nó không ẩn mình vào tháp ngà, không treo mình trong những tác phẩm nghệ thuật đắt đỏ, phóng tầm mắt trông khắp Seattle dưới mái nhà có bãi đáp trực thăng.

Không sánh nổi – so với những lần khác của chúng ta ngài dùng từ gì nhỉ à vâng "giao cấu". Thật ra, giao cấu cũng là một việc rất khó sánh nổi, khiêm nhường mà nói – tuy nhiên, như ngài biết đấy, kinh nghiệm của tôi về việc ấy cũng hạn chế thôi.

Bà Jones có phải là Người Phục Tùng cũ không?

Ana

Tay tôi chần chừ lần nữa trên dấu "gửi" rồi bấm.

Từ: Christian Grey
Chủ đề: Ngôn từ. Cẩn thận mồm miệng!
Ngày: 30 tháng 5 2011 19:22
Đến: Anastasia Steele

Anastasia,

Bà Jones là một nhân viên vô cùng đáng quý. Tôi chưa từng có mối quan hệ nào khác với bà ấy ngoài công việc. Tôi cũng không thuê bất cứ người nào từng có quan hệ sâu sắc với mình. Thật choáng váng khi cô nghĩ như thế. Người duy nhất từng khiến tôi muốn tạo ra các ngoại lệ chính là cô – bởi cô là cô gái trẻ, thông minh, có kỹ năng đàm phán rất tốt. Tuy nhiên, nếu còn tiếp tục nói chuyện bằng cái giọng ấy, tôi sẽ phải xem xét lại việc thuê cô ở đây. Tôi đồng ý rằng kinh nghiệm của cô còn hạn chế. Kinh nghiệm cô vẫn sẽ còn hạn chế – nhất là so với tôi. Tôi sẽ chấp nhận từ không sánh nổi như một lời khen ngợi – dù với cô, tôi chưa bao giờ chắc đó thật sự là ý cô hay khả năng mỉa mai của cô đã tiến bộ vượt bậc – như mọi khi.

Christian Grey,
CEO, Grey Enterprises Holdings, Inc.

Từ: Anastasia Steele
Chủ đề: Dẫu có cả thế gian trong túi
Ngày: 30 tháng 5 2011 19:27
Đến: Christian Grey

Thưa ngài Grey,
Tôi nghĩ đã nói rõ ý mình về chuyện xin vào làm ở công ty ông. Quan điểm của tôi đến giờ vẫn không thay đổi, chưa thay đổi, và sẽ chẳng thay đổi. Tôi phải dừng ở đây vì Kate vừa mua thức ăn về. Là tôi mỉa mai đấy. Chúc ông ngủ ngon.
Tôi sẽ liên lạc ngay khi đến Georgia.
Ana

Từ: Christian Grey
Chủ đề: Ngay cả khi thế gian có bữa sáng với trà Twinings English Breakfast?
Ngày: 30 tháng 5 2011 19:29
Đến: Anastasia Steele
Ngủ ngon, Anastasia.
Chúc em và khả năng mỉa mai của em một chuyến bay an toàn.

Christian Grey,
CEO, Grey Enterprises Holdings, Inc.

Kate và tôi cùng bước xuống khu vực tiễn ở cổng, sân bay Sea-Tac. Cô ấy nhoài người, ôm tôi thật chặt.

"Đi Barbados vui nhé." Chúc cậu có kỳ nghỉ tuyệt vời."

"Gặp lại cậu khi tớ về nhé. Đừng có để cho chiếc hầu bao rách chà đạp đấy."

"Không đâu."

Chúng tôi lại ôm nhau – rồi tôi quay đi, kéo hành lý đến quầy soát vé và xếp hàng. Hành lý không đáng bận tâm lắm, tôi chỉ có một chiếc ba lô to sụ tiện dụng mà dượng Ray đã tặng sinh nhật năm ngoái.

"Vui lòng cho xem vé."

Một cậu thanh niên trông rất uể oải, ngồi ở quầy soát vé rồi đưa tay về phía tôi.

Bộ dạng cũng oải như anh ta, tôi chìa vé và bằng lái ra. Tôi đang thầm ước được xếp một chỗ ngồi cạnh cửa sổ.

"Xong rồi, cô Steele. Cô được mời lên ghế hạng nhất."

"Gì cơ?"

"Thưa cô, mời cô đến nghỉ chân ở phòng dành cho khách hạng nhất và đợi đến giờ bay…"

Anh ta như đã hoàn toàn tỉnh ngủ, nhìn tôi phấn khởi như thể tôi là Ông già Noel đang đi cùng Chú thỏ Giáng sinh.

"Chắc có nhầm lẫn gì đó."

"Không, không." Anh ta kiểm tra lại màn hình vi tính lần nữa. "Anastasia Steele – nâng hạng."

Anh ta cười máy móc.

*Ực*. Tôi nheo mắt. Anh ta đưa tôi thẻ lên máy bay. Tôi kéo hành lý sang phòng đợi cho khách hạng nhất và thầm làu bàu. Christian chết tiệt, cỗ máy kiểm soát can thiệp chết tiệt – anh ta thậm chí còn không để mình được một mình nữa.

# Chương hai mươi hai

Tôi chăm sóc móng, mát-xa và uống hết hai ly sâm-panh. Sảnh dành cho khách hạng nhất có rất nhiều dịch vụ. Cứ mỗi hớp, tôi lại cảm thấy nguôi ngoai trước sự can thiệp của Christian. Tôi mở MacBook, để thử khẳng định giả thuyết rằng nó hoạt động ở bất kỳ đâu trên hành tinh.

Từ: Anastasia Steele
Chủ đề: Những động thái quá ư hoang phí
Ngày: 30 tháng 5 2011 21:53
Đến: Christian Grey

Thưa ngài Grey,
Điều khiến tôi cảm thấy rất đáng báo động là ông biết tôi sẽ bay chuyến nào.
Khả năng đeo bám của ông quả là vô biên. Hy vọng bác sĩ Flynn đã kịp đi nghỉ về.
Tôi đã chăm sóc móng, mát-xa và thưởng thức hai ly sâm-panh - khởi đầu hoàn hảo cho một cuộc hành trình.
Cảm ơn.
Ana

Từ: Christian Grey
Chủ đề: Vô cùng hân hạnh
Ngày: 30 tháng 5 2011 19:59
Đến: Anastasia Steele

Cô Steele thân mến,
Bác sĩ Flynn đã về và tôi đã đặt lịch hẹn với ông ấy trong tuần này.
Ai mát-xa cho cô thế?

```
Christian Grey,
CEO và những người bạn ở đây,
Grey Enterprises Holdings, Inc.
```

*A ha!* Đến lúc thu hoạch rồi. Loa thông báo đang gọi chuyến bay của tôi nên sẽ email cho anh trên máy bay vậy. Như thế an toàn hơn. Tôi muốn nhảy cẫng lên.

CÓ RẤT NHIỀU PHÒNG NHỎ trong khoang hạng nhất. Tay cầm ly sâm-panh, tôi ngồi vào chiếc ghế bọc da sang trọng cạnh cửa sổ, trong khi các hành khách đang chầm chậm tiến vào chỗ. Tôi gọi dượng Ray để báo với ông rằng tôi đang ở đây – một cuộc thăm hỏi cực ngắn, giờ là quá khuya với ông.

"Con yêu ba." Tôi nói.

"Ba cũng yêu con, Annie. Gửi lời chào mẹ con nhé. Ngủ ngon."

"Chúc ba ngủ ngon."

Tôi cúp máy.

Tâm trạng ba có vẻ tốt. Tôi lại liếc sang nhìn chiếc Mac và chợt tìm thấy niềm hào hứng, tôi mở máy, chạy chương trình email.

```
Từ: Anastasia Steele
Chủ đề: Bàn tay mạnh mẽ dịu dàng
Ngày: 30 tháng 5 2011 22:22
Đến: Christian Grey

Thưa ngài,
Một anh chàng đáng mến đã mat-xa lưng cho tôi.
Vâng. Đúng là rất dễ chịu. Ở phòng chờ cũ, tôi chưa
bao giờ thấy phòng spa Jean-Paul - vì vậy, một lần
nữa, cảm ơn vì nghĩa cử này. Tôi không chắc mình
còn được phép email khi máy bay cất cánh không, hơn
nữa, tôi cũng muốn được ngủ thẳng giấc vì thời gian
gần đây tôi ngủ không được ngon.
```

Mơ đẹp, ngài Grey... nhớ ngài.
Ana

A ha, chắc anh đang tức điên lên còn tôi đã chui tọt lên
máy bay, thoát khỏi bàn tay của anh rồi. Anh ta đáng bị thế.
Nếu cứ để tôi đi bình thường, ở phòng chờ bình thường, anh
chàng kỹ thuật viên Jean-Paul đã chẳng chạm tay vào tôi được.
Đó là một anh chàng vô cùng dễ thương, tóc vàng, làn da rám
nắng – thật lòng mà nói, làm sao có được làn da rám nắng ở
Seattle được? Có gì đó bất hợp lý. Tôi đoán anh chàng này đồng
tính – nhưng không tiết lộ với anh. Tôi nhìn email. Kate nói
đúng. Giống như trở bàn tay thôi. Tiềm Thức nhìn tôi, vừa nói
vừa chẹp miệng tới lui. *Này, thật lòng muốn khiêu khích người
ta đấy à?* Những gì anh ấy đã làm không đáng yêu sao? Anh ấy
quan tâm đến mình và muốn mình có một chuyến đi tuyệt vời.
Ừ, nhưng đúng ra anh ấy nên hỏi hay báo cho mình một tiếng.
Đừng để mình trông như con ngố ở quầy đăng ký chuyến bay
chứ. Tôi nhấn "gửi" rồi đợi, khoái trá như đang chơi trò đùa của
một cô gái nhỏ.

"Cô Steele, cô vui lòng không sử dụng laptop trong thời
gian cất cánh." Một cô tiếp viên trang điểm kỹ lưỡng, lịch sự nói.

Cô làm tôi muốn nhảy dựng lên.

"Ôi, tôi xin lỗi."

*Khỉ thật.* Giờ tôi lại phải đợi để xem anh có trả lời không.
Cô tiếp viên trao cho tôi một chiếc chăn mỏng và gối. Thật thích
khi thỉnh thoảng được chăm sóc thế này.

Khoang hạng nhất đã đầy, ngoại trừ chỗ cạnh tôi. *Ôi
không...* một ý nghĩ vụt đến. *Biết đâu đó là chỗ của Christian.* Á,
trời... không... anh ta sẽ không làm thế chứ. Có không? Tôi đã
nói tôi không muốn anh đi cùng. Tôi lo lắng xem đồng hồ. Một

giọng nói đều đều phát ra thông báo: "Phi hành đoàn, các cửa tự động, kiểm tra chéo".

Thế nghĩa là sao? Họ đang đóng cửa à? Đầu tôi đang quay cuồng với vô số cảnh tượng đang vận động. Chỗ cạnh tôi là ghế trống duy nhất trong khoang mười sáu chỗ này. Máy bay bắt đầu chuyển động khi các cửa đã đóng. Tôi thở phào nhẹ nhõm nhưng trong sâu thẳm vẫn xen nỗi thất vọng... bốn ngày không gặp Christian. Tôi lén liếc xuống chiếc BlackBerry.

Từ: Christian Grey
Chủ đề: Cứ thưởng thức đi chừng nào còn có thể
Ngày: 30 tháng 5 2011 22:25
Đến: Anastasia Steele

Cô Steele,
Tôi biết cô đang cố làm gì – và tin tôi đi, cô thành công đấy. Lần sau, cô sẽ được nhồi, trói, nhét trong một chiếc rọ để đi đường dài. Hãy tin khi tôi nói rằng được thấy cô trong trạng thái đó khiến tôi hân hoan hơn nhiều khi nâng hạng vé cho cô.
Rất mong cô trở về.

Christian Grey,
CEO Phát vào mông,
Grey Enterprises Holdings, Inc.

*Chết tiệt.* Rõ ràng là có vấn đề gì đó với óc hài hước của Christian – tôi không bao giờ dám chắc anh đang đùa hay đang cực kỳ tức tối. Tôi nghi rằng lần này anh đang tức giận thật. Tôi lén lút nhân lúc tiếp viên không để ý, trùm mền, bấm trả lời.

Từ: Anastasia Steele
Chủ đề: Đùa chăng?
Ngày: 30 tháng 5 2011 22:30
Đến: Christian Grey

Anh biết đấy – em không biết có phải anh đang đùa – hay đang nghiêm túc nữa, vì vậy em nghĩ mình nên ở lại Georgia luôn. Rọ là thứ cứng với em rồi. Xin lỗi đã làm anh nổi giận. Làm ơn nói là anh đã tha lỗi cho em.

Ana

Từ: Christian Grey
Chủ đề: Đùa thôi
Ngày: 30 tháng 5 2011 22:31
Đến: Anastasia Steele

Sao em vẫn gửi email được? Em đang đe dọa mạng sống của tất cả mọi người trên máy bay, trong đó có cả em, bằng việc sử dụng BlackBerry đấy? Tôi thấy như thế là vi phạm một trong các quy định.

Christian Grey
CEO Hai cái Phát vào Mông,
Grey Enterprises Holdings, Inc.

*Hai cái!* Tôi hất chiếc BlackBerry ra xa, ngồi sâu vào ghế trong khi máy bay vào đường băng, lôi trong túi ra cuốn *Tess* đã rách tả tơi – cùng đèn đọc sách. Chỉ một lúc sau khi khởi hành, tôi ngả lưng ghế ra và nhanh chóng chìm vào giấc ngủ.

Tiếp viên đánh thức tôi khi máy bay bắt đầu hạ xuống Atlanta. Giờ địa phương lúc này là 5:45 sáng, nhưng thực tế là tôi chỉ mới ngủ khoảng bốn tiếng... Đầu óc tôi như quay cuồng, may có ly nước cam mà cô tiếp viên đưa cho khiến tôi tỉnh táo lại được phần nào. Tôi lại lo lắng nhìn sang chiếc BlackBerry. Không có thêm email nào của Christian. Để xem, ở Seattle giờ mới gần ba giờ sáng. Có lẽ anh sẽ không khuyến khích tôi làm loạn hệ thống định vị hay bất cứ thứ gì có thể gây trở ngại cho việc máy bay hạ cánh nếu tôi vẫn còn để điện thoại ở chế độ mở.

Tôi chỉ dừng ở Atlanta một tiếng đồng hồ. Thế là một lần nữa, tôi lại hưởng thụ sự giam cầm ở phòng chờ cho hành khách

hạng nhất. Tôi thèm ngả mình khoan khoái trong chiếc sofa êm
ái, sang trọng, cuộn người tiếp tục nằm ngủ. Thế nhưng, chỉ
một tiếng đồng thôi, để cố tỉnh táo, tôi đành mở laptop, viết cho
Christian một bức tâm thư.

Từ: Anastasia Steele
Chủ đề: Anh thích làm em sợ sao?
Ngày: 30 tháng 5 2011 06:52 EST
Đến: Christian Grey

Anh thừa biết em không muốn anh tốn nhiều thời gian và
tiền bạc cho em mà. Đúng là anh giàu có nhưng điều đó
chỉ càng làm em thấy không thoải mái, cảm giác giống
như anh trả tiền để quan hệ với em vậy. Tuy nhiên, em
rất thích được đi lại bằng vé hạng nhất, đúng là tốt
hơn vé giá rẻ rất nhiều. Vì vậy, cảm ơn anh. Ý em là –
em rất thích dịch vụ mát-xa ở Jean Paul. Cậu kỹ thuật
viên hình như là người đồng tính. Em đã không nhắc
đến điều đó trong email trước vì em muốn khiêu khích
anh, bởi anh đã can thiệp vào chuyến đi của em, và em
xin lỗi vì chuyện đó.

Nhưng giống như mọi khi, anh lại phản ứng thái quá.
Anh không nên viết những lời như thế về em – trói
và nhét em vào rọ. (Anh nói thật hay chỉ đùa thôi?)
Điều đó làm em sợ, anh làm em sợ. Em hoàn toàn bị
anh mê hoặc, phải chứng kiến lối sống mà em thậm chí
còn không biết là có thể tồn tại trên trái đất này
cho đến hồi tuần trước, vậy mà sau đó anh viết cho
em những dòng như vậy. Em chỉ muốn hét lên rồi vắt
chân lên cổ bỏ chạy. Thế nhưng em đã không làm thế
bởi em nhớ anh. Em nhớ anh lắm. Em muốn chúng mình
cùng hòa thuận với nhau nhưng em rất sợ những tình
cảm sâu sắc em dành cho anh lại chính là ngõ cụt mà
anh và em đang lao đầu vào. Những gì anh bảo em làm
đều đầy nhục cảm và nóng bỏng, em rất tò mò nhưng em
cũng sợ anh sẽ làm đau em – cả thể xác lẫn tâm hồn.
Sau ba tháng, có thể anh sẽ nói chia tay, khi đó, em
đi đâu về đâu? Thế nhưng em lại nghĩ nguy cơ nằm ngay
chính ở mối quan hệ của chúng ta. Đây không phải là

kiểu quan hệ mà em tưởng tượng mình sẽ có, nhất là ở mối tình đầu. Thật là một cú hích lớn về niềm tin trong em.

Anh đã đúng khi nói rằng em không có một chút tố chất bẩm sinh nào của Người Phục Tùng giờ thì em phải đồng tình với anh về điều đó. Em luôn muốn được bên anh và nếu đó là những gì buộc phải làm để ở bên anh, em sẽ cố nhưng nhất định em sẽ gặp rắc rối và kết thúc cuối cùng là những lằn ngang lằn dọc trên người - mà em không hề muốn điều đó.

Em rất hạnh phúc khi anh nói rằng anh cũng sẽ cố hơn nữa. Em chỉ cần nghĩ cái "hơn nữa" đó là vì mình. Đó là một trong những lý do em muốn giữ khoảng cách với anh. Anh luôn làm em bị lóa mắt, vì vậy, rất khó nghĩ được chuyện gì cho rành mạch khi ở bên nhau.

Loa đang gọi đến chuyến bay của em rồi. Em phải đi đây.

Sau nhé.

Ana của anh.

Tôi nhấn "gửi" rồi thất thểu tìm cổng đến chuyến bay mới. Lần này, khoang hạng nhất chỉ còn sáu ghế và ngay khi máy bay vừa cất cánh, tôi chui vào tấm chăn mỏng, ngủ ngon lành.

Chẳng được lâu, tiếp viên lại gọi tôi dậy, mời uống nước cam vì máy bay sắp vào phi trường quốc tế Savannah. Tôi nhấp từng ngụm nhỏ, mệt lử, nhưng vẫn thấy thấy vui vui. Tôi sắp được gặp mẹ, lần đầu tiên sau sáu tháng trời. Lại ngó qua chiếc BlackBerry lần nữa, tôi nhớ chắc như đinh đóng cột mình đã gửi một bức thư dài lê thê và vô cùng lan man cho Christian – thế mà chẳng có hồi âm. Ở Seattle đã năm giờ sáng ở Seattle rồi; hy vọng anh vẫn còn ngủ và đừng trở dậy để tấu những bi khúc với đàn dương cầm.

Điều tuyệt vời khi mang ba lô là có thể hít thở không khí trong lành ở sân bay ngay mà không phải chờ hàng dằng dặc người lấy hành lý. Cũng như điều tuyệt vời khi đi lại bằng vé hạng nhất là được rời khỏi máy bay trước tiên.

Mẹ và dượng Bob đã đợi sẵn, tôi rất mừng khi thấy cả hai. Không hiểu vì mệt mỏi, vì chuyến đi dài hay vì những chuyện liên quan đến Christian, mà vừa sà vào lòng mẹ, tôi bật khóc nức nở.

"Ôi, Ana, con yêu. Mệt lắm hả con?"

Mẹ nhìn dượng Bob lo lắng.

"Không, mẹ ơi, chỉ vì gặp mẹ làm con rất mừng."

Tôi ôm mẹ thật chặt.

Trông mẹ có vẻ khỏe và sẵn sàng chào mừng tôi như trở về nhà. Tôi miễn cưỡng buông mẹ, quay sang bên dượng Bob đang dang rộng cánh tay. Chân dượng như vẫn còn đau nên trông hơi gượng gạo.

"Chào mừng con, Ana. Sao lại khóc thế hả con?" Dượng hỏi.

"Ôi, dượng Bob, vì gặp được dượng, con vui quá thôi mà."

Tôi ngước nhìn khuôn mặt vuông vức của dượng, còn dượng nhìn lại tôi bằng đôi mắt xanh vô cùng trìu mến. Tôi thích người chồng này của mẹ. Mẹ có thể giữ được ông. Dượng đỡ lấy ba lô trên vai tôi.

"Chà, Ana, con mang gì mà nặng thế này?"

Chắc là dượng nói đến chiếc Mac. Cả mẹ và dượng luôn choàng tay ôm tôi suốt dọc đường ra bãi đỗ xe.

Tôi không còn nhớ cái nóng ở Savannah khó chịu đến mức nào nữa. Vừa rời khỏi sân bay có điều hòa nhiệt độ, chúng tôi bước ngay vào cái nóng của Georgia. *Ối trời ôi!* Tôi đuối sức. Cố gắng chui ra khỏi vòng tay của mẹ và dượng để cởi áo khoác ngoài. Hơn nữa cũng may, tôi có mang theo quần soóc. Thỉnh thoảng tôi vẫn nhớ đến cái nóng ở Las Vegas khi tôi theo mẹ và dượng đến đó năm mười bảy tuổi, nhưng cái nóng nơi đây là nóng ẩm, dù chỉ mới 8:30 sáng, nhưng tôi vẫn phải mất một lúc mới quen được. Trước khi chui vào chiếc Tahoe SUV có máy lạnh của dượng Bob, tôi thấy mình như sắp lả đi, còn tóc thì bết lại. Ngồi sau xe, tôi nhắn nhanh mấy chữ cho dượng Ray, Kate và Christian:

*Đã đến Savannah an toàn. A :)*

Mạch suy nghĩ chợt dừng lại ở José khi nhấn phím "gửi". Đầu óc như mị ra, tôi đột nhiên nhớ ra tuần sau là buổi triển lãm của cậu ấy. Có nên mời Christian không, chẳng biết anh cảm thấy thế nào về José? Mà liệu Christian có còn muốn gặp lại tôi sau bức thư lúc nãy không? Tôi so vai với ý nghĩ đó rồi ném nó ra khỏi đầu. Tính sau vậy. Bây giờ, tôi sẽ tận hưởng niềm hạnh phúc khi ở bên mẹ đã.

"Con yêu, chắc con mệt rồi. Về nhà con muốn ngủ một lát không?"

"Không, mẹ à. Con muốn đi tắm biển thôi."

TÔI MẶC BỘ TANKINI màu xanh có dây buộc ở cổ, nhâm nhi lon Diet Coke, nằm dài phơi nắng bên bờ Đại Tây Dương và nghĩ đến chuyện chỉ mới hôm qua thôi, tôi còn ở khu Sound bờ Thái Bình Dương. Mẹ cũng đang nằm bên tôi, đội chiếc mũ rộng vành, to khủng khiếp, đeo kính mát gọng tròn kiểu Jackie O, uống lon nước. Chúng tôi đang ở bãi biển Tybee Island, cách nhà ba dãy phố. Mẹ nắm tay tôi. Cơn mệt mỏi đã tan biến khi tôi đắm mình dưới ánh mặt trời, cảm thấy nhẹ nhõm, an toàn và ấm áp. Đã rất lâu rồi tôi mới có cơ hội thư giãn như thế này.

"Thế nào, Ana... kể mẹ nghe đứa nào đã làm con liêu xiêu thế?"

*Liêu xiêu?* Nói thế nào bây giờ? Mà nói cái gì? Không thể kể quá nhiều về Christian vì bản NDA đã ký rồi, nhưng dù như vậy, phải chọn chi tiết nào để kể với mẹ đây? Tôi vắt óc suy nghĩ.

"Sao con?" Mẹ hỏi lại, xiết nhẹ tay tôi.

"Tên anh ấy là Christian. Cực kỳ điển trai. Giàu có… cực kỳ giàu có mẹ ạ. Anh ấy rất phức tạp và thất thường."

Đúng là như thế – tôi hào hứng với một bản tóm tắt vô cùng chi tiết và chính xác về anh. Tôi quay sang nhìn mẹ, vừa đúng lúc ngước ánh mắt trong veo như ánh pha lê nhìn tôi.

"Phức tạp và thất thường là hai chuyện mà mẹ quan tâm đấy, Ana."

*Ôi đừng mà…*

"Ôi mẹ, con như muốn phát điên lên bởi tâm trạng anh ấy thay đổi liên tục. Hồi nhỏ, được giáo dục rất nghiêm khắc, nên bây giờ rất anh ấy vô cùng kín đáo và tâm trạng khó mà nắm bắt được."

"Con thích cậu ta à?"

"Hơn cả thích, mẹ ạ."

"Thật đấy chứ?" Mẹ nhìn tôi.

"Thật mà mẹ."

"Đàn ông, thật ra, không phức tạp chút nào cả, Ana đáng thương của mẹ. Họ là những sinh vật cực kỳ đơn giản và thẳng thắn. Cứ hiểu họ đúng như những gì họ nói. Trong khi chúng ta mất hàng giờ ngồi chẻ tư chẻ tám sợi tóc phân tích xem họ nói gì, còn với họ, mọi thứ rất sáng tỏ. Nếu là con, mẹ cứ hiểu anh ta thật đúng nghĩa đen. Có khi thế lại tốt."

Tôi nhìn mẹ. Có vẻ mẹ đang khuyên tôi. Hãy hiểu Christian đúng như anh ấy nói. Lập tức, một số câu anh nói hiện ra trong tâm trí tôi.

*Tôi không muốn mất em...*

*Em bỏ bùa tôi rồi...*

*Em đã thuần phục được tôi...*

*Tôi cũng sẽ nhớ em... nhiều hơn em nghĩ...*

Tôi vẫn nhìn mẹ. Mẹ chỉ *mới* có bốn cuộc hôn nhân. Có lẽ sau hết thảy, bà cũng biết điều gì đó về đàn ông.

"Hầu hết đàn ông đều cáu bẳn thất thường, con gái ạ, một số người nặng hơn người khác. Như cha con chẳng hạn..."

Mắt mẹ dõi nhìn xa xăm và thật dịu dàng mỗi khi nhắc đến cha tôi. Cha ruột của tôi, người đàn ông mơ hồ mà tôi chưa bao giờ biết mặt, một tai nạn tập trận trên biển đã đột ngột cướp ông khỏi mẹ con tôi. Từ sâu thẳm, tôi luôn cảm thấy mẹ vẫn mãi đi tìm hình bóng cha ở những người đàn ông khác... có lẽ cuối cùng, mẹ đã tìm thấy ở dượng Bob chăng. Thật tiếc vì lại không phải dượng Ray.

"Mẹ từng nghĩ cha con tính khí cáu bẳn thất thường. Nhưng giờ khi nhìn lại, mẹ nhận ra ông ấy chỉ quá đam mê công việc, mà suy cho cùng, cũng vì cuộc sống của mẹ con mình." Mẹ thở dài. "Cha con còn quá trẻ, cả hai chúng ta, con à. Có lẽ vấn đề chỉ ở đó."

Hmm... Christian cũng không hẳn đã già. Tôi cười trìu mến nhìn mẹ. Nói về cha, mẹ có những đánh giá rất sâu sắc nhưng tôi chắc chắn những điều này không liên quan gì đến tâm trạng của Christian.

"Dượng Bob muốn mời mẹ con mình đi ăn tối. Đến câu lạc bộ golf của ông ấy."

"Hả? Dượng Bob chơi golf há mẹ?" Tôi kêu lên kinh ngạc. "Mẹ, mẹ nhắc lại xem nào." Tôi trợn tròn mắt.

SAU BỮA TRƯA NHẸ, trở về nhà, tôi bắt đầu sắp xếp đồ đạc, rồi sẽ chợp mắt một lát. Mẹ đi đâu rồi, chắc đi làm nến hay những thứ đại loại thế, dượng Bob cũng đi làm, vì vậy, tôi sẽ có thời gian để ngủ. Tôi mở Mac ra và khởi động máy. Giờ là hai giờ ở Georgia, tức mười một giờ sáng ở Seattle. Tôi băn khoăn không biết Christian đã trả lời thư chưa. Vừa đợi mở email, tôi vừa hồi hộp.

Từ: Christian Grey
Chủ đề: Cuối cùng!
Ngày: 31 tháng 5 2011 07:30
Đến: Anastasia Steele

Anastasia,

Tôi thật phiền lòng khi chỉ xa nhau em mới có thể trao đổi với tôi một cách cởi mở và thẳng thắn như vậy. Vì sao khi bên nhau em không thể làm như thế?

Đúng là tôi giàu có. Hãy quen với điều đó đi. Sao tôi lại không thể cho em tiền? Chúng ta đã công khai với bố em rằng tôi là bạn trai của em mà, ơn Chúa. Không phải đó là chuyện mà bạn trai cần làm sao? Còn với tư cách là Người Áp Đặt, tôi mong em chấp nhận sự tiêu tốn của tôi cho em mà không tranh luận bất cứ điều gì. Nhân tiện, hãy kể với mẹ em về tôi.

Tôi không biết phải trả lời em thế nào về chuyện em cảm giác mình như gái bao. Tất nhiên em không viết như thế, nhưng em có ý đó. Tôi không biết nên nói hay làm gì để xóa đi cảm giác đó trong em. Tôi chỉ mong em chuẩn bị tốt nhất cho những việc sắp xảy đến. Tôi làm việc như điên để được tiêu tiền vào những nơi tôi cảm thấy hợp lý. Tôi có thể mua cho em những gì em khao khát, Anastasia, và tôi muốn như thế. Hãy xem đó là sự phân chia lại tài sản, nếu em muốn. Hay chỉ đơn giản để em biết rằng tôi chưa và cũng không bao giờ nghĩ về em như cái cách em tự mô tả chính mình và tôi thấy bực bội khi em lại nghĩ về mình như thế. Là một cô gái trong sáng, thông minh và xinh đẹp nhưng em thật sự có vấn đề với sự tự tin và tôi đang bắt đầu nghĩ không biết có nên đặt lịch hẹn cho em gặp bác sĩ Flynn hay không?

Tôi xin lỗi đã nổi giận với em. Thật đáng khinh khi có ý nghĩ làm em sợ hãi. Em thật sự nghĩ rằng tôi có thể để em đi đây đi đó trong một cái rọ sao? Trời ạ, tôi đã từng bảo em lấy trực thăng của tôi mà đi cơ mà. Ừ, chuyện cái rọ là tôi đùa đấy, một câu chuyện đùa tệ hại. Tuy nhiên, ý nghĩ trói và bịt miệng em vừa nảy ra trong đầu tôi (đây không phải chuyện đùa – tôi đang nói thật). Tôi có thể nới lỏng cái rọ ra – rọ không là gì với tôi cả. Tôi biết em không muốn bị bịt mồm – chúng ta đã bàn đến điều đó – và nếu/khi nào tôi bịt miệng em, chúng ta sẽ nói chuyện đó sau. Tôi nhận ra là em vẫn chưa nắm được cốt lõi của mối quan hệ áp đặt/phục tùng, chính Người Phục Tùng mới là người có quyền hơn cả. Tức là em đấy. Tôi nhắc lại nhé – em mới là người cầm trịch cuộc chơi. Không phải tôi. Trong nhà thuyền, em đã nói không. Tôi không thể chạm vào em khi em nói không – đó là lý do chúng ta cần thỏa thuận – về những gì em sẽ làm và sẽ không làm. Nếu chúng ta thử và em không thích, chúng ta sẽ điều chỉnh lại thỏa thuận. Là do em – không phải tôi. Và nếu như em không muốn bị trói, bị nhồi nhét vào miệng, bỏ trong rọ, thì sẽ không bao giờ xảy ra chuyện đó.

Tôi muốn chia sẻ với em cách sống của tôi. Tôi không hề muốn gì hơn thế. Nói thẳng ra, tôi ngưỡng mộ em và hoàn toàn vô tư làm như thế. Tôi làm chuyện đó vì bản thân mình hơn là vì em. Em đã không nhận ra rằng tôi cũng say đắm em, dù không biết bao nhiêu lần tôi nói đi nói lại điều đó. Tôi không muốn mất em. Tôi lo lắng khi em bay đi cách tôi ba ngàn dặm trong mấy ngày chỉ bởi em không thể suy nghĩ rõ ràng và thông suốt khi ở bên tôi. Chính tôi cũng thế, Anastasia. Mọi lý lẽ của tôi đều vỡ vụn khi chúng ta bên nhau – đó là mức độ tình cảm tôi dành cho em đấy.

Tôi hiểu nỗi lo lắng của em. Tôi đã cố tránh xa em; tôi biết em còn non nớt, nhưng nếu tôi biết chính xác em trong sạch đến mực nào, tôi đã không bao giờ đeo đuổi em – và bây giờ em vẫn luôn làm tôi nguôi giận theo cách của riêng em, cách mà chưa từng một ai làm với tôi. Email của em chẳng hạn: Tôi đã đọc đi đọc lại không biết bao nhiêu lần, cố hiểu những gì em nói. Ba tháng chỉ là khoảng thời gian tượng trưng thôi. Chúng ta có thể kéo ra thành sáu tháng hay một năm? Em muốn bao lâu? Thế nào thì làm em vừa lòng? Hãy nói tôi biết.

Tôi biết đây thực sự là một cú hích lớn với em về lòng tin. Tôi phải làm cho em tin tưởng tôi nhưng ngược lại, em cũng cần phải cho tôi biết khi nào thì tôi chưa làm được điều đó. Em lúc nào cũng đầy vẻ mạnh mẽ và kín đáo, vì vậy, khi đọc những gì em viết ở đây, tôi chợt nhận ra em ở một góc độ khác. Chúng ta phải hướng dẫn nhau, Anastasia ạ, tôi chỉ nhìn em để cư xử thôi. Em cần thẳng thắn với tôi và chúng ta đều phải tìm cách để những thỏa thuận của chúng ta diễn ra như mong muốn.

Em lo lắng rằng em không có tố chất phục tùng. Đúng, có lẽ chuyện đó là đúng. Phải nói thật rằng, lần duy nhất em có thái độ đúng của một Người Phục Tùng là ở trong phòng giải trí. Hình như chỉ có ở đó em mới để tôi được đóng tròn vai trò kiểm soát và cũng chỉ ở đó em mới làm đúng như em được bảo. "Mẫu mực" là từ chợt nảy ra trong đầu tôi lúc này. Và tôi cũng chưa bao giờ đánh em lằn ngang lằn dọc cả. Chỉ đỏ ửng lên thôi. Bên ngoài phòng giải trí, tôi thích em thách thức tôi. Đó là kinh nghiệm rất lãng mạn và mới mẻ và tôi không mong em thay đổi. Vì vậy được, em ạ, hãy nói tôi biết em muốn nhiều hơn như thế nào. Tôi sẽ cố vượt qua chính mình để cởi mở hơn và sẽ cố để tạo cho em một không gian mà em mong muốn, cũng như sẽ giữ khoảng cách với em khi em ở Georgia. Tôi trông đợi email tiếp theo của em.

Trong lúc rảnh rỗi, hãy tận hưởng cuộc sống. Nhưng đừng lâu quá nhé.

Christian Grey
CEO, Grey Enterprises Holdings, Inc.

*Trời ạ.* Bức thư của anh ấy như một bức thư của sinh viên vậy – *và những gì anh viết thật dịu dàng.* Con tim tôi như thắt lại khi đọc tâm thư của anh. Tôi nằm lăn ra giường và ôm chiếc Mac. Sẽ thỏa thuận luôn một năm ư? Tôi là người cầm trịch!

Chao ôi, tôi chỉ vừa mới nghĩ đến điều đó thôi. *Nghĩ về anh đúng như anh nói*, đó là những gì mẹ bảo. Anh không muốn mất tôi. Anh đã nói thế hai lần cơ mà. Anh cũng muốn chúng tôi cùng làm việc này. *Ôi, Christian cũng muốn thế.* Anh sẽ cố gắng để tôi ở xa anh ít lâu. Thế có nghĩa là anh không thể ở xa tôi? Thực sự tôi cũng mong như thế. Tôi muốn được gặp anh. Chúng tôi xa nhau gần hai mươi bốn giờ rồi và tôi sẽ còn không được gặp anh trong bốn ngày nữa. Tôi nhận ra mình nhớ anh biết nhường nào.

"Ana, con yêu."

Giọng nói dịu dàng, ấm áp, tràn ngập yêu thương và những ký ức dấu yêu ùa về.

Một bàn tay dịu dàng chạm vào mặt tôi. Mẹ lay tôi dậy, còn tôi đang nằm ôm lấy chiếc laptop.

"Ana, con yêu." Giọng mẹ dịu dàng như lời hát còn tôi chập chờn rời khỏi giấc ngủ, chớp mắt nhìn thấy sắc trời đỏ ửng trong buổi chiều muộn.

"Mẹ." Tôi xoay người mỉm cười với mẹ.

"Ăn tối sau ba mươi phút nữa con gái à. Con muốn đi không?" Mẹ âu yếm hỏi.

"Có chứ mẹ, tất nhiên con đi chứ." Tôi nói trong cơn ngái ngủ.

"Chà, hàng công nghệ cao nhỉ." Mẹ chỉ vào laptop.

*Ôi trời.*

"Ơ… cái này à?" Tôi cố làm ra vẻ tự nhiên.

Mẹ có biết không? Từ khi tôi để lộ chuyện có "bạn trai", mẹ hình như trở nên sắc sảo hơn hẳn.

"Christian cho con mượn. Con nghĩ con có thể bay đi bay về và dùng cái này rất tiện, chỉ để email và truy cập Internet thôi."

*Thật ra có gì đâu.* Mẹ nhìn tôi đắn đo rồi ngồi xuống giường, vén một lọn tóc ra sau tai tôi.

"Cậu ấy vừa email cho con à?"

*Ôi không, lộ rồi.*

"Vâng ạ." Tôi hết giấu nổi, mặt đỏ bừng lên.

"Có lẽ cậu ấy nhớ con, nhỉ?"

"Con mong thế mẹ à."

"Thế cậu ấy nói gì nào?"

*Ôi không, lại lộ nữa rồi.* Tôi vắt óc nghĩ ra chi tiết nào đó trong email có thể chấp nhận được để kể với mẹ. Chắc chắn mẹ không muốn nghe những chuyện kiểu như Người Áp Đặt, bị rọ lại, bị bịt miệng và trên hết, không thể kể những chuyện đó vì tờ NDA nữa.

"Anh ấy bảo con cứ thư giãn thoải mái nhưng đừng lâu quá."

"Nghe hợp lý đấy. Mẹ ra ngoài để con chuẩn bị nhé, con gái." Mẹ cúi xuống hôn lên trán tôi. "Con ở đây làm mẹ rất vui, Ana. Thật tuyệt khi được gặp con thế này."

Sau những lời yêu thương ấy, mẹ đi ra.

*Hmm, Christian và hợp lý...* hai khái niệm, theo ý tôi, rõ là loại trừ nhau nhưng sau email này, mọi việc dường như tiến triển tốt hơn. Tôi lắc đầu. Cần có thời gian để hiểu rõ những điều anh nói. Có lẽ sau bữa tối – tôi sẽ trả lời thư anh. Tôi nhanh chóng bước khỏi giường, mặc áo thun, quần sóc rồi chạy vào phòng tắm.

Tôi có mang theo chiếc váy buộc cổ màu xám của Kate mà hôm tốt nghiệp tôi đã mặc. Đó là chiếc váy duy nhất tôi có lúc này. Tin tốt lành là nhiệt độ bắt đầu hạ, vì vậy, tôi nghĩ đi đến câu lạc bộ golf cũng ổn. Vừa mặc áo, tôi vừa mở máy tính.

Không có thư mới của Christian, tôi chợt thấy hụt hẫng. Rất nhanh, tôi gõ vội mấy dòng cho anh.

Từ: Anastasia Steele
Chủ đề: Dài dòng?
Ngày: 31 tháng 5 2011 19:08 EST
Đến: Christian Grey

Thưa ngài, ngài quả là có bút lực rất mạnh. Em sắp đi ăn tối tại câu lạc bộ golf của dượng Bob ngay bây giờ và xin nói để ngài được biết, em đang trợn mắt trong đầu đấy. Thế nhưng cả ngài và cái vỗ mông của ngài đều đang ở rất xa nên mông em vẫn an toàn, bây giờ. Em yêu bức email của ngài. Sẽ hồi âm ngay khi có thể.
Em nhớ ngài lắm.
Buổi trưa tốt đẹp.
Ana của ngài.

Từ: Christian Grey
Chủ đề: Mông của em
Ngày: 31 tháng 5 2011 16:10
Đến: Anastasia Steele

Cô Steele,
Tôi bị tiêu đề của email này làm cho xao nhãng. Không cần phải nói nó đang an toàn – chỉ bây giờ thôi.
Bữa tối ngon lành nhé, và tôi cũng nhớ em, đặc biệt là mông em và cái miệng thông minh của em.
Buổi trưa nay trôi qua rất lờ đờ, may mà còn có em và cái trợn mắt của em để tôi hăm hở. Tôi nghĩ chính em là người rất sáng suốt chỉ cho tôi thấy rằng tôi đang bị tiêm nhiễm thói xấu dài dòng.

Christian Grey,
CEO & Người Trợn mắt,
Grey Enterprises Holdings, Inc.

Từ: Anastasia Steele
Chủ đề: Đang trợn mắt
Ngày: 31 tháng 5 2011 19:14 EST
Đến: Christian Grey

Thưa ngài Grey,
Đừng gửi email cho em nữa. Em đang cố sửa soạn cho
bữa tối. Ngài đang rất phân tâm đấy, ngay cả khi
ngài đang ở đầu kia của đất nước. Và vâng – ai sẽ
đét đít ngài đây, khi ngài trợn mắt?
Ana của ngài.

Tôi nhấn "gửi" và lập tức hình ảnh mụ phù thuỷ độc ác
quý bà Robinson vụt hiện lên. Tôi không thể mường tượng được
điều này. Christian bị một ai đó, đáng tuổi mẹ, đánh đập, có
gì đó không đúng. Một lần nữa tôi lại tự hỏi bà ấy đã tàn phá
những gì trong anh. Môi tôi mím thật chặt. Tôi cần kiếm một
con búp bê nào đó, ghim kim vào nó, may ra mới nguôi được
nỗi hờn của tôi với người đàn bà chưa biết mặt này.

Từ: Christian Grey
Chủ đề: Mông của em
Ngày: 31 tháng 5 2011 16:18
Đến: Anastasia Steele

Cô Steele,
Vì những lý do đặc biệt nào đó, tôi vẫn thích tiêu
đề này của mình hơn. May là tôi làm chủ cuộc đời
mình nên không ai có thể trừng phạt tôi. Ngoại trừ
mẹ, thỉnh thoảng cả bác sĩ Flynn nữa, tất nhiên.
Và em.

Christian Grey,
CEO, Grey Enterprises Holdings, Inc.

Từ: Anastasia Steele
Chủ đề: Nhục hình... Em ư?
Ngày: 31 tháng 5 2011 19:22 EST
Đến: Christian Grey

Em đã bao giờ, lấy hết can đảm cả tinh thần lẫn
thể xác, để dùng nhục hình với ngài chưa nhỉ, ngài
Grey? Em e rằng ngài đã gán ghép cho em hành động
của một ai đó khác... điều ấy thật đáng lo. Tuy
nhiên, em đang sẵn sàng để làm điều đó.

Ana của ngài

Từ: Christian Grey
Chủ đề: Mông của em
Ngày: 31 tháng 5 2011 16:25
Đến: Anastasia Steele

Cô Steele,
Cô có thể vừa gõ mail vừa làm tất cả những việc đó
mà. Tôi có thể kéo dây kéo áo lên cho cô không?

Christian Grey
CEO, Grey Enterprises Holdings, Inc.

Không hiểu vì lý do gì, những dòng chữ của anh như
hút lấy tôi và khiến tôi thở gấp. Ôi... anh muốn chơi trò chơi
đấy mà.

Từ: Anastasia Steele
Chủ đề: Cấm trẻ em dưới 17 tuổi
Ngày: 31 tháng 5 2011 19:28 EST
Đến: Christian Grey

Em muốn anh kéo xuống nữa.

Từ: Christian Grey
Chủ đề: Cẩn thận với những điều ước...
Ngày: 31 tháng 5 2011 16:31
Đến: Anastasia Steele

CẦU ĐƯỢC ƯỚC THẤY

Christian Grey
CEO, Grey Enterprises Holdings, Inc.

Từ: Anastasia Steele
Chủ đề: Khát khao
Ngày: 31 tháng 5 2011 19:28 EST
Đến: Christian Grey

Chậm thôi...
Từ: Christian Grey

```
Chủ đề : Rên rỉ
Ngày : 31 tháng 5 2011 16:31
Đến : Anastasia Steele
```

Ước gì tôi ở đó.

```
Christian Grey
CEO, Grey Enterprises Holdings, Inc.
```

```
Từ : Anastasia Steele
Chủ đề : Nấc
Ngày : 31 tháng 5 2011 19:37 EST
Đến : Christian Grey
```

EM CŨNG ƯỚC THẾ.

"Ana ơi."

Tiếng mẹ gọi làm tôi muốn nhảy dựng lên. *Chết chúa.* Sao tôi thấy mình tội lỗi thế này?

"Con đang xuống, mẹ ơi."

```
Từ : Anastasia Steele
Chủ đề : Nấc
Ngày : 31 tháng 5 2011 19:39 EST
Đến : Christian Grey
```

```
Em phải đi.
Để sau nhé, anh yêu.
```

Tôi chạy vụt xuống phòng khách, mẹ và dượng Bob đang đợi. Mẹ nhăn nhó.

"Con ơi, có sao không vậy? Sao mặt mày con đỏ ửng lên thế?"

"Con khỏe mà mẹ."

"Bộ này đẹp đấy, con gái."

"Dạ, váy của Kate. Mẹ thích hả mẹ?"

Mẹ nhăn mặt.

"Sao con lại mặc áo của Kate?"

*Hơ... thôi rồi.*

"À, tại con thích chiếc này, cô ấy không." Tôi nói qua quít.

Mẹ liếc ánh nhìn sắc sảo về phía tôi còn dượng Bob bụng đang đói cồn cào nhưng vẫn cố giấu vẻ sốt ruột.

"Mai mẹ dẫn con đi mua sắm thôi."

"Thôi mẹ, đừng làm thế. Con có nhiều quần áo lắm rồi."

"Thế mẹ không thể mua gì đó cho con gái của mình được ư? Đi thôi, dượng Bob đói meo rồi."

"Đúng đấy." Dượng kêu lêu, xoa xoa tay vào bụng, làm ra bộ đau khổ lắm.

Tôi cười khúc khích khi dượng ngước mắt lên. Cả nhà cùng đi ra cửa.

TRONG KHI TẮM dưới vòi sen ấm áp, tôi nhận ra mẹ đã thay đổi rất nhiều. Bữa tối nay, mẹ chính là mẹ: vui nhộn, đưa đẩy, hòa đồng với rất nhiều bạn bè ở câu lạc bộ golf. Dượng Bob thì luôn nồng nhiệt và rất chu đáo... Cả hai có vẻ rất hòa hợp. Tôi mừng cho mẹ. Điều đó có nghĩa là tôi không còn phải lo lắng về mẹ và tính nông nổi của bà nữa, cả những ngày u ám với Ông Chồng Thứ Ba cũng đã lùi xa. Dượng Bob quả là biết chăm sóc. Còn mẹ, mẹ đang cho tôi những lời khuyên rất hữu ích. *Những chuyện đó bắt đầu từ khi nào nhỉ?* Từ khi tôi gặp Christian. *Sao lại thế?*

Tắm xong, tôi sấy tóc thật nhanh để chạy đến với Christian. Một email đang đợi, vừa gửi sau khi tôi đi, chừng vài giờ trước.

Từ: Christian Grey
Chủ đề: Tình trạng đạo văn
Ngày: 31 tháng 5 2011 16:41
Đến: Anastasia Steele

Em đạo lời văn của tôi.
Rồi bỏ tôi chết đứng.
Bữa tối ngon nhé.

Christian Grey
CEO, Grey Enterprises Holdings, Inc.

Từ: Anastasia Steele
Chủ đề: Ai là tên đạo văn?
Ngày: 31 tháng 5 2011 22:18 EST
Đến: Christian Grey

Thưa ngài, em nghĩ ngài sẽ nhận ra nguyên văn câu
này là của anh Elliot chứ.
Chết đứng thế nào?
Ana của ngài.

Từ: Christian Grey
Chủ đề: Việc đang dở
Ngày: 31 tháng 5 2011 19:22
Đến: Anastasia Steele

Cô Steele,
Em về rồi. Em vụt bỏ đi – khi mọi chuyện đang cực kỳ
thú vị.
Nguyên văn không phải của Elliot đâu. Anh ấy chắc
chắn đã cuỗm câu ấy của ai đó.
Bữa tối thế nào?

Christian Grey
CEO, Grey Enterprises Holdings, Inc.

Từ: Anastasia Steele
Chủ đề: Việc đang dở?
Ngày: 31 tháng 5 2011 22:26 EST
Đến: Christian Grey

Bữa tối cực ngon – chắc anh rất vui nếu biết em đã
ăn rất nhiều.
Đang thú vị ư? Thế nào?

Từ: Christian Grey
Chủ đề: Việc đang dở - Đúng thế
Ngày: 31 tháng 5 2011 19:30
Đến: Anastasia Steele

Em giả ngốc đấy à? Tôi nhớ em vừa bảo tôi mở khóa
cho em mà.
Và tôi rất nóng lòng được làm điều đó. Tôi cũng rất
hài lòng biết em đã ăn ngon miệng.

Christian Grey
CEO, Grey Enterprises Holdings, Inc.
Từ: Anastasia Steele
Chủ đề: Xem nào... Luôn là cuối tuần
Ngày: 31 tháng 5 2011 22:36 EST
Đến: Christian Grey

Em luôn ăn ngon miệng... Chỉ không như thế khi anh
quấn quanh bên cạnh và làm em mất hứng với thức ăn
thôi.
Thêm nữa, em chưa bao giờ tự nhiên mà ngốc cả, thưa
ngài Grey.
Chắc ngài phải thu xếp chuyện đó từ bây giờ thôi.
:-)

Từ: Christian Grey
Chủ đề: Không thể đợi thêm
Ngày: 31 tháng 5 2011 19:40
Đến: Anastasia Steele

Tôi sẽ ghi nhớ điều đó, cô Steele, và nhất định sẽ
sử dụng kiến thức mới đó để tiến bộ.
Rất tiếc khi biết rằng tôi làm cô xao nhãng với
thức ăn. Tôi tưởng rằng tôi chỉ có khả năng khiêu
khích dục tình ở cô. Đây lại là một kinh nghiệm và
cũng là kinh nghiệm khiến tôi vui nhất.
Mong đợi lần sau.

Christian Grey
CEO, Grey Enterprises Holdings, Inc.

Từ: Anastasia Steele
Chủ đề: Chơi chữ
Ngày: 31 tháng 5 2011 22:36 EST
Đến: Christian Grey

Ngài lại đang đùa với từ điển đồng nghĩa sao,
thưa ngài?

Từ: Christian Grey
Chủ đề: Bị lộ
Ngày: 31 tháng 5 2011 19:40
Đến: Anastasia Steele

Cô biết tôi quá rõ, cô Steele.
Tôi đang dùng bữa tối với một người bạn cũ, sau đó
sẽ lái xe.
Để sau nhé, em yêu.

Christian Grey,
CEO, Grey Enterprises Holdings, Inc.

*Bạn cũ nào?* Tôi không nghĩ Christian có người bạn cũ nào, ngoại trừ... bà ta. Tôi cau mặt nhìn màn hình. Sao anh vẫn tiếp tục gặp gỡ bà ta? Cơn ghen bừng bừng, day dứt, đau đớn vụt đến. Tôi muốn đấm vào cái gì đó, tốt nhất là mụ Robinson ấy. Gập máy lại sầm một tiếng, tôi trèo lên giường.

Đúng ra tôi nên trả lời bức thư dài loằng ngoằng sáng nay của anh nhưng giờ tôi quá điên tiết để làm chuyện đó. Sao anh không thể ngừng gặp mụ già với bản chất xấu xa đó? Tôi tắt đèn, giận sôi lên, nhìn trân trân vào bóng tối. Sao mụ dám? Sao mụ dám làm thế với một thiếu niên nhạy cảm? Mụ ta còn làm thế không? Mà tại sao họ lại phải dừng lại? Bao nhiêu giả thiết nháo nhào trong đầu tôi: Nếu anh đã thỏa mãn, sao anh còn kết bạn với mụ ta? Cả mụ ta cũng thế - hay mụ ta đã kết hôn? Rồi ly dị? Hay – mụ ta có con riêng? *Hay họ có con với nhau?* Tiềm Thức trưng ra bộ mặt xấu xí, thốt lên một câu đểu cáng. Tôi choáng váng đến mức buồn nôn. Bác sĩ Flynn có biết về mụ ta không?

Tôi trèo ra khỏi giường, mở máy lên lần nữa. Tôi phải làm việc. Tôi bực bội gõ gõ ngón tay trong khi chờ màn hình khởi động. Tôi nhấp vào biểu tượng Google rồi gõ "Christian Grey" vào thanh công cụ tìm kiếm. Màn hình lập tức đầy ắp các hình ảnh về Christian: cà vạt đen, đóng thùng, chà – có cả ảnh José chụp ở Heathman nữa, sơ mi trắng và quần flannel. Sao chúng nhảy lên Internet được nhỉ? Cha mẹ ơi, anh thật đẹp.

Tôi lướt nhanh: một số quan hệ công việc, rồi lướt từ này đến ảnh khác của người đàn ông ăn ảnh nhất mà tôi biết rõ. *Biết rõ? Mình đã biết rõ về Christian chưa?* Tôi biết anh rất gợi tình nhưng tôi nhận ra còn có nhiều điều hơn nữa phải khám phá. Tôi biết anh thất thường, khó chịu, hài hước, lạnh lùng, ấm áp... chà, người đàn ông tập hợp đủ mọi thái cực trong mình. Tôi nhấn sang trang sau. Anh vẫn là anh trong tất cả những bức ảnh này và tôi sực nhớ Kate từng nói không thể tìm thấy một tấm ảnh nào của anh đang hẹn hò, điều đó khiến cô ấy nghĩ anh đồng tính. Thế rồi ở trang thứ ba, có ảnh tôi và anh, trong lễ tốt nghiệp. Tấm duy nhất anh chụp bên một phụ nữ - người đó là tôi.

*Có điên không! Mình đang tra Google mà!* Tôi trừng trừng nhìn cả hai trên màn hình vi tính. Trong ảnh, trông tôi có vẻ ngơ ngác trước máy chụp hình, căng thẳng, mất bình tĩnh. Đấy chỉ là khoảnh khắc trước khi tôi nói đồng ý cùng thử với anh thôi. Trong khi Christian, anh vẫn đẹp không thể tin nổi, điềm tĩnh, tập trung và đang đeo *chiếc cà vạt ấy*. Tôi ngắm nhìn khuôn mặt điển trai mà giờ này có khi đang nhìn mụ Robinson. Tôi lưu tấm ảnh vào mục yêu thích rồi nhấn qua mười tám trang kết quả... không có gì hết. Tôi không thể tìm thấy mụ Robinson trên Google. Nhưng tôi muốn biết có phải anh đang ở bên mụ ta không? Tôi gõ nhanh một email cho Christian.

Từ: Anastasia Steele
Chủ đề: Bạn ăn tối tâm đắc
Ngày: 31 tháng 5 2011 23:58 EST
Đến: Christian Grey

Hy vọng anh và bạn có một bữa tối tuyệt vời.
Ana
TB: Là bà Robinson à?

Tôi nhấn "gửi" rồi uể oải trở lại giường, suy tính cách hỏi Christian về mối quan hệ với người đàn bà ấy. Một nửa, tôi sốt ruột muốn biết nhiều hơn nữa, nửa kia lại muốn quên phắt hết những chuyện anh kể. Tôi vừa đến kỳ kinh nguyệt, sáng mai phải nhớ uống mấy viên thuốc. Tôi chỉnh lịch hẹn trên chiếc BlackBerry. Để điện thoại lên chiếc bàn cạnh đầu giường, tôi nằm xuống, dần dần chìm vào giấc ngủ, lòng thầm mong chúng tôi vẫn còn trong cùng một thành phố, chứ không phải cách nhau hai mươi lăm ngàn dặm thế này.

Sau một buổi sáng mua sắm và buổi trưa ngoài bãi biển, mẹ quyết định buổi tối chúng tôi sẽ đi bar. Bỏ lại dượng Bob và chiếc ti-vi, hai mẹ con lên một bar sang trọng ở tầng thượng khách sạn xịn nhất Savannah. Tôi uống đến ly Cosmopolitans thứ hai, thì mẹ đã uống đến ly thứ ba. Mẹ bắt đầu nói chuyện thoải mái với tôi về cách nhìn cái tôi mong manh của đàn ông. Điều đó khiến tôi khá bối rối.

"Con nên biết thế này, Ana, đàn ông luôn nghĩ chẳng có thứ gì từ miệng phụ nữ nói ra mà đáng phải quan tâm cả. Chẳng có gì ngoài mấy chuyện linh tinh, chúng ta nói, bàn bạc rồi quên. Đàn ông chỉ thích hành động thôi."

"Mẹ, sao lại nói với con mấy chuyện đó?" Tôi hỏi, vụng về che giấu nỗi ngượng ngập.

Cả ngày nay mẹ cứ thế.

"Con ạ, trông con có vẻ lúng túng. Con chưa từng đưa cậu bạn trai nào về nhà. Khi chúng ta ở Vegas, con cũng chẳng tìm được bạn trai. Mẹ đã nghĩ con và cái cậu ở đại học hẳn phải có gì đặc biệt, José ấy."

"Mẹ, José chỉ là bạn thôi."

"Mẹ biết, con gái à. Nhưng chắc chắn phải có gì đó, mẹ nghĩ con chưa kể hết với mẹ."

Mẹ nhìn tôi, khuôn mặt đầy vẻ quan tâm của một bà mẹ.

"Con chỉ muốn xa Christian để suy nghĩ rõ ràng thôi... chỉ có vậy thôi. Anh ấy cứ làm con mệt mỏi."

"Mệt mỏi á?"

"Dạ. Mặc dù con nhớ anh ấy khủng khiếp." Tôi nhăn mặt. Cả ngày nay tôi đã không có tin gì từ Christian rồi. Không email, không gì cả. Tôi nóng ruột muốn gọi xem anh có sao không. Nỗi lo lắng lớn nhất tôi nghĩ đến là tai nạn giao thông; nỗi lo thứ nhì là mụ Robinson lại cào móng vuốt của mụ vào anh. Tôi biết thế là vô lý nhưng nghĩ đến bà ấy, tôi muốn tê liệt hết tri giác.

"Mẹ vào nhà vệ sinh một lát nhé."

Sự vắng mặt trong khoảnh khắc ngắn ngủi của mẹ là cơ hội để tôi kiểm tra BlackBerry. Cả ngày nay tôi đã cố lén lút kiểm tra email. Cuối cùng, hồi âm của Christian cũng đến!

Từ: Christian Grey
Chủ đề: Bạn ăn tối
Ngày: 31 tháng 5 2011 21:40 EST
Đến: Anastasia Steele

Phải, tôi đã ăn tối với bà Robinson. Bà ấy chỉ là một người bạn cũ thôi, Anastasia.
Đang rất mong gặp em. Tôi nhớ em.

Christian Grey,
CEO, Grey Enterprises Holdings, Inc.

Anh ấy *đã* ăn tối với bà ta. Da đầu tôi ngứa ngáy như thể chất adrenaline và ngàn mũi kim đang ghim khắp nơi, điều tôi sợ hãi nhất đã xảy ra. *Sao anh có thể?* Tôi mới đi có hai ngày, anh đã lò dò sang chỗ mụ phù thủy ấy.

Từ: Anastasia Steele
Chủ đề: Bạn ăn tối Cũ
Ngày: 31 tháng 5 2011 21:42 EST
Đến: Christian Grey

Bà ấy đâu phải chỉ là bạn cũ.
Bà ta đã tìm được một cậu bé khác để cắm phập hàm nanh vào rồi chứ?
Anh quá già so với bà ta sao?
Có phải đó là lý do mối quan hệ của hai người kết thúc không?

Tôi nhấn "gửi" ngay trước khi mẹ trở lại.

"Ana, con nhợt nhạt lắm. Có chuyện gì sao?"

Tôi lắc đầu.

"Không sao đâu ạ. Mình uống nữa đi mẹ." Tôi bướng bỉnh nói.

Mẹ nhíu mày nhưng vẫn ngẩng đầu tìm và gọi phục vụ, rồi chỉ vào ly của chúng tôi. Anh ta gật. Tôi hiểu trong ngôn ngữ toàn cầu, điều đó có nghĩa là "thêm ly nữa". Khi mẹ gọi rượu, tôi liếc nhanh sang chiếc BlackBerry.

Từ: Christian Grey
Chủ đề: Cẩn thận đấy
Ngày: 31 tháng 5 2011 21:45 EST
Đến: Anastasia Steele

Đó không phải là chuyện tôi muốn thảo luận qua email.
Em uống bao nhiêu ly Cosmopolitans rồi?

Christian Grey
CEO, Grey Enterprises Holdings, Inc.

Chết tiệt, anh ấy đang ở đây.

# Chương hai mươi ba

Tôi dáo dác nhìn khắp bar nhưng không thấy bóng dáng anh.

"Ana, chuyện gì thế? Trông con như vừa gặp ma ấy."

"Christian, anh ấy ở đây."

"Hả? Thật không?"

Đến lượt mẹ tôi cũng nhìn dáo dác khắp bar.

Tôi đã lờ không nói với mẹ về khả năng đeo bám của Christian.

Tôi thấy anh rồi. Tim tôi nhảy thót lên, bắt đầu đập thình thịch khi anh dần tiến về phía chúng tôi. *Anh thật đã ở đây – vì tôi.* Nữ thần nội tại rú lên đầy phấn khích trên chiếc ghế dài. Băng qua đám đông một cách từ tốn, mái tóc anh ánh lên màu đồng và đỏ dưới ánh đèn halogen đặt trong tường. Đôi mắt anh sáng ngời cứ lấp lánh bởi – tức giận? Căng thẳng? Miệng anh đang mím lại, hàm căng ra vuông vắn. *Ôi, chết rồi... không phải chứ.* Tôi vừa mới nổi điên lên với anh thì tức thì, anh ở đây. Làm thế nào để nổi giận với anh ngay trước mặt mẹ đây?

Anh đến bên bàn của chúng tôi, mắt nhìn tôi dò hỏi. Anh vẫn mặc bộ trang phục quen thuộc, sơ mi linen trắng và quần jeans.

"Chào anh." Tôi thốt lên, chưa hết choáng váng và cả ngưỡng mộ vì anh bằng xương bằng thịt đang đứng trước mặt tôi.

"Chào em" anh đáp lại, cúi xuống hôn lên má tôi khiến tôi kinh ngạc.

"Anh Christian, mẹ em, Carla."

Tôi phản xạ một cách lịch sự.

Anh quay sang chào mẹ tôi.

"Bác Adams, cháu rất hân hạnh được gặp bác."

*Sao anh biết được tên mẹ?* Anh nở một nụ cười mê hồn, đẳng-cấp-Christian Grey, tươi rói với mẹ tôi khiến bà bàng hoàng. Hàm dưới của mẹ tôi như rơi xuống bàn, theo đúng nghĩa đem. *Ôi hãy tỉnh táo lại, mẹ ơi.* Mẹ tôi nắm lấy bàn tay anh đang đưa ra và hai người bắt tay. Mẹ tôi chẳng đáp lại anh tiếng nào. Ôi, khuôn mặt nghệch ra mất khả năng diễn đạt hình như cũng có di truyền – chắc là vậy.

"Chào cháu Christian," cuối cùng mẹ tôi cũng cố thốt được nên lời.

Anh cười, đôi mắt xám ánh lên. Tôi nheo mắt nhìn cả hai người.

"Anh làm gì ở đây thế?"

Giọng điệu của tôi có vẻ the thé hơn mong đợi, nụ cười của anh lập tức biến mất, vẻ mặt điềm nhiên trở lại. Tôi vô cùng choáng váng khi gặp anh ở đây và hoàn toàn mất bình tĩnh nhưng nỗi tức giận về mụ Robinson vẫn còn âm ỉ trong lòng. Tôi không biết nên quát hỏi anh về chuyện đó hay phó mặc mình lao vào vòng tay anh – nhưng tôi đoán anh không thích cả hai – và chuyện tôi muốn biết nữa là anh đã quan sát mẹ con tôi bao lâu rồi. Tôi vẫn lo lắng về e-mail vừa gửi.

"Tôi đến để gặp em, tất nhiên rồi."

Anh cúi xuống nhìn tôi, vẻ mặt rất điềm tĩnh. *Ôi, anh đang nghĩ gì thế nhỉ?*

"Tôi đang ở tại khách sạn này."

"Anh ở đây?"

Giọng tôi ré lên đến độ tai tôi còn thấy khó chịu, nghe cứ như giọng của người nghiện thuốc lâu ngày.

"Hôm qua em nói ước gì tôi ở đây." Anh dừng lại quan sát phản ứng của tôi. "Cả hai chúng ta đều vui mà, cô Steele."

Giọng anh không có vẻ gì đang đùa.

*Khỉ thật – hẳn là anh đang bực lắm?* Có lẽ vì những gì tôi nói về bà Robinson? Hay vì tôi đã uống ly Cosmo thứ ba và sắp uống đến ly thứ tư? Mẹ tôi có vẻ lo lắng nhìn cả hai chúng tôi.

"Cháu ngồi xuống uống với chúng ta một ly nhé, Christian?"

Mẹ vẫy gọi phục vụ và trong tích tắc anh ta đã đứng cạnh bàn chờ nhận yêu cầu.

"Cháu sẽ uống rượu gin pha nước khoáng," Christian quay sang phục vụ "Hendricks hoặc Bombay Sapphire. Nếu Henricks, thì kèm dưa chuột; Bombay thì chanh."

*Thiên đường địa ngục...* chỉ Christian mới khiến một cốc rượu thành cả một bữa thịnh soạn.

"Và hai Cosmo nữa nhé." Tôi nói thêm, lo lắng liếc nhìn Christian.

Tôi đang uống với mẹ mà – anh có cớ gì để nổi điên với chuyện đó chứ.

"Mang ghế lại đây, Christian."

"Cảm ơn bác Adams."

Christian kéo một chiếc ghế gần đó rồi nhẹ nhàng ngồi xuống cạnh tôi.

"Vậy là chỉ tình cờ mà anh ở tại khách sạn mẹ con em đến uống rượu thôi đấy chứ?" Tôi hỏi, cố làm cho giọng mình thật nhẹ nhàng.

"Hay là em chỉ tình cờ đến uống rượu tại khách sạn mà tôi đang ở?" Christian đáp trả. "Tôi vừa ăn tối xong, lên đây và thấy em. Tôi đang bị e-mail mới nhất của em làm cho xao nhãng, ngước lên thì thấy em đây rồi. Trùng hợp nhỉ?"

Anh nghiêng đầu sang một bên và tôi thoáng thấy dấu vết của một nụ cười. *Ơn trời* – sau cùng, có lẽ chúng tôi vẫn sống sót được qua tối nay.

"Mẹ và em đi mua sắm cả sáng nay, buổi trưa ra biển. Hai mẹ con quyết định tối nay sẽ đi uống cocktail." Tôi cảm thấy như mình nợ anh một lời giải thích.

"Em mua chiếc áo này đấy à?" Anh gật gù về chiếc áo lụa hai dây màu xanh lá tôi đang mặc. "Màu này hợp với em. Em rám nắng rồi đấy. Nhìn đẹp lắm."

Tôi đỏ mặt không nói được lời nào đáp lại lời khen của anh.

"Tôi định đến thăm em vào ngày mai. Thế mà giờ lại gặp em ở đây."

Anh nghiêng sang, nắm tay tôi, nắn nhè nhẹ, di di ngón tay cái trên những lóng tay… và chợt tôi cảm thấy sự co thắt quen thuộc. Dòng điện đang tăng cường độ dưới da tôi, nơi ngón tay anh hoạt động, làm nóng bừng máu trong cơ thể, lan khắp người tôi, thiêu đốt mọi thứ trên đường đi của nó. Đã hơn hai ngày tôi chưa gặp anh. *Ôi…* tôi muốn anh. Hơi thở tôi rối loạn. Tôi chớp mắt nhìn anh, gượng cười và nhận ra một nụ cười trên môi anh.

"Tôi đã nghĩ sẽ làm em bất ngờ. Nhưng như thường lệ, Anastasia, em mới làm tôi ngạc nhiên khi có mặt ở đây."

Tôi liếc nhanh sang mẹ, bà đang quan sát Christian đầy ngưỡng mộ… đúng thế, ngưỡng mộ! *Mẹ ơi, làm ơn thôi đi.* Cứ như thể anh ấy là một loài quyến rũ nào đó, chưa từng gặp ấy.

Ý tôi là tôi biết mình chưa bao giờ có bạn trai, rồi Christian bỗng xuất hiện với đầy đủ mọi điều trên cả chuẩn mực – nhưng vẫn không tin nổi liệu tôi có thể quyến rũ được người đàn ông này chăng? *Người đàn ông này ư? Ôi, cứ nhìn anh ấy mà xem,* Tiềm Thức gào thét. Thôi ngay! Ai mời anh đến đây? Tôi thấy bực với mẹ nhưng mẹ tôi thậm chí còn không thèm nhìn tôi nữa cơ.

"Tôi không muốn quấy rầy hai mẹ con em. Tôi sẽ uống nhanh thôi rồi về phòng. Tôi còn mấy việc phải làm," anh thẳng thắn.

"Christian à, rất vui vì rốt cuộc đã được gặp cháu," mẹ tôi cuối cùng cũng hồi tỉnh. "Ana đã nói rất nhiều về cháu."

Anh mỉm cười với mẹ.

"Thật vậy ạ?"

Anh nhướng mày với tôi, mặt thoáng qua một niềm giễu cợt khiến tôi đỏ mặt.

Phục vụ mang thức uống đến.

"Hendricks, thưa ngài." Anh ta cười tươi tắn.

"Cảm ơn," Christian hài lòng đáp.

Tôi lo lắng nhấp ngụm Cosmo cuối cùng trong ly.

"Cháu ở Georgia bao lâu, Christian?" Mẹ tôi hỏi.

"Đến thứ Sáu, thưa bác Adams."

"Tối mai cháu đến ăn tối với cả nhà nhé? Và gọi bác là Carla được rồi."

"Cháu rất hân hạnh, thưa bác Carla."

"Tốt quá. Giờ cáo lỗi nhé, bác phải vào nhà vệ sinh một lát."

*Mẹ... mẹ mới vừa ở đó ra mà.* Tôi nhìn mẹ trân trối khi bà đứng lên và đi khuất, bỏ lại mình tôi bên anh.

"Vậy là em giận vì tôi đi ăn tối với bạn cũ."

Christian nhìn tôi bằng ánh mắt nóng bỏng nhưng đầy thận trọng, nâng tay tôi lên môi anh, hôn từng lóng tay một.

*Ôi chao, anh muốn làm thế ở đây sao?*

"Vâng," tôi đáp mà máu cứ nóng rân rân khắp cơ thể.

"Chuyện của chúng tôi qua rất lâu rồi, Anastasia à," anh thầm thì "Giờ tôi không ham muốn ai khác ngoài em. Điều đó đã đủ trả lời cho thắc mắc của em chưa?"

Tôi chớp chớp mắt.

"Em tưởng tượng bà ấy là mẹ mìn, Christian."

Tôi đang nín thở chờ đợi phản ứng của anh.

Mặt anh biến sắc.

"Thành kiến nặng nề quá. Không phải thế đâu." Anh có vẻ bàng hoàng, thì thầm, rồi bỏ tay tôi ra.

*Thành kiến?*

"Rồi sau đó thì sao?" Tôi hỏi.

Ly Cosmo rõ ràng khiến tôi bạo dạn hơn.

Anh nhăn mặt, bối rối. Tôi hỏi tiếp.

"Bà ấy đã lợi dụng một cậu bé mới chỉ 15 tuổi. Nếu anh là một bé gái 15 tuổi và bà Robinson là ông Robinson, cưỡng ép anh vào kiểu quan hệ BDSM, anh thấy có bình thường không? Giả dụ như chuyện xảy ra với Mia chẳng hạn, anh nói xem?"

Anh thở đứt quãng và phát cáu lên.

"Ana, chuyện không phải như thế đâu."

Tôi nhìn anh.

"Tôi không nhìn sự việc theo hướng đó." Anh tiếp tục. "Bà ấy không làm gì tệ hại cả. Đó là những gì tôi từng muốn."

"Em không hiểu." đến lượt tôi hoang mang.

"Anastasia, mẹ em sẽ quay lại ngay đấy. Tôi thấy không thoải mái khi nói những chuyện này ở đây. Có lẽ để sau vậy.

Nếu em không muốn tôi ở đây, máy bay của tôi vẫn đang đợi ở Hilton Head. Tôi có thể đi ngay."

*Anh ấy giận mình... không.*

"Ôi không – xin anh đừng đi. Em vui mừng biết bao khi anh ở đây. Em chỉ đang cố làm anh hiểu em. Em tức giận chính mình vì em đã rời đi và để anh ăn tối với bà ấy. Hãy thử nghĩ xem anh sẽ thế nào nếu em lởn vởn đâu đó quanh José. Mà José chỉ là bạn thôi. Em đâu có quan hệ gì sâu sắc với cậu ấy. Trong khi anh và bà ta..."

Tôi nghẹn lời, không muốn nghĩ tiếp nữa.

"Em ghen à?" Anh nhìn tôi, đôi mắt anh dịu dàng, ấm áp trở lại.

"Vâng, em tức giận về những gì bà ta đã làm với anh."

"Anastasia, bà ấy chỉ giúp đỡ tôi thôi. Đó là tất cả những gì tôi muốn nói. Còn về cơn ghen của em, thử đặt em vào địa vị tôi mà xem. Suốt bảy năm nay, chưa khi nào tôi phải giải thích việc mình làm cho bất kỳ ai. Không một ai. Tôi làm những gì tôi thích, Anastasia. Tôi hài lòng với sự độc lập của mình. Tôi không đi gặp bà Robinson để trêu tức em. Tôi đến đó chỉ để ăn tối bây giờ và cả sau này. Bà ấy là bạn và còn là đối tác làm ăn."

*Đối tác làm ăn? Chết tiệt. Đúng là tin mới.*

Anh nhìn tôi, đoán định những thông tin mình vừa nói.

"Đúng vậy, chúng tôi là đối tác kinh doanh. Mối quan hệ kia đã chấm dứt từ lâu rồi. Hàng bao nhiêu năm nay rồi."

"Sao lại kết thúc?"

Miệng anh hơi mím lại, ánh mắt loé lên.

"Chồng bà ấy phát hiện."

*Hay chưa!*

"Chúng ta có thể nói chuyện đó vào lúc khác không - đâu đó riêng tư một chút," giọng anh khàn khàn.

"Em không biết tại sao lúc nào anh cũng thuyết phục em rằng bà ấy không phải là con yêu râu xanh."

"Tôi không nghĩ về bà ấy theo cách đó. Chưa bao giờ. Đến đây là đủ rồi." Anh gắt lên.

"Anh yêu bà ấy?"

"Hai đứa nói chuyện thế nào rồi?"

Mẹ tôi đã trở lại mà cả hai đều không hay biết.

Tôi cố nặn ra một nụ cười giả tạo trong khi hai đứa đang ghé sát thầm thì... tội lỗi. Mẹ nhìn tôi.

"Vui, mẹ ạ."

Christian nhấp một hớp rượu, nhìn tôi chăm chú, vẻ mặt của anh điềm nhiên. Anh đang nghĩ gì thế? Có phải anh từng yêu bà ấy? Tôi nghĩ nếu đúng vậy, tôi sẽ thua trắng.

"Thưa bác, cháu nghĩ đến lúc phải để hai mẹ con có thời gian riêng tư."

*Đừng... không... anh ấy không thể để mình chết đứng thế này được.*

"Cho phép cháu được thanh toán bữa nay, phòng 612. Tôi sẽ gọi em sáng mai, Anastasia. Hẹn gặp lại bác vào ngày mai, thưa bác Carla."

"Chà, thật hay khi nghe ai đó gọi đầy đủ tên mình."

"Người đẹp tên cũng đẹp ạ." Christian nói, nắm lấy bàn tay mẹ tôi, hai người bắt tay tạm biệt, bà có vẻ hơi kiểu cách thái quá.

*Ôi mẹ - mẹ mà cũng thế sao?* Tôi đứng lên, ngước nhìn anh, chờ đợi một câu trả lời. Anh cúi xuống hôn nhẹ lên má tôi.

"Để sau nhé, em yêu," Anh thì thầm với tôi. Rồi đi.

*Quỷ tha ma bắt cỗ máy kiểm soát chết tiệt.* Nỗi tức giận của tôi lại sôi sục. Tôi ngồi phịch xuống ghế, nhìn mẹ.

"Chà, Ana, con đúng là gặp may đó. Anh chàng này đáng kinh ngạc đấy. Mẹ không biết có chuyện gì giữa hai đứa. Nhưng mẹ nghĩ hai con cần phải nói chuyện với nhau. Phù! như có bom nhiệt hạch đâu đây, nóng không chịu nổi."

Mẹ phẩy tay quạt lấy quạt để.

"MẸ!"

"Đi nói chuyện với cậu ta đi."

"Không. Con về đây để gặp mẹ mà."

"Ana, con về đây vì con bối rối trước anh chàng này. Rõ ràng là hai đứa đều phát cuồng lên vì nhau. Con nên nói chuyện với cậu ấy. Vì Chúa, cậu ấy đã bay ba ngàn dặm xa xôi đến đây để gặp con đấy. Và con biết như thế mệt mỏi đến chừng nào."

Tôi đỏ mặt. Tôi chưa kể với mẹ rằng anh có máy bay riêng.

"Anh ấy có máy bay riêng," tôi bối rối nói "và chỉ có hai ngàn rưởi dặm thôi, mẹ ạ."

*Sao mình lại phải bối rối đến vậy?* Lông mày của mẹ tôi nhếch lên.

"Chà, Ana, có chuyện gì đó giữa hai đứa. Mẹ đã cố tìm hiểu khi con đến đây. Nhưng cách duy nhất để con giải quyết vấn đề, dù nó là gì, là phải bàn bạc với cậu ấy. Con có thể làm tất cả những gì con nghĩ con thích – nhưng cho đến khi chưa thật sự nói chuyện với nhau, con sẽ vẫn còn bế tắc."

Tôi phụng phịu với mẹ.

"Ana, con yêu, con luôn là người có khuynh hướng quan trọng hoá vấn đề. Hãy dứt điểm nó đi. Chuyện này khiến con cảm thấy thế nào, con yêu?"

Tôi nhìn xuống mấy ngón tay.

"Con nghĩ con yêu anh ấy rồi."

"Mẹ biết. Và cậu ấy cũng thế."

"Không đâu."

"Có đấy, Ana. Trời đất! Con còn muốn gì nữa? Muốn phải có bóng đèn nháy lên trước trán cậu ấy à?"

Tôi nhìn mẹ, nước mắt trào ra khóe mắt.

"Ana, con yêu. Đừng khóc."

"Con không nghĩ anh ấy yêu con."

"Mẹ không quan tâm cậu ấy giàu hay nghèo, cậu ấy ngẩn ngại băng qua cả một châu lục chỉ để dùng một bữa trà. Hãy tới chỗ cậu ấy đi! Đây là một nơi đẹp đẽ, lãng mạn. Và còn là hạt trung lập nữa đấy.

Tôi ngọ nguậy trước cái nhìn thôi thúc của mẹ. Tôi muốn đi nhưng tôi sẽ không đi.

"Con yêu, đừng cảm thấy con phải trở về đây vì mẹ. Mẹ muốn con hạnh phúc – và bây giờ mẹ nghĩ chiếc chìa khóa hạnh phúc của con nằm ở phòng 612 đấy. Nếu con về nhà trễ, chìa khóa dưới chậu ngọc giá, trên đèn trước đấy. Còn nếu con ở lại – chà… con là cô gái tuyệt vời. Bảo trọng con nhé."

Tôi ngượng đỏ chín lên. *Ôi! mẹ ơi.*

"Trước hết chúng ta hãy uống cạn ly Cosmo đã."

"Con gái tôi đấy, Ana." Mẹ cười rạng rỡ.

TÔI RỤT RÈ GÕ CỬA phòng 612. Christian mở cửa. Anh đang nói chuyện điện thoại. Anh chớp mắt đầy kinh ngạc rồi rộng cửa, gật đầu mời tôi vào.

"Thặng dư trọn gói kết luận thế nào?... Còn phí tổn?" Christian rít lên giữa hai hàm răng, "Chết tiệt… một sai lầm đắt đỏ… Còn Lucas?"

Tôi nhìn quanh phòng. Đây là phòng hạng sang, cùng loại ở Heathman. Nội thất cực kỳ hiện đại, rất hợp thời. Căn phòng với hai màu chủ đạo là tím đen và vàng, trên tường trang trí các ngôi sao cách điệu. Christian bước thẳng đến một phiến gỗ tối màu, kéo ra cho tôi thấy có một quầy bar chìm trong đó. Anh ra dấu bảo tôi chọn thức uống rồi đi sang phòng ngủ. Tôi hiểu như thế có nghĩa là tôi không thể nghe được cuộc điện thoại của anh. Tôi nhún vai. Đến tận khi tôi tham quan xong phòng làm việc của anh, anh vẫn chưa nói xong điện thoại. Tôi nghe tiếng nước chảy… anh đang cho nước vào bồn. Tôi chọn lấy một lon nước cam. Anh thong thả bước vào phòng.

"Bảo Andrea gửi các biểu đồ cho tôi. Barney nói anh ta san bằng hết trở ngại rồi…" Christian bật cười lớn. "Không, thứ Sáu… Có một dự án đất đai ở đây và tôi khá quan tâm… Phải, nói Bill gọi đi… Không, ngày mai cơ… tôi muốn biết Georgia đãi ngộ thế nào nếu chúng ta đến đây."

Christian không rời mắt khỏi tôi. Đưa cho tôi chiếc cốc, anh chỉ về phía ngăn đựng đá.

"Nếu đãi ngộ của họ đủ hấp dẫn… tôi nghĩ có thể xem xét được mặc dù tôi không đảm bảo về nhiệt độ khó chịu ở đây… Đồng ý, Detroit vẫn có những ưu thế của nó, hơn nữa, lại mát mẻ…"

Mặt anh thoáng sầm lại. *Sao vậy nhỉ?*

"Bảo Bill gọi tôi. Ngày mai… Đừng sớm quá."

Anh cúp máy rồi nhìn tôi, mặt anh điềm tĩnh. Cả hai cùng im lặng.

Thôi được… giờ đến lượt tôi nói vậy.

"Anh chưa trả lời câu hỏi của em."

"Không" Anh khẽ đáp, đôi mắt xám nhướng lên đầy thận trọng.

"Không, anh chưa trả lời câu hỏi của em, anh có yêu bà ấy hay không?

Anh vòng tay trước ngực, tựa vào tường, một nụ cười nhẹ trên môi.

"Em đang làm gì ở đây, Anastasia?"

"Em vừa nói với anh đấy."

Anh hít một hơi thật sâu.

"Không, tôi không yêu bà ấy."

Anh cau mặt nhìn tôi, từ vui thích dần chuyển sang lúng túng.

Tôi không thể tin nổi mình đang ngừng thở. Và khi anh thốt ra câu ấy, tôi xẹp xuống như một miếng giẻ rách. *Ơn trời vì điều đó*. Tôi sẽ thấy thế nào nếu anh ấy thú nhận yêu mụ phù thuỷ đó?

"Em mới là người trong mộng của tôi, Anastasia. Ai ngờ được chứ?"

"Ngài trêu tôi phải không, ngài Grey?"

"Tôi đâu dám."

Anh lắc đầu một cách trịnh trọng nhưng mắt ánh lên những tia ranh mãnh.

"Ồ, em nghĩ anh dám và em nghĩ anh vẫn làm thế - thường xuyên."

Anh mỉm cười khoái trá khi tôi lặp lại đúng những lời anh từng nói với tôi trước đây. Mắt anh dần thẫm lại.

"Đừng cắn môi nữa. Em đang ở trong phòng tôi đấy, gần ba ngày nay đã không gặp em rồi và tôi đã bay cả một chặng đường dài đến đây để gặp em."

Giọng anh càng lúc càng ngọt ngào, đầy gợi cảm.

Chiếc BlackBerry của anh bỗng kêu lên khiến cả hai giật mình. Anh tắt máy, không thèm liếc qua lấy một cái. Tôi bắt đầu hụt hơi. Tôi biết chuyện này sẽ đi đến đâu… *nhưng chúng tôi cần nói chuyện đã.* Anh tiến đến trước tôi trong bộ dạng quyến rũ của một con thú săn mồi.

"Tôi muốn em rồi, Anastasia. Ngay bây giờ. Và em cũng muốn tôi. Đó là lý do em ở đây."

"Em chỉ thật sự muốn biết câu trả lời," tôi lí nhí chống cự.

"Vậy giờ em sẽ làm gì, đến đây hay bỏ chạy?"

Tôi ngượng ngập khi anh dừng lại trước mặt tôi.

"Đến ạ," tôi đáp, nhìn anh bồn chồn.

"Ồ, tôi cũng mong thế lắm," anh cúi nhìn tôi, "em đã nổi đóa lên với tôi nhỉ". Anh thở.

"Vâng."

"Tôi không nhớ nổi có ai khác, ngoài gia đình, dám cáu với tôi. Tôi thích thế."

Anh rê những đầu ngón tay lên má tôi. *Ôi sao mà* sự gần gũi này, cái mùi hương Christian này. Chúng tôi dự kiến sẽ nói chuyện, nhưng trái tim tôi giờ không ngừng thúc giục, máu nóng tuôn trong người, khao khát tích tụ, rồi ào ra… khắp nơi. Christian cúi xuống, lướt mũi anh theo bờ vai tôi, lên tai, những ngón tay anh luồn trong tóc tôi.

"Chúng mình cần nói chuyện." Tôi thì thầm.

"Để sau."

"Em có nhiều điều muốn nói."

"Tôi cũng thế."

Anh hôn thật lâu trên vành tai tôi, những ngón tay luồn sâu trong tóc. Ngả đầu tôi ra sau, anh phô bày cổ tôi cho đôi môi của anh thưởng thức.

"Tôi muốn em." Anh nói trong tiếng thở.

Tôi rên lên, mềm nhũn và thở hổn hển trong tay anh.

"Em đang có tháng à?" Anh vừa hôn tôi vừa hỏi.

*Ôi!* Không có gì qua mắt anh được hay sao?

"Vâng." Tôi bối rối.

"Em có bị co thắt nhiều không?"

"Không ạ."

Tôi đỏ mặt. *Trời ạ…*

Anh dừng lại và nhìn xuống tôi.

"Em uống thuốc chưa?"

"Rồi ạ."

Xấu hổ chết mất!

"Vậy chúng ta đi tắm nhé."

*Gì cơ?*

Anh cầm tay tôi dẫn vào phòng ngủ. Một chiếc giường cỡ cực đại chễm chệ ở đó với bộ khăn phủ giường lộng lẫy. Nhưng chúng tôi không dừng lại. Anh kéo tôi bước sang phòng tắm, dạng phòng đôi, theo tông xanh biển và vàng chanh cực rộng. Căn phòng thứ hai có một bồn tắm chìm dưới đất, dẫn xuống bằng mấy bậc tam cấp, rộng đủ cho bốn người, nước đang đầy dần. Hơi nước tỏa mù mù trên mặt bọt nước. Cả bể tắm đều ốp đá. Nến đã thắp từ bao giờ. Chao ôi… anh đã làm tất cả những điều này trong khi nói chuyện điện thoại.

"Em có dây buộc tóc không?"

Tôi chớp mắt nhìn anh, đưa tay vào túi quần jeans và rút ra dây buộc tóc.

"Buộc tóc cao lên nào," anh nói.

Tôi làm theo.

Không khí bên bể tắm ấm và bức bối, chiếc áo của tôi bắt đầu ẩm ướt. Anh với sang tắt nước. Anh đứng sau lưng, đỡ tôi trở lại gian phòng tắm đầu tiên. Chúng tôi đứng đối diện với một tấm gương to bằng cả bức tường, phía sau bồn rửa mặt bằng kính.

"Để giày lại đây."

Tôi lập tức làm như anh bảo, bỏ chúng lại trên mặt sàn đá.

"Nhấc tay lên." Anh thở.

Tôi ngoan ngoãn tuân theo. Anh kéo áo ra khỏi đầu và giờ thì tôi bán khỏa thân, đứng trước mặt anh. Vẫn không rời mắt khỏi tôi, anh vòng tay ra trước, mở khuy rồi kéo khóa quần jeans cho tôi.

"Tôi sắp có em trong phòng tắm rồi, Anastasia."

Anh cúi xuống hôn lên cổ tôi. Tôi nghiêng đầu sang bên để anh dễ dàng hoạt động. Móc ngón cái vào lưng quần jeans của tôi, anh chầm chậm kéo quần xuống chân rồi đưa tay ra sau, giật cả quần jeans và quần lót tuột xuống.

"Bước ra khỏi quần jeans nào."

Vịn tay vào bồn rửa mặt, tôi làm như anh nói. Giờ thì tôi không một mảnh vải, tự đối diện với mình qua gương, anh đang quỳ xuống phía sau tôi. Anh hôn rồi cắn nhè nhẹ lên mông tôi, trong khi tôi thở hổn hển. Anh đứng lên, nhìn tôi lần nữa trong gương. Tôi chật vật cố đứng yên, cố lờ đi ham muốn đẩy bản năng đang tràn ngập trong cơ thể. Anh mở rộng bàn tay ve vuốt bụng tôi.

"Nhìn em này. Em đẹp biết chừng nào." Anh nói. "Xem em cảm thấy sao nhé."

Anh lồng hai bàn tay anh vào hai bàn tay của tôi, lòng tay anh nằm trên mu bàn tay tôi, những ngón tay chúng tôi đan vào nhau. Anh đặt tay tôi lên bụng tôi.

"Cảm nhận làn da mịn màng của em nhé."

Giọng anh trầm và mềm mại. Anh chầm chậm xoa tay thành vòng tròn, cao dần, cao dần lên ngực.

"Cảm nhận xem ngực em đầy đến mức nào nào."

Anh giữ cho bàn tay tôi đỡ lấy ngực của tôi. Ngón cái tay anh không ngừng lẩy liên tục vào đầu ngực.

Môi tôi hé mở, rên lên, lưng nẩy cong lên đẩy ngực đầy trọn vào lòng bàn tay. Anh xoay tròn núm vú tôi giữa ngón tay cái của hai chúng tôi, rồi kéo ra nhè nhẹ. Tôi phấn khích quan sát sinh vật phóng đãng đang quằn quại trước mặt mình. *Ôi, cảm giác này thật tuyệt vời.* Tôi rên lên, khép mắt lại, không màng đến người đàn bà đang khát khao dục tình trong gương đang vỡ ra từng mảnh dưới chính tay mình... trong tay anh... cảm nhận làn da mình như anh đã từng, cảm nhận những gì đang dấy lên – từ những đụng chạm của anh, những mệnh lệnh điềm đạm và dịu dàng của anh.

"Đúng rồi đấy, em yêu." Anh nói.

Anh dẫn tay tôi trở xuống cơ thể tôi, từ ngực xuống hông, qua lông mu. Anh đưa chân anh vào giữa hai chân tôi, đẩy chúng dạng ra trong tư thế mở rộng rồi lướt tay tôi xuống vùng kín, lần lượt từng tay một, đều đặn như có nhịp điệu. Quá khiêu khích. Tôi thật sự như con rối trong bàn tay điều khiển điệu nghệ của anh.

"Xem em rực rỡ thế nào, Anastasia." Anh thì thầm khi miết những nụ hôn và cắn nhè nhẹ dọc vai tôi.

Tôi rên lên. Bất thình lình, anh buông tôi ra.

"Tiếp đi." Anh ra lệnh rồi bước lui lại, quan sát tôi.

Tôi tự sờ soạng mình. *Không.* Tôi muốn anh làm thế cơ.

Không thể giống nhau được. Không có anh tôi biết làm gì. Anh cởi áo ra khỏi đầu rồi nhanh chóng tụt quần jeans xuống.

"Em muốn tôi làm thế à?"

"Vâng... anh." Tôi van xin trong hơi thở.

Anh vòng tay ôm lấy tôi rồi bàn tay anh lại lồng vào tay tôi lần nữa, tiếp tục mân mê vùng kín, qua âm vật. Lông ngực anh cọ vào tôi, sự cương cứng của anh chạm vào tôi. *Ôi, nhanh lên... xin anh.* Anh cắn vào gáy tôi, tôi nhắm mắt lại, thưởng thức vô số xúc cảm: cổ, bụng dưới... cảm nhận anh phía sau tôi. Anh bỗng dừng lại, rồi xoay người tôi lại. Một tay anh nắm lấy cả hai cổ tay tôi, giữ chặt phía sau lưng, tay còn lại, anh tóm lấy đuôi tóc tôi, giật ngửa mặt tôi lên. Tôi đỏ bừng mặt, anh cúi hôn tôi đắm đuối, khuất phục miệng tôi bằng miệng anh, giữ chặt lấy tôi.

Hơi thở anh dồn dập. Cũng như tôi.

"Em đến kỳ kinh bao giờ hả Anastasia?" Anh bất ngờ hỏi và nhìn tôi.

"... hôm qua." Tôi đáp trong tâm trạng đê mê.

"Giữ chắc lấy bồn." Anh ra lệnh rồi nắm lấy hông, quay người tôi lại, như trong phòng giải trí, để tôi cúi người thấp xuống.

Anh đưa tay vào giữa hai chân tôi, nắm lấy cọng chỉ xanh – *gì vậy?!* – từ từ rút chiếc tampon ra khỏi người tôi, ném vào thùng rác. *Trời!* Mấy chuyện kỳ cục này sao... Ôi. Rồi anh tiến vào tôi... Á!... chuyển động từ từ trước... rất nhẹ nhàng, thử thách tôi, vào sâu trong tôi... Ôi. Tôi bám chặt lấy bồn rửa mặt, thở hổn hển, đẩy lưng mình ra phía anh, cảm nhận anh trong tôi. Ôi, cơn thậm đau đê mê... tay anh giữ chặt hông tôi. Anh chuyển động theo một tiết điệu bạo liệt – vào, ra, anh chạm vào xung quanh, vào cả âm vật, xoa nhè nhẹ... Tôi cảm thấy mình cũng đang tăng nhịp điệu.

"Đúng rồi, em yêu." Anh rít lên như thể đang tra tấn tôi, đẩy hông đến và từng đó thôi là đủ để tôi bay, bay vút lên.

*Chao ôi...* thế là tôi đến, rền rĩ, bám chặt lấy sự sống bên bồn rửa mặt như thể đang lăn tròn xuống từ cực đỉnh khoái cảm, mọi thứ vừa quay cuồng vừa bám riết. Anh theo sau tôi, bấu lấy thân tôi thật chặt, đẩy sâu anh vào tôi từ phía sau rồi lên cực điểm, anh gọi tên tôi như tín đồ thì thầm tên thánh nữ.

*"Ôi, Ana!"*

Anh thở rất sâu bên tai tôi, hòa điệu nhịp nhàng với hơi thở của tôi.

"Ôi, em yêu, tôi làm thế nào để đủ với em đây?" Anh thì thầm.

Chúng tôi từ từ trượt xuống sàn, anh vòng tay ôm lấy tôi, ghì xiết tôi. Mọi chuyện bao giờ cũng thế này chứ? Quá rã rời, quá viên mãn, quá hoảng loạn và mê hoặc. Tôi đã muốn nói chuyện nhưng giờ thì mệt lả và choáng váng bởi cách yêu đương của anh cũng như trong giai điệu du dương liệu có thể nào đủ với *anh* đây.

Tôi cuộn lấy cánh tay anh, đầu ngả lên ngực anh và cả hai đều im lặng. Rất nhẹ, tôi nhận ra mùi Christian ngọt ngào, thoang thoảng. *Không được rúc mũi vào anh. Không được rúc mũi vào anh.* Tôi cứ phải lẩm nhẩm câu mật ngữ đó trong đầu bởi tôi vô cùng thèm được làm thế. Tôi muốn nhấc tay lên, mơn man những đầu ngón tay trên vùng lông ngực anh... nhưng tôi đành kiềm lòng, tôi biết anh không thích. Cả hai đều yên lặng, chìm trong suy nghĩ. Tôi chìm trong anh... chìm đến anh.

Rồi tôi nhớ ra mình đang trong kỳ kinh.

"Em đang có tháng." Tôi nói.

"Không làm tôi giảm hứng thú." Anh thở.

"Em biết."

Tôi không thể giữ giọng mình thật điềm nhiên như mong muốn.

Anh hỏi đầy sự quan tâm.

"Chuyện đó có làm em khó chịu không?" giọng anh thật mềm.

Anh lo lắng cho tôi ư? Có lẽ nên... nên như vậy nhỉ? Không, không phải thế. Tôi thu người lại, ngước nhìn lên anh, thấy anh đang quan sát tôi, đôi mắt phảng phất màu mây xám mong mỏng.

"Không, không hề gì ạ."

Anh nhếch mép.

"Tốt. Thế thì tắm nhé."

Anh gỡ tay tôi ra, đặt tôi nằm xuống sàn và đứng dậy. Khi anh làm thế, tôi lại bắt gặp những vết sẹo nhỏ, tròn tròn, trắng hơn màu da trên ngực anh. Không phải sẹo thuỷ đậu, tôi lơ đãng nghĩ. Bác Grace nói anh không bị nặng lắm. *Trời đất không lẽ...* đó là vết bỏng. Vì sao? Tôi chợt biến sắc khi nhận ra điều đó, nỗi choáng váng và khiếp đảm bủa vây. Đầu thuốc lá phải không? Mụ Robinson, mẹ ruột, hay ai khác? Ai làm chuyện đó với anh? Phải có một lời giải thích nào đó hợp lý chứ, tôi chỉ phản ứng thái quá thôi – hy vọng sực nhen nhóm, tôi mong mình tưởng tượng nhầm.

"Chuyện gì vậy?" Christian mở to mắt cảnh giác.

"Những vết sẹo của anh," tôi khẽ nói "không phải là thuỷ đậu."

Tôi nhận thấy trong tích tắc anh hơi nhìn xuống, thái độ anh lập tức biến đổi từ khoan khoái, điềm tĩnh, nhẹ nhõm sang bực bội, thậm chí, thù địch nữa. Anh cau mặt lại, vẻ mặt tối sầm, miệng mím thành một đường mỏng và sắc.

"Không, không phải thuỷ đậu." Giọng anh gay gắt, rồi không giải thích gì thêm.

Anh chìa tay ra cho tôi níu lấy, đứng lên.

"Đừng có nhìn tôi kiểu đó."

Giọng anh lạnh lùng và cáu bẳn khi đỡ tôi dậy.

Tôi ngượng ngùng, chỉ biết cúi mặt xuống, nhìn những ngón tay mình và tôi đã biết ai đó từng dí tàn thuốc lá vào người Christian. Thật kinh hoàng.

"Có phải bà ta làm thế không?" Trước khi kịp ngăn mình lại, câu hỏi đã buột khỏi miệng tôi.

Anh không trả lời, tôi bị khóa lại trong cái nhìn chằm chằm của anh.

"Bà ta? Bà Robinson ấy à? Bà ấy không phải là cầm thú, Anastasia. Tất nhiên bà ấy không làm thế. Tôi không hiểu sao em phải nhìn nhận bà ấy tàn ác thế."

Anh đứng đó, trần truồng một cách lộng lẫy… vậy là rốt cuộc chúng tôi cũng bắt đầu đối thoại. Cả tôi cũng không mảnh vải che thân — ở đây cũng không có chỗ nào để nấp, ngoại trừ bồn tắm. Tôi hít sâu, đi ngang qua mặt anh rồi từ từ bước xuống bồn tắm. Nước rất ấm, mơn man và sâu nữa. Tôi như tan trong làn bọt mịn, che thân giữa những bọt tắm bong bóng, ngước mắt nhìn anh.

"Em chỉ tự hỏi anh sẽ thành người thế nào nếu không gặp bà ta. Nếu bà ta không lôi kéo anh vào… hmm cách sống đó."

Anh thở dài, bước vào bồn, phía đối diện, miệng anh mím lại căng thẳng, đôi mắt lạnh tanh. Khi chầm chậm dìm người vào làn nước, anh cố ý không chạm vào tôi. *Hình như mình làm anh ấy nổi cơn thịnh nộ rồi?*

Anh tiếp tục nhìn tôi bằng đôi mắt sắc lạnh và không thốt nên một lời nào. Sự im lặng lại đặc quánh giữa hai chúng tôi nhưng tôi đã giành được quyền chủ động. Giờ tới lượt anh bị động, Grey à – tôi quyết không từ bỏ. Tôi lo lắng, cắn móng tay bồn chồn – chuyện này có thể dẫn đến một trong hai kết cục. Christian và tôi vẫn nhìn nhau, tôi đã quyết không đầu hàng. Cuối cùng, sau một khoảng thời gian dài như một thiên niên kỷ, anh lắc đầu và nhếch mép lên.

"Thì có lẽ tôi sẽ lớn lên như mẹ ruột của mình, nếu không có bà Robinson."

Ồ! Tôi chớp mắt nhìn anh. Nghiện ngập hoặc mại dâm à? Hay cả hai?

"Bà ấy yêu tôi theo cách mà tôi thấy... chấp nhận được." Anh thêm một cái nhún vai.

*Chuyện kỳ cục ấy là sao?*

"Chấp nhận được?" Tôi thì thầm.

"Ừ." Anh lặng lẽ nhìn tôi, "bà ấy đã mang tôi ra khỏi con đường hư hỏng mà tôi từng sa chân vào. Rất khó để trưởng thành trong một gia đình hoàn hảo khi chính mình không hoàn hảo."

*Ôi, không.* Miệng tôi khô khốc khi nghĩ về từng lời anh nói. Anh nhìn tôi, vẻ mặt vẫn không biến đổi. Anh chỉ nói từng ấy thôi. Thật khủng khiếp biết bao. Tôi choáng váng – anh vừa miễn cưỡng nói ra những điều ấy. Vậy là bà Robinson đã từng yêu anh. *Thật điên người...* giờ bà ấy còn yêu không? Tôi cảm thấy như có ai vừa thụi vào bụng mình.

"Bà ấy còn yêu anh không?"

"Tôi không nghĩ vậy, không hẳn thế," anh nhăn nhó như thể chưa bao giờ nghĩ đến điều ấy, "tôi phải nhắc lại với em rằng chuyện đó xa xưa lắm rồi. Đó là chuyện của quá khứ. Tôi không thể thay đổi quá khứ được, dù muốn chăng nữa, huống hồ tôi không hề muốn. Bà ấy là người đã cứu vớt tôi." Anh ngập ngừng, đưa bàn tay ướt lên vuốt tóc, "tôi chưa từng kể chuyện này với ai," anh dừng lại một chút "tất nhiên là ngoại trừ bác sĩ Flynn. Còn bây giờ, lý do duy nhất khiến tôi kể với em chuyện này là vì tôi muốn em tin tôi."

"Em vẫn luôn tin anh nhưng em cũng luôn muốn biết về anh rõ hơn nhưng cứ bao giờ em muốn nói chuyện với anh, anh lại làm em xao nhãng. Có rất nhiều chuyện em muốn biết."

"Ôi, xin lỗi Anastasia. Em muốn biết gì nào? Tôi phải làm gì cho em đây?"

Mắt anh sáng lên và dù anh không cao giọng, tôi vẫn nhận ra anh đang cố kiềm chế sự nóng giận.

Tôi liếc xuống mặt nước, tay gạt những bọt xà phòng vẫn không ngừng trào lên.

"Em chỉ đang cố hiểu; anh là cả một trời bí hiểm. Không giống bất kỳ ai em từng gặp. Em thấy mừng vì anh đã nói cho em nghe những điều em muốn biết."

Chà, có thể là vài ly Cosmopolitans làm tôi bạo dạn lên nhưng sự thật là bất thần tôi nhận ra mình không thể chịu nổi khoảng cách hiện hữu giữa hai chúng tôi. Tôi tiến đến chỗ anh, tựa vào anh để hai chúng tôi chạm được vào nhau. Anh căng thẳng, nhìn tôi như thể tôi sắp cắn anh đến nơi. *Hãy đổi vị trí.* Nữ thần nội tại im lặng quan sát anh.

"Xin anh, đừng nổi giận với em." Tôi thì thầm.

"Tôi không nổi giận với em, Anastasia. Tôi chỉ không quen với kiểu nói chuyện này, kiểu soi mói này. Tôi chỉ từng nói chuyện này với bác sĩ Flynn và với…" Anh khựng lại, cau mặt.

"Với bà ấy. Bà Robinson. Anh nói với bà ấy ư?" Tôi nóng mặt.

"Ừ."

"Về chuyện gì?"

Anh ngừng tắm, xoay qua nhìn tôi, khiến nước chao ra sàn một ít. Anh quàng tay qua vai tôi, gác cánh tay lên thành bồn.

"Em kiên trì nhỉ?" Anh nói, giọng thoáng chút khó chịu, "cuộc đời, vũ trụ – công việc. Anastasia, bà R và tôi đã cùng đi chung một đoạn đường. Chúng tôi có thể nói về mọi thứ."

"Về em?" Tôi thì thầm.

"Ừ." Đôi mắt xám nhìn tôi dò xét.

Tôi cắn môi dưới, cố kìm nén không cho cơn giận đang sôi sùng sục trong lòng bộc phát.

"Sao lại nói về em?" Tôi vẫn không thành công trong việc giữ cho giọng mình tự nhiên và lãnh đạm.

Tôi biết tôi nên ngừng hỏi. Tôi đang truy kích anh quá gắt gao. Trong tiềm thức của tôi một lần nữa lại hiện lên bức *Tiếng thét* của Munch.

"Tôi chưa từng gặp ai như em, Anastasia ạ."

"Em như thế nào? Nhắm mắt ký vào tờ giấy anh đưa mà không hỏi một câu?"

Anh lắc đầu.

"Tôi cần lời khuyên."

"Vậy là anh hỏi lời khuyên của quý bà Biến thái ấy?" Tôi nói giọng chua chát.

Khả năng kiềm chế của tôi tốt hơn tôi tưởng.

"Anastasia, thôi đi." Anh quát, mắt nheo lại.

Tôi đang trượt trên phiến băng mỏng và đâm đầu vào tử lộ.

"Không thì tôi sẽ đè em dưới đầu gối đấy. Tôi đã không quan hệ sâu sắc lẫn lãng mạn hay những gì kiểu đó với bà ấy. Bà ấy là một người bạn quý, đáng mến và là một đối tác trong công việc. Chỉ có vậy. Chúng tôi từng có quá khứ với nhau, cùng chia sẻ một vấn đề, mà nói chung, bây giờ chỉ tôi được lợi, còn nó phá huỷ cuộc hôn nhân của bà ấy – nhưng nói về quan hệ kiểu đó thì chúng tôi đã kết thúc rồi."

Tôi vẫn không hiểu lắm phần nào đó của câu chuyện này. Bà ấy cũng đã kết hôn. Vậy sao họ có thể duy trì mối quan hệ lâu đến vậy?

"Bố mẹ anh không bao giờ phát hiện ra?"

"Không." Giọng anh trầm trầm, "tôi nói với em rồi còn gì."

Tôi biết chứ. Tôi không thể hỏi anh về bà ấy thêm nữa, bởi anh sẽ lảng tránh.

"Em hỏi xong chưa?" Anh hỏi.

"Hôm nay thì xong rồi."

Anh hít một hơi thật sâu, như vừa trút đi một gánh nặng ngàn cân khỏi vai mình.

"Tốt, giờ đến lượt tôi." Ánh mắt anh đanh lại, dò xét, "em vẫn chưa trả lời e-mail của tôi."

Tôi đỏ mặt. Tôi ghét bị tra hỏi kiểu này, như thể anh đang trút hết cơn giận chất chứa trong lòng bấy lâu vào cuộc nói chuyện này. Tôi lắc đầu. Hoặc cũng có thể đây chính là những gì anh cảm thấy với những câu hỏi ban nãy của tôi; anh không quen bị thử thách. Suy nghĩ đó đột ngột gợi ra một lối thoát.

"Em đã định hồi âm. Nhưng giờ anh ở đây rồi."

"Em không muốn tôi đến?" Anh thở, vẻ mặt lại trở về trạng thái như ban nãy.

"Không, em vui mà." Tôi nói.

"Tốt" anh mỉm một nụ cười hài lòng, mãn nguyện "tôi cũng hài lòng vì đã đến đây, ngoại trừ vụ thẩm vấn ban nãy. Vậy là trong khi tôi chấp nhận để bị em tra hỏi, em nghĩ em có thể tuyên bố quyền miễn trừ vì tôi đã bay từng đó chặng đường để đến gặp em? Tôi không mua nó, cô Steele. Tôi muốn biết em nghĩ gì."

*Ôi không…*

"Em đã nói rồi mà. Em vui vì anh đã đến đây. Cảm ơn anh đã đi từng đó đoạn đường." Tôi rụt rè đáp.

"Không có gì đâu."

Mắt anh sáng lên, anh cúi xuống và hôn nhẹ lên tôi. Tôi thấy mình đang đáp lại nụ hôn ấy một cách rất bản năng. Nước vẫn ấm, căn phòng vẫn ngập hơi nước. Anh ngừng hôn và nhìn tôi.

"Không, tôi nghĩ tôi muốn có câu trả lời trước, rồi sau đó chúng ta sẽ cùng làm thêm điều gì đó."

*Thêm ư?* Lại từ ấy. Và anh ấy muốn câu trả lời… về chuyện gì? Tôi có quá khứ minh bạch mà, tôi đâu có thời thơ ấu đau thương. Có điều gì anh muốn biết về tôi mà chưa biết chăng?

Tôi thở dài vẻ cam chịu.

"Anh muốn biết gì?"

"Em cảm thấy thế nào về thỏa thuận tương lai của chúng ta, từ trình độ vỡ lòng?"

Tôi chớp mắt. Anh đang hỏi thật hay hăm dọa đây – tiềm thức và nữ thần nội tại lo lắng nhìn nhau. *Đằng nào cũng chết, hãy nói thẳng vậy.*

"Em không nghĩ em có thể làm thêm thời gian. Cả tuần bên một ai đó, em không thể."

Tôi đỏ mặt, mắt nhìn xuống bàn tay.

Anh đỡ cằm tôi lên, nhếch một nụ cười vui thích.

"Không, tôi cũng không nghĩ em có thể đâu."

Tôi cảm thấy phảng phất trong những lời nói ấy nửa có ý xem thường, nửa có ý thách thức.

"Anh cười em?"

"Ừ, nhưng theo hướng tốt." Anh đáp, nở một nụ cười nhẹ. Anh nghiêng người xuống hôn nhẹ lên tôi.

"Em không phải người phục tùng vĩ đại đâu." Anh nâng cằm tôi, mắt ánh lên sự hài hước.

Tôi nhìn lại anh, hơi giật mình rồi phá lên cười, anh cũng cười theo.

"Có lẽ vì em không có thầy giỏi."

Anh khịt mũi.

"Cũng có thể. Biết đâu tôi nên nghiêm khắc hơn với em."

Anh nghiêng đầu sang một bên và mỉm cười mê hồn.

Tôi nuốt khan. Xin đừng. Nhưng cũng chính ngay lúc đó, sâu bên trong tôi chợt co thắt. Đó là cách anh bày tỏ sự quan tâm. Có lẽ là cách duy nhất anh biết để bày tỏ sự quan tâm đến người khác – tôi chợt nhận ra điều đó. Anh nhìn tôi, cố suy đoán.

"Lần đầu tôi đánh em, chuyện đó tệ hại lắm à?"

Tôi ngước nhìn anh, chớp mắt. *Tệ hại lắm à?* Tôi nhớ lại cảm giác hoảng loạn khi ấy. Đau, nhưng không như tưởng tượng. Anh đã nói điều đó nhiều lần với tôi. Còn lần thứ hai… Chao ôi, nó cực kỳ… nóng bỏng.

"Không, không hẳn thế." Tôi thì thầm.

"Hãy nói cho tôi nghe em cảm thấy thế nào đi?" Anh thúc giục.

"Em chờ đợi nó. Nó mang đến sự hưng phấn, không thể ngờ."

"Tôi cũng nhớ đúng y cảm giác ấy. Phải mất một thời gian mới cố hiểu ra được điều đó."

*Trời!* Lúc đó anh chỉ là một đứa trẻ mà.

"Em có thể sử dụng từ an toàn, Anastasia. Nhớ nhé. Và chừng nào chúng ta còn làm theo các quy định đã để ra, để đảm bảo cho nhu cầu của tôi lẫn sự an toàn của em, thì khi đó, có thể, chúng ta sẽ tiến xa hơn một bước nữa."

"Vì sao anh phải kiểm soát em?"

"Vì nó làm tôi thoả mãn ham muốn mà những năm mới vào đời tôi không có được."

"Vậy đó là một kiểu trị liệu?"

"Tôi không nghĩ theo hướng đó nhưng ừm, có lẽ thế."

"Vẫn còn một chuyện nữa", lúc trước anh nói, "đừng thách thức tôi, sau đó anh lại nói anh thích được thách thức. Làm thế nào để vừa lòng anh."

Anh nhìn tôi một lúc rồi nhăn nhó.

"Tôi biết điều đó, nhưng đến giờ em vẫn làm rất tốt."

"Nhưng anh biết cái giá em phải trả không? Em bị trói bằng nút thắt ở đây này."

"Tôi thích làm vậy." Anh nhếch mép.

"Ý em không phải vậy." Tôi cao giọng.

Anh cúi xuống nhìn tôi, nhướng mày lên.

"Em vừa to tiếng với tôi đấy à?"

"Vâng." *Chết rồi... cái kiểu nhìn này.*

"Chà, cô Steele," anh tóm lấy tôi, kéo vào vòng tay, nước bắn lên tung tóe, "tôi nghĩ cuộc nói chuyện của chúng ta thế là đủ."

Hai bàn tay anh giữ chặt đầu tôi rồi anh cúi xuống hôn. Thật sâu. Lấp đầy miệng tôi. Đây là những gì anh thích và là những thứ anh luôn làm rất tuyệt. Bên trong tôi, mọi thứ bỗng khởi động, ngón tay tôi luồn vào tóc anh, giữ chặt lấy anh cho riêng tôi. Tôi hôn đáp lại, tôi cũng muốn anh, và đây là cách duy nhất tôi biết. Anh rên lên, kéo tôi vào người anh để tôi quỳ dạng chân sang hai bên trên người anh, sự cương cứng của anh nằm bên dưới tôi. Anh dừng lại một chút để nhìn ngắm tôi, đôi mắt anh chỉ còn đầy sự ham muốn nồng cháy. Tôi ghì hai tay vào thành bồn, nhưng anh tóm lấy cả hai cổ tay tôi, giữ chúng ra sau lưng chỉ bằng một bàn tay.

"Tôi sắp có em rồi," anh thì thầm và nâng tôi lên đặt tôi lơ lửng trên người anh, "sẵn sàng rồi chứ?" anh thở.

"Vâng." Tôi thì thầm.

Anh ấn sâu tôi vào anh, chầm chậm, chầm chậm… lấp đầy tôi…

Tôi rên lên, khép mắt lại, và tôi đắm đuối, đê mê, sự lấp đầy cứ đầy mãi. Anh lắc hông, tôi rên lên, đổ người về phía trước, chạm trán tôi vào trán anh.

"Bỏ tay em ra đi." Tôi thì thầm.

"Đừng chạm vào tôi." Anh cũng rên rỉ, thả cổ tay tôi ra, hai tay anh giữ chặt lấy hông tôi.

Bám lấy thành bồn, tôi chuyển động lên rồi xuống thật chậm, mắt mở to nhìn anh. Anh cũng nhìn tôi, miệng hé mở, hơi thở sâu và dồn dập – lưỡi anh nằm giữa hai hàm răng. Nhìn anh thật… nóng bỏng. Chúng tôi đều ướt nhẹp, đầy ham muốn và cùng nhau chuyển động. Tôi rướn lên hôn anh. Anh khép mắt lại. Tôi thận trọng đưa tay ôm lấy đầu anh, luồn những ngón tay vào tóc, môi vẫn không rời khỏi miệng anh. Chuyện này được phép mà. Anh thích thế. Tôi cũng vậy. Chúng tôi cùng chuyển động. Tôi tóm lấy tóc, giật đầu anh ngả ra sau, đẩy chiếc hôn vào sâu hơn nữa, cưỡi lên người anh, tăng tốc, thúc nhịp điệu dồn dập. Tôi nấc lên trong miệng anh. Anh bắt đầu nâng tôi lên nhanh hơn, nhanh hơn nữa… giữ chắc hông tôi. Hôn đáp lại tôi. Cả môi và lưỡi chúng tôi đều ướt đẫm, tóc bết lại và hông liên tục chuyển động. Tất cả cảm xúc… trào lên một lần nữa. Tôi khép lại… bắt đầu nhận thấy cái co xiết thắm thiết này… đang nhanh hơn. Và nước… nước văng tung toé quanh chúng tôi, tạo xoáy từ chính chúng tôi, cơn xoáy dữ dội khi chuyển động của chúng tôi mỗi lúc một mãnh liệt… nước văng khắp nơi như những gì đang diễn ra bên trong tôi… và tôi mặc kệ.

Tôi yêu người đàn ông này. Tôi yêu sự đam mê của anh, cả những hệ quả tôi gánh chịu từ anh. Tôi yêu anh khi đã bay từ rất xa đến để gặp tôi. Tôi yêu cách anh quan tâm đến tôi… anh quan tâm. Không thể tin nổi, quá tràn trề. Anh là của tôi và tôi là của anh.

"Đúng rồi, em yêu," anh thở dốc.

Vậy là cơn cực khoái xâm lấn tôi ở đỉnh điểm đam mê quay cuồng, xé tung tôi. Và bất thần Christian đẩy sâu tôi vào anh… tay anh đỡ quanh lưng tôi khi anh tự giải phóng mình.

"Ana, em yêu," anh rên lên, âm thanh hoang dại, lay động tận tâm can tôi.

CHÚNG TÔI NẰM NHÌN NHAU, đôi mắt xanh chìm trong cặp mắt xám trên chiếc giường cỡ siêu đại, tay ôm gối. Trần truồng. Không chạm vào nhau. Chỉ chiêm ngưỡng và thán phục, người chuỗi trong tấm ga trải giường.

"Em muốn ngủ chưa?" Christian hỏi, giọng anh mềm mại, đầy ân cần.

"Không. Em không mệt."

Tôi cảm thấy mình vẫn tràn trề năng lượng đến kỳ lạ. Giờ mà cùng nói chuyện thì tuyệt, nói mãi không dừng.

"Em muốn làm gì nào?" Anh hỏi.

"Em muốn mình nói chuyện."

Anh cười. "Nói chuyện gì?"

"Chuyện phiếm nhé."

"Về chuyện gì?"

"Về anh."

"Chuyện phiếm về tôi?"

"Anh thích bộ phim nào nhất?"

Anh nhoẻn cười. "Lúc này là *Dương cầm*."

Nụ cười của anh ấm áp, lan tỏa.

"À ra vậy. Em không biết. Nhạc phim buồn và cuốn hút đến thế mà, chắc anh biết chơi bài đó phải không? Chắc ngài cũng có khá nhiều thành tích, phải không thưa ngài Grey."

"Thành tích lớn nhất của tôi là cô, cô Steele."

"Vậy em là số mười bảy."

Anh cau mày tỏ ý chưa hiểu. "Mười bảy?"

"Số những cô gái anh đã… hmm quan hệ."

Môi anh khẽ cong, ánh mắt gợn lên vẻ hoài nghi. "Không chính xác thế."

"Anh nói là mười lăm mà." Tôi hoang mang.

"Đó là số người ở trong phòng giải trí. Tôi tưởng ý em hỏi thế. Em có hỏi tôi quan hệ với bao nhiêu người đâu."

*Chúa ơi… thế là còn nhiều hơn nữa… Bao nhiêu?* Tôi nhìn anh.

"Kiểu va-ni?"

"Không. Em là người duy nhất đấy." Anh lắc đầu, vẫn cười toe toét với tôi.

Sao anh lại thấy chuyện này đáng cười nhỉ? Mà tại sao mình cũng cười lại với anh như con ngốc thế này?

"Tôi không thể cho em biết con số cụ thể được. Tôi không đánh dấu trên cột giường hay ở đâu cả."

"Thế còn ước lượng – chục, trăm... ngàn?" Mắt tôi cứ dại đi vì tưởng tượng ra những con số khổng lồ.

"Chục thôi. Vì lòng trắc ẩn, chỉ khoảng chục thôi."

"Tất cả đều đóng vai phục tùng?"

"Ừ."

"Anh thôi cười với em như thế có được không." Tôi hơi cáu với anh, mặt vẫn làm bộ như không có gì.

"Không được. Nhìn em rất buồn cười."

"Buồn cười theo kiểu lố bịch hay kiểu phá lên cười ha hả?

"Mỗi thứ một chút, tôi nghĩ vậy." Anh nhại lại giọng tôi.

"Anh đào tạo mấy cô ả đó."

Anh chồm sang hôn lên chóp mũi tôi. "Chuyện này sốc đấy, Anastasia. Sẵn sàng chưa?"

Tôi gật đầu, mắt mở to, mặt vẫn nghệt ra cười ngớ ngẩn.

"Tất cả người phục tùng đều được đào tạo, song song với sự huấn luyện của tôi. Có nhiều nơi ở tại và quanh Seattle, người ta có thể đến và thực hành. Cũng như học điều mà tôi làm."

*Gì cơ?*

"Ồ."

Tôi chớp chớp mắt.

"Ừ, đó là kiểu quan hệ mua bán, Anastasia."

"Không có gì đáng để tự hào," tôi được dịp cao ngạo, "anh nói đúng... em thật sự choáng váng đấy. Thảo nào, em chẳng thể làm gì để anh bị sốc nổi."

"Em mặc đồ lót của tôi."

"Chuyện đó làm anh bị sốc ư?"

"Ừ."

Nữ thần nội tại thực sự bị bất ngờ.

"Cả chuyện em không mặc quần lót đi gặp bố mẹ tôi."

"Anh cũng sốc chuyện đó ư?"

"Ừ."

Hả, điều đó càng làm tôi thêm ngạc nhiên.

"Hình như em chỉ toàn làm anh bị sốc những chuyện liên quan đến đồ lót thôi."

"Em nói với tôi em là trinh nữ. Đó là cú sốc lớn nhất."

"Vâng, mặt anh lúc đó đã được ghi lại." Tôi rúc rích cười.

"Em để tôi quan hệ với em bằng roi da."

"Chuyện đó cũng làm anh sốc à?"

"Ừ."

Tôi cười tít mắt.

"Nếu vậy em có thể để anh làm vậy lần nữa."

"Chà, tôi cũng mong lắm, cô Steele. Cuối tuần này thì sao?"

"Được." Tôi đáp tỉnh queo.

"Được à?"

"Vâng. Em sẽ lại vào Căn Phòng Đỏ nữa."

"Em gọi tên tôi."

"Cả chuyện đó cũng làm anh sốc ư?"

"Tôi thích cái cách nó gây sốc cho tôi."

"Christian."

Anh nở nụ cười.

"Ngày mai tôi định làm gì đó." Mắt anh lấp lánh sự hào hứng.

"Sao cơ?"

"Một bất ngờ. Cho em." Giọng anh trầm và ấm.

Tôi nhướng mày và cố kiềm chế một cái ngáp.

"Tôi làm cô chán đến thế à, cô Steele?" Giọng anh mỉa mai.

"Không bao giờ."

Anh nghiêng người sang, hôn môi tôi dịu dàng.

"Ngủ nào." Anh ra lệnh rồi tắt đèn.

Trong khoảnh khắc tĩnh lặng khi vừa nhắm mắt lại, mệt lả và viên mãn, tôi cảm thấy như mình đang ở giữa tâm bão. Và bất chấp cả những gì anh vừa nói lẫn những gì anh chưa kể, tôi không lúc nào thấy mình hạnh phúc như giây phút này.

# Chương hai mươi tư

Christian đang đứng trước một cái lồng sắt. Anh mặc chiếc quần jeans mềm rách tả tơi, ngực và chân để trần gợi đầy ham muốn và quyến rũ . Anh đứng đó, ngắm nhìn tôi. Nụ cười của anh rạng rỡ với đôi mắt xám tan chảy. Tay anh cầm một đĩa dâu đỏ. Anh khoan thai tiến đến chiếc lồng, nhìn tôi thăm dò. Tay anh luồn qua những nan lồng, chìa đĩa dâu chín mọng ra.

"Ăn nào!" Anh nói.

Tôi cố với đến nhưng một lực vô hình nào đó đã trói cổ tay tôi, níu lại, giằng ra sau. *Để tôi đi.*

"Đến đây, ăn đi." Anh vừa nói vừa nở nụ cười mê hồn.

Tôi cố sức giằng ra… *để tôi đi.* Tôi muốn gào lên, thét thật to nhưng không thể phát ra một âm thanh nào. Anh đẩy đĩa dâu đến gần hơn chút nữa, quả dâu nằm ngay kề miệng tôi.

"Ăn đi, Anastasia." anh phát ra từng âm một thật gợi tình.

Tôi hé môi ra và cắn lấy, chiếc lồng biến mất, tay tôi được tự do. Tôi lao đến phía anh, ngón tay bấu vào ngực anh.

"Anastasia."

*Không.* Tôi rên rĩ.

"Yên nào, em yêu."

*Không. Em muốn chạm vào anh.*

"Tỉnh lại đã."

*Không. Xin anh.*

Tôi miễn cưỡng chớp chớp mở mắt. Tôi vẫn đang nằm trên giường và ai đó đang rù rì vào tai tôi.

"Dậy nào, em yêu." Anh thì thầm và hiệu quả của giọng nói ngọt ngào đó chẳng khác gì chiếc kẹo mềm đang chảy luồn trong huyết quản tôi.

Đó là Christian. Trời vẫn còn tối, những hình ảnh anh trong giấc mơ vẫn rõ mồn một, hoang mang và đầy khiêu khích.

"... không." Tôi rấm rứt.

Tôi muốn trở lại giấc mơ, để được chạm vào ngực anh. Sao anh đánh thức tôi? Mới khoảng nửa đêm. *Sao thế?* Anh có nhu cầu với tôi – ngay bây giờ?

"Đến giờ dậy rồi, em yêu. Tôi kéo rèm lên nhé". Giọng anh thì thầm.

"Không." Tôi kêu lên.

"Tôi muốn cùng em đuổi bình minh đi." Anh nói rồi hôn lên mặt, mi mắt, đầu mũi và miệng tôi, khiến tôi phải mở mắt ra.

Rèm cửa đã mở.

"Chào người đẹp."

Tôi rên rỉ, anh mỉm cười nói:

"Đây không phải là cô nàng bình minh rồi."

Trong ánh sáng bình minh, tôi mắt nhắm mắt mở nhìn thấy Christian đang cúi xuống bên tôi, mỉm cười. Thỏa mãn. Thoả mãn về tôi. Quần áo đã chỉnh tề! Màu đen.

"Em tưởng anh muốn em nữa." Tôi phụng phịu.

"Anastasia, lúc nào tôi cũng muốn em. Thật hạnh phúc khi biết rằng em cũng như vậy." Anh điềm nhiên nói.

Tôi chăm chăm nhìn anh khi đã quen với ánh sáng, trông anh vẫn có vẻ vui... ơn trời.

"Tất nhiên em muốn, nhưng không phải lúc trễ quá thế này."

"Không phải trễ, mà là sớm. Đi nào – ngồi dậy. Chúng ta sẽ ra ngoài. Chuyện quan hệ để sau nhé."

"Em vừa có một giấc mơ tuyệt vời." Tôi vẫn ấm ức.

"Mơ thấy gì?" Anh kiên nhẫn hỏi.

"Thấy anh." Tôi đỏ mặt.

"Thấy tôi làm gì?"

"Cố đút dâu cho em."

Một nụ cười phớt qua môi anh.

"Bác sĩ Flynn có thể có một cơ hội lớn khám phá giấc mơ của em đấy. Dậy nào – mặc quần áo vào. Khỏi tắm cũng được, chúng ta đi đã."

*Chúng ta!*

Tôi ngồi dậy, quấn tấm ga trải giường quanh eo, để lộ nửa thân trên. Anh đang đứng giữ cửa phòng cho tôi, mắt sẫm lại.

"Mấy giờ rồi, anh?"

"Năm rưỡi sáng."

"Em thấy như mới ba giờ."

"Không có nhiều thời gian đâu. Tôi đã để em ngủ đủ lâu rồi. Đi nào."

"Em tắm đã, được không?"

Anh thở dài. "Nếu em tắm, tôi lại muốn cùng em thêm lần nữa mất, chúng ta đều biết chuyện đó sẽ xảy ra mà – thời gian đang trôi đấy. Đi thôi."

Anh đang có vẻ phấn khởi. Như một cậu bé, đứng ngồi không yên với những dự định và niềm hân hoan. Chuyện đó làm tôi mỉm cười

"Anh đang làm gì thế?"

"Bí mật. Tôi đã nói với em rồi."

Tôi không nén nổi nụ cười với anh.

"Vâng."

Tôi ra khỏi giường và tìm quần áo. Tất nhiên, tất cả đều đã được xếp cẩn thận, để ngay trên ghế cạnh giường. Anh đã xếp sẵn cả một chiếc quần lót nữa – Ralph Lauren chứ đâu phải đùa. Tôi xỏ quần vào, anh cười rạng rỡ. Hmm, vậy là thêm một món đồ của Christian nữa – thêm một chiến lợi phẩm cho bộ sưu tập gồm chiếc xe Audi, điện thoại BlackBerry, chiếc Mac, áo khoác đen và bản đầu ấn phẩm quý giá. Tôi lắc đầu nghĩ đến sự hào phóng của anh rồi lại nhăn mặt y như một cảnh trong *Tess* vừa thoáng qua đầu: cảnh quả dâu. Nó khiến tôi nhớ đến giấc mơ. Còn tay bác sĩ Flynn-Freud và cơ hội lớn, sau đó thì ông ta thà chết còn hơn phải làm việc với ngài Christian.

"Xong rồi thì ra đây nhé." Christian sang phòng khách, còn tôi chạy vào nhà vệ sinh.

Tôi cần phải chăm sóc bản thân một chút và nhất là cần tắm sơ qua. Bảy phút sau, tôi có mặt ở phòng khách, sạch sẽ, gọn gàng mặc quần jeans, áo hai dây và quần lót của Christian Grey. Anh đang ngồi ăn sáng trước một bàn nhỏ, ngước lên nhìn tôi. Ăn sáng! Vào giờ này.

"Ăn nào." Anh nói.

*Lạy chúa… giấc mơ.* Tôi đứng nhìn anh liên tưởng đến chiếc lưỡi anh đang miết lấy vòm họng của tôi. *Hmm, chiếc lưỡi thành thạo.*

"Anastasia." Anh nghiêm giọng, lôi tôi ra khỏi sự tưởng tượng của mình.

Bữa sáng giờ này quá sớm với tôi. Phải làm sao đây?

"Em sẽ uống trà. Bánh ăn sau được không?"

Anh nhìn tôi cân nhắc, tôi mỉm cười cực kỳ duyên dáng.

"Đừng có bất tỉnh trong buổi diễu hành của tôi đấy."

"Em sẽ ăn khi nào bao tử thức dậy. Khoảng bảy rưỡi sáng… nhé?"

"Được."

Anh đáp, vẫn nhìn tôi chăm chăm.

Tôi khó nhọc hết sức để không nhăn mặt tỏ thái độ với anh.

"Em muốn trừng mắt với anh lắm."

"Xin mời, cứ tự nhiên, tôi rất vui lòng." Anh cao giọng.

Tôi ngó lên trần.

"Vâng, biết đâu một trận đòn sẽ làm em tỉnh lại." Tôi hé môi vẻ suy nghĩ mông lung.

Christian há hốc miệng.

"Mặt khác, em cũng không muốn bị nóng nực hay làm phiền; nhiệt độ ở đây đã đủ cao rồi." Tôi nhún vai ra vẻ đang nói một mình.

Christian ngậm miệng lại, cố tỏ vẻ không hài lòng nhưng thất bại thê thảm. Sự hài hước thấp thoáng nơi đáy mắt anh.

"Cô, vẫn như mọi khi, cô Steele à, thật khó bảo. Uống trà đi."

Tôi nhận ra nhãn trà Twinings và trong lòng thầm reo lên. *Coi kìa, có người thật biết chăm sóc*, Tiềm Thức nói với tôi. Tôi ngồi đối diện anh, uống luôn cả dung mạo của anh. Liệu đến bao giờ tôi đủ cho người đàn ông này?

KHI RA KHỎI PHÒNG, Christian đưa cho tôi một chiếc áo dài tay.

"Em sẽ cần đấy."

Tôi nhìn anh thắc mắc.

"Tin tôi đi."

Anh cười ngoác miệng, cúi xuống hôn lên môi tôi rồi nắm tay tôi cùng đi.

Bên ngoài, thời tiết khá mát mẻ trong ánh sáng mờ mờ của một buổi bình minh sớm. Người phục vụ đưa cho Christian chìa khóa của chiếc xe thể thao sáng bóng, mui trần. Tôi nhướng mày nhìn Christian còn anh đang nhìn tôi cười khoái trá.

"Em biết không, thỉnh thoảng rất tuyệt khi được là tôi." Anh nói kèm một nụ cười bí hiểm nhưng đầy tự hào mà tôi không cách nào sánh nổi.

Khi vui đùa và cởi mở, trông anh đáng yêu biết bao nhiêu. Anh mở cửa, cung tay mời tôi vào xe bằng một cử chỉ thật cường điệu. Tâm trạng anh đang rất vui vẻ.

"Mình đi đâu đây, anh?"

"Rồi em sẽ biết."

Anh bước vào sau tay lái, chiếc xe thẳng tiến ra Savannah Parkway. Anh mở máy định vị GPS rồi ấn vào một phím trên tay lái, giai điệu cổ điển tràn ngập khắp xe.

"Bài gì thế ạ?"

Tôi hỏi khi hàng trăm dây đàn violin đang run rẩy tạo nên những âm thanh quá đỗi mượt mà.

"Trong vở *La Traviata*. Nhạc kịch của Verdi."

Ôi, thật là… quá rung động.

"*La Traviata,* em có nghe đâu đó rồi. Nhưng không thể nhớ nổi ở đâu. Nó có nghĩa là gì nhỉ?"

Christian liếc sang tôi, nhếch mép cười.

"Nghĩa đen là 'người đàn bà sa ngã'. Dựa theo một tác phẩm của Alexandre Dumas, *Trà Hoa nữ.*"

"A, em đọc cuốn đó rồi."

"Tôi cũng nghĩ em đọc rồi."

"Một cô gái làng chơi bất hạnh."

Tôi trở người trên chiếc ghế da êm ái. *Anh ấy đang muốn nói với mình điều gì chăng?*

"Hmm, một câu chuyện thật buồn." Tôi nói.

"Buồn quá ư? Em có muốn chọn nhạc không? Nhạc trong iPod đấy."

Christian lại nở một nụ cười bí hiểm.

Tôi không nhìn thấy iPod của anh đâu cả. Anh gõ vào màn hình bảng điều khiển giữa hai chúng tôi rồi liếc nhìn xuống – ở đó hiện một danh mục bài hát.

"Em chọn đi."

Môi anh thoảng nở nụ cười và tôi biết đó là vẻ như một sự thách đố.

Ipod của Christian rất thú vị. Tôi chạm ngón tay vào màn hình, cuộn danh mục lên để xem và tìm được một bài ưng ý. Tôi nhấn "play". Không thể đoán nổi anh cũng là fan của Britney. Tiết tấu club-mix và techno xâm chiếm lấy cả hai chúng tôi, Christian đưa tay vặn nhỏ âm lượng. Có lẽ còn quá sớm để làm thế: giọng Britney đang đến đoạn gợi cảm nhất mà.

*"Độc hại ư?"*

Christian cười.

"Em không hiểu ý anh." Tôi giả nai.

Anh vặn nhỏ âm lượng hơn nữa, tôi đang tự mình thầm ăn mừng chiến thắng. Nữ thần nội tại đang đứng trên bục chờ nhận huy chương vàng. Anh lại vặn nhỏ âm lượng. Chiến thắng!

"Không phải tôi tải bài đó đâu," Anh nói, một chân đặt ra sau, kéo ghế lùi vào lòng xe khi chiếc xe tiến ra đường cao tốc.

*Gì chứ?* Anh ta biết anh ta đang làm gì, cà chớn thật. *Vậy thì ai đã làm chuyện đó?* Đã vậy, tôi phải nghe Britney hoài hoài luôn mới được. *Ai... ai làm?*

Bài hát kết thúc, iPod nhảy sang giọng Damien Rice rền rĩ. *Ai? Ai?* Tôi nhìn trừng trừng ra cửa xe, bụng sôi lên. *Ai chứ?*

"Là Leila." Anh trả lời câu tôi không hề hỏi.

*Sao anh ta có thể biết được nhỉ?*

"Leila?"

"Một người cũ, cô ấy tải bài này xuống iPod."

Damien vẫn đang léo nhéo trong khi tôi như ngồi trên đống lửa. Người cũ... người phục tùng cũ? Cố nhân ư?

"Một trong mười lăm người à?" Tôi hỏi

"Ừ."

"Đã xảy ra chuyện gì với cô ấy?"

"Chúng tôi kết thúc rồi."

"Tại sao?"

Hừm. Quá sớm để nói đến những chuyện này. Nhưng hơn bao giờ hết, trông anh đang có vẻ rất thoải mái, thậm chí, hạnh phúc nữa, chưa hết, sẵn sàng tiếp chuyện.

"Cô ấy muốn nhiều hơn thế."

Anh thấp giọng, có vẻ tự sự, rồi anh bỏ câu ấy treo lơ lửng giữa chúng tôi, kết thúc nó bằng đúng câu ngắn gọn mà đầy quyền lực ấy.

"Rồi anh không đồng ý?"

Tôi hỏi trước khi bộ lọc ở não kịp tác động lên miệng. Chết thật, mình có muốn biết chuyện này không chứ?

Anh lắc đầu.

"Tôi chưa bao giờ muốn kéo dài, cho đến lúc gặp em."

Tôi thở dốc, quay cuồng. Không phải đó cũng là điều tôi muốn sao? Anh ấy muốn nhiều hơn. *Anh ấy cũng muốn điều đó.* Nữ thần nội tại vừa nhảy lộn vòng ra khỏi bục nhận giải và phóng lên xe ngựa chạy vòng quanh sân vận động. Không phải tôi.

"Còn mười bốn người kia, chuyện gì xảy ra với họ?" Tôi hỏi.

*A ha, anh ấy chịu tâm sự – tiến bộ rồi nha!*

"Em muốn một danh sách à? Ly hôn, xử trảm, chết?"

"Anh đâu phải Henry VIII[1]."

"Để xem, ngẫu nhiên là đến giờ, tôi chỉ còn giữ mối quan hệ với bốn người, chưa tính Elena."

"Elena là ai?"

"Bà Robinson của em đấy."

Anh nhếch miệng một nụ cười kiểu-chỉ-có-mình-tôi-hiểu.

Elena! Mẹ ơi! Mụ phù thủy cũng có tên mà lại là một cái tên như tên nước ngoài mới khiếp chứ. Trong đầu tôi hiện ra hình ảnh một mụ già lẳng lơ, lố lăng, da nhợt nhạt, đầu tóc tổ quạ, môi đỏ chót và tôi hiểu rằng bà ấy đẹp. *Không được để ý. Không được để ý.*

"Chuyện với bốn người kia thì thế nào?" Tôi hỏi để tự làm mình xao nhãng.

"Rất tò mò, luôn hăm hở với thông tin, cô Steele." Anh vui vẻ gắt lên.

"Ồ vâng, thưa Quý Ngài Bao Giờ Cô Hết Kỳ Kinh?"

"Anastasia – một người đàn ông nên biết những chuyện đó."

"Thế sao?"

"Tất nhiên?"

"Để làm gì?"

"Vì tôi không muốn em có thai."

---

1. Henry VIII (1491-1547) là vua thứ hai thuộc Nhà Tudor, nước Anh, có cả thảy sáu cuộc hôn nhân.

"Em cũng thế mà! Ít nhất là trong vài năm nữa."

Anh chớp mắt, thoáng giật mình rồi lại trở về dáng vẻ thoải mái thấy rõ. Vậy đó. Christian không muốn có con. Bây giờ hay là không bao giờ? Tôi liêu xiêu bởi cuộc phản công mang tên cởi mở của anh, bất ngờ và chưa từng có tiền lệ. Có thể tại đang là sáng sớm? Hay có gì đó trong nước của Georgia? Trong không khí? Tôi còn muốn biết thêm gì nữa không ta? Thôi kệ đi.

"Thế rồi với bốn người ấy, chuyện thế nào?"

"Một người gặp người khác. Ba người kia thì muốn – nhiều hơn. Tôi lại chấp thuận chuyện đó."

"Vậy còn những người khác nữa?" Tôi nhấn mạnh.

Anh hơi liếc nhìn tôi rồi lắc đầu.

"Không đến nơi đến chốn."

Chà, cả một đống thông tin. Tôi liếc nhìn kính xe và nhận ra bầu trời đang sáng dần màu hồng pha xanh biển. Bình minh đang đuổi theo chúng tôi.

"Chúng ta đi đâu thế?"

Tôi hỏi, bối rối nhận ra Đường Liên bang 95. Chúng tôi đang tiến xuống phía Nam. Đó là tất cả những gì tôi biết.

"Ra bãi đáp máy bay."

"Mình chưa về Seattle đấy chứ?" Tôi giật mình cảnh giác.

Tôi đã chào mẹ đâu. À mà mẹ còn đang đợi chúng tôi sẽ đến ăn tối nay nữa cơ mà.

Anh bật cười.

"Không, Anastasia, chúng ta sẽ tìm hiểu tình yêu thứ hai của tôi."

"Thứ hai?" Tôi cau mày.

"Ừ, sáng nay tôi sẽ cho em biết thú tiêu khiển của tôi."

Tôi cố lục lọi bộ não, nhăn nhó, săm soi lại lý lịch sáng chói của anh.

"Là cô, cô Steele. Cô đứng đầu danh của tôi. Nếu có thể mang cô vào được."

*Ô.*

"Quả là cao cấp so với danh mục giải trí của em, thứ tự ưu tiên cũng kỳ lạ nữa." Tôi đỏ mặt lí nhí.

"Rất vui được nghe điều đó." Anh đáp tỉnh khô.

"Vậy là đến bãi đáp máy bay?"

Anh cười toe toét.

"Bay vút."

Từ ấy làm rẻ lên một tiếng chuông ầm ĩ. Anh từng nhắc đến chuyện này rồi.

"Chúng ta sẽ đuổi theo bình minh, Anastasia."

Anh quay sang nhìn tôi cười hết cỡ, trong lúc đó, máy định vị GPS đang báo rẽ phải vào một chỗ nhìn như kiểu khu công nghiệp phức hợp. Anh dừng trước một tòa nhà đồ sộ sơn trắng, để bảng HIỆP HỘI BAY LƯỢN BRUNSWICK.

*Tàu lượn! Chúng tôi sắp đi tàu lượn à?*

Anh tắt máy xe.

"Em sẵn sàng cho chuyện này chưa?" Anh hỏi.

"Anh sẽ bay à?"

"Đúng thế."

"Vâng, sẵn sàng."

Tôi đáp không chút do dự. Anh cười rộng, cúi hôn tôi.

"Lại một lần đầu tiên nữa, cô Steele." Anh vừa nói vừa bước khỏi xe.

Lần đầu? Lần đầu gì? Lần đầu đi tàu lượn… á! Mà không– anh ấy nói anh ấy từng chơi rồi mà. Tôi thở phào. Anh bước vòng qua xe, mở cửa. Bầu trời le lói màu ngọc opal, ánh sáng loang lổ và nhấp nhánh sau vài đám mây lác đác tinh nghịch. Bình minh đã đến trên đầu chúng tôi rồi.

Christian nắm tay tôi vòng ra sau tòa nhà đến một bãi rộng trải đá dăm, vài chiếc máy bay đang đậu ở đó. Một người đàn ông đầu húi cao, ánh mắt ngang tàng đang đứng cùng Taylor.

*Taylor!* Christian có đi đâu mà không có anh ta đi cùng không nhỉ? Thấy tôi nhìn, anh mỉm cười hiền lành đáp lại.

"Ngài Grey, đây là phi công sẽ lái máy bay kéo, anh Mark Benson." Taylor giới thiệu.

Christian và Benson bắt tay rồi trao đổi với nhau về những thông tin kỹ thuật liên quan đến sức gió, hướng gió và những thứ đại loại thế.

"Chào anh Taylor." Tôi ngượng ngập.

"Chào cô Steele." Anh ta gật đầu còn tôi thì nhăn mặt. "Ana." Anh ta vội chữa lại. "Ngài ấy chật vật xoay xở suốt mấy ngày vừa rồi. May mà cuối cùng chúng tôi cũng đến được đây." Anh nói úp mở.

*Ồ, lại tin mới. Sao thế nhỉ? Chắc chắn không phải vì mình!* Ngày thứ Năm bật mí! Chắc chắn nước nôi ở Savannah có cái gì đó khiến mấy ông này bỗng trở nên cởi mở khác thường.

"Anastasia." Christian gọi tôi. "Đến đây." Anh chìa tay ra.

"Gặp lại anh sau nhé." Tôi mỉm cười với Taylor và vội vàng tạm biệt; anh quay trở lại bãi đỗ.

"Anh Benson, đây là bạn gái tôi, Anastasia Steele."

"Rất vui được biết anh." Tôi chào khi bắt tay Benson.

Benson cười rất tươi đáp lại.

"Tôi cũng thế."

Qua ngữ điệu, tôi dám nói Benson nhất định là người Anh.

Khi tôi nắm tay Christian, một nỗi náo nức cứ cuồn cuộn trong bụng dưới. *Chao ôi... bay lượn.* Chúng tôi đi theo Mark Benson băng qua khoảng đất trải đá, tiến vào đường băng. Anh và Christian vẫn không ngừng bàn bạc. Tôi hiểu được sơ sơ vài ý chính. Chúng tôi sẽ bay bằng Blanik L-23, loại này có vẻ vượt trội so với L-13, dù thực tế, tranh luận về điều này vẫn còn chưa ngã ngũ. Benson sẽ lái một chiếc Piper Pawnee. Anh đã lái máy bay kéo tàu lượn được năm năm rồi. Điều đó chẳng có nghĩa lý gì với tôi nhưng liếc lên nhìn Christian, tôi thấy anh hoạt bát hẳn, thật tuyệt vời khi được thấy anh ở đúng nơi dành cho mình.

Tàu lượn rất dài và bóng loáng, chạy những sọc trắng và cam. Tàu có một khoang lái nhỏ hai chỗ ngồi, trước và sau. Từ khoang lái có một sợi cáp trắng và dài, móc vào chiếc máy bay một cánh quạt hình dạng khá cổ điển. Benson mở nắp cabin rộng và thoáng, bọc bên ngoài khoang lái để chúng tôi trèo vào tàu.

"Trước hết cần phải mang dù đã."

*Dù!*

"Để tôi làm cho." Christian cắt ngang, đưa tay đón lấy bộ đai từ Benson và mỉm cười thân thiện.

"Vậy tôi sẽ đi chuẩn bị đồ dẫn." Benson nói và quay sang chỗ máy bay.

"Anh thích trói em vào những thứ này." Tôi đứng quan sát.

"Cô Steele, cô không biết đâu. Đây, bước vào đai này."

Tôi làm như anh bảo, vịn một tay lên vai anh. Christian hơi rùng mình nhưng không bước lui. Khi tôi đã bước hai chân vào vòng đai, anh kéo dù lên và luồn dây đai qua tay, để lên vai tôi. Anh khéo léo xiết đây đai lại và chốt hết các nút khóa.

"Đấy, xong rồi." Anh nói dịu dàng nhưng đôi mắt ranh mãnh. "Em có mang dây buộc tóc hôm qua không?"

Tôi gật.

"Anh muốn em buộc tóc lên à?"

"Ừ."

Tôi nhanh chóng cột gọn tóc lại.

"Được rồi, đi thôi." Christian cao giọng

Anh ta lúc nào cũng độc đoán. Tôi trèo lên ghế sau.

"Không, lên ghế trước. Ghế sau của phi công."

"Nhưng thế thì anh đâu còn thấy gì nữa?"

"Tôi thấy rất rõ." Anh cười toe toét.

Tôi không bao giờ nghĩ có lúc trông anh hạnh phúc đến thế - vẫn độc đoán, nhưng hạnh phúc. Tôi trèo vào, ngồi xuống chiếc ghế bọc da. Thoải mái ngoài sức tưởng tượng. Christian cúi xuống nắm lấy dây vai, kéo bộ đai lên, anh bắt lấy sợi dây giữa hai chân tôi, luồn vào chốt khóa eo của bộ đai. Anh xiết tất cả các chốt khóa lại.

"Hmm lần thứ hai trong buổi sáng nay, tôi là người may mắn." Anh thì thầm rồi hôn phớt lên tôi. "Không lâu đâu, chỉ hai mươi, ba mươi phút là cùng. Trong buổi sáng thế này, khí nóng không dễ chịu chút nào nhưng quang cảnh sẽ rất ngoạn mục khi ở trên kia vào giờ này. Hy vọng em không bị căng thẳng."

"Rất phấn khích." Tôi hấp háy mắt.

Ở đâu ra cái mặt cười tít vậy không biết? Trong thâm tâm, tôi đang sợ mà. Nữ thần nội tại – cô nàng đang nằm trên sofa trùm chăn kín mít kia kìa.

"Tốt." Anh cười đáp lại, khều nhẹ mặt tôi rồi biến mất khỏi tầm nhìn.

Tôi chỉ còn nghe và cảm thấy những hoạt động của anh phía sau mình khi anh trèo vào chỗ. Tất nhiên anh buộc tôi cứng ngắc ở đây để tôi khỏi quay ra sau nhìn anh… kiểu thế!

Chúng tôi đang ngồi khá thấp so với mặt đất. Trước mặt tôi là một bảng các đồng hồ, các cần điều khiển và một cần gạt lớn. Tôi gạt tất cả khỏi đầu.

Mark Benson xuất hiện với một nụ cười hăm hở, kiểm tra bộ đai của tôi rồi cúi xuống kiểm tra sàn khoang lái. Tôi nghĩ là kiểm tra độ dằn.

"Tốt, an toàn rồi. Lần đầu phải không?" Anh hỏi tôi.

"Vâng."

"Đảm bảo cô sẽ thích."

"Cảm ơn anh Benson."

"Gọi tôi là Mark được rồi." Anh quay sang Christian. "Ổn chứ?"

"Tất nhiên. Đi nào."

Tôi mừng là mình chưa ăn gì. Không phải phấn khởi mà là quá phấn khởi, tôi không tin bao tử mình chứa nổi cả thức ăn lẫn niềm phấn khởi này mà rời mặt đất. Lại một lần nữa, tôi phó thác mình vào bàn tay sành sỏi của người đàn ông điển trai này. Mark sập nắp khoang tàu lượn lại, trườn người trèo vào máy bay kéo đang đậu phía trước.

Cánh quạt duy nhất của chiếc Piper bắt đầu khởi động, bao tử tôi căng thẳng đã trèo lên đến cổ họng. *Ối mẹ ơi... mình thật sự đang làm chuyện đó.* Mark cho máy bay lăn bánh từ từ ra đường băng và khi sợ cáp bị căng hết mức, chúng tôi đột ngột bị giật theo quán tính ra trước. Rồi dừng lại. Tôi nghe tiếng nói qua bộ đàm phía sau mình. Tôi đoán là Mark đang nói chuyện với trạm không lưu – nhưng không thể nghe được một lời nào. Khi Piper tăng tốc, chúng tôi cũng lao vút đi. Trong khoang cực xóc và trước mặt chúng tôi, chiếc máy bay một cánh quạt vẫn còn trên mặt đất. Oái, liệu có bay lên được không đấy? Bất thần dạ dày tôi rơi tuột khỏi cổ họng, lộn nháo nhào trong khắp cơ thể cũng đang bị bốc lên khỏi mặt đất – chúng tôi đang ở giữa không trung.

"Bay lên rồi, em yêu." Christian gào lên phía sau tai tôi.

Chúng tôi đang ở trong chính khoang của mình, chỉ hai người. Tất cả những gì tôi nghe được chỉ còn là tiếng gió phần phật và tiếng động cơ của Piper ù ù xa xa.

Tôi bám chặt lấy thành ghế bằng cả hai tay, chặt đến nỗi những ngón tay trắng bệch ra. Chúng tôi đang bay về hướng Tây, vào đất liền, xa dần mặt trời đang lộ diện, tăng độ cao, lao vút khỏi những thảo nguyên, những cánh rừng, những nhà cửa và cả Đường Liên bang 95 nữa.

*Ốiiiiii.* Kinh ngạc quá, phía trên chúng tôi chỉ có bầu trời. Ánh sáng khuếch tán, khác thường và ấm áp, tôi sực nhớ cách José nói về "khoảnh khắc kỳ diệu", là khoảng trong ngày mà mọi nhiếp ảnh gia đều say mê – chính là đây… vừa tàn bình minh, và tôi đang ở giữa khoảnh khắc ấy, cùng với Christian.

Bất chợt, tôi nhớ đến buổi trưng bày của José. Hmm. Phải nói chuyện với Christian. Tôi thoáng nghĩ đến phản ứng của anh. Nhưng tôi không thấy lo lắng lắm, không phải bây giờ – tôi đang hưởng thụ chuyến phiêu lưu của mình. Tai tôi ù đặc vì độ cao, mặt đất cứ trôi tuột đi mỗi lúc mỗi xa. Thật thanh bình biết bao. Tôi hoàn toàn hiểu vì sao anh thích ở trên cao này. Xa khỏi chiếc BlackBerry và giũ bỏ tất cả mọi áp lực công việc.

Chỉ có chiếc bộ đàm kết nối chúng tôi với cuộc sống và Mark đang nói gì đó về độ cao chín trăm mét. Cha, cao thật. Tôi cúi nhìn xuống và không còn thấy cái gì ra cái gì rõ ràng nữa.

"Thả ra." Christian nói vào bộ đàm.

Bất thần, chiếc Piper biến mất và lực kéo của chiếc máy bay nhỏ cũng không còn. Chúng tôi bỗng trôi, trôi tuột phía trên Georgia.

*Trời đất ơi – kích động quá.* Chiếc tàu lượn chao nghiêng và đổi hướng khi tàu bay dốc xuống, còn chúng tôi rơi xoay tròn dưới mặt trời. *Icarus. Chính là thế này đây.* Tôi đang bay rất gần mặt trời nhưng có anh bên cạnh, đi cùng tôi. Tôi thở thật sâu khi nhận ra điều đó. Chúng tôi cùng xoay tròn rồi xoay tròn, cảnh trí dưới ánh sáng bình minh thật ngoạn mục.

"Giữ chặt."

Anh hét to, rồi chúng tôi bỗng lao chúi xuống lần nữa – lần này, anh không cho tàu dừng lại. Bất thần, tôi bị lộn ngược, nhìn thấy mặt đất qua tấm kính chụp trên đầu khoang lái.

Tôi thét lên, hai tay tự nhiên giơ ra chới với, bàn tay túm lấy mặt kính perspex để ngăn mình đừng rơi. Tôi nghe tiếng anh cười ha hả. *Cà chớn!* Nhưng niềm vui của anh đúng là dễ lây, tôi cũng bật cười theo, anh đang điều khiển chiếc tàu lượn.

"Em mừng vì đã không ăn sáng." Tôi hét lên.

"Ừ, rút kinh nghiệm, không ăn là tốt với em vì tôi sắp cho rơi lần nữa đây."

Anh nghiêng tàu lượn lần nữa cho đến khi chúng tôi lộn ngược đầu trở lại. Lần này, bởi đã chuẩn bị nên tôi cứ bám chặt lấy bộ đai, ngoác miệng ra cười khinh khích đúng kiểu nhà quê. Anh giữ tàu lượn tiếp tục bay là là lần nữa.

"Đẹp chứ?" Anh hỏi.

"Vâng."

Chúng tôi bay, xé toạc không khí, lắng nghe tiếng gió rít và sự tĩnh lặng trong ánh sáng của ngày mới. Ai còn muốn gì hơn nữa nào?

"Thấy cần điều khiển phía trước không?" Anh hỏi.

Tôi nhìn thấy chiếc cần nằm gần giữa hai chân mình. *Ôi không*, anh định đi đâu với nó?

"Giữa chặt lấy."

*Chết thật.* Anh ấy sắp bắt mình lái cái tàu này. *Không đâu!*

"Làm đi, Anastasia. Bắt lấy." Anh hối riết.

Tôi thận trọng chạm tay vào cần và nhận thấy độ trì cũng như sự chệch choạc của cái tôi cầm trong tay chính là bánh lái, là mái chèo hay bất cứ tên gọi gì gì đó, đang giữ cho cái tàu này bay giữa không trung.

"Nắm chặt lấy… giữ cho vững. Thấy cái đồng hồ ở giữa phía trước kia không? Giữ cho kim đồng hồ cố định ngay giữa."

Tim tôi sắp ngừng đập rồi. *Trời cao đất dày ơi!* Tôi đang lái một cái tàu lượn… Tôi đang bay.

"Cô gái xuất sắc." Chistian tán thưởng.

"Em ngạc nhiên là anh để em điều khiển." Tôi la lên.

"Cô nên ngạc nhiên về những gì tôi để cô làm, cô Steele. Giờ trả lại cho tôi nào."

Tôi cảm thấy cần điều khiển bỗng chuyển động, tôi buông ra và chúng tôi cứ xoay tròn rơi xuống thêm vài feet nữa, tai tôi lại ù đi. Mặt đất đang gần lại. Tôi cảm thấy chỉ một chớp mắt nữa chúng tôi sắp rơi xuống đấy. Oái, sợ quá.

"BMA, đây là BG N Papa Three Alpha, đáp cánh phải đường băng số bảy xuống cỏ, BMA."

Giọng Christian vẫn tự chủ như bình thường. Trạm điều khiển ríu rít đáp lại gì đó qua bộ đàm, nhưng tôi chẳng hiểu họ đang nói gì. Chúng tôi lại lượn một vòng tròn rộng rồi mới đáp xuống từ từ. Tôi đã có thể nhận ra sân bay, đường băng và giờ đang bay là là trên Đường Liên bang 95.

"Giữ chắc, em yêu. Xóc đấy."

Sau đường lượn cuối cùng, chúng tôi chao cánh và bất thần đáp xuống mặt đất sau một cú đập mạnh và trượt đà trên cỏ - *oái*. Hai hàm răng tôi va vào nhau lập cập khi chúng tôi đáp xuống với tốc độ báo động dọc theo bãi cỏ, chậm dần rồi dừng hẳn. Tàu lượn chao một cái rồi đổ về bên phải. Tôi thở một hơi ngập phổi trong khi Christian đang cúi xuống mở nắp khoang lái, trèo ra rồi mở rộng nắp.

"Thế nào?" Anh hỏi, mắt lấp lánh, ngời sáng những xám bạc.

Anh chồm vào gỡ dây cho tôi.

"Quá ngoạn mục. Cảm ơn anh." Tôi thì thầm.

"Hơn thế chứ?" Giọng anh tràn trề hy vọng.

"Hơn rất nhiều." Tôi thở, còn anh cười toe.

"Ra nào."

Anh chìa tay cho tôi, tôi tựa vào và trèo ra khỏi khoang.

Khi chân tôi vừa chạm đất, anh bắt lấy tôi, kéo vào sát người anh khiến tôi đỏ mặt. Bỗng dưng tay anh luồn vào tóc tôi, ngửa đầu tôi ra sau, bàn tay còn lại đỡ sau gáy. Anh hôn tôi, thật lâu, thật mạnh và nồng nàn, lưỡi anh đẩy sâu vào miệng tôi. Hơi thở anh rít lên, nồng nàn... *Trời ạ* - sự cương cứng... chúng tôi đang ở giữa bãi đất trống mà. Tôi thèm muốn anh ở đây, bây giờ, ngay tại bãi đất này. Anh dừng lại, nhìn xuống tôi, mắt anh thẩm lại, ngời lên trong ánh sáng của ngày tinh khôi, tràn trề nhục cảm mãnh liệt và hoang sơ. Chao ôi. Anh làm tôi ngừng thở mất.

"Ăn sáng nào." Anh thì thầm, nghe như một tiếng gọi mời ngon lành.

Sao anh có thể làm cho thịt muối và trứng nghe như quả cấm được nhỉ? Đây hẳn là một tuyệt kỹ. Anh quay lại, bắt lấy tay tôi rồi chúng tôi cùng đi ra xe.

"Thế còn tàu lượn?"

"Sẽ có người thu xếp." Anh nói điềm nhiên. "Chúng ta đi ăn thôi." Giọng điệu rất rạch ròi.

*Thức ăn!* Anh đang nói về thực phẩm trong khi những gì tôi thật sự thèm muốn chính là anh.

"Đi nào." Anh mỉm cười.

Tôi chưa bao giờ thấy anh như thế này và thật tuyệt được chứng kiến. Tôi nhận ra mình đang đi bên anh, tay trong tay, nụ cười toe toét cứ nghệch ra trên mặt. Chuyện này khiến tôi nhớ mình năm lên mười, được đi Disneyland với bố Ray. Đó là một ngày quá đỗi tuyệt vời, và hôm nay, chắc chắn, cũng là một ngày như thế.

TRÊN XE, KHI CHÚNG TÔI đang băng băng trên Đường Liên bang 95 tiến về Savannah thì điện thoại tôi lên tiếng. À, phải rồi... thuốc.

"Gì thế?" Christian hỏi, tò mò liếc sang tôi.

Tôi rút trong giỏ xách ra một gói nhỏ.

"Báo giờ uống thuốc." Tôi đáp, má đỏ ửng lên.

Môi anh nhếch lên. "Tốt đấy. Tôi ghét bao cao su."

Mặt tôi lại đỏ hơn một chút. Trông anh đầy vẻ kẻ cả hơn bao giờ hết.

"Em thích anh giới thiệu em là bạn gái với Mark." Tôi nói.

"Không phải em là thế sao?" Anh nhướng mày.

"Em á? Tưởng anh chỉ cần một người phục tùng."

"Đúng thế, Anastasia, và tôi vẫn đang cần đây. Chỉ có điều,

tôi đã nói với em đấy, tôi cũng muốn hơn thế nữa."

*Ôi.* Anh đến, mang theo bao hy vọng, mang đi cả hơi thở của tôi.

"Em rất hạnh phúc vì anh muốn nhiều hơn." Tôi thì thầm.

"Chúng ta đều vui mà, cô Steele."

Anh nhếch mép đầy tự mãn khi xe hướng đến tiệm bánh kếp International House of Pancakes.

"IHOP."

Tôi cười tít mắt với anh. Không tin nổi nữa. Ai có thể nghĩ…? Christian Grey ở IHOP.

LÚC ĐÓ LÀ 8:30 SÁNG nhưng nhà hàng vẫn rất yên ắng. Mùi bột bánh thơm lựng, thức ăn khô, mùi thanh trùng. *Hmm… không hẳn là một mùi thật hấp dẫn.* Christian và tôi chọn được một chỗ ngồi ở quầy.

"Em không bao giờ tưởng tượng được anh ở đây." Tôi nói khi chúng tôi nhón lên ghế ngồi.

"Bố thường dẫn bọn anh đến một trong những tiệm này mỗi khi mẹ đi hội thảo. Đó là bí mật của mấy bố con." Anh cười, ánh mắt như đang nhảy múa, rồi mở thực đơn, đưa tay vuốt tóc.

*Ôi, mình cũng muốn lùa tay vào mái tóc đó.* Tôi cũng cầm thực đơn lên và tìm món, chợt nhận ra mình đang đói ngấu.

"Tôi biết mình muốn gì rồi." Anh thở, giọng trầm và khàn khàn.

Tôi liếc lên nhìn anh, thấy anh đang dõi nhìn tôi bằng cái cách khiến cho các cơ bụng dưới của tôi cứ xiết lại và hơi thở bỗng hụt hẫng. Đôi mắt anh đen thẫm và âm ỉ cháy. *Chết tiệt.* Tôi nhìn anh chăm chăm, máu trong người dào dạt hồi đáp.

"Em cũng muốn cái anh muốn." Tôi thì thầm.

Anh rít vào thật sâu.

"Ở đây?" Anh hỏi đầy gợi ý, nhướng mày lên và mỉm một nụ cười tinh ranh, hai hàm răng anh đang cắn hờ đầu lưỡi.

*Ô sao… quan hệ ở ngay IHOP.* Vẻ mặt anh bỗng thay đổi, sầm xuống.

"Đừng cắn môi nữa." Anh ra lệnh. "Không phải ở đây, không phải bây giờ."

Trong một thoáng, mắt anh đanh lại và nhìn anh như sắp tấn công tôi đến nơi.

"Nếu tôi đã không thể có được em ở đây, thì đừng khiêu khích tôi."

"Xin chào, tên tôi là Leandra. Tôi có thể mang gì cho mọi… ơ… người… ơ… hôm nay, sáng này…?"

Giọng cô phục vụ ngắc ngứ, từ ngữ dính vào nhau khi cô bắt gặp ánh mắt quý ngài Điển Trai nhìn tôi. Mặt cô đỏ lựng lên. Ý thức tôi vẫn còn le lói được chút thương hại cho sự sững sốt của cô gái bởi ánh mắt đó anh dành cho tôi. Sự có mặt của cô giúp tôi thoát khỏi cái nhìn hừng hực của anh được vài giây.

"Anastasia?" Anh tiếp tục thúc hối, phớt lờ cô phục vụ và tôi không nghĩ ai khác, ngoài anh, có thể chỉ gọi tên tôi mà gợi nên từng ấy ham muốn như anh, vào giây phút đó.

Tôi nuốt xuống, thầm lạy trời mặt mình đừng có cùng màu với mặt của Leandra tội nghiệp.

"Em nói anh rồi, em muốn cái anh muốn."

Giọng tôi mềm mỏng và lí nhí trước cái nhìn hau háu của anh. *Trời ạ*, nữ thần nội tại ngã lăn ra bất tỉnh rồi. *Mình có đủ sức chơi trò này không?*

Leandre đứng ngây ra nhìn từ tôi sang anh rồi trở lại tôi.

Đúng theo nghĩa đen, cô đang đỏ lựng lên như màu tóc hung sáng của mình.

"Tôi sẽ để hai vị vài phút chọn món nhé?"

"Không. Chúng tôi biết sẽ ăn gì rồi." Miệng Christian mỉm cười quyến rũ.

"Cho hai phần bánh kếp bơ sữa, sốt quả thích, kèm thịt muối, hai cốc nước cam, một cà phê và sữa không béo, một trà English Breakfast, nếu cô có." Christian nói, mắt vẫn không rời khỏi tôi.

"Cảm ơn. Quý khách còn cần gì nữa không?" Leandra đáp khẽ, tránh nhìn vào cả hai chúng tôi.

Cả hai đồng loạt quay sang nhìn cô, lập tức, mặt cô gái đỏ lựng lên lần nữa và cô đi luôn một mạch.

"Anh biết làm như thế là không công bằng mà." Tôi liếc xuống mặt bàn nhựa, ngón trỏ miết cạnh bàn, cố làm ra vẻ thờ ơ.

"Không công bằng chỗ nào?"

"Cách anh khống chế người khác. Phụ nữ ấy. Và em."

"Tôi khống chế em bao giờ?"

Tôi khịt mũi. "Lúc nào chả thế."

"Tôi chỉ nhìn em thôi, Anastasia." Anh đáp nhẹ nhàng.

"Không, Christian, hơn thế chứ."

Anh nhíu mày. "Cô mới là người khống chế tôi, cô Steele. Sự ngây thơ của cô. Nó cắt ngang mọi thứ nhảm nhí này."

"Đó là lý do anh đổi ý?"

"Đổi ý gì?"

"Vâng – về… chúng ta?"

Những ngón tay thuôn dài, khéo léo của anh đang chống lên cằm, đẩy suy tư.

"Thật ra tôi không nghĩ mình đổi ý. Chúng ta đang cần minh định lại các giới hạn, phác họa lại các chiến tuyến mới, nếu em sẵn lòng. Tôi chắc chúng ta làm được chuyện này. Tôi muốn em phục tùng trong phòng giải trí. Tôi vẫn sẽ trừng phạt nếu em vi phạm các quy định. Còn ngoài ra… xem nào, tôi nghĩ, còn tùy vào việc chúng ta thảo luận thế nào. Đó là tất cả những yêu cầu của tôi, cô Steele à. Em muốn nói gì về chuyện đó không?"

"Vậy là em có thể ngủ với anh? Trên giường anh?"

"Đó là những gì em muốn à?"

"Vâng."

"Đồng ý vậy. Hơn nữa, có em trên giường, tôi luôn ngủ ngon. Chẳng hiểu tại sao nữa."

Đôi mày anh nhíu lại và giọng nói chìm xuống.

"Em đã rất sợ anh bỏ em mất nếu em không chấp thuận tất cả những điều kiện ấy." Tôi thì thầm.

"Tôi sẽ không đi đâu cả, Anastasia. Nhất là…" Anh dừng lại, cân nhắc trước khi nói tiếp. "Chúng ta đang làm đúng như em muốn, đúng như định nghĩa của em: thỏa hiệp. Em từng e-mail nó cho tôi. Và đến giờ, điều đó vẫn ổn với tôi."

"Em yêu việc anh muốn nhiều hơn nữa." Tôi ngượng ngùng nói.

"Tôi biết."

"Làm thế nào anh biết được?"

"Tin tôi đi. Tôi biết đấy."

Anh nhếch mép với tôi. Anh đang che giấu điều gì đó. *?i?u g? nh??*

*Điều gì nhỉ?*

Đúng lúc ấy, Leandra mang bữa sáng đến và câu chuyện của chúng tôi gián đoạn. Bao tử réo lên nhắc tôi nhớ mình đang đói đến mức nào. Christian nhìn tôi, lo lắng ra mặt khi thấy tôi ăn ngấu ăn nghiến mọi thứ trong dĩa.

"Em mời anh bữa này nhé?" Tôi hỏi Christian

"Mời thế nào?"

"Trả tiền ăn."

Christian nhăn mũi. "Không nên vậy đâu." Anh cười khì.

"Đi mà. Em muốn thế."

"Em đang định biến tôi thành kẻ ẻo lả đấy à?"

"Có thể đây là nơi duy nhất em đủ tiền để mời anh."

"Anastasia, tôi rất hoan nghênh ý định đó của em. Thật đấy. Nhưng không đâu."

Tôi trề môi ra.

"Đừng có hỗn." Anh đe dọa, mắt anh lóe lên thật đáng sợ.

TẤT NHIÊN, ANH KHÔNG CẦN TÔI HỎI địa chỉ nhà. Anh đã biết rồi, kẻ đeo bám mà. Khi anh dừng trước cửa nhà, tôi không nói gì thêm. Nói gì bây giờ?

"Anh muốn vào không?" Tôi ngại ngần hỏi.

"Tôi phải làm việc, Anastasia, nhưng tối sẽ quay lại. Mấy giờ nhỉ?"

Tôi cố nén cảm giác thất vọng vừa nhói lên trong lòng. Sao mỗi phút trong cuộc đời tôi đều được muốn ở bên tay bạo chúa gợi tình này nhỉ? À phải rồi, tôi yêu anh ta mất rồi và bất cứ lúc nào, anh ta cũng có thể vuột khỏi tôi mà bay mất.

"Cảm ơn… vì đã muốn nhiều hơn."

"Không có gì, Anastasia."

Anh hôn tôi và tôi lại hít căng lồng ngực mùi Christian quyến rũ.

"Gặp lại anh sau."

"Cứ thử ngăn tôi lại." Anh thì thầm.

Tôi vẫy tay tạm biệt khi xe anh rời đi dưới ánh nắng Georgia. Tôi vẫn đang mặc chiếc áo dài tay của anh, quần lót của anh và cảm thấy quá đỗi ấm áp.

Trong bếp, mẹ đang nhấp nhổm bồn chồn. Đâu phải ngày nào cũng có chuyện của một đa-tỷ-tỷ-phú để tám đâu, chuyện đó làm mẹ đứng ngồi không yên.

"Khỏe chứ, con gái?" Mẹ hỏi.

Mặt tôi đỏ lựng lên vì hiển nhiên mẹ biết tối qua tôi đã làm gì.

"Con khỏe ạ. Sáng nay Christian đưa con đi tàu lượn."

Tôi hy vọng tin này sẽ làm mẹ bớt tập trung vào chuyện kia hơn.

"Tàu lượn? Chiếc máy bay nhỏ không có động cơ ấy à? Tàu lượn kiểu đó hả con?"

Tôi gật.

"Chà." Mẹ không nói nên lời – đó là một ý tưởng quá đỗi lãng mạn với mẹ. Mẹ cứ nhìn tôi chăm chăm cho đến khi lấy lại được bản lĩnh của một bà mẹ và không quên câu hỏi đầu tiên.

"Thế còn tối qua? Hai đứa có nói chuyện không?"

Ơ. Tôi đỏ bừng mặt.

"Tụi con nói chuyện – tối qua và sáng nay nữa. Mọi chuyện có vẻ tiến triển."

"Tốt."

Mẹ quay lại với bốn cuốn sách nấu ăn đang mở sẵn trên bàn bếp.

"Mẹ à… nếu mẹ thích, bữa tối nay để con nấu cho nhé."

"Ôi, con yêu, cảm ơn con đã định giúp nhưng mẹ muốn làm chuyện này mà."

"Vâng ạ." Tôi nhăn nhó, biết quá rõ tài nấu nướng hên xui của mẹ.

À mà cũng có thể mẹ đã lên tay từ khi dọn về Savannah với dượng Bob. Đã có thời điểm tôi chấp bất cứ ai về tài nấu nướng... ngay cả – ai mà tôi ghét nhỉ? À – Quý bà Robinson – Elena. Chà, ngay cả bà ta. *Liệu có bao giờ mình gặp mụ ấy không nhỉ?*

Tôi quyết định viết vài dòng cảm ơn Christian.

Từ: Anastasia Steele
Chủ đề: Bay cao ngược với bị đau
Ngày: 2 tháng 6 năm 2011, 10:20 EST
Đến: Christian Grey

Đôi khi anh rất biết cách chỉ cho một cô gái thấy thế nào là khoảnh khắc tuyệt vời.
Cảm ơn anh.
Ana x

Từ: Christian Grey
Chủ đề: Bay cao và bị đau
Ngày: 2 tháng 6 năm 2011, 10:24 EST
Đến: Anastasia Steele

Tôi sẽ làm một trong hai điều đó suốt lúc em ngáy.
Tôi cũng rất vui.
Nhưng bất cứ khi nào bên em, tôi đều làm điều đó mà.

Christian Grey
CEO, Grey Enterprises Holdings, Inc.

Từ: Anastasia Steele
Chủ đề: NGÁY
Ngày: 2 tháng 6 năm 2011, 10:26 EST
Đến: Christian Grey
EM KHÔNG NGÁY. Mà nếu thật em có lỡ ngáy, anh cũng thật thiếu ga-lăng khi nói thẳng ra như vậy.

Ngài không phải là một quý ông đâu, ngài Grey. Mà ngài thì đang ở vùng Hạ Nam Hoa Kỳ[1] đấy.

Ana

Từ: Christian Grey
Chủ đề: Nói mớ
Ngày: 2 tháng 6 năm 2011, 10:28 EST
Đến: Anastasia Steele

Tôi chưa bao giờ nhận mình là một quý ông cả, Anastasia ạ, và tôi nghĩ đã có rất nhiều dịp tôi chứng tỏ cho em thấy điều đó. Tôi không bị khiếp sợ bởi trận LA HÉT viết hoa của em đâu. Nhưng tôi sẽ thú nhận một lời nói dối vô hại: không – em không ngáy, em chỉ nói mớ. Và chuyện đó thật hay. Chuyện gì xảy ra với nụ hôn của tôi thế?

Christian Grey
Kẻ hạ lưu và CEO, Grey Enterprises Holdings, Inc.

Chết thật. Tôi biết mình hay nói mớ trong giấc ngủ. Kate nhiều lần bảo với tôi chuyện đó rồi. Tôi đã nói cái quái quỷ gì thế nhỉ? Ôi, không.

Từ: Anastasia Steele
Chủ đề: Bật mí một bí mật
Ngày: 2 tháng 6 năm 2011, 10:32 EST
Đến: Christian Grey

Ngài là một tay hạ lưu và vô lại – nhất định không phải là một quý ông.

---

1. Nguyên văn là "Deep South" hay còn gọi là "Lower South", thường được hiểu là 7 tiểu bang ở cực Nam nước Mỹ hoặc 7 tiểu bang phía Nam đầu tiên đòi ly khai khỏi liên bang trong cuộc nội chiến 1860-1861; để đối với "Upper South" là các bang miền Nam còn lại. Tổ tiên của cư dân ở đây chủ yếu là người Anh với truyền thống lịch lãm, kiểu cách. Ở đây Anastasia muốn nhấn mạnh việc Christian đang ở phía Nam nhưng lại hoàn toàn không phải là một quý ông.

Vậy thì tôi có thể nói gì đây nhỉ? Không hôn đến khi
nào ngài kể tôi đã nói mở chuyện gì.

Từ: Christian Grey
Chủ đề: Người đẹp ngủ và nói
Ngày: 2 tháng 6 năm 2011, 10:35 EST
Đến: Anastasia Steele

Phải nói tôi quả là kẻ thiếu ga-lăng nhất và đáng
bị trừng phạt vì điều đó.
Tuy nhiên, nếu em cư xử tốt, có thể tối nay tôi sẽ
kể em nghe. Giờ tôi buộc phải đi họp.
Gặp sau nhé, em yêu.

Christian Grey
CEO, Kẻ hạ lưu và Tên vô lại Grey Enterprises
Holdings, Inc.

*Được lắm!* Tôi sẽ tuyệt đối im lặng cho đến chiều nay. Tôi
nổi đóa lên rồi. *Hừ!* Giả sử tôi nói rằng tôi ghét anh ta, hay tệ
hơn nữa, rằng tôi yêu anh ta trong giấc ngủ thì sao. Ôi, đừng
vậy nha. Tôi vẫn chưa sẵn sàng để nói với anh chuyện đó và tôi
chắc chắn anh cũng chưa sẵn sàng để nghe chuyện đó luôn, nếu
có lúc nào anh muốn nghe. Tôi nổi quạu với máy tính rồi quyết
định dù mẹ nấu món gì, tôi cũng sẽ đi làm bánh mì để trút hết
nỗi cáu kỉnh vào đống bột nhão.

MẸ ĐÃ QUYẾT ĐỊNH làm món súp rau củ và thịt nướng
ướp dầu olive, tỏi và chanh. Christian thích ăn thịt và chuyện đó
thật dễ giải quyết. Dượng Bob đã xung phong đi nướng thịt. *Có
vấn đề gì với đàn ông và lửa nhỉ?* Tôi cứ ngẫm nghĩ về điều đó khi
đẩy xe cho mẹ đi siêu thị.

Khi đến quầy thịt sống, điện thoại tôi reng. Tôi chộp lấy
điện thoại, đoán đó là Christian. Nhưng số máy lạ.

"A lô." Tôi trả lời nhẹ nhàng.

"Cô Anastasia Steele?"

"Vâng."

"Tôi là Elizabeth Morgan từ SIP đây."

"Ô – chào chị."

"Tôi gọi để đề nghị cô công việc trợ lý cho anh Jack Hyde. Chúng tôi muốn cô bắt đầu vào thứ Hai."

"Chao ôi. Thật tuyệt. Cảm ơn chị!"

"Cô muốn biết cụ thể về lương bổng chứ?"

"Vâng. Vâng… là – ý tôi là tôi chấp thuận lời đề nghị. Tôi rất muốn được đến làm việc cho nhà xuất bản."

"Tốt quá. Chúng ta sẽ gặp nhau vào thứ Hai, lúc 8:30 nhé?"

"Hẹn gặp lại chị. Tạm biệt. Và cảm ơn nữa."

Tôi hấp háy mắt nhìn mẹ.

"Con có việc làm rồi à?"

Tôi sung sướng gật đầu, mẹ rú lên vào nhào đến ôm choàng lấy tôi ngay giữa siêu thị Publix.

"Chúc mừng con yêu! Chúng ta phải mua một chai sâm-panh mới được."

Mẹ không thể dừng vỗ tay và nhún nhảy. *Không biết mẹ bốn mươi hay hai mươi tuổi nữa?*

Tôi nhìn xuống điện thoại và cau mặt, phát hiện một cuộc gọi nhỡ từ Christian. Anh chưa bao giờ gọi tôi cả. Tôi bấm máy lại.

"Anastasia." Anh trả lời lập tức.

"Chào anh." Tôi bối rối nói.

"Tôi phải quay lại Seattle. Có vài việc. Tôi đang trên đường đến Hilton Head. Xin lỗi mẹ em giúp tôi – tôi không đến ăn tối được." Giọng anh đầy vẻ xã giao.

"Em mong không có gì trầm trọng?"

"Tình hình cần tôi phải xử lý. Tôi sẽ gặp em vào ngày mai nhé. Nếu không đến được, tôi sẽ cử Taylor đến đón em ở sân bay."

Anh nói lạnh lùng. Có vẻ giận dữ nữa. Nhưng lần đầu tiên tôi lập tức nghĩ không phải do tôi.

"Được ạ. Mong anh xử lý xong tình hình đó. Bay an toàn nhé."

"Em cũng thế, em yêu." Anh thở và chỉ với mấy từ ấy, Christian của tôi đã trở lại.

Rồi anh cúp máy.

Ôi không. "Tình hình" cuối cùng mà anh gặp phải là chuyện trinh tiết của tôi. *Húc, lạy trời đừng phải là kiểu tình hình đó nha.* Tôi nhìn sang mẹ. Niềm hân hoan ban nãy đã hoá thành nỗi lo lắng.

"Là Christian ạ. Anh ấy phải quay về Seattle. Anh gửi lời xin lỗi mẹ."

"Ôi! Tiếc quá, con gái. Dù gì chúng ta vẫn còn tiệc nướng và giờ lại có lý do để ăn mừng rồi – công việc mới của con! Con phải kể mẹ nghe về công việc đấy."

TRƯA MUỘN, MẸ VÀ TÔI nằm dài bên bể bơi. Nhìn dáng nằm sải lai của mẹ là biết mẹ đang cực kỳ thoải mái vì Ngài Lắm Tiền không đến dùng bữa tối. Khi phơi mình dưới mặt trời để nhuộm rám làn da nhợt nhạt, tôi cứ miên man nghĩ về tối hôm qua và bữa sáng nay. Tôi nghĩ về Christian và nụ cười hơn hớn nhất định không chịu tắt trên môi mình. Nó cứ lan từ từ khắp mặt tôi, không thể ngăn lại được trong khi tôi hồi tưởng lại rất nhiều cuộc đối thoại của chúng tôi, những gì anh đã nói... anh đã nói những gì.

Dường như vừa có cả một đỉnh triều quét qua thái độ của Christian. Anh chối bỏ nó nhưng vẫn công nhận rằng mình đang cố gắng rất nhiều. Điều gì đã có thể khiến anh thay đổi thế? Đã có những điều chỉnh nào kể từ khi anh viết cho tôi e-mail thật dài và khi tôi gặp anh hôm qua? Anh đã làm gì? Tôi bất thần bật dậy, suýt làm đổ cả soda. Anh đã ăn tối với… mụ ấy. Elena.

*Khỉ gió.*

Da đầu tôi bắt đầu râm ran khi nhận ra điều đó. Có phải mụ ta đã nói gì với anh? Ôi… ước gì mình là con ruồi đậu trên tường suốt bữa tối của hai người. Rồi tôi sẽ đáp xuống chén súp hay ly rượu của mụ, làm mụ nghẹt thở.

"Sao thế con, Ana?" Mẹ mơ màng hỏi.

"Con mới phát hiện một chuyện. Mấy giờ rồi, mẹ?"

"Khoảng sáu rưỡi chiều, con yêu."

Hmm… giờ này anh đã hạ cánh rồi. Có thể hỏi anh không? Mà có nên hỏi không? Nhỡ ra mụ ta không liên quan gì đến chuyện này? Tôi cực kỳ mong đợi điều đó. Tôi đã nói gì trong khi ngủ nhỉ? *Chậc…* cá là lại mấy nhận xét lung tung khi đang mơ về anh đây mà. Dù thế nào, hay đã thế nào chăng nữa tôi vẫn hy vọng cả một biến đổi thay đang ập đến anh không có nguyên nhân từ *mụ.*

Tôi thấy bứt rứt trong cái nóng điên tiết này. Tôi cần phải nhúng mình xuống hồ thêm cái nữa.

Từ: Anastasia Steele
Chủ đề: Chuyến đi an toàn?
Ngày: 2 tháng 6 năm 2011, 22:32 EST
Đến: Christian Grey
Thưa ngài,
Xin hãy cho em biết ngài đã đến an toàn. Em bắt đầu
nóng ruột rồi. Nhớ ngài.

Ana của ngài x

Ba phút sau, tôi nghe tiếng "ping" từ hộp e-mail.

Từ: Christian Grey
Chủ đề: Xin lỗi
Ngày: 2 tháng 6 năm 2011, 19:36
Đến: Anastasia Steele

Cô Steele thân mến,
Tôi đã đến nơi an toàn và xin hãy chấp nhận ở tôi
lời xin lỗi vì đã không báo cô biết tin. Tôi không
hề muốn cô phải lo lắng. Thật cảm động khi biết cô
quan tâm đến tôi. Tôi cũng nghĩ đến cô và như mọi
khi, tôi nóng lòng được gặp cô ngày mai.

Christian Grey
CEO, Grey Enterprises Holdings, Inc.

Tôi thở dài. Christian đã trở lại với con người chuẩn mực.

Từ: Anastasia Steele
Chủ đề: Tình hình
Ngày: 2 tháng 6 năm 2011, 22:40 EST
Đến: Christian Grey

Thưa ngài Grey,
Em nghĩ chuyện em quan tâm đến ngài đã quá rõ ràng.
Sao ngài còn nghi ngờ điều đó?
Em mong "tình hình" của ngài đã nằm trong tầm kiểm
soát.
Ana của ngài x
TB: Anh sẽ kể em nghe em đã nói gì khi ngủ chứ?

Từ: Christian Grey
Chủ đề: Quyền từ chối trả lời
Ngày: 2 tháng 6 năm 2011, 19:45
Đến: Anastasia Steele

Cô Steele thân mến,
Tôi rất thích việc cô quan tâm đến tôi. "Tình hình"
ở đây vẫn chưa xử lý xong.
Về phần tái bút của cô, câu trả lời là không.
Christian Grey

CEO, Grey Enterprises Holdings, Inc.
Từ: Anastasia Steele
Chủ đề: Thỉnh cầu vô tội
Ngày: 2 tháng 6 năm 2011, 22:48 EST
Đến: Christian Grey

Em hy vọng là chuyện gì đó vui vui. Nhưng anh cũng
nên biết em không thể chịu bất cứ trách nhiệm nào
từ những lời em nói ra trong tình trạng vô thức. Mà
thật ra, anh có thể nghe nhầm lắm chứ.
Đàn ông khoảng tuổi anh chắc chắn ít nhiều bị
nghễnh ngãng.

Từ: Christian Grey
Chủ đề: Thỉnh cầu kết tội
Ngày: 2 tháng 6 năm 2011, 19:52
Đến: Anastasia Steele

Cô Steele thân mến,
Cô có thể nói to lên được không? Tôi không nghe
thấy cô nói gì.

Christian Grey
CEO, Grey Enterprises Holdings, Inc.

Từ: Anastasia Steele
Chủ đề: Thỉnh cầu vô tội lần nữa
Ngày: 2 tháng 6 năm 2011, 22:54 EST
Đến: Christian Grey

Anh đang chọc em điên lên đó nha.

Từ: Christian Grey
Chủ đề: Hy vọng thế
Ngày: 2 tháng 6 năm 2011, 19:59
Đến: Anastasia Steele

Cô Anastasia thân mến,
Tôi có dự định làm đúng những gì đã xảy ra hôm tối
thứ Sáu. Hãy đợi đấy.
; )

Christian Grey
CEO, Grey Enterprises Holdings, Inc.

Từ: Anastasia Steele
Chủ đề: Grrrrrr
Ngày: 2 tháng 6 năm 2011, 23:02 EST
Đến: Christian Grey

**Tôi chính thức tè vào anh.**
Chúc ngủ ngon.
Cô A.R.Steele

Từ: Christian Grey
Chủ đề: Mèo hoang
Ngày: 2 tháng 6 năm 2011, 20:05
Đến: Anastasia Steele

Cô gào lên đe dọa tôi à, cô Steele?
Tôi có nuôi một chú mèo dành cho những kẻ ưa
gào đấy.

Christian Grey
CEO, Grey Enterprises Holdings, Inc.

Nuôi một chú mèo á? Tôi có thấy con mèo nào trong căn
hộ của anh đâu. Không, tôi không thèm hồi âm nữa. Ừ, anh sẽ
phải sốt ruột một lúc. Năm mươi phần sốt ruột. Tôi trèo vào
giường, nằm nhìn trân trân trần nhà trong khi mắt đang điều
tiết cho quen với bóng tối. Tôi nghe một tiếng "ping" nữa từ máy
tính. Tôi không thèm nhìn. Không, nhất định không. Không,
tôi sẽ không nhìn. Gừ! Như con ngốc ấy, tôi không thể cầm cự
nổi trước sự cám dỗ từ những lời của Christian.

Từ: Christian Grey
Chủ đề: Em nói gì khi ngủ
Ngày: 2 tháng 6 năm 2011, 20:20
Đến: Anastasia Steele

Anastasia,
Tôi muốn nghe em nói những từ đã thốt ra trong giấc
ngủ khi hoàn toàn tỉnh táo, đó là lý do tôi sẽ không
kể với em. Đi ngủ đi. Em cần phải nghỉ ngơi để chuẩn
bị cho những dự định của tôi dành cho em vào ngày
mai.
Christian Grey
CEO, Grey Enterprises Holdings, Inc.

Ôi thôi rồi... Tôi đã nói gì thế? Đúng là tệ hại như tôi đoán
rồi, chắc luôn.

# Chương hai mươi lăm

Mẹ ôm tôi thật chặt.

"Hãy làm những gì trái tim con mách bảo và đừng, đừng, cố đừng cả nghĩ về mọi việc. Cứ thư giãn và tận hưởng cuộc đời của con. Con còn trẻ lắm, con gái à. Con còn có cả một đời để trải nghiệm, cứ để mọi việc tự nhiên đến. Con xứng đáng nhận được những gì tốt nhất."

Mẹ thì thầm vào tai tôi dặn dò rồi hôn lên tóc tôi.

"Ôi, mẹ."

Những giọt nước mắt nóng ấm chợt trào ra khi tôi ôm chầm lấy mẹ.

"Con yêu, con biết người ta vẫn nói gì rồi đấy. Rằng con phải hôn rất nhiều con cóc trước khi tìm ra hoàng tử."

Tôi cười méo xệch.

"Con nghĩ con đã hôn hoàng tử rồi. Chỉ hy vọng chàng đừng hóa thành cóc thôi."

Mẹ cười khích lệ nhất và ngập tràn thương yêu. Tôi ngây người ra trước cảm giác ngọt ngào đó, mẹ lại ôm choàng lấy tôi lần nữa.

"Ana, gọi đến chuyến bay của con rồi." Dượng Bob lo lắng.

"Mẹ nhớ đến thăm con nhé?"

"Tất nhiên rồi, con yêu – sớm thôi. Yêu con."

"Con cũng vậy."

Mắt mẹ đỏ hoe dù không giọt nước mắt nào trào ra. Tôi ghét phải chia tay mẹ. Tôi ôm tạm biệt dượng Bob rồi quay vào, đi thẳng ra cổng lên máy bay – hôm nay tôi không có thời gian để vào sảnh đợi của khách hạng nhất nữa. Tôi sẽ không ngoái nhìn lại. Thế nhưng rốt cuộc tôi vẫn quay đầu lại... dượng Bob đang đỡ tay mẹ, nước mắt đã tuôn thành dòng trên mặt bà. Tôi không dám nhìn thêm nữa. Tôi cắm đầu đi thẳng ra cổng, mắt nhìn chăm chăm xuống sàn gạch trắng sáng, vỡ ra theo dòng nước mắt.

Trên máy bay, ở khoang hạng nhất sang trọng, tôi cuộn người trong ghế và cố gắng tự trấn tĩnh. Bao giờ tự dứt mình ra đi, lòng tôi cũng đau thắt... mẹ có thể không phải là người phụ nữ chu toàn nhưng hơn hết, mẹ yêu tôi. Một tình yêu vô điều kiện – mà mọi đứa trẻ đều xứng đáng được nhận từ bố mẹ. Đau đáu với ý nghĩ đó, tôi rút chiếc BlackBerry ra ngắm nhìn.

Christian biết gì về tình yêu? Dường như thời thơ ấu của anh chưa từng kinh qua một tình yêu thương vô điều kiện nào. Tim tôi thắt lại, những lời của mẹ như ngọn gió dịu dàng thoảng qua trong đầu tôi: *Có đấy, Ana. Trời đất – con còn muốn gì nữa? Muốn phải có bóng đèn pha báo hiệu lên trước trán cậu ấy à?* Mẹ nghĩ Christian yêu tôi, vì mẹ là mẹ tôi mà nên tất nhiên mẹ nghĩ thế rồi. Mẹ nghĩ tôi xứng đáng được những gì tuyệt vời nhất. Tôi nhăn mặt. Đúng vậy, trong khoảnh khắc ấy, tôi nhận ra mọi thứ bỗng sáng tỏ lạ lùng. Thật đơn giản: Tôi muốn có tình yêu của anh. Tôi *cần* Christian yêu mình. Đó là lý do vì sao trong mối quan hệ với anh, tôi khép kín đến vậy – bởi ở mức độ cơ bản, thâm sâu nhất, tôi nhận ra trong mình nhu cầu bức thiết được yêu và được chăm sóc.

Và vì năm mươi phần u tối trong anh, tôi đã giữ mình lại một khoảng cách. Chuyện BDSM chỉ là bề nổi của thực chất vấn để. Tình dục quả là đáng kinh ngạc, anh giàu có, anh điển trai nhưng tất cả sẽ là vô nghĩa nếu không có tình yêu của anh. Và liệu anh có thể thực lòng yêu một ai không, nỗi đau ấy mới khiến trái tim tôi tan nát. Anh thậm chí còn không biết yêu bản thân mình. Tôi hồi tưởng lại nỗi tự ghê tởm bản thân của anh, tình yêu *của bà ấy* là kiểu duy nhất anh cho rằng *chấp nhận được*. Bị trừng phạt – đánh đập, nhục hình và bất cứ điều gì kéo theo mối quan hệ của họ – anh cảm thấy anh không xứng đáng với tình yêu. Tại sao anh lại cảm thấy như thế? Anh cảm thấy thế ra sao? Những lời của anh ám ảnh tâm trí tôi: *Rất khó để trưởng thành trong một gia đình hoàn hảo khi chính mình không hoàn hảo.*

Tôi nhắm nghiền mắt lại, hình dung ra nỗi đau đớn nào anh phải gánh chịu nhưng không thể hiểu được. Tôi rùng mình khi nhớ ra có thể mình đã tiết lộ quá nhiều. Tôi đã thú nhận gì với Christian trong giấc ngủ? Tôi đã thổ lộ bí mật nào chăng?

Tôi cứ nhìn chăm chăm vào chiếc BlackBerry với niềm hy vọng tràn trề rằng nó sẽ giải đáp được cho tôi điều gì đó. Hơn cả nỗi thất vọng, nó chẳng chút động tĩnh gì. Trước khi cất cánh, tôi quyết định e-mail cho 50 của tôi.

```
Từ: Anastasia Steele
Chủ đề: Đường về
Ngày: 3 tháng 6 năm 2011, 12:53 EST
Đến: Christian Grey

Anh Grey,
Một lần nữa lại được an tọa ở khoang hạng nhất và
cảm ơn anh vì điều đó. Em đang đếm từng phút để được
gặp anh chiều nay và có lẽ, còn để được xấu hổ về
những sự thật em đã tiết lộ trong đêm mà anh nghe
được.
Ana của anh x

Từ: Christian Grey
Chủ đề: Đường về
```

Ngày: 2 tháng 6 năm 2011, 09:58
Đến: Anastasia Steele

Anastasia, rất mong được gặp em.

Christian Grey
CEO, Grey Enterprises Holdings, Inc.

Từ: Anastasia Steele
Chủ đề: Đường về
Ngày: 3 tháng 6 năm 2011, 13:01 EST
Đến: Christian Grey

Grey yêu thương nhất,
Em hy vọng mọi việc liên quan đến "tình hình" đã ổn.
Cách nói của anh trong e-mail có vẻ rất đáng lo.
Ana x

Từ: Christian Grey
Chủ đề: Đường về
Ngày: 3 tháng 6 năm 2011, 10:04
Đến: Anastasia Steele

Anastasia,
Tình hình đã ổn định hơn. Em đã cất cánh chưa? Nếu
rồi, em không nên e-mail. Em đang đặt mình vào nguy
hiểm và vi phạm quy định về an toàn cá nhân đấy. Ý
tôi đang muốn nhắc em nhớ các hình thức trừng phạt.

Christian Grey
CEO, Grey Enterprises Holdings, Inc.

Khỉ thật. Thôi được. Cái gì ăn mất anh thế? Cái "tình
hình" à? Hay Taylor vắng mặt không phép, hay anh vừa mới mất
mấy triệu trên thị trường chứng khoán – một ngàn lẻ một lý do.

Từ: Anastasia Steele
Chủ đề: Phản ứng thái quá
Ngày: 3 tháng 6 năm 2011, 13:06 EST
Đến: Christian Grey

Ngài Cáu Bẳn kính mến,
Cửa máy bay vẫn còn mở. Chúng tôi bị hoãn chuyến mười phút. Ơn trời, sự an toàn của tôi và các hành khách quanh tôi vẫn tràn trề. Ngài có thể xếp bàn tay của ngài lại được rồi.
Cô Steele.

Từ: Christian Grey
Chủ đề: Xin lỗi – Đã thu tay về
Ngày: 3 tháng 6 năm 2011, 10:08
Đến: Anastasia Steele

Tôi nhớ em và cái miệng lanh lợi của em, Steele. Mong em có một chuyến về an toàn.

Christian Grey
CEO, Grey Enterprises Holdings, Inc.

Từ: Anastasia Steele
Chủ đề: Lời xin lỗi được chấp nhận
Ngày: 3 tháng 6 năm 2011, 13:10 EST
Đến: Christian Grey

Cửa máy bay đang đóng lại. Anh sẽ không nghe thấy tiếng píp nào từ em nữa đâu, nhất là trong tình trạng bị nghễnh ngãng như anh.
Hẹn gặp sau.
Ana x

Tôi tắt chiếc BlackBerry đi nhưng vẫn không xua được nỗi phiền muộn. Chuyện gì đó đang xảy ra với Christian. Có lẽ "tình hình" vẫn ngoài tầm tay anh. Tôi ngả người xuống ghế, ngước nhìn lên hộc tủ trên đầu, đang cất mấy món hành lý của tôi. Cả buổi sáng nay, tôi loay hoay cùng với mẹ tìm mua cho anh một món quà nhỏ để cảm ơn về vé hạng nhất và về chuyến tàu lượn. Tôi mỉm cười nhớ lại chuyện tàu lượn – đó là một thứ gì rất khác biệt. Nhưng tôi vẫn không chắc liệu mình có tặng anh món quà ngớ ngẩn này không nữa. Có lẽ anh sẽ nghĩ nó thật trẻ con – và liệu anh có thay đổi tâm trạng, hoặc không. Tôi vừa phấn khởi được trở về nhà, vừa nôn nao về những gì đang đợi mình nơi cuối hành trình. Và trong khi đang tưởng tượng xem những tình huống nào có thể trở nên "tình hình" với anh, tôi nhận ra chiếc ghế bên cạnh mình là chỗ duy nhất trống trong khoang. Tôi lắc đầu xua đi suy nghĩ vừa chợt vụt qua trong đầu rằng biết đâu Christian đã mua luôn cả chỗ bên cạnh để tôi khỏi phải nói chuyện với ai được. Tôi lập tức vứt cái ý nghĩ buồn cười đó đi – đâu ai có thể quá độc đoán và ghen tuông đến mức đó được. Tôi nhắm mắt lại trong khi máy bay tiến ra đường băng.

TÔI NHANH CHÓNG TIẾN RA cửa đón phi trường Sea-Tac tám tiếng sau đó và thấy Taylor đã đợi sẵn, tay giơ cao bảng chữ CÔ A. STEELE. *Máy móc quá!* Nhưng gặp anh thấy thật nhẹ nhõm.

"Chào anh, Taylor."

"Chào cô Steele." Anh đáp lịch sự nhưng rõ ràng trong đôi mắt nâu sắc sảo phớt qua một nụ cười.

Nhìn anh vẫn chỉn chu như mọi khi – trang phục và cà vạt màu tro sẫm, sơ mi trắng.

"Chúng ta biết nhau mà anh Taylor, anh đâu cần phải giơ bảng lên như thế, mà tôi cũng muốn anh gọi tôi là Ana."

"Ana. Tôi xách túi cho cô nhé?"

"Không sao, tôi tự mang được. Cảm ơn anh." Môi anh mím chặt lại thấy rõ. "Nh... Nhưng có lẽ anh thoải mái hơn nếu mang giúp tôi." Tôi lắp bắp. "Cảm ơn."

Anh đỡ lấy ba lô trên vai tôi và chiếc túi kéo đựng mấy bộ quần áo mẹ mới mua cho tôi.

"Lối này, thưa cô."

Tôi thở dài. Anh ta lịch sự tới mức cứng nhắc. Tôi vẫn không quên người đàn ông này đã mua đồ lót cho mình. Thật ra – ý nghĩ này làm tôi bối rối suốt – anh ta là người đàn ông duy nhất từng mua đồ lót cho tôi. Đến dượng Ray cũng chưa bao giờ phải trải qua thử thách đó. Anh ta im lặng tiến đến chiếc Audi SUV đen đang dừng ở bãi đỗ xe ngoài sân bay, rồi giữ cửa cho tôi bước vào. Tôi trèo vào xe và tự hỏi mặc một chiếc váy ngắn khi trở lại Seattle liệu có phải là lựa chọn tốt không. Ở Georgia, trời mát mẻ và dễ chịu. Sau khi Taylor bỏ hành lý của tôi và cốp xe, chúng tôi tiến thẳng đến Escala.

Chuyến đi mất khá nhiều thời gian vì kẹt xe. Taylor luôn nhìn phía trước. Từ ít nói chưa đủ để miêu tả về anh.

Tôi không thể chịu đựng sự im lặng hơn nữa.

"Christian thế nào rồi, anh Taylor?"

"Ngài Grey đang lo nghĩ rất nhiều, thưa cô Steele."

Ồ, chắc là vụ "tình hình" đây mà. Tôi vừa đào trúng vỉa vàng rồi.

"Lo nghĩ à?"

"Vâng, thưa cô."

Tôi nhăn mặt với Taylor và thấy anh đang liếc nhìn tôi qua kiếng, mắt chúng tôi gặp nhau. Anh không nói gì thêm. Thật là, anh ta cũng kín tiếng y như chính cỗ máy kiểm soát ấy.

"Anh ấy ổn chứ?"

"Tôi nghĩ vậy, thưa cô."

"Anh thấy dễ chịu hơn khi gọi tôi là cô Steele à?"

"Vâng, thưa cô."

"À, thôi được."

Thế đấy, đó là toàn bộ cuộc nói chuyện gọn gàng của chúng tôi, rồi sau đó, cả hai tiếp tục im lặng. Tôi bắt đầu nghĩ việc lần trước Taylor hé răng cho tôi biết Christian đã chật vật xoay xở suốt mấy hôm là cả một sự kiện. Có lẽ anh ngượng vì điều đó, lo rằng anh đã thiếu trung thành. Sự im lặng ngày càng ngạt thở.

"Anh mở chút nhạc được không?"

"Tất nhiên, thưa cô. Cô thích nghe loại nào?"

"Loại nào êm dịu ấy."

Taylor mỉm cười khi mắt chúng tôi lại thoáng gặp nhau trong kính xe. "Vâng, thưa cô."

Anh ấn vào phím trên tay lái và giai điệu Canon của Pachelbel du dương vang lên, tràn trề khoảng không gian giữa hai chúng tôi. *À phải rồi*... đây chính là những gì mình cần.

"Cảm ơn anh."

Tôi ngồi sâu vào ghế còn anh tiếp tục lái thong thả nhưng khá chắc tay trên Đường Liên bang số 5 hướng về Seattle.

HAI MƯƠI LĂM PHÚT SAU anh thả tôi bên ngoài lối vào, trước mặt tiền đồ sộ của Escala.

"Mời cô." Anh nói và mở cửa cho tôi. "Tôi sẽ mang hành lý lên sau."

Cử chỉ anh thật mềm mỏng, thân thiện và thậm chí có vẻ chăm sóc nữa.

Chà... Taylor, nghe thật hay.

"Cảm ơn đã đón tôi."

"Không có gì, thưa cô Steele." Anh mỉm cười, còn tôi bước về hướng tòa nhà.

Người gác cửa gật đầu chào và vẫy tay.

Trên đường lên tầng mười ba, trong bụng tôi hàng ngàn con bướm xoải cánh chấp chới đầy kích động. *Sao mình căng thẳng thế này?* Rồi tôi nhận ra ấy là vì tôi chưa thể đoán được

Christian sẽ đón tôi trong tâm trạng thế nào. Nữ thần nội tại thì ung dung tự tại một cách khó hiểu; còn Tiềm Thức, cũng như tôi, lại không ngớt căng thẳng.

Thang máy nhẹ mở, và tôi bước ra hành lang. Cảm giác không bị Taylor quan sát thật kỳ lạ. Tất nhiên rồi, giờ này anh ta đang bận đưa xe vào bãi. Trong phòng lớn, Christian đang nói chuyện qua BlackBerry, mắt nhìn xa xăm về đường chân trời Seattle trong buổi chiều muộn. Anh khoác hờ một chiếc áo khoác xám, bàn tay lùa vào tóc. Anh đang bị chuyện gì đó làm cho kích động, căng thẳng nữa. *Ôi không – chuyện gì nữa rồi?* Có kích động không nhỉ, trông anh vẫn ổn mà. Không hiểu sao còn có vẻ... rất hấp dẫn nữa kia?

"Không dấu vết gì... Được... Vâng."

Anh quay lại và bắt gặp tôi đứng đó, thái độ anh thay đổi hoàn toàn. Từ căng như dây đàn sang nhẹ như trút được gánh nặng rồi trở nên thế nào đó: một cái nhìn có thể thấu thị vào tận mặt nữ thần nội tại, một cái nhìn bừng bừng ham muốn, cháy bỏng dục vọng.

Miệng tôi khô khốc và những thèm khát bung nở trong toàn thân... *oái.*

"Tiếp tục cho tôi biết." Anh vừa gắt lên trong điện thoại rồi cúp máy, vừa sải những bước dài về phía tôi.

Tôi đờ người ra khi khoảng cách giữa hai chúng tôi cứ ngắn dần, bị ăn tươi nuốt sống bởi ánh mắt hau háu của anh. *Thôi chết rồi...* có gì đó không hợp lý lắm – hàm anh căng ra, nỗi ước ao trào lên đôi mắt. Anh giật phắt chiếc áo khoác ra khỏi người, cởi chiếc cà vạt màu sẫm, tiện tay vứt hết lên trường kỷ trên đường tiến đến tôi. Rồi tay anh choàng ôm lấy tôi, kéo riệt tôi vào người anh, thật mạnh, thật nhanh, giật đuôi tóc kéo ngửa đầu tôi ra sau, hôn tôi như thể đánh cược cả mạng sống mình trong nụ hôn ấy.

*Sao thế này?*

Anh giật tung dây buộc ra khỏi tóc tôi, khá đau nhưng tôi mặc kệ. Hôn anh, lần nào cũng liều lĩnh như nụ hôn đầu. Anh cần tôi, dù bất kỳ lý do gì, khoảnh khắc này, tôi không thể nào thoát khỏi nỗi đam mê và sự thèm muốn chiếm hữu ấy. Tôi hôn đáp lại anh cũng nồng nàn, say đắm, những ngón tay xoắn lấy tóc anh và níu lấy. Anh có vị tuyệt diệu, nóng bỏng, hấp dẫn và mùi hương anh – quyện từ sữa tắm và Christian – đầy khiêu gợi. Anh thu người lại, rời khỏi tôi, cúi mặt xuống nhìn tôi, những cảm xúc không tên vẫn vương vấn lấy cả hai.

"Chuyện gì vậy anh?" Tôi thở.

"Tôi mừng vì em đã về. Vào tắm với tôi – ngay."

Tôi không được quyết định dù đó là lời để nghị hay mệnh lệnh.

"Vâng." Tôi thì thầm, anh đỡ lấy tay tôi cùng ra khỏi phòng lớn, băng qua phòng ngủ sang phòng tắm.

Đến đây, anh bỏ tay tôi ra rồi với mở dàn vòi sen rộng. Khi từ từ xoay người lại nhìn tôi, đôi mắt anh tối sầm như hút hồn.

"Tôi thích váy của em. Nóng bỏng lắm." Anh nói, giọng trầm xuống. "Đôi chân đẹp cũng tuyệt đẹp."

Anh bước ra khỏi đôi giày, cúi xuống cởi quần ra, mắt vẫn không ngừng nhìn tôi. Tôi bị bủa vây từ phía không thể thốt nên lời trong cái nhìn hau háu của anh. *Wow...* từng đó thèm khát ở vị thần Hy Lạp này. Tôi cũng làm như anh, bước ra khỏi đôi giày bệt màu đen. Bất thần anh bước đến chộp lấy vai tôi, xô tôi vào sát tường. Hôn tôi, lên mặt, vào cổ, ở môi... bàn tay anh lùa vào tóc. Tôi cảm nhận hơi mát và sự nhẵn thín của đá ốp tường sau lưng mình khi anh ép cả người vào tôi, đến nỗi tôi cảm thấy mình đang bị ép phẳng lì ra giữa độ nóng của cơ thể anh và hơi lạnh ẩm từ đá ceramic. Tôi thận trọng vịn hai tay mình lên bắp tay anh, rồi bấu chặt lấy, anh rên lên.

"Tôi muốn em. Ở đây... thật nhanh và mạnh." Anh thở, và tay anh đang lùa xuống đùi tôi, nhấc váy lên. "Em còn chảy máu không?"

"Không ạ." Tôi đỏ mặt.

"Tốt."

Anh quỳ xuống, ngón tay cái nhẹ kéo chiếc quần lót trắng của tôi. Váy đã bị nhấc lên, cả thân dưới tôi đang phơi bày trước mắt anh, thèm khát. Tay anh bắt lấy hông tôi, đẩy sát vào tường, anh hôn đùi tôi. Bấu lấy đùi trên, anh đẩy hai chân tôi dạng ra. Tôi rít lên, cảm thấy lưỡi anh đang vây tròn lấy cô bé. *Ôi*. Đầu tôi tự đổ ra phía sau, tôi cứ rên lên trong khi những ngón tay đang lần mò trong tóc anh.

Lưỡi anh liên tục, mạnh mẽ và không hề khoan nhượng lùa qua tôi – quây tròn và tròn, nữa rồi nữa – không ngừng. Toàn thân tôi bắt đầu quằn quại. Anh chợt buông tôi ra. *Sao vậy? Đừng mà anh.* Hơi thở tôi riết róng khi chính tôi cũng đang hổn hển, nhìn anh chăm chăm để phòng một cách háo hức. Hai tay anh bắt lấy mặt tôi, giữ tôi đứng yên rồi hôn thật mạnh, đẩy sâu lưỡi anh vào miệng tôi khiến tôi cảm thấy đầy hưng phấn. Kéo khóa, anh tự giải phóng mình, rồi nắm lấy phía sau đùi, nhấc bổng tôi lên.

"Vòng chân qua tôi, em yêu." Giọng anh gấp gáp, khẩn trương.

Tôi làm như anh bảo và vòng cả hai tay ôm lấy cổ anh. Anh chuyển động thật nhanh và gọn, lấp đầy tôi. *A!* Anh hổn hển còn tôi rên rĩ. Giữ lấy mông tôi, những ngón tay bấu chặt, anh bắt đầu chuyển động, đều đặn... rồi bắt đầu tăng tốc dần... nhanh hơn rồi nhanh nữa. *Aaaa!* Những xúc cảm tấn công ào ạt như trừng phạt và thoát trần... ấn vào tôi, sâu vào tôi... tiến vào, cao nữa, nữa... Đến khi không còn tiếp nhận thêm được, tôi bùng nổ quanh anh, rơi quay cuồng xuống đỉnh viên mãn sắc ngọt. Anh tiếp tục với tôi trong tiếng gầm gừ trầm bổng, vùi đầu vào cổ tôi, sấn sâu anh vào tôi, nấc to lên đứt quãng rồi phóng thích trọn vẹn.

Hơi thở vẫn gấp rút nhưng anh dịu dàng hôn tôi, rồi nhẹ nhàng rời khỏi, giữ cho tôi đứng vững bằng hai chân trên nền gạch. Phòng tắm giờ mù hơi nước... và nóng. Tôi cảm thấy toàn thân mình tỏa nhiệt.

"Có vẻ anh vừa làm em vui lắm đấy." Tôi nói và mỉm cười thẹn thùng.

Môi anh khẽ nhếch lên.

"Vâng, thưa cô Steele, tôi nghĩ sự hoan lạc tự nó là bằng chứng không thể chối cãi. Đến đây – để tôi tắm cho em."

Anh mở ba chiếc nút áo sơ mi trên người rồi tròng ra khỏi đầu, vứt xuống sàn. Nhặt lấy quần dài và quần lót, anh ném tất cả qua một góc. Anh bắt đầu mở nút áo của tôi trong khi tôi đang nhìn anh mà thèm khát được vươn tay đến, chạm vào ngực anh nhưng tôi vẫn còn tự chủ được.

"Chuyến đi của em thế nào?" Anh dịu dàng.

"Bình an, cảm ơn anh." Tôi nói, vẫn còn thấy mình hụt hơi. "Lần nữa cảm ơn anh về vé hạng nhất." Tôi mỉm cười e ngại. "Em có một tin mới." Tôi căng thẳng nói thêm.

"Ô?"

Anh nhìn xuống tôi, tay đang lần mở chiếc cúc cuối cùng, tuột chiếc áo ra khỏi tay tôi rồi ném sang chỗ anh vứt quần áo của mình.

"Em có việc làm rồi."

Anh khựng lại, rồi mỉm cười, mắt anh ấm áp và mềm mỏng.

"Chúc mừng, cô Steele. Giờ thì em sẽ cho tôi biết đó là đâu chứ?" Anh trêu.

"Anh không biết sao?"

Anh lắc đầu, nhăn mặt.

"Làm sao tôi biết được?"

"Với khả năng đeo bám của anh, em tưởng anh đã…" Tôi tắt tiếng khi anh cúi mặt xuống tôi.

"Anastasia, tôi không bao giờ muốn can thiệp vào sự nghiệp của em, trừ khi em đề nghị, tất nhiên là vậy."

Anh có vẻ tổn thương.

"Vậy là anh chưa biết công ty đó?"

"Không. Tôi biết có bốn công ty xuất bản ở Seattle, nên tôi đoán chắc là một trong bốn chỗ đó."

"SIP."

"Ồ, một công ty nhỏ, nhưng ổn định. Hay đấy." Anh nghiêng người xuống hôn lên trán tôi. "Cô gái thông minh. Khi nào em bắt đầu?"

"Thứ Hai."

"Sớm quá, nhỉ? Chắc tôi nên tận dụng em ngay khi còn có thể. Quay lại nào."

Tôi khó chịu với cái giọng ra lệnh thành thói quen của anh nhưng vẫn làm như được bảo. Anh cởi cả áo ngực lẫn áo đầm của tôi ra, thả rơi xuống, hai tay tóm lấy mông tôi và hôn lên bờ vai. Anh nghiêng xuống tôi, mũi vùi vào tóc tôi, hít thật sâu. Hai tay anh vặn xiết lấy mông tôi.

"Cô đầu độc tôi, cô Steele, rồi lại cứu chữa tôi. Một sự hòa trộn đau đầu."

Anh hôn lên tóc tôi. Nắm lấy tay tôi, anh dẫn vào dàn vòi sen.

"Ối." Tôi rúm người. Nước nóng đến bỏng mất. Christian cúi nhìn tôi cười toe mặc cho nước tuôn trên cơ thể.

"Chỉ hơi nóng một chút thôi mà."

Và anh nói đúng. Cảm giác thật dễ chịu, rửa sạch hết những buổi sáng rít mồ hôi ở Georgia và cả cảm giác dính dấp sau khi ân ái.

"Quay lại đi." Anh ra lệnh, tôi làm theo, quay mặt vào tường. "Tôi muốn tắm cho em, anh nói và với lấy chai sữa tắm."

Anh đổ một ít sữa ra tay.

"Em còn có chuyện nữa muốn kể." Tôi nói khi tay anh vừa đặt lên vai tôi.

"Ừ, thế à?" Anh trả lời dịu dàng.

Tôi hít một hơi thật sâu để thêm vững tâm.

"Buổi triển lãm ảnh của José bạn em sẽ khai mạc vào thứ Năm ở Portland."

Anh dừng khựng lại, tay đang đặt trên ngực tôi. Thật mà, tôi đã nhấn mạnh chữ "bạn".

"Ừ, thế rồi sao?" Giọng anh đanh lại.

"Em đã hứa sẽ đến. Anh có đi cùng em không?"

Sau một cơ số thời gian không tính nổi, anh chầm chậm tiếp tục tắm cho tôi.

"Mấy giờ?"

"Lễ khai mạc lúc bảy rưỡi tối."

Anh hôn lên tai tôi. "Được."

Trong lòng tôi, Tiềm Thức thở phào rồi sụm xuống, phơi mình trên chiếc ghế bành cũ mềm.

"Khi xin phép tôi, em sợ lắm à?"

"Vâng. Sao anh biết?"

"Anastasia, cả người em vừa thả lỏng ra kìa." Anh điềm tĩnh đáp.

"Sao nhỉ, anh có vẻ, um… có vẻ đang ghen."

"Ừ, đúng thế." Anh u ám trả lời. "Và em nên nhớ cho kỹ điều đó. Nhưng dù sao cũng cảm ơn em đã xin phép tôi. Chúng ta sẽ đi Charlie Tango."

Ô, trực thăng, tất nhiên rồi, mình ngớ ngẩn làm sao. Bay nữa… tuyệt quá! Tôi cười tít mắt.

"Em tắm cho anh nhé?" Tôi hỏi.

"Tôi không nghĩ thế." Anh dịu dàng hôn lên cổ rồi làm tôi đau nhói với lời từ chối ấy.

Tôi trề môi với bức tường khi anh tiếp tục kỳ lưng cho tôi bằng xà phòng.

"Sẽ tới lúc anh cho em chạm vào anh chứ?" Tôi nhấn từng từ.

Anh lại khựng lại, tay anh lúc này đang ở mông tôi.

"Để hai tay lên tường đi Anastasia. Tôi sắp làm chuyện đó với em nữa đây." Anh thì thầm bên tai tôi, hai tay anh đang giữ lấy hông tôi. Tôi tự hiểu cuộc thảo luận đến đây là chấm dứt.

LÁT SAU, CHÚNG TÔI NGỒI ở quầy ăn sáng, người khoác áo choàng tắm, thưởng thức tuyệt chiêu mì Ý nấu sò của bà Jones.

"Rượu nhé?" Christian hỏi, đôi mắt xám lấp lánh.

"Ít thôi, cảm ơn anh."

Sancerre thật dày vị và đậm đà. Christian rót cho tôi một ly và một ly khác cho anh.

"Anh đã giải quyết ổn… ừm tình hình khiến anh phải về Seattle chưa?" Tôi ướm hỏi.

Anh nhăn mặt. "Ngoài tầm tay rồi." Anh cay đắng nói. "Nhưng em không phải bận tâm đâu, Anastasia. Tối nay tôi có kế hoạch cho em rồi."

"Ô?"

"Ừ. Tôi muốn em sẵn sàng và đợi ở phòng giải trí trong mười lăm phút nữa."

Anh đứng dậy, cúi nhìn tôi chăm chú.

"Em có thể sửa soạn trong phòng em. Nhân tiện, phòng thay quần áo của em đã đầy đồ đạc rồi. Tôi không muốn tranh cãi về chuyện này."

Anh nheo mắt như đe tôi cứ thử nói thêm gì xem. Thấy tôi im lặng, anh quay vào phòng làm việc.

*Tôi! Tranh cãi ư?* Với anh sao, anh 50? Mười cái tôi cũng không dám. Tôi ngồi trên ghế, ngẩn ra mất một lúc, cố gặm nhấm mẩu thông tin ấy. Anh đã mua quần áo cho tôi. Tôi trợn mắt lên với trò thời trang lố lăng, thầm biết rằng anh không thể thấy được tôi lúc này. Xe hơi, điện thoại, máy tính… quần áo, ban đầu tôi sở hữu mấy món này, rồi cuối cùng, anh sẽ sở hữu tôi hoàn toàn luôn.

*Hứ!* Tiềm Thức chìa cái mặt xấc xược ra, vênh váo. Tôi mặc kệ ả, đi thẳng lên phòng *của mình*. Vậy là, phòng này vẫn là của tôi… sao vậy? Tôi đoán thế có nghĩa là anh đã đồng ý cho tôi được ngủ cùng. Tôi nghĩ anh không có thói quen chia sẻ không gian riêng tư cho ai nhưng tôi cũng thế mà. Tôi tự an ủi mình rằng vậy là ít nhất tôi cũng có một nơi nào đó để lánh mặt anh.

Tôi mở thử, thấy cửa phòng đã khóa nhưng không có chìa. Tôi chợt nghĩ có lẽ bà Jones có, tôi chạy sang hỏi. Tôi mở cửa phòng thay đồ ra và sập lại ngay lập tức. *Trời ạ – anh ấy tiêu hết cả gia tài cho chỗ này.* Phòng này khá giống phòng của Kate – rất nhiều quần áo treo lớp lang trên móc. Tự thâm tâm, tôi biết tất cả đều vừa khít với mình. Nhưng thật ra tôi chưa có thời gian để nghĩ đến điều đó – tôi phải quỳ trong Căn Phòng Đỏ... Đau đớn... hay hoan lạc, đầy hứa hẹn – tối nay.

TÔI QUỲ BÊN CỬA, trên người không mảnh vải trừ chiếc quần lót. Vậy mà sau vụ trong phòng tắm, tôi tưởng thế là đủ với anh rồi. Anh chàng này thật tham lam, hay tất cả đàn ông đều thế nhỉ. Tôi không biết nữa, tôi đã quen ai đâu để so sánh với anh. Nhắm nghiền mắt lại, tôi cố giữ cho mình thật bình tĩnh, cố kết nối với cô nàng phục tùng nội tại. Cô ta đang ở đâu đó thôi, nấp sau lưng nữ thần nội tại.

Bao nhiêu tưởng tượng cứ sủi lên như bọt soda trong mạch máu tôi. Anh sẽ làm gì đây? Tôi hít một hơi thật sâu và đều nhưng không thể xua nó đi được, tôi phấn khích, hưng phấn và đã ướt đẫm rồi. Thế này thật là... tôi muốn nghĩ đến chữ *sai trái*, nhưng bằng cách nào đó, tôi lại không cảm thấy như thế. Với Christian, điều này chẳng có gì sai. Đây là những gì anh muốn – sau vài ngày vừa qua... sau tất cả những gì anh làm, tôi phải đương đầu và chấp nhận những quyết định anh muốn, những nhu cầu anh cần.

Ký ức tái hiện lại hình ảnh của anh khi tôi bước vào nhà chiều nay, khuôn mặt đầy mong ngóng, những sải chân quả quyết hướng về tôi như thể tôi là ốc đảo giữa sa mạc. Tôi sẽ làm mọi việc để lại được thấy dáng điệu ấy lần nữa. Tôi khép hai đùi lại khi ký ức tuyệt diệu ấy tái hiện nhưng điều đó lại chợt nhắc tôi rằng anh muốn tôi mở rộng hai chân ra. Tôi dạng đùi sang hai bên. Anh sẽ để tôi chờ bao lâu đây? Nỗi chờ đợi đang gặm nhấm tôi, ngấu nghiến tôi bằng nỗi thèm khát đen tối và dằng dai. Tôi liếc nhanh quanh căn phòng đèn dìu dịu: chiếc bàn, ghế bành, ghế dài... chiếc giường đó. Trong ánh sáng lờ mờ, nó thật đồ sộ, bao phủ bởi vải satin đỏ. Hôm nay anh sẽ làm gì tôi đây?

Cửa bật mở và Christian bước vào, chẳng thèm nhìn tôi lấy một cái. Tôi vội cắm mắt xuống đất, nhìn chăm chăm vào tay mình, cẩn trọng quỳ trong tư thế mở rộng đùi. Bỏ thứ gì đó lên tủ kéo lớn gần cửa, anh thong thả tiến về phía giường. Tôi thu hết can đảm liếc nhìn theo anh và muốn tắt thở. Trên người anh mặc độc chiếc quần jeans mềm, rách bươm, nút trên không cài. *Chết rồi, trông anh nóng bỏng điên lên được.* Tiềm Thức quạt lấy quạt để còn nữ thần nội tại thì lắc lư, đu đưa theo một giai điệu gợi tình nguyên sơ nào đó. Cô ả sẵn sàng rồi. Tôi liếm môi một cách bản năng. Máu tuôn rần rật khắp cơ thể, mạnh mẽ và dày đặc theo giai điệu salsa đói khát. *Anh ấy sắp làm gì mình thế này?*

Anh quay lại, từ tốn trở lại chỗ chiếc tủ nhiều ngăn. Anh mở một ngăn ra, lần lượt lấy các món trong đó để lên đầu tủ. Sự tò mò của tôi ngọ nguậy, thậm chí, bùng cháy đến nỗi tôi phải cố kiềm chế hết mức để không lén nhìn trộm. Khi lấy xong mọi thứ trong ngăn tủ, anh bước đến, đứng trước mặt tôi. Đôi chân trần của anh hiện ra trước mắt tôi và tôi thèm hôn lên từng centimet đôi chân ấy... mơn lưỡi lên mu bàn chân, ngậm mút từng ngón chân. *Chết thật.*

"Trông cô đáng yêu lắm." Anh nhẹ nhàng nói.

Tôi vẫn cúi đầu xuống, cảm thấy màu đỏ đang lan từ từ trên khắp mặt mình. Anh cúi xuống, bắt lấy cằm tôi, nâng mặt tôi lên để nhìn vào mắt anh.

"Cô là một phụ nữ xinh đẹp, Anastasia. Và cô là của tôi." Anh nói. "Đứng lên."

Mệnh lệnh của anh mềm mỏng và gợi tình.

Tôi lảo đảo đứng dậy.

"Nhìn tôi này." Anh thở, còn tôi đắm đuối vào ánh nhìn âm âm lửa của anh.

Đây đích thị là ánh mắt của Người Áp Đặt – lạnh lùng, sắt đá và quyến rũ như địa ngục, bóng dáng của đủ bảy điều cấm kỵ[1] vẫn vũ trong chỉ một cái nhìn. Miệng tôi khô khốc, và tôi chợt biết mình sẽ làm bất cứ điều gì anh yêu cầu.

"Chúng ta vẫn chưa ký hợp đồng, Anastasia nhỉ. Nhưng chúng ta đã thảo luận về các giới hạn. Và tôi muốn nhắc lại rằng chúng ta có những từ an toàn, nhớ chứ?"

*Chết tiệt...* dự định của anh là gì mà đến nỗi tôi phải dùng cả từ an toàn?

"Đó là những từ gì?" Anh hỏi dò xét.

Tôi hơi cau mày trước câu hỏi, mặt anh đanh lại chờ đợi.

"Những từ an toàn đó là gì, Anastasia?" Anh nói chậm và đầy cân nhắc.

"Vàng." Tôi đáp.

---

1. Đây muốn nhắc đến bảy điều tội lỗi của loài người theo quan điểm Công giáo, là tức giận, tham lam, lười biếng, tự kiêu, ham mê sắc dục, ganh tỵ và tham ăn.

"Và?" Anh hối thúc, miệng mím lại thành một vạch ngang.

"Đỏ." Tôi thở gấp.

"Nhớ đấy."

Tôi không thể không nhớ được... Tôi nhướng mày lên, muốn nhắc anh nhớ về điểm trung bình học tập của tôi nhưng ánh mắt anh bỗng trở nên lạnh tanh, đôi mắt xám như băng chừng muốn ngăn tôi lại.

"Đừng có nhanh mồm ở đây, cô Steele. Còn không, tôi sẽ giao cấu với nó luôn trong khi chèn cô dưới đầu gối. Hiểu chứ?"

Tôi nuốt ực một cách vô thức. *Hiểu chứ*. Tôi chớp mắt liên tục, người nhũn ra. Thật ra, trong giọng nói của anh có gì đó còn hơn cả răn bảo, nó đầy đe dọa.

"Thế nào?"

"Vâng, thưa ngài." Tôi líu ríu trả lời.

"Tốt lắm, cô bé." Anh dừng lời để quan sát tôi. "Tôi không có ý định nhắc cô những từ an toàn vì nghĩ rằng cô sẽ bị đau. Ý định của tôi là tạo ra những cảm xúc tột độ. Cực kỳ tột độ và cô phải chỉ tôi cách làm. Hiểu chứ?"

*Không hiểu lắm! Tột độ? Oái.*

"Chỉ đụng chạm thôi, Anastasia. Cô sẽ không thể thấy tôi hay nghe tiếng tôi. Nhưng cô có thể cảm nhận được tôi."

Tôi nhăn mặt – *không nghe được anh?* Thế thì chuyện diễn ra thế nào? Anh quay đi, đến lúc đó, tôi mới nhận ra trên tủ đã để sẵn một chiếc hộp màu đen mờ, thấp và nhẵn thín. Anh xoay tay ở mặt trước hộp, chiếc hộp tách làm hai: hai cánh cửa trượt mở ra phô bày một máy hát CD và loạt nút bấm. Christian lần lượt nhấn nhiều phím trên đó. Chẳng có gì xảy ra hết nhưng trông anh lại có vẻ hài lòng. Mọi chuyện vẫn mù mờ với tôi. Khi anh quay lại nhìn tôi lần nữa, mặt anh đã sẵn một nụ cười-tôi-có-một-bí-mật-đây.

"Tôi sắp trói cô vào giường, Anastasia. Nhưng trước hết phải bịt mắt cô lại đã." Anh chìa chiếc iPod trong tay ra. "Cô sẽ không thể nghe được tôi. Cô chỉ có thể nghe nhạc mà tôi mở cho cô thôi."

Được thôi. Nghe nhạc giờ giải lao. Không phải chuyện tôi đang chờ đợi lắm. Anh có làm chuyện mà tôi mong anh làm không nhỉ? *Chà, hy vọng không phải nhạc rap.*

"Đến đây."

Anh đỡ lấy tay tôi lên chiếc giường kiểu cổ có bốn chân cột. Mỗi góc giường đã lắp sẵn cùm, xích bằng kim loại cao cấp và còng bọc da, sáng lấp lánh trên nền sa-tanh đỏ.

Ối chà chà, tôi cảm thấy tim mình sắp nhảy vọt ra khỏi lồng ngực và tôi sắp nhũn ra từ bên trong, nỗi đam mê hừng hực khắp người. Có thể nào kích động hơn nữa không?

"Đứng đây."

Tôi đứng đối diện với giường. Anh cúi xuống thì thầm vào tai tôi.

"Đợi ở đây. Mắt nhìn giường. Hình dung cô đang bị trói nằm đây và xin xỏ lòng nhân từ của tôi."

*Ôi thật là.*

Anh đi sang góc khác một lúc và tôi có thể nghe thấy anh đang làm gì đó gần cánh cửa. Tất cả các giác quan của tôi đều căng ra cực siêu cảnh giác, đặc biệt là thính giác. Anh đang rút gì đó ra khỏi giá đỡ roi và gậy bên cánh cửa. *Chết tiệt. Anh ta đang làm gì?*

Tôi cảm thấy anh ở sau mình. Anh tóm lấy tóc tôi, túm lại thành một đuôi dài và bắt đầu thắt bím.

"Trong khi tôi thích đuôi tóc của cô, Anastasia, tôi cũng rất nóng ruột muốn có được cô ngay bây giờ. Vì vậy phải làm ngay một việc trước đã."

Giọng anh trầm và mềm mại. Những ngón tay khéo léo của anh thỉnh thoảng phớt qua lưng tôi khi anh tết tóc. Mỗi cái đụng chạm rất bình thường ấy lại như cuộc điện chấn ngọt ngào trên da tôi. Anh buộc đuôi tóc lại bằng dây rồi thắt nơ thật khéo, kéo giật tôi ra sau áp sát vào anh. Anh kéo đuôi tóc sang một bên để lộ phần cổ tôi trước anh, môi và lưỡi anh lần dò từ tai xuống vai tôi. Anh phát ra tiếng trầm trầm nhè nhẹ khi làm như thế và âm thanh ấy thôi thúc cả cơ thể tôi. Ngay dưới… ngay dưới *đó*, bên trong tôi. Không kiềm nổi, tôi rên lên khe khẽ.

"Im ngay." Hơi thở anh phả trên da thịt tôi.

Anh đưa tay ra trước mặt tôi, cánh tay anh chạm vào tôi. Trên tay phải của anh có một chiếc roi. Tôi nhớ nó là hình cụ đầu tiên tôi được giới thiệu ở phòng này.

"Sờ vào xem." Anh thì thầm, nghe cám dỗ như giọng của quỷ sứ.

Cơ thể tôi phừng phừng hưởng ứng. Tôi thận trọng đưa tay lên vuốt vào những sợi dài đính quanh thân roi. Có rất nhiều sợi hình lá như thế, tất cả đều bằng da lộn và đính hạt ở chóp.

"Tôi sẽ dùng cái này. Nó sẽ không làm em đau mà chỉ khiến máu tụ lên bề mặt da và làm em thêm nhạy cảm."

Ôi, anh nói rằng sẽ không đau.

"Từ an toàn là gì, Anastasia?"

"Ưm… vàng và đỏ, thưa ngài." Tôi thều thào.

"Cô gái ngoan. Nhớ lấy, hầu hết nỗi sợ hãi của cô đều do tưởng tượng mà ra."

Anh buông roi xuống giường và tay anh lần xuống eo tôi.

"Cô không cần thứ này nữa." Anh nói, móc một ngón tay vào quần lót rồi kéo xuống chân tôi.

Tôi lóng ngóng bước khỏi quần, tay vịn vào chiếc cột giường chạm trổ.

"Đứng yên." Anh ra lệnh.

Anh hôn bờ mông tôi rồi hai lần nhẹ nhàng nhay lấy da thịt khiến tôi căng người lên chống đỡ.

"Giờ thì nằm xuống. Ngửa mặt lên." Anh nói thêm sau khi vỗ bộp vào mông khiến tôi phải nhảy dựng lên.

Tôi vội vàng trèo lên, chuồi người vào dưới tấm trải giường cứng, phẳng phiu, rồi nằm xuống, ngước nhìn anh. Tấm satin bên dưới da tôi thật mềm và mát. Mặt anh lặng tờ, ngoại trừ đôi mắt, không ngớt lấp lánh niềm hoan lạc đang cố kiềm chế.

"Đưa tay lên đầu." Anh ra lệnh và tôi làm như được bảo.

*Ái chà*, cơ thể tôi đang đói khát anh. Tôi muốn anh rồi đây.

Anh bước đi, tôi chỉ còn thấy anh qua khóe mắt, đang ung dung tiến lại tủ ban nãy, rồi quay lại với chiếc iPod và một dải gì tựa tựa như miếng bịt mắt mà tôi đã mang khi bay đi Atlanta. Ý nghĩ đó khiến tôi muốn mỉm cười nhưng hai môi không chịu hợp tác nữa. Tôi mệt nhoài vì những tưởng tượng. Tôi chỉ còn cảm nhận được rằng mặt mình giờ hoàn toàn đơ ra, mắt mở trừng trừng khi tôi nhìn anh.

Ngồi xuống thành giường, anh chìa cho tôi thấy chiếc iPod. Nó có một râu ăng-ten rất lạ và một tai nghe nữa. Trông kỳ kỳ. Tôi cau mày cố hiểu đây là thiết bị gì.

"Cái này giúp truyền những giai điệu trong iPod sang hệ thống trong phòng." Christian trả lời câu mà tôi không hề hỏi thành lời khi anh lấy vào ăng-ten. "Tôi có thể nghe những gì em nghe và tôi có thiết bị điều khiển nó từ xa."

Anh nhếch môi cười và hất cằm về phía thiết bị nhỏ, nhẵn trông như chiếc máy tính điện tử tối tân. Anh nhoài người về phía tôi, nhẹ nhàng đeo tai nghe vào tai tôi, bỏ chiếc iPod xuống đâu đó trên giường, gần bên đầu tôi.

"Nhấc đầu lên." Anh ra lệnh và tôi lập tức làm theo.

Chầm chậm, anh tròng miếng che mắt vào, kéo dây thun nằm êm sau đầu tôi và thế là tôi không còn nhìn thấy gì. Dây thun cũng giúp tai nghe ôm sát vào tai. Tôi vẫn có thể nghe thấy anh qua âm thanh sột soạt khi anh bước khỏi giường. Tai tôi ù đi vì chính hơi thở của mình – dồn dập và hụt hơi, đúng như niềm phấn khích trong tôi. Christian nắm lấy tay trái tôi, vươn dài lên góc trái của giường, cùm cổ tay tôi lại bằng chiếc còng da sẵn ở đó. Những ngón tay thuôn dài của anh phớt qua cánh tay tôi cho đến khi anh thao tác xong. *Ôi!* Sự đụng chạm của anh khiến tôi run lên những cơn mơn trớn và dễ chịu. Tôi nghe tiếng anh di chuyển thong thả sang một góc khác, anh nắm lấy tay phải tôi, rồi còng lại. Lần nữa, những ngón thuôn dài lại lẩn quẩn quanh cánh tay tôi. *Ôi sao mà…* Tôi đã sẵn sàng để bùng nổ rồi đây. Sao chuyện này lại đẫm sắc dục đến thế?

Anh đi sang cuối giường, bắt lấy cả hai cổ chân tôi.

"Nhấc đầu lên lần nữa." Anh ra lệnh.

Tôi y lệnh và anh kéo tuột tôi xuống cuối giường sao cho hai tay tôi duỗi thẳng và gần như căng ra. Ô, tôi không thể cử động tay được. Một cơn rùng mình hoảng sợ trộn lẫn nỗi khoái lạc trêu ngươi rùng rùng quét toàn thân, khiến tôi càng ướt đẫm. Tôi rên lên. Kéo chân tôi ra hai bên, anh cùm chân phải trước rồi chân trái sau khiến tôi không chút che đậy, tay chân dạng ra và hoàn toàn bất lực trước anh. Thật kích động khi không được thấy anh. Tôi gần như không nghe được… anh đang làm đấy?

Thế rồi tôi không còn nghe thấy gì nữa, chỉ còn hơi thở và tiếng đập của trái tim khi nhịp máu bơm loạn lên qua ống tai.

Không lâu sau đó, một tiếng tách nhỏ và tiếng nhạc từ iPod tuôn vào tôi. Từ trong đầu, tôi nghe một giọng trong veo ngân lên một nốt dài mượt mà và ngay lập tức một giọng khác, rồi thêm những giọng khác nữa hoà theo – ái chà, một giai điệu thoát tục – hát đuổi trong đầu tôi một ca khúc cổ, rất cổ rồi. *Bài này tên gì đây trời?* Tôi chưa từng nghe được giai điệu nào như thế này. Có cái gì đó mềm mại đến mức không thể chịu nổi đang mơn man trên cổ, tiến xuống họng rồi chầm chậm lan xuống ngực, trên bầu vú, ve vuốt tôi… lẩy vào đầu vú, quá đỗi mềm mại, râm ran bên dưới. Chuyện này thật *không ngờ nổi. Đó là lông. Găng tay lông thú?*

Christian lướt bàn tay, chậm rãi, thong thả xuống bụng dưới của tôi, lân la vòng tròn quanh rốn, thận trọng đi từ hông này sang hông kia và tôi cố hình dung xem anh sẽ còn tiến đến đâu nữa… nhưng âm nhạc… trong đầu tôi… bẻ lái tôi… lông thú đang tiến qua lớp lông mu… giữa hai chân, dọc theo đùi, tiến xuống một chân… tiến lên chân khác… có vẻ nhột nhạt… nhưng không nhiều quá… nhiều giọng hát nữa hòa ca… giai điệu thần thánh ấy đã sang những đoạn khác, những giọng hát phối hợp rộn rã và mượt mà trong một sự hòa quyện nhuần nhuyễn vượt xa tất cả những gì tôi từng nghe từ trước đến giờ. Tôi chỉ hiểu được đúng một từ - "deus" – và tôi nhận ra bài hát được hát bằng tiếng Latin. Vẫn không dừng, lông thú đang di chuyển sang hai tay tôi, quanh cổ tay… trở lại bầu vú. Đầu ngực tôi căng lên dưới những cái đụng chạm mượt mà… rồi tôi thở dốc… tự hỏi đâu sẽ là nơi tay anh lần đến tiếp theo. Bất thần, lớp lông thú vụt biến, tôi cảm nhận được làn chỉ da trên roi đang quét trên da mình, theo đúng con đường mà lớp lông thú vừa đi qua. Thật khó tập trung khi âm nhạc cứ réo rắt trong đầu – nghe cứ như hàng trăm giọng hát ngân vang, bện vào nhau tựa một tấm thảm thêu tinh xảo, dệt từ vàng và bạc kéo tơ trong đầu tôi, trộn lẫn với cảm giác mềm mại của da lộn lướt trên da thịt... chu du trên tôi... *ôi sao...* bất ngờ, da lộn cũng biến mất.

Thình lình, roi quất rát xuống bụng tôi.

"Áaaaaa!" Tôi hét lên.

Cái đánh làm tôi kinh ngạc nhưng không hẳn là đau đớn và râm ran khắp người. Anh đánh thêm lần nữa. Mạnh hơn.

"Áaa!"

Tôi muốn cử động, muốn oằn người lại... để bỏ chạy hay để nhào đến đón mỗi lần roi... tôi không biết nữa – chuyện này quá tràn trề... tôi không thể giật cánh tay được... chân bị trói căng... tôi đã bị giam chắc ở chỗ này. Lần nữa, anh quật xuống ngực tôi – tôi thét lên. Đó là nỗi thống khổ mượt mà – có thể chịu được, chỉ là... hoan lạc thôi – không, không phải ngay lập tức nhưng chỉ vừa đúng khi da thịt tôi ngân lên lời hồi đáp mỗi lần roi, nhịp nhàng với điệu nhạc trong đầu, thì tôi cũng bị lôi tuột vào một vùng thẳm, thăm thẳm trong tâm thức, vây bọc lấy những rung cảm gợi tình nhất. *Phải – mình thấy rồi.* Anh đánh tôi ở hông, rồi một nhát gọn ở lông mu, ở đùi, mặt trong đùi... rồi trở lại phần thân... ngang qua hông. Anh quật không ngừng khi nhạc đang đến cao trào, rồi bất thần, nhạc tắt. Anh cũng dừng. Tiếng hát bắt đầu vút lên... lanh lảnh, anh trút một trận roi xuống tôi... tôi rên lên, quằn quại. Lần nữa, bài hát dừng, tuyệt nhiên im lặng... ngoại trừ hơi thở điên cuồng của tôi... và tiếng rên rỉ hoang dại. Chuyện gì... ô... đang xảy ra? Anh sắp làm gì đây? Niềm kích động đã đến mức không thể chịu nổi. Tôi bước vào một vùng tối sầm đầy dục tính.

Chiếc giường động đậy rồi dừng lại khi tôi cảm thấy anh đang trườn trên người mình, bài hát lại bắt đầu. Anh cho bài hát trở lại... lần này, mũi và môi anh thay cho lông thú... lướt xuống cổ và họng tôi, hôn, mút... trườn sang ngực. Ái! Đùa nghịch với từng đầu vú một... lưỡi anh cuốn tròn lấy đầu ngực này trong khi tay anh lấy không ngớt vào đầu vú kia... Tôi rú lên, rất to, tôi đoán thế dù không hề nghe được giọng mình. Tôi bị lạc. Lạc trong anh... lạc trong những giọng hát thoát trần, đánh lạc hướng... lạc trong mọi cảm xúc mà tôi không thể thoát ra được... tôi hoàn toàn dựa vào lòng thương xót của những động chạm thành thạo từ anh.

Anh tiến dần xuống bụng dưới – lưỡi quây tròn lấy rốn tôi – tiến theo đường mà lông thú và roi da đã qua... Tôi nấc lên. Anh hôn, mút rồi cắn... tiến xuống... Tôi đang cheo leo thì anh dừng.

*Không!* Chiếc giường động đậy, anh quỳ gối giữa hai chân tôi. Anh chồm đến phía cột giường, chiếc còng chân tôi bất ngờ biến mất. Tôi quờ chân ra giữa giường... thả lỏng nó bên anh. Anh nhoài sang cột bên kia và thả nốt chân còn lại. Tay anh nhanh chóng xoa bóp hồi sinh cho hai chân tôi. Anh bắt chặt lấy hông tôi, nhấc lên, lưng tôi rời khỏi giường. Tôi nằm hình cung, sức nặng cơ thể tựa trên vai? *Gì thế?* Anh đang quỳ giữa hai chân tôi... và chỉ một cử động nhanh, dứt khoát, anh đã ở bên trong tôi... *ôi, khốn kiếp*... tôi rú lên lần nữa. Cơn quằn quại của cực khoái đang lao đến. Anh dừng lại. Cơn quằn quại tắt ngúm... *ôi không*... anh còn muốn tra tấn tôi nữa.

"Xin anh." Tôi rên rĩ.

Anh bấu vào tôi mạnh hơn… để cảnh cáo? Tôi không biết, những ngón tay anh bấm sâu vào da thịt ở mông tôi khi tôi nằm hổn hển… thế rồi tôi chủ ý nằm yên bất động. Thật chậm, anh bắt đầu chuyển động lần nữa… ra rồi sau đó vào… Và khi số lượng giọng hát trong giai điệu tăng lên, tốc độ của anh cũng thế, tuyệt đối chuẩn xác, anh thật tự chủ… thật trùng khít với nhạc. Còn tôi thì không thể chịu đựng nổi nữa.

"Làm ơn." Tôi van xin.

Bằng một động tác rất gọn, anh đỡ tôi nằm xuống giường, đè lên tôi, tay anh kề bên ngực tôi, chịu sức nặng cả cơ thể, rồi anh sấn sâu vào tôi. Khi giai điệu lên đến cao trào, tôi rơi… rơi tự do… xuống đỉnh cực khoái tột cùng và trêu ngươi nhất từng biết. Christian đến sau tôi, dập sâu vào tôi thêm ba lần nữa… cuối cùng mới chịu bất động đổ xuống tôi.

Khi ý thức trở về từ một nơi nào đó, Christian rời khỏi tôi. Nhạc đã dừng, tôi có thể cảm thấy cơ thể anh đang tì lên tôi khi nhoài người tháo còng tay bên phải. Tôi rên rỉ khi cánh tay được thả ra. Anh nhanh chóng mở nốt tay còn lại, dịu dàng kéo băng che mắt, gỡ tai nghe ra cho tôi. Tôi chớp mắt trước ánh sáng phòng lờ mờ rồi nhận ra ánh mắt màu xám thăm thẳm của anh.

"Xin chào." Anh nói.

"Chào chính mình." Tôi thở ngượng ngùng đáp lại anh.

Môi anh cong lên một nụ cười, anh cúi xuống rồi hôn nhẹ lên tôi.

"Làm tốt đấy." Anh thì thầm. "Quay lại đi."

*Chết tiệt* – anh sắp làm gì nữa đây? Mắt anh mềm mại.

"Tôi sẽ xoa bóp vai cho em."

"Ồ… vâng."

Tôi chật vật nằm sấp mặt xuống. Tôi quá mệt. Christian ngồi một bên và bắt đầu xoa bóp vai cho tôi. Tôi rên to lên – những ngón tay anh quá mạnh mẽ và thành thạo. Anh cúi hôn lên đầu tôi.

"Đó là nhạc gì thế?" Tôi hỏi gần như không ra tiếng.

"Đó là *Spem in Alium*, một bản thánh ca bốn mươi phần của Thomas Tallis."

"Nó thật... quá sức chịu đựng."

"Tôi luôn luôn muốn vui chơi trên nền nhạc của nó."

"Một cái lần đầu nữa sao, ngài Grey?"

"Đúng thế, cô Steele. Hmm... em và tôi, chúng ta có nhiều lần đầu thật." Giọng anh có vẻ khá quan tâm.

Tôi rên lên lần nữa khi những ngón tay anh như đang làm phép trên vai tôi.

"Trong khi ngủ em đã nói gì thế, Chris... ơ, thưa ngài?"

Những ngón tay anh dừng xoa bóp vai tôi một lát.

"Em nói nhiều thứ lắm, Anastasia. Em nói về những cái lồng và những quả dâu... rằng em muốn nhiều hơn nữa... rằng em đánh mất tôi."

Ô, tạ ơn trời đất vì chuyện đó.

"Chỉ thế thôi ạ?" Giọng tôi nhẹ nhõm thấy rõ.

Christian chấm dứt tiết mục xoa bóp kỳ diệu, đổi thế, nằm dài xuống bên tôi, đầu gối lên khuỷu tay. Anh đang nhăn mặt.

"Vậy em tưởng em đã nói gì?"

*Dại dột chưa.*

"Rằng em nghĩ anh thật xấu xí, tự phụ, rằng thật vô vọng khi lên giường với anh."

Anh nhíu mày sâu hơn.

"Xem nào, về bản chất quả là tôi đúng như thế đấy, giờ thì cô làm tôi tò mò rồi. Cô đang giấu tôi điều gì thế, cô Steele?"

Tôi chớp chớp mắt ngây thơ nhìn anh. "Em có giấu anh gì đâu."

"Anastasia, khả năng nói dối của em tuyệt vọng thật."

"Em tưởng anh sắp làm em cười khúc khích sau khi quan hệ; nhưng thế này thì không phải thế rồi."

Môi anh nhếch lên. "Tôi không biết kể chuyện cười."

"Ngài Grey, thì ra cũng có những chuyện ngài không thể làm." Tôi cười toe với anh và anh cười đáp lại.

"Quả vậy, khả năng kể chuyện cười của tôi cũng thật tuyệt vọng."

Nhìn anh thật tự mãn về bản thân đến độ tôi phải bật cười khúc khích.

"Khả năng kể chuyện cười của em cũng tuyệt vọng luôn."

"Hay thật." Anh nói và chồm sang hôn tôi.

"Và em đang giấu điều gì đó, Anastasia. Tôi phải tra tấn để em khai ra mới được."

# Chương hai mươi sáu

Tôi giật mình tỉnh giấc. Tôi mơ thấy mình vừa rơi xuống mấy bậc thang, và bật phắt dậy, cảm giác thoáng chao đảo. Trời vẫn tối, trên giường của Christian lúc này chỉ một mình tôi. Điều gì đó đã đánh thức tôi dậy, một ý nghĩ khó chịu nào đó. Tôi ngó qua chiếc đồng hồ báo thức để cạnh giường. Chỉ mới năm giờ sáng, nhưng tôi thấy rất thoải mái sau giấc ngủ. Tại sao nhỉ? Ửm – chắc do lệch múi giờ – lẽ ra đã là tám giờ sáng ở Georgia. *Chết tiệt… Tôi phải uống thuốc.* Tôi trèo khỏi giường, thầm cảm ơn bất kỳ điều gì đã làm tôi thức dậy. Có tiếng đàn piano nho nhỏ vẳng lại. Christian đang chơi đàn. Phải xem mới được. Tôi thích nhìn anh đàn. Trên người không mảnh vải, tôi quơ lấy tấm áo choàng vắt trên ghế rồi rảo bước nhẹ xuống hành lang, vừa đi vừa xỏ áo vào và dỏng tai nghe tiếng nhạc ma mị của một điệu buồn ai oán, phát ra từ căn phòng lớn.

Christian ngồi lẫn vào bóng tối, xung quanh là khung cảnh tranh tối tranh sáng của buổi bình minh, mái tóc anh óng ánh những vệt màu đồng dưới ánh sáng mờ ảo. Anh vẫn vận trên người chiếc quần pajama và đang rất tập trung dạo lên những khúc du dương, như lạc cả hồn vào điệu nhạc u sầu ấy. Tôi nấn ná lại, đứng quan sát trong bóng tối vì không muốn cắt ngang dòng cảm xúc của anh. Nhìn anh sao mà lạc lõng, thậm chí, sầu muộn và cô đơn đến xé lòng hay phải chăng chỉ là do tiếng nhạc quá ư buồn đau, sầu thảm. Dạo xong khúc nhạc, anh ngừng lại một chút rồi chơi lại lần nữa. Tôi chầm chậm tiến về phía anh, tựa hồ như con bướm đêm bị thu hút vào ánh lửa… bất giác tôi mỉm cười với ý nghĩ đó. Anh đưa mắt lên trông thấy tôi, thoáng nhăn mặt rồi đưa mắt trở lại phím đàn.

Ôi, chết tiệt, có phải anh cáu lên vì bị tôi làm phiền không?

"Lẽ ra em nên ngủ mới phải." Giọng anh trách móc nhẹ nhàng.

Anh trông như đang bận tâm chuyện gì đó.

"Anh cũng nên ngủ mới phải." Tôi đáp lại, giọng không mấy dịu dàng.

Anh ngước lên nhìn tôi, mỉm cười. "Cô đang mắng tôi à, cô Steele?"

"Vâng. Đúng vậy. Thưa ngài Grey."

"Ừm, tôi ngủ không được."

Đôi mày anh nhíu lại lần nữa và lần này vẻ mặt có thoáng nét khó chịu xen lẫn giận dữ. Với tôi ư? Chắc chắn không.

Tôi phớt lờ nét mặt đó của anh và đánh bạo tiến lại ngồi cạnh anh trên chiếc ghế đàn, tựa đầu lên bờ vai để trần của anh, quan sát những ngón tay thon uyển chuyển lướt nhanh trên những phím đàn. Anh ngừng một giây, rồi tiếp tục dạo hết khúc nhạc.

"Bài gì vậy, anh?" Tôi hỏi khẽ.

"Của Chopin. *Prelude Opus 28*, số 4. Cung Mi thứ. Nếu em quan tâm." Giọng anh trầm trầm.

"Anh làm gì cũng khiến em quan tâm cả."

Anh quay sang, dịu dàng hôn lên tóc tôi.

"Tôi không định đánh thức em dậy đâu."

"Em biết. Chơi bản kia đi."

"Bản kia?"

"Bản của Bach mà anh đã chơi trong buổi tối đầu tiên em đến đấy."

"Ồ, của Marcello."

Anh bắt đầu dạo đàn, chầm chậm và khoan thai. Tôi nhắm mắt, đầu tựa vào anh mà vẫn cảm nhận được chuyển động của đôi bàn tay thông qua bờ vai rắn chắc. Những nốt nhạc buồn thổn thức vây quanh chúng tôi, thật chậm và sầu não, vọng vang vang vào bốn bức tường. Bản nhạc hay đến ám ảnh và buồn hơn cả giai điệu ban nãy của Chopin, khiến tôi như lạc mất hồn vào khúc nhạc sầu ảo não. Nó như phần nào soi chiếu được cảm giác của tôi. Một sự khát khao tận trong thẳm sâu được biết nhiều hơn nữa về người đàn ông lạ thường này, để cố gắng hiểu hơn về nỗi buồn anh đang đeo mang. Trong thoáng chốc, bản nhạc kết thúc.

"Sao anh chỉ chơi những bản nhạc buồn như thế?"

Tôi ngồi thẳng người lên, nhìn anh nhưng anh chỉ đáp lại tôi bằng cái nhún vai, nét mặt thận trọng.

"Vậy là anh tập chơi đàn từ lúc sáu tuổi?" Tôi hỏi để khơi gợi.

Anh gật đầu, vẻ cảnh giác tăng thêm trong ánh mắt, đoạn anh mở lời.

"Tôi cật lực học dương cầm để làm vui lòng người mẹ sau của mình."

"Để xứng đáng với một gia đình hoàn hảo?"

"Ừ, nói thế cũng được." Anh lảng tránh. "Sao em lại dậy lúc này? Em không muốn nghỉ ngơi sau khi gắng sức hôm qua à?"

"Đã tám giờ sáng rồi. Và em cần phải uống thuốc."

Anh nhướng mày ngạc nhiên.

"Trí nhớ tốt đấy." Anh nói khẽ, tôi biết anh cảm thấy ấn tượng về tôi. "Chắc chỉ có em mới nghĩ đến chuyện dùng thuốc ngừa thai vào đúng giờ nhất định ở một nơi khác múi giờ như vậy. Có lẽ em nên đợi thêm nửa tiếng nữa, và ngày mai cũng lại thêm nửa tiếng nữa. Vậy là cuối cùng, em có thể uống thuốc vào một giờ thích hợp hơn rồi."

"Ý hay đấy." Tôi thì thầm. "Vậy ta nên làm gì cho qua nửa tiếng đây?" Tôi giả đò chớp mắt nhìn anh ngây thơ.

"Tôi đã nghĩ ra được một vài chuyện nên làm." Anh cười đầy tà ý. Tôi cố giữ vẻ điềm nhiên nhìn anh, dù lòng đang se lại và tan chảy trước cái nhìn ẩn ý.

"Hoặc là, chúng ta có thể trò chuyện." Tôi khẽ đề nghị bất ngờ.

Anh nhíu mày.

"Tôi thích làm chuyện tôi đang nghĩ hơn." Anh ôm tôi gọn lòng.

"Anh lúc nào cũng thích tình dục hơn nói chuyện cả." Tôi bật cười, vòng tay ôm lấy hai tay anh để ngồi cho vững.

"Không sai. Đặc biệt là với em." Anh dúi mũi vào tóc tôi và bắt đầu hôn dọc từ tai đến cổ. "Có lẽ ở trên chiếc đàn này." Anh thì thầm.

Ôi trời. Toàn thân tôi thắt lại khi nghĩ đến chuyện đó. *Trên đàn piano. Chao ơi.*

"Em muốn nói rõ một chuyện." Tôi nói khẽ, các mạch đập bắt đầu tăng tốc, trong khi đó, nữ thần nội tại đã nhắm nghiền mắt, say sưa thưởng thức cảm giác từ môi anh.

Anh thoáng dừng rồi lại tiếp tục những nụ hôn gợi tình.

"Luôn rất sẵn sàng để trao đổi thông tin, cô Steele. Cái gì cần được nói rõ đây?"

Hơi thở anh nóng hổi hổi trên cổ tôi, anh vẫn đặt lên người tôi những cái hôn dịu dàng.

"Về chúng ta." Tôi thì thào, mắt nhắm lại.

"Ừm. Cái gì về chúng ta?"

Anh ngừng lại khi đang hôn dọc xuống lưng tôi.

"Tờ hợp đồng."

Anh ngẩng đầu nhìn xuống tôi chằm chằm, ánh mắt thoáng nét buồn cười rồi thở phào. Anh vuốt ve má tôi bằng mấy đầu ngón tay.

"Ừm, tôi nghĩ tờ hợp đồng cần được thảo luận lại. Em có thấy vậy không?" Giọng anh trầm khàn, ánh mắt dịu dàng.

"Cần thảo luận lại?"

"Phải, cần thảo luận lại." Anh cười.

Tôi há miệng nhìn anh thắc mắc.

"Nhưng anh đã xem nó rất quan trọng."

"Ờ. Đó là trước đây. Nhưng dù sao, luật thì không cần thảo luận lại đâu, chúng vẫn được giữ nguyên." Nét mặt anh hơi nghiêm lại.

"Trước đây? Trước đây là lúc nào?"

"Trước đây…" Anh ngừng lời, nét mặt trở lại thận trọng. "Trước nữa." Anh nhún vai.

"Ồ."

"Ngoài ra, tôi đã đưa em vào phòng giải trí hai lần và em đã không bỏ chạy."

"Anh đoán em sẽ bỏ chạy à?"

"Mọi thứ em làm đều không thể đoán trước được, Anastasia." Anh đáp khô khốc.

"Vậy để em nói rõ lại nhé. Anh chỉ muốn em luôn luôn làm theo những gì thuộc mục Quy định của hợp đồng chứ không phải theo toàn bộ hợp đồng."

"Trừ khi ở trong phòng giải trí. Tôi muốn em tuân thủ theo tinh thần của bản hợp đồng mỗi khi bước vào phòng giải trí, và dĩ nhiên, tôi muốn em tuân thủ theo Quy định – luôn luôn tuân thủ. Khi đó, em sẽ được đảm bảo an toàn và tôi sẽ có thể có em bất cứ khi nào tôi muốn."

"Và nếu em vi phạm một trong những Quy định thì sao?"

"Thì tôi sẽ phạt em."

"Nhưng chẳng lẽ anh không cần sự cho phép của em?"

"Tôi cần chứ."

"Và nếu em nói không."

Anh nhìn tôi đăm chiêu một chút, vẻ mặt khó hiểu.

"Nếu em nói không thì cứ việc nói. Tôi sẽ có cách để thuyết phục em."

Tôi đứng dậy thoát khỏi vòng tay anh. Tôi cần một chút khoảng cách. Anh nhíu mày khi tôi nhìn anh chăm chú. Nét mặt anh vừa như khó hiểu, lại vừa pha chút cảnh giác.

"Vậy chuyện trừng phạt vẫn giữ nguyên à?"

"Ừ, nhưng chỉ khi em phạm luật thôi."

"Em cần đọc lại nó." Tôi vừa nói vừa cố nhớ lại mấy chi tiết trong điều khoản.

"Tôi sẽ mang đến cho em ngay." Giọng anh thoắt một cái bỗng pha đầy mùi công việc.

*Chao.* Chuyện này đã nhanh chóng trở nên nghiêm trọng. Anh đứng dậy và bước đi thoăn thoắt đến phòng làm việc. Da đầu tôi muốn nổi gai lên. Chà, tôi cần uống chút trà. Tương lai mối quan hệ của chúng tôi đang được đặt trên bàn thảo luận vào lúc 5:45 sáng trong khi đầu óc anh lại đang bận tâm về một chuyện khác – chẳng biết làm vậy có thông minh không? Tôi vào bếp, lúc này vẫn còn rất tối. Mấy cái công tắc đèn đâu cả rồi?

Tôi tìm rồi bật chúng lên, sau đó đổ nước vào ấm. *Thuốc của tôi!* Tôi lục lọi trong chiếc xắc tay mà tôi đã bỏ lại chỗ quầy bar và dễ dàng tìm thấy chúng. Ực một phát, xong. Trước cả khi tôi kịp nuốt viên thuốc qua cổ họng, Christian đã quay lại, ngồi trên một chiếc ghế nơi quầy bar và chăm chú nhìn tôi .

"Của em đây." Anh đưa cho tôi một tờ giấy được đánh máy, tôi để ý thấy anh đã gạch đi vài chỗ.

## QUY ĐỊNH

**Tuân phục:**
Người Phục Tùng vâng lời Người Áp Đặt lập tức và tự nguyện, không chần chừ, ngang bướng. Người Phục Tùng chấp thuận bất kỳ hành vi quan hệ tình dục nào Người Áp Đặt cho là phù hợp và thấy hài lòng. Người nữ sẽ nhiệt tình nhập cuộc và không do dự.

**Ngủ:**
Người Phục Tùng cần đảm bảo ngủ ít nhất ~~tám~~ bảy tiếng một đêm khi không ở bên Người Áp Đặt.

**Thực phẩm:**
~~Người tham gia sẽ ăn uống điều độ theo danh mục thực phẩm liệt kê để đảm bảo sức khỏe và thể trạng tốt. Người Phục Tùng không ăn vặt giữa các bữa, ngoại trừ ăn trái cây.~~

**Trang phục:**
Trong suốt thời gian hợp đồng có hiệu lực, Người Phục Tùng sẽ không mặc những trang phục chưa được Người Áp Đặt chấp thuận. Người Áp Đặt sẽ cung cấp chi phí trang phục cho Người Phục Tùng sử dụng. Người Áp Đặt sẽ tháp tùng Người Phục Tùng đi mua trang phục cho những dịp đặc biệt. Nếu Người Áp Đặt yêu cầu, Người Phục Tùng sẽ phục sức và trang điểm như Người Áp Đặt mong muốn suốt thời gian hợp đồng, cả khi có mặt Người Áp Đặt cũng như khi Người Áp Đặt cho là cần thiết.

**Tập thể dục:**

Người Áp Đặt sẽ bố trí một huấn luyện viên riêng cho Người Phục Tùng ~~bốn~~ ba lần một tuần, vài giờ mỗi lần tùy theo sự thỏa thuận giữa Người Phục Tùng và huấn luyện viên. Huấn luyện viên sẽ báo cáo cho Người Áp Đặt sự tiến bộ của Người Phục Tùng.

**Chăm sóc cá nhân:**

Người Phục Tùng đảm bảo giữ gìn cơ thể sạch sẽ, luôn cạo và/hoặc triệt lông. Người Phục Tùng sẽ đi thẩm mỹ viện mà Người Áp Đặt chọn và quyết định thời gian cũng như thực hiện những trị liệu mà Người Áp Đặt cho là phù hợp.

**Phẩm chất cá nhân:**

Người Phục Tùng không có bất kỳ quan hệ tình dục nào với bất kỳ ai ngoại trừ Người Áp Đặt. Người Phục Tùng luôn cư xử tôn trọng và khiêm nhường. Người nữ phải ý thức rằng hành vi của cô ấy có thể trực tiếp ảnh hưởng đến Người Áp Đặt. Những tội lỗi, điều sai quấy cũng như cách cư xử kém của cô ấy đều được ghi lại khi Người Áp Đặt không có mặt.

**Mọi sai phạm những nội dung trên đây**
**đều bị trừng phạt lập tức, nội dung trừng phạt**
**sẽ do Người Áp Đặt quyết định.**

\*\*\*

"Vậy là chuyện tuân phục cũng vẫn không thay đổi?"

"Đúng vậy." Anh cười.

Tôi lắc đầu buồn cười và trước cả khi kịp nhận ra, tôi đã trợn mắt lên với anh.

"Có phải em vừa trợn mắt với tôi không, Anastasia?" Anh hỏi khẽ.

*Khốn kiếp.*

"Có thể lắm, còn tùy vào phản ứng của anh thế nào."

"Vẫn luôn như cũ." Anh nói và lắc đầu, ánh mắt lóe lên sự khoái trá.

Tôi vô thức nuốt ực một cái, một luồng cảm giác phấn khích chạy dọc theo người.

"Vậy thì…"

*Chết tiệt. Tôi sẽ làm gì đây?*

"Thì sao?" Anh đưa lưỡi liếm môi dưới.

"Anh muốn phát vào mông em bây giờ?"

"Ừ. Và anh sẽ làm vậy."

"Ồ, thật vậy à, ngài Grey?" Tôi nói thách thức, toét miệng cười với anh. Trò chơi cần phải có hai người.

"Em ngăn tôi lại được không?"

"Anh phải bắt được em trước đã."

Anh thoáng tròn mắt, cười ranh mãnh, rồi chậm chậm đứng dậy.

"Ồ, vậy sao, cô Steele?"

Tôi và anh đang đứng ở hai bên quầy bar. Chưa bao giờ tôi thấy cảm ơn sự tồn tại của nó hơn lúc này.

"Và em lại đang cắn môi kìa." Anh vừa nói, vừa bước chậm sang trái trong khi tôi cũng đang di chuyển theo hướng của mình.

"Anh không bắt được đâu." Tôi châm chọc. "Anh cũng đang đảo mắt kìa." Tôi thử nói lý với anh.

Anh vẫn lừ lừ đi sang trái, tôi cũng vậy.

"Đúng vậy, nhưng em có biết, em đã biến cái quầy bar này thành một trò kích thích không?" Ánh mắt anh như lóe lên, bắn ra những tia nhìn hoang dại.

"Em nhanh lắm đấy, anh chưa biết nhỉ?" Tôi làm ra vẻ tỉnh bơ.

"Tôi cũng thế."

Anh chầm chậm vờn tôi trong căn bếp.

"Em có im lặng mà đến đây không?" Anh nói.

"Em đã từng làm vậy bao giờ chưa?"

"Cô Steele, ý cô là sao?" Anh cười nhếch mép. "Em sẽ gặp chuyện tệ hơn nếu em để tôi đến và bắt được em đấy."

"Đó chỉ là khi anh bắt được em thôi, Christian. Còn ngay lúc này, em đâu có ý định để cho anh bắt được em."

"Anastasia, em coi chừng sẽ bị ngã và tự làm đau mình đấy. Thế nghĩa là em sẽ vi phạm qui định đấy nhé."

"Em vẫn luôn bị đặt trong tình thế nguy hiểm kể từ ngày em gặp ngài, ngài Grey, có luật hay không gì cũng vậy."

"Em nói đúng." Anh đứng lại, nhíu mày.

Bất thình lình, anh lao đến tôi, tôi thét lên và chạy bay đến chỗ bàn ăn. Tôi thoát được, đứng đối diện anh qua chiếc bàn. Tim tôi đập thình thình, adrenalin chạy rần rật trong người... chao ơi... trò này hồi hộp quá. Tôi như trở lại thành đứa trẻ, dù biết nó chẳng đúng tẹo nào. Tôi cẩn thận quan sát anh đang thận trọng từng bước tiến về phía tôi. Tôi dịch từng bước một ra xa.

"Em nắm rõ cách để làm xao lãng một người đàn ông, Anastasia nhỉ."

"Chỉ để vui thôi mà, ngài Grey. Làm anh xao lãng khỏi cái gì?"

"Cuộc sống này. Vũ trụ này." Anh hươ tay bâng quơ.

"Nét mặt anh vẫn đầy vẻ lo lắng ngay cả khi anh đang chơi đùa đấy thôi."

Anh dừng bước, khoanh tay lại, vẻ mặt buồn cười.

"Chúng ta có thể chơi trò này cả ngày, cưng ạ, nhưng chắc chắn tôi sẽ bắt được em, và khi đó sẽ rất tệ cho em đấy."

"Anh không thể đâu."

Lẽ ra tôi không nên nói quá tự tin. Tôi lặp lại câu nói này như thần chú. Tiềm thức tôi như bắt được đôi giày Nike, và giờ đang đứng ở vạch xuất phát.

"Bất kỳ ai cũng sẽ nghĩ rằng em không muốn tôi bắt được em."

"Em không muốn thật mà. Đó mới là vấn đề. Cảm giác của em về chuyện bị trừng phạt cũng giống hệt cảm giác của anh sợ bị em chạm vào người vậy."

Trong một khắc, thần thái của anh thay đổi hoàn toàn. Không còn một Christian đang đùa vui nữa. Anh đứng nhìn tôi trân trối như thể vừa bị tôi tát vào mặt. Mặt anh xám ngoét.

"Đó là cảm giác của em ư?" Anh trầm trầm hỏi.

Từng chữ anh nói, và cả cái cách anh thốt ra chúng đã nói lên tất cả. *Ôi không*. Chúng cho tôi biết nhiều hơn về anh và cảm giác của anh. Chúng bộc lộ cả nỗi sợ hãi và ghê tởm của anh. Tôi nhíu mày. Không, tôi không cảm thấy tệ vậy đâu. Không cách nào. Thật không?

"Không. Chuyện đó không tác động đến em mạnh như vậy, chỉ tửa tựa thế để anh hiểu hơn thôi." Tôi nói nhỏ, mắt nhìn anh lo lắng.

"Ồ." Anh thốt lên.

*Chết tiệt*. Trông anh đăm chiêu quá đỗi, như thể tôi đã cướp mất của anh sự sống vậy.

Tôi hít một hơi dài, đi vòng qua bàn và đứng trước mặt anh, nhìn thẳng vào đôi mắt lo sợ của anh.

"Em ghét nó đến vậy à?" Anh hỏi trong hơi thở, mắt chứa đầy sự khiếp sợ.

"Ừm… không." Tôi đoan chắc với anh. Chao – *hóa ra đó chính là cảm giác của anh về chuyện bị chạm vào cơ thể?* "Không. Em cũng không rõ cảm giác của mình nữa. Em không thích nó, nhưng cũng chẳng hề ghét nó."

"Nhưng tối qua, trong phòng giải trí, em…"

"Em làm vậy vì anh, Christian, vì anh cần nó. Nhưng em thì không. Tối qua, anh đã không làm em đau. Mọi chuyện thực hiện trong một hoàn cảnh khác. Trong thâm tâm, em hiểu được chuyện đó, và em tin anh. Nhưng khi anh muốn trừng phạt em, em lo rằng anh sẽ làm đau em."

Mắt anh tối sầm như hút vào một cơn bão lớn. Thời gian tích tắc trôi qua, cuối cùng anh trả lời, nhẹ nhàng.

"Tôi muốn làm em đau. Nhưng không phải quá khả năng chịu đựng của em."

*Chết tiệt.*

"Tại sao?"

Anh lùa tay vào tóc, nhún vai.

"Đơn giản là tôi cần làm vậy." Anh dừng lại, khổ sở nhìn tôi rồi nhắm mắt lại, lắc đầu. "Tôi không thể nói với em được." Anh thì thầm.

"Không thể hay sẽ không nói?"

"Sẽ không nói."

"Vậy là anh biết tại sao."

"Đúng vậy."

"Nhưng anh sẽ không nói cho em biết."

"Nếu tôi nói, em sẽ thét lên mà chạy khỏi nơi này, và sẽ không bao giờ muốn quay trở lại." Anh thận trọng nhìn tôi. "Tôi không muốn mạo hiểm chuyện này, Anastasia."

"Anh muốn em ở lại."

"Hơn cả những gì em tưởng. Tôi không thể chịu đựng được nếu mất em."

*Ôi trời.*

Anh đắm đuối nhìn tôi, rồi đột ngột kéo tôi vào vòng tay và hôn tôi, mãnh liệt. Tôi hoàn toàn bị bất ngờ, tôi cảm nhận được nỗi hoang mang và cả sự khao khát đến tuyệt vọng trong nụ hôn của anh.

"Đừng rời xa anh. Em đã nói em sẽ không rời xa anh và em đã xin anh đừng bỏ em, trong giấc ngủ của em." Anh thì thầm trên môi tôi.

*Ồ, những lời thú tội về đêm của tôi.*

"Em không muốn đi." Tim tôi thắt lại, thổ lộ thành lời những điều muốn giấu kín.

Đây là một người đàn ông đầy khao khát. Nỗi sợ hãi của anh hiện hữu rất rõ ràng, nhưng anh bị lạc lối... đâu đó trong bóng tối. Đôi mắt anh mở to, trống trải và khổ sở. Tôi có thể xoa dịu anh, cùng anh bước vào trong góc tối ấy, để đưa anh trở lại vùng ánh sáng.

"Cho em xem." Tôi thì thầm.

"Cho em xem?"

"Cho em xem nó đau đến thế nào."

"Cái gì?"

"Trừng phạt em đi. Em muốn biết nó đau đớn đến đâu."

Christian lùi ra xa khỏi tôi, anh hoàn toàn bối rối.

"Em sẽ thử ư?"

"Vâng. Em đã nói em sẽ thử."

Nhưng tôi giữ kín lý do trong lòng. Nếu tôi chịu đựng sự trừng phạt đó, vì anh, có lẽ anh sẽ để tôi chạm vào anh.

Anh chớp mắt.

"Ana, em thật khó hiểu."

"Em cũng không hiểu mà. Em muốn làm rõ chuyện này. Rồi cả anh và em sẽ biết, một lần trong đời, rằng em có chịu đựng được hay không. Nếu em vượt qua được, thì sẽ đến lượt anh…"

Tôi không tìm được từ để nói nữa. Đôi mắt anh lại mở to. Anh hiểu tôi đang nhắc đến chuyện đụng chạm. Trong một khoảnh khắc, nhìn anh như đang nát tan lòng, nhưng sau đó, mặt anh đầy kiên quyết, sắt đá. Anh nheo mắt nhìn tôi như đang cân nhắc, lựa chọn điều gì.

Bỗng anh đột ngột nắm chặt tay tôi rồi quay người, kéo tôi ra khỏi căn phòng lớn, lên lầu, vào phòng giải trí. Khoái lạc và đau đớn, tưởng thưởng và trừng phạt – những lời nói của anh dạo nào vang vang mãi trong đầu tôi.

"Tôi sẽ cho em xem nó đau đớn đến nhường nào, và em sẽ phải suy nghĩ lại." Anh dừng ở cửa. "Em đã sẵn sàng chưa?"

Tôi gật, lòng tôi đã quyết. Tôi thấy mình hơi choáng váng cứ như tất cả máu đã rút khỏi mặt mình.

Anh mở cửa, tay vẫn giữ chặt cánh tay tôi rồi vơ lấy một vật gì tựa như sợi dây nịt từ chiếc kệ cạnh cửa, sau đó anh dẫn tôi đến chiếc ghế nệm dài bằng da đỏ ở góc xa căn phòng.

"Quỳ lên ghế." Giọng anh trầm trầm ra lệnh.

Được thôi. Tôi làm được. Tôi quỳ lên nền da nhẵn mềm. Anh vẫn để tôi choàng trên người tấm áo choàng tắm. Trong một thoáng giây, tôi thấy ngạc nhiên vì anh không bắt tôi cởi nó ra. *Chết tiệt, vậy là sẽ đau lắm đây… Tôi biết.*

"Chúng ta đến đây vì cô đồng ý, Anastasia. Và cô đã định thoát khỏi tôi. Tôi sẽ phạt cô sáu roi. Cô phải cùng đếm với tôi."

Tại sao anh không thực hiện ngay đi? Anh luôn xem chuyện trừng phạt tôi như một bữa tiệc thịnh soạn của anh vậy. Tôi trợn mắt, thừa biết anh chẳng thể nào thấy được.

Anh nâng mép áo choàng của tôi lên, không hiểu tại sao, tôi thấy cảm giác còn gần gũi hơn cả khi xoay trần ra hết. Nhẹ nhàng, anh vuốt ve mông tôi, bàn tay ấm áp xoa xoa lên cả hai mông và xuống cả phần trên đùi.

"Tôi phạt cô để cô nhớ mà không chạy thoát khỏi tôi lần nữa, và vẫn luôn luôn như vậy, tôi không bao giờ muốn cô chạy khỏi tay tôi." Anh thì thầm.

Tôi cảm thấy thật mỉa mai. Tôi muốn trốn khỏi anh để tránh bị trừng phạt. Nhưng nếu anh mở rộng vòng tay, tôi sẽ chạy ùa vào lòng anh, không phải xa rời anh.

"Và cô còn trừng mắt nhìn tôi nữa chứ. Cô thừa biết tôi cảm thấy thế nào."

Bất thình lình, tất cả bay biến hết trong giọng nói anh – nỗi sợ hãi đã từng hiển hiện ấy. Con người thật của anh đã trở lại dù anh đã từng thế nào đi chăng nữa. Tôi nghe được trong giọng điệu anh, trong cái cách anh chạm mấy ngón tay lên lưng tôi, giữ người tôi lại – và không khí trong căn phòng thay đổi.

Tôi nhắm mắt, chuẩn bị tâm thế cho cú đánh. Rồi nó đến, mạnh, đập vào sau người tôi, và cú phát từ sợi dây lưng là nỗi sợ duy nhất của tôi. Tôi thét lên không chủ tâm và hớp trọn một hớp không khí.

"Đếm đi, Anasatiasia." Anh ra lệnh.

"Một!" Tôi thét vào anh, nghe như một lời nguyền rủa.

Anh đánh tôi một lần nữa, sự đau đớn như rung động, lan tỏa khắp sợi dây lưng. *Khốn kiếp . . . cái này đau kinh khủng.*

"Hai!" Tôi kêu lớn.

Cảm giác thật tuyệt khi được thét lên.

Anh thở gấp và khàn trong khi hơi thở tôi gần như muốn tắt khi nỗ lực quờ quạng tìm kiếm chút sức mạnh nội lực còn sót lại trong cơ thể. Sợi dây lưng lại cắt vào da thịt tôi lần nữa.

"Ba."

Nước mắt tôi tuôn ra không mong đợi. Chao – chuyện này đau đớn nhiều hơn tôi tưởng – quá đau đớn so với những lần phạt vào mông khi trước. Anh không giữ lại chút sức lực nào.

"Bốn!"

Tôi đếm to như thét khi sợi dây thắt lưng lại vụt vào người tôi lần nữa, nước mắt đã chảy thành dòng trên mặt tôi lúc này. Tôi đâu muốn khóc. Chỉ vì quá giận dữ nên tôi khóc mà thôi. Anh lại vụt roi.

"Năm."

Giọng tôi nghe như một tiếng khóc thổn thức bị chặn nghẹn lại, và giây phút đó, tôi thấy mình căm ghét anh kinh khủng. Một roi nữa thôi, tôi chỉ còn chịu thêm một roi nữa thôi. Mông tôi như đang bị lửa nung nóng.

"Sáu."

Tôi thều thào khi cảm giác đau đến bỏng rát đó lại xát vào người tôi thêm lần nữa, và tôi nghe tiếng anh quẳng sợi dây nịt sau lưng mình, rồi anh kéo tôi vào lòng, hơi thở hổn hển xen lẫn xót xa… nhưng tôi không cần bất kỳ cái gì từ anh nữa.

"Buông ra… không…"

Tôi vùng vẫy chống cự, thoát khỏi tay anh, đẩy anh ra. Chống lại anh.

"Đừng chạm vào tôi!" Tôi rít lên.

Tôi đứng phắt dậy, đăm đăm nhìn anh, còn anh nhìn tôi như thể tôi sắp lao đi, đôi mắt anh mở to lúng túng. Tôi lấy mu bàn tay giận dữ gạt đi những giọt nước mắt còn đọng lại, nhìn anh trừng trừng.

"Đây là điều anh thực sự thích? Tôi, như thế này ư?" Tôi kéo tay áo choàng để chùi sạch mũi.

Anh nhìn tôi cảnh giác.

"Hừm, anh là một thằng khốn nạn."

"Ana." Anh kêu lên, có vẻ bị sốc.

"Đừng có gọi tên tôi! Anh cần coi lại thứ giẻ rách của mình đi, Grey!"

Dứt lời, tôi quay ngoắt, bước ra khỏi căn phòng, khép cửa lại sau lưng.

Tôi gài tay nắm cửa lại rồi đứng tựa vào cửa. Đi đâu đây? Có nên đi không? Có nên ở lại không? Tôi thực sự nổi giận, những giọt nước mắt nóng bỏng chảy dài trên má, tôi giận dữ quệt chúng đi. Tôi chỉ muốn cuộn tròn người lại. Cuộn người và bình tĩnh lại bằng cách nào đó. Hàn gắn lòng tin đã tan tành của mình. Tại sao tôi lại ngu ngốc đến vậy? Sao tôi lại đau đến thế.

Tôi đưa tay thận trọng xoa xuống mông. Aaa! Rát quá! Đi đâu đây? Không phải phòng anh ta. Hay là phòng tôi, hay còn gọi là căn phòng của tôi trong tương lai, không, đang là phòng của tôi, *đã từng* là của tôi... Đây là lý do vì sao anh ta muốn tôi giữ nó. Anh ta biết sẽ có lúc tôi muốn xa anh ra đôi chút.

Tôi bước thẳng về hướng đó, biết rõ Christian có lẽ sẽ đi sau mình. Căn phòng hãy còn tối lắm, bình minh chỉ vừa hé lộ phía chân trời. Tôi trèo lên giường khó khăn, cố gắng cẩn thận để không ngồi lên chỗ đau đang rất nhạy cảm. Tôi vẫn mặc tấm áo choàng trên người, bọc nó quanh mình, cuộn tròn người lại và buông thả tất cả – tôi nức nở khóc trên gối.

*Tôi đã nghĩ gì vậy?* Tại sao tôi để anh ta làm vậy với mình? Tôi muốn đi vào vùng tối của anh ta, để dò tìm xem chúng kinh khủng đến mức nào – nhưng nó quá đen tối với tôi. Tôi không thể làm vậy được. Nhưng, đó lại là điều anh ta muốn làm; là thứ anh ta thể hiện ra ngoài.

Thật là một cú đánh thức tỉnh nhớ đời. Mà nói cho công bằng, anh ta đã liên tục và liên tục cảnh cáo tôi, hết lần này sang lần khác. Anh ta bất bình thường. Anh ta có những nhu cầu mà bản thân tôi không thể đáp ứng được. Giờ thì tôi đã nhận ra. Tôi không muốn anh ta đánh tôi thêm lần nào nữa cả, không bao giờ. Tôi nghĩ về vài lần trước anh đã từng đánh tôi, và lấy sự nương tay của anh những lúc đó ra mà so sánh. Đã đủ với anh chưa? Tôi lại khóc dữ hơn. Tôi sẽ mất anh. Anh sẽ không muốn ở bên tôi khi mà tôi không cho anh điều anh muốn. Tại sao, tại sao, tại sao tôi lại đi yêu một kẻ đa nhân cách? Tại sao, tại sao tôi không yêu José hay Paul Clayton, hay một người nào khác giống tôi?

Ồ, ánh mắt thất thần của anh khi tôi quay lưng đi. Tôi thật ác, tôi bị sốc vì sự tàn bạo của anh… anh sẽ tha thứ cho tôi… và tôi sẽ tha thứ cho anh chứ? Những suy nghĩ tựa như một mớ tơ vò, rối rắm lộn xộn vang đi, dội lại trong đầu tôi. Tiềm thức tôi đang buồn bã lắc đầu, còn nữ thần nội tại đã trốn đâu mất biệt. Ôi, đây là một buổi bình minh tối tăm của tâm hồn tôi. Tôi cô đơn quá. Tôi muốn mẹ ở bên. Tôi nhớ lời mẹ lúc chia tay ở phi trường – *"Hãy làm những gì trái tim con mách bảo và đừng, đừng, cố đừng cả nghĩ về mọi việc. Cứ thư giãn và tận hưởng cuộc đời của con. Con còn trẻ lắm, con gái à. Con còn có cả một đời để trải nghiệm, cứ để mọi việc tự nhiên đến. Con xứng đáng được những gì tốt nhất".*

Tôi đã nghe theo trái tim mình, và giờ thì tôi nhận được một cái mông đau và một tâm trạng khổ sở, nát tan. Tôi phải đi. Vậy thôi… Tôi phải rời bỏ. Anh ta không hợp với tôi, và bên tôi, anh ta cũng không được tốt lành gì. Làm cách nào chúng tôi có thể hòa hợp được? Và bỗng ý nghĩ sẽ không gặp lại anh nữa thực sự làm tôi nghẹn lại… Năm Mươi của tôi.

Tôi nghe tiếng mở cửa. *Ôi không, anh ta đã đến.* Anh đặt thứ gì đó lên bàn cạnh giường. Chiếc giường chuyển động dưới sức nặng của anh khi anh trèo lên giường sau lưng tôi.

"Nín nào." Anh nói nhỏ. Tôi chỉ muốn nhoài người ra xa khỏi anh, lê người về phía bên kia giường, nhưng tôi như bị bất động. Tôi không nhấc người được, nên nằm thẳng đơ, cũng chẳng thèm tuân phục. "Đừng chống cự lại anh, Ana, xin em." Anh thầm thì.

Nhẹ nhàng, anh kéo tôi vào lòng, vùi mặt vào mái tóc tôi, hôn lên cổ tôi.

"Đừng căm ghét anh." Anh nói dịu dàng qua làn da tôi, giọng buồn đến nhói lòng.

Tim tôi lại thắt lại rồi buông ra một dòng nước mắt lặng thinh. Anh hôn tôi tiếp tục, nụ hôn dịu dàng, nhẹ nhàng nhưng tôi vẫn giữ vẻ xa cách và thận trọng.

Chúng tôi nằm bên nhau như thế rất lâu, không ai nói một lời nào. Anh chỉ ôm tôi, và dần dần, tôi thấy thư thái hơn rồi ngừng khóc. Buổi bình minh đến rồi đi, và những tia nắng nhạt dịu từ từ bừng lên rực rỡ khi trời đã sáng hẳn, chúng tôi vẫn lặng im nằm cạnh nhau.

"Anh mang cho em vài viên Advil và kem bôi." Một lúc lâu sau, anh mở lời.

Tôi chầm chậm xoay người trong vòng tay anh để có thể nhìn vào mặt anh. Đầu tôi đặt trên cánh tay anh. Đôi mắt anh xám lạnh lẽo, ẩn ức.

Tôi nhìn gương mặt điển trai của anh. Anh không bộc lộ gì cả, nhưng mắt anh vẫn dán vào mắt tôi, tựa hồ như không chớp. Ôi, anh đẹp đến nghẹn thở. Trong một khoảng thời gian ngắn thế, vậy mà anh đã trở nên rất, rất thân yêu với tôi. Tôi đưa tay, vuốt ve má anh, chạm ngón tay vào đám râu lởm chởm của anh. Anh nhắm mắt và thở nhẹ ra.

"Em xin lỗi." Tôi thì thầm.

Anh mở mắt nhìn tôi thắc mắc.

"Về cái gì?"

"Về những gì em nói."

"Em đâu có nói với anh điều gì mà anh không biết." Ánh mắt anh dịu đi nhẹ nhõm. "Anh xin lỗi đã làm đau em."

Tôi nhún vai.

"Em yêu cầu anh mà." Và giờ thì tôi biết. Tôi nuốt khan. Đã đến lúc. Tôi cần nói lời của mình. "Em không nghĩ em có thể trở thành người mà anh mong đợi." Tôi thì thào.

Anh tròn mắt, rồi chớp mắt, nét sợ hãi trên gương mặt anh đã quay trở lại.

"Em là tất cả con người mà anh mong đợi."

*Cái gì?*

"Em không hiểu. Em không phục tùng, và anh thừa biết quá rõ em sẽ không bao giờ để anh lặp lại chuyện đó với em thêm lần nữa. Vậy mà đó là những gì anh cần sao, anh nói thế ư?"

Anh lại nhắm mắt, tôi như thấy vô số trạng thái cảm xúc lần lượt diễu qua trên mặt anh. Khi anh mở mắt ra, nét mặt anh bỗng thành lạnh lẽo. *Ôi không.*

"Em nói đúng. Tôi nên để em ra đi. Tôi không tốt cho em đâu."

Da đầu tôi nổi gai lên tựa như từng nang lông trên cơ thể dựng lên hết để tập trung, và cả thế giới như rơi xuống, bỏ lại một vực thẳm rộng toang hoác để tôi rơi tõm vào. *Ôi không.*

"Em không muốn đi." Tôi thì thào.

Chết tiệt – vậy đó. Tiếp tục chơi hay trả giá. Nước mắt tôi lại tuôn xuống.

"Tôi cũng không muốn em đi." Anh nói khẽ, giọng buồn bã. Anh đưa tay vuốt má tôi và quệt đi những giọt nước mắt đang rơi. "Tôi như sống lại từ ngày tôi biết em." Anh di ngón cái quanh viền môi dưới của tôi.

"Em cũng thế." Tôi thì thầm. "Em đã yêu anh mất rồi, Christian."

Anh mở to mắt lần nữa, nhưng lần này chất chứa đơn thuần một nỗi sợ không lẫn vào đâu được.

"Không." Anh thều thào như thể tôi vừa đấm vào ngực anh.

Ôi không.

"Em không được yêu tôi, Ana. Không… như vậy là sai lầm." Anh nói trong nỗi khiếp sợ.

"Sai? Nhưng tại sao?"

"Nhìn em kìa. Tôi không thể làm em hạnh phúc đâu." Giọng anh đau đớn.

"Nhưng anh thật sự làm em hạnh phúc mà." Tôi nhíu mày.

"Không phải bây giờ, không phải là điều tôi muốn làm."

Khốn kiếp. Lý do thật là đây. Đây là lý do chính suốt bấy lâu nay -- sự không tương hợp – và tôi bỗng nghĩ đến tất cả những người phục tùng đáng thương kia.

"Chúng ta không bao giờ vượt qua được chuyện đó, phải không?" Tôi hỏi khẽ, da đầu tôi nổi gai lên vì sợ hãi.

Anh lắc đầu lãnh đạm. Tôi nhắm mắt lại. Tôi không thể chịu đựng thêm khi nhìn anh.

"Ừm… vậy là em nên ra đi." Tôi lầm bầm, rụt người đau đớn ngồi dậy.

"Đừng, đừng đi." Giọng anh hoảng hốt.

"Không còn lý do nào để em ở lại."

Thoạt nhiên, tôi thấy mệt mỏi, thật sự vô cùng mệt mỏi, và tôi muốn đi ngay bây giờ. Tôi trèo khỏi giường, Christian theo sau.

"Em phải thay quần áo. Em cần chút riêng tư." Tôi điềm đạm nói, vô hồn, bỏ anh lại bên chiếc giường.

Tôi đi xuống lầu, bất giác liếc qua căn phòng lớn, chỉ mới vài giờ trước tôi còn tựa đầu lên vai anh nghe anh dạo đàn. Quá nhiều thứ đã diễn ra từ lúc ấy. Tôi tỉnh táo lướt qua trở lại những hành động tệ hại của anh, và giờ tôi hiểu anh không có khả năng yêu, hoặc cho hay nhận tình yêu. Nỗi sợ hãi sâu thẳm nhất của tôi đã hiển hiện. Và lạ lùng thay, cảm giác thật tự do.

Nỗi đau quá lớn đến độ tôi không muốn biết đến nó nữa. Tôi thấy tê dại. Tôi như đã thoát khỏi xác thân mình và giờ đang là kẻ qua đường đứng quan sát tấn bi kịch đang trải ra trước mắt. Tôi tắm nhanh theo quán tính, tâm trí chỉ nghĩ về từng giây sắp tới. Giờ thì vặn chai sữa tắm. Để lại chai sữa tắm lên kệ. Lau khăn lên mặt, lên vai… cứ thế và cứ thế, tất cả đơn giản thôi mà, những hành động máy móc, đòi hỏi suy nghĩ giản đơn, không phức tạp.

Tôi tắm xong, vì không phải gội đầu nên tôi lau mình khá nhanh. Tôi mặc quần áo trong phòng tắm, lấy từ trong chiếc va li nhỏ của mình cái quần jean và áo thun. Quần jean xát lên chỗ đau của tôi, nhưng thật tình, tôi mừng vì mình thấy đau bởi nó giúp tôi xao lãng đôi chút khỏi những sự kiện đã diễn ra trong trái tim tan nát của tôi.

Tôi cúi xuống để đóng va li lại, bỗng tôi trông thấy cái túi đựng món quà dành cho Christian, một bộ dụng cụ mẫu dành cho dòng tàu lượn Blanik L23 để anh lắp ráp. Nước mắt lại dâng lên. Ôi không… những giây phút tươi đẹp, khi hy vọng còn tràn ngập. Tôi lấy nó khỏi va li, nhớ rằng mình cần trao nó cho anh. Tôi vội xé một mảnh giấy từ quyển tập, vội vã nguệch ngoạc vài dòng, và để nó lên trên chiếc hộp.

Vật này gợi em nhớ về những ngày hạnh phúc.

Cảm ơn anh.

Ana

Tôi nhìn lại mình trong gương. Một cái bóng xanh xao ám ảnh đang nhìn tôi chăm chú. Tôi vấn tóc thành một búi, mặc kệ đôi mắt đã sưng húp vì khóc. Tiềm Thức gật đầu ủng hộ vì nàng biết không nên cư xử quá đáng lúc này. Không thể nào tin được thế giới của tôi đã vỡ vụn thành một đống tro tàn trơ trọi, tất cả những niềm hy vọng và những giấc mơ tiêu tan hết. Không, không, xin đừng nghĩ về nó nữa. Không phải bây giờ, chưa phải lúc. Hít một hơi thật sâu, tôi nhấc va li lên, và sau khi đặt bộ dụng cụ tàu lượn cùng tờ giấy lên trên gối, tôi tiến vào căn phòng lớn.

Christian đang nói chuyện điện thoại. Anh mặc quần jeans đen và áo thun, đi chân trần.

"Ông ta nói sao?" Anh hỏi lớn khiến tôi giật mình. "Hừm, lẽ ra ông ta nên nói trước với chúng ta cái sự thật chết tiệt đó. Số của ông ta là gì? Tôi cần gọi hắn… Welch, chuyện này thật đúng rác rưởi." Anh liếc nhìn lên rồi không rời ánh mắt tối sầm của mình khỏi tôi. "Tìm bà ta đi." Anh nạt rồi bấm nút tắt điện thoại.

Tôi đi về chỗ chiếc ghế nệm dài để lấy ba lô, cố hết sức tảng lờ anh. Tôi lấy chiếc Mac ra khỏi ba lô rồi đi ngược trở lại bếp, cẩn thận đặt nó trên quầy bar cùng với chiếc BlackBerry và chìa khóa xe hơi. Khi tôi quay lại đối mặt với anh, anh đang nhìn tôi chăm chăm, sững sờ vì hoảng sợ.

"Em cần số tiền của chiếc Beetle mà Taylor đã bán giùm em." Tôi nói rõ ràng, bình tĩnh, không chút cảm xúc... thật phi thường.

"Ana, tôi đâu cần những thứ ấy, chúng là của em." Anh nói như không tin được. "Giữ chúng đi."

"Không, Christian. Em đã nhận chúng vì bị ép buộc – và giờ em không cần chúng nữa."

"Ana, em phải hiểu chứ." Anh khó chịu với tôi, ngay cả lúc này.

"Em không cần bất cứ thứ gì gợi em nhớ về anh. Em chỉ muốn lấy lại số tiền Taylor đã bán chiếc xe của em." Giọng tôi đều đều.

Anh lấy hơi. "Em đang cố làm tổn thương tôi đấy à?"

"Không." Tôi nhíu mày đăm đăm nhìn anh. Dĩ nhiên không... Tôi yêu anh mà. "Không phải vậy. Em chỉ đang cố bảo vệ mình thôi." Tôi thầm thì. Bởi vì anh không muốn em theo cách mà em muốn anh.

"Ana, em mang chúng đi đi."

"Christian, em không muốn tranh cãi." Em chỉ muốn lấy lại số tiền đó.

Anh nheo mắt, nhưng tôi đã mất cảm giác bị đe dọa vì anh nữa rồi. Ừm, còn một chút. Tôi điềm tĩnh nhìn lại anh, không chớp mắt mà cũng chẳng cần phải rụt rè.

"Em nhận séc được không?" Giọng anh đầy cay đắng.

"Vâng. Em nghĩ anh giỏi chuyện đó."

Anh không cười mà chỉ đơn giản quay gót bước vào phòng làm việc. Tôi đưa mắt chậm rãi nhìn lần cuối quanh căn hộ của anh – nhìn những bức tranh treo trên tường – những hình ảnh trừu tượng, thanh bình và yên tĩnh... thậm chí lạnh lẽo. Hợp nhau nhỉ, tôi mơ màng nghĩ. Mắt tôi lơ đễnh hướng về chiếc đàn piano. Chao – nếu tôi biết giữ mồm, có lẽ chúng tôi đã ân ái trên chiếc đàn rồi. Không, đã "chơi" trên chiếc đàn mới đúng. Ờ, tôi thích dùng chữ "ân ái" hơn. Ý nghĩ đó đè nặng buồn bã lên tâm trí và chút mảnh tim còn sót lại của tôi. Anh chưa từng ân ái với tôi, phải vậy không? Tất cả chỉ là "chơi" với anh thôi.

Christian quay lại, trao cho tôi một phong bì.

"Taylor bán được với giá hời. Nó là dòng xe cổ điển. Em nhờ anh ta đi. Anh ta sẽ đưa em về."

Anh gật đầu về phía sau vai tôi. Tôi quay lại đã thấy Taylor đứng bên cửa, trên người vận bộ com-plê, trông vẫn luôn hoàn hảo như mọi khi.

"Được mà. Em có thể tự về. Cảm ơn anh."

Tôi quay lại nhìn Christian, và thấy duy nhất sự giận dữ trong đôi mắt anh.

"Em muốn thách thức tôi từng việc một đấy à?"

"Tại sao em phải thay đổi thói quen sống của mình chứ?" Tôi nhún vai biện hộ.

Anh nhắm mắt lại kiềm chế cơn giận, bàn tay lùa vào trong tóc.

"Ana, để Taylor đưa em về đi."

"Để tôi lấy xe, cô Steele." Taylor nói quả quyết.

Christian gật đầu với anh ta, và khi tôi nhìn lại, anh ta đã đi mất.

Tôi quay lại nhìn Christian. Chúng tôi đứng cách nhau hơn một mét. Anh tiến lên phía trước, bất giác tôi lùi lại. Anh đứng im, vẻ mặt khổ sở, đôi mắt xám như có lửa.

"Tôi không muốn em ra đi." Anh thì thầm, giọng thiết tha.

"Em không thể ở lại. Em biết em cần gì còn anh thì không đáp ứng được cho em, và em cũng không thể cho anh những gì anh cần."

Anh lại tiến lên một bước, tôi vội đưa hai tay lên chặn lại.

"Đừng, xin anh." Tôi e sợ lùi lại. Tôi không cách nào chịu đựng được nếu anh chạm vào tôi lúc này, tôi sẽ bị quật ngã mất thôi. "Em không thể."

Nhấc va li và ba lô lên, tôi đi thẳng đến phòng nghỉ chỗ thang máy. Anh theo sau, thận trọng giữ khoảng cách. Anh nhấn nút thang máy, cửa mở và tôi bước vào.

"Vĩnh biệt, Christian." Tôi nói khẽ.

"Ana, tạm biệt em." Anh nói dịu dàng, nhưng vẻ mặt hoàn toàn, hoàn toàn tuyệt vọng, hình ảnh một con người đang bị nỗi đau hành hạ, giống như những gì đang diễn ra trong lòng tôi lúc này.

Tôi hướng mắt ra chỗ khác trước khi để mình đổi ý và cố gắng để anh dịu lòng.

Cửa thang máy đóng lại đưa tôi xuống tận sâu dưới tầng hầm và xuống cả địa ngục của lòng mình.

Taylor mở cửa xe cho tôi. Tôi chui vào xe, cố gắng tránh nhìn vào mắt anh. Tôi thấy ngượng nghịu và xấu hổ. Tôi đã thất bại não nề. Tôi đã từng hy vọng sẽ kéo được Năm Mươi ra vùng ánh sáng, nhưng mọi thứ đã chứng tỏ nó nằm ngoài khả năng hèn mọn của tôi. Tôi cố gắng hết sức dồn nén cảm xúc của mình. Khi xe đi đến Đại lộ số 4, tôi lơ đãng nhìn qua cửa sổ, bất giác cảm thấy những gì mình làm thật ác. *Khỉ thật – tôi đã bỏ anh.* Người đàn ông duy nhất tôi từng yêu. Người đàn ông duy nhất từng ngủ với tôi. Tôi thấy nghẹn, nỗi đau tê dại châm vào tôi đau nhói, rồi vỡ òa. Nước mắt tuôn lã chã trên má, tôi vội lấy tay quệt đi, cố lục lọi tìm trong túi cặp kính mát. Khi xe dừng ở một ngã tư, Taylor bỗng đưa tôi một chiếc khăn tay vải lanh. Anh chẳng nói gì mà cũng không nhìn tôi, tôi đón lấy, lòng thầm cảm ơn anh thật nhiều.

"Cảm ơn anh." Tôi nói nhỏ.

Cái cử chỉ nhỏ ân cần ấy giúp tôi cởi lòng ra. Tôi ngồi tựa trên chiếc ghế nệm da đắt tiền và khóc nức nở.

Căn hộ của tôi nhìn trống vắng và xa lạ đến xé lòng. Tôi đã không sống ở nơi này đủ lâu để không còn xem nó là nhà mình nữa. Tôi đi thẳng lên phòng, và kia, cuối giường tôi vẫn còn buộc một chiếc bong bóng trực thăng xì hơi đang bay vật vẹo. Là Charlie Tango, nó trông đích thực như tôi vậy. Tôi giận dữ chụp lấy nó, giật phắt sợi dây rồi ôm chặt nó vào lòng. Ô – tôi làm gì thế này?

Tôi đổ sập xuống giường, trên người còn cả quần áo và cả giày, rồi khóc gào lên. Nỗi đau không cách nào diễn tả… cả thể xác, tinh thần… linh hồn… nó ở khắp mọi nơi… thấm vào tận trong xương tủy. Tang tóc. Nó chính là sự tang tóc – và tôi đã tự đeo mang vào mình. Tận trong sâu thẳm, nữ thần nội tại gửi đến tôi một ý nghĩ khó chịu mà tôi không mong đợi, miệng nàng cong lên chỉ trích… Nỗi đau thể xác từ những ngọn roi không là gì cả so với cảm giác tan hoang này. Tôi nắm chặt chiếc bong bóng xì hơi và khăn tay của Taylor, cuộn người lại, tuyệt vọng đón nhận nỗi đau thương.

*— Đón đọc tiếp tập 2 - ĐEN —*

NHÀ XUẤT BẢN LAO ĐỘNG
175 Giảng Võ - Hà Nội
ĐT: (84-4) 3851 5380 – (84-4) 3736 6215
Fax: (84-4) 3851 5381; Email: nxblaodong@fpt.vn
Chi nhánh phía Nam
85 Cách mạng Tháng tám, Quận 1, Tp HCM
ĐT: 08.38390970; Fax: 08.39257205
Email: cn-nxbld@vnn.vn

# NĂM MƯƠI SẮC THÁI

## *Tập 1 - Xám*

Chịu trách nhiệm xuất bản: VÕ THỊ KIM THANH

Biên tập: BÙI PHƯƠNG THÚY
Sửa bản in: KHUYÊN TRẦN
Bìa: KIMI TRAN
Trình bày: VŨ LỆ THƯ

In 10.000 cuốn, khổ 14.5 x 20.5 cm tại Công ty Cổ phần In và Thương mại PRIMA
Địa chỉ: Số 35 Ngõ 93 Hoàng Quốc Việt, Cầu Giấy, Hà Nội
Giấy chấp nhận đăng kí kế hoạch xuất bản số: 544-2015/CXBIPH/12-39/LĐ
QĐXB số: 238/QĐLK/LĐ do Nhà xuất bản Lao Động cấp ngày 26/03/2015.
ISBN: 978-604-59-0118-2
In xong và nộp lưu chiểu quý II/2015.

## CÔNG TY CỔ PHẦN SÁCH ALPHA

www.alphabooks.vn

**TẠI HÀ NỘI**
Trụ sở chính: 176 Thái Hà, Đống Đa, Hà Nội
*Tel: (84-4) 3 722 6234|35136   *Fax (84-4) 3 722 6237   *Email: info@alphabooks.vn
Phòng kinh doanh: *Tel/Fax: (84-4) 3 773 8857   *Email: sales@alphabooks.vn
**TẠI TP.HỒ CHÍ MINH**
Văn phòng đại diện: 777 Lê Hồng Phong, Phường 12, Quận 10, TP. Hồ Chí Minh
*Tel: (84-8) 38 621 508  |  (84-8) 38 621 509